துறவிகளும் புரட்சியாளர்களும்
(சீனா 1957)

ரொமிலா தாப்பர்

தமிழில்

டேவிட்சன்

தடாகம்

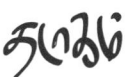

தடாகம்

துறவிகளும் புரட்சியாளர்களும் (சீனா 1957)

- ***ஆசிரியர்:*** *ரொமிலா தாப்பர்*
- ***தமிழில்:*** *டேவிட்சன்*
- ***முதற்பதிப்பு:*** *மார்ச் 2022*
- ***எடிட்டர்:*** *த.நா. சந்திரசேகரன்*
- ***பக்க வடிவமைப்பு:*** *கி. ஆஷா*
- ***அட்டை ஓவியம்:*** *ரோஹிணி மணி*

Book Name & Author's Name: **Thuravigalum Puratchiyalargalum (China 1957)** by **Romila Thapar** Translated in Tamil by **R. Davidson,** edited by **N. Chandra Segaran**

Tamil Translation © Thadagam, Chennai, 2022

Published by:

THADAGAM
No.112, First Floor, Thiruvalluvar Salai
Thiruvanmiyur, Chennai 600041
Mob: +91-98400-70870
www.thadagam.com | info@thadagam.com

Copyright © Romila Thapar 2020

First published in English by Aleph Book Company in 2020

All rights reserved.
No part of this publication may be reproduced, transmitted, or stored in a retrieval system, in any form or by any means without permission in writing from Thadagam.

ISBN: 978-93-93361-09-7

Published on March 2022

Price: ₹ **695**

மைஜிஷன் குகை வாயிலில் ரொமிலா தாப்பர்.
[ஒளிப்படம் - டொமினிக் டர்போயிஸ். 1957இல் சீனக் களப்பணி நினைவாகக் கொடுத்தது. தற்போது நூலாசிரியர் ஆவணப் பொருட்களில் இருந்து எடுக்கப்பட்டது.]

பொருளடக்கம்

	ரொமிலா தாப்பர்	7
	மொழிபெயர்ப்பாளர் குறிப்பு	9
	களப்பணிக்கால நாட்குறிப்பேடு	11
	முன்னுரை	19
	அறிமுகம்	29
	மத்திய ஆசிய வணிக வழித்தடத்தால் இணைக்கப்பட்ட இடங்கள் (வரைபடம்)	31
	பயண வழித்தடம் (வரைபடம்)	69
	பயணத்துக்கான நுழைவாயில்	71
1.	பயணம் தொடங்குகிறது	75
2.	மாஸ்கோ	86
3.	ஒருவழியாக பீஜிங் வருகை!	102
4.	ஷியானுக்குப் போகும் வழியில்	118
5.	ஷியானில் பழங்காலத் தலைநகரம்	136
6.	லுஒயாங் குகைகளுக்கு ஒரு குறும் பயணம்	159
7.	லான்ஸோவை நோக்கி	166
8.	மைஜிஷன் செல்லும் வழியில் டியன் ஷுயி தொடர்வண்டியில்	171
9.	மைஜிஷனில் பணி தொடங்குகிறது!	195
10	தியான் ஷுயியில் இருந்து வடக்கு நோக்கிய எங்கள் பயணம்	265
11.	ஜியு குவானில் இருந்து வட சீனாவுக்குள்	273
12.	டன்ஹுவாங்கில் பயணத்தின் முகட்டில்	282
13.	யூமென் வழியாகத் திரும்பிவரும் பயணத் தொடக்கம்	310
14.	செங் ஜோவில் இருந்து வந்த வழியே திரும்பிச்செல்லுதல்	318
15.	நான்ஜிங்கிற்குச் செல்லும் தொடர்வண்டியில்	323

16. நான்ஜிங்கை அடைதல்	328
17. ஒரே ஷாங்காய்	332
18. வாரயிறுதியில் ஹேங்க்சோவில் ஓய்வு	350
19. பீஜிங்கில்	356
20. கேன்டனில் அனைத்து நல்ல விஷயங்களும் ஒரு முடிவுக்கு வந்தன	408
முடிவுரை	413
அரச மரபுகளை உள்ளடக்கிய வரலாற்று நிகழ்வுகளின் தேர்ந்தெடுக்கப்பட்ட ஒரு காலவரிசை	416
அருஞ்சொற்பொருள்	419

ஆசிரியரின் குறிப்பு

இந்த நூலின் உள்ளடக்கமாக அமையும் சீனாவின் கடந்தகாலத்துக் குள்ளான எங்களது 1957ஆம் ஆண்டுப் பயணம், சீன மக்கள் குடியரசின் அயல்நாடுகளுடனான பண்பாட்டு உறவுகள் சங்கத்தின் ஓர் அழைப்பின் மூலமாகவே சாத்தியமாயிற்று. நாங்கள் அங்கு இருந்த சமயத்தில் எங்க ளுக்கு அளிக்கப்பட்ட விருந்தோம்பலுக்காக மட்டுமல்லாமல் நாங்கள் பணிபுரிந்த இரு இடங்களிலும் எங்கள் ஆராய்ச்சிக்காக அவர்கள் செய்த உதவிக்காகவும் நான் சங்கத்துக்கு நன்றி தெரிவிக்க விரும்புகிறேன். நாங்கள் சீனாவிற்கு வரும்போது விமானம் மூலம் பாரிசில் இருந்து பிரேகுக்கும் பின்னர் மாஸ்கோவுக்கும் அதன் பின் பீஜிங்கிற்கும் வந்தோம். சீனாவில் நாங்கள் ஆரம்பத்தில் பீஜிங்கில் இருந்து மேற்கில் சாம்பல்மஞ்சள் வண்டல் மண் நிறைந்த பீடபூமியும் கிழக்கில் வேளாண் நிலமும் கொண்ட ஹெபே (Hebei) மாகாணத்தின் வழியாக ஷியானு (Xi'an)க்குப் பயணித்தோம். இந்தப் பயணம் பெரும்பாலும் வடக்குத் தெற்காகவே இருந்தது. ஒரு கட்டத்தில் நதி வடக்கு நோக்கித் திரும்புவதற்குச் சற்று முன்னதாக நாங்கள் மேற்காகத் திரும்பி ஹுவாங் ஹே பள்ளத்தாக்கிற்குள் நுழைந்தோம். அது எங்களை ஷாங்சி மாகாணத்துக்குள்ளும் ஷியானுக்குள்ளும் கொண்டு சென்றது. பின்னர் நாங்கள் லான்ஸோவரை சென்று பின்னர் வேய் பள்ளத்தாக்குக்குள் சென்றோம். அது எங்களை மைஜிஷனுக்கு இட்டுச் சென்றது. மைஜிஷனில் தங்கி இருந்த நாட்களுக்குப் பின்னர் நாங்கள் எங்கள் பயணத்திட்டத்தின்படி வடமேற்காகச் சென்றோம். இங்கிருந்து கன்சு வழித்தடத்தின் தெற்குக் கோடியில் அமைந்திருக்கும் பீடபூமியின் வழியாக எங்கள் முன்னோக்கிய பயணம் தொடர்ந்தது. ஒருபுறத்தில் கிலியான்ஷனின் நிழலிலும் மறுபுறத்தில் கோபி பாலைவனத்தின் விளிம்பிலுமாய் நாங்கள் பயணித்தோம். லான்ஸோவில் இருந்து சுஜோவிற்கு விமானத்தில் சென்று அதன்பின் ஜீப்பில் டன்ஹுவாங்கிற்குச் சென்றோம். டன்ஹுவாங்கில் இருந்து திரும்பி வரும்போது நாங்கள் சிறிதளவுக்கு வேறு பாதையைப் பின்பற்றி யூமென் வழியாக வந்தோம். பீஜிங்கிற்குத் திரும்பிவருவதற்கு முன் நான்ஜிங், ஷாங்காய், மற்றும் ஹேங்க்சோ ஆகிய இடங்களுக்கு ரயில்மூலம் பயணித்தோம். பீஜிங்கில் இருந்து இறுதியாகப் புறப்பட்டு கேன்டனுக்கு விமானம் மூலம் சென்று அங்கிருந்து ஹாங்காங்கை அடைந்தோம்.

இந்த உரையைக் கவனமாகப் படித்து, எங்காவது தேவைப்படும் இடத்தில் மட்டும், குறிப்பாகச் சீன மொழியில் இருந்து எழுத்துப் பெயர்ப்பு செய்யும்போது, திருத்தம் செய்து உதவிய சின்ரு லியூவுக்கு என் தனிப்பட்ட நன்றி. கையெழுத்துப் பிரதியைப் படித்து கருத்துரைகளும் ஆலோசனைகளும் தந்து வெளியிடுமாறு என்னை அவசரப்படுத்திய அனைவருக்கும் என் மனமார்ந்த நன்றி. இதில், ஷிவ் ஷங்கர் மேனோன், தீபக் நய்யார், ரோமி கோஸ்லா, நவீன் கிஷோர் மற்றும் வால்மீகி தாப்பர் ஆகியோர் அடங்குவர். அறிமுகம் பற்றிய தெபோரா க்ளிம்பர்க்-ஸ்லேட்டரின் கருத்துகள் மிகவும் உதவியாக இருந்தன. புகைப்படங்களை டிஜிட்டல் மயமாக்குவதற்கு அதிக நேரத்தையும் முயற்சியையும் செல வழித்து நான் அவற்றைத் தேர்வுசெய்ய ஸ்ரீதீப் பட்டாச்சார்யாவும், அது போன்றே வால்மீகி தாப்பரும் சுனந்தினி பட்டாச்சார்யாவும் உதவினார்கள். எங்கள் பயணத்தின் சில காட்சிகளைப் பொழுதுபோக்காக எடுக்க முற் பட்ட முயற்சிகளே இந்தப் புகைப்படங்கள். நைனா தயாளும், கனாட் சின்ஹாவும் டன்ஹுவாங்கில் இருந்து தில்லிக்கு அந்த இரு கனமான தொகுதிகளையும் தைரியமாகத் தூக்கிக்கொண்டு வந்தார்கள். சமீபத்தில் வெளியிடப்பட்ட இந்தத் தொகுதிகள் மத்திய ஆசியாவின் ஆய்விடங் களை முழுமையாக அறிந்துகொள்வதற்கு மிகவும் உதவியாக இருந்தன. தில்லியில் எனக்கு அணுகக் கிடைக்காத கட்டுரைகளின் நகல்களை நான் பெறுவதற்கு எப்போதும்போல் வாக்மர் உதவினார்.

டேவிட் டேவிடாரும் ஐயென்லா ஓசுகும் இந்தப் புத்தகத்தை வெளியிட ஒத்துக்கொண்டபோது நான் மகிழ்ச்சி அடைந்தேன். இது ஒரு பயணக் குறிப்பாக இருப்பதால் இதன் ஈர்ப்பு குறைவாக இருக்கும் என்பதே என் தயக்கத்துக்குக் காரணம் – ஆனால், அவர்கள் இதைத் திருத்தி அமைக்கும்போது ஒரு சிறப்பான வடிவத்தைப் பெறக்கூடும்.

சின்ரு லியூவும் மிங்கோ வோங்கும் அவர்களுடைய வெவ்வேறு முறைகளில் தற்கால சீனத்தையும் எனக்குப் புதியதாக இருந்த அதன் கடந்தகாலத்தைப் பற்றியும் ஒரு புரிதலை அளித்தனர். இந்தப் புத்தகம் அவர்களுக்காக.

ஜனவரி 2020   ரொமிலா தாப்பர்
புதுதில்லி

மொழிபெயர்ப்பாளர் குறிப்பு

தொழில்முறை மொழிபெயர்ப்பாளரான முனைவர் டேவிட்சன், விளிம்புநிலை மக்கள்பற்றி ஆய்வுசெய்து முனைவர் பட்டம் பெற்றவர். மத்திய அரசின் தேசிய சுகாதார இணையதளத்தில் (The National Health Portal) சிறப்பு மொழியியல் மொழிபெயர்ப்பாளராகப் பணியாற்றி ஓய்வு பெற்ற இவர் நூற்றுக் கணக்கான உலகத் தரம் வாய்ந்த மருத்துவக் கட்டுரைகளை இனிய தமிழில் மொழிபெயர்த்திருக்கிறார். கலிலேயா நற்செய்தி பதிப்புக் கழகத்தின் பொதுச்செயலாளராகவும் மேலாண்மை இயக்குநராகவும் இருந்திருக்கிறார். எழுத்தாளர், கவிஞர், காவியக் கவிஞரான இவர் பல நூல்களின் ஆசிரியர். பல நூல்களைப் பல புகழ்பெற்ற பதிப்பகங்களுக்காக ஆங்கிலத்தில் மொழிபெயர்த்திருக்கிறார். You Will Surely Triumph என்ற இவரது ஆங்கில நூல் வேதாகமத்தின் வெற்றிச் சூத்திரங்களைப் பற்றியது ஆகும். வேதாகமும் தமிழும் என்ற நூல் வேதாக மத்தில் புதைந்து கிடக்கும் பல தமிழ்ச் சொற்களை வெளிச்சத்துக்குக் கொண்டுவருகிறது. மில்ட்டனின் Paradise Lost என்ற மகா காவியத்தைத் தமிழாக்கம் செய்துவருகிறார். ஏழு காண்டங்களாக எழுதப்பட்டுவரும் இவருடைய 'மகா காவியம்' என்ற உருவகக் காப்பியம் முடிவடைந்து வெளியிடப்படும் நிலையில் உள்ளது. புதைகதை என்ற புதுவகை யாப்பில் எழுதப்பட்ட 'வழித்துணை' என்ற புதினமும் விரைவில் அச்சுவாகனம் ஏற உள்ளது.

களப்பணிக்கால நாட்குறிப்பேடு

இந்திய-சீனப் பண்பாட்டு ஒப்பீட்டுப் பயண இலக்கியமாய்...

த. நா. சந்திரசேகரன்

> புராணமாக மாற்றப்படாமல் வரலாறாகவே இருக்கும்வரை வரலாற்றால் சில நுண்நோக்குகளை அளிக்க முடியும்.
>
> - ரொமிலா தாப்பர்

ஒரு நாட்குறிப்பேடு என்பது அடிப்படையில் அன்றாடம் தனிமனிதரின் அல்லது ஆளுமையின் சுயவாழ்வியல் செய்திகளை அவரே குறித்துவரும் செயல்பாட்டை மிகுதியும் கொண்டிருத்தல் இயல்பானதே. மிகக் குறைந்த எண்ணிக்கையில் சில ஆளுமைகள் அந்த ஊடகத்தையும் ஓர் உணர்ச்சி கலந்த அதே சமயம் அறிவார்த்தமான வரலாற்று ஊடாட்ட ஆவணமாக்கிடும் திறன் பெற்றவர்களும் உண்டு.

த டைரி ஆஃப் அ யங் கேர்ள் (The Diary of a Young Girl) என்ற நூல், நெதர்லாந்தில் நாஜிப்படைகளின் ஆக்கிரமிப்பில் வீட்டைவிட்டு வெளியேற முடியாமல் பெற்றோருடன் இரண்டு ஆண்டுகள் அடைபட்டிருந்த சிறுமி ஆனி ஃபிராங்க் (Anne Frank), தன் நேரத்தைக் கடத்தவும், கூண்டுக்குள் அடைக்கப்பட்ட பறவைக்குஞ்சுபோல சிறுமிக்கான இயங்குலகம் மறுக்கப்பட்ட வழி அடைந்த மன உளைச்சலிலிருந்து விடுபடவும் தன் தந்தை கொடுத்த நாட்குறிப்பேட்டில் தினமும் தான் உணர்வதை டச்சு மொழியில் பதிவு செய்தவை; பின்னர் 1947இல் டச்சு மொழியிலும் 1952இல் ஆங்கிலத்திலும் தொடர்ந்து தமிழ் உட்பட உலகின் பல்வேறு மொழிகளிலும் வெளியாகி ஓர் இலக்கியத் தகுதியைப் பெற்றது. புதுச்சேரியின் பிரஞ்சுக் காலனியாதிக்கக் காலத்தை ஆவணப்படுத்தியுள்ள 'ஆனந்தரங்கம் பிள்ளை நாட்குறிப்பு' மற்றொரு மிக முக்கியமான வரலாற்றுத் தரவாகும். மகாத்மா காந்தி எழுதிய 'சத்திய சோதனை',

பண்டித நேரு தன் மகள் இந்திரா காந்திக்கு சிறையில் இருந்தபோது எழுதிய கடிதங்கள் 'உலகச் சரித்திரம் (பாகம்1, 2)' (Glimpses of the World) என்று சிலவற்றை இங்கு நினைவுகூர்வது பொருத்தமாயிருக்கும். இந்த வரிசையில் உலக அளவில் அறியப்பட்ட, இப்போதைய முதுபெரும் பண்டைய இந்திய வரலாற்றுத்துறை அறிஞர்களில் ஒருவரான, ரொமிலா தாப்பரின் நாட்குறிப்பேடு ஒன்றும் ஏறத்தாழ ஓர் ஐம்பது ஆண்டுகளுக்குப் பின் நூலான வழி அதுவும் ஓர் ஆவணமாகியுள்ளது.

சீனாவின் 'அயலக நாடுகளுக்கான பண்பாட்டுறவுக் கழகம்' விடுத்த அழைப்பின் பேரில் சென்ற இலங்கையின் பண்பாட்டு ஆய்வாளர் அனில் டி சில்வாவுடன், அக்காலத்தில் இலண்டனில் வரலாற்று அறிஞர் ஏ.எல்.பாஷம் மேற்பார்வையில் ஆய்வாளராக இருந்த ரொமிலா தாப்பர், களப்பணி ஆராய்ச்சி உதவியாளராக (1957, ஜூலை-அக்டோபர்) சென்ற போது, ஆய்வுக்கு அப்பால், தனது அன்றாட நாட்குறிப்பேட்டில், தன் உடல் – உள்ளம் – அறிவு ஓர்மை சார்ந்து உணர்ந்தவற்றை, உவப்பான வற்றை, கசப்பானவற்றை, எந்தவிதமான சுய விருப்பு – வெறுப்புமின்றிப் பதிவு செய்தவை இந்நூலுக்கான அடிப்படைத் தரவுகள். அந்நாட்குறிப் பேடு 2020இல் *Gazing Eastwards of Buddhist Monks and Revolutionaries in China* என்ற தலைப்பில் வெளியாகியது. அது தமிழில் 'துறவிகளும் புரட்சியாளர்களும்' என்பதாய்...

இந்நூல் அடிப்படையில் சீனாவின் பீஜிங், ஷியான், டன்ஹுவாங், மைஜிஷன், ஷாங்காய் மற்றும் ஹாங்காங்க் நகரங்களிலும் இவற்றுக்கு இடைப்பட்ட ஊரகப் பகுதிகளிலும் 1957ஆம் ஆண்டு ஜூலைமுதல் அக்டோபர்வரை பழங்காலச் சிற்பங்கள் மற்றும் ஓவியங்கள் குறித்த களப்பணிக்கு ஆராய்ச்சி உதவியாளராகச் சென்றார் ரொமிலா தாப்பர்; ஆய்வு குறித்தவற்றை அனில் டி சில்வாவிடம் அளித்துவிட்டு, ஆய்வுக்கு அப்பாற்பட்டு தான் 'கண்டு, கேட்டு, உண்டு, உயிர்த்த' அனுபவங்களை அன்றாடம் எழுதிய நாட்குறிப்பேட்டிலிருந்து உருவானதாகும். அந்த வகையில் இப்பதிவுகள் ஒரு பயண இலக்கியத் தன்மையைப் பெற்றுள்ள மையை இந்நூலை முழுமையாக வாசித்ததன் வழி அறியமுடிகிறது.

வட இந்தியாவில் 'வால்காவிலிருந்து கங்கைவரை' என்று எழுதிய புகழ்பெற்ற ராகுல சாங்கிருத்தியாயன் பயண இலக்கிய முன்னோடிகளுள் குறிப்பிடத்தக்கவர். தென்னிந்தியாவில், குறிப்பாகத் தமிழில் பயண இலக்கிய முன்னோடியாக, கோவையைச் சார்ந்த வெ.ப. நரசிம்மலு நாயுடு அறியப்படுகிறார். இந்திய விடுதலைப் போராட்டக் காலத்தில் காங்கிரஸ் கட்சி இந்தியாவெங்கும் மாநாடுகளை நடத்திட அதில் கலந்துகொள்ளச்

சென்ற நரசிம்மலு வீட்டில் இருந்து புறப்படுதல் தொடங்கி மீளவும் வீடடைதல் வரையிலான பதிவுகளை நாள்-நேரம் சுட்டிப் பதிவு செய்தவை 'ஆரிய திவ்யதேச யாத்திரை சரித்திரம்' என்றும் பின்னர் தானே வலிந்து தென்னிந்தியப் பகுதிகளுக்குச் சென்று எழுதிய 'தென்னிந்திய திவ்யதேச யாத்திரை சரித்திரம்' என்றும் எழுதி வெளியிட்டுள்ளார். பின்னாட்களில் ஏ.கே. செட்டியார் போன்ற பலர் பயண இலக்கியவாதிகளாய் அறியப் படுகின்றனர்.

ரொமிலா தாப்பரின் இந்நூலோ அடிப்படையில் இவை எதுவொன் றிலும் முழுமையாகப் பொருந்தாத வகை. ஆனால், இதன் உள்ளடக்கச் செய்திகள் தாப்பரின் சமூகப் பண்பாட்டு வரலாற்று ஓர்மையை வெளிக் கிளர்த்துகின்றன. 'இந்திய, சீன வரலாறுகளையும் மத்திய ஆசியாவைத் தாண்டி நடைபெற்ற வணிகச் சூழலையும் அடிப்படையாகக் கொண்டு சிற்பங்களையும் சுவரோவியங்களையும் ஆய்வதும் புத்த மதம் சார்ந்த குகைக் கோயில்களை மதிப்பிடுவதும்தான் எங்கள் செயல்திட்டம்' என்று ரொமிலா தாப்பர் தங்கள் களப்பணி நோக்கம் பற்றிக் கூறியுள்ளார். களப்பணியில் தனது பொதுவான மதிப்பீடாக, 'சுவரோவியங்கள் சீனப் பாணியில் இருக்கின்றன, மேலும் முந்தைய காலத்தில் இருந்து பிந்தைய காலம்வரை பாணி மாறுபடுகிறது. முந்தியது இந்தியப் பாணி எனக் கருதப் படும் சில கூறுகளைக் கொண்டுள்ளது. இருப்பினும் இது மிக வேகமாக மாறுகிறது. மேலும்மேலும் மனிதர்களின் உடல் தோற்றத்தைப் பொறுத்த வரையில் சீனப் பாணிக்கு மாறிவருகிறது. பல நூற்றாண்டுகளாகச் சுவ ரோவியங்கள் வரையப்பட்டு வருவதால், உண்மையில் ஓர் ஆயிரம் ஆண்டுகள், இந்தக் குகைத் தளங்கள் சீன ஓவியம் மற்றும் சிற்பங்களின் அருங்காட்சியகமாகத் திகழ்கின்றன. இவற்றின் பாடுபொருள் பல்வேறு பிரதிகளில் இருந்து எடுக்கப்பட்டுள்ளன. சில புத்தரின் சுயசரிதை எனக் கருதப்படுபவை; சில புத்தரின் முந்தைய பிறப்பைப் பற்றிய ஜாதகக் கதைகள்; சில புகழ்பெற்ற தாமரைச் சூத்திரங்கள் தொடர்புடையவை மற்றும் சில சீன அரசவைகளில் அரசர் குலத்தவர் வழிபாட்டில் ஈடுபடும் காட்சிகள்.' முன்பு சுட்டியதுபோல இந்நூலில் அத்தகைய நேரடி ஆய்வு மதிப்பீடுகள் போக, அவர்கள் இலண்டனில் இருந்து புறப்பட்டு பீஜிங் அடைந்து அதன் பின் ஷியாங் வழியாகக் களப்பணி இடங்களான டன்ஹுவாங், மைஜிஷன் போன்ற ஆய்வுத்தளங்களைச் சென்றடைந்த விதம் பற்றிய விவரணை ஒரு புதினத்தின் தலைமைப் பாத்திரம் கூறுவது போன்ற மொழிநடையைக் கொண்டுள்ளது.

அவரது பதிவுகள் சீன உணவு, உடை, இருப்பிடம், தொழில், பருவங்கள், அயலகத்ரைச் சீனர்கள் எதிர்கொள்ளும் விதம், கூட்டுறவுப்

பண்ணைகள் இயங்கும் விதம், கம்யூனிஸ்ட் கட்சியின் மாசேதுங் மற்றும் சூ என் லாய் போன்ற ஆகப்பெரிய ஆளுமைகளின் அரசியல் செயல் பாடுகள் ஊரகப் பகுதிகள்முதல் ஷாங்காய் மற்றும் பீஜிங் போன்ற நகரங்கள்வரை அமலாக்கப்படும்போது வெளிப்படும் மக்கள் மனநிலை உள்ளிட்ட பல்வேறு விடயங்கள் குறித்து தனது நாட்குறிப்பேட்டில் பதிவு செய்திருந்தமை அவதானிக்கத் தக்கது.

இந்நூல் குறித்து ஆங்கிலத்தில் இருந்து தமிழில் பெயர்த்த டேவிட்சனிடம் இருந்து பின்வரும் பதிவுகள்...

சீனாவின் புத்த மதத் துறவிகளையும், புரட்சியாளர்களையும் ஒருசேர அறிமுகப்படுத்தி, திகைக்கவைக்கும் வரலாற்றையும் திடுக்கிட வைக்கும் உண்மைகளையும் தித்திக்கும் வகையில் தந்து நம்மைத் திகைக்க வைக்கிறது இந்தப் புத்தகம்!

சீனாவின் இறந்தகாலத்துக்குள்ளான இந்தப் பயணம், பாரிசில் இருந்து புறப்பட்டு, மாஸ்கோ வழியாக பீஜிங்கை அடைந்து சாம்பல் மஞ்சள் வண்டல் மண் குன்றுகளையும், கோபி பாலைவனத்தையும், சீனாவின் துக்கமாம் மஞ்சளாற்றையும் கடந்து கி.மு. 366 முதல் புத்த மதக் குகை களைக் கட்டமைக்கத் தொடங்கிய மைஜிஷியன், டன்ஹுவாங் ஆகிய மலைகளுக்குள் பதுங்கிக் கிடக்கும் குகைகளுக்குள் அழைத்துச்சென்று கற்பனை செய்ய முடியாதவற்றை முகமுகமாகச் சந்திக்க வைக்கிறது!

பல ஆண்டுகள் பழமை வாய்ந்த மரப்படிகள் மூலம் ஏறிச்சென்றுதான் மலை உச்சிகளில் எண்ணற்ற மர்மங்களை உண்டு உறங்கி மயங்கிக் கிடக்கும் இந்தக் குகைகளுக்குள் நுழைய முடியும். கேமராவின் பிளாஷ் விளக்கில் தூசிப் போர்வைக்குள் துயிலும் சிற்பங்களும் சுவரோவியங் களும்! தூரிகை கொண்டு தூசியை விலக்கினால் பறந்து பாய்ந்து சென்று திடுக்கிட வைக்கும் வௌவால்கள்! அதன்பின் விரிகிறது அழகோவியங் களான வண்ணமிகும் சுவரோவியங்கள்! அருள்பாலிக்கும் புத்தரின் திரு உருவங்கள்!

இவற்றைப் படம்பிடித்துக் காட்டும்போதே, கற்றோராலும் கல்லாதோ ராலும் இந்த ஒப்பற்ற வரலாற்றுச் சின்னங்களுக்கு நேரிட்ட நெஞ்சைப் பதறவைக்கும் கொடுஞ்செயல்கள் கண்முன் கொண்டுவரப்படுகின்றன!

- *பெரும் புகழ்பெற்ற ஐரோப்பியத் தொல்லியல் அறிஞர்கள், தங்கள் நாட்டு அருங்காட்சியகங்களுக்குக் கொண்டுசெல்லும் பதற்றத்தில் பெயர்த்தெடுத்ததால் சிதைந்துபோன சுவரோவியங்கள்!*

- ரஷ்யப் புரட்சியின்போது தப்பி ஓடிவந்தவர்களுக்கு அடைக்கலம் அளித்த குகை ஓவியங்களின் தங்கச் சரிகைகளை அவர்கள் சுரண்டி எடுத்ததால் அழிந்த கலைச் செல்வங்கள்! அவர்கள் தீமூட்டிச் சமைத்ததால் புகைமண்டி ஒளியிழந்த ஒப்பரும் கலைப்படைப்புகள்!

- ஐரோப்பியக் கலைச் சந்தைகளுக்காக உட்புகுந்த வணிகக் கள்வர்கள் சிலைகளின் தலைகளை உடைத்து கொண்டுசென்றுவிட முண்டங்களாக நிற்கும் சிற்பங்கள்!

பழைய சீனத்தை மட்டுமல்ல, அப்போதுதான் பூத்திருந்த சமவுடைமைச் சமுதாயத்தையும் ஆசிரியர் நமக்குப் படம்பிடித்துக் காட்டுகிறார்!

- சுத்தமான தொடர்வண்டிகள்!
- பிச்சைக்காரர் இல்லாத நிலையங்கள்! நகரங்கள்!
- பெண்களைக் கிண்டல் செய்யாத இளைஞர் கூட்டம்!
- மிகச் சுத்தமான சீருடைகளில் பொதுமக்கள் அனைவரும்!
- வகுப்பு ஏற்றத்தாழ்வு அற்ற, யாரும் எங்கும் உட்காரக்கூடிய திரை அரங்குகள்!
- சிவப்பு விளக்குப் பகுதிகளே இல்லாத ஒரு தேசம்!
- குடி உண்டு. ஆனால், குடிகாரர்களைக் காண முடியாத தெருக்கள்!

இவை எல்லாம் 1957ஆம் ஆண்டு சீனாவில்! கருத்தியல் நிலமல்ல! கண்முன் கண்ட காட்சிகள்!

ஒரு நூறு மலர்கள் மலரட்டும், ஒரு நூறு சிந்தனைகள் மோதட்டும் என்ற மாவோவின் கனவு பலித்ததா? தொடர்ந்து 'மலர்கள் மலர்ந்த-சிந்தனைகள் மோதிய' போக்கு குறித்துப் பகுப்பாய்வு செய்கிறது இந்தப் பயண நூல்!

இளம் வயது ரொமிலாவின் இதயத்தில் பொங்கிப் பாயும் கருத்து மின்னல்கள் நம்மைத் திகைப்பில் ஆழ்த்துகின்றன.

- மாபெரும் சிந்தனையாளரும் புரட்சியாளருமான மாவோவிடம் கைகுலுக்கக் கிடைத்த வரலாற்றுக் கணத்தை எண்ணி வியக்கும் அதே நேரத்தில் உணர்ச்சிப் பிரதிபலிப்பின்றி கல்போல் உறைந்த அவரது முகத்தைப் படம்பிடிக்கவும் அவரது கண்கள் தவறவில்லை!

- மாஸ்கோயில் தங்கி இருந்தபோது பதப்படுத்தி வைத்திருந்த லெனினின் உடலைப் பார்த்துவிட்டு வரும்போது, மாபெரும் மனிதர்களின் உடலைப் பாதுகாத்து வைக்க வேண்டியதன் தேவையைப் பற்றி உள்ளுக்குள் எழுப்பும் உரத்த கேள்வி!

- சீனப் பெருஞ்சுவரின் பிரம்மாண்டத்தைப் பார்த்துவிட்டு கீழிறங்கி வரும்போது "வீண் விரயம்" என்று விமர்சிக்கும் ஆழ்ந்த வரலாற்று நோக்கு!

பல பிரம்மிப்பூட்டும் இடங்களுக்கு அழைத்துச்செல்கிறார்! பல அரிய செய்திகளைத் தொகுத்துத் தருகிறார்!

- ஆயிரம் புத்தர்களின் குகைகள்!
- பாடும் மணல்களின் நிலம்!
- பழங்காலத்தில் பந்தங்கள் தயாரித்து எதிரிகளைத் தாக்க உதவிய "எண்ணெய் நதி".
- கி.பி. ஒன்பதாம் நூற்றாண்டிலேயே சீனர்கள் உருவாக்கிய நகரும் வகை அச்சிடல் தொழில்நுட்பம்!

பொதுவான வாசகர்களுக்கு என்ற முன்னுரையுடன் எழுதப்பட்ட இந்த நாட்குறிப்பேட்டு வழிப் பயண நூலில் ரொமிலாவின் பல்கலை/கல்லூரிக் கற்கைப் பருவக் குறும்புகளும் குதூகலமும் விரவிக்கிடக்கின்றன.

- உணவுகளை ரசித்து உண்டு உலகிலேயே சிறந்தது சீனச் சமையல் தான் என அடித்துச் சொல்லும் ஆரவாரம்!
- கரடிகள் திரியும் காட்டுக்குள் காவலர்களின் கண்ணில் மண்ணைத் தூவிவிட்டி அலைந்து திரியும் லாவகம்!
- சும்மா பார்த்துக்கொண்டிருக்கும் இளைஞர் கூட்டம் கொஞ்சம் கிண்டல் செய்தால்கூடப் பரவாயில்லை என்று நினைக்கும் மாணவக் குறும்பு!
- ஒரு விருந்தில் அமிர்தம் போன்று இருந்த சூப்பின் ரகசியத்தை அறியும்போது அடையும் அதிர்ச்சி!
- ஆற்றில் குளித்து ஆட்டம் போடும் குழந்தைத்தனம்!
- அன்று இந்தியாவிலும் சீனாவிலும் ஒருசேரப் புகழடைந்திருந்த 'ஆவாரா ஹூன்' என்ற இந்திப் பாடலை மக்களோடு மக்களாக சேர்ந்து பாடிக் களிக்கும் பரவசம்!

இது போன்று பல இனிமையான தருணங்கள் பேராசிரியர் ரொமிலா தாப்பரின் வேடிக்கையான இன்னொரு பக்கத்தைப் பதிவுசெய்கின்றன.

நாம் அறியாத சீனாவைச் சுவையாக அறிமுகம் செய்கிறது இந்த நூல்! அறிஞர்கள் பிறக்கிறார்கள் என்ற கூற்றுக்கு இணங்க அந்த இளம் வயதி லேயே ஆசிரியருக்கு இருந்த 'படிக்கும் வெறியையும் அறியும் ஆவலையும்'

இந்தப் புத்தகத்தில் பார்க்கமுடிகிறது! சும்மாவும் படிக்கலாம்! சிந்தித்தும் மகிழலாம்! அறிவுப் பசிக்கு அற்புத விருந்தளிக்கும் இந்த நூல், உணர்வுக் கனலை மூட்டி உற்சாகமும் அளிக்கிறது!

மொழிபெயர்ப்பாளரின் இந்த உணர்ச்சிமிக்க கொண்டாட்ட உரையுடன் இந்நூல் தமிழில் பெயர்க்கப்படும்போது எழுந்த சிக்கல்களையும் நாம் கண்டிப்பாக அவதானிக்க வேண்டும். அவை பண்பாட்டுச் சிக்கல்களாக, மொழியியல் சிக்கல்களாகப் பிரித்து நோக்கப்பட வேண்டியவை.

பண்பாட்டுச் சிக்கல்கள் எனும்போது, உணவாக அவர் கண்ட 'பாம்பு சூப்' முதல் எங்கும் காணப்பட்ட முலாம்பழங்கள் வரையிலுமான முற்றிலும் வித்தியாசமான அதே சமயம் பருகப்பழக ஆகச் சிறந்த உணவாகியமை; தனது இந்தியச் சேலை உடையுடன் சீன மக்களிடம் ஊடாடுகையில் அம்மக்கள் இவரை அதிசயமான முறையில் பார்த்த விதம்; அவர்களது உடையணி முறைகளில் வெளிப்பட்ட சூழல் பொருத்தப் பாடு; வீடுகள் எப்போதும் காவல்தன்மை கொண்ட சுற்றுச் சுவர்களோடு இருந்தமை; பெண்கள் தங்கள் பாதங்கள் சிறியதாக இருக்க வேண்டும் என்பதற்காக முரட்டுதுணிகளால் பாதங்களை கட்டிப்போட்டுக்கொண்டு உலவியமை உள்ளிட்ட கூறுகளால் இந்நூலில் வெளிப்படுகின்றன.

மொழியியல் சிக்கல்கள் எனும்போது சீனப் பெயர்களைத் தமிழ் ஒலியன்களால் சரியான முறையில் தருவிக்க இயலாமை அடிப்படையான ஒன்றாகும். தமிழ் கிரந்த எழுத்துகளான ஷ, ஜ, ஹ, ஸ முதலியன ஓரளவு பயன்படுகின்றன; அதேபோல் ஃப் என்றெழுதும்போதும். ஆனாலும், Kuomin- Guomin, Kanzu- Ganzu என்பன போன்ற மாற்றொலியன்கள் வருமிடங்களில் தமிழில் இரண்டிற்குமே 'குவாமின்', 'கன்ஸூ' என்றுதான் எழுதமுடிகிறது.

ரொமிலா தாப்பர் தனது சீன அனுபவங்களை அப்படியே வெறும் பதிவுகளாகத் தந்துவிடாமல், அவற்றின் மீதான தனது அன்றைய சமூகப் பொருளாதார அரசியல் பண்பாட்டுச் சூழல் சார்ந்த கறாரான மதிப்பீடு களோடு பொருத்தியும், பெரும்பாலானவற்றை இந்தியச் சூழலோடு ஒப்பிட்டும் தந்துள்ளமை இந்நூலை ஒரு வரலாற்று ஆவணமாகவும் கருதிட வழிவகுக்கிறது. அவர் ஆங்கிலத்தில் கையாண்ட கூட்டு வாக்கி யங்கள் மற்றும் கலவை வாக்கியங்கள் தமிழ் வாசக எளிமை கருதி அவை பிரிக்கப்பட்டு எளிய வாக்கியங்களில் தரப்பட்டதையும் இங்குப் பதிவு செய்ய வேண்டியுள்ளது.

ஆக இங்கு வரலாறு பற்றிய புரிதல், எது வரலாறு, ஏன் வரலாறு எல்லாக் காலத்திலும் எழுதப்பட்டுக்கொண்டேயிருக்க வேண்டும், வரலாற்றில் தரவு

மெய்ம்மைகள் எவ்வாறு ஆய்வுக்கு உட்படுத்தப்பட வேண்டும், வரலாற்று ஆய்வில் களப்பணியின் பங்கு என்ன, களப்பணியில் முதன்மை ஆய்வாளர் – ஆராய்ச்சி உதவியாளர் – புகைப்படம் எடுத்தல், கல்வெட்டுகளைப் பிரதியெடுத்தல் உள்ளிட்டவற்றுக்கான ஆவணப்படுத்தும் தொழில்நுட்ப வல்லுநர் – உணவு சமைத்துப் படைப்போர், கனமான பொருட்களைச் சுமக்க என பல்வகை உதவியாளர்கள் ஆகிய இவர்களின் தனிதனிப் பங்கு குறித்தவை பற்றிய தெளிவுக்கும் இந்நூல் ஒருவகையான கையேடாகவே அமைந்துள்ளது. இவை அனைத்தையும் உள்வாங்கிய வகையில் ரொமிலா தாப்பர் பண்பாட்டு ஆய்வுக் களப்பணியில் 'ஓர் ஆராய்ச்சி உதவியாளரின் பங்கு என்ன?' என்பதற்கான விடையளித்தலாக அல்லது களப்பணியின் இணை உருவாக்கமாக (By product, certainly not the side effect) இந்நூலைக் கருத்தில் கொள்ளலாம். பண்பாட்டு ஆய்வாளராக மாறத் துடிக்கும் ஒரு வரால் ஒரு களப்பணிக் கால நாட்குறிப்பேடு இந்திய–சீனப்பண்பாட்டு ஒப்பீட்டுப் பயண இலக்கியமாய் அமைந்திடும் பாங்கை இந்நூல் வழி உறுதியாக அவதானிக்க முடியும்.

எந்த ஒன்றையும் மறுப்பதற்கு நாம் மறுப்பதில்லை. (We Agree to disagree- Romila Thapp).

~

முனைவர் த.நா. சந்திரசேகரன் புதுதில்லி ஜவஹர்லால் நேரு பல்கலைக் கழகத்தில் மொழிப்புலத்தின் இந்திய மொழிகள் மையத்தில் *2008முதல்* உதவிப் பேராசிரியராகப் பணிபுரிந்துவருகிறார்.

முன்னுரை

பழைய காகிதங்கள் நிரம்பியிருந்த ஒரு பெட்டியைத் துழாவிக் கொண்டிருந்தபோது என் கண்ணில் ஒரு நாட்குறிப்பேடு தட்டுப் பட்டது. நான் 1957ஆம் ஆண்டு சீனா சென்றிருந்தபோது என்னுடைய மற்றும் என் நெருங்கிய நண்பர்களின் நிரல்களைக் குறித்து வைப்பதற் காக வைத்திருந்தது அது. நான் அதை மறந்தேபோய்விட்டேன். அதை மறுபடியும் படிக்கும்போது அக்குறிப்புகள் 62 ஆண்டுகளுக்கு முன்னர் சீனாவில் இருந்தபோது செய்த அவதானிப்புகள் என்பதால் வெளியிடத் தகுதியானவைகளாக இருக்குமா என்று எண்ணினேன். இந்த நூலில் உள்ள எடுத்துரைப்பும் விளக்கமும் அரை நூற்றாண்டுக்கு முந்திய கால கட்டத்தைப் பற்றியவை என்பதை வலியுறுத்திக் கூற விரும்புகிறேன் – இந்த உண்மையை வாசகர்கள் மனதில் கொள்ள வேண்டும். எனது பண் பாட்டு நாகரிகத்துடன் தொடர்பற்ற ஆனால், சில அம்சங்களில் ஒப்பிட்டு நோக்கக்கூடிய, நான் மிகவும் குறைவாகவே அறிந்திருந்த இன்னொரு பண்பாட்டு நாகரிகத்தைப் புரிந்துகொள்ள எனக்கு உதவிய ஒரு பயணம் அது; சீனப் புரட்சியின் ஆரம்பக் காலகட்டத்தைப் பற்றிய ஓர் அனுபவமும் ஆகும். அந்த நாட்குறிப்பேடைப் படிப்பது என்பது நான் அனுபவித்த வரலாற்று நொடிகளை நினைவுக்குக் கொண்டுவருவதாக இருந்தது. இன்று நடைமுறையில் இல்லாத ஒரு காலம் மற்றும் சூழலின் நினைவுக்குறிப்புகள் என்ற அளவில் இது ஆர்வமூட்டுவதாக இருக்கும் என்று நான் நினைத் தேன். இது 1957ஆம் வருடத்திய சீனாவின் ஒரு பகுப்பாய்வோ அல்லது ஒரு விளக்கமோ அல்ல என்பதை நான் வலியுறுத்துகிறேன். அதை வெளி யிடுவது என்பது ஒரு குறிப்பிட்ட (வருடக்)காலத்தில் கண்ட ஒரு சில வரலாற்று நிகழ்வுகளை நினைவுபடுத்தும் முயற்சியே ஆகும். மேலும் எனக்கு இது என்னுடைய வழக்கமான வரலாற்று ஆய்வுகளில் இருந்து வேறுபட்டு, கடந்தகாலத்தை ஒரு புதிய நோக்கோடு பார்ப்பது போன்ற தாகும். இருப்பினும் இந்தக் கண்ணோட்டம் என்பது வரலாற்றின் ஆரம்பக் கட்டங்களில் எனக்கிருக்கும் பொதுவான ஆர்வத்தோடு தொடர்பற்ற ஒன்றல்ல.

ஆகவே இந்த நூல் 1957 ஜூலைமுதல் அக்டோபர்வரை சீனாவில் கழித்த காலகட்டத்தைப் பற்றிய ஒரு சுருக்கமான எடுத்துரைப்பு ஆகும். முக்கியமாக இரு புத்த சமயக் குகைகளிலும் மடங்களிலும் இருந்த சுவரோவியங்களையும் சிற்பங்களையும் பற்றிய ஆய்வு. மேலும், சிறிது நேரம் செலவழித்து பீஜிங், ஷியான், நான்ஜிங், ஷாங்காய் மற்றும் சில இடங்களில் உள்ள அருங்காட்சியகங்களில் குகைப் பகுதிகளில் இருந்த சுவரோவியங்களின் அதே காலகட்டத்தைச் சார்ந்த பொருட்களின் மேல் கவனம் செலுத்தி ஆராயப்பட்டவைகளும் உண்டு. ஸ்ரீலங்காவின் கலை வரலாற்றாய்வாளர்களில் ஒருவரான அனில் டி சில்வா-வின் ஓர் ஆய்வு உதவியாளராகத்தான் நான் சென்றிருந்தேன். மைஜிஷன் (மைச்சிஸன் என முன்னர் அழைக்கப்பட்டது) மற்றும் டன்ஹுவாங் (துன் ஹுவாங் என்று முன்னர் அழைக்கப்பட்டது) ஆகியவையே அந்த இரு ஆய்விடங்கள். நாங்கள் அங்கு இருந்தபோதில் இருந்த சீனச் சொற்கள் ரோமன் எழுத்து வடிவத்துக்கு எழுத்துபெயர்ப்பு செய்வது மாறியது. தற்போது சொற்கள் பின்இன் என்ற ஓர் அமைப்பைப் பயன்படுத்துகின்றன. முடிந்தவரையில் ஆரம்பத்தில் இருந்த பழைய எழுத்தாக்கத்தையே இங்கு முயற்சி செய்துள்ளேன்; அதன் பின்னர் புதிய எழுத்தாக்கத்தைப் பின்பற்றியிருக் கிறேன்.

இந்த நாட்குறிப்பேடு பெரும்பாலும் மக்களையும் இடங்களையும் பற்றியது. விளக்கம் தேவைப்படும் சில இடங்களைத் தவிர்த்து நான் அவற்றை அப்படியே பெரிதும் மாற்றாமல் விட்டுவிட்டேன். சிறிய அளவில் தவிர இந்த எழுத்து நாங்கள் மேற்கொண்ட ஆய்வைப் பற்றி எழுந்ததல்ல – ஆனால், பெரும்பாலும் சீனப் பயணத்தைப் பற்றிய அவதானிப்புகள் ஆகும். நாங்கள் ஆய்வுப் பணிகள் செய்த இரு இடங் களுக்கு இடையிலான எங்களது பயணங்களை உள்ளடக்கியது இது. முக்கியமாக, எனக்கு ஆர்வம் அளித்தவற்றைப் பதிவு செய்யும்போது நான் எங்கு இருந்தேன், எப்போது அங்கு இருந்தேன் என்பது பற்றிய என் எதிர்வினைகளே இவை. இவை முக்கியமானவை ஆகும். இவை அறுபது ஆண்டுகளுக்கு முன்னான எனது அனுபவங்களை விளக்க முயலுகின்றன என்பதை நான் மீண்டும் வலியுறுத்த விரும்புகிறேன். வேண்டும் என்றே அதை நான் புதுப்பிக்கவில்லை. ஏறத்தாழ ஓர் ஆயுள் காலத்திற்கு முன் எழுதப்பட்டது என்பதால் அவ்வாறு அதைப் புதுப்பித்து எழுத ஓர் ஆயுள் காலம் பிடிக்கும் என்பது ஒருபுறம்; மறுபுறம் அறுபது ஆண்டுகட்கு முன் இருந்த சீனா பற்றிய நினைவூட்டலில் ஆர்வமூட்டும் விடயங்கள் இருப்பதாக நான் நினைப்பது. உதாரணமாக, சீனாவுக்கும் இந்தியாவுக்கும் இடையில் இருந்த உறவுகளின் முக்கியத்துவம்

போன்றவை சில. இந்தியாவையும் சீனாவையும் குறித்த அப்போதைய அங்கொன்றும் இங்கொன்றுமான எதிர்காலம் பற்றிய என் குறிப்புகள் இன்று முரண்பாடுகளாகக் காணப்படலாம்.

தனிப்பட்ட அளவில், முற்றிலுமாகக் கல்விசாரா முறையில் அளிக்கப் பட்டது என கூறப்படக்கூடிய வகையில் சீனாவில் தங்கி இருந்த ஒரு குறுகிய காலத்தைப் பற்றிய வாசிப்பின் ஒரு நினைவுகூரலாகவே இது அமைகிறது. நாங்கள் செய்த கல்வி சார்ந்த ஆய்வு முற்றிலும் வேறுபட்டது, மேலும் அது அவ்வாறுதான் இருக்க முடியும். நாங்கள் திரும்பி வந்த உடன் அவை வெளியிடப்பட்டன. நாங்கள் அங்கே ஆய்வுசெய்த இரு இடங்களில் இருந்த சுவரோவியங்களையும் சிற்பங்களையும் நோக்கமாகக் கொண்டவை அவை. மைஜிஷனின் சுவரோவியங்கள் மற்றும் சிற்பங் களின் வரம்புகளைப் பற்றி நாங்கள் எழுதினோம். முதல் முறையாக ஆங்கில மொழி வெளியீட்டில் அவ்வளவு விரிவாக அளிக்கப்பட்டது. டன்ஹுவாங்கில் இயற்கை நிலக்காட்சி ஓவியங்களின் மேல் கவனம் செலுத்தப்பட்டது. நீண்ட நெடுங்காலமாக அவற்றின் கருத்துருவும் பாணியும் பரிணாம வளர்ச்சி பெற்றன என்பதையும் தற்காலக் கட்டற்ற ஓவியக்கலையுடன் எவ்வளவு தூரத்துக்கு ஒப்பிட்டு நோக்க முடியும் என்பதையும் காட்டும் முயற்சி அது. மைக்கேல் சல்லிவனின் *தி கேவ் டெம்பிள்ஸ் ஆஃப் மைஜிஷன்* (டொமினிக் டர்பாயிஸின் புகைப்படங் களுடன்), பெர்க்ளி: கலிஃபோர்னியா பல்கலைக்கழக அச்சகம், 1969 மற்றும் அனில் டி சில்வாவின் *சைனீஸ் லேண்ட்ஸ்கேப் பெயிண்டிங் இன் த கேவ்ஸ் அட் துன்ஹுவாங்*, லண்டன்: மெதுயென், 1967 ஆகிய நூல்களில் இவை காணக் கிடைக்கின்றன. முதல் ஆய்வு, மைஜிஷன் பழம்பொருள் ஆய்வில் அதிக அனுபவம் பெற்றிருந்த மைக்கேல் சல்லி வனால் இறுதியாக முற்றிலுமாக எடுத்துக்கொள்ளப்பட்டது. இரண்டாவது புத்தகத்தின் ஆசிரியர் அனில் டி சில்வா. ஆகவே, இந்தப் புத்தகம் முற்றிலுமாக ஒரு வேறுபட்ட வகைமை ஆகும்.

ஆய்விடங்களைப் பற்றி ஓரளவுக்கு வரலாற்று ரீதியாக ஆய்வு செய்ய வேண்டும் என்பது எங்கள் நோக்கமாக இருந்ததனால், பெரும்பாலும் ஒரு தெளிவான சூழலை விளக்குவதற்காக, இந்த எடுத்துரைப்பிலும் சில வரலாற்றுச் சிந்தனைகள் புகுந்துவிட்டன. அறிமுகத்தில் குறிப்பிடப் படும் ஆய்விடங்கள் பற்றிய ஒரு வரலாற்றுப் பின்னணியைச் சுருக்கமாகத் தந்திருப்பது ஒன்றே மூல உரையில் நான் செய்திருக்கும் சேர்க்கை. சீன புத்த மதக் கலை அல்லது மத்திய ஆசிய வரலாற்று அறிஞர்களைத் தவிர்த்துப் பிறர் எவருக்கும் அவற்றின் முக்கியத்துவம் தெரிந்திருக்க வாய்ப்பில்லை என்று நான் உணர்ந்தேன். இந்தப் புத்தகம் மிகவும்

பொதுவான வாசகர்களுக்காக எழுதப்பட்டது என்பதால் அத்தகைய ஓர் அத்தியாயத்தை வாசித்து நான் குறிப்பிடும் ஆய்விடங்களைச் சூழலில் வைத்துப் பொருத்திப் பார்ப்பதற்கு அது அவர்களுக்கு உதவியாக இருக்கும். மேலும் நான் அவற்றிற்குச் சென்றபோது அவற்றைப் பற்றிக் கற்றுத் தெரிந்துகொள்ள வேண்டியிருந்ததால் அவை இன்னும் கூடுதலானவற்றைப் பிரதிநிதித்துவப்படுத்துகின்றன. முன்பு பட்டுப் பாதை அல்லது பட்டுச் சாலை என்றழைக்கப்பட்டு இப்போது பட்டு வழித் தடங்கள் என்று சரியாக அழைக்கப்படும், அப்பட்டு வழித்தடப் பகுதிகளாக விளங்கியவையே இந்த இரு ஆய்விடங்களும். ஆரம்பக் காலத்தில் சீனா, மத்திய ஆசியா, இந்தியா மற்றும் கிழக்கு மத்திய தரைக்கடல் ஆகிய நாடுகளுக்கு இடையில், முக்கியமாகக் கி.பி. முதல் ஆயிரம் ஆண்டுகளில் மிகுதியாக நடைபெற்ற பட்டு வணிகம் மேலும் சில நூற்றாண்டுகள் தொடர்ந்தன. இந்த வரலாறு பற்றி அறியாத வாசகர்களுக்கு அந்தச் சூழல் பற்றிய ஒரு குறிப்பு பயன் அளிக்கும் என்று நான் நம்பினேன்.

ஆரம்பத்தில் இந்தக் குறிப்பிட்ட சீனப் பயணம் நான் அறியாத வரலாற்றுப் பண்பாட்டுகளுடன் என்னை நானே பழக்கப்படுத்திக்கொள்வதற்கான எதிர்பார்ப்பையே அளித்தது என்றாலும் கடந்தகால ஆசியாவை (Asian past) நான் புரிந்துகொள்ளுவதில் அவை மிகவும் முக்கியத்துவம் வாய்ந்தவையாக அமைந்தன. சீனாவின் கடந்த மற்றும் நிகழ்காலங்களைப் பற்றிச் சிலவற்றை அறியும் என் விருப்பத்திற்கு இதுவே என் முறையான சமாதானமாக இருந்தது. எனது அவதானிப்புகள் ஒரு வகையில் அந்தக் காலகட்டத்தில் என் மனதில் மேலாதிக்கம் பெற்றிருந்த சீனாவைப் பற்றிய இரண்டு கண்ணோட்டங்களுக்கான பதிலாக இருந்தன.

முதலாவதாக புத்த மதம் இந்தியாவில் இருந்து சீனாவுக்குச் சென்றதன் காட்சி ரீதியான பிரதிநிதித்துவத்தைப் பார்க்கக்கூடிய சாத்தியம் இருந்தது. நாங்கள் ஆய்வு செய்த இரண்டு இடங்கள் உட்பட பல ஆய்விடங்களில் இது தெளிவாகப் புலனாகியது. மத்திய ஆசியாவுடன் இருந்த முக்கிய இடைப்பட்ட தொடர்புகளும் இந்த இரு இடங்களிலும் சுட்டிக்காட்டப் பட்டன. இது குறிப்பாக டன்ஹுவாங்கில் தெளிவாகத் தெரிந்தது. இது இந்தியாவில் இருக்கும் நாம் கொஞ்சமும் கவனம் செலுத்தாத பழங் காலத்தின் ஓர் அம்சம் ஆகும். சிறிதளவு கல்வி சார்ந்த ஆர்வம் இருந்தாலும் பொதுவான ஆர்வம் கொஞ்சமும் இல்லை. இருப்பினும், ஆசியாவின் கடந்தகாலத்தின் பெரும்பகுதியையும், அதன் காரணமாகத் தவிர்க்க முடியாத வகையில் ஆசியாவின் நிகழ்காலத்தின் பெரும்பகுதியையும் புரிந்துகொள்ளுவதற்கு இது அடிப்படை முக்கியத்துவம் வாய்ந்ததாகும். இந்தப் பகுதிகளின் வரலாறு பின்னிப் பிணைந்திருக்கும் இடைமுகங்களின்

தொடர்பன்களாக இருக்கின்றன. அந்தப் பகுதிகளில் புத்த மதத்தின் பரிணாம வளர்ச்சி பற்றியும், இந்தியத் துணைக்கண்டத்தின் வட பகுதி யோடு அதற்கிருந்த சில தொடர்புகள் பற்றியும் இப்போது நாம் அறிய வருகிறோம். இந்தத் தொடர்புகள் நெருங்கியதாக இருப்பதில் இருந்து தூரமாதல் என்பதற்கு இடையில் நகர்ச்சி அடைந்ததாகக் காணப்படு கின்றன. ஏறத்தாழ புத்த மதத்தை நாம் இந்தியாவில் இருந்து ஒழித்து விட்டது போலவே அதனோடு தொடர்புடைய வரலாற்றையும்கூட நாம் ஒழித்துவிட்டோம். இருப்பினும் இந்த இரு பகுதிகளும் ஒன்றுக்கொன்று அருகாமையில் இருப்பதால் அவற்றின் வரலாறுகளுக்கு இடையிலும் தாக்குரவு இருக்கவே செய்கிறது. இந்த நெருக்கத்தைத் தூண்டியது எது? மேலும் அது எவ்வாறு வெளிப்படுத்தப்பட்டது? என்பதே எனக்கிருக்கும் ஆர்வம் ஆகும்.

இரண்டாவதாக இந்த ஆர்வம் என் வளரிளம் பருவ இறுதியிலும் இருபதுகளின் ஆரம்பத்திலும் நான் கேட்டுப் பின்னர் பங்குகொண்ட பல விவாதங்களில் இருந்து எனக்கு வந்தது. ஐம்பதுகளின் ஆரம்பத்திலும் நடுவிலும் நடைபெற்ற இந்த விவாதங்கள், ஒரு சமதர்ம சமூகத்தை அமைக்கும் உறுதிமொழியுடன் ஒரு புரட்சிக்குள்ளாகக் கடந்து சென்ற ஓர் ஆசிய சமூகமும் நாகரிகமுமான சமகாலச் சீனாவின் மேல் கவனம் செலுத்தின. இந்தப் புதிய சமூகத்தின் வடிவம் எப்படி இருக்கும், மேலும் முன்னர் ரஷ்யாவில் நடந்த முயற்சிகளில் இருந்து இது எவ்விதம் வேறுபடும் என்பதைக் காணப் பலர் ஆர்வம் கொண்டிருந்தனர். 1956ஆம் ஆண்டு நடைபெற்ற ரஷ்யக் கம்னியூஸ்ட் கட்சியின் இருபதாவது காங்கிரசிற்குப் பின்னர் இது ஒரு முக்கிய விவாதப்பொருள் ஆயிற்று. இந்தக் காங்கிரஸ், இதுவரை பேசப்படாத ஒன்றாக இருந்த ரஷ்யாவின் அதிகாரத்துவ மற்றும் அரசியல் செயல்பாட்டை வெளிப்படுத்தியது. அது புரட்சியை ஆதரித்தவர்களுக்குத் தொந்தரவாக இருந்தது. அருகில் நடை பெற்ற சோவியத் மாதிரியான முந்தைய வடிவம் சீனாவிலும் திரும்ப நடத்தப்படுமா என்று கேள்விகள் எழுந்தன. குறிப்பாக இளைஞர்களின் கற்பனையைக் கவர்ந்திருந்த பல்வேறு மாற்றங்களைக் கொண்டுவரும் முற்றிலும் ஒரு புதிய சமூக மாதிரியை உருவாக்கும் மாவோவின் சீனத்தைப் பற்றிய காதலும் அக்காலகட்டத்தில் இருந்தது. ஆகவே, நான் அந்த உண்மையைக் காண ஆர்வமாக இருந்தேன்.

சீனாவுக்குச் செல்லும் பத்திரிகையாளர்களால் நிறைய எழுதப்பட்டன. சிலர் மாற்றத்தைப் பற்றிய நேர்மறையான கண்ணோட்டத்துடன் திரும்பி வந்தனர். சிலர் எதிர்மறையான கருத்துகளை வெளியிட்டனர். சீனர்கள் சொல்வதைப் போல அது பல வழிகளில் 'ஆர்வமூட்டும் கணங்களின்'

காலகட்டம். வேறு சொற்களில் சொன்னால் எளிய தீர்வுகள் இல்லாத பிரச்சினையான காலங்கள். சீனாவாக இருந்ததால் மாற்றத்தின் பரிணாமம் ஈர்க்கக்கூடியதாக இருந்தது, உதாரணமாக விவசாயக் கூட்டுப்பண்ணை யாக்கத்தைச் சொல்லலாம். இது எதை நோக்கிச் செல்லும், அது சீனாவின் விவசாயம் சார்ந்த பிரச்சினைகளைத் தீர்க்குமா என்ற கேள்வி எழுப்பப்பட்டது.

பின்னர் பிற மாற்றங்கள் நிகழ்ந்தன – அறிஞர்கள் மீதான நோக்கு மென்போக்கானது. அதைத் தொடர்ந்து பிரச்சாரத்தில் திருப்புதல் மற்றும் திருத்துதல் ஏற்பட்டது. 1957ஆம் ஆண்டு வெளிப்பட்ட, அதிகம் மேற் கோள் காட்டப்பட்ட மாவோ சே துங்கின் 'ஒரு நூறு மலர்கள் மலரட்டும், ஒரு நூறு சிந்தனைப் பள்ளிகள் முரண்படட்டும்' என்ற சொல்லாடல் தொடர்ந்து அறைகூவப்பட்டது. மலர்ச்சி என்று ஒன்று இருந்தால் அதைப் பார்க்கும் ஆர்வத்துடன் நாங்கள் சீனா வந்தடைந்தோம். ஒரு சில மலர்கள் மலர்ந்திருக்கலாம், ஆனால், பல அந்த ஆண்டு முடிவதற்குள் வாடிப் போயிருக்கும் அல்லது உழவில் புதைபட்டிருக்கும் என்பதை ஒரு மீள் பார்வையுடன் மனதில் வைத்துக்கொள்வது சிறந்தது. பொருளாதாரத்தை வேகப்படுத்தி, சமூக மாற்றத்திற்கு ஒரு புதிய உத்வேகத்தை அளித்து, சீனாவை ஒரு பொதுவுடைமை நாடாக உருமாற்றம் செய்யும் நோக்கத் துடனேயே மாவோ சேதுங்காலும் கம்யூனிஸ்ட் கட்சியாலும் மாபெரும் முன்னோக்கிய பாய்ச்சல் (The Great Leap Forward) மேற்கொள்ளப்பட்டது. ஆனால், விவசாயம் சார்ந்த சிக்கலானது நீடித்த பஞ்சத்தின் பேரழிவு நிகழ்வுகளாக முடிந்தது. பல முந்தையத் தோட்டங்களுக்கு முற்றுப்புள்ளி வைத்தது. இதில் இறுதியாக மலரும் மலர்கள் பண்பாட்டுப் புரட்சியால் எடுத்துக்கொள்ளப்பட்டு முடிவுக்கு வந்தது. இது பாட்டாளி மக்களின் மாபெரும் பண்பாட்டுப் புரட்சி என்று அழைக்கப்பட்டது. 1960களிலும் 70களின் தொடக்கத்திலும் சீன அரசியலிலும் சமூகத்திலும் ஆதிக்கம் செலுத்திய இயக்கம் இது. முதலாளித்துவத்தைத் திரும்பவும் கொண்டுவரச் சதிசெய்துகொண்டிருந்த "முதலாளித்துவ" கூறுகளைச் சீனாவில் இருந்து துடைத்தகற்றுவதை நோக்கமாகக் கொண்டது இந்த இயக்கம். ஆனால், உண்மையில் ஒருவகையில் இது மாவோவின் அதிகாரத்தை வலிமைப் படுத்தும் ஒரு வழிமுறையாகவும் இருந்தது. இந்தச் செயல்முறையில் மக்களும் பண்பாட்டுக் கூறுகளும் குரல் நெறித்து அமைதியாக்கப்பட்டனர்; அகற்றப்பட்டன. மாவோவின் எழுத்துத் துணுக்குகள் அடங்கிய *தி லிட்டில் ரெட் புக்* முக்கியமாகப் படிக்கப்பட வேண்டிய ஒன்றாகக் கட்டாயப் படுத்தப்பட்டது - இளைஞர்கள் சிவப்புக் காவலர்களாக ஒழுங்கமைக்கப் பட்டனர். பெரிய அளவில் மக்களை அச்சுறுத்த இவர்கள் அடிக்கடி

வன்முறையைப் பயன்படுத்தினர். பின்னாட்களில் பண்பாட்டுப் புரட்சி ஒரு பெரும் பேரழிவு என்று சீன கம்யூனிஸ்ட் கட்சியால் பார்க்கப் பட்டது. இருந்தபோதிலும், உலகின் பிற பகுதிகளில் அரசியல் மற்றும் சமூக சிந்தனைகளில் இந்த நிகழ்வுகளின் தாக்கங்களே கணக்கில் எடுத்துக்கொள்ளத் தக்கன. சமதர்ம சிந்தனையில் இருந்து வெளிப்படும் கருத்துருக்களிலும் நிறுவனங்களிலும் இது சில மறுசிந்தனைகளுக்கு வழிகோலி, ஒன்றுக்கும் மேற்பட்ட நிகழ்வில் இருந்து நியாயத்தன்மை யைக் கொண்டுவந்தது. மேலும் அது அறிவின் பல கொள்கைகளையும் அதைக் குறித்து எழுதப்படும் விளக்கங்களையும் மிக விரிவாக ஆராயக் கல்வித் திட்டங்களில் சமூக அறிவியல்களைத் தூண்டியது. முன்னர் கேட்கப்பட்டவைகளில் இருந்து கேள்விகளைக் கேட்பதோடு மட்டு மல்லாமல் மேலும் குறிப்பான கேள்விகளைக் கேட்கும் தேவைகளை இவை ஏற்படுத்தின. பரந்த உலகில் பல்வேறு சிந்தனைப் பிரிவுகளில் அது உண்மையில் ஒரு தலைகீழான வகையில் ஓர் ஆக்கபூர்வமான காலகட்டம், குறிப்பாகக் கலைகள் மற்றும் மானுடவியல்களில். சில மாவோயிசத்தால் மற்றும் சில பிற கொள்கைகளால் தூண்டப்பட்டவை.

நாங்கள் சீனாவில் இருந்த காலகட்டம் அடிப்படையான மாற்றங்கள் நிகழ்வதற்கு முன்னர் என்பதால் இவை இந்த நூலின் முக்கியக் கருப் பொருட்கள் அல்ல. வேறிடத்தில் விவாதிக்கப்படுவதால் நான் அவற்றைக் கருத்துகளாகக் குறிப்பிடுகிறேன், மேலும் அவை நாங்கள் சீனாவில் இருந்த போது உருவாகிக்கொண்டு இருந்திருக்கலாம். ஆனால், அவற்றைப் பற்றி எங்களுக்கு ஒருபோதும் தெரிந்திருக்கவில்லை. சில சந்தர்ப்பங்களில் நாங்கள் அவற்றை அமைதியாகத் தேடிப்பிடிக்க முயன்றோம், ஆனால், அதிகப்படியான வெற்றி கிடைக்கவில்லை. ஆகவே, ஒரு பயணத்தைப் பற்றிய இந்த எடுத்துரைப்பு அவற்றோடு குறைந்த தொடர்பைக் கொண்டதே. நவீன வரலாற்றில் ஒரு நொடிப் பொழுதைப் பிடிக்கும் முயற்சியே இது. இருப்பினும், அதன் தொடர்ச்சியாக, அது பின்விளைவு களைக் கொண்டதாக இருந்து அவற்றைப் பரந்த உலகிற்குள் தொடர்ந்து கொண்டிருக்கக்கூடிய ஓர் இயக்கமாக இருந்தது – ஆசியாவின் பல்வேறு பகுதிகளுக்கு இடையில் முன் நவீனத் தொடர்புகளை அங்கீகரிப்பதன் அடிப்படையில் ஒருவேளை இது இன்னும் அதிகமாகக்கூட இருக்கலாம். ஏனெனில் விவாதத்தின் கீழ் உள்ள பகுதிகள் இப்போது தங்கள் வரலாற்றில் கவனம் செலுத்தும் சுதந்திர நாடுகளாக இருப்பதால் இதன் முக்கியத்துவம் இன்னும் அதிகமானதாக மாறியுள்ளது. எங்களைச் சீனாவுக்குக் கொண்டு சென்ற திட்டம் இந்த வரலாறுகளோடு சம்பந்தப்பட்டதாகும். மட்டு மல்லாமல் நாங்கள் இருந்த இடத்தில் சீனாவின் உருவாக்கத்தை அனுபவ

ரீதியாக உணர்ந்தோம். உலகின் பிற பகுதிகளில் இருந்து தனிமைப் படுத்தப்பட்டு சுற்றிலும் காட்டுமிராண்டிகளால் சூழப்பட்ட அரசப் பீட மாக வரலாற்றில் அழைக்கப்பட்ட "மையப் பேரரசாக" அது இப்போதும் தன்னைப் பார்க்கவில்லை. காலாகாலத்தில் ஒரு பரந்த இணைப்புக் குள்ளாகப் பல வழிகளில் விரிவடையப்போகும் ஓர் ஆசிய நாடுகளின் இணைப்புக்குள் நுழைந்துகொண்டிருப்பதாக அது தன்னை இப்போது பார்த்தது.

நவீன காலத்துக்கு முந்திய காலத்திலேயே நுட்பமான தொடர்புகளின் வலைப்பின்னல் இருந்தது என்பதை இன்று நாம் அறிய வேண்டிய தேவை உள்ளது. கடந்தகாலம் எப்போதுமே மறைந்து போவதில்லை, அது எப்போதாவது சில வேளைகளில் புதிய விதங்களில் நிலைத்திருக்க லாம். இதை எந்த அளவிற்கு அறிந்துகொள்ளுகிறோமோ அந்த அளவிற்கு அது நிகழ்கால வரலாற்றைக் கட்டமைப்பதிலும் பயன்படும். முந்திய காலத்தில் ஆசியா முழுவதும் பரவியிருந்த வலைப்பின்னல்கள் மற்றும் அதனால் தூண்டப்பட்டு எழுதப்பட்டவைகள், ஆலயங்கள் மற்றும் மடங்கள் மூலம் புலனாகும் புத்த மதப் பரவலினால் இவை எவ்வாறு வெளிப்படுத்தப்பட்டன என்பதிலேயே என் ஆர்வம் மிகுதியும் இருந்தது.

இந்தியக் கண்ணோட்டத்தில், நாங்கள் பயணம் சென்ற காலத்தில், முன்காலனியக் காலகட்டத்தில் ஏற்கெனவே கொண்டிருந்த சில தொடர்பு களுடன் அப்போதுதான் ஆசிய உலகம் மீளுறவைத் தொடங்கி இருந்தது. கடந்தகாலத்தில் விரிந்து பரந்த கண்டம் எங்கும் அதற்கு அப்பாலும் நிலம் வழியாக மக்களுக்கு இடையில் சண்டைகள் மட்டுமல்லாமல் அமைதி யான பண்டமாற்றும் கருத்துப் பரிமாற்றங்களும் இருந்துவந்தன. கடல் வழித் தொடர்புகளும் பரிமாற்றங்களும், எப்போதாவது இருந்த சண்டை சச்சரவுகள் தவிர்த்து, பெரும்பாலும் அமைதியானவைகளாகவே இருந்தன. இரு வகையான தொடர்புகளும் இடப்பெயர்வு, புதிய பகுதிகளில் குடி யமர்வு மற்றும் கருத்துக் கலப்பு ஆகியவற்றிற்கு இட்டுச்சென்றன. பல தரப்பட்ட மதங்களில் இருந்து இந்தத் தொடர்புகளின் வழியாக நிறுவனங்கள் உருவாயின. கன்ஃபூஷியஸ் மதமும் இந்து மதமும் உள் நாட்டில் இருக்கும் மதங்களாக விளங்கினாலும், இந்து மதம் சில புதிய பகுதிகளிலும் பரவின. இரண்டு மதங்கள் ஆசியாவின் பல பகுதிகள் ஊடாகப் பயணம் செய்து ஆசியாவின் பல பகுதிகளில் நிலைத்தன, முதலில் புத்த மதம் பின்னர் இஸ்லாம் மதம்.

நவீன காலத்திற்கு முந்திய ஆசியாவில் இருந்து எங்களுக்குத் திகைப் பூட்டும் அளவிற்குப் பலவகையான பொருட்களும் கருத்துகளும் கிடைத்தன. ஐரோப்பிய ஆட்சியதிகாரங்கள் வெவ்வேறு நிலப்பரப்பைக்

கைப்பற்றித் தனித்தனியாக ஆண்டதால் இவை ஒவ்வொன்றும் செயற்கையாக ஒவ்வொன்றில் இருந்து ஒவ்வொன்றும் தொடர்பற்றவை களாக இருந்தன. எனவே, காலனியாதிக்கம் ஆசியாவை வேறுபட்ட பிரிவுகளாகப் பிரித்தது. 1950களில் இருந்து சில கடந்தகால அனுபவங்கள் மறுபடியும் கண்டுபிடிக்கப்பட்டு அவற்றுக்கான விளக்கங்கள் காலனி யாதிக்க அறிவுப்புலத்தில் இருந்து வேறாக அளிக்கப்பட்டன. ஆனால், தங்கள் பழைய காலனியாதிக்க வாசிப்புக்கு உண்மையாக இருந்தவர்கள் அதற்கேற்பத் தங்களுக்குள் புதிய பிரிவுகளை உருவாக்கினர். இந்தியா வுக்கும் சீனாவுக்கும் இடையில் இருந்த தொடர்புகள் இதற்கான ஓர் எடுத்துக்காட்டு ஆகும். 1957ஆம் ஆண்டு இரு புத்த குகை ஆய்விடங் களுக்கு நாங்கள் சென்றதன் அடிப்படையில், சீனப் பண்பாட்டுச் சூழலில் உருவாகிய வரலாற்றுத் தொடர்புகளாக இவை இரண்டையும் நான் கண்டேன். ஆனால், அவை தற்காலத்தை ஆராயும் சாத்தியக்கூறையும் சற்று மங்கலாகப் பிரதிபலித்தன. தற்போதைய கண்ணோட்டத்தில் இருந்து எங்கள் பயணத்தைப் பின்னோக்கிப் பார்க்கும்போது, அரை நூற்றாண் டுக்கும் முன் செய்யப்பட்ட கடந்தகாலத்தைப் பற்றிய விளக்கங்கள் அவற்றினுடைய சொந்த அக்கறைகளையும் விருப்பங்களையும் கொண் டிருந்தன என்று ஒருவரால் அறியமுடியும்.

நாட்குறிப்பேடைத் திரும்பவும் படிக்கும்போது அறுபத்திரண்டு ஆண்டுகளுக்கு முன்னர் வேறுபட்ட ஒரு விநாடியில் என் கண்களின் வழியாகக் கண்ட சீனாவின் மங்கிய மண்வாசனையை அது கொண் டிருப்பதாக இப்போது நான் உணர்கிறேன். புரட்சிகரமான மாற்றத்தின் ஆரம்ப ஆண்டுகளில் அங்கு இருக்கவும், பண்பாட்டுப் புரட்சியாக வடிவம் எடுத்தவை போன்ற ஆற்றல் வாய்ந்த எதேச்சாதிகாரத்தின் கொள்கைகளாகவும் நடைமுறைகளாகவும் உருவாக இருந்த சில கூறு களைக் கவனிக்கவும் முடிந்ததனால் நம் காலச் சமூகங்களை நசுக்கும் பிற எதேச்சாதிகார மாற்றங்களை அறிந்துகொள்ள ஒத்திசைவு செய்யும் அந்த வரலாற்றுச் சூழலின் அனுபவத்தை உணர்வதை ஒருவரால் தடுக்க முடியாது - இந்த மாற்றங்கள் ஒரு சமதர்மப் புரட்சியில் இருந்து எழாமல் அதனுடைய மாற்றில் இருந்து, அதாவது, ஓர் ஒற்றை அடை யாளத்தில் இருந்து உருவாகி புதிய தாராள மயத்தில் அமையும் பிரத்தி யேகமான பெரும்பான்மைத் தேசியவாதத்தில் இருந்து எழுந்தாலும் கூட. அதே சமயத்தில் ஒருவர் நிச்சயமாக இந்தக் கூறுகளை மற்ற எளிய நேரடியான மாற்றங்களுடன் அவற்றிற்கு இருக்கும் தொடர்புகளோடு வைத்து எண்ணிப்பார்க்கவும் வேண்டும், குறிப்பாகப் பலரின் வாழ்க்கைத் தரங்களின் மேம்பாடுகளோடு வைத்து நோக்க வேண்டும். இவை ஒரு

பிரபஞ்ச சாதனையாக இருக்காமல் போகலாம். ஆனால், பலருக்கான நமது நம்பிக்கையை நிலைநிறுத்தியது. மேலும் இது சில நேர்வுகளைப் போல முற்றிலுமாகப் பொய்யாகிப்போன நம்பிக்கையும் அல்ல.

சீனாவைப் பற்றிய எனது கண்ணோட்டம் இயல்பாகவே காலம் செல்லச்செல்ல மாறியது. நம்மைவிட மாறான மனிதர்களையும் பண்பாடு களையும் நாம் பார்க்கும் முறையை ஓரளவுக்குத் தவிர்க்க முடியாதபடி பாதித்த பிரிட்டிஷ் ராஜ்யத்தின் இராணுவப் பண்பாட்டில் நான் அடிக்கடி கூறுவது போல ஒரு குழந்தையாகவே நான் வளர்ந்துவந்தேன். ஆகவே, சீன விஷயங்களைப் பற்றிய பார்வை வரையறுக்கப்பட்டதாகவும் விறைப்பானதாகவும் இருந்தது. சீன விஷயங்களுக்கான அணுகல் மிகக் குறைவானதாக இருந்தது. பலவகையான ஐரோப்பியப் பிணைப்பு களில் இருந்து விடுபடப் போராடும் இன்னொரு ஆசிய நாடாகவே என்னுடைய வளரிளம் பருவக் காலத்தில் சீனா இருந்தது. இந்தப் போராட்டத்தின் விழிப்புணர்வின் எதிரொலிகள் இந்தியாவில் நிகழ்ந்த நிகழ்வுகளில் காணப்பட்டன. இவை நமக்குள் இருந்த சீனாவைப் பற்றிய அறிமுகமற்ற மனப்போக்கையும் முன்னர் நிலவிய ஓர் அந்நியத்தன்மை யையும் குறைத்தன. அவர்களைப் பற்றிய அறிவு நமக்கு அறவே இல்லாத போதும் அவர்கள் ஆசியத் தேசியவாதத்தின் ஒரு பகுதியே என்ற உணர்வு வளர்ந்தது. புரட்சி இன்னொரு அம்சத்தை வெளிப்படுத்தியது. அது அதற்கான காரணத்தைப் புரிந்துகொள்ளும் பல்வேறு முயற்சிகளுக்கு வழி கோலியது. ஆரம்பத்தில் லண்டன் பல்கலைக்கழகத்தில் நான் படித்த பாடத்திட்டத்தின் மூலம் மிகவும் மரபான சீனப் பண்பாட்டையும் முந்தைய முன்நவீன கடந்தகாலத்தையும் பற்றி அறிந்துகொண்டேன். ஆரம்பக் காலகட்டத்தில் நான் படித்தவற்றின் மூலம் எழுந்த சில கேள்விகளுக்கு என் சீனப் பயணம் பதில் அளித்த அதே வேளையில் மேலும் பல கேள்விகளை எழுப்பியது.

வரலாற்று முறைமைகள் சில சமயங்களில் திரும்பிவருகின்றன, ஆனால், வடிவம் வேறுபடுகிறது. விரும்பத்தகாதவை பற்றி ஒருவர் எச்சரிக்கையாக இருக்க வேண்டும். கடந்தகால அனுபவங்களைக் கொண்டு அதன் காரணத்தைக் கற்றுக்கொள்ள வேண்டும். புராணமாக மாற்றப்படாமல் வரலாறாகவே இருக்கும்வரை வரலாற்றால் சில நுண் நோக்குகளை அளிக்க முடியும்.

அறிமுகம்

மத்திய ஆசியாவின் பட்டு வழித்தடம்/பட்டு சாலை என்று பின்னர் அழைக்கப்பட்ட (மேலும் மிக சமீபத்தில் இத்தகையத் தடங்கள் பல இருந்தபடியால் பட்டு வழித்தடங்கள் என்று பன்மையில் அழைக்கப் பட்டன) புத்தக் குகை இருப்பிடங்களின் பின்னணியைப் புதிய வாசகர்கள் அறிந்துகொள்ள வசதியாக ஒரு சுருக்கத்தை இங்குக் காணலாம். டன்ஹுவாங் மற்றும் மைஜிஷன் ஆகிய இடங்களின் இருப்புக்கு முக்கிய மானதாக இருந்த மத்திய ஆசிய வணிகத்தின் வரலாற்றுச் சூழல் தொடர் பான ஒரு சுருக்கத்தை நான் இங்கே தர விரும்புகிறேன். எனவே வாசகருக்கு ஒரு விருப்பத்தேர்வு கிடைக்கிறது: அவர் நேரடியாகப் பயணத்துக்குள் செல்லலாம் மேலும் பயணத்தைப் படித்து முடித்த பின்னர் வரலாற்றுப் பின்னணியை வாசிக்கலாம்; அல்லது, மாற்றாக, அவர் வரலாற்றுப் பின்னணியின் சுருக்கத்தை முதலில் படிக்கலாம், பின்னர் பயணத்தைப் பற்றி படிக்கத் தொடங்கலாம். பயணத்தைப் பற்றிய உரையைப் போல் அல்லாமல் இந்த அறிமுகம் சமீபத்தில்தான் எழுதப்பட்டது.

டன்ஹுவாங் மற்றும் மைஜிஷன் ஆகிய இடங்களின் ஒரு சுருக்கமான வரலாற்றுப் பின்னணி – 'பட்டு வழித்தடங்களின்' சூழலில்.

அமைவுப் பின்னணி

மத்திய ஆசியாவை ஊடுருவி, கிழக்கு மத்திய தரைக்கடல் பகுதிவரை தொடர்ந்த சிக்கலான வழித்தடங்களின் தொகுதியில் சீன எல்லையை நோக்கி இருந்தவையே நாங்கள் ஆய்வு மேற்கொண்ட டன்ஹுவாங் மற்றும் மைஜிஷன் என்னும் இடங்கள். அதைப் பட்டு வழித்தடம் என்று கூறுவது ஓரளவுக்குத் தவறாக வழிகாட்டக் கூடியதாகும். ஏனெனில், பல அறிஞர்களால் சுட்டிக்காட்டப்பட்டபடி, அது யூரேசியாவின் குறுக் காகச் செல்லும் ஒற்றை வழித்தடம் அல்ல. ஒன்றோடு ஒன்று பின்னிய பல வழிகளின் பின்னல் ஆகும். இந்த வழித்தடங்கள் வழியாகக் கொண்டு செல்லப்பட்ட பொருள் பட்டு மட்டுமே அல்ல. ஆனால், ஒருவகையில் இந்த வணிக வழித்தடங்களை அது தொடக்கி வைத்தது எனலாம். இதுவும் இதைப் போன்ற பரிமாற்றங்கள் பலவும், பல கருத்துருக்களையும்

செயல்பாடுகளையும் வடிவமைத்த பலவிதமான செயல்பாடுகளினால் வடிவமைக்கப்பட்டதோடு ஒன்றுக்கொன்று இணைக்கப்பட்ட வரலாற்றை அமைப்பதையும் அனுமதித்தன. மறுகட்டமைக்கப்பட்ட நெறிமுறைகள் ஊக்கம் அளித்ததில் இருந்து இத்தகைய ஆய்விடங்கள் தொல்பொருள் ஆராய்ச்சியாளர்களாலும் வரலாற்று அறிஞர்களாலும் வரவேற்கப்படு கின்றன. ஆழமாக ஆய்வுசெய்யும்போது இந்தச் சிக்கலான, ஒன்றோடு ஒன்று இணைக்கப்பட்ட பகுதியின் வரலாற்றைப் பற்றிய தகவல் கிடைக் கிறது. இறந்தவர்களோடு, இடுகாட்டுப் பொருட்கள் அல்லது இடுகாட்டுத் தளவாடங்கள் என்று சில வேளைகளில் அழைக்கப்படும் பொருட்களும் சேர்த்துப் புதைக்கப்பட்டிருப்பது பெரும் உதவியாக இருக்கிறது. இது பொருள்சார் பண்பாட்டிற்கான உறுதியான சான்றுகள் ஆகும். இப் பகுதியில் காணப்படும் சுவர் ஓவியங்கள் மற்றும் கையெழுத்துப் பிரதி களில் இருந்து சேகரிக்கப்படுபவைகளுக்கு இவை வலுசேர்க்கின்றன.

இருந்த அனைத்து சிக்கல்களுக்கு ஊடேயும் பட்டு வழித்தடங்கள் செய்தவை என்னவென்றால் யுரேசியா (ஐரோப்பா+ஆசியா) முழுவதும் பரிமாற்ற உறவுகளின் பெரும்பரப்பை உருவாக்கியதுதான். இவை உருவாக்கிய எண்ணற்ற இணைப்புகளின் மூலமாக சீனாவில் உற்பத்தி செய்யப்பட்ட பட்டு, கிழக்கு ரோமப் பேரரசின் சந்தைகளைச் சென் றடைந்தது. இதனுடன் பல வகையான பிற பொருட்களும் பல்வேறு இடங்களுக்குச் சென்றன. சென்ற பாதைகளில் பல வகைப்பட்ட பரி மாற்றங்கள் நிகழ்ந்தன. இந்தச் செயல்முறை மெதுவானதாகவும், சூழலிய லோடு நில வடிவியல், பரிமாற்ற வடிவத்தோடு வணிகம், மதங்களின் பரிணாம வளர்ச்சியோடு பல மொழிகளின் சந்திப்புப் புள்ளிகள் போன்ற பல்வேறு காரணிகளைச் சார்ந்ததாகவும் இருந்தது. இந்தப் பகுதியின் பல பண்பாடுகளாக எவை எழுந்தனவோ அவை அவற்றோடு இணைந்த வணிகத்தின் தன்மையைப் போலவே சிந்தனையைக் கிளறுவதாக மாறின.

இந்தப் பகுதியை நிலக்கூறுகளின் தொடர்ச்சியாகப் பார்ப்பது சரியான தாக இருக்கும். சீனாவில் இருந்து மேற்கு நோக்கி நகரும்போது, மத்திய சீனாவில் இருந்து வடமேற்கு சீனா வரையுள்ள பகுதி முதல் நிலக்கூறாக இருந்தது. பேரரசின் தலைநகரில் இருந்து முதலில் லுஓயாங்கிலும் பின்னர் ஷியானிலும், ஒரு பாதை மைஜிஷனில் இருக்கும் புத்த குகைகளுக்குச் செல்கிறது. இந்தக் குகைகள் ஷியானில் இருந்து அதிக தூரத்தில் இல்லை. இதுவே முதன் முதலாக நாங்கள் அடைந்த இடம். அது ஒரு பெரும் சந்தைப் பட்டினமாக வளர்ந்தது. இங்கிருந்து கன்சுப் பகுதி, ஹெக்சி இடைவழிநிலம், சின்ஜாங்க் ஆகியவற்றின் வழியாக டன்ஹுவாங் ஆய் விடத்துக்கு ஓர் இணைப்பு இருந்தது. இது டாக்லா மக்கானுக்கும்

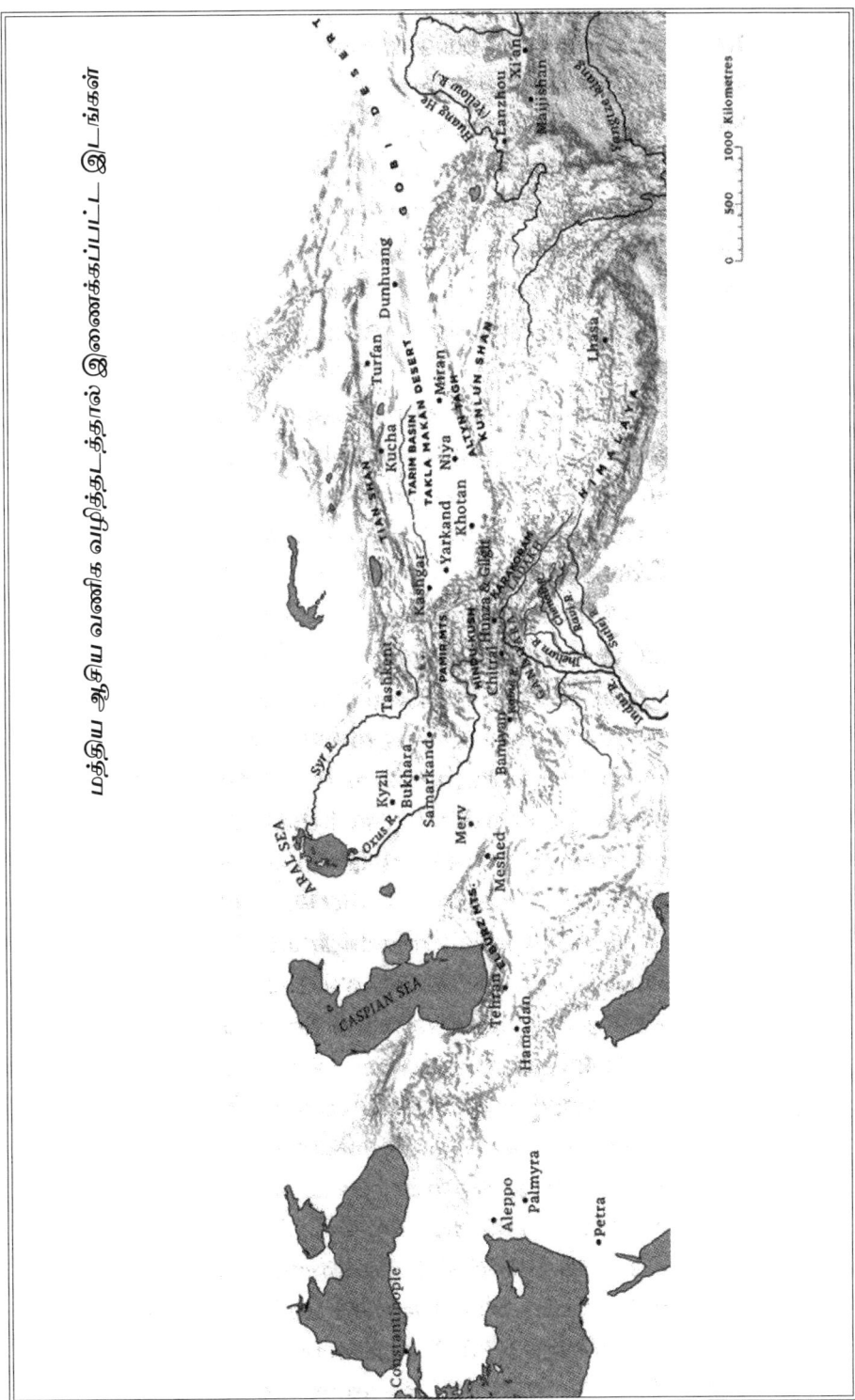

மத்திய ஆசிய வணிக வழித்தடத்தால் இணைக்கப்பட்ட இடங்கள்

டரிம் பேசினுக்கும் விளிம்பில் இருந்தது. கிட்டத்தட்ட கோபி பாலைவனம் அருகில் அமைந்திருந்தது. இதுவே சீனாவுக்கும் மத்திய ஆசியாவுக்கும் இடைப்பட்ட எல்லைப்பகுதி. மேலும் டன்ஹுவாங் ஆய்விடம் ஒரு மையமாகத் திகழ்ந்தது. டன்ஹுவாங்குக்குச் சற்றே அப்பால் மேற்கே செல்லும்போது ஜேட் கேட் என்று அழைக்கப்பட்ட பகுதி இருக்கிறது. சீனப் பகுதியில் இருந்து மத்திய ஆசியாவுக்குள் நுழையும் வாயிலாக இது இருந்தது.

இரண்டாவது நிலக்கூறு டன்ஹுவாங்கில் இருந்து மேற்கு நோக்கிச் செல்லும் இரு வழித்தடங்களாக அமைகின்றன: ஒன்று வடக்கு நோக்கி டர்ஃபன் பாலைவனச் சோலைக்குச் சென்று அதற்கப்பால் கிசல்வரை, கூச்சாவில் இருந்து காஷ்கர்வரை செல்கிறது; அடுத்தது தெற்கு திசையில் மீரன், யார்கண்ட் வழியாகச் சென்று, கோட்டனில் இருந்து காஷ்கர்வரை செல்கிறது. வடக்கு தெற்கு வழித்தடங்கள் சந்திக்கும் இடத்தில் காஷ்கர் மாநகர் உள்ளது. இந்தப் பாதைகள் டக்லா மக்கான் பாலைவனத்தைச் சுற்றிச் செல்கின்றன, ஏனெனில், அது மோசமான நில அமைப்பு கொண்ட கடக்க முடியாத பாலைவனமாகும்.

மூன்றாவது நிலக்கூறு காஷ்கருக்கு மேற்காக அமைந்துள்ளது – ஆக்சஸ் சமநிலமும் பாமீரும் ஆப்கானிஸ்தானுக்கும் வடமேற்கு இந்தியாவுக்கும் கீழிறங்கி வருகிறது. பாமீர் ஒரு குறுகிய பகுதிகள் ஆகும். காந்தாரப் பகுதி மேற்கு பக்கத்தில் இருக்கும் இன்னொரு பெரிய மையமாகும். இது ஆக்சஸ் சமநிலத்துக்குத் தெற்காக அமைந்து மேல் சிந்து பள்ளத்தாக்கு நோக்கி விரிவடைகிறது; பிந்திய வழித்தடம் காரக் கோரம் பகுதிக்கும் லடாக்குக்கும் வருகிறது. காபூலையும் ஸ்வாத் பள்ளத் தாக்குகளையும், புருஷபுரத்தையும் தக்ஷசீலத்தையும் கொண்ட பகுதி யையும் இது உள்ளடக்கியுள்ளது. பல வகைப் பட்டுகளைக் குறிக்கப் பயன்படுத்தப்பட்ட 'சினான்சுகா' மற்றும் 'சீனப் பட்டு' ஆகிய சொற்கள் சீனத் தொடர்பைப் புலப்படுத்தி இந்தியாவில் சீனப் பட்டு ஒரு பிரபல மான விற்பனைப் பொருள் என்பதைத் தெளிவாக்குகிறது. இந்த நிலப் பகுதிக்குப் பல மக்களையும் பொருட்களையும் ஈர்த்த வரலாறு உள்ளது. வரலாற்றுக்கு முந்திய காலங்களிலேயே அதன் செழிப்பு இவ்வாறு ஈர்த்த துண்டு. மேல் சிந்துப் பகுதிக்கு வடக்கில் உள்ள ஸ்வாத் பள்ளத்தாக்கும் காஷ்மீரின் ஜீலம் பள்ளத்தாக்கும் பலவகையான பண்பாடுகள் செழித்த இடங்கள் ஆகும். ஸ்வாத் பள்ளத்தாக்கு ஒரு முக்கியமான வணிக முனை யாகவும் பண்பாடுகளின் சந்திப்பு முனையாகவும் இருந்தது. புத்தத் துறவி யுவான் சுவாங்கின் பயண வரலாற்றில் இருந்து பின்னர் இது உறுதிப்படுத்தப்படுகிறது. இந்துகுஷ்-ல் இருந்து ஆப்கானிஸ்தானின்

பாமியன்வரை வழித்தடங்கள் திறக்கப்பட்டன. ஷாகிஸ்களும் அதற்குப் பின்னர் குரித்துகளும் ஆண்டபோது பிற்காலத்தில் இப்பகுதி முக்கியத் துவம் பெற்றது.

காஸ்பியன் கடலுக்குத் தெற்குப் பகுதியும், ஈரானுக்கு ஊடாகக் கிழக்கு மத்திய தரைக்கடலின் கரையோரம்வரை அமைந்ததே நான்காம் நிலக்கூறு. இதன் முக்கிய மையங்கள் பால்மைரா, ஆலெப்போ மற்றும் பெட்ரா போன்ற இடங்களில் இருந்தன. அதன் வடக்காக இருந்தன கான்ஸ்டாண்டிநோப்பிள் மற்றும் பைசாண்டைன் மையங்கள். இவை யாவும் பட்டை வாங்குவதில் ஆர்வமாக இருந்தன. ஆலயங்களிலும் அரசவைகளிலும் அதன் பயன்பாடு முக்கியத்துவம் பெற்றது.

எங்கள் ஆய்வுத் திட்டம் முக்கியமாக முதல் நிலப்பகுதியைப் பற்றிய தாக இருந்தது. இங்குதான் இந்த இரு ஆய்விடங்களும் அமைந்திருந்தன. ஆனால், இரண்டாவது மற்றும் மூன்றாவது இணைப்புகளின் வரலாற்று நிகழ்வுகளை அலட்சியப்படுத்த முடியாது ஒட்டுமொத்தமாகப் பார்க்கும் போது, இந்த மூன்று நிலப்பகுதிகளும் சேர்ந்து உருவாக்கும் நிலப் பரப்பின் மூலமாக வெவ்வேறு அளவுக்கு இந்தியா சீனாவுடன் இணைக்கப் பட்டிருந்தது. இந்த புத்தகத்தில் மத்திய ஆசியாவைப் பற்றிய எனது குறிப்புகள் முக்கியமாக இரண்டாம் மற்றும் மூன்றாம் நிலப்பகுதியைப் பற்றியதாகும். டக்லா மக்கானைச் சுற்றி ஆக்சஸ் சமநிலம், பாமிர், ஆப்கானிஸ்தான், சிந்து பள்ளத்தாக்கும் அதன் கிளைகளும், வட மேற்கு இந்தியாவரை செல்லும் இந்த இரு பாதைகளின் அனைத்துப் பெரிய பாலைவனச் சோலைகளிலும் பெரும்பாலும் அமைந்திருந்த பெரிய புத்த மதக் குகைக் கோயில்கள் மற்றும் மடங்களை இந்த இரு நிலப்பகுதிகளும் கொண்டிருந்தன. டியான் ஷானை வடக்காகச் சுற்றிச் சென்ற இன்னொரு பாதையும் இருந்தது. ஆனால், இது அதிகமாகப் பயன்படுத்தப்படவில்லை. கசகஸ்தான், கிர்கிஸ்தான், தஜிகிஸ்தான், துருக்மேனிஸ்தான் மற்றும் உஸ்பெக்கிஸ்தான் ஆகிய மாநிலங்களே தற்போது இப்பகுதியில் அமைந் துள்ளவை. ஒவ்வொன்றும் அங்கு வாழும் குலத்தின் பெயரைக் கொண் டுள்ளன. பொதுவாக முற்காலத்தில் இவை இனக்குழுக்கள் என அழைக்கப் பட்டன.

இப்பகுதியின் வரலாற்றை அதன் நில உருவவியல் ஓரளவுக்கு உருவாக்கியது. வட சீனாவில், இந்த வழிகள் லோயஸ் பீடபூமி வழியாக கோபி பாலைவனத்தின் விளிம்புவரைச் செல்கிறது. மேற்கில் டக்லா மக்கானும் டரிம் பேசினும் அமைந்துள்ளன. இந்தப் பகுதி ஆல்டின் டாக், குன்லன் ஷான், டியான் ஷான், போன்ற மலைகளால் சூழப்பட்டுள்ளது. சிர் மற்றும் அமு தார்யா (ஆக்சஸ்) சமநிலங்களோடு மூன்றாம் நிலப்

பகுதி தொடங்குகிறது. இவை பேக்ட்ரியா மற்றும் சோக்டியானாவின் பகுதிகள். கிழக்கில் இருந்த பாலைவனங்களில் இருந்து இவை வேறு நிலத்தோற்றம் கொண்டவை. சமநிலத்தின் தெற்கில் இரு பகுதி பாமிர் மலைகளால் ஏற்படுத்தப்பட்ட ஒரு விலகல் உள்ளது. சில வழிகள் ஆப்கானிஸ்தானுக்குச் செல்கின்றன. பிற வட இமையத்துக்கும் கார கோரத்துக்கும் செல்கின்றன. கில்கித் மற்றும் காரகோரம் பகுதிகளைப் போன்ற மலைகளைத் தாண்டிச் செல்ல வேண்டிய நிலை பொதுவாக இந்த வழித்தடங்களில் காணப்படுகின்றன. டன்ஹுவாங்கில் இருந்து தெற்காகச் செல்லும் பாதை இருக்கும் கோட்டன் கில்கித் மற்றும் லடாக்குடன் இணைக்கப்பட்டுள்ளது. ஆரம்பக் காலங்களில் வடமேற்கு இந்தியாவின் வடக்கு முனையும் சிந்துவைக் கடந்த பகுதியும் காந்தாரத்தின் ஒரு பகுதியாக இருந்தன. அதன் இருப்பிடம் அதைப் பல வழித்தடங்களின் சந்திப்புப் புள்ளியாக மாற்றியது. மேலும், அதை நான்காவது நிலப் பிரிவுடனும் இணைத்தது. நான்காவது நிலப்பிரிவில் அதிகமாக பயணம் மேற்கொள்ளப்படும் ஈரானிய பீடபூமி வழியாக மெசப்பொடேமிய சமநிலங்களின் வடக்கு விளிம்பு வழியாகக் கிழக்கு மத்திய தரைக்கடல் பகுதிக்குச் செல்லும் வழிகள் அடங்கி இருந்தன.

ஸ்டெப்பிகள் என அழைக்கப்படும் மத்திய ஆசியாவின் புல் நிலங் களைப் பற்றி அடிக்கடி பொதுமையாக்கம் செய்யப்படுகிறது. இந்தப் பகுதிகளில் நாடோடிகள் தங்கள் மிருகங்களை மேய்த்தனர். அவ்வப்போது அவர்கள் சுற்றி இருக்கும் நகரங்கள் மேல் தாக்குதல் நடத்திய வழி நகரத்தவர்களுடைய வரலாற்றுக்குள் நுழைந்தனர். வட்டாரங்களுக்கு இடையிலான சிக்கல் நிறைந்த பொருளாதாரத்துக்கு ஸ்டெப்பியில் வாழ்ந்த மக்கள் ஒரு முக்கியத் தொடர்பை அளித்தனர். மத்திய ஆசியாவும் இந்த நகரங்களை உருவாக்குவதில் அது பங்கு வகித்ததாலும் மிகவும் சிக்கல் கொண்டதாக விளங்கியதில் ஆச்சரியமில்லை. சூழலியல் ரீதியாக தனித்துவமான மண்டலங்கள் வரையறுக்கப்பட்டுள்ளன: துருவப் பனிக் கரடி (துண்ட்ரா), வெண்கீரி, மிங்க் நரி, நரி, குளிர்மண்டலக் கீரி, நீர்நாய் போன்ற விலங்குத் தோல் உரோமங்களின் வணிகத்தில் தனித்து விளங்கின; பரந்துபட்ட ஸ்டெப்பிகள் பல்வேறு இனக்குழுக்களுக்குப் பெரும்பாலும் நாடோடிகள் மற்றும் பகுதிக் கால நாடோடிச் சமுதாயங் களின் வாழ்விடமாகத் திகழ்ந்தன. இவர்கள் கால்நடைகள், செம்மறி வெள்ளாடுகள், காட்டெருதுகள், ஒட்டகங்கள் ஆகியவற்றை மேய்த்து வந்தனர். எல்லாவற்றிற்கும் மேலாகப் பொருளாதார மற்றும் ராணுவ ரீதியாக விலைமதிப்பற்ற குதிரைகளை வளர்த்தனர். சிதறிக் கிடக்கும் பாலைவனச் சோலைப் பகுதிகளைத் தவிர அப்பால் உள்ள தெற்குப்

பகுதியின் பல பாலைவனங்கள், குறிப்பாக கோபி பாலைவனமும் டக்லா மக்கானும், மனிதர்கள் வாழ முடியாத இடங்கள் ஆகும். இந்தச் சோலைகளின் வழியாகப் பாயும் நதிகளின் இரு கரைகளிலும் மரங்கள் நின்றன. ஓரளவுக்கு விவசாயம் நடந்தது. சிக்கலான வணிகம் மற்றும் பொருள் பரிமாற்றங்களைச் சார்ந்திருந்த சில அருமையான நகரங்களும் இருந்தன. இவற்றின் அருகில் மலையுச்சிகளில் குகைக் கோயில்கள் பெரும்பாலும் குடைந்து அமைக்கப்பட்டன. ஆரம்பக் கால மத்திய ஆசிய வரலாற்று வரையறைகளுக்குள்ளும் பேரரசுகளின் எல்லைகளில் இருந்து தெற்கு வரைக்கும் ஸ்டெப்பிகளின் விவசாய மேய்ச்சல் சமுதாயங்கள் முக்கியத்துவம் பெற்றிருந்தன.

மத்திய ஆசியாவில் குதிரை முக்கிய விலங்கு என்று கூறலாம். பெரும் தொகையிலான செம்மறி மற்றும் வெள்ளாடுகளை எளிதாக மேய்க்க இவை உதவின. கடிவாளம் இட்டு வில்வீரர்கள் பயன்படுத்தியபோது ஆற்றலின் ஓர் ஆதாரமாக விளங்கின. வண்டிகளையும் தேர்களையும் இழுத்துப் போக்குவரத்துக்கு உதவின. பாலும் இறைச்சியும் வழங்கின. இந்தோ ஆரியன், பழம் ஈரானியன், மீத்தானியன், அலைஅலையாக வந்த துருக்கிய புலம்பெயர்ந்தோர் என்று பிற மத்திய ஆசிய மொழி மக்களால் கையாளப்பட்ட பண்பாடுகளில் சடங்கு வழக்காற்றுக்கும் சமூகத் தகுதி நிலைக்குமான தவிர்க்க இயலாததாக விலங்கு குறியீட்டுச் சடங்கானது மாறியது. மத்திய ஆசியா, ஃபெர்கானா போன்ற பள்ளத்தாக்குகள் முக்கிய தரமான உயர்ந்த ரகக் குதிரை வளர்ப்பு நிலங்களாயின. இவை வணிகத்தில் சீனப் பட்டுக்கு நிகரான விலை உயர்ந்தவையாக இருந்தன. இந்தப் பாதைகளில் இருந்த பெரும் பேரரசுகளின் படைகளுக்குக் குதிரைகள் வழங்கப்பட்டன.

ஆரம்பகால மத்திய ஆசிய வரலாற்று வரையறைகளுக்குள்ளும் பேரரசு களின் எல்லைகளில் இருந்து தெற்கு வரைக்கும் ஸ்டெப்பிப் புல்வெளி களின் விவசாய மேய்ச்சல் சமுதாயங்கள் முக்கியத்துவம் பெற்றிருந்தன. ஈரானிலும், வட இந்தியாவிலும், சீனாவிலும் இருந்த பெரும் நாடுகளின் வரலாற்றுக்கு இடைநிகழ்வானதைவிட அதிகச் செயற்பாங்கானவை என்று நாம் இந்தச் சமுதாயங்களை அங்கீகரிக்க வேண்டும். அவற்றின் தலையீடுகள் இரு வடிவங்களை எடுத்தன: வளமான நகரங்களின் மேல் அவர்கள் நிகழ்த்திய மின்னல் வேகத் தாக்குதல்கள் மற்றும் அந்த நகரங்கள் சில காலம் தடுமாறத்தக்கதாக நடத்தப்பட்ட அதிக அளவிலான கொள்ளை முதலாவதாகும்; அடுத்தது அவர்களுக்குள்ளாக நடத்திய மோதல்களினால் வந்தது. இதனால், மத்திய ஆசியாவில் திரள் புலம் பெயர்வில் வந்து முடிந்தது. இது உள்ளூர் பொருளாதாரத்தைப் பாதித்தது.

ஆனால், பண்பாட்டு வழக்காறுகளின் கலவையை உருவாக்க உதவியது. இன்று நாம் ஒருவேளை மேய்ச்சல் பண்பாடுகளை விளிம்பு நிலைக் குரியனவாக வகைப்படுத்தலாம். ஆனால், நாம் ஒத்துக்கொள்ளத் தயங்கு வதை விடவும் அவை பல வேளைகளில் பெரும் முக்கியத்துவம் வாய்ந் தவை ஆகும்.

மத்திய ஆசியாவின் வரலாற்றில் முக்கியத்துவம் வாய்ந்தவர்கள் நடுவில் ஷியாங்னுவும் அடங்குவர். இவர்கள் நாடோடிக் குலத்தின் ஒரு கூட்டமைப் பினர். இவர்களின் தாய்நிலம் கிழக்கு யூரேசிய ஸ்டெப்பிகள் ஆகும். சீனாவின் வடமேற்கு நுழைவாயில் இருந்த காட்டுமிராண்டிகள் என பல காலம் இவர்கள் கருதப்பட்டனர். ஹான் சீனத்தின் செழிப்பான நகரங் களைத் தொடர்ச்சியாக இவர்கள் வேட்டையாடி வந்தனர். அவர்களிடம் இருந்து தற்காத்துக்கொள்ள கட்டப்பட்ட ஒரு முயற்சியே பெருஞ்சுவர் எனப்படும் ஆடம்பரக் கட்டுமானம். யுயெஷி போன்ற சில குல மரபினர் பிரிந்து சென்றனர். இவ்வாறு உருவானவர்களே குஷாணர்கள். இவர்கள் பேக்ட்ரியாவையும் வடமேற்கு இந்தியாவையும் ஆண்டனர். கி.பி. முதல் ஆயிரமாம் ஆண்டின் நடுவில் ஷியாங்னு முக்கியத்துவம் இழந்ததுபோல் தோன்றுகிறது. அவர்கள் ஹுன் என்பவர்களாக வடிவெடுத்தனர் என்பதே அடுத்து என்ன நடந்தது என்பது பற்றிய கருதுகோள்களுக்குள் அடங்கும். ஷியாங்னுவைத் தொடர்ந்து மத்திய ஆசியாவின் மேற்குப் பகுதியில் சோக்டியன்கள் ஆற்றல் பெற்றுத் திகழ்ந்தனர். இவர்கள் ஈரானியப் பண் பாட்டுக்கும் மிகவும் கிழக்குப் பகுதிகளின் துருக்கியச் சார்புடைய உய்கர்களுக்கும் நெருக்கமான உறவுடையவர்களாக இருந்தனர்.

இந்தப் பேரரசுகளின் மையம் பாலைவனச் சோலைகளாகவும் சிதறிக் கிடந்த பள்ளத்தாக்குகளாகவும் அமைந்தன. மேலும் இவை புல்வெளிநில மக்களுக்கான கொள்ளைகளுக்கும் பிற ஆடம்பரப் பொருட்களுக்கும் ஆதாரங்களாகவும் இருந்தன. சில நேரங்களில் பெரும்பாலும் பட்டு உருட்டுக்கட்டுகள் மற்றும் பிற ஆடம்பரப் பொருட்களான வணிகப் பொருட்களைப் பரிசாக அளிப்பதன் மூலம் இவர்களை நெருங்கவிடாமல் செய்தனர். இவற்றை மேற்காகக் கொண்டுசென்று மூன்றாம் நான்காம் நிலப்பகுதிகளில் வணிகம் செய்ய முடியும். அங்கொருவர் இங்கொருவரு மாக மேய்ப்பர்கள் வணிகர்களின் வேலையில் ஈடுபடுவதற்கு இது வழி கோலியது. எங்கு அவர்கள் இதைச் செய்தனரோ அங்கு அவர்களின் வேலை வேறுபட்டது. ஏனெனில் சில வேளைகளில் குலங்களின் தொடர்புகள் இருந்தன அல்லது உள்ளூர் சுற்றுப்புறச் சூழலில் அவர்களுக்கு இருந்த மேலாதிக்கத்தின் காரணமாகப் பயணிக்கும் வணிகர் குழுக்களுக்குப் பாது காப்பு அளித்தனர் அல்லது வணிகர்கள் சந்தை மையங்களில் நுழையும்

போது கட்டணம் வசூலித்தனர் அல்லது தேவைப்படும்போது இந்த மையங்களைப் பாதுகாத்தனர். சாத்தியமான இடங்களில் எல்லாம் சோக்டியன் மற்றும் உய்கர் வணிகச் சமுதாயங்கள் இவர்களுடன் சுமூக மான உறவுகளைப் பேணிவந்தனர்.

மத்திய ஆசியாவின் மேற்குப் பகுதி வழியாக வணிகர்களோடு மதங் களும் கிழக்குப் பகுதிக்குப் பயணம் செய்தன. முதல் ஆயிரம் ஆண்டுகளில் புத்த மதமும் இரண்டாம் ஆயிரம் ஆண்டுகளில் இஸ்லாமும் இவற்றில் முக்கியமானவை. அதிக அளவிலான பிற மதங்களும் தங்கள் இருப்பை உணர்த்தின. சௌராஸ்ட்ரிய மதத்தையும், கிறிஸ்துவத்தையும் புத்த மதத்தையும் தழுவியதாகக் கருதப்படும் மானேசிய மதமும் இவற்றுடன் தொடர்புடையதே. அறிவுப் புலமை வாய்ந்த வானியலாளர்கள் (நிச்சய மாக சந்தேகமின்றி ஜோதிடர்களும்) மற்றும் கணித அறிஞர்கள், மேலும் மருத்துவ அறிவுடையவர்கள், புத்த பிக்குகளுடனும் முஸ்லீம் முல்லாக் களுடனும், வணிகர்களுடனும் பயணம் செய்து சீனாவிலும் பிற்காலத்தில் மத்திய ஆசியாவின் மையங்களிலும் தங்கள் அறிவைப் பரிமாற்றம் செய்தனர்.

இத்தகைய மாறுபட்ட சுற்றுச்சூழல் மண்டலங்களை, குறிப்பாகப் பெரும் அளவிலான மேய்ப்பர்களை ஆதரித்த மண்டலங்களுக்கும் வணிகத்தில் ஆதரவு அமைப்பாகச் செயல்பட்ட நகர்ப்புற மையங்களுக்கும் இடையில், சமநிலைப்படுத்த வேண்டியிருந்தது. இந்தச் சமநிலைப் படுத்தலில் மேய்ச்சலுக்காகக் கால்நடைகளின் பருவகால இடமாற்றமும் சிறிது அளவு மேய்ச்சல் சமூக முறையும் முக்கியமானவைகளாக இருந்தன. ஆனால், இந்தச் சூழ்நிலை பின்னர் பெரும் வணிக நகரங்களாக வளர்ச்சிபெற்ற வணிக மற்றும் பரிமாற்ற மையங்களின் வளர்ச்சியோடு சேர்ந்து மாறியது. பயிர்த்தாளை மந்தைகள் உண்ணுவதால் வயல்கள் உரத்தைப் பெறுகின்றன. இவ்விதம் மேய்ச்சல் சமூக முறையும் விவசாயமும் ஒன்றுக்கொன்று பெரும்பாலும் இணங்கிவாழும் இயல்பு கொண்டவை. மேய்ச்சல் சமூக முறையும் விவசாயமும் அருகருகே இருந்த சில வரையறுக்கப்பட்ட இடங்களிலேயே இந்த இணங்கி வாழும் இயல்பு நடைமுறையில் இருந்தது. ஆனால், இது நகரமயமாக்கலுக்கு இடமளிக்கவில்லை. ஸ்டெப்பிகளில் வாழ்ந்த நாடோடிகள் அடிக்கடி புலம்பெயர்தலால் பாலைவனச் சோலை நகர மக்களோடு முரண் பாட்டுக்கு வழிவகுத்தது. இதற்காக அடிக்கடி சமாதானம் செய்ய வேண்டிய நிலை ஏற்பட்டது. புதிய மேய்ச்சல் நிலங்களைத் தேடியே இந்தப் புலம்பெயர்வு நடைபெற்றதால் இந்த இடங்கள் ஏற்கெனவே ஆக்கிரமிக்கப்பட்டிருந்தால் அதனால் சண்டைகள் ஏற்படும். அல்லது,

நாடோடிக் குழுக்களிடையே பிளவுகள் ஏற்பட்டாலும் அவற்றில் ஒன்று புலம்பெயரக் கூடும். இதன் விளைவாகப் பலவகையான உறவுகள் உருவாகும். இவை ஆரம்பத்தில் முரண்பட்டவைகளாக இருந்தாலும் இறுதியில் சம்பந்தப்பட்ட குழுக்களின் வாழ்க்கை முறையை வளப் படுத்தலாம்.

காகக்கூடுகள்போல் இருந்த இந்த வழிகள் யூரேசியா எங்கும் பரந்தன. கி.பி. முதல் ஆயிரம் ஆண்டுகள் கடல்சார் வணிகம் எழுச்சிப் பெற்றுவந்த காலகட்டம் என்பதை நினைவில் வைத்துக்கொள்ளுவது நல்லது. இந்தியப் பெருங்கடல் கரையோரப் பகுதிகளின் இத்தகைய நிலப்பகுதிகளை இணைத்தது. அரபிக் கடலில் அரபு வணிகர்கள் சுறுசுறுப்பாகச் செயல்பட்டனர். இந்திய வணிகர்கள் வங்காள விரிகுடாவில் இருந்து தென்கிழக்கு ஆசியாவின் முக்கிய நிலப்பகுதிகளிலும் தீவுகளிலும் முன்முயற்சிகளை மேற்கொண்டனர். சீன வணிகர்கள் ஆரம்பத்தில் தங்களது தெற்குப் பகுதியில் மட்டுமே செயல்பட்டனர். இவ்விரு பகுதிகளிலும் புதிய மற்றும் தீவிர விளைவுகளை உருவாக்கும் மதங்களைப் பிரச்சாரம் செய்ய புத்த, இந்து மதங்களுக்கும் தொடர்ந்து இஸ்லாம் மதத்துக்கும் சமயக் குழுக்கள் இருந்தன. மத்திய ஆசியாவில் புத்த மதம் தனிவல்லாண்மை கொண்டு விளங்கியது. இங்கு இந்து மதம் மங்கும் நிலையில் இருந்தது. சில வேளைகளில் இது நடை பெற்றிருந்தாலும் இது ஓர் எளிய செயல்முறையாக இருக்கவில்லை. இந்தப் பகுதிகளில் ஏற்கெனவே வேறு மதங்கள் இருந்தன. எழுந்தவை புதியவைகளாக இருந்தபோதிலும் மூலவடிவங்கள் மற்றும் அவற்றோடு தொடர்புடைய நிறுவனங்களில் இருந்து மாறுபட்டவை அல்ல. மத போதகர்கள் அறியாத பகுதிகளில் பயணித்தும் அதேபோல் பழக்கமற்ற மொழிகள் வழி ஊடாடியும் போதனை செய்தனர்.

எடுத்துக்காட்டாக, பல பிரதிகளைக் கொண்ட மகாயான புத்த மதம், முந்தைய ஹீனயான போதனைகளையும் புத்தரும் அவரது சீடர்களும் போதித்த ஆதி புத்த மதத்தையும்விட வேறுபட்ட அம்சங்களைக் கொண்டு பரிணமித்தது. இது ஒவ்வொரு மத வரலாற்றிலும் தவிர்க்க முடியாததே. அடிப்படைக் கற்பிதங்கள் ஒன்றுபோல் இருக்கும். ஆனால், சில கருத்துருக்களும் வழிபாட்டுத் தொழுகை முறைமைகளும் உள்ளூர்த் தேவைக்கு ஏற்பத் தழுவிக்கொண்டவைகளாக இருக்கும். வட மேற்கு இந்தியாவில் பரிணமித்ததைத் தொடர்ந்து மகாயான புத்த மதம் சில வழிகளில் அது பரவிய பகுதிகளின் பண்பாடு, சமூக நெறிமுறைகள் மற்றும் கொள்கைகளின் எதிர்வினையாகவே அமைந்தது என்று சிலர் வாதம் செய்யலாம். தோன்றிய இடங்களில் இருந்து இடம்பெயரும்

மதங்களைப் பொறுத்தவரையில் குறிப்பாக இது உண்மையே. மகாயான புத்த மதத்தின் எழுச்சி ஓர் ஆயிரம் ஆண்டுகள் நிலைத்தது. அதன் பின்னரே இஸ்லாம் அதை மெதுவாக மேற்கொண்டது. அச்சமயத்தில் புத்த மதம் சீனாவிலும் அதன் கிழக்கு நாடுகளிலும் நிலைகொண்டது. பரிணமித்த ஸூஃபி இஸ்லாமின் போதனைகள் அரேபியர்களின் மூல இஸ்லாமில் இருந்து அறியத்தக்க வகையில் வேறுபட்டன. அதன் ஈரான் மற்றும் மத்திய ஆசிய மையங்களில் இருந்து இந்தியத் துணைக்கண்டத்துக்கு வெற்றிகரமாகத் தன் போதனைகளைக் கொண்டுவந்தது; மத்திய ஆசியா, ஈரான் மற்றும் இந்தியாவில் வடிவெடுத்த பலவகையான இஸ்லாம் களுக்குக் கணிசமாகப் பங்களித்தது.

மத்திய ஆசியாவில் இருந்து வெளிப்பட்ட ஸூஃபி போதனைகள், இப்பகுதியில் அவற்றிற்கு முன்னரே மத்திய ஆசியாவில் நிலவி வந்த முந்தைய ஷாமன் மதம் மேலும் மகாயானப் புத்த மத இழைகள் கொண்டு எந்த அளவுக்கு உருப்பதிப்பு பெற்றிருந்தன என்பது ஒரு வேளை ஆராயப்பட வேண்டிய கேள்வியாக இருக்கும். மத்திய ஆசியாவில் இருந்து பயணம் செய்து வந்த ஸூஃபி போதகர்கள், தங்கள் தாய்நாட்டில் முன்னர் விளங்கி வந்த ஒரு மதமான புத்த மத நாடான இந்தியாவுக்குள் நுழைந்தனர். இதன் பிரதிபலிப்பு அவர்களது போதனை மற்றும் கலை களில் இருக்கிறதா என்பது ஒருவரால் கேட்கப்படக்கூடிய கேள்வியாகும்.

வணிகம்

‘செயிடென்ஸ்ட்ராஸென்’ அல்லது ‘பட்டுப் பாதை’ (பட்டு வணிகப் பாதை) என்பது 1877ஆம் ஆண்டு ஜெர்மானிய நிலவியலாளரான ஃபெர்டினேண்ட் வான் ரிச்ட்ஹோபனால் உருவாக்கப்பட்ட சொல் ஆகும். இது நன்கு வரையறுக்கப்பட்ட வழித்தடமாகப் பார்க்கப்பட்டது. சீனாவில் ஒரு புள்ளியில் தொடங்கி லேவந்தில் ஒரு வரையறுக்கப் பட்ட புள்ளியில் முடியும்வரை தொடர்ந்து வந்தது. சீன மற்றும் மத்திய தரைக்கடல் வணிகர்கள் பொருட்களை ஒரு முனையில் இருந்து மறு முனைவரை கொண்டுவந்தார்கள் என்பதை இது குறிக்கிறது. மாறாக, இது ஒரு சிக்கல் நிறைந்த வழிகளின் வலைப்பின்னல். சில நிலப் பகுதிகளில் தெளிவாகப் பிரிந்து குறிப்பிட்ட புள்ளிகளில் சந்திக்கும். இந்த நிலப் பிரிவுகள் உள்ளூர் சமுதாயங்களின் கட்டுப்பாட்டில் இருக்கும். இவ்வாறு சீனர்கள் அருகில் இருந்த உய்கர்களுடனும் அதற்கு அப்பால் இருந்த சோக்டியன்களுடனும், அவர்கள் ஆக்சஸ் பகுதி, ஆப்கானிஸ் தானம், காந்தாரம், அதையடுத்து மேற்கிலும், பின்னர் கிழக்கு மத்திய தரைக்கடல் வணிகர்களுடனும் வியாபாரம் செய்தனர். எடுத்துக்காட்டாக,

பட்டு இந்த வலைப்பின்னல் வழியாகப் பயணம் செய்து, பல சமுதாயங்களின் கைகள் மாறி, அவற்றில் சில ரோமப் பேரரசுக்குள்ளும் பைசாண்டிய மையங்களுக்கும் வந்துசேர்ந்தது. அதுபோல, பேக்ட்ரியா மற்றும் மத்திய ஆசியாவில் இருந்து குதிரைகள் வட இந்திய சமநிலங்களுக்குக் கொண்டு வரப்பட்டு சீனா சென்றடைந்தன.

இந்த வழித்தடத்தின் நிலப்பகுதிகளோடு இணைந்திருந்த வணிகத்துக்கும் பல்வேறு சமுதாயங்களின் புலம்பெயர்தலுக்கும் ஒரு நிலவியல் சட்டகத்தை வழித்தடம் என்ற கருத்து அளித்திருக்கலாம். ஒரு சங்கிலிக் கோர்ப்பு வடிவமைப்புபோல், கோர்ப்பு என்பது இந்தப் பாதையின் சிறு இணைப்புக்கூறு ஆகும். மேலும் பல்வேறு திசைகளில் இருந்து வரும் பொருட்களுக்கு ஒரு பரிமாற்றப் புள்ளியை அளித்தது. வணிகப் பொருள் அதிகமாக ஒன்றாகத்தான் இருக்கும். எடுத்துக்காட்டாக, கிழக்கில் இருந்து மேற்காக செல்லும் பட்டு மற்றும் எதிர்மாறான திசையில் செல்லும் குதிரைகள். ஆனால், ஒவ்வொரு நிலப்பகுதியின் உள்ளூர் வணிகரைப் பொறுத்தவரையில் பண்டங்கள் மாறலாம். ஒரு குறிப்பிட்ட வணிகப் பொருளை ஒரே குழுவோ அல்லது வணிகர்களின் குழுவோ அல்லது ஒரே சமுதாயத்தைச் சேர்ந்தவர்களோ மத்திய ஆசியாவில் இருந்து கீழ் மத்திய தரைக்கடல்வரை செல்லும் முழுப் பாதையிலும் கொண்டு செல்லவில்லை. லாபம் பரவலாக விநியோகிக்கப்பட்டதே இந்த வகையான வணிகத்தின் சாதகமாக இருந்தது.

இந்தப் பரிமாற்றத்தில் உள்ளடங்கி இருந்த செயல்முறை ஒரே சீரானதாக இருந்திருக்க வேண்டும் என்ற அவசியமில்லை. மற்றும் அது ஓர் அளவுக்கு மாறி இருக்கலாம். எளிய பண்டமாற்றில் இருந்து பரிசுப் பரிமாற்றம், பட்டு உருளை போன்ற ஒரு மதிப்புகூடிய பொருளைப் பயன்படுத்திப் பரிமாற்றம் செய்தல், சந்தையில் பணப் பரிவர்த்தனை போன்ற பலவகையாக இவை நிகழ்ந்தன. பரிசுப் பரிமாற்ற அமைப்பில் ஆரம்பக் கட்டத்தில் பட்டு உருளைகள்தான் அலகுகளாக இருந்தன என்று ஒரு வாதம் உண்டு. பின்னர் இது பிற பொருட்களுக்கும் விரிவடைந்தன. பரிமாற்றங்களைப் பாதுகாத்து வந்த மத்திய ஆசிய சமுதாயங்களுடன் பேச்சுவார்த்தை நடத்துவதில் சீன அதிகார மையங்கள் என்பன அவர்களே வணிகர்கள் ஆகும் காலகட்டம் வரையிலும் ஈடுபட்டிருக்கலாம். சரியாகச் சொல்லப்போனால், பொருள் மதிப்புடைய மூலப்பொருட்கள் ஒரு மடத்துக்குக் கொடையளிக்கப்பட்டன. இதற்குப் பிரதிபலனாக மடத்தின் நிர்வாகம் கொடையாளிக்கு ஆசியும் அந்தஸ்தும் வழங்கியது. நீண்ட தூர வணிகத்தில் மடங்கள் ஒரு சிக்கலான ஆனால், முக்கியமான பங்கை வகித்தன. இதற்கு இணையாகப் பண்டமாற்றில் இருந்து எழுந்த அமைப்பு

விளங்கியது. இதில் அதிகாரத்தில் உள்ள ஒரு நபருக்கு அத்தகைய ஒரு பருப்பொருள் பரிசாக அளிக்கப்பட்டது. இது ஒரு மத நிறுவனமாக இருக்க வேண்டிய அவசியமில்லை. இதற்கு ஈடாகப் பரிசு அளித்த நபருக்கு அந்தஸ்தும் சலுகைகளும் அளிக்கப்பட்டன. எல்லைப்புற நகரங்களைக் கொள்ளையடிக்காமல் இருக்க நாடோடிகளுக்குச் சீன எல்லைப்புற அதிகாரிகள் பட்டு உருளைகளை அளித்தார்கள் என்று கூறப்படுகிறது. இந்த நாடோடிகள் மேற்குக்கும் அப்பால் இவற்றைக் கொடுத்து சீனர் களுக்குப் பிடித்த அல்லது தேவையான பொருட்களைப் பரிமாற்றம் செய்திருக்கலாம். நாளடைவில் சந்தைகள், வணிகர்கள் மற்றும் தரகர் களை உள்ளடக்கிய ஒரு தொடர் வணிகமாக மாறி இருக்கலாம். நாடோடிகள் இந்தப் பரிமாற்றத்தில் துரிதமாகக் கால்பதித்திருக்கலாம் என யூகிக்கலாம். மடங்களால் பெறப்பட்ட ஆடம்பரப் பொருட்கள் வணிகப் பரிமாற்றங்களுக்கு அல்லது வழிபாட்டுத் தொழுகை நடந்த மடத்தின் கோயில்களை அலங்கரிக்கப் பயன்படுத்தப்பட்டிருக்கலாம்.

வணிகம் செய்யப்பட்ட பொருள் உருப்படிகள் தேவையைச் சார்ந்தே இருந்தன. சில உருப்படிகளின் மதிப்பில் ஏற்ற இறக்கம் இருந்திருக்கக் கூடும். விலை மதிப்பு அதிகம் உள்ள உருப்படிகளின் விலை அதிகம் இல்லாத காலகட்டத்தில் பட்டுப் பாதையின் நிலப்பகுப்பு வெளிப் படையாகத் தெரிந்தது. பல்வேறு நிலப்பகுதிகளின் அரசியல் மற்றும் பொருளியல் மாற்றங்கள் வணிகத்தைப் பாதித்தன. எடுத்துக்காட்டாக, பார்த்தினியர்கள் மத்திய தரைக்கடலில் ஆக்சஸில் இருந்து பால்மைரா வரை பாதையைத் தடுத்தபோது சீனப் பட்டு கிடைப்பது அரிதாயிற்று. ஷியாங்னு அல்லது ஹூன்ஸின் தாக்குதல் அச்சம் இது போன்றதொரு விளைவை ஏற்படுத்திற்று. நாடோடிக் கும்பலின் தாக்குதலைத் தடுக்கவே சீனப் பெருஞ்சுவர் குவின் ஷி ஹுவாங்கால் கட்டப்பட்டது என்றும் கூறப்படுகிறது. இது அடிக்கடி கூறப்படும் ஒரு கூற்றானாலும் இதன் உண்மைத்தன்மை விவாதத்துக்கு உரியதுதான். பெருஞ்சுவரின் இரு புறத்திலும் இருந்தவர்களுக்கு இடையில் நிலவிய சிக்கலான இராஜதந்திர உறவுகளையும் ஒருவர் கவனிக்காமல் இருக்க முடியாது. ஒருவேளை நாடோடிகள் பொருட்களைக் கொள்ளை அடிக்காமல் இருப்பதற்காகக் கட்டப்பட்டிருக்கலாம். பட்டு உருளைகள் பரிமாற்ற மையங்களை அடை வதற்கு முன் கொள்ளையடிக்கப்பட்டால் விற்பதற்கு ஒன்றுமே இல்லாமல் போய்விடும். புல்நில மக்களைத் தடுக்கும் முயற்சிகளுக்குக் காரணம், அவர்கள் புது மேய்ச்சல் நிலங்களைத் தேடி சீனப் பேரரசின் பகுதி களாக இருந்த நிலங்களுக்குள் வந்துவிடக் கூடாது என்பதை உறுதிப் படுத்துவதற்கும்தான். மக்களை உள்ளுக்குள் வைப்பதற்கும் சேர்த்துதான்

சுவர் கட்டப்பட்டது என்பதையும் நாம் மறந்துவிடக் கூடாது. இந்தப் பல வலைப்பின்னல்கள் பல்வேறு பண்பாடுகளைத் தொட்டன. புதிய பழக்கவழக்கங்கள் மற்றும் நம்பிக்கைகளை அறிமுகப்படுத்துவதற்கு இது வழிகோலியது. மேலும் இன்று நாம் அழைக்கும் நாகரிகங்களின் தோற்றத்துக்கு வினையூக்கிகளாகச் செயல்பட்டன.

குடியேற்றங்களுக்கு முற்பட்ட காலத்தில் நான் முன்னர் குறிப்பிட்ட சங்கிலிக் கோர்ப்பு வழித்தடம் என்பது பரவலாக இருந்த ஒன்றாகும். A பிரதேசத்தில் உள்ள வணிகர் ஒருவர் B பகுதி வணிகரிடம் பொருட்களைப் பரிமாற்றம் செய்வார். பின்னர் இவர் இவற்றில் சிலவற்றையும் சிலவற்றைக் குறைத்தும் சிலவற்றைச் சேர்த்தும் C பிரதேச வணிகர்களிடம் பரிமாற்றம் செய்வார். இது இவ்வாறு கணிசமான தொலைவிற்கு நடைபெறும். ஆகவே, பொருட்கள் நீண்ட தூரத்துக்குச் செல்லும், ஆனால், உள்ளூர் வியாபாரிகள் மூலம்தான். இதில் அவர்களும் பயன் அடைவார்கள். வணிகத்தின் ஒட்டுமொத்த நகர்வும் இவர்களைச் சார்ந்தே இருந்தது. சீனர்கள் பட்டை உற்பத்திசெய்தனர். ஆனால், அதன் வணிகம் சீனர்கள் அல்லாதவர்களிடம் இருந்தது. இதுபோல்தான் குதிரை வியாபாரமும். ஆரம்பப் பரிமாற்றத்திற்குப் பின்னர் அது சோக்டியர் அல்லாதவர்கள் கையில் இருந்தது. சங்கிலிக் கோர்ப்பு என்பது ஒன்றுக்கொன்று உறுதியாக இணைந்த பிணைப்பு வட்டங்களின் தொடர்ச்சியாகும் இது உற்பத்திப் பொருள் மற்றும் தேவைகள் தீர்மானிக்கும் திசையில் செல்லும். மங்கோலியர்களின் எழுச்சியோடும் இப்பகுதிக்கு அதைத் தொடர்ந்து வந்த ரஷ்யர்கள் மற்றும் பிற அதிகாரங்களினாலும் இந்தப் பிணைப்பு வட்டங்கள் உடைந்தன.

மத்திய சீனாவை ஹெக்சி, கன்சு இடைவழி வழியாகக் கிழக்கு, மத்திய ஆசியாவுடன் இணைக்கும் முக்கியப் புள்ளியாக டன்ஹுவாங் இருந்தது. வெளியேறுவதற்கும் உள்நுழைவதற்கும் ஒரு முக்கிய இடமாக இந்த வழித்தடம் திகழ்ந்தது. மேற்கு முனையில், கோட்டன், யார்க்கண்ட், காந்தாரம் ஆகியவை இதே போன்று உதவின. மன்சேராவிலும் ஷாபாஸ்கர்கியிலும் இருக்கும் அசோகனின் அரசாணைகள் இதற்கு ஒரு சான்றாக விளங்குகின்றன. ஆறாம் நூற்றாண்டின் நடுப்பகுதியில் இருந்து இந்தப் பாதையில் காரகோரமும் இந்துகுஷ்ஷும் இணைந்திருந்தன. பாமியன் மையமாகத் திகழ்ந்தது. வணிகர்களும் புத்தத் துறவிகளும்தான் இந்தப் பாதைகளை அதிகமாகப் பயன்படுத்தினர் என்று தெளிவாகத் தெரிகிறது. பிறர் குறைவாகப் பயன்படுத்தினர். இவர்கள் பிற மதங்களைப் பரப்பியும் பிற வணிகப்பொருள் உருப்படிகளைக் கொண்டும் சென்றனர்.

மதங்களின் பட்டியல் மிகப் பெரியது. மந்திரம் மற்றும் பரவச நிலை மதமான ஷாமனிசம் ஆரம்பக் கட்டத்தில் கடைப்பிடிக்கப்பட்டது. சீனாவில் இருந்து தோன்றிய தாவோயிசம் மற்றும் கன்பியூசியனிசம் ஆகிய மதங்களுடனான கலவைகள் ஓரளவுக்கு மேலும் வளர்ந்தன. ஆரம்பக் கால ஷாமனிசம் மற்றும் பான் மதங்கள் வட இந்தியாவிலும் இமாலயப் பகுதிகளிலும் அறியப்பட்டவைதான். தொடர்ந்து புத்த மதமும் சைவ மதத்தின் சில பிரிவுகளும் இந்தியாவில் இருந்து வந்தன. ஆனால், சைவம் நிலைத்திருக்கவில்லை. மானிக்கீசம், சௌராஷ்ட்ர மதம், நெஸ்டீரிய கிறிஸ்தவமதம் ஆகியவையும் இருந்தன. ஆனால், பின்பற்றுபவர்கள் குறைவாகவே இருந்தனர். இஸ்லாம் வருவதற்கு முன்னர் இவை எல்லாம் இருந்தன.

கி.மு. இரண்டாம் நூற்றாண்டில் மத்திய ஆசியாவில் சீனாவுக்கு இருந்த நாட்டம் அறியப்பட்டது. அப்போதில் இருந்து வடமேற்குச் சீனாவின் நகரங்களை ஸ்டெப்பி நாடோடிகள் தாக்குவதைத் தடுக்கும் குறிப்புகள் காணப்படுகின்றன. க்யூன் சாம்ராஜ்யத்தின் வடமேற்கு எல்லைப் பகுதிகள் ஷியாங்னு மேய்ச்சல்காரரின் மேய்ச்சல் நிலங்களுக்கு அருகில் அவர் களுக்குரிய மாபெரும் மந்தைகளுடன் இருந்தன இந்த நாடோடிகளைத் தடுக்க பெருஞ்சுவரைக் கட்டியதோடு மட்டுமல்லாமல் கி.மு. 111இல் நாடோடிகளைக் கட்டுப்படுத்த டன்ஹுவாங் பாலைவனப் பசுஞ் சோலையில் ஒரு பாதுகாப்பு அரணும் கன்சு வழித்தடத்தைக் கட்டுப்படுத்த வரிசையான கோட்டைகளும் அமைக்கப்பட்டன. மேற்கு பாலைவனச் சோலை நகரங்களிலும் பாதுகாப்பு அரண்கள் அமைக்கப்பட்டன. இவற்றில் சில வணிக மையங்களாக வளர்ந்தன. பாலைவனச் சோலை நகரங்களைக் கொள்ளையடிப்பதைத் தடுக்க முந்திய காலங்களில் ஷியாங்னுக்களுக்குப் பட்டு உருளைகள் கொடுத்ததில் இருந்து பரிமாற்றங்கள் உருவாகி இருக்கலாம். இவர்கள் மேற்குக்கு அப்பால் பட்டு விற்பனையாளர்களிடம் இந்த உருளைகளைப் பரிமாற்றலாம் என்பதை அறிந்திருக்கலாம். இந்தக் காலகட்டத்தில் அது தங்களுக்குள் சில வேளைகளில் மோதிக்கொள்ளும் நாடோடிகளால் சூழப்பட்ட குடியமர்வுகள் அற்ற இடமாகும்.

நாடோடி மந்தை மேய்ப்பாளர்களும் குதிரை வளர்ப்பவர்களுமான ஷியாங்னுவுக்கும் யுயெஷிகளுக்கும் ஒரு சண்டை நிகழ்ந்தது. இதனால் பின்னவர்கள் டன்ஹுவாங் பகுதியில் இருந்து புலம்பெயர்ந்து மேற்கில் குடிபுகுந்தனர். அவர்கள் வணிகத்தில் பங்குவகிக்கத் தொடங்கினர். அவர் களுள் சிலர் வெற்றியும் அடைந்தனர். குஷாணர்கள் யுயெஷிகளின் ஒரு கிளையினர் ஆவர். இவர்கள் ஆக்சஸ் சமநிலத்தையும் வடமேற்கு இந்தியாவையும் தங்கள் கட்டுப்பாட்டில் வைத்திருந்தனர். மத்திய

ஆசியாவில் இருந்து புலம்பெயர்ந்து வந்து மேலை சிந்து பகுதியில் குடியேறியவர்களிடையே வடமேற்கு இந்தியா பிரசித்தம் பெற்றிருந்தது. ஆரிய மொழி பேசுவோர் முதலாமவர்கள். அவர்களைத் தொடர்ந்து சாகர்கள்/ஸ்கித்தியர்கள் அதன் பின்னர் குஷாணர்கள்/துருஸ்கர்கள் வந்தனர் என்று ராஜதரங்கினி (அரசர்களின் ஆறு) எழுதிய கலஹனா கூறுகிறார். மௌரியர்களுக்குப் பின்வந்த குஷாணர்களின் ஆட்சி இந்தப் பகுதியைத் திறந்துவைத்தது. வணிகம் மெதுவாக நகர்ந்து கோட்டன், குச்சா, டர்ஃபன் மற்றும் டன்ஹுவாங்கிற்கும்கூடச் சென்றது.

மத்திய ஆசிய நிகழ்வுகளில் குஷாணர்களின் அரசியல் வேர் கொண்டது. இந்தியாவுக்கும் சீனாவுக்கும் இடையிலான (மதச்சார்பு) உரையாடலை ஊக்குவித்ததில் புத்த மதத்தை ஆதரித்த குஷாணர்கள் முக்கியமானவர்கள் என்று கூறப்படுகிறது. குஷாணர்களின் சாம்ராஜ்யம் டிரான்ஸாக்சியானாவில் இருந்து வட இந்தியாவரை பரவிக் கிடந்தமையை சுர்க் கோட்டலில் ஒன்றும் மதுராவில் இருந்த மற்றொன்றுமான இரு பெரும் (விகாரை) கோயில்கள் குறிப்பாக உணர்த்துகின்றன. புத்த மதம் சீன மதமாக மாறும் முன் சீனாவில் புத்த மதத்துக்கு ஒரு மதிப்பை அளித்தது இதுவா? காந்தாரத்துக்கு அப்பால் இருந்த வட இந்தியாவை தங்கள் பேரரசின் விளிம்பில் இருக்கும் தெற்கு நீட்சி அல்லது தங்கள் பேரரசின் தெற்குப் பகுதியின் குவிமையம் என்று நோக்கிய மத்திய ஆசியாவின் அரசபரம்பரையா குஷாணர்கள்?

நன்கு அறிமுகமான ஆட்சியதிகாரம் ஒரு பகுதியில் நீண்டு பரவி இருப்பது என்பதற்கு அர்த்தம் என்னவென்றால் விரிவடையும் தொடர்புகள், விரிவான வகைவடிவப் பரிமாற்றங்கள், தவிர்க்க முடியாத வகையில் நிலவும் கலவையான நம்பிக்கை முறைமைகள் என்பவை ஆகும். ஆப்கானிஸ்தானம், காந்தாரம், மற்றும் ஸ்வாத்தில் புத்த மதம் பரிணாம வளர்ச்சி பெற்றுப் பரவியமைக்கு, உள்ளூர்ப் பகுதியில் வாழ்ந்த கலப்பு இன மக்களுக்கும், மத்திய ஆசியாவில் வசித்தவர்களுக்கும் இவர்களுடன் சமரசம் செய்துகொண்ட புதிய மதப் பின்பற்றாளர்களுக்கும் வகிபாகப் பங்கு இருந்தது. அப்பகுதியில் அது நெருக்கமாகப் பிணைக்கப்பட்ட இணைப்பாக மாறியது. அது புத்தரின் உண்மையான மூல உபதேசங்களைக் கொண்டதாகக் கூறினாலும் சில விலகல்களையும் பதிவு செய்துள்ளது. கனிஷ்கரால் கூட்டப்பட்ட நான்காம் புத்த மதப் பேரவை, அதைப் பற்றிய தெளிவின்மைகள் இருந்தாலும், அது ஒருவேளை இந்த விலகல்களை ஏற்றுச் சரிசெய்திருக்கலாம். மிகவும் பரந்துபட்ட அளவில் உள்ள ஒரு மதத்தில் இத்தகைய விலகல்களும் அதன் விளைவாக ஏற்படும் மாற்றங்களும் பொதுவாக நடைபெறுவனவே.

தடுப்பு (அரண்)கள் என நாம் நினைக்கும் மலைகள் உண்மையில் அவ்வாறு இல்லை. தேவை ஏற்படும்போது பயன்படுத்திக்கொள்ள, பள்ளத்தாக்குகளும் கணவாய்களும் ஓர் இயற்கையான பாதையை வழங்கின. (இதற்கு ஒரு சிறந்த எடுத்துக்காட்டு வருமாறு: சமீப காலங் களில் காரகோரம் நெடுஞ்சாலை திட்டமிடப்பட்டபோது, கி.பி. முதல் ஆயிரம் ஆண்டுகளில் கில்கித் மற்றும் அதைச் சுற்றியுள்ள பகுதியின் வழியாக மத்திய ஆசியாவுக்கு ஏற்கெனவே அது ஒரு முக்கிய வழியாக விளங்கியது என்பது தெரியவந்தது). உதாரணமாக, கோட்டன் பேரரசு வெகுதூரத்தில் இருந்ததாக காணப்படுகிறது. ஆனால், அதைக் கொஞ்ச காலம் தங்கள் கட்டுப்பாட்டுக்குள் வைத்திருந்த ஈரானியர்களுடனும் பின்னர் இந்தியர்களுடனும் அதற்கு நெருங்கிய தொடர்புகள் இருந்தன. அசோக மௌரியர் அப்பகுதிக்குச் சென்று பேரரசை நிறுவினார் என்பது கோட்டனில் நிலவும் புராணம் ஆகும். பெரும்பாலும் இது நடை பெற்றிருக்க வாய்ப்பில்லை. கடந்தகாலத்தில் புகழ்பெற்ற ஓர் அரசனோடு கூறப்படும் தொடர்பு நிச்சயமாக அந்தப் பேரரசின் மதிப்புநிலையை உயர்த்தியது. அரசர்களில் ஒருவர் வட இந்தியப் பேரரசுகளில் புகழ்பெற்ற கோட்டனா - மகாராய - ராயாதிராயா என்ற பட்டப்பெயரைச் சூட்டிக் கொண்டார்.

டன்ஹுவாங் குகையில் இருந்து கிடைத்த சுவடிகளில் இரண்டில் ராம கதைகள் உள்ளன. இவை எல்லாம் இன்பமயமாகவே முடிகின்றன. இது அவர்களின் கைகள் வழியாகப் பரிமாறப்பட்ட ஒரே ஒரு பொருள் மட்டும் அல்ல. தொன்மங்கள், கதைகள், சுருள் சுவடிகள், ஓவியங்கள், காந்தாரத்தின் சிற்பங்கள் ஆகியவை ஷின்ஜியாங் மற்றும் சோக்டியாவில் இருந்து அவர் களுக்கு வந்தபொருட்கள். கோட்டன் ஒன்றும் இறுதி இடம் இல்லை. காந்தாராவில் இருந்து வந்த சில மக்கள் அதற்கும் அப்பால் கிழக்கே நியாவரையிலும் சென்றனர். அவர்கள் கரோஷ்தி எழுத்து முறையைப் பயன்படுத்தியவர்களாக அறியப்படுகின்றனர்.

பல்வேறு இனமக்கள், பொருட்கள், எழுத்து வரிவடிவங்கள், மதங்கள், மற்றும் வணிக முறைகள் ஆகியவற்றின் கலவை (நிகழ்வு) என்பது முதல் ஆயிரமாம் ஆண்டுகளின் பிற்பகுதியில் இருந்து இரண்டாம் ஆயிரமாம் ஆண்டுகளுக்குள்ளும் தொடர்ந்தது. பேரரசப் பரம்பரைக் கட்டுப்பாட்டு ஆட்சியதிகாரங்கள் சிற்றரசுகளின் எழுச்சி மற்றும் வீழ்ச்சியுடன் இணைந்து பின்னப்பட்டுள்ளன. பதிமூன்றாம் நூற்றாண்டில் யூரேசியாவின் சில பகுதிகளைக் கைப்பற்றி இருந்த மங்கோலியர் செழிப்பான நகரங்களைப் பிடிக்கப் படையெடுத்ததே அடுத்த பெரிய படையெடுப்பு எனலாம். அவர்கள் அரசியல் ரீதியாக அஞ்சப்படத்தக்கவர்களாக விளங்கினர்.

மங்கோலிய அரசர்கள் என்றால் அது செங்கிஸ்கான்தான் என்று வரலாற்றில் பதிவாகிவிட்டது. இரு நூற்றாண்டுகளுக்கு மங்கோலியர்களின் அரசியல் செல்வாக்கு நீடித்தது. ஆனால், பண்பாட்டு வடிவங்களின் மரபானது, கட்டடக் கலையில் தொடர்ந்து இருந்ததுபோல, மாபெரும் ஆற்றலோடு அதன் முத்திரையாகத் திகழ்ந்தது. பதினான்காம் நூற்றாண்டில் ஐரோப் பாவில் பரவிய கறுப்பு மரணம் என்னும் கொள்ளை நோய் இந்தத் தொடர்புகள் மூலமாகத்தான் வந்தது என்று கருதப்படுகிறது. இதன் மூலம் ஒரு வகையான ஈக்களும் நுண்கிருமிகளும் ஐரோப்பாவிற்குள் வந்தன. இவை ஏற்கெனவே அங்கிருந்த வகைகளில் இருந்து வேறுபட்டவை ஆகும். பதினைந்தாம் நூற்றாண்டு வாக்கில் மங்கோலியர்களின் அதிகாரம் படிப்படியாகத் தேய்ந்துவந்தது. அதுபோன்றே மத்திய ஆசிய வணி கத்தின் மூலம் கிடைத்த வருமானங்களும். ஓட்டமன் பேரரசு இந்த வழித்தடங்களை மூடியதோடு இது முற்றிலுமாக நின்றுபோனது.

டன்ஹுவாங்

மோகாவ் குகைகள் அல்லது குயான்ஃபோடாங் ‘ஆயிரம் புத்தர்களின் குகைகள்’ எனவும் அழைக்கப்படுகின்றன. ஏனெனில், சில குகைகளின் சுவர்களிலும் கூரைகளிலும் நூற்றுக் கணக்கான புத்தரின் ஓவியங்கள் தொடர்ந்து தீட்டப்பட்டுள்ளன. இவை கோபி பாலைவனத்தின் விளிம்பில் இருக்கும் பாலைவனச் சோலை நகரான டன்ஹுவாங்கில் இருந்து சற்று தூரத்தில் வளாகம்போல அமைந்துள்ளன. இப்பகுதி பாடும் மணல் களின் நிலம் என அழைக்கப்படுகிறது. பல திசைகளில் இருந்தும் காற்று வீசும்போது அவை உண்மையில் பாடுகின்றன. வட மேற்கு நாடோடிகளுக்குப் பயந்த சீனப் பேரரசர் மேற்குக்கு அப்பால் உள்ள அரசர்களிடம் ஓர் அரசியல் தூதுக்குழுவை அனுப்பினார். ஆனால், வந்தது என்னவோ இரு புத்தத் துறவிகள்தான். இவர்கள் கி.மு. 68இல் சீனாவுக்கு வருமாறு வற்புறுத்தப்பட்டனர். ஏறத்தாழ இந்தக் கால கட்டத்தில்தான் சோக்டியன் வணிகர்கள் சிறிய ஆனால், பலன் தரும் பரிமாற்றங்களில் பங்கேற்றனர். அவர்களுடைய ஆவணங்கள் ஷியாங் குனுவிடம் இருந்து ஆபத்து உள்ளதாகக் குறிப்பிடுகின்றன. இவர்கள் பின்னர் ஹன்ஸ் அல்லது ஹூணர்கள் என அழைக்கப்பட்டனர். இதனால் மேற்கு நோக்கிய பிறரின் புலம்பெயர்வு நின்றுபோனது. இந்த ஹூணர்கள் வட இந்தியத் தாக்குதலின்போது பெரும் பங்கு வகித்தனர். மேலும் இன்னொரு பிரிவினர் கிழக்கு ஐரோப்பாவைத் தாக்கினர். மத்திய ஆசியர்கள் இந்த ஹூணர்களைத் தடுத்திருந்தால் இந்த வரலாறு வேறு விதமாக இருந்திருக்கும்.

முதல் கட்ட குகைகள் ஒரு துறவியின் முன்முயற்சியில் ஏறத்தாழ கி.மு. 366இல் வெட்டப்பட்டன. பல படையெடுப்புகளைத் தாக்குப் பிடித்து இந்த இடம் சிறப்பு பெற்றது. இரண்டாம் ஆயிரமாம் ஆண்டு களிலும் தொடர்ந்து நிலைத்தது. இந்தக் காலகட்டத்தில் சீனத் தொடர்புகள் உருப்பெற்று பொருட்கள் தொடர்ந்து பரிமாறிக்கொள்ளப்பட்டன. தற் போது குதிரைகளின் தேவை அதிகரித்தது. ஏனெனில் போரில் அவற்றின் பயன் நிரூபணம் ஆனது. நாடோடிகளால் வளர்க்கப்பட்ட குதிரைகள் பட்டு உருளைகளுக்கு பரிமாற்றம் செய்யப்பட்டன. மேற்குப் பகுதியில் ரோமாபுரிவரை பட்டுக்குத் தேவை அதிகமாக இருந்ததால் நாடோடிகள் விநியோகஸ்தர்கள் ஆகி வணிகத்தில் நுழைந்தனர். ரோம வரலாற்றாசிரிய ரான பிளினி, மிக அதிகமான விலைக்கு ஆடம்பரப் பொருட்களை ரோம் நகரச் சந்தைக்கு வாங்கி ரோமக் கருவூலத்தை வெறுமையாக்குவதாகக் கடுமையாகப் புகார் செய்தார். பட்டு வணிகம் செழிப்பதற்கு முன் இந்தப் புகார் எழுந்தது. ஆகவே ஏற்கெனவே இருக்கும் ஒரு சந்தையில் இந்த வணிகத்தின் தாக்கத்தின் அளவை ஒருவரால் மதிப்பிட முடியும்.

பரிமாற்றத்தின் ஓர் அலகாகப் பட்டு மாறிக்கொண்டு வந்தது. பாது காப்பு அரண்களில் இருந்த போர்வீரர்களுக்கும் தானியம், பட்டு மற்றும் சில நாணயங்கள் வழங்கப்பட்டன. இந்த வகையான பரிமாற்றம் முதலில் நீண்ட தூரச் சந்தைகளில் பின்பற்றப்படவில்லை. ஏனெனில், இது பெரும்பாலும் பரிசு என்ற வகையிலேயே இருந்தது – தொடர்ச்சியான சில உள்ளூர் சந்தைகளில் ஒரு பரிமாற்றம் அல்லது வளர்ச்சியடைந்த ஒரு பண்டமாற்று அமைப்பாக இருந்தது. ஒரு வழித்தடத்தைக் கடப்பதற்குள் ஓர் உருப்படி பல கைகள் மாறியது. நுண் மூங்கில் இழைகள், பட்டை, மரம், பின்னர் காகிதத்தில் வியாபாரத்தின் விவரங்கள் மற்றும் கணக்குகள் எழுதப்பட்டன. சில குகை ஆய்விடங்கள் மற்றும் பாலைவனச் சோலை நகரங்களில் இருந்து கிடைத்த கைப்பிரதிகளில் இவை காணப்படுகின்றன.

மலைப் பாறைகளில் செதுக்கப்பட்டவைகள் மற்றும் கல்வெட்டுகளில் புத்த மதம் பற்றிய செய்திகள் வியத்தகு முறையில் உள்ளன. இந்த மலையின் வழியாக ஒரு பாதை வெட்டப்பட்டுள்ளது. கில்கித், சித்ரால் மற்றும் ஹன்ஸா வழியாக வட இந்தியாவை மத்திய ஆசியாவுடன் இணைத்தப் பாதைகள் போன்றது இதுவும். புத்த வழிபாட்டில், புத்த விகாரைகளுக்கும் மடங்களுக்கும் அளிக்கப்படும் பணமும் மற்றும் பொருள் நன்கொடைகளும் உள்ளடங்கின. அந்த வகையில் சடங்கு வழிபாடுகள் என்பன தியானமும் சமூக அறநெறிமுறைகளைக் கடைப் பிடித்தல் என்பதாக மட்டுமே அடங்கியிருக்கவில்லை.

இந்தக் காலகட்டத்தில் நெஸ்டோரியன் கிறிஸ்தவ மதத்தில் இருந்து சிறிதளவு போட்டி ஏற்பட்டது. இது சாஸ்ஸநிட் ஆட்சி அதிகாரத்தின் எதிர்ப்பை சந்தித்ததால் முந்தைய குஷாணர்களின் பிரதேசங்களுக்குள் நகர்ந்தது. சீனாவில் கன்ஃபூசிய மதத்திற்கும் புத்த மதத்திற்கும் இடையிலும் மோதல்கள் இருந்தன. இரண்டுமே ஆதரவுக்கும் அதிகாரத்துக்கும் போட்டியிட்டன. கன்ஃபூசிய மதம் மத்திய ஆசியாவில் பரவவில்லை. பகுதி பகுதியாகப் பரவியிருக்கலாம். ஏனெனில் அதைப் பின்பற்றுபவர்கள் முன்னோர் வழிபாட்டில் கட்டுண்டு கிடந்தனர். இதனால் அவர்கள் பொதுவாக நிரந்தரமான இடங்களிலேயே குடியிருந்திருக்கலாம். நாடோடிச் சமூகங்கள் தங்கள் முன்னோர்களின் உடலை அவர்களோடு எடுத்துச்செல்வதில்லை. ஆனால், மெதுவாக நாடோடி வாழ்க்கையை விட்டவர்கள் பாலைவனச் சோலைகளில் குடியேறி, தங்கள் முன்னோர் கோயில்களைக் கட்டியிருக்கலாம். டன்ஹுவாங் போன்ற இடங்களில் இருக்கும் சில புத்த மதத்துக்கு முந்திய குகைகள் ஷாமனிக் சடங்கு வழிபாடுகளில் பயன்படுத்தப்பட்டவை என்றும் கூறப்படுகிறது.

பிராமணியம் அல்லது புராண இந்து மதம்கூட, சிவன் மற்றும் விஷ்ணு வழிபாடுகளில் வெளிப்படுத்தப்பட்டதுபோல, மத்திய ஆசியாவுக்குள் அவ்வளவு தூரம் செல்லவில்லை அல்லது இப்பகுதியின் முக்கிய மத மாகவும் மாறவில்லை. பிராமணர்கள் வெகு தொலைவு புலம்பெயர்ந் தனர் என்றாலும் துணைக்கண்டத்துக்குள்தான் சென்றார்கள். சில வேளை களில் சிறு எண்ணிக்கையில் வெளியே சென்றார்கள் அல்லது வணிகர் களாக அவ்வப்பகுதியில் இருந்த ஆட்சி அதிகாரங்களின் அழைப்பை ஏற்றுச் சென்றார்கள். தென் கிழக்கு ஆசியப் பேரரசுகள் மணிமகுடம் சூட்டும் விழாக்களுக்கு சடங்காச்சாரிய வல்லுநர்களான பிராமணர்களை அழைத்தனர். சடங்குகளைச் சாதியுடன் இணைப்பது ஒரு தடையாக இருந்திருக்கலாம். மத்திய ஆசியாவின் சில பகுதிகளில் தாந்திரிக வழிபாடு பேர் பெற்று இருந்தது, ஆனால், பெரும்பாலும் அது புத்த மதத்துடன் இணைந்ததாக இருந்தது.

முற்றிலுமாக வீழ்ச்சி அடையாவிட்டாலும் இரண்டாம் ஆயிரமாம் ஆண்டுகளில் புத்த மதம் ஏன் தனது முதன்மை நிலையை மத்திய ஆசியாவில் இழந்தது என்பது விளக்கப்பட வேண்டிய ஒன்றாகும். வழித் தடம் முழுவதும் உள்ள உள்ளூர் அதிகாரங்கள் மற்றும் பணக்கார வணிகர்கள் அதை ஆதரித்தனர். எல்லா இடத்திலும் செய்வதுபோல கைவினைஞர்களும் தங்கள் வேலையின் மூலம் ஆதரவு அளித்தனர் என்பதில் சந்தேகம் இல்லை. இரண்டாம் ஆயிரமாம் ஆண்டு காலத்தில் ஓரளவுக்கு வணிகம் சரிந்தது. அது ஏற்றம் பெற்றபோது இஸ்லாம்

களத்துக்குள் வந்துவிட்டது. நாடோடிச் சமுதாயங்களுக்குப் புத்த மதத்தை விட இஸ்லாம் அதிகக் கவர்ச்சியுடையதாக இருந்ததா? அவர்கள் பெரும் பாலும் மந்தை மேய்ப்பவர்களாக இருந்தனரா அல்லது இப்போது அவர்கள் ஓரளவுக்கு வணிகர்களாக மாறி இருந்தனரா?

டன்ஹுவாங்கில் இருந்த குகைகள் கி.பி. நான்காம் நூற்றாண்டில் குடைந்தகழ்வதற்குத் தொடங்கப்பட்டன. மத்திய இந்தியாவில் இருக்கும் குகைவடிவான மடாலயங்களோடு சில ஒப்புமைகள் இருந்திருக்கலாம். மத்திய ஆசியாவில் இருந்தவை பற்றிய அறிவும் இருந்திருக்கலாம். இவற்றில் சில ஒரே காலகட்டத்தைச் சார்ந்தவையாகும். 500 குகைகளைக் கொண்ட டன்ஹுவாங் மிகப் பெரிய புத்த மதத் தலமாக மாறுவதற்கு இருந்தது. சில எளியவையும் சிறியனவாகவும் இருந்தன. மற்றவை மிகப் பெரியவைகளும் சிக்கலானவைகளுமாக இருந்தன. ஒரு குகை மலை முகட்டுக்குள் 23 மீட்டர்கள் ஆழமாகச் சென்றது. மேலும் இன்னொரு தொகுதி ஏழு மாடி உயரம் கொண்டவை. முகட்டில் மாபெரும் புத்தர் சிலைகளைக் கொண்டவைகளாகச் சில இருந்தன. மைஜிஷன், டன் ஹுவாங், லாங்மென் மற்றும் யுன்காங்கில் நாங்கள் சென்ற பாறையில் வெட்டப்பட்ட குகைகள் ஆரம்பத்தில் வெட்டப்பட்டப் புனிதக் குகைகள். இந்த இடத்தில் தனியாக நிற்கும் கட்டமைப்புகளைக் கட்டுவது, படிவுப் பாறைகளில் அல்லது மென் பாறைகளில் குகைகள் வெட்டப்படுவது ஆகியவற்றில் எது எளிதாக இருந்திருக்கும்? ஒருவேளை குகைகள் தியானத் தோடு சம்பந்தப்பட்டதாக இருந்திருக்கலாம், மேலும் நாடோடிகள், கால்நடை மேய்ப்பர்கள், மற்றும் தாக்குபவர்களிடம் இருந்து இவை எளிதாகப் பாதுகாப்பு அளிக்கக் கூடியவைகளாக இருந்திருக்கலாம். மலைக் குகைகளைப் பயன்படுத்துவது ஆதிகாலத்து மரபாகும்.

புத்த அறிஞர்கள் இந்தியாவில் இருந்து மத்திய ஆசிய நகரங்களுக்குப் பயணம் சென்றனர். உள்ளூர் அரசர்கள் மற்றும் செல்வந்தப் பிரபுக்களால் பெரும்பாலும் இவர்கள் அழைக்கப்பட்டனர். குமரஜீவா குச்சாவைச் சேர்ந்தவர். ஆனால், நீண்ட பயணம் செய்தார். கி.பி. நான்காம் நூற்றாண்டில் சீனாவில் போதித்தார். அதே காலகட்டத்தில் தர்மரக்ஷர் ஷியானுக்கு வந்தார். ஆரம்பத்தில் புத்த துறவிகள் குடியிருப்புகளுக்கு அருகில் இருக்க வேண்டி இருந்தது. ஏனெனில் அவர்கள் தினமும் உணவைத் தர்மமாகப் பெற்று வாழ்ந்தனர். பின்னர், மடங்களுக்கு நிலக்கொடை வழங்கப்பட்ட போது அவர்கள் தொழிலாளர்கள் மற்றும் விவசாயிகளை நிலத்தில் வேலை செய்ய அமர்த்திக்கொண்டபோது மடங்களில் சமுதாய உணவுக்கூடங்கள் அமைந்தன. மேலும் துறவிகள் அங்கு உணவு உண்டனர். பொதுவாக மடங்கள் பாலைவனச் சோலை நகரங்களில் அல்லது அருகில் உள்ள

மலைக் குகைகளில் இருந்தன. மடங்களுக்கு அருகில் பெரும்பாலும் (விகாரைக்) கோயில்கள் இருந்தன.

குகைகளின் சுவர்களில் ஓவியங்கள் வரையப்பட்டிருந்தன. பாறைகளில் அல்லது களிமண்ணால் சிற்பங்கள் உருவாக்கப்பட்டு அரங்கம் அல்லது விகாரைகளில் வைக்கப்பட்டிருந்தன. கூடைகளில் வைக்கப்பட்டிருந்த புனிதப் பேழைகள் வணக்கத்திற்குரியவை. ஆரம்பக் காலக் கலைகள் காந்தார முருகியலின் சுவடுகளைக் கொண்டிருந்தன. இந்தோ கிரேக்க கலவையைக் காணமுடிகிறது. சில குகைகளில் இருந்து சுவடிகள் கிடைத்தன - வணிகர்கள், வணிகப் பொருட்கள், கணக்குகள், போன்றவை களுக்கான ஆவணங்கள். பல்வேறு இடங்களில் நிகழ்ந்த பரிமாற்றங்களின் தன்மைகளை இவை சுட்டிக்காட்டுகின்றன. காந்தாரி பிராக்ரித், கோட்டனீஸ், தோச்சேரியன், சோக்டியன், உய்கர், திபெத்தியன், மற்றும் மங் கோலிய மொழிகளில் இவை எழுதப்பட்டன. மொத்தத்தில் மத்திய ஆசியாவில் புழங்கிய எல்லா மொழிகளிலும் சமஸ்கிருதத்திலும் சீன மொழியிலும் எழுதப்பட்டன.

பின்வருவன போன்ற புத்த மத நூல் தொகுப்புகள் மொழிபெயர்க்கப் பட்டன: பொதுவாகத் தாமரைச் சூத்திரம் எனப்படும் *சதர்ம புண்டரிகா-சூத்திரம்* மற்றும் ஓர் அடிப்படை புத்த மத நூல், புத்த மத நூல் தொகுப்பான திரிபிடகாவின் சில பகுதிகள், பல்வேறு நபர்களின் முந்தைய பிறப்புக் கதைகள் மற்றும் *அவந்தனா*வின் கதைகளான ஜாதகங்கள் (*வெசந்தரா, ஷிபி, மகாசத்வா, ருரு* போன்றவை). பிற்காலத்தில் இவற்றுடன் வஜ்ராயனா புத்த மதத்தின் நூல்களும் அவற்றின் உரைகளும் அவர்களால் சேர்க்கப்பட்டன. புதுப் பார்வையாளர்களுக்குப் படங்கள் மூலம் கதை சொல்லுதல் ஒரு சிறப்பான வழிமுறையாகும். இந்தியாவில் உள்ள புத்தர் தூபிகளை அலங்கரிக்கும் சிற்பங்களிலும் இந்த உத்தி பயன்படுத்தப் பட்டது. பர்கத் மற்றும் சாஞ்சியில் உள்ள கல் சிற்பத்தில் பொறிக்கப்பட்ட ஜாதகக் கதை டன்ஹுவாங்கில் உள்ள சுவரோவியத்திலும் வரையப் பட்டுள்ளது. இது போன்ற இன்னும் சில எடுத்துக்காட்டுகளும் உள்ளன. புத்தரின் வாழ்க்கைக் குறிப்பின் ஒரு முக்கியக் கதையைப் போல் காணப் படுகிறது: துறவு, மாரனின் சோதனைகள், முதல் போதனை மற்றும் மகாபரிநிர்வாணம் மற்றும் இறப்பின் காட்சிகள். டன்ஹுவாங்கில் உள்ள பல்வேறு பாணிகளில் இவற்றை எல்லாம் அறிந்துகொள்ள முடிகிறது. படிப்படியாக இவற்றில் வேறுபாடு குறைந்து சீன பாணியுடன் ஒத்துப் போகின்றன. சுவர்ச் சித்திரங்களில் கூறப்படும் கதைகள் சாதாரணமானதோ அல்லது சாதாரணமாக அமைக்கப்பட்டவையோ அல்ல; ஒவ்வொன்றுக்கும் அர்த்தமும் நோக்கமும் உள்ளது. அருகருகே வைப்பதற்கான காரணங்களும்

இருக்கின்றன. போதிசத்துவர்கள் அவர்களுடைய சொந்தப் புராணங்களுடன் இணைக்கப்பட்டனர். பிற்காலத்தில் சுகவதிவியூகாவும் மொழிபெயர்க்கப்பட்டு சுவரோவியங்களில் கூறப்பட்டுள்ளன.

இன்னொரு முக்கியப் பிரதி, ஞானத்தைத் தேடும்போது ஒருவர் ஒரு வைரத்தைப் போல எவ்வாறு மாயைகளின் மூலமாக வெட்டப்பட வேண்டும் என்பதைப் பற்றி புத்தருக்கும் அவரது சீடருக்கும் இடையில் நடக்கும் உரையாடலான வைர சூத்திரம் என அழைக்கப்படும் வஜ்ரச்செடிகா பிரஜ்னபிரமித சூத்திரம் ஆகும். ஷியானில் இருக்கும்போது குமரஜீவா அதைச் சீன மொழியில் மொழிபெயர்த்தார். ஒருவர் தன் பெற்றோரின் நினைவாகக் கோவிலுக்கு வழங்கிய கி.மு. 868 காலகட்டத்தைச் சார்ந்த இதன் ஆதி அச்சிடப்பட்ட பதிப்பு டன்ஹுவாங்கில் கிடைத்தது.

மிகப் பழமையான காலத்தைக் குறிப்பதாகக் கூறப்படும் ஓவியங்களும் இருந்தன. வரலாற்றுக்கும் புராணத்துக்கும் இடையில் இருக்கும் வேறுபாடு தெளிவாக இல்லை. பெரும்பான்மையான புகழ்பெற்ற கதைகளை ஆதிகாலத்தில் வருகைபுரிந்தவர்கள் அறிந்திருந்திருக்கலாம். மௌரியப் பேரரசர் அசோகர் பல சுவரோவியங்களில் காணப்படுவதைப் பார்ப்பது எனக்கு ஆர்வம் தரும் ஒன்றாக இருந்தது. வெளிப்படையான ஆதாரம் புத்த மதப் பிரதிகள் ஆகும். அவை அவரை மிகச் சிறந்தவராக, இரக்கமுள்ள அரசராக, தர்மத்தைப் பரப்பியவராக, பக்தியுள்ள செயல்களைச் செய்ததாகச் சித்தரிக்கின்றன. இத்தகைய புராணங்களுக்கு ஆதாரமான அசோகவதனா கி.பி. 306இல் சீன மொழியில் மொழிபெயர்க்கப்பட்டது. ஒரு சமயம் அசோகர் பிரதியில் காணப்படுவதுபோல் 84,000 தூபிகளைக் கட்டிக்கொண்டிருந்தார். மூத்த உபகுப்தர் சூரியனை மறைத்ததால் கட்டுமானத்தை ஒரே இரவில் முடிக்க முடிந்தது. ஒரு சீன அரசர் பல தூபிகளை நினைவுச் சின்னங்களாகக் கட்டினார். அவர் அசோகரைப் பின்பற்றி அதைச் செய்வதாகக் கூறினார். அசோகர் தூபிகளுக்கு அருகில் படங்களை வைத்ததாகவும் கதைகள் சேர்க்கப்பட்டன. ஆனால், புத்த மற்றும் தாவோவிய படங்களுக்கு இடையில் இருக்கும் தெளிவான அடையாளம் பற்றிய சில குழப்பங்கள் உள்ளன. படங்களை எங்கு வைக்க வேண்டும் என்பதைப் படங்களே சுட்டிக்காட்டியதாக வழக்கமான கதைகளும் படங்களுடன் இணைந்துள்ளன. வர்ணிக்கப்பட்டுள்ளபடி உண்மையிலேயே அசோகர் ஒரு முன்னுதாரணமான அரசராகத் தோற்றமளிக்கிறார்.

பிறவற்றைவிட புத்தரின் உருவம் பெரியது. அவர் தியானம் செய்வது அல்லது போதிப்பதில் அவை கவனம் செலுத்துகின்றன. ஒரு திரைப்படத்தின் சுருள்களைப் போல கதைகள் சில வேளைகளில் சித்தரிக்கப்

படுகின்றன. ஒவ்வொரு சட்டமும் முந்திய சட்டத்துடன் இணைக்கப் பட்டுள்ளது. நிலத்தோற்றம் பிற சீன ஓவியங்கள் அல்லது சுருள்களில் இருப்பதுபோல் படிப்படியாக மாறுகின்றன. தோட்டங்கள், அரண்மனைகள், மலைகள், ஆறுகள் மரங்களுடன் சித்திரங்கள் உள்ளன. சில வேளைகளில் நகர்ப்புறத் தோற்றங்களும் உள்ளன. உயர்நிலையினர் அல்லது துறவிகளின் வாழ்க்கையை அவை காட்டுகின்றன. புத்த மத மற்றும் பிற போதகர்களின் சுயவிருப்பங்களை இவை காட்டுகின்றனவா அல்லது மதத்தைப் பேணிய உயர்நிலையில் இருந்தவர்களைக் குறிக்கின்றனவா? புத்தரின் வாழ்க் கையைக் குறிப்பதாக ஒரு நிகழ்வு இருந்தாலும் அது நிகழ்ந்த இடம் இந்தியாவாகக் குறிக்கப்பட வேண்டும் என்பதே தெளிவானது. ஆனால், அக்காலத்தில் இருந்த சீனாவையே அவை காட்டுகின்றன. இவற்றில் சில கலைஞர்களின் நாட்டைப் பொறுத்ததாக இருந்தாலும் அவை புரவலரின் விருப்பங்களுக்கு ஒத்ததாகவே இருக்க வேண்டும்.

புத்த மத வழிபாட்டுத் தலங்களின் மரபான கட்டமைப்பு வளாகங்களை பாறையில் வெட்டிய அமைப்பாக மாற்றுவதில் பிரச்சினைகள் இருந் திருக்கலாம். வணக்கத்திற்குரிய நபர்களின் எச்சங்கள் இருந்த தூபிகள், வழிபாடு நடத்தப்பட்ட சைத்திய அரங்கம், துறவிகள் வாழ்ந்த விகாரை யாகிய மடம் ஆகிய மூன்றே வழிபாட்டுடன் தொடர்புடைய கட்டட அமைப்புகள். பொதுவாகத் தனியாக நிற்கும் ஒரு தூணும் இருக்கும். சீனாவில் தூபி பகோடாவின் வடிவத்தை எடுத்தது. ஆனால், மத்திய இந்தியா, அல்லது மேலும் தெற்கில் ஸ்ரீலங்கா அல்லது ஜாவாவில் இருந் தவை போல அந்த அளவுக்குப் பெரியவைகள் அல்ல. காந்தாரத்தில் இருந்த தூபிகள் பொதுவாகச் சிறியவை. வடிவம் வேறாக இருந்தாலும் இவைகளே மாதிரிகளாக இருந்திருக்கும். மலையுச்சி அல்லது குன்றின் அடியில் தங்குவதற்கான குகை அல்லது கட்டப்பட்ட அறைகளே மடங் களாக இருந்திருக்கும். சைத்திய அரங்கு மிகவும் சிக்கலானது. மரபாக இது ஒரு கவியமாக (கோயில்களில் இருக்கும் அரைவட்ட ஒதுக்கிடம்) இருந்தது. ஆனால், உள்ளூர் மலையுச்சிகளில் இது ஒரு பிரச்சினையாக இருந்திருக்கலாம். ஆகவே, ஒரு முனையில் இருக்கும் பிரார்த்தனை சமர்ப்பிப்பு தூபி, பாதுகாப்பிற்காக மேலும்கீழும் பாறைகளால் இணைக் கப்பட்ட ஒரு செவ்வகமாக மாறியது. பெரிய குகைகளில் ஒரு நுழைவு முன்னறையை அடுத்து ஒரு சிறிய தாழ்வாரம், அதற்கடுத்து வழிபாட்டு அரங்கு அல்லது இடைக்கூடம் அதைத் தொடர்ந்து முக்கிய அரங்கத் துக்குள் வழிகாட்டும் இன்னொரு தாழ்வாரம் என்ற அமைப்பு இருந்தது. ஆகவே சுவரோவியங்களுக்குப் போதுமான இடம் இருந்தது மேலும் இது முற்றிலுமாக மூடப்பட்டு இருந்தது.

இந்தக் காலகட்டத்தில் புத்த மதத்தின் மேல் சீனர்களுக்கு இருந்த ஆர்வம் வளர்ந்தது. சீனப் பயணிகள் இந்தியாவுக்குச் சென்று புத்த மதப் பிரதிகளை வாசித்து சுவடிகளை சீனாவுக்குள் கொண்டுவந்தனர். 7ஆம் நூற்றாண்டு வரையிலான இந்தக் காலகட்டத்தில் பரிமாற்றம் செய்யப் பட்ட பொருட்களின் அளவு கூடியது. இது வணிகம் மற்றும் புலம்பெயர்தல் மற்றும் மதக் கருத்துகள் மற்றும் அவற்றைக் கடைப்பிடித்தல் மூலம் நிகழ்ந்தது. இக்காலகட்டத்தில் புத்த மதத் துறவிகள் மத்திய ஆசியாவின் பாலைவனங்களைக் கடந்து புத்தர் வாழ்ந்த புனித நிலமான ‘மேற்கு சொர்க்கத்துக்கு’ சென்றனர். பாஹியான் (Faxian) நான்காம் நூற்றாண்டில் பயணம் சென்று அவரது பயணத்தைப் பற்றி ஒரு சிறு குறிப்பை வரைந்தார்.

ஏழாம் நூற்றாண்டில் அதிகமான துறவிகளும் பயணிகளும் இந்தியா விற்கு வந்தனர். இவர்களுள் முக்கியமானவர் யுவான் சுவாங் ஆவார். அவரது பயணம் மிகவும் பேரவலுடன் நிகழ்த்தப்பட்டது. அவர் ஷியானைச் சேர்ந்தவர். கன்ஃபூசிய சிந்தனைகளைக் கற்றுத் தேர்ந்த அறிஞர்களின் குடும்பத்தில் வளர்ந்தவர். அவர் மத்திய ஆசியாவின் பாலைவனச் சோலை நகரங்களின் வழியாக ஒரு நீண்ட பயணம் மேற்கொண்டார். ஒவ்வொன்றிலும் சிறிது நேரத்தைச் செலவிட்டார். புத்த மதத்தின் மகாயான வடிவம் அனைவராலும் கடைபிடிக்கப்படாததும் அவரது ஆர்வத்திற்கு ஒரு காரணமாக இருந்திருக்கலாம். இந்துகுஷில் இருந்து பாமியன்வரை சென்றார். குகைச் சித்திரங்கள் கொண்ட ஆலயங்களை விவரிக்கிறார். மத்திய ஆசியாவில் உள்ளவைகளில் இருந்தவைபோல் இருந்ததாக கூறு கிறார். அவர் மேற்கத்திய சொர்க்கத்துக்குச் சென்றார். வட இந்தியாவில் பல முக்கிய புத்த மதத் தலங்களுக்கும் புனிதத் தலங்களுக்கும் சென்றார். பின்னர் அவர் சில ஆண்டுகள் கிழக்கு இந்தியாவில் நாளந்தாவில் உள்ள மடத்தில் தங்கி இருந்தார். பல்வேறு புத்த மதப் பிரதிகளைக் கற்றறிந்தார். ‘சி-யு-கி’ அல்லது ‘ஷியு-ஜி’யில் அவரது பயணத்தின் கவனமான ஒரு பதிவை எழுதியுள்ளார். எங்கு சென்றார், அதன் துல்லியமான இருப்பிடம், என்ன பார்த்தார், அவர் என்ன சிந்தித்தார் என்பதெல்லாம் பதிவுசெய்தார். அவரது விளக்கங்களும் குறிப்புகளும் குறிப்பிடத்தக்க வரலாற்று ஆதாரங்கள் ஆகும். முடிவில் பதினாறு ஆண்டுகளுக்குப் பின்னர் அவர் சீனாவுக்குத் திரும்பினார். ஷியானில் உள்ள மடத்துக்கு அவர் பெரும் தொகையான பிரதிகளைக் கொண்டுவந்தார். அவரும் பிறரும் இவற்றைச் சீன மொழியில் பெயர்த்தனர். டன்ஹுவாங்கில் உள்ள ஓர் ஓவியத்தில் ஒரு யானையின் மேல் பாரத்தை வைத்து நடத்தி வருவதான காட்சி உள்ளது. கிழக்கில் புத்தரின் போதனைகள் துறவிகளின் உழைப்பால் பரவியது என்றால் அதில் யுவான் சுவாங் முன்னணியில் இருக்கிறார். நிச்சயமாக பல புத்த

மதத் துறவிகள் இந்தியாவில் இருந்து சீனாவுக்கு அழைக்கப்பட்டனர். அவர்கள் வாழ்நாள் முழுவதும் போதனையில் ஈடுபட்டனர். இந்தப் புதிய மதத்தின் இந்த அம்சத்தைச் சீனர்கள் மிக ஊக்கமாக எடுத்துக்கொண்டது ஆச்சரியத்தில் ஆழ்த்துகிறது.

தலைநகரிலும் சீன புத்த மத்தத்தினர் நடுவிலும் யுவான் சுவாங் ஆழமான பாதிப்பை ஏற்படுத்தினார். அவரது பயணங்கள் பட்டு வணிகப் பாதை யோடு இணைந்திருந்தன. அவர் உண்மையில் மிகவும் அறிவார்ந்தவராகக் கருத்தப்பட்டார். மத்திய ஆசியாவில் அவரது அனுபவங்களைச் சீன அதிகாரிகள் புத்திசாலித்தனமாகப் பயன்படுத்திக்கொண்டனர். குறிப்பாகத் தங்கள் சொந்த நலன்களை வடிவமைத்துக்கொண்டனர். இந்தக் குறிப்புகள் பின்னர் பல நூற்றாண்டுகள் கழித்து தக்லா மக்கானில் உள்ள தலங்களைக் கண்டறிய ஆரல் ஸ்டெய்னாலும் அலெக்சாந்தர் கன்னிங்காம் என்பவரால் கங்கை சமவெளி தலங்களைக் கண்டறியவும் பயன்படுத்தப்பட்டன.

டேங்க்கின் காலகட்டத்தில் மத்திய ஆசியாவின் மேல் இருந்த ஆர்வம் அதிகரித்தது. மத்திய ஆசியாவில் இருந்து இந்தியாவுக்குப் பயணம் செய்தவர்கள் அளித்த தகவலின் அடிப்படையில் ஒரு டேங்க் அரசு அதிகாரி இடங்களையும் பாதைகளையும் கணித்து ஒரு நிலத்தோற்ற வரைபடத்தைத் தயாரித்தார். வழித்தடங்களையும் அரசுகளையும் பற்றி விளக்கும் ஒரு சில அரேபியப் பிரதிகளிலும் இத்தகைய ஆர்வம் வெளிப்படுகிறது. அவற்றில் ஒன்றில் அசாமின் கமருப்பாவில் இருந்து யுனான்வரை இணைக்கும் கிழக்கத்திய வழிகளைப் பற்றிய குறிப்பு உள்ளது. இந்த இணைப்பு காண்டாமிருகத்தின் கொம்பு வணிகம் பற்றியது. ஆகவே இது உண்மையானதாகக் கருதப்படுகிறது. அசாம் மற்றும் இமாலய அடிவாரக் காடுகளில் காண்டாமிருகம் பரவலாகக் காணப்படும் விலங்கு ஆகும். சீன மருத்துவத்தில் காண்டாமிருகக் கொம்பு ஒரு மூலக்கூறு ஆகும்.

புத்த மதம் மட்டுமே புதிய பகுதிகளில் அறிமுகப்படுத்தப் படவில்லை. இந்தியா மற்றும் மேற்கு ஆசியாவில் இருந்து வானவியல், கணிதம், மற்றும் மருத்துவம் பற்றிய சமஸ்கிருத பிரதிகள் சீனாவுக்குள் வந்தன. சாருகா மற்றும் சுஷ்ருதாவைவிட இப்பகுதியில் ஜீவகன் மற்றும் நாகார் ஜுனனின் கருத்துகள் பரவலாக அறியப்பட்டிருந்தன. சாவாமையை அளிக்கும் மருந்தைத் தேடுதல் ஒரு தவிர்க்க முடியாத பெரும் கவர்ச்சியாகத் திகழ்ந்தது. இந்த ஆர்வம் தாந்திரிகப் பிரதிகளைப் படிப்பதை ஊக்குவித்தது.

டேங்கின் காலகட்டத்தில், காகிதம் மற்றும் துணியைப் போல சுவ ரோவியங்களில் கட்டடங்கள், ஆடைகள் மற்றும் நிலத் தோற்றங்கள் சித்தரிக்கப்பட்டன. புத்தக் கருத்தியல்கள் குறிப்பிட்ட சீன வடிவங்களாக

உருவெடுத்தன. ஈரானில் இருந்து சாஸ்ஸனிய வணிகர்களின் அரிதான வருகை சுவரோவியங்களில் புதிய வரவுகள் ஆயின. மூங்கில் மற்றும் மரப் பட்டைகளைவிட காகிதம் பரவலாகப் பயன்படுத்தப்பட்டது இன்னொரு மாற்றம் ஆகும். பல்வேறு மதப் போதகர்கள் கற்பனைத் திறனோடு மரக் கட்டை மூலம் அச்சிடுதலுக்கு இது வழிவகுத்தது. நகரும் வகை அச்சிடுதல் சீனாவில் ஒன்பதாம் நூற்றாண்டிலேயே தொடங்கியது. துப்பாக்கி ரவையைக் கண்டுபிடித்தது அரசியல் சமன்பாடுகளை மாற்றின. இவ்வாறு வணிகத்தில் புதிய உருப்படிகள் சேர்ந்தன. கோட்டனில் பச்சைக்கல் உற்பத்தி நடந்தது. இது வணிகத்தின் முக்கிய உருப்படி ஆயிற்று. பீங்கான் மற்றும் அரக்குப் பாத்திரங்கள் இவற்றோடு இணைந்தன.

சீனப் புத்த மதத்தினரால் கொண்டுவரப்பட்ட பிரதிகள் சீன மொழியில் பெயர்க்கப்பட்டன. வெண்குதிரை மடம் என அழைக்கப்பட்ட புகழ் பெற்ற மடத்தில்தான் பெரும்பான்மையானவைகள் மொழிபெயர்க்கப் பட்டன. மூலப்பிரதிகளை மொழிபெயர்ப்பதற்குக் கொடுக்கப்பட்ட முக்கியத்துவம் என்பது புதிய தகவலை அணுகும் பகுத்தறிவுள்ள முறையை வலியுறுத்துவதாகும். ஒரு பிரதியை மொழிபெயர்ப்பது என்பது சிக்கலானது ஆகும். மூலமொழியின் கருத்துருக்களை அப்படியே மொழிபெயர்க்கப் படும் மொழியில் கொண்டுவருவது எப்போதும் அவ்வளவு எளிதானது அல்ல. முதல் ஆயிரமாம் ஆண்டுகளின் பிற்பகுதியில் தாந்திரிகத் தொடர்புகள் கொண்ட வஜ்ராயன புத்த மதம் மத்திய ஆசியா மற்றும் திபெத்திய வழித்தடங்கள் வழியாக சீனாவுக்குள் நுழைந்தது. வட கிழக்கு சீனாவில் திபெத்திய ஊடுறுவல் காரணமாக இரண்டாம் பாதை சாத்திய மாயிற்று. சிறந்த மொழிபெயர்ப்பாளர்களாக வஜ்ரபோதி மற்றும் அமோக வஜ்ரா ஆகியோர் குறிப்பிடப்படுகின்றனர். ஆப்கானிஸ்தான் மற்றும் காஷ்மீரில் இருந்து லடாக் வழியாக கோட்டனுக்குச் செல்லும் பாதை களும் பயன்படுத்தப்பட்டன. அடிக்கடிச் செல்லும் கடல்வழியும் இந்தியா வுடனான தொடர்பை வலுப்படுத்தியது. இது வங்காள விரிகுடா, மலாக்கா நீர்சந்தி, தெற்குச் சீனக் கடல்வழியாகச் சீனாவின் தெற்கு முனையை அடைந்தது.

முதல் ஆயிரமாம் ஆண்டின் இறுதிப் பகுதியில் மத்திய ஆசியாவின் மேற்குப் பகுதி ஈரானிய சாஸ்ஸேனியன் கட்டுப்பாட்டுக்குள் வந்தது. இன்னும் கிழக்கே, நாடோடிக் குலங்கள் ஒன்றுசேர்ந்தனர். பிற்காலத்தில் துருக்கிய கானேட்டுகள் என்று இவர்கள் குறிப்பிடப்படுகின்றனர். இளவரசர்களின் ஆட்சிக்குட்பட்ட பகுதிகள் பின்னர் வழித்தடங்களின் வடக்கு விளிம்பிலும் மேலும் அப்பால் பேக்ட்ரியாவிலும் பெரும் பேரரசு களாக மாறின. வணிகத்தில் இருந்து கிடைத்த லாபத்தால் தெற்கு பட்டு

வணிகப் பாதைகளில் இருந்த பேரரசுகளுடைய வணிக நகரங்களின் செல்வத்தின் மீது அவர்களுக்கு வேட்கை அதிகரித்தது.

டன்ஹுவாங்கின் சுவரோவியங்களில் தீட்டப்பட்ட கருத்து பெரும் பாலும் புத்த மதம் சார்ந்ததாக இருந்தாலும் சீனத் தலங்களும் மனிதர்களும் அவற்றில் தழுவிக்கொள்ளப்பட்டனர். தெய்வங்களின் சித்தரிப்பு படிப் படியாக அவ்வப்போது தாவோவிய மற்றும் தாந்திரிகத் தெய்வங்களை உள்ளடக்கத் தொடங்கியது. புத்த மைத்திரேயா போன்ற முந்தைய அனைத்துக் கடவுள்களுக்குமான வழிபாட்டுத் தலத்தின் சில முக்கிய வடிவங்கள் பிந்தைய காலகட்டத்தில் முக்கியத்துவம் இழந்தன. உருவத் தோற்றம் தெளிவான சீனப் பாணியாக மாறியது. பல கரங்கள் கொண்ட உருவங்கள் இந்திய உருவ வழிபாடுபோல் விளங்கியது. எங்கெங்கெல்லாம் பின்னணி தேவைப்பட்டதோ அங்கெல்லாம் சீனப் புராண வடிவங்களும் டிராகன்களும் காணப்பட்டன.

கொடையாளர்களுக்கு உரிய மரியாதை அளிக்கப்பட்டது. அரச பரம் பரையினர் அரசுரிமைச் சின்னங்களுடனும் பரிவாரங்களுடனும் சித்தரிக்கப் பட்டுள்ளனர். இவர்களில் சிலர் சில புரவலர்களும் கூடுதல் கொடை யாளர்களும் பல சித்திரங்களில் இருக்கலாம் என நம்பப்படுகிறது. பிரபுக் களும் முதுநிலை அரசு அதிகாரிகளும் தங்களுக்குரிய ஆடைகள் மற்றும் சின்னங்களுடன் காணப்படுகின்றனர். செல்வந்தர்களான வணிகர்களும், கைவினைஞர், கம்மியர் குழுக்களும்கூட கொடையாளர்கள்தாம். இந்தி யாவில் சில தூபிகளில் குழுக்களைக் கொடையாளர்களாகக் குறிப் பிடுவது இதனோடு ஒத்துவருகிறது. லாங்மென்னில் பரவலாகக் கொடை யாளர்களின் சிற்பங்கள் காணக்கிடைக்கின்றன. வசதியான ஓர் இடத்தில் அமைக்கப்படும் ஒரு சிறு கல்வெட்டில் நபரின் அடையாளமும் இடமும் விளக்கப்பட்டுள்ளன. இது நன்கொடையை மட்டும் அல்லாமல் உறவு முறைகள், அவர்கள் இருப்பிடம், தொடர்பான பிற தகவல் ஆகியவை அளிக்கப்பட்டு கொடையாளரின் நிலை மற்றும் அடையாளம் அளிக்கப் படுகின்றன.

பட்டும் குதிரைகளும் தவிர பெரும் அளவில் பல்வேறு வகையான பொருட்கள் தொடர்ந்து வணிகம் செய்யப்பட்டன. ஆடம்பரப் பொருட் களே பெரும்பான்மை வணிகமாக இருந்தன. இந்திய வணிகர்கள் பவளம், முத்து, கண்ணாடி மணிகள் மற்றும் பாத்திரங்கள், நறுமணப் பொருட்களோடு எழிலான விலங்குகளையும் விற்றதாகக் குறிப்புகள் உள்ளன. சீனப் பட்டுத்துணி விற்பனை தடைபடாமல் சென்றது. ஒரு வணிகப் பருவத்தில் 90,000 பட்டுத்துணிக் கட்டுகள் பரிமாறப்பட்டதாகக் கூறப்படுகிறது. அந்தஸ்துள்ள ஒரு பெண்ணுக்கு நாற்பத்தொரு கட்டுகள்

மற்றும் ஒரு பெண் அடிமைக்கு மூன்றில் இருந்து நான்கு கட்டுகள் மட்டுமே. மேலும் களத்துக்குள் நாடோடிகள் கம்பளிகள், தோல்கள் மற்றும் போர்வைகளை வணிகப் பொருட்களாகக் கொண்டுவந்தனர். ஆனால், பண்டமாற்று மற்றும் பரிசுப் பொருள் என்று மட்டுமே வியாபாரம் அடங்கிவிடவில்லை. வணிகத்தில் ஈடுபட்ட பல்வேறு அரசுகள் மற்றும் அரசப் பரம்பரைகளின் நாணயங்கள் சந்தைகளில் பயன்படுத்தப்பட்டன. அவை தங்கம், வெள்ளி மற்றும் தாமிரம் போன்ற பல்வேறு உலோகங்களில் செய்யப்பட்டவை.

பரந்துபட்ட இடத்தில் பல நூற்றாண்டுகளாகச் சுவரோவியங்களை வரைந்த ஓவியர்கள், கைவினைஞர்கள் யார் என்ற கேள்வி எழுகிறது. இவர்கள் தனிநபர்களா அல்லது குழுவைச் சேர்ந்தவர்களா? இவர்கள் புர வலர்களால் அமர்த்தப்பட்டவர்களா அல்லது மடத்தின் நிலத்தை உழுது வந்த விவசாயிகளைப் போன்று மடத்தின் ஊழியர்களா? இவர்களுக்கு ஊதியம் வழங்கப்பட்டதா அல்லது தங்குமிடத்தையும் உணவையும் மடம் வழங்கியதா? இவர்கள் நிரந்தரமாகத் தங்கி ஓரிடத்தில் இருந்தவர்களா அல்லது தேவைப்படும்போது கூட்டப்பட்ட புலம்பெயராளர்களா? குகைகள் மற்றும் கொடையாளர்களின் எண்ணிக்கையைக் கணக்கில் கொள்ளும்போது அவர்கள் நிரந்தரமாகத் தங்கி இருந்தவர்களாகத்தான் இருக்க வேண்டும். சில ஆவணங்கள், நிலம், ஊழியர் ஊதியம் மற்றும் நீர்ப்பாசன ஒப்பந்தம், கட்டாய உழைப்புப் பதிவேடு, பாலைவனச் சோலை மக்கள் செலுத்திய வரி ஆகியவற்றின் பட்டியலை அளிக்கின்றன. கலைஞர்களின் பணியமர்த்தம் பற்றிய சில விவரங்களும் உள்ளன.

சீனச் சூழலில் எழுந்த புத்த மதப் பிரதிகள் எடுத்துரைப்புகள், இந்தியச் சூழலைவிட வேறானவை என்பதை அவைகளாகவே சுட்டிக்காட்டு கின்றன. நிலத்தோற்றம் பற்றிய ஓவியம் இந்தியச் சுவரோவியம் போன்ற தல்ல என்பதில் இருந்து வேறுபாட்டைக் காணமுடிகிறது. நிலத்தோற்ற ஓவியம் முக்கியமானது ஏனெனில், அது தனக்கானக் குறியீட்டுச் செய்தி களைக் கொண்டுவருகின்றது. வெளிகளை அமைத்தல் மற்றும் வெளி களில் கண் எவ்வகையில் நகர வேண்டும் என்பது பற்றி மிகுந்த கவனம் கொடுக்கப்பட்டுள்ளது. வெளியைச் சார்ந்து கட்டடங்கள், மனிதர்கள் மற்றும் விலங்குகளை அமைப்பதிலும் அக்கறை எடுக்கப்பட்டுள்ளது. கோட்டைகள், அரண்மனைகள், நகரங்கள், வேட்டைக் காட்சிகள் (புத்த மதம் வன்முறையை விலக்கிய போதிலும்), சமூகக் கூடுகைகள், மற்றும் உயர்குடிகளின் வாழ்க்கைமுறை மற்றும் பலவற்றையும் குறிப்பாக அரசவையையும் சுவரோவியங்கள் சித்தரிக்கின்றன. கடல்நாகங்கள் (டிராகன்) அடிக்கடி வருகின்றன. ஆனால், மயில்களும் கொக்குகளும் விட்டுவிடப்படவில்லை.

சுவரோவியத்தை வரையும் உத்தி பின்வருமாறாகும்: முதலில் களிமண், சாணம், வைக்கோல் மற்றும் முடி(நார்) அடங்கிய ஒரு கலவையைக் கொண்டு சுவர் பூசப்படும். பின்னர் அதன் மேல் வெள்ளைக் களிமண் பூசப்படும். தாவரங்கள் மற்றும் பாறைகளைக் கொண்டு நிறப்பொருள் தயாரிக்கப்படும். அடுக்குகள் சிதைந்தால் அவை பெயர்த்தெடுக்கப்பட்டு புதிய ஓவியம் வரைவதற்காக மீண்டும் பூசப்படும். ஓவியத்துக்கும் சித்திர எழுத்துகளுக்கும் இடையில் ஏதாவது இணைப்பு இருக்கிறதா? ஏனெனில் இரண்டுக்குமே தூரிகை பயன்படுத்தப்பட்டுள்ளது.

அவ்வப்போது சீனாவில் புத்த மதம் ஒடுக்குமுறைக்கு உட்பட்டுள்ளது. ஒன்பதாம் நூற்றாண்டில் கொஞ்சம் அதிகமாகவே ஒடுக்கப்பட்டது. பின்னர் ஒரு நூறாண்டு கழித்து சாங் ஆட்சியில்தான் அது மீட்படைந்தது. திபெத் வணிகத்தின் கிழக்கு முனையில் ஆதிக்கம் செலுத்த டன்ஹுவாங்கையும் அதன் சுற்றுவட்டாரத்தையும் ஆக்கிரமித்தது. இந்தப் படையெடுப்பால் திபெத்திய புத்த மதத்தின் மேல் வெறுப்பு வளர்ந்ததோடு, நன்கொடையாகப் பெற்ற பெரும் அளவிலான மடங்களின் சொத்துக்கு வரிவிலக்கு அளிக்கப்பட்டதும் இந்த வெறுப்பு வளரக் காரணம் ஆயிற்று. இதனால் பொருளாதார ரீதியான பொறுப்பு ஏற்பட்டதோடு புத்த மதத்தைச் சாராத நில உடைமையாளர்கள் மற்றும் பிரபுக்களின் பகையும் உருவாகியது. மடங்களின் நிலங்களில் பணிபுரிந்த கட்டாய உழைப்பாளிகள் ஒரு வகையாக அமைந்தனர். இன்னொரு பகை கன்ஃபூசியஸத்தைப் பின்பற்றியவர்களிடம் ஏற்பட்டதாகும். ஒருவரை ஒருவர் அறிந்திராவிட்டாலும் கன்ஃபூசியஸும் புத்தரும் சமகாலத்தவர்களாக இருந்திருக்கலாம். மடங்களின் நிலங்கள் பறிமுதல் செய்யப்பட்டதும், மடங்களின் செயல்பாடுகள் முடக்கப்பட்டதும், துறவிகள் மதச்சார்பற்ற (சாதாரண) வேலைகள் செய்யும் நிலைக்குத் தள்ளப்பட்டதுமே அடக்குமுறைகள் ஆகும்.

உடன்நிகழ்வாக முந்தைய நாட்களில் அடக்குமுறைக்குள்ளான புத்த மதம், இந்தியாவில் வீழ்ச்சி அடைந்து பின்னர் வெளியேற்றப்பட்ட காலகட்டமும் இதுவே. வெளிப்படையாக ஒடுக்குமுறை மத அடிப்படையிலானதாக இருந்தாலும் நில உடைமை போன்ற பிற காரணங்களும் இருந்தன. இந்தியாவில் பெரும் அளவில் அளிக்கப்பட்ட நிலக்கொடைகள் புத்த மடங்களில் இருந்து பிராமணர்களுக்கும், ஒரு குழுவான பிராமணர்களுக்குமாக மாறியது. இந்தியாவில் குறைந்துகொண்டு வந்த புத்த மடங்களோடு ஒப்பிடுகையில் இந்துத் தெய்வங்களுக்குக் கட்டப்பட்ட கோயில்களும் பிராமணர்களுக்கு அளிக்கப்பட்ட கொடைகளும் அதிகமாகிவந்தன. புத்த, சமண, ஸூஃபி அல்லது கிறித்தவம் ஆகிய எந்த மதமாக இருந்தாலும் சந்நியாசிகளான துறவிகளோடு பெரும் சொத்துகளைக்

கொண்ட மத அடிப்படையிலான மடங்கள் பெரும்பாலும் நம்பிக் கையைப் பொறுத்தவரையில் முரண்பாட்டை முன்னிறுத்திக் கொண் டிருந்தன. இவை சமூகத்தில் ஆதிக்க சக்தியாக இல்லாமல் போனதற்கு இதுவும் பல காரணங்களில் ஒன்றாக இருக்கலாம்.

இருப்பினும், சீனாவில் இருந்த மடங்கள் நிலைபெற்று அடுத்த நூற்றாண்டில் முன்னைவிடப் பலமுடையதாக விளங்கின. ஒடுக்கு முறை களை அவற்றால் எதிர்கொள்ள முடிந்தது, கூடவே அடக்குமுறையும் குறைந்து மடங்கள் நிலைத்து நின்றன. மடங்கள் வணிக முயற்சிகளில் மீண்டும் ஈடுபட்டதே சந்தேகமில்லாமல் அவர்களுக்கு உதவின. இந்தியா விலும், மத்திய ஆசியாவின் பிற பகுதிகளிலும் பரஸ்பர நன்மையுடன் இது முன்னர் நிகழ்ந்த ஒன்றாகும். நில உடைமையுடன் இதுவும் சொத்துக்கு ஆதாரமாக விளங்கியது. ஆப்கானிஸ்தானத்தில் காபூலுக்கு அருகில் இருந்த மீஸ் ஏய்னாக் என்ற இடத்தில் நடைபெற்ற அகழ் வாராய்ச்சியில் கிடைத்த பெரும் புதையலான நாணயங்கள் மற்றும் வெள்ளியும் பொன்னுமான பொருட்கள் சொத்துக்களாகச் சேர்க்கப்பட்ட தைச் சுட்டிக்காட்டுகின்றன. பாமியன் மடத்தின் செல்வத்தைப் பற்றி குறிப்பிட்டவர்களில் யுவான் சுவாங்கும் ஒருவர். மடங்கள் வணிகத்தில் முதலீடு செய்ததும் அல்லாமல் வங்கிகளாகவும் செயல்பட்டதை இது விளக்குகிறது. சீன மடங்கள் புத்துயிர்ப்பு பெற்றதன் மூலம் சாங்கின் காலத்தில் பொருளாதாரம் உறுதிப்படவும் ஆதாரமானது. இந்தியாவைப் போல துறவிகளும் சந்நியாசினிகளும் கொடை அளித்தனர். சில சமயம் இக்கொடை பெரிய அளவினதாக இருந்தது. இது அவர்கள் வணிகத்திலும் முதலீடு செய்திருக்கலாம் என்று உணர்த்துகிறது. ஒருவேளை தங்கள் தனிப்பட்ட வருமானத்துக்காக இது மேலும் முதலீடு செய்யப்பட்டிருக் கலாம். பணமாக நன்கொடை பெறுவது சங்கத்தின் ஆரம்ப ஆண்டுகளில் சர்ச்சைக்குரிய பல பிரச்சினைகளில் ஒன்றாக இருந்தது. இதனால் பிளவும் ஏற்பட்டது.

முதல் ஆயிரமாம் ஆண்டின் பிற்பகுதியில் புரவலர் ஆதரவு முறையில் படிப்படியான மாற்றம் ஏற்பட்டது. டன்ஹுவாங்கை நிர்வகிப்பதில் ஈடு பட்டிருந்த குடும்பங்கள், மதம் சார்ந்தவை மட்டுமல்லாமல் புர வலரையும் அவரது குடும்பத்தையும் சித்தரிக்கும் சுவரோவியங்களை வரையவும் குகைகளை அகழ்ந்து குடையவும் ஆணையிட்டனர். இது முந்தைய அமைப்பின் நீட்சி மட்டும் அல்லாமல் குகை என்பது துறவி களின் தியானத்துக்கான இடம் என்பதில் இருந்தும் விலகிச்சென்றது. இப்போது முன்னெப்போதையும்விட நேரடியாகப் புரவலருக்குச் சமூக மற்றும் அரசியல் அந்தஸ்தை வழங்குவதோடு தொடர்புடையதாக

இருந்தது. அவர்களில் சிலர் முதலில் அயலானவர் எனக் கருதப்பட்ட சமூகங்களைச் சார்ந்தவர்களாக இருந்திருக்கலாம் அல்லது அவர்கள் சமூ கங்களுடன் குல உறவு கொண்டவர்களாக இருந்திருக்கலாம். புரவலர்கள் முக்கிய குடும்பத்தைச் சேர்ந்தவர்களாக இருந்தனர். ஒரு குடும்பம் ஒன்று அல்லது இரண்டு குகைகளுக்குப் புரவலராக இருந்திருக்கலாம். அல்லது பல குடும்பங்கள் சேர்ந்து ஒரு பெரிய குகைக்குப் புரவலர்களாகத் திகழ்ந்திருக்கலாம். இத்தகைய ஓம்புதல் மத அடிப்படையில் தோன்றியது என்றாலும் அதைச் சமூக மற்றும் அரசியல் கருத்துகளாகவும் பார்க்கலாம்.

எட்டாம் நூற்றாண்டில் பேரரசருக்கு எதிரான ஆன் லுஷான் கலகத் தையும் படையெடுத்துவரும் திபெத்தியர்களையும் எதிர்கொண்டபோது டேங் வம்சத்துடன் ஸாங் குடும்பத்துக்கு இருந்த அரசியல் விசுவாசம் தொடர்புடைய சில பிரச்சினைகள் எழுந்தன. அப்பகுதி திபெத்தியர்களின் கட்டுப்பாட்டில் இருந்தபோது படத்தில் சித்தரிக்கப்பட்டிருந்த டேங் வம்சத்துடனான விசுவாசத்தை மறைக்க வேண்டிய நிலை ஏற்பட்டது. ஒன்பதாம் நூற்றாண்டில் டேங்க் வம்சம் மீண்டும் அதிகாரத்துக்கு வந்த போது சுவரோவியங்கள் மீட்டமைக்கப்பட்டன அல்லது மறுபடியும் தீட்டப்பட்டன. கா யெஜின் ஆளுநராக இருந்தபோது உய்கரின் இருப்பு கவனிக்கத்தக்கதாக இருந்தது. அவர் உய்கர், சீனா மற்றும் கோட்டனைச் சேர்ந்த தன் மனைவியர்களுக்குச் சில குகைகளைப் பொறுப்புரிமை அளித்திருந்தார். திருமணம் மூலமாக அரசியல் கூட்டணி அமைவதின் விளைவாக அவ்வப்பகுதியில் இருந்து ஓவியங்களில் தாக்குரவு இருப்பதைக் குறிப்பாகக் கோட்டனில் இருந்து காணமுடிகிறது. ஸாங்க் மற்றும் ஸாய் குடும்பங்களின் ஆதரவு கணிசமாக இருந்தது. பரந்த குலத் தொடர்பு கொண்ட குடும்பங்களில் செங்க் குடும்பமும் ஒன்று. டன்ஹுவாங் அதிகார மையத்தில் இருந்து தொலைவில் இருந்தபோதிலும் யின் குடும்பம் அரசியலில் கூடுதல் ஈடுபாட்டுடன் இருந்ததுபோல் தெரிகிறது. ஓவியப் பாணி சீனமும் மத்திய ஆசியாவும் கலந்ததாக இருந்தது. சீனப் பாணி சீனாவின் பிற பகுதிகளில் இருந்த பாணிகளுக்கு இயைபுடையதாக இருந்தது. சுவரோவியங்களில் நிகழ்வையும் சித்தரிக்கப்பட்டவரையும் விவரிக்கும் சுருக்கமான கல்வெட்டுகள் இருக்கின்றன.

முதல் ஆயிரமாம் ஆண்டுகளின் பிற்பகுதியில் காந்தாரத்திலும் வட மேற்கு இந்தியாவின் சிந்து நதிக்கு அப்பால் எல்லை நிலங்களிலும் ஒரு அரசியல் மாற்றம் நிகழ்ந்தது. ஆக்சஸ் பகுதியில் இருந்த துருக்கியர் களாலும் துருக்கிய ஷாகிஸ்கள் மற்றும் காந்தாரம் மற்றும் அதன் அருகில் இருந்த இந்து ஷாகிஸ்களுக்கு இடையில் இருந்த போட்டியாலும் இது தூண்டப்பட்டது. சில மாற்றங்களுக்கு உட்பட்ட புத்த மதம் இங்கிருந்தது.

தாந்திரிக மதம் அதன் நடைமுறைகளின் ஊடுறுவும் முக்கியத்துவம் அருகில் இருந்த காஷ்மீரில் அங்கீகரிக்கப்பட்டது. இங்கு சைவத்தின் சில அம்சங்கள் இணைந்திருந்தன. அவை புத்த மதத்துக்குள்ளும் நுழைந்து கொண்டு இருந்தது. அங்கெள வஜ்ராயனா என்ற இன்னொரு புத்த மத வகை இறுதியாக எழுந்தது. இது தாந்திரிக மதத்தின் சில அம்சங் களையும் ஒப்புக்கொண்டது. புத்த மதத்தின் இந்த வகை திபெத்துக்குள் பரவுவதற்குக் காரணமானவராக இருந்தவர் பத்மசாம்பவர். உத்தியா னாவில் இருந்து வந்தவரான இவர் ஒரு மர்மமான நபர். உத்தியானா என்பது காந்தாரத்தின் வடபகுதியின் பிற்காலப் பெயர். வளர்ந்துவந்த வஜ்ராயன புத்த மதம் கிழக்கு இந்தியாவுடன் தொடர்புடையது. அங் கிருந்து அது தெற்குத் திபெத்துக்குள் நுழைந்தது. காஷ்மீரிலும் திபெத் திலும் தாந்திரிகப் போதனையைப் பற்றிய பலவகையான விவாதங்கள் நடந்தன. டன்ஹுவாங் மற்றும் யுலின் குகைகளின் பிந்திய சுவரோவி யங்களில் தாந்திரிகக் கருத்துகளை அறியலாம். இது மத்திய ஆசியாவில் அதன் வருகையைக் குறிக்கிறது.

இப்போது இன்னொரு வகையான புத்த மதம் சீனாவில் புகழ்பெற்றது. இதன் பெயர் சான் புத்த மதம். சான் என்பது வடமொழி வழக்கான தியானா என்பதில் இருந்து வந்தது. இந்த புத்த மதம் தியானத்தில் கவனம் செலுத்தியது. போதிதர்மர் போன்ற ஆதியில் வந்த அறிஞர்களுடன் சான் புத்த மதத்தின் தோற்றம் இணைக்கப்படுகிறது. ஆனால், அதன் பரிணாம வளர்ச்சி தாவோயிசத்துடனும் சீனாவில் அக்காலத்தில் பரவி இருந்த பிற நம்பிக்கைகளுடனும் இணைந்துள்ளது. பிற அறிவு ஆதாரங்களுக்கு அதிக முக்கியத்துவம் அளித்த சில புலமைத்துவம் மற்றும் பிரதிகளைச் சார்ந் திருப்பதை இந்தச் சிந்தனைப் பள்ளி விமர்சனம் செய்தது. டன்ஹுவாங் போன்ற விவாத மையங்களில் முனைப்பான சச்சரவுகளும் அல்லது இசைவுகளும் இருந்திருக்கக் கூடும். இந்தியாவில் இருந்து வந்த நபர்கள் அல்லது இந்திய மூலம் கொண்டவர்கள் சீன அம்சங்களுடன் சித்தரிக்கப் பட்டது ஆச்சரியமற்ற மாற்றமாகும். புகழ்பெற்ற மனிதர்களை இவ்விதம் உள்ளூர் மயமாக்குவது அனைத்து மதங்களிலும் உள்ள ஒன்றுதான். மதுரா அல்லது அமராவதியின் புத்தர் காந்தாரத்தின் புத்தரைவிட உடலியல் மாற்றத்துடன் திகழ்வதை எடுத்துக்காட்டாகக் கூறலாம்.

கி.பி. இரண்டாம் ஆயிரமாம் ஆண்டுகளின் ஆரம்ப நூற்றாண்டுகளில் மங்ககோலியப் பேரரசு என்ற வடிவத்தில் மங்கோலியர் யூரேசியாவில் குறிப்பிடத்தக்க அளவில் பரந்தனர். ஒருவேளை பதின்மூன்றாம் நூற்றாண்டின் குப்ளாய் கானின் மென்மை வடிவமாக சொல்லத்தக்க செங்கிஸ்கானோடு தொடர்புடைய பல திசையில் அடிக்கடி நிகழ்ந்த

படையெடுப்புகளின் காலகட்டமாக இது இருந்தது. அடுத்த நூற்றாண்டில் தைமூர்லைனின் இதே போன்ற படையெடுப்புகள் நிகழ்ந்தன. இதன் ஆதிக்கம் தொடர்ந்த போதிலும் பல வழிகளில் ஒரே அலகாக நிலைத்து நிற்கக் கூடாத வகையில் இந்தப் பேரரசு மிகப் பெரியதாக இருந்தது. இருந்தபோதிலும் கானின் அதிகாரப் பகுதிகள் அதிகம் இருந்தன. இது பல்வேறு பகுதிகளில் பரவிய சாகடைஸ் போன்ற பெரும் கான்களாகிய மாபெரும் ஹோர்டுகளின் காலம். இரண்டாம் ஆயிரமாம் ஆண்டின் பிற் பகுதியில் ஆசியாவின் பெரும் பேரரசுகள் மங்கோலிய மற்றும் தைமூரின் பரம்பரை கொண்டவையாகும்: ஸஃபாவிட், ஆட்டோமான், முகலாயர், யுஆன்.

மேலே விவாதிக்கப்பட்ட வணிக வழித்தடங்களில் உள்ள மத்திய ஆசியாவின் பகுதிகள் வாழ்வியல் வகைவடிவங்களின் பல அடுக்குகளின் சிக்கலான படங்களையும் பண்பாடுகளின் புதிரான அடுத்தடுத்த இருப்பு களையும் அளிக்கின்றன. காட்டுமிராண்டிகள் என சிலரால் நீண்ட கால மாகப் பார்க்கப்பட்ட நாடோடிகள் சிக்கலான தொடர் உறவுகளில் பங்கு வகிப்பவர்களாக எழுகின்றனர். நாடோடிக் குழுக்களில் ஒரு சிலர் பரந்து பட்ட திறந்த வெளிகளில் தங்கள் பெரும் அளவிலான மந்தைகளை மேய்க்கும் இடங்கள் தேடி அலைந்தவர்கள் ஒரு சாரார். இன்னொரு சாரார், பருவகால இடைச்சார்புகொண்ட, ஒரு வேலையும் செய்யாமல் இருத்தல், நாடோடி வாழ்க்கை, மற்றும் அரை நாடோடி வாழ்க்கை அடங்கிய சிக்கலான பண்பாட்டைக் கொண்டவர்கள். சில வேளைகளில் அவர்கள் குடியிருக்கும் மக்களிடையே ஊடுறுவல் செய்வார்கள். பெரும் புலம்பெயர் நகர்வுகள் மற்றும் பாலைவனச் சோலைகளில் எப்போதாவது தாக்குதல் ஆகியவை பாலைவனச் சோலை வழித்தடங்களில் பரிமாற்றம் மற்றும் வணிகம் என்ற புதிய அறியத்தக்க வகைவடிவங்களோடு ஒத்திருக்கின்றன. புலம்பெயர் நகர்வுகள் மற்றும் தாக்குதல் அல்லது படையெடுப்பு ஆகியவற்றிற்கு இடையில் ஒரு வேறுபாட்டைச் செய்ய வேண்டும். நாடோடிகளுக்கு மத்தியில் புலம்பெயர்வு தொடக்கத்தில் மக்களிடமும் குடியிருப்புகளிலும் மாற்றங்களுக்கு வழிகோலுகிறது. ஆனால், அவை தாக்குதல் அல்லது படையெடுப்பாக மாற்றப்படும்போது அவர்களது வருகை தற்காலிகமாக இருந்தாலும் அதிர்ச்சியூட்டுவதாகவும் அவர்களது கொள்ளை பேரழிவு தருவதாகவும் இருந்தது.

ஓரிடத்தில் இருக்கும் மக்கள்தொகை, ஆரம்பத்தில் பரிசுப் பரிமாற்ற மாகவும் இறுதியில் நாடோடிகளோடும், அந்தந்தப் பகுதியில் இருக்கும் இராணுவத்தின் வணிகப் பாதுகாப்போடு சந்தைப் பரிமாற்றமாகவும் பரிணாம வளர்ச்சி அடைந்தபோது செயல்படத் தொடங்கியது போல

தோன்றுகிறது. வழித்தடங்கள் வழியாக வணிகர்கள் பயணம் செய்யும் போது பொருட்களின் அளவும் மதிப்பும் அதிகரித்து வந்து பரிமாற்றத்துக் கான தேவை ஏற்பட்டது. பண்பாட்டு வகைவடிவம் மாற வேண்டும். ஆனால், ஒரு மையம் இருந்தாலே அவை மாற முடியும். புத்த மதம் அதன் பல வெளிப்பாடுகளில் ஒன்றாக அந்த மையத்தை அளித்ததா? மத்திய ஆசியா மற்றும் பாலைவனச் சோலை குடியிருப்புகளில் இருந்து சீனாவுக்குள் புத்த மதம் விரிவடைந்ததோடு, குறிப்பாக ஏற்கெனவே இருந்துவரும் நம்பிக்கை அமைப்புகளோடும் வாழ்வியல் வகைவடிவங் களுடனும் ஏற்பட்ட சமரசங்களினால் பண்பாட்டு வகைவடிவம் பிறழ் வுற்றது. இந்தச் செயல்முறையில் தாய்நிலத்தில் முந்தி நிகழ்ந்ததுபோல ஒரு வரம்பிலான புத்தக் குழுக்கள் எழுந்தன. இது அனைத்து வெற்றி பெறும் மதங்களிலும் இவ்வாறே நிகழும். இருப்பினும், கி.பி. முதல் ஆயிரமாம் ஆண்டில் இருந்ததில் இருந்து இரண்டாம் ஆயிரமாம் ஆண்டில் சமநிலை மாறியது போலத் தோன்றுகிறது. இரண்டாம் ஆயிரமாம் ஆண்டில் மத்திய ஆசியாவில் புத்த மதம் வீழ்ச்சி அடைந்தது, ஆனால், மேலும் கிழக்கிலும் தென் கிழக்கு ஆசியாவிலும் வலிமையானதாக மாறியது.

கி.பி. முதல் ஆயிரம் ஆண்டுகளின் இறுதியில், பட்டு வணிகப் பாதை வணிகத்துக்குள் இழுக்கப்பட்ட நிலங்களுக்கும் மக்களுக்கும் பிற வணிக வலைப்பின்னல்களில் பங்கேற்கும் வாய்ப்புகள் உருவாயின. இதில் ஒவ்வொரு நிலப்பகுதிக்கு உள்ளிருந்த மிகவும் தீவிரமான வணிகமும் உள்ளடங்கும். முன்பகுதியில் அடையாளம் அடிக்கடி மாறுவதால் நிலைத்து நிற்காது. எடுத்துக்காட்டாக சின்ஜியாங் மேற்கு நோக்கியதாக இருக்கும் போது மத்திய ஆசியாவின் மாற்றங்களுடன் அடையாளப்படுத்தும், அதே நேரத்தில் கிழக்கு நோக்கி இருக்கும்போது ஷியான் மற்றும் மத்திய சீனாவின் மாற்றங்களுடன் அடையாளப்படுத்தும். திபெத்தின் எல்லை யோரத்தில் அல்லது பாலைவனச் சோலை பாதையோரமாக மக்கள்தொகை கலப்புடையதாக இருக்கும். யூரேசியாவை இணைத்தக் கடல்வழி, நிலப் பகுதி அற்றதாக இருந்தது. ஏனெனில் கப்பல்கள் இந்தியப் பெருங்கடலை ஊடறுத்துச் சென்றன. புதிய பொருளாதார வெளிகளும் தேவைகளும் நடைமுறைக்கு வந்து, வணிக நோக்குகளைப் பிற திசைக்கு மாற்றின. கி.பி. முதல் ஆயிரம் ஆண்டுகளைப் போலவே வகைவடிவம் இருந்தது. புத்த மதம் வந்து முந்தைய வணிகங்களை உருவாக்கி அவை சிறப்புற் றிருந்தது போலவே இப்போது இஸ்லாம் வந்தது. கி.பி. இரண்டாவது ஆயிரமாம் ஆண்டுகளில் புத்த மதம் மெதுவாகப் புரவலர்களை இழந்து தலங்களில் வழிபாடு குறைந்தது அல்லது பிற மதங்களால் பதிலீடு செய்யப்பட்டன.

ஐரோப்பிய அறிஞர்களும் பிறரும் 19ஆம் நூற்றாண்டில் டன்ஹுஊ வாங்கைக் கண்டுபிடித்தனர். யூரேசியாவோடு ஒப்பிடும்போது முன்னர் மத்திய ஆசிய வரலாற்றின் முக்கியத்துவம் மங்கியதாக இருந்தது. இந்தக் கண்டுபிடிப்பு முன்னர் முக்கியத்துவம் அற்றதாக இருந்ததை மிகுந்த வலிமையோடு வெளிச்சத்துக்குக் கொண்டுவந்தது. கி.பி. முதல் இரண்டு ஆயிரம் ஆண்டுகளாக ஆசியாவுக்கும் ஐரோப்பியாவுக்கும் இடையில் இருந்த வணிகத்தின் மையப் பங்கை இது இப்போது கவனத்துக்குக் கொண்டுவந்தது. இந்தப் பகுதியின் வரலாற்றைப் பற்றிய கண்ணோட்டத்தில் மாற்றம் நிகழ்ந்ததை சில அறிஞர்கள் தொடர்ந்து வலியுறுத்திக் கூறினர். இது இந்தியாவுக்கும் சீனாவுக்கும் இடையில் இருந்த தொடர்புகளையும் மத்திய ஆசியா என இப்போது அழைக்கப்பட்ட பல நாடுகளின் மாறும் வரலாறுகளையும் வலியுறுத்தியது.

'பெரும் விளையாட்டு' என அழைக்கப்படுவதோடு இது ஒத்திருக்கிறது. ஜாரின் ரஷ்யா மத்திய ஆசியாவுக்குள் விரிவடைந்து, பின்னர் 'கீழ்த்திசை'யைக் காலனி ஆக்கி ரஷ்யாவை இந்தியாவுக்கு அருகில் கொண்டுவந்தது. ரஷ்ய விரிவாக்கத்தை மத்திய ஆசியாவில் கட்டுப்படுத்துவது பற்றிய கவலையோடு இருந்த பிரிட்டிஷாருக்கு இது தொந்தரவாக இருந்தது. இந்த இரு ஆதிக்க சக்திகளின் இடையில் இருந்த இப்பகுதிகளில் வேவுபார்த்தலும் அரசியல் நகர்வுகளும் தொடங்கின. இப்பகுதியில் வாழும் இனக்குழு மக்களை வதந்திகளாலும் எதிர் வதந்திகளாலும் அவ்வப்போது சிறு சண்டைகளை ஏற்படுத்தியும் ஒரு சிக்கலான ராஜ தந்திரத்தின் மூலம் நிரந்தரமான அரசியல் நிச்சயமின்மையை உருவாக்க முயற்சி செய்வதே பிரிட்டிஷாரின் எல்லைப்புறக் கொள்கையாக இருந்தது. ஒற்றர்களும் இருபுற உளவாளிகளும் இப்பகுதியில் சுற்றித் திரிந்தனர். இப்பகுதிகளின் வரலாற்றின் மேல் ஆர்வமும், தொல்லிடங்கள் பற்றிய தேடலுமாக இந்த இடத்தில் கால் பதிப்பதற்கான ஒரு தேடல் தவிர்க்க முடியாதபடி உருவாகி வளர்ந்தது. இப்பகுதி ஆராயப்படவேண்டிய ஒன்று என்ற உணர்வு இருந்தபோதிலும், புல்வெளிகள் நிறைந்த மத்திய ஆசியாவும் அதன் நகர்ப்புற மையங்களின் இணைப்புப் பகுதிகளும் ராஜதந்திரிகளான கண்டுபிடிப்பாளர்களுக்குப் பழக்கமில்லாத ஒரு பகுதியாகவே இருந்தது.

~

இருபதாம் நூற்றாண்டின் தொடக்க ஆண்டுகளில்தான் ஐரோப்பியர்களின் பெரும் ஊடுறுவல் நிகழ்ந்தது. சுவீடன் நாட்டுக் கள ஆய்வாளர் ஸ்வென் ஹெடின் இந்தப் பகுதியில் பயணம் செய்து அதைப் பற்றி எழுதினார். இருப்பினும் தொல்பொருள் ஆய்வாளர் மார்க் ஆரெல்

ஸ்டெய்னின் வருகையின் பின்னர் அறிவுபூர்வமான ஆர்வம் அதிகரித்தது. பதினோராம் நூற்றாண்டைச் சேர்ந்த ஒரு குகையில் மறைக்கப்பட்டுக் கிடந்த சுவடிகளும் ஓவியங்களும் கண்டுபிடிக்கப்பட்டபோது அந்த வியப்பூட்டும் 1907ஆம் ஆண்டின் கதை வெளிவந்தது. வாங்க் யுயான்லு என்ற தாவோவிய பூசாரி இன்னும் அணுகக்கூடியதாக இருந்த குகைகளைப் பராமரிப்பதைத் தாமாகவே தன் தோளில் ஏற்றுக்கொண்டிருந்தார். பதினேழாம் குகையைச் சுத்தம் செய்தபோது சுவர்களில் ஒன்று இடிந்தது. இன்னொரு குகை அதனுள் இருப்பதைக் கண்டார். அதனுள் சுவடிகளும் சுருள்களும் குவிந்து கிடந்தன. இவற்றில் மிகப் பெரும்பாலானவற்றை ஓர் அற்பத் தொகைக்கு ஸ்டெய்ன் வற்புறுத்தி பெற்று அவற்றை இந்தியா மற்றும் பிரிட்டனுக்குக் கொண்டுவந்தார். இந்தச் சுருள்களும் சுவடிகளும் அப்பகுதியின் உலர்ந்த தட்பவெப்பம் காரணமாக நன்கு பாதுகாக்கப்பட்டு இருந்தன. மேலும் பல கிடைக்கக்கூடிய சாத்தியத்தை இது ஊக்குவித்தது. இந்தச் சுவடிகள் மூலமொழிகளிலும் அந்தப் பகுதியின் மொழியிலும் எழுதப்பட்டிருந்தன. சில சீனம், வடமொழி, மற்றும் காந்தாரி பிராகிருதத்தில் எழுதப்பட்டவை; மற்றவை கோட்டன் மொழி, தோச்சேரியன், சோடிகன், உகுர், மங்கோலிய மொழி மற்றும் திபெத்திய மொழியிலும் ஒரு சில எபிரேய மொழியில்கூட எழுதப்பட்டிருந்தன. அவை ஒன்றில் புத்த மதப் பிரதிகளின் மொழிபெயர்ப்பாகவோ அல்லது கடிதங்கள், கணக்குகள், ஒப்பந்தங்கள், அதிகார ஆணைகள், மற்றும் மடங்கள் சம்பந்தப்பட்டவைகள் ஆகும். இந்தப் பல மொழிகள் பல்வேறு எழுத்து முறைகள் கொண்டு எழுதப்பட்டவை. இதனால் இந்த நகரங்களில் வாழ்ந்தவர்கள் பல மொழிகளில் பேசவும் எழுதவும் தெரிந்தவர்களாக இருந்திருக்கக் கூடும். இந்தச் சுவடிகளும் பிரதிகளும் சேமிக்கப்பட்டவை. இந்தக் குகை செங்கல்லால் ஏதோ ஆபத்து காரணமாக பதின்மூன்றாம் நூற்றாண்டில் மூடப்பட்டிருக்கலாம். இது 40000 சுவடிகள் கொண்ட ஒரு பரந்த நூலகம் ஆகும். டன்ஹுவாங்கில் நடைபெற்ற மடம் சார்ந்த செயல்பாடுகள், மதம் மற்றும் மதம்சாராதவை பற்றிய சிறந்த கருத்துக் குவியல். ஸ்டெயின் இந்தியா மற்றும் சீனாவின் தடங்களை இந்தப் பகுதியில் கண்டு இதற்குச் செரிந்தியா என்று பேரிட்டார் (செரஸ்/சீனா+இந்தியா).

செய்தி கேட்ட உடன் அந்த இடத்தை ஆய்வுசெய்ய மட்டும் அல்லாமல், சுவரோவியம் சிலவற்றைக் கிழித்து எடுத்து மேற்கில் உள்ள அருங்காட்சியகங்களுக்குக் கொண்டுசெல்லவும் கூட்டமாய் அங்கு தொற்றி ஏறினர். 1908-09ஆம் ஆண்டுகளில் பால் பெல்லியோட்டின் (பிரஞ்சு சீன ஆய்வாளர் மற்றும் கீழ்த்திசை ஆய்வாளர்) அணியினர் எடுத்தப் புகைப்படங்கள்

பயனுள்ளவை. ஒரு குறிப்பிட்ட சுவரில் என்ன இருந்தது என்பதற்கான இன்றிருக்கும் ஒரே ஆதாரம் இவற்றில் சில படங்களே. ஆனால், ஆல்பர்ட் வான் லி காக், ஆல்பர்ட் கிரன்வெடெல், கோஸ்மி ஓடானி போன்ற வேறு பலரும் இந்த இடத்தின் மேல் ஆர்வம் கொண்டவர்கள் ஆவர். அமெரிக்க தொல்பொருள் ஆய்வாளரும் கலை வரலாற்றறிஞருமான லேங்டன் வார்னர் இவற்றில் சில சுவரோவியங்களையும் சிற்பங்களையும் பெயர்த்து எடுத்து மேற்கில் உள்ள அருங்காட்சியகத்திற்குக் கொண்டுசெல்ல முயற்சி செய்தபோது அவற்றைச் சிதைத்துவிட்டார். பழம்பொருள் தேடல் மேற்கத்திய கலைப் படைப்புச் சந்தைகளை மத்திய ஆசியாவுக்கு ஈர்த்தது. ஆகவே உகந்த இடத்தை அணுகுவது முக்கியமானதாக இருந்தது. ரஷ்யர் களும் பிரிட்டிஷாரும் சதுரங்கம் ஆடிக்கொண்டிருந்த வேளையில் சீனர்கள், இந்தியர்கள் மற்றும் ஈரானியர்கள் தங்கள் நகர்வுகளை மெதுவாகச் செய்தனர்.

இந்த இடத்தைப் பாதுகாத்து ஆய்வு மேற்கொள்ள அடுத்தடுத்த சீன அரசாங்கங்கள் முயற்சி செய்தன. ஆனால், இதற்கு இருபதாம் நூற்றாண்டின் பிற்பகுதிவரை காத்திருக்க வேண்டியது ஆயிற்று. 1944இல் இரு சிறு ஆய்வு நிறுவனங்கள் அமைந்தன. ஆனால், முக்கியமானது 1951ஆம் ஆண்டு அமைக்கப்பட்ட பண்பாட்டு ஆய்வுக்கான டன்ஹுவாங் நிறுவனம் ஆகும். ஆராய்ச்சிக் கழகம் 1987ஆம் ஆண்டு நிறுவப்பட்டது. உலக டன்ஹுவாங் திட்டம் 1994ஆம் ஆண்டும் ஒரு பெரிய ஆராய்ச்சிக் கழகம் 2007ஆம் ஆண்டும் அமைக்கப்பட்டன. குகையில் இருந்து பின்னர் மூன்று கண்டங்களுக்குச் சிதறிப்போன சுவடிகள், சுருள்கள், மற்றும் ஓவியங்களை முதலாம் அமைப்பு கண்டுபிடித்து ஒருங்குசேர்ப்பதில் கவனம் செலுத்தியது. ஆவணங்களைச் சேகரித்தல் மற்றும் கலைப் படைப்புகளை ஆய்வு செய்தல்மூலம் மைஜிஷன் மற்றும் டன்ஹுவாங் மேலும் தொடர்புடைய இடங்களில் இருந்த புத்த மதக் குகை மடங் களிலும் விகாரைகளிலும் ஆய்வுகள் நடைபெறத் தொடங்கின.

குறிப்புகள்

Feltham H., 'Encounter with a tiger traveling West', *Sino-Platonic Papers*, 2012 p. 231, pp. 1-29.

Frankopan, P., *The Silk Roads: A New History of the World,* New York: Vintage Books, 2016.

Hansen, V., T*he Silk Road: A New History,* New York: Oxford University Press, 2012.

Klimburg-Salter, D., et. al., *The Silk Route and the Diamond Path: Esoteric Buddhist Art on the Trans-Himalayan Trade Routes*, Los Angeles: UCLA Art Council, 1982.

—, *The Kingdom of Bamiyan: The Buddhist Art and Culture of the Hindu Kush*, Naples: Instituto Universitario Orientale, 1989.

Liu Xinru, *Ancient India and Ancient China: Trade and Religious Exchanges, AD* 1-660, New Delhi: Oxford University Press, 1988.

—, *Silk and Religion: An Exploration of Material Life and the Thought of People, AD* 600-1200, New York: Oxford University Press, 1998.

—, *The Silk Road in World History,* New York: Oxford University Press, 2010.

Millward, J. A., *The Silk Road: A Very Short Introduction*, New York: Oxford University Press, 2013.

Neelis, J., *Early Buddhist Transmission and Trade Networks: Mortality and Exchange within and beyond the Northwestern Borderlands of South Asia,* Leiden and Boston: Brill, 2011.

Ning Qiang, *Art, Religion and Politics in Medieval China: The Dunhuang Cave of the Zhai Family*, Honolulu: Unversity of Hawai'i Press, 2004.

Qi Xiaoshan and Wang Bo, *The Ancient Culture in Xinjiang along the Silk Road*, Urumqi: Xinjiang People's Publishing House, 2008.

Raschke, M. G., 'New studies in Roman commerce with the East', *Aufsteig und Neiderganag der Romanischer Welt*, Berlin, 1978.

Russell-Smith, L. *Uyghur Patronage in Dunhuang: Regional Art Centres on the Northern Silk Road in the Tenth and Eleventh Centuries*, Inner Asian Library Series, Leiden and Boston: Brill, 2005.

Sen. T., *India, China, and the World: A Connected History*, New Delhi: Oxford University Press, 2018.

Stein, M. A., *Ruins of Desert Cathay: Personal Narrative of Explorations in Central Asia and Westernmost China*, Cambridge: Cambridge University Press, 1912.

Tucker J., *The Silk Road: Central Asia, Afghanistan and Iran: A Travel Companion*, London and New York: 1. B. Tauris and Co. Ltd., 2015.

Utz, D. A., *A Survey of Buddhist Sogdian Studies*, Tokyo: The Reiyukai Library, 1978.

Whitfield, R., et. al., *Cave Temples of Mogao: Art and History on the Silk Road*, New York: Oxford University Press, 2000.

Whitfield, S., *Life Along the Silk Road*, Berkeley: University of California Press, 2015.

—, and U. Sims-Williams, (ed.), *The Silk Road: Trade, Travel, War and Faith*, London: British Library, 2004.

Yang Xin, et. al., *Three Thousand Years of Chinese Painting*, New Haven: Yale University Press, 1997.

Zurcher, E., *The Buddhist Conquest of China: The Spread and Adaptation of Buddhism in Early Medieval China*, Sinica Leidensia, No. 2, 1959.

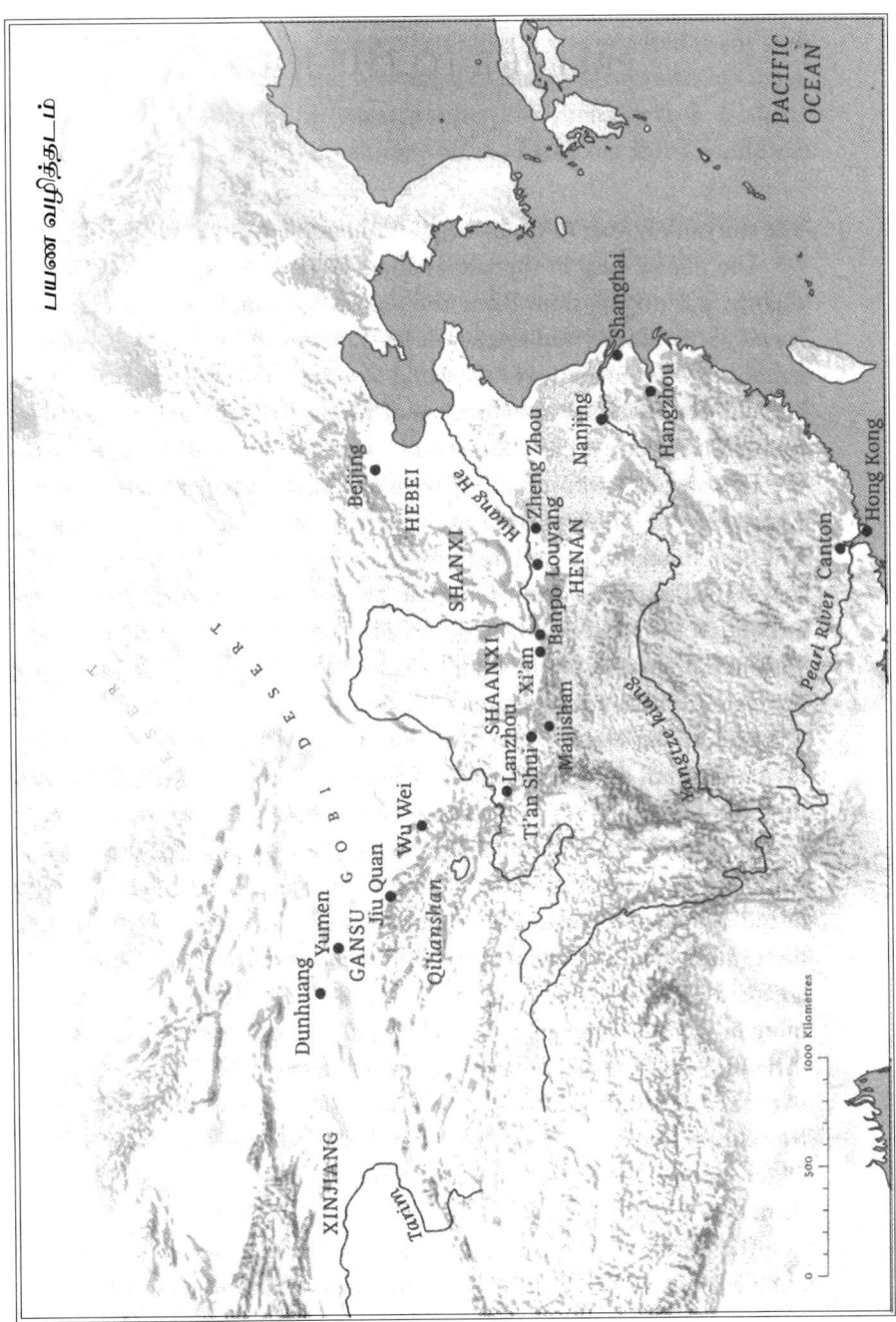

பயண வழித்தடம்
PACIFIC OCEAN
Beijing
HEBEI
SHANXI
Huang He
Zheng Zhou
Louyang
Banpo
HENAN
Nanjing
Shanghai
Hangzhou
Canton
Hong Kong
Pearl River
Yangtze Kiang
SHAANXI
Xi'an
Lanzhou
Ti'an Shui
Maijishan
G O B I D E S E R T
Wu Wei
Jiu Quan
Yumen
GANSU
Qilianshan
Dunhuang
XINJIANG
Tarim
0
500
1000 Kilometres

பயணத்துக்கான நுழைவாயில்

எனது சீனப் பயணத்தின் கதை 1957ஆம் ஆண்டு ஏப்ரல் மாதம் லண்டனில் தொடங்குகிறது.

ஒரு பின் மாலைப் பொழுதில் தொலைபேசி ஒலித்தது. எனக்குச் சிறிதளவு அறிமுகம் உள்ளவராக இருந்த அனில் டி சில்வா, பாரிசில் இருந்து என்னை அழைத்தார். கலை வரலாற்றறிஞராகிய அவர் ஸ்ரீலங்காவைச் சேர்ந்தவர். என் சகோதரர் ரொமேஷ் மற்றும் அண்ணி ராஜ் தாப்பருக்கும் மட்டுமல்லாது என் சகோதரர் மூலம் எனக்கு சற்றே அறிமுகம் ஆகியிருந்த முல்க் ராஜ் ஆனந்த் போன்ற மும்பையைச் சேர்ந்த பல எழுத்தாளர்கள் மற்றும் கலைஞர்களுக்கும் அவர் நண்பர். புத்த மதக் கலை வரலாறே அவரது ஆய்வுக் களம். அது 1940ஆம் ஆண்டு. அப்போது நான் என் வளரிளம் பருவத்தில் இருந்தேன். நான் வளர்க்கப் பட்ட செல்லமிக்கப் பாதுகாப்பான ராணுவப் பண்பாட்டில் இருந்து முற்றிலும் வேறுபட்ட பரந்த உலகின் சுவையை அறிய ஆர்வமுள்ள பருவம். பின்னர் அனில் பாரிசுக்குச் சென்று அங்கேயே குடியமர்ந்துவிட்டார். அவர் புத்த மதக் கலையை ஆராய்வதில் தன் கவனத்தைச் செலுத்திவந்தார். நான் அப்போது லண்டன் பல்கலைக்கழகத்தின் பிஎச்.டி. மாணவி. புத்தரைப் பற்றிய அவரது புத்தகத்துக்கு, புத்தர் படிமம் பற்றிய சிறு ஆராய்ச்சிகள் மூலம் அவ்வப்போது அவருக்கு உதவிசெய்து வந்தேன். இவ்வாறுதான் நான் அவருக்கு அறிமுகம் ஆகியிருந்தேன்.

அனில் என்னிடம் பரபரப்பாகத் தொலைபேசியில் பேசினார். சீனாவில் உள்ள இரு புத்த மதக் குகைத் தலங்களில் ஒரு மாதம் அளவுக்கு ஆய்வு செய்ய அவர் அளித்திருந்த விண்ணப்பத்துக்கு சீனாவில் உள்ள ஒரு நிறுவனத்திடம் இருந்து அவருக்கு அழைப்பு வந்துள்ளது. அவர் மைஜிஷன் மற்றும் டன்ஹுவாங்கைப் பரிந்துரைத்திருந்தார். சீன அதிகாரிகளுக்கு அனுப்பப்பட்ட அவரது முன்மொழிவுக்கு பிரான்ஸுக்கான இந்தியத் தூதராக அப்போது இருந்த கே. எம். பணிக்கரின் ஆதரவு இருந்தது. பணிக்கரின் அண்மை நூலான ஆசியா மற்றும் மேற்கத்திய ஆதிக்கம், ஆசிய நாடுகளில் பெரிதும் விவாதிக்கப்பட்டு பாராட்டப்பட்டது. அனிலின் முன்மொழிவு ஏற்றுக்கொள்ளப்பட்டது. அவர் சீனாவில் சற்றேறக்குறைய

மூன்று மாதங்கள் செலவழிக்க அழைக்கப்பட்டிருந்தார். அவர் தம்மோடு ஒரு புகைப்பட நிபுணரையும் ஓர் ஆய்வு உதவியாளரையும் வைத்துக் கொள்ளலாம். சீன மக்கள் குடியரசின் அயல் நாடுகளுடனான பண்பாட்டு உறவுகளுக்கான சங்கத்தில் இருந்து இந்த அழைப்பு வந்திருந்தது. இந்த முழுப்பயணத்தையும் இந்தப் புரவலர் சங்கம் ஆதரிக்கும். அனில் ஏற்கனவே தான் விரும்பும் புகைப்பட நிபுணர் டொமினிக் டர்போயிஸுடன் பேசி அவரும் ஒப்புக்கொண்டுவிட்டார். நான் அவர்களுடன் அத்திட்டத்தில் ஆய்வு உதவியாளராக இணைய முடியுமா என்பதை அறியவே இப்போது என்னை அழைத்திருக்கிறார்.

இந்த முன்மொழிவு வெறும் ஆச்சரியமட்டுமல்லாமல் சில வழிகளில் ஒரு எதிர்பாராத நல்வாய்ப்பாக (அதிர்ஷ்டவசமாக) இருந்ததால் பதிலளிக்க முடியாமல் நான் ஒரு கணம் அமைதியாய் இருந்தேன். அப்போது நான் லண்டன் பல்கலைக்கழகத்தில், மௌரியப் பேரரசரான அசோகர் பற்றிய ஆராய்ச்சி மாணவியாக இருந்தேன் மற்றும் அது பாதி நிலையை அடைந்திருந்தது. நான் அனிலிடம் அந்தத் திட்டத்தில் சேர நான் தயாராக இருப்பதாகவும், நான் என்னுடைய சொந்த ஆராய்ச்சிப் படிப்பில் இருப்பதாலும், அது சீனாவில் இருக்கும் புத்த மதக் குகை சம்பந்தப்பட்டதாக இல்லாததாலும், அவ்வளவு காலச்சலுகை எடுத்துக்கொள்வது குறித்து நான் என்னுடைய ஆய்வு நெறியாளர் பேராசிரியர் ஏ.எல். பாஷ்யத்தின் அனுமதியைப் பெற வேண்டும் என்பதை விளக்கினேன். ஆகவே அடுத்த நாள் மாலை நான் அழைப்பதாக அவரிடம் கூறினேன்.

என்ன செய்வது என்று முடிவெடுப்பதற்கு முயற்சி செய்து நான் அன்றிரவு முழுவதும் தூங்கவில்லை என்பதைச் சொல்லத் தேவையில்லை. நான் சீன புத்த மதக் கலைகளில் புலமை பெற்றவள் என்று கூற முடியாது. ஆனால், அத்துறை எனக்குப் புதியதும் அல்ல. லண்டன் பல்கலைக்கழகத்தின் கிழக்கத்திய மற்றும் ஆப்பிரிக்க ஆய்வுப் பள்ளியில் (எஸ்.ஓ.ஏ.எஸ்.) நான் வரலாறு, பழங்கால வரலாற்று பி.ஏ. ஆனர்ஸ் சிறப்புக் கல்வி கற்பதற்காக 1953ஆம் ஆண்டு லண்டன் வந்தேன். எஸ்.ஓ.ஏ.எஸ்.ஸில் ஆசிய வரலாற்றின் அனைத்துக் கிளைகளிலும் சிறப்புக் கல்வி இருந்தது. முதல் சில மாதங்களிலேயே ஆசிய வரலாற்றின் பரந்த உலகம் என் மனதில் விரியத் தொடங்கியது. கிழக்கு ஆசிய உலகம் எனக்கு அறிமுகம் ஆனதல்ல. நான் பிரிட்டிஷ் ராஜ்யத்தின் கல்விப் புலத்தில் இருந்து வந்திருந்தேன். எங்களுக்கு இந்திய மற்றும் பிரித்தானிய வரலாறு மட்டுமே அறிமுகம் ஆகி இருந்தது. எங்களுக்கு ஆசிய வரலாறு பற்றிச் சிறிதளவே தெரியும். அதுபோல்தான் பிற கண்டங்களின் வரலாறுகளும். மேலும் அவற்றின் முன் நவீன வரலாறும்கூட இவ்வாறுதான். இன்று

வரை இதே நிலைதான் நீடிக்கிறது. பிற நாடுகளின் நவீன வரலாறு பற்றி சில பல்கலைக்கழகங்களே கற்பிக்கின்றன. முதன் முதலாக சீனா மற்றும் ஜப்பானின் வரலாற்றைக் கண்டறிவது என்பது ஒரு திகைக்கவைக்கும் அனுபவம்தான்.

கோர்ட்டால்ட் கலை நிறுவனத்தில் சீனக் கலை மற்றும் தொல்லியல் பற்றிய ஒரு படிப்பு இருப்பதாக நான் கேள்விப்பட்டேன். எனக்கு மிகக் குறைவாகவே தெரிந்த துணைக்கண்டத்துடன் ஒப்பிடக்கூடிய ஆசியாவின் ஒரு பகுதியைப் பற்றி அறிந்துகொள்வதற்கு ஒரு வசதியான வழியாக இருந்ததால் நான் அதைப் படிக்க முடிவெடுத்தேன். ஒரு வாரத்தில் ஒரு மாலை நேர விரிவுரை மற்றும் அது பற்றிய சில வாசிப்புகள் மட்டுமே தேவைப்பட்டது. அந்தப் பாடம் பற்றி அறிய வேண்டுமே தவிர அதில் புலமை பெற வேண்டும் என்பது என் நோக்கம் அல்லாததால் விரிவுரை களைக் கேட்டு வாசிப்புகளைச் செய்து தேர்வைப் புறக்கணித்துவிடுவது என்பதே என் முடிவு. நான் சீனாவுக்குச் சென்று இதன் மூலம் கிடைத்த சிறு அறிவைப் பயன்படுத்த அப்போது வாய்ப்பு கிடைக்கும் என்று எண்ணவே இல்லை. இப்போது அது சாத்தியமாகி நிகழ்கிறது.

அடுத்த நாள் காலை இந்த அழைப்பைக் குறித்து பேராசிரியர் பாஷ்யத்துடன் விவாதிப்பதற்காகத் துரிதமாகச் சென்றேன். ஆய்வேட்டில் கவனம் செலுத்தாததோடு அதைச் சில மாதங்களுக்குத் தள்ளிப் போடுவதை எண்ணி என்னையே திட்டிக்கொண்ட நான் கொஞ்சம் நடுக்கத்துடன்தான் அணுகினேன். நான் கூறியதைக் கேட்ட பேராசிரியர் பாஷ்யம் முடிவெடுப்பதற்கு ஏன் தயங்குகிறாய் என்று கேட்டார். அது உன் வாழ்க்கையில் கிடைக்க முடியாத ஓர் அரிய சந்தர்ப்பம். அதை விட்டுவிடக் கூடாது என்று கூறினார். ஆய்வேட்டைச் சிறிது காலம் தள்ளி வைக்கலாம் என்றும் திரும்பி வந்த பின் அதில் கவனம் செலுத்தலாம் என்றும் கூறினார். ஆகவே, அடுத்து எந்தச் சிந்தனையும் இன்றி நான் அனிலை அழைத்து உடனடியாகக் கூறினேன். ஏனெனில் என் மனது மீண்டும் மாறுவதற்கு நான் நேரம் கொடுக்க விரும்பவில்லை. வேறு ஏதாவது ஆயத்த வேலைகள் தேவைப்படுமா என்று நான் அனிலிடம் கேட்டேன். சில குறிப்பிட்ட வாசிப்பைத் தவிர வேறு ஒன்றும் தேவை இல்லை என்று அவர் கூறினார். அங்கு வந்து செய்யப்படும் ஆய்விடத்தில் பிறருடன் நடத்தப்படும் விவாதங்களைக் கேட்டு பதிவுசெய்வதே என் வேலை என்று கூறினார். எனினும் நான் என் ஆய்வுப்பணியில் இருந்து சற்று நேரம் ஒதுக்கி, பயணத்துக்கு முன் ஆயத்தமாக ஆய்விடம் பற்றிச் சிலவற்றை வாசித்தேன்.

நான் ஏற்கெனவே கூறியபடி நாங்கள் ஆய்வு செய்யும் இரு இடங்கள் டன்ஹுவாங்கும் மைஜிஷனும் ஆகும். அன்றைய காலகட்டத்தில் மைஜிஷன் பற்றி வெளி உலகுக்கு ஒன்றும் தெரியாது. அங்குச் சில துறவிகள் வாழ்ந்தனர் என்பதும் சீனத் தொல்லியல் துறை அங்கு இருந்தது என்பது மட்டுமே அறிந்த செய்தி. கடந்த ஐம்பது ஆண்டுகளில் அது கவனத்தை மிகவும் கவர்ந்து, இன்று அது ஒரு புகழ்பெற்ற சுற்றுலா தலமாகிவிட்டது. டன்ஹுவாங் சற்றே அறிந்த இடம். பத்தொன்பதாம் நூற்றாண்டின் இறுதியில் அதைப் பற்றி அறிந்த அமெரிக்க மற்றும் ஐரோப்பிய சீனவியல் அறிஞர்களும் கலை வரலாற்று அறிஞர்களும் அங்கு வந்தனர். அது முக்கியத்துவம் பெற்ற இடமாக இருந்தது. அதைப் பற்றி எழுதப்பட்டது மேலும் சில வெளியீடுகளும் இருந்தன. அடுத்த மூன்று மாதங்கள் மிகுந்த எதிர்பார்ப்போடும் வாசிப்போடும் நகர்ந்தன. நான் ஜூலை மாதம் பாரிஸ் சென்று அனிலோடும் டொமினிக்கோடும் சேர்ந்துகொண்டேன். பின்னர் நாங்கள் பிராக் வழியாக மாஸ்கோ சென்று அங்கிருந்து பீஜிங் (அப்போது பீக்கிங் என்று அழைக்கப்பட்டது) சென்றடைந்தோம். ஆகவே, பயணத்தைத் தொடங்கியபோதே இந்த நாட்குறிப்பேடும் தொடங்குகிறது. இதில் உள்ள குறிப்புகள் சில வேளை களில் அன்றே எழுதப்பட்டவை ஒரு சில, சில நாட்கள் கழித்து எழுதப் பட்டவை. தொடர்ந்துவரும் பிரதி நாட்குறிப்பேட்டின் படியெடுப்பே ஆகும். ஒரு சில கருத்துகளை விளக்குவதற்கு மட்டுமே ஓரிரு வாக்கியங்கள் கூடுதலாகச் சேர்க்கப்பட்டுள்ளன.

1
பயணம் தொடங்குகிறது

நான் இப்போது பாரிசின் அனைத்துலக விமானநிலையத்தில் இருக்கிறேன். அனிலும் டொமினிக்கும் வந்துசேருவதற்கும் விமானப் பயண நடைமுறைகள் தொடங்குவதற்கும் இன்னும் அரை மணி நேரம் இருக்கிறது. நான் இப்போது என்னுடைய எண்ணங்களையும் சிந்தனை களையும் எழுதத் தொடங்க வேண்டும். என்னுடைய கைகளிலும், தோள் களிலும், என்னுடைய கோட்டுப் பைகளிலும் நான் எடுத்துச்செல்ல வேண்டிய பொருட்களின் எடையை நினைத்துப்பார்க்கும்போதே நான் களைப்பை உணர்கிறேன். ஒரு திருப்பி அணியக்கூடிய கோட்டைக் கொண்டுவந்தது புத்திசாலித்தனமானதாகப் போயிற்று. ஏனெனில் கிடைக்கும் கூடுதல் பாக்கெட்டுகளில் சேலை போன்ற இன்னும் கொஞ்சம் பொருட்களை நிரப்ப முடியும். அலையலையாக நீளும் பல யார்டு பட்டுத்துணிகள் அடைந்து கிடக்கும் குகைகளில் பொதுவாக எப்போதும் நான் அணியும் சேலையோடு பணிபுரிவது என்பது சிரமமானதாகவே இருக்கும். நடைமுறைக்கு ஒத்துவராத துணி என்று சேலையை எப் போதாவது நான் கூறினேனா? சந்தேகம் இல்லாமல் அதுவே பேக் செய்வதற்கு உகந்த வகையான துணிமணியாகும். ஆனால், கோட் பாக் கெட்டுக்குள் அதைத் திணிப்பது என்பது மனதை உடைப்பதுபோல் இருந்தது. இத்தனைக்கும் நான் பாதிக்குப் பாதி காலியாக இருந்த இரண்டு பெட்டிகளைக் கொண்டுசென்றேன். அவற்றில் இருந்தப் புகைப்படக் கருவிகள் மிகவும் பளுவானவைகளாக இருந்தன. இந்த ஏற்பாட்டை அனுசரித்துதான் ஆக வேண்டும் என்று நாங்கள் முடிவெடுத்தோம். நல்ல புகைப்படச் சுருள் போன்றவை சீனாவில் கிடைப்பது என்பது ஏறத்தாழ சாத்தியமற்ற ஒன்றாகும்.

விமானநிலையங்கள் ஆச்சரியப்படத்தக்க விதமாகப் பேருந்து நிலை யங்கள் போலாகிவிட்டன. மக்கள் சர்வசாதாரணமாக அங்குமிங்கும் அலைந்து திரிந்தனர். இந்தியாவில் இன்னும் விமானப் பயணம் என்பது அசாதாரணமானதாகவும் சிலிர்ப்பூட்டுவதாகவும் இருந்ததால் இப்படித் தான் நினைத்தேன். ஆனால், இங்கு விமான நிலையத்தில் தொடர் வண்டி நிலையத்தில் இருப்பதுபோல் எல்லாம் இருந்தது - இருக்கைகள்

அங்கொன்றும் இங்கொன்றுமாகப் பரந்து கிடந்தன, பத்திரிகைகளையும் பயனற்ற நொறுக்குத் தீனிகளையும் விற்கும் கடைகள். ஐஸ்கிரீம் கடை ஒன்று மட்டும் இல்லை. ஆனால், அதுவும் நிச்சயம் வந்துவிடும் என்று நான் நம்பினேன்.

ஸூரிச், ஸ்டாக்ஹோம், ரோம் போன்ற இடங்களுக்குச் செல்லும் பயணியர்களுக்காக அடிக்கடி அறிவிப்புகள் தொடர்ந்து வந்துகொண் டிருந்தன. ஆனால், பிராக் வழியாக மஸ்கோ செல்வதற்கான எந்த அறிவிப்பும் வரவில்லை. உண்மையாகவே நான் போகப்போகிறேனா என்ற சந்தேகம் எனக்கு வந்தது. அதற்குப் பின்னர் பீஜிங்கிற்கு, அதற்குப் பின் அங்கிருந்து உள்ளே நீண்ட தொலைவிற்கு. சாய்ந்து உட்கார்ந்து கொண்டு இதை நான் சொல்லுவதற்கு முடிய வேண்டும் – இது அப்படிப் பட்ட விஷயங்களில் ஒன்றுதான். ஆனால், அவ்வாறு சொல்ல முடிய வில்லை, ஏனென்றால், அது மிகவும் நம்ப முடியாததுபோல் தோன்றுகிறது.

இறுதியாக பிராகுக்கும் மாஸ்கோவுக்குமான அறிவிப்பு வந்தது.

இதோ இப்போது நான் பிராக் விமான நிலையத்தில் இருக்கிறேன். சற்றே களைப்பாகத் தோன்றியதால் ஓய்வெடுக்கத் தொடங்கியுள்ளேன். எங்களை மாஸ்கோவுக்கு ஏற்றிச்செல்லும் புதிய, மிகவும் விளம்பரப் படுத்தப்பட்ட, அதியற்புதமான சோவியத் விமானம் ஏற்கெனவே ஒன்றரை மணிநேரம் தாமதமாகிவிட்டது. அது சேற்றில் சிக்கிவிட்டதாகவும் அதில் இருந்து அதை விடுவிக்க முயற்சிசெய்வதாகவும் – அதுபோல் ஏதோ ஒன்றைக் கூறுகிறார்கள். பொருட்கள், கேமராக்கள், கேமராக்கள் மேலும் கேமராக்கள், இரவுக்கான பொருட்கள் அடங்கிய பைகள், கயிற்றால் கட்டிய புத்தகங்கள் மற்றும் ஆய்வுக்கட்டுரைகளின் பெரிய கட்டுக்கள், அதைவிட திணிக்கப்பட்ட சேலைகளும் உள்ளாடைகளும் வேறு என் னென்னவெல்லாமும் எங்கள் கோட் பாக்கெட்டுகளில் துருத்திக்கொண்டு நிற்க மூன்று பொதி சுமக்கும் கழுதைகளைப் போல நாங்கள் விமான நிலையத்தில் அங்குமிங்கும் அலைந்துகொண்டு திரிகிறோம். கொஞ்சம் மதிப்புக் குறைந்துவிட்டதுபோல் நான் உணர்கிறேன். பிறவற்றோடு ஒப்பிடும்போது சேலையைப் பற்றி முற்றிலுமாக அறியப்படாத ஓர் இடத்தில், மிகுந்த எழிலோடும், கவர்ச்சியானதாகவும், இயல்பானதாகவும், பளிச்சென தெரியாததாகவும், புதிதாக விழித்தெழும் ஆசியாவின் உடை யாகவும் சேலையைக் காட்சிப்படுத்த வேண்டும். அதற்குப் பதிலாக நாங்கள் மிகையாகப் பளுவேற்றப்பட்டு துணியால் பொதியப்பட்ட கழுதை களைப் போலத் தோன்றினோம், ஏனெனில் அனிலும் சேலைதான் அணிந்திருந்தார்.

ஆனால், சேலை இனம்காட்டும் ஒன்று என்பதை நான் மறந்து விட்டேன். தூரத்து மூலையில் இரு இந்தியப் பெண்கள் அமர்ந்திருந்தனர். விசாரித்தபோது அவர்கள் புகழ்பெற்ற இந்தியத் திரைப்பட நடிகர் பிரிதிவிராஜ் குமார் மற்றும் அவருக்கு இணையாகப் புகழ்பெற்ற கவர்ச்சி நடிகர் ராஜ்கபூரின் பயணக் குழுவைச் சேர்ந்தவர்கள் என்று அறிந்து கொண்டோம். அந்தப் பெண்மணிகள் அமைதியாகவும் அடக்கத்தோடும், அழகான வெண்பட்டு சேலைகளில், பொருத்தமில்லாத ஓர் இடத்தில் இருப்பதுபோல், ஒருவேளை அலட்சியப்படுத்தப்பட்ட உணர்வோடும் விமானநிலையத்துக்குப் முன்பின் பழக்கம் இல்லாதவர்கள் போன்றும் அமர்ந்திருப்பதாகத் தோன்றியது.

பல அறிவுப்புகள் வந்தன. நாங்கள் ஒரே நம்பிக்கை வார்த்தையான மாஸ்கோ என்பதைக் கேட்பதற்காகக் கூர்மையாகக் கவனித்துக்கொண் டிருந்தோம். ஆனால், மக்கள் நெருக்கியடித்துக் கொண்டு பாரிஸ், ஸூரிச், ஏதேன்ஸ் மற்றும் எங்கெங்கோ செல்ல ஓடுகிறார்கள், எங்கே என்று யாருக்குத் தெரியும், சொர்க்கத்துக்கே வெளிச்சம்! ஆனால், எங்கள் விமானம் ஆடாமல் அசையாமல் இருந்தது. மேசையில் எனக்கு அருகில் ஒரு ஜப்பானியப் பெண்மணி அமர்ந்திருந்தார். ஒரு பத்து நிமிடம் நாங்கள் ஒருவரை ஒருவர் பார்த்துப் புன்னகைத்துக்கொண்டிருந்தோம். இறுதியாகப் பேசுவது என்று முடிவெடுத்தோம். ஆனால், அவருக்கு ஜப்பானிய மொழி மட்டுமே தெரியும், எனக்கோ அது தெரியாது. நாங்கள் எல்லாவற்றையும் பயன்படுத்தினோம் – குறிகள், வரைபடங்கள், ஒலிகள். இறுதியாக ஒரு பெண்கள் கூட்டம், பெண்கள் மாநாடு போன்ற ஒன்று என்பதுதான் நான் கண்டுபிடித்த அம்சம். அதை ஒரு காகிதத்தில் வரைந்து காட்டினேன். அந்தப் பெண் ஆரவாரமாக ஆமோதித்து, அதுதான் அவர் மாஸ்கோ செல்லும் காரணம் என்று உறுதிப்படுத்தினார். அதுவே எனக்குப் பெரிய காரியமாகப்பட்டது. அதன் பின்னர் நாங்கள் இருவருமே அமைதியில் ஆழ்ந்தோம்.

அரை மணி நேரத்துக்குப் பின்னர் மாஸ்கோ விமான நிலையத்தில் நிலவும் மோசமான காலநிலையே தாமதத்துக்குக் காரணம் என்று அறிவித்தனர். ஆக, மேலும் ஓர் இரண்டரை மணிநேரம் நாங்கள் காத்திருக்க வேண்டும். எங்களுக்கு இரவு உணவு வழங்கப்படும். இரவு உணவு சலாமி, இன்னும் சலாமி, மேலும் பிளம் ஜாமுடன் சலாமியாகத் தான் இருக்கும். நான் இப்போதுதான் ஆப்பிள் ஜூஸுடன் சலாமிச் சுருள்களை விழுங்கி இருந்தேன். மேலும் அதையே சாப்பிட முடியுமா என்பது எனக்குத் தெரியவில்லை.

வெளியே மழை அடித்துப் பெய்தது. மூன்று மணி நேரத்துக்குப் பின்னர் என்று நான் நினைக்கிறேன், அன்றிரவு நாங்கள் அங்கேயே தான் தங்க வேண்டும் என்று எங்களுக்குக் கூறப்பட்டது. அதைப் பற்றி நான் பெரிதாகக் கவலைப்படவில்லை. பிராக்குக்கு நாங்கள் செல்ல வேண்டுமானால் இப்போதே சென்றால்தான் அங்கு எதையாவது பார்க்க முடியும். காத்திருக்கும் பயணிகளுக்காக அங்கு ஒரு சிறிய சினிமா அரங்கு இருந்தது. கொஞ்ச நேரம் ஓய்வெடுக்க நான் அங்குச் சென்றேன். ஆனால், அது செகோஸ்லோவேகியா பற்றிய ஒரு சுற்றுலாப் பயணிகளுக்கான படம். நான் சில அழகான விலங்குகளையும், அழகியப் பெண்களையும், திடகாத்திரமான ஆண்களையும் அதில் பார்த்துவிட்டு வெளியே வந்தேன். நாங்கள் சீக்கிரத்தில் இந்த இடத்தின் இரவு வாழ்க்கை எப்படி இருக்கிறது என்று பார்க்கப்போகிறோம். மாஸ்கோவுக்குச் செல்லும் ஒரு குடும்பம் தங்கள் பையைத் திறந்து ஒரு சிறு ரேடியோவை எடுத்து ரேடியோ லக்சம்பர்க்கைத் திருப்பினர். ஓர் இளம் ஆப்பிரிக்கர் அறையின் இன்னொரு பகுதியில் பிபிசி செய்தியைக் கேட்டார். அது பொருத்தமில்லாததாகவும் சம்பந்தமற்றதாகவும் ஒலித்தது.

எல்லோரும் இப்போது நட்போடு பழகத்தொடங்கினர். அரை மணி நேரத்துக்கு முன்னர் நாங்கள் எல்லோரும் தனித்தனி மேசையில் அமர்ந்து ஒருவரையொருவர் வெறித்துப் பார்த்துக்கொண்டிருந்தோம். இப்போது மக்கள் யாவரும் புன்னகைத்துக் கொண்டு அங்குமிங்கும் நடந்து பல மொழிகளைக் கலவையாகப் பேசினர். இந்தச் சூழல் ஒரு தீவைப் போல் இருந்ததாக நான் எண்ணுகிறேன். நான் விரைவில் ஏற்கெனவே படித்துக்கொண்டிருந்த ஜேம்ஸ் ஜாய்சின் யுலிசஸ் என்ற புத்தகத்தில் மூழ்கி இருப்பேன். ஆனால், மதுக்கூடம் எல்லாவற்றையும் சர்வசாதாரணமாக்கி விடுகிறது. இரவு உணவுக்குப் பின்னர் நாங்கள் நடனமாட ஆரம்பித்தோம். சமுதாயப் பாடல்களையும் கிராமியப் பாடல்களையும் பாடத் தொடங்கினோம். இந்த மக்களின் பின்னணிகளை அறிவது மிகவும் சுவையாக இருந்தது. உண்மையைச் சொல்லப்போனால் ஒரு புதினத்துக்கு அல்லது திரைப்படத்துக்கு நல்ல பாடுபொருளாக இருக்கும். இந்தியத் திரைப்பட நட்சத்திரத்தின் குடும்பம் இந்தியாவில் இருந்து இப்போதுதான் வந்துசேர்ந்தது. கவர்ச்சி அவர்களை நெருக்கியது. அந்த முழு மாலைப் பொழுதும் விமான நிலையத்தில் கவர்ச்சி அவர்களோடு வழிதவறிப்போய் நின்றது. மகன்தான் முழுமையான திரைப்பட நடிகர். 'நேரில்' பார்க்கும்போது ஏமாற்றம்தான். போதுமான கவர்ச்சியும் இல்லை. ஆனால், அப்பா உண்மையில் பழம்பெரும் நடிகர்தான். அவரை எங்கு பார்த்தாலும் அடையாளம் கண்டுகொள்ளலாம். அவரது நகர்வுகளில் நளினம் இருந்தது. சிறப்பான முறையில் வேறுபட்டவராகத் திகழ்ந்தார்

அவ்வப்போது சற்றே மிகை நடிப்பு இருந்தாலும் ஒரு தரமான நடிகர். அவர் தோற்றம் ஆஜானுபாகுவாய் இருந்தது. அது அவருக்கு ஒரு மேன்மையை அளித்தது.

அங்கு ஒரு சிறிய உருவம்கொண்ட பர்மாக்காரரும் இருந்தார். எங்கள் பொருட்களை எடுத்து வருவதற்கு அவர் எங்களுக்கு உதவினார். அவர் மாஸ்கோ திருவிழாவுக்குச் செல்கிறாராம். அவர் லண்டனில் விமானப் பொறியாளராகப் பயிற்சி செய்கிறார். அரைகுறையான ஆங்கிலம் பேசு கிறார். இன்று மதியம் பாரிசில் இருந்து பிராக்குக்கு வந்த விமானத்தில் எனக்குப் பின்னிருக்கையில் அமர்ந்துகொண்டு விமானங்களின் பிச்சிங், ரோலிங், யானிங், அழுத்தக் கேபின்கள், அழுத்தச் சக்கரங்கள் பற்றி அவர் அளித்த வருணனை என் காதில் விழுந்துகொண்டே வந்தது. அதே விழாவுக்குச் செல்லும் இரு ஆங்கிலேயர்கள் தனியாக அமர்ந்து பைப்பைப் புகைத்துக்கொண்டே இருந்தனர். முழு நடைமுறையும் அவர் களுக்குச் சோர்வை அளித்தது போலும். திடீரென வானொலியில் ஒரு சூழலை உருவாக்கக் காத்திருந்ததுபோல் “ல்வோகா படகுக் காரனின்” ஒலி. ஒருவேளை எங்களுக்கு ஆறுதல் அளிக்க மாஸ்கோயில் இருந்து வருகிறதோ என நினைத்தேன். ஓர் உயரமான, வெளிர் மஞ்சள் நிற, கறுப்பு முடி கொண்ட பிரேசில்காரரும் அவரது மனைவியும் குறிப்பாக இந்தப் பயணம் குறித்து மகிழ்ச்சியாக இருந்தனர். அவர் ஒரு ‘செமின்-டெ-ஃபேர்’ ஆட்டத்தின் (ஒரு வகையான சீட்டு விளையாட்டு) பிரதிநிதியாகச் செல்கிறார். அவரது ஒரே கவலை என்னவென்றால் அவரது நண்பர்கள் விமானநிலையத்துக்கு வந்து அவரைக் காணாமல் தவிப்பார்கள் என்பதுதான். அவரது பிரஞ்சு தட்டையாகவும் சரளமாகவும் இருந்தது. எங்களில் ஒருவருக்கும் புரிந்துகொள்ள முடியவில்லை. தூரத்து மூலையில் அமர்ந்து இருந்த ஒரு குழுவினர் வெறுப்புணர்ச்சியில் மூழ்கி இருந்ததுபோல் தோன்றியது. அவர்களைப் பற்றி அறிய முடியவில்லை. இரவு உணவு முடியும்வரை அவர்கள் காத்திருக்கட்டும்.

நடிகரின் பயணக்குழுவைச் சேர்ந்த இருவர் ஸ்டார்ம் ஓவர் ஏசியா என்ற திரைப்படத்தின் சிறப்புகளையும் குறைகளையும் பற்றி விவாதித்துக் கொண்டு இருந்தனர். இதில் கொடுமையான விஷயம் என்னவென்றால் அவர்கள் அது ஐசென்ஸ்டெய்னின் படம் என்று கூறியதுதான். அது செர்கே ஐசென்ஸ்டெய்னின் படமல்ல, விசெவலாட் புடோவ்கினுடையது என்று நான் மென்மையாக எடுத்துக் கூறினால் அவர்கள் தவறாக எடுத்துக் கொள்வார்களோ? ஒருவரால் குழப்பிக்கொள்ள இயலாதவாறு இருவரின் உத்திகளும் மிகவும் வேறுபட்டவை. ஆனால், குழப்பமானது என்று வெளியாட்களாகிய நாம் நினைப்பதை அந்தத் தொழிலில் இருப்பவர்கள் கூறுவதற்கு அவர்களுக்கு சுதந்திரம் இருக்கலாம் அல்லவா?

நான் கூறிக்கொண்டே போகலாம் ஆனால், நான் நிறுத்தியாக வேண்டும். ஒரு பிரஞ்சு உணவகத்தில் ஒரு நாள் முழுவதும் அமர்ந்து எழுதிக் கொண்டே இருப்பதில் மிகவும் லாபம் இருக்கத்தான் செய்கிறது என எனக்குப் பட்டது. எழுதுவதற்கு நிறைய இருக்கிறது. லத்தின் அமெரிக் கரைப் போன்ற தோற்றம் கொண்ட ஒருவர் இப்போது அந்த ஆப்பிரிக்க ரோடு பேசத் தொடங்கி இருந்தார். மிஷனரிகளாக இல்லாதபோதும் அவர்கள் மிகவும் ஆர்வம் உள்ளவர்களாகக் காணப்பட்டார்கள். என்னைப் போலவே என்னையும் சிலர் வேடிக்கைப் பார்த்துக்கொண்டிருக்கலாம் என்று தோன்றியது. வெள்ளை விரிப்பு விரித்த மேசையில் கேமராக்களும் பல வடிவங்களும் அளவும் கொண்ட பைகளும் சூழ்ந்திருக்க, அமர்ந்து எழுதிக்கொண்டு இருக்கும் இவர் யார் என்று எண்ணலாம். இதுதானா இவருக்கு செய்யக் கிடைத்த ஒன்று? இவர் இவ்வளவு தீவிரமாக எதை எழுதிக்கொண்டு இருக்கிறார்?

அனில் என்னைத் தேற்றிக்கொண்டு இருந்தார் (எனக்குத் தேறுதல் தேவை என்பது போல). இத்தகையத் தாமதங்கள் அடிக்கடி நேரும் என்று அவர் கூறினார். நான் அடி எடுத்து வைத்திருக்கும் துணிகரமான செயல் இப்போதே தொடங்கிவிட்டதாக நான் நினைத்தேன். ஆச்சரியப்படும் விதமாக அமெரிக்காவின் குரல், ஒலிபெருக்கி மூலமாக இந்தப் பகுதி யிலும் கேட்டது. அதைக் கேட்பதற்கான சரியான பின்னணி இதுதான் என்பதில் சந்தேகம் இல்லை. இரும்புத் திரைக்குப் பின்னால் இருக்கும் நாடுகளுக்கு அமெரிக்காவின் குரல் சத்தமாக ஒலித்தது. மோசமான விளம்பரதாரர்கள். அந்தக் குரல் உண்மையைப் பரப்புவதாகக் கூறும் விஷயங்களை எப்போதுமே மன்னிக்க முடியுமா? இது கொடூரமாக, வெளிப்படையாக, உண்மையற்றதாக ஒலித்தது. கெடுவாய்ப்பாக (துரதிர்ஷ்டவசமாக) இந்த விஷயங்களைப் பற்றி ஒருவர் கண்டிப்பாகவும் இருக்க முடியாது. பொதுக் கருத்தை ஏற்றவிதமாக மாற்றுவது நெறி முறைக்குப் புறம்பானதாகத் தோன்றியது.

பலவகையான பழங்கள் மற்றும் காய்கறி ஊறுகாயுடன் இனம்புரியாத குளிரவைக்கப்பட்ட துண்டுகள் கொண்ட அபூர்வமான உணவை நாங்கள் இப்போதுதான் முடித்திருந்தோம். அந்த ஜப்பானியப் பெண்ணோடு பேசி அவர் உண்ணக்கூடிய உணவைத் தேர்வுசெய்து மெனுவை விளக்குவது என்பது ஒரு பெரிய வேலையாகிப் போய்விட்டது. ஒரு வேற்று நாட்டு மொழியில் சிறிதளவு அறிவும் இல்லாமல் அந்த நாடுகளுக்குச் செல்வது முட்டாள்தனமானதா அல்லது துணிச்சலானதா? துணிச்சலையும் முட்டாள் தனத்தையும் பெரும்பாலும் ஒரு மெல்லிய கோடுதான் பிரிக்கிறது. பின்னது உடனடியானதாக இருக்கும் அதே வேளையில் முன்னதற்கு நன்றாகச் சிந்திக்க வேண்டும். காபி நன்றாக இருந்தது. நான் இப்போது விரிப்பு

விரிக்கப்பட்டிருந்த மேசைக்குத் திரும்பி வந்தேன். அதிகம் பேசாத இளம் பர்மாக்காரரும் ஒரு மேடம் ஆல்பியும் அங்கு இருந்தனர். நான் என் கறுப்பு சோப்ரானியைப் புகைத்து அனுபவித்துக்கொண்டிருந்தேன். கறுப்பு சோப்ரானி அலாதியான மகிழ்ச்சியை அளிக்கக் கூடியது. மேலும் குறைந்த மணம்கொண்ட கறுப்பு சிகரெட்டின் முருகியல் இன்பம் என்பது அலாதியானது. நான் இந்தப் பெட்டியைக் கவனமாக வைத்திருப்பேன்.

இப்போது மாஸ்கோ நேரம் இரவு 9 மணி. நாங்கள் புறப்பட முடியுமா என்பது விரைவில் தெரியும். நான் தூங்க வேண்டும் என்று விரும்பினேன். ஒரு நல்ல இரவுத் தூக்கம். நான் என் அம்மாவின் ஆலோசனையைக் கேட்டு லண்டனில் முடிவில்லாமல் ஒருவாரம் தூங்கி இருக்க வேண்டும்.

மேலும் சீனா? சீனாவைப் பற்றி என்ன? விமானம் புறப்படக் காத்திருக்கும்போது என் வாழ்க்கையில் ஆரம்பக் காலகட்டங்களில் கிடைத்த சீனப் பொருட்களைப் பற்றியும் அவற்றைப் பற்றிய எண்ணங் களையும் நான் சிந்தித்துக்கொண்டிருந்தேன். இவற்றைப் பற்றி வலிமை யான எண்ணங்கள் எதுவுமில்லை என்பதுதான் கவலை அளிக்கும் விஷயம். எல்லாம் தெளிவற்றதாக இருந்தன. நான் குழந்தையாக இருந்த போது சீனாவைப் பற்றி இந்தியாவில் கற்பிக்கப்பட்ட, நிச்சயமாக பிரிட்டிஷ் இராஜ்யத்தால், அபத்தமான கதைகள் எனக்குள் ஊறிக் கிடந்தன. அங்கு தந்திரமான இடுங்கிய அகன்ற கண்கள் கொண்ட மங்கோலிய மக்கள் வாழ்ந்தனர். அது அறியாதவற்றின் மர்மமும் அபூர்வமும் நிரம்பிய நாடு. சந்தேகப்படும்படி தோன்றுபவர்களால் கடத்தப்பட்டு மக்கள் காணாமல் போவார்கள் என்று கூறப்பட்டது. ஐரோப்பியச் சிறுவர்களுக் காகவும் பெரியவர்களுக்காகவும் எழுதப்பட்டவற்றைப் படித்ததனால் வந்த விளைவு இவை எல்லாம்.

~

இந்தியாவில் இருக்கும் நமக்கு நமது கிழக்கத்திய அயலகத்தாரைப் பற்றிய சிறப்புகள் எதுவும் தெரியாது. புகழ்பெற்ற பள்ளிப் பெண்களின் பத்திரிகைகள் அல்லது *பேரரசின் சாவிகள்* போன்ற திரைப்படங்களில் உருவாக்கப்பட்டிருந்த பிம்பத்தை எதிர்கொள்ள நம்மிடம் வேறு கதை களும் இல்லாமல் இருந்தன. தாவோவின் கொள்கையாளர்களாகவும் புத்த மதத்தினராகவும் இருந்ததால் விசித்திரமான சடங்காச்சாரங்களும் காட்டுமிராண்டித்தனமான மதிப்பீடுகளும் கொண்டனவாகக் கருதப்பட்ட சீனர்களின் மனங்களில் தெளிவைக் கொண்டுவர ஐரோப்பிய தேவ ஊழியர்களும் கிறிஸ்தவத்துக்கு மாறியவர்களும் முயற்சி செய்துகொண் டிருந்தனர். அல்லது பிற்காலத்தில், நாட்டின் உள்ளே மிகப் பரந்து

கிடந்த நாட்டுக்குள் செயல்வீரர்கள் செய்யும் பயணம், புதையல் வேட்டைக்காரர்கள், நிலவியல் ஆராய்ச்சியாளர்கள், பாலங்களையும் தொடர் வண்டித் தடங்களையும் கட்டும் பொறியாளர்கள், பிரிவினையை உருவாக்கும் அல்லது ஜப்பானில் இருந்து தப்பிவரும் புரட்சியாளர்கள், ஐரோப்பாவிலும் அமெரிக்காவிலும் இருக்கும் கலைக்கருவூலங்களுக்குப் பொருட்களையும் சுவடிகளையும் கொண்டுசெல்லும் மிகை ஆர்வக் கலை வரலாற்றாளர்கள் ஆகியோரைப் பற்றிய வளர்ச்சி பெற்ற கதைகளைப் படித்தோம். மேலும் அது எப்போதும் ஒரே கதைதான். நெருக்கடி மிகுந்த தொடர்வண்டிப் பயணம், உள்ளூர் கொள்ளைக்காரர்களால் அச்சுறுத்தப் பட்ட கிராமங்களை அடைதல் மற்றும் அடிக்கடி ஏற்படும் தூசிப் புயல் களில் அகப்பட்டுக்கொள்ளுதல். கிழக்கத்திய நாடுகளில் ஆட்சி அதி காரத்தில் போதுமான ஒழுங்குமுறை இல்லாமை, அவர்களின் அதிகார வர்க்கத்தின் அத்துமீறல்கள், ஏதாவது ஒரு வகையில் திறனை உருவாக்கப் பயன்படுத்தப்படும் நுட்பமான வழிமுறைகள் ஆகியவற்றைப் பற்றி பொறுப்பற்ற முறையில் உருவாக்கப்படும் ஆதாரமற்ற வழக்கமான கட்டுக் கதைகள்தான் மீதி எல்லாம்.

குழந்தையாக இருக்கும்போது நான் டிராகனைக் கண்டு பயப்படுவேன். தீயை உமிழும் பெரிய திறந்த தாடைகள், அதன் அச்சுறுத்தும் நச்சுப் பற்கள், நகங்களோடு கூடிய பெரும் வளை நகங்கள் கொண்ட டிராகனின் கலை வடிவம் உயிரோடு வருவதுபோல் தோன்றும். எங்கெங்கும் அதுவேதான், கம்பளிகளிலும் தரைவிரிப்புகளிலும், கலசங்களில், பூவேலைப்பாடுகளில், அரக்கு வேலைகளில், எல்லாவற்றிலும், ஏன் ஏதோ கொஞ்ச நஞ்சம் சீனத் தொடர்பு இருந்தால் போதும் அதுவேதான்; உலகெங்கும் 1930களில் சீனர்கள் விற்பனைக்காக வீட்டுக்கு வீடு கொண்டுசென்ற ஜரிகைப் பூவேலைப்பாடு கொண்ட பட்டுத் துணிகளிலும்கூட இதுதான்.

சீனப் பொருட்கள் நம் வாழ்க்கையில் ஒரு குறிப்பிட்ட அளவுக்கே பரிச்சயமானவை. என்னைப் பொறுத்தவரையில் மூன்று தொடர்புகள் இருந்தன – ஒரு சைக்கிளின் பின்னால் ஒரு கட்டை வைத்துக்கொண்டு நுட்பமான பட்டாடைகளையும் பூவேலைப்பாடுடைய துணிகளையும் வீடு வீடாக விற்கும் விற்பனையாளர். இந்தக் கட்டுக்குள் மேலும் சிறு கட்டுகள் இருக்கும். எல்லாம் கவனமாக மடிக்கப்பட்ட பொருட்களும் துணிகளும். அரை மணி நேரம் ஒதுக்கக்கூடிய வீட்டுப் பெண்கள் அனைத்துத் துணிகளையும் பார்த்த பின்னர் ஒரு சிறிய துண்டுத் துணியை வாங்குவார்கள். அந்த வியாபாரி பெருந்தன்மையாகப் பணத்தை வாங்கிக் கொண்டு சைக்கிளை மிதித்துச் செல்வார். எங்கிருந்து இந்தச் சீனப் பட்டுகள் எல்லாம் வந்தன. ஹாங்காங்? பல இந்திய உயர் நடுத்தரவர்க்க இளம்

பெண்கள் சைக்கிளில் கொண்டுவருபவரிடம் இருந்து தங்கள் திருமண உடைகளுக்கான உள்ளாடைகளை வாங்கி இருப்பார்கள்.

அதன்பின் சீனக் காலணி தயாரிப்பாளர்கள் இருந்தனர். ஒவ்வொரு பெரும் நகரங்களிலும் இவர்களில் ஓரிருவர் இருப்பர். சிறந்த தோல் காலணிகளைச் செய்து நல்ல விலைக்கு விற்பார்கள். நடுத்தரவர்க்கத்தினர் சீனர்களால் செய்யப்பட்ட இந்தப் பாரம்பரியம் மிக்க காலணிகளை நவநாகரிகமானதாகக் கருதினர். மேலும் சீன உணவகங்களும் இருந்தன. ஒவ்வொரு மாநகரிலும் ஒரு நேங்கிங் உணவகம் இருக்கும். இனிப்பான மற்றும் புளிப்பான இறைச்சி, நூடுல்ஸ்கள், மக்காச்சோளம் மற்றும் கோழிச்சாறு (சூப்), வறுவல் சோறு, மற்றும் அமெரிக்க சாப் சூயி போன்றவை கிடைக்கும். இவை உண்மையான சீன உணவுகள் அல்ல; இவை இந்தியர்களின் சுவைக்கு ஏற்றவாறு தயாரிக்கப்பட்டவையே. ஆனால், எப்போதோ ஒரு முறை குடும்பமாகச் சீன உணவகங்களில் மக்கள் உண்ணுவார்கள். இது ஒரு சிறப்பான தருணமாகக் கருதப்படும்.

வணிக மையங்களாக இருக்கும் ஒரு சில மாநகரங்களில் ஒரு சிறிய சீன நகர் இருக்கும். அந்தப் பகுதியில் சீனர்கள் அவர்களுக்கே உரிய பாணியில் வாழ்வார்கள். அவர்கள் நாட்டின் சுற்றுப்புறத்தை அவ்வாறே மறுகட்டமைப்பார்கள். செல்வத்தோடும் அந்தஸ் தோடும் தம் நாட்டுக்குத் திரும்பிச்செல்லும் கனவு அவர்களை இயக்கும். இத்தகைய குடியிருப்பு களுக்குள் துணிந்து செல்கிறவர்களுக்குச் சிறப்பு உணவிடங்களில் உணவு கிடைக்கும். சீன உணவகங்களில் கிடைப்பதைவிட இங்கு அசலான சீன உணவுகள் கிடைக்கும்.

பின்னர் இந்தச் சித்திரம் மாறியது. எனது வளரிளம் பருவத்தில் போர்க்கால ஆண்டுகளில் நான் பூனாவை (அப்போது பூனே, இப்படித் தான் அழைக்கப்பட்டது) நினைவிற்குக் கொண்டுவருகிறேன். சீன-ஜப்பானியப் போர் மற்றும் இரண்டாவது உலகப் போரைப் பற்றி சிறிது அறிந்துகொண்டு வந்தேன். எங்கள் அனைவரையும் கவர்ந்திழுத்த ஒரு கதை பின்னர் டாக்டர் கோட்னிஸின் அமரக் கதை என்ற பெயரில் ஒரு திரைப்படமாக உருவானது. காயம்பட்ட வீரர்களின் மத்தியில் சேவைசெய்ய சீனாவுக்குச் சென்ற இந்திய டாக்டரின் கதை இது. சன் யாட்-சென் மற்றும் சியாங் கை-ஷேக் என்ற பெயர்கள் நம்மிடம் பிரபலம் ஆனவைதான். அதன் பின்னர் அதைத் தொடர்ந்து சீனாவில் ஒரு கம்யூனிஸ்ட் கட்சி இருப்பதையும் மாவோ சேதுங் மற்றும் சூ என்லாய் என்ற பெயர்களைப் பற்றியும் பேச்சு எழுந்தது. (பிறரைப் போல நானும் ஆசியாவில் அமெரிக்கர்களின் தலையீட்டைச் சந்தேகித்தேன்.) அதனைத் தொடர்ந்து சியாங் கை-ஷேக்கின் தேசியம் பெரும் தனிப்பட்ட ஆசையால்

சேதமடைந்ததாக எண்ணப்பட்டது. அவருக்கு ஆதரவாகப் பேசியவர்கள் பலர். அவர்கள், பல தீவிர தேசியவாதிகளுக்கு இது இருக்கக்கூடிய ஒன்றுதான் என்ற நிலைப்பாட்டை எடுத்தனர்.

இதுவே சீனாவுக்கும் எனக்கும் இருந்த தொடர்பு. பின்னர், 1949க்குச் சில ஆண்டுகளுக்குப் பின்னர் புதிய சீனம் பேசும் பொருள் ஆயிற்று. சீனாவின் கன்ஃபூசிய மற்றும் புத்த மதப் பின்னணி கொண்ட இரண்டாம் சோசலிசப் புரட்சி அங்கு ஏன் ஏற்பட்டது என்ற கேள்வியுடன் இது தொடங்கும். அப்போதுதான் நான் எட்கார் ஸ்நோவின் ரெட் ஸ்டார் ஓவர் சைனா என்ற நூலைப் படித்தேன். சீனாவில் ஆரம்பக் கட்ட கொரில்லா இயக்கத்தைப் பற்றிய சிறந்த புத்தகம் இது. இதுவே பின்னர் ஒரு புரட்சியாகப் பரிணமித்தது. எனக்குச் சில பெயர்களும் நிகழ்வுகளும் பரிச்சயமாயின. அது ஒரு மெதுவான செயல்முறை. முன் நவீன சீன வரலாற்றில் சீன நாகரிகம் என்று அழைக்கப்பட்டதற்கு சம்பந்தப்பட்ட எதையும் ஒருவர் சந்திக்க முடியவில்லை. நான் லண்டனுக்கு வந்து கீழ்த்திசை மற்றும் ஆப்பிரிக்கக் கல்விப் பள்ளியில் (எஸ்.ஓ.ஏ.எஸ்.) பயின்ற போதுதான் இதைப்பற்றியும், ஆசியாவை வரையறுக்க இன்றியமையாத பண்பாடுகளின் தொகுதிகளில் ஒன்றான சீனத்தையும், இதை இஸ்லாமிய மற்றும் இந்தியக் பண்பாடுகளைப் போன்று தீவிரமாகக் கருத வேண்டும் என்பதையும் உணர்ந்துகொண்டேன்.

இந்திய இஸ்லாமிய உலகங்களின் பண்பாட்டில் இருந்து வேறுபட்ட ஆசிய பண்பாடுகளின் பரிமாணத்தை உணர்ந்துகொள்ள எனக்குச் சீன கலை மற்றும் தொல்லியல் படிப்பு உதவியது. சீனக் கலை மற்றும் சிந்தனையில் புத்த மதத்தின் தாக்கம் என்னை ஆச்சரியத்தில் ஆழ்த்தியது. என் பெற்றோர்களின் நண்பர்களின் வீட்டில் 'சிரிக்கும் புத்தரின்' சிறிய கோரமான சிலைகளை நான் பார்த்திருந்தாலும் அதைப் பற்றி ஒரு போதும் கேட்டதில்லை. புத்த மதத்திற்கு முந்தைய காலத்து வெண்கல சடங்காச்சாரப் பாத்திரங்கள் போன்ற சீனப் பொருட்களின் வடிவங்கள் முருகியல் ரீதியாக என்னைக் கவர்ந்த போதிலும் அவற்றின் சடங்கு வழிமுறைப் பயன் என்னவாக இருக்கும் என்று ஒருபோதும் என்னால் விவரமாகப் புரிந்துகொள்ள முடிந்ததில்லை. என்னை மிகவும் குழப்பத்தில் ஆழ்த்திய வேறு பொருட்களும் இருந்தன.

ஆனால், என்னை எவ்விதத் தயக்கமும் இன்றி ஒரு காந்தம்போல் சீன முருகியலை நோக்கி எது ஈர்த்து என்றால் அது கருத்தியல் எழுத்து (சித்திர எழுத்து) வடிவங்கள்தான். குறிப்பான தூரிகை இழுப்பின் மூலம் அந்த எழுத்துகள் வரையப்பட்ட முறையும் அந்த வடிவங்களைத் தீர்மானித்த தொடர்புடைய கருத்துகளுமே என்னை ஆச்சரியத்தில் ஆழ்த்தின. ஒரு

முற்றிலும் புதிய எழுத்து முறையின் அனுபவம் மட்டுமல்லாது நான் ஒவ்வொரு கருத்தியல் எழுத்தையும் ஓர் ஓவியமாகப் பார்த்தேன். கீழ்த் திசை மற்றும் ஆப்பிரிக்க கல்விப் பள்ளியில் சீன மொழி கற்பித்தவர்கள் இந்த ஆர்வத்தை ஊக்குவித்தார்கள். நான் சீன மொழியை வாசிக்க முயற்சி செய்தேன். ஒவ்வொரு கருத்தியல் எழுத்தின் வடிவம் மற்றும் உருவத்தைப் பற்றியும் புரிந்துகொள்ள முயற்சி செய்ததால் திசைதிரும்பி சீன மொழியைக் கற்பதில் அதிக தூரம் செல்ல முடியவில்லை. கருத்தியல் எழுத்து ஆச்சரியமானது. சில பண்பாடுகள் பண்புரு வடிவங்களில் எழுதுவதை வளர்த்து ஊக்குவிக்கும் அதே சமயத்தில் மற்றவை வடிவங்களில் சில மாற்றங்களைச் செய்வதன் மூலம் அவற்றை அடிப்படை நிலையில் வைத்துக்கொள்ளுவது ஏன்? சில எழுத்துகள் சிக்கலான வடிவமைப்பு களுக்குள் தங்களைச் சிக்கவைத்துக்கொள்வதில்லை.

ஆனால், (என் பயணக்கால) இந்தக் கணத்தில் சீனா சற்று தூரத்திலேயே நிற்கிறது. நான் அதனோடு பரிச்சயமாக விரும்புகிறேன். அதே வேளையில் அதைச் சிறப்பாக அறிய முடியுமா என்று எழும் தயக்கத்தையும் தகர்க்க முனைகிறேன். ஒருவேளை அது மிகவும் வேறுபட்டதாக இருக்கிறதோ?

2

மாஸ்கோ

இறுதியில் அந்த விமானம் சேற்றில் இருந்து விடுவிக்கப்பட்டு பிராக்கை வந்தடைந்தது. நாங்கள் அதில் ஏறி மாஸ்கோவை நோக்கிச் சென்றோம். நான் இதுபோன்ற ஒரு பொருந்த முடியாத சூழலில் இதுவரை இருந்ததில்லை. இன்று காலையில் என் மனதுக்குள் புகுந்த குதூகலமான எண்ணங்கள் உருவாக்கும் மகிழ்ச்சியை முற்றிலுமாக இது எடுத்துப்போய் விடுகிறது. அதிகாலை 3 மணிக்கு மாஸ்கோவிற்குள் நுழையும் ஓர் அதியற்புதமான அனுபவம் ஒரு மாயையைப் போல் தோன்றுகிறது – பெட்ருஷ்கா அல்லது ஃபயர்பேர்ட் ஆகிய ஓப்ரா (இசை நாடகம்) அல்லது பேலட்டின் பின்னணித் திரைபோல இது இருக்கிறது. வரிசையான மரங்கள், சூரிய உதயத்துக்கு முந்திய நீலமும் பச்சையும் கலந்த வானத்தின் தோற்றம், ஆங்காங்கே தூவப்பட்ட நட்சத்திரங்கள், பிறைநிலாவின் மென்மையான சிதறிய வெளிச்சம் – எல்லாம் மிகத் தூய்மையாக இருந்தன. எனவே சாலையில் கடந்துசெல்லும் ஒவ்வொரு பேருந்தும் அல்லது டிரக்கும் எனக்கு வெறுப்பை அளித்தன. அது கலைமான்களால் இழுக்கப்படும் ஒரு வண்டியாக இருக்கக் கூடாதா என்று ஏங்கினேன். சிவப்புச் செங்கல் சுவரில் கிரம்ளின் ஒளிர்ந்தது. அடுத்து, அந்த விடுதி. அது என்னைத் திடுக்கிட வைத்தது. சோவியத் கட்டடக் கலையின் ஒரு குறிப்பிட்ட காலகட்டத்தை அதன் வெளிப்புறம் காட்டியது. மங்கலான, சதுரக் கான்கிரிட் வகை – அடுக்கடுக்காக, நீண்ட வரிசையாக சிறுசிறு அலங்காரப் பொருட்கள் – 1955ஆம் ஆண்டு இளைஞர் விழாவின் அரங்கமாக இருந்த வார்சாவின் பண்பாட்டு மாளிகைபோல இருந்தது. மேலும் இதோ செய்தித் தொடர்பு அமைச்சகம் – எல்லாம் நெருங்கவே அச்சமளிக்கும் கட்டமைப்புகள். இந்த வரிசைகளில் ஒரு செங்குத்துக் கோட்டின் நேர்த்திகூட இல்லை.

ஒரு முதியவர் புன்னகைத்துக்கொண்டே கனமான முன்புற மரக்கதவை ‘ஒரு பொருத்தமற்ற நேரத்தில் இன்னொரு கூட்டம் வந்திருக்கிறது’ என்ற பாணியில் திறந்து எங்களை வரவேற்றார். இரவுக் காற்று குளிர்ச்சியாகவும்

புத்துணர்ச்சி ஊட்டுவதாகவும் இருந்தது. ஆனால், நாங்கள் நுழைந்ததும் மூடிக்கிடந்த அறையின் புழுங்கிய நெடி எங்கள்மேல் மோதுவதை நான் உணர்ந்தேன். அது ஒரு விசாலமான அறை. வெளிர்நிறப் பளிங்குத் தரையும் தூண்களும் கொண்ட அது அரண்மனைகளில் அமைந்திருக்கும் பார்வையாளர் அறைபோல் இருந்தது. உறுதியான பெரிய கட்டிச் சாம்பல் நிறக் கனத்த தூண்கள். சில நொடிகள் கழித்து நான் ஒரு பள்ளிவாசலுக்குள் நுழைந்ததுபோல் உணர்ந்தேன். ஆனால், அடுத்த நொடியில் அதை ஒரு கிரேக்க ஆர்த்தடாக்ஸ் ஆலயமாகப் பார்த்தேன். ஒட்டுமொத்தமாக அது ஒரு கலப்பு பைசான்டிய (கிழக்கு ரோமப் பேரரசு) பாணி அமைப்பாக இருந்தது. நாங்கள் அடர்த்தியான தரைவிரிப்பு விரிக்கப்பட்டிருந்த அலங் காரம் மிகுந்த தாழ்வாரங்கள் வழியாக வழிநடத்தப்பட்டு இறுதியாக ஓர் அறைக்கு வந்துசேர்ந்தோம். இரு படுக்கைகள் கொண்ட ஒரு சிறிய அறை. பெர்சிய வடிவமைப்பு கொண்ட இன்னொரு கட்டியான தரை விரிப்பு. திறப்பதற்கு சாத்தியம் அற்ற பெரிய பெரிய ஜன்னல்கள். மரப்பச்சை நிற பருத்தித் துணித் திரைகள் தொங்கவிடப்பட்டிருந்தன. அவை கனமாகவும் நயமில்லாமலும் இருந்தன. நிமிர்ந்த பெரிய சோஃபா. கட்டிச் சிவப்பு பூப்போட்ட வெல்வெட் உறை. பெரிய வளைந்த மர மேசை மற்றும் சட்டகமிடப்பட்ட கண்ணாடிகள் கொண்ட அலமாரி. மேற் பகுதியில் பளிங்குத் தகட்டுடன் எழுதும் மேசை… மை ஸ்டாண்டு, பென் ஹோல்டர் (பேனா தாங்கி)கள் போன்றவை எல்லாம் பளிங்கில். படுக்கை விரிப்பும் (அது படுக்கைக்குப் பாதி அளவே இருந்தது) தலை யணையும் சரிகைப் பட்டாக இருந்தன. மேலும் படுக்கை அருகில் இரு மேசைகள். முதலில் சில குழப்பம் இருந்தாலும் நாங்கள் அதைப் பற்றி எல்லாம் சிந்திக்கக் கூடாத அளவுக்குக் களைப்பாக இருந்தோம். மாஸ்கோ இந்த நிலையில்தான் இருக்கலாம், ஆனால், நாங்கள் மாநகருக்குள் அந்த நேரத்தில் வந்த மாயாஜாலப் பயணம் ஒரு கனவுபோல் இருந்தது.

நான் மிகுந்த எதிர்பார்ப்போடு மாஸ்கோ வருகிறேன். சோவியத் யூனி யனுக்கு முதல் முறையாக வருகிறேன். எதிரும் புதிருமான பிம்பங்களின் பனிமூட்டத்தின் ஊடாக நான் அதைப் பார்க்கிறேன். நான் மிகவும் விரும்பும் டால்ஸ்டாய் மற்றும் செக்கோவின் எழுத்துகளை அடிப்படை யாகக் கொண்டவை சில. நான் ரஷ்யப் புரட்சி பற்றி வாசித்தவைகள் முதலில் ஏற்றாலும் பின்னர் அதைப் பற்றி உறுதியற்ற நிலையில் ஓர் ஊசலாட்டமாக இருக்கின்றன. நான் எங்கு இருக்கிறேன் நான் எதைக் கவனிக்கிறேன் என்பதை உணர்ந்துகொள்ள இந்த ஊசலாட்ட (இடை முகம்) தடையாக உள்ளது.

வெள்ளைத் தொங்கலிழை வைத்துத் தைத்த முழுக் கறுப்பு ஏப்ரான் (சமையல் ஆடை) அணிந்த ஸ்லேவோனிக் போன்ற தோற்றம் கொண்ட ஒரு பணிப்பெண் காலைச் சிற்றுண்டியைக் கொண்டுவந்தார். கண்களைத் திறந்த நான் அவரைப் பார்த்து உற்சாகத்தோடு சிரித்தேன். சொல்லப் போனால் என்னுடைய ஆகச் சிறந்த புத்திசாலித்தனமான, பிரகாசமான புன்சிரிப்பை விரித்தேன் எனலாம். அவரது முகம் உணர்ச்சியற்றதாக இருந்தது. என்னை அவர் ஒரு சமைத்துத் திணிக்கப்பட்ட கறிப் பன்றியைப் போல் நேரடியாக நோக்கினார். நல்லவேளையாக லெனின்கிராட்ஸ்க்யா விடுதியில் இருந்த மற்ற பணிப்பெண்கள் உற்சாகமாகப் புன்னகைத் தனர். லிஃப்ட் பெண்கள் மகிழ்ச்சியாக இருந்தார்கள். ஜன்னலுக்கு வெளியே பார்த்தபோது நான் பார்த்த முதல் பொருள் கத்திக்குச் சாணை பிடிக்கும் கருவிதான். பெரிய சக்கரம் கொண்ட ஒரு பெரிய சாணை பிடிக்கும் இயந்திரம். சுறுசுறுப்பாக கத்திகளைச் சாணைபிடித்துக்கொண்டு இருந்தது. இந்தியாவில் இருந்து சென்றபின் சாணைபிடிக்கும் கருவியை நான் இதுவரை பார்க்கவேயில்லை. ஒரு மஞ்சள் சேலையை அணிந்து கொண்டு ஜன்னல் ஓரமாக அமர்ந்து ஒரு மாஸ்கோவாசியும் அவரது மனைவியும் செல்வதைப் பார்த்தேன். இந்த விடுதியையும் அதில் தங்கி இருப்பவர்களையும் பற்றிய ஆர்வம் ஏதாவது மக்களுக்கு இருக்குமா என்று கவனித்தேன். ஆனால், ஒருவரும் திரும்பிப் பார்க்கவேயில்லை. அவர்கள் அவரவர் பாட்டுக்கு வேகமாகத் தெருவில் அங்குமிங்கும் சென்று கொண்டு இருந்தனர்.

அந்த மாநகரம் அகலமும் திறந்தவெளி கொண்டதுமான ஒரு தனித்துவத் தோற்றத்தைப் பகலில், உருவாக்குகிறது. மிகவும் அகலமான வீதிகளின் இரு மருங்கும் கட்டடங்கள் உயர்ந்தோங்கி நிற்கின்றன. புரட்சிக்குப் பின்னான சில கட்டடப் பாணிகள் திகட்டுவதாக எனக்குத் தோன்றியது. நீண்ட வரிசையாக உயர்ந்து செல்லும் அவை உச்சியில் நவநாகரிக அமைப்புகளைக் கொண்டுள்ளன. எல்லாம் ஒரே மாதிரியான கட்டமைப்பு – பக்கவாட்டுப் பகுதிகளைவிட நடுப்பகுதி உயர்ந்திருக்கிறது. இது சலிப்பு தருவதாக இருக்கிறது. எளிமையான சில கட்டடங்கள் அழகாக இருக்கின்றன. இலக்கிய மேதைகளோடு தொடர்புடைய சில பிந்தைய பதினெட்டாம் நூற்றாண்டு மற்றும் பத்தொன்பதாம் நூற்றாண்டின் ஆரம்பக் காலக் கட்டடங்களைத் தவிர்த்துவிட்டு நோக்கினால் அந்த மாநகர் எழி லான ஒன்று என்று கூற முடியாது. மற்றப்படி, அது ஒரு மிகப் பெரிய மாநகர், வலிமையும் ஆற்றலும் கொண்டது. திடீரெனப் புகழுக்கு வந்துவிட்ட ஒரு புதிய தலைநகர் என்ற சுய உணர்வோடு காணப்பட்டது. மொத்தத்தில் புதுதில்லி போன்றது எனலாம். பாரிஸ் அல்லது லண்டன் மாநகர்களைப் போன்ற உயிரோட்டம் மாஸ்கோயில் எங்கும் காணப்

படவில்லை. ஆனால், நாங்கள் ஒரு பகுதியில்தான் இருந்தோம். ஆகவே இத்தனைத் துரிதமாக, அதுவும் மேற்கு ஐரோப்பிய தலைநகர் களுடன் ஒப்பிட்டுப் பார்ப்பதில் நியாயம் இல்லை. மாஸ்கோவை விட லெனின்கிராட் (முன்னர் அது செயின்ட் பீட்டர்ஸ்பர்க் என அழைக்கப்பட்டது) அவற்றிற்கு இணையானது என்று சொல்லலாம். புதிய கட்டடங்கள் எழும்பிக்கொண்டு இருந்தன. ஒவ்வொரு பகுதியிலும் துரித காலக் கட்டுமானம் நிகழ்வது வெளிப்படையாகத் தெரிந்தது. பெரும் தொகுதி தொகுதிகளாகக் குடியிருப்புகள் மற்றும் அடுக்குமனை வீடுகள். ஒவ்வொரு மூலையிலும் ஒரே மாதிரியான கட்டமைப்புகள் - ஆனால், பல நிச்சயமாக நகர மையத்துக்கு வெளியில்.

திட்டமிடுதலில் இன்னும் கொஞ்சம் கற்பனை வளம் இருந்திருந்தால் நன்றாக இருந்திருக்கும். ஆனால், மாஸ்கோவாசிகளுக்கு வீடுகள் கிடைக்க வேண்டும் என்பதற்காகத்தான் துரிதமாகப் பணிகள் நடைபெறுகின்றன என்று எங்களிடம் கூறப்பட்டது. அதுவும் நியாயம்தான். இந்த விடுதியை வடிவமைத்த கட்டடக் கலைஞர் சர்ச்சைக்குள்ளாகி பின்னர் வெளியே தள்ளப்பட்டார் என்று கேட்டறிந்தோம். ஆனால், சர்ச்சை என்னவென்று எங்களுக்கு இறுதிவரை கூறப்படவில்லை. ஆனால், எல்லா விடுதிகளும் இதுபோல் இல்லை. சில சுவையான உணவை வழங்கியதோடு பார்க்க அழகானவைகளாகவும் இருந்தன.

மாஸ்கோயில் எக்ஸ்பிரஸோ கஃபே ஒன்றும் கிடையாது. இது சோகம் அளிக்கும் ஒரு குறைபாடுதான். லண்டனில் நான் மிகவும் விரும்பும் ஒன்று, ஆனால், கிடைக்கவில்லை. நான் சென்ற இரு விடுதிகள் பிரகாச மான மலர்களைக் கொண்ட ஜன்னல் பெட்டிகளால் அலங்கரிக்கப்பட் டிருந்தன மேலும் அவை உள்ளே எழிலாக இருந்தன. திறந்த வெளி கஃபேக்களில் வெயிலில் அமர்வது ஆனந்தமாக இருந்தது. மிகவும் மலிவானவை. எல்லா வகையான மக்களாலும் எப்போதும் நிரம்பி வழிந்தன – சிறந்த ஒரு நிறுவனப்பாங்கு.

நான் யார், எங்கிருந்து வருகிறேன், அவர்களுடைய நகரம் எனக்குப் பிடித்திருக்கிறதா என்பதை அறிய மக்கள் தெருக்களில் ஆவலாக இருந்தார்கள். நிச்சயமாக எனது சேலை அவர்களுக்குப் புதுமையாக இருந்தது. நான் எங்கெல்லாம் நின்றேனோ அங்கெல்லாம் என்னைச் சுற்றி ஒரு சிறு கூட்டமும் சேர்ந்தது. என்னோடு வந்த நண்பருக்குச் சில சமயம் இது தர்மசங்கடமாக இருந்தது. அவர் ஒரு செம்படை கர்னல். ஒரு புதுமையான மனைவி கிடைத்தற்காக அவருக்கு அவ்வப்போது பாராட்டும் கிடைத்தது! எங்களுக்கு அவர் அதிகாரப்பூர்வமான சேப்பரோனாக (வழி காட்டி) நியமிக்கப்பட்டிருந்தார். கிரெம்ளினில் இந்தச் சேலை ஒரு நேர்

மறைத் தொந்தரவாகப் போய்விட்டது. அங்கு ரஷ்யாவில் இருந்தும் பிற இடங்கள் முழுவதிலும் இருந்து சுற்றுலாப் பயணிகள் வந்திருந்தனர். கேமரா வைத்திருந்த ஒவ்வொருவரும் என்னோடு புகைப்படம் எடுக்க விரும்பினார்கள். நிச்சயமாக இது என் கர்வத்தையும் லேசாக தூண்டத் தான் செய்தது. நான் ஓர் அறிமுகமான ஆளுமைபோல உணர்ந்து ஒவ்வொரு லென்சைப் பார்த்தும் இனிமையாகப் புன்னகைத்தேன். அந்த இரண்டு மணி நேரத்தில் எனது கர்வம் அதிகமான நிறைவை அடைந்தது – ஒரு பேரின்பம்தான்! ஆம், நான் கிரம்ளினைப் பற்றிய அழகான நினைவுகளைக் கொண்டிருக்கிறேன், கட்டடங்கள் மற்றும் அதன் உள்ளடக்கம் பற்றி மட்டுமல்ல. இந்த நடவடிக்கைகளில் என்னோடு இருந்த இருவரும் மிகவும் பொறுமையைக் கடைபிடித்தனர்.

மாஸ்கோ பெண்களை நளினமானவர்கள் என்று கூற முடியாது. வேலை பார்க்கும் பெண்களின் அனைத்து நடத்தைகளையும் அவர்களுக்கேயான முறையில் காட்டுகின்றனர். பெரிய தோற்றமும் கட்டமைந்த உடற்கட்டும் அதிகம் சிரிப்பில்லாத வட்ட முகமும் சாதாரணமாக உடையணிந்தும் காணப்படுகிறார்கள். உடல் உறுப்புகளை மறைப்பதே உடையின் வேலை என்பதுபோல் அவர்களது நடத்தை இருந்ததாக நான் எண்ணினேன். ஒரு வேளை இது தவறாக இருக்கலாம். ஆனால், உண்மையில் அது அப்படித் தான் இருந்தது. தங்கள் தோற்றத்தைப் பற்றி அவர்கள் மிகவும் பழமை வாதிகளாக இருந்ததாக எனக்கு எண்ணம் உண்டானது. ஆண்களும் அவ்வாறே உடையில் பழமைவாதிகளாகவே இருந்தனர். ஆனால், மொத் தத்தில் (ஒப்பிடுகையில்) அவர்கள் நன்கு உடை அணிந்திருந்தார்கள் என்றுதான் நான் கூறுவேன். பெரிய கடைகளில் ஒன்றில் நாங்கள் ஒரு நவநாகரிக ஆடை அணிவகுப்பைக் கண்டோம். அதில் ஒரே ஒரு மாடல் மட்டுமே ஐரோப்பிய தரத்தோடு ஒப்பிடக்கூடியவராக இருந்தார். மற்றவர்கள் எல்லாம் மிகச் சாதாரணம்தான். மூன்றில் இரண்டு பங்கு ஆடைகளின் தையல்வெட்டுக் கவர்ச்சி மிகச் சாதாரணம்தான். ஆனால், இதில் கவனிக்க வேண்டியது என்னவென்றால் இந்த உடைகள் மிக விலை உயர்ந்த ஆடைகளை வாங்கக்கூடிய பணக்காரர்களுக்கானவை அல்ல. இவை குறைந்த வருமானம் உடையவர்களுக்கானவை என்பது பார்வை யாளர்களைப் பார்க்கும்போதே தெரிந்தது. மேலும் இந்த (அணிவகுப்புக்) காட்சிகள் தினமும் நடந்தன. ஆகவே நாகரிக உலகில் என்ன நடக்கிறது என்பதை அறியப் பெண்கள் இங்கு ஓர் அரை மணிநேரம் செலவிட் டனர். போல்ஷிவிக்குகளின் புரட்சியைப் பற்றி அளிக்கப்பட்டிருந்த பிம்பத்துக்கு இவற்றில் சில முரணாக இருந்தன. இது போன்ற ஒரு ஒரு சமூக அரசியல் புரட்சி சமூக நடத்தைகளை மாற்ற வேண்டும். ஆடை யணி வகுப்புக்காட்சிகள் போன்றவை முதலாளித்துவ சமூகத்தைப்

பிரதிபலிக்கின்றனவே தவிர ஒரு வலிமையான உழைக்கும் பெண்ணின் பிம்பத்தை வழங்கவில்லை.

கிரம்ளினும் அதைச் சுற்றியுள்ள இடங்களும் மாஸ்கோயில் மிகவும் பிரமிக்கவைக்கும் பகுதிகள் ஆகும். அது புரட்சியையும் லெனினையும் ஸ்டாலினையும் பற்றிய தொடர்புகளோடு இருந்தது ஒருபுறம் இருக்க, அது ரஷ்ய அரசின் இருக்கை என்பதையும் தாண்டி நான் என்ன கற்பனை செய்தேன் என்றால் அல்லது இருக்கும் என்று நம்பினேன் என்றால் அது பைசாண்டைன் பாணியின் உயிர்த்துடிப்பைப் பதிவுசெய்கிறது என்பது தான். அங்குச் சாதாரணமாகக் காணப்பட்ட கட்டடங்களில் ஒன்றுதான் தொல்பொருள் காட்சியகம். பெரும் கண்ணாடி கூண்டுகளுக்குள் கவர்ந் திழுக்கும் பொருட்கள் இருந்தன. நம்ப முடியாத அளவுக்கு வளமானதாகவும் அலங்காரமானதாகவும் இருந்த நகையோடுகூடிய சிலைகள், பெரிய வேதாகமங்களின் தங்க அட்டைகள், மகா பீட்டரின் கோட்டும் காலணி களும் (உண்மையில் அவருடையதுதானா!), இடுப்பில் சுருங்கி கீழே சரியும் கேதரினின் வெள்ளிச் சரிகை திருமண ஆடை, ஒவ்வொரு கண்ணும் ராஜ பளபளப்புடன் மின்னும் கழுகுத் தலை பொறித்த ஜாரின் ராஜ கம்பீர ஜேக்கட்டுகள், அழகிய சேணங்கள் மற்றும் மெல்லிய பூவேலைப் பட்டு சேணத் துணிகள், ரஷ்யக் கண்ணாடி, பீங்கான் பொருட்கள் மற்றும் ஜார்களின் முடிசூட்டு விழா கோச் வண்டிகள் எனப் பலவும்.

இதுபோல வர்ணிக்கும்போது சர்வ சாதாரணமானதாக ஒலிக்கிறது. ஆனால், அந்த ஆடம்பரப் பொருட்களை எல்லாம் என்னால் வர்ணிக்க முடியாது. அது பணக்காரத் தன்மைக்காகவேயான பணக்காரத்தன்மை. இது சுய அறிவின் உள் நீரோட்டம் – பணத்தால் வாங்கக்கூடிய வெறும் தங்கத்தையும் நகைகளையும் மிகச்சிறந்த பொருட்களையும் காட்சிப் பொருளாக்கி எல்லாவற்றையும் விஞ்சிவிட நினைக்கும் ஆசை. லெனின் கிராட்ஸ்க்யா விடுதியின் கருவாக ஏதோ ஒரு வகையில் இது இல்லை என்பதில் நான் வியந்தேன். மேலும் பைசாண்டைனுடன் பழகிய கண் களுக்கு இது ஒன்றும் பூதாகாரமானதாகத் தெரியவில்லை. பைசாண்டைனில் கீழ்த்திசை உலகின் இழை இருக்கிறது என்று கூறும்போது இதுவா குறிக்கப்படுகிறது, ஐரோப்பியர்களின் கண்கொண்டு பார்க்கும், கீழ்த் திசை அரசவைகளோடு இணைந்த ஆடம்பரம்?

சூரிய ஒளியில் கண்ணாடிகள்போல் பிரகாசித்த பொன் வெள்ளியால் பொதியப்பட்ட முகடுகளைக் கொண்ட பேராலயத்துக்குள் சென்றோம். உட்புறச் சுவர்கள் எல்லாம் ஓவியங்களால் நிறைந்திருந்தன – சுவர்கள், கூரை, தூண்களைச் சுற்றிகூட – ஓர் அங்குல இடைவெளியும் இல்லை. மாறாக, இதுவரை புனரமைக்கப் படாதவைகள் வெளிர் மஞ்சள்

நிறத்திலேயே இருந்தன. புனிதர்களின் முகத்தில் தென்பட்ட வேதனை யைக் கொண்டு ஒருவரால் உயிர்த்தியாகிகள் உலகின் சோகத்தைப் புரிந்து கொள்ள முடிந்தது. மேற்கத்திய நாட்டினரைவிட கீழ்த்திசை நாட்டினர் துயரத்தை உடனடியாக ஏற்றுக்கொள்ளுகின்றனர் என்று யாராவது கூறி யிருக்கிறார்களா? பைசாண்டைன் கிறிஸ்துவத்துக்கும் ஐரோப்பிய கிறிஸ்து வத்துக்கும் இடையில் இருக்கும் வித்தியாசங்களின் மத்தியில் இதுவும் ஒன்றா? தங்கள் மதத்தைப் பரப்புவதில் கிறிஸ்துவமும் இஸ்லாமும் உயிர்த்தியாகத்தை ஒரு கொள்கையாகவே கொள்ளுகின்றன. மதத்துக்காகக் கொல்லப்பட்டவர் தியாகி ஆகிறார், ஆட்சிக்காகக் கொல்லப்பட்டவர் வெறும் வீரர் ஆகிறார்.

புனரமைக்கப்பட்ட ஓவியங்கள் புது வண்ணத்தோடு மிளிர்கின்றன. நான் முதலில் சிந்தித்தபடி பைசாண்டைன் என்று நான் கருதிய பிற வற்றுடன் எளிதில் பொருந்துகின்றன. இருப்பினும், இவற்றில் எவ்வளவு பைசாண்டைனைச் சார்ந்ததாக இருக்குமென என்னால் கூற முடியவில்லை. என் கருத்து முற்றிலும் தவறாக இருக்கக்கூடும். வண்ணங்கள் வளமான வையாக இருந்தனவே தவிர பளிச்சிடும்படியாக இல்லை. மாறாக மந்த மான வளமும் மென்மையும் கொண்டதாக இருக்கின்றன. மரச் சட்டங்கள் சுவர்களில் சற்று கீழ்நிலையில் இருப்பதோடு அவற்றில் முற்றிலுமாக ஓவியங்கள் தீட்டப்பட்டிருக்கின்றன. அவற்றில் பல தூசி சேர்ந்ததாலும் சுத்தம் செய்யப்படாததனாலும் மிகவும் கறுப்பாகி அவற்றின் விளிம்புகள் கண்ணுக்குப் புலனாகமல் இருக்கின்றன. சில கறைகள் சமீபத்தில் சுத்தம் செய்யப்பட்டு புதிரான உள்ளுறை ஆற்றலை வெளிப்படுத்தின. பீடங்கள் மிகவும் அலங்காரமாக இருக்கின்றன. ஓர் ஆலயத்தின் தரை ஆற்றின் அடிப்பகுதியில் கூழாங்கற்கள் இருப்பதுபோல் வேறுபட்ட கோடுகளோடு அமைக்கப்பட்டிருந்தன. பளபளப்பாக்கப்பட்ட அவை கால்கள் அடிக்கடி மிதிப்பதால் தேய்ந்து போனதுபோல் காணப்பட்டன. நாங்கள் செல்ல விருக்கும் டன்ஹுவாங் குகை ஓவியங்களுக்கும் இந்த ஆலயங்களின் உட் புறத்துக்கும் உணர்வு அடிப்படையில் பெரிய வேறுபாடு இருக்கும் என நான் நினைக்கவில்லை. சீன டாங் பேரரசின் புத்த மத்தத்தினரும் அல்லது குப்தர் காலத்து இந்தியரும் இந்த இடங்களில் நெருடல்கள் ஏதுமற்ற உணர்வோடு இருக்கமுடியும்.

ரஷ்யர்கள் அல்லது இப்போது சொல்லப்படும் ஸ்லேவோனிக் மக்களின் ண்பாட்டுக் கலவை பற்றிய கேள்வி எனக்கு பதில் தெரியாத ஒன்று. நிச்சயமாக அவை ஒன்றுபோலானவை அல்ல. ஐரோப்பிய மரபு அவை களுக்குக் கொஞ்சம் அந்நியமானதா? ஐரோப்பியர் என்பதை மேற்கு ஐரோப்பாவுடன் ஒருங்கு வைத்து அவர்களை ஐரோப்பியர் என்று

தீர்மானிப்பது தவறான புரிதல் ஆகும். அவர்களிடம் அதிகமாக மத்திய ஆசியக் கூறுகள் இருப்பதாக நான் அனுமானிக்கிறேன். ரஷ்யாவைப் பற்றிய மேற்கு ஐரோப்பியப் புரிதலை வைத்து இதை அங்கீகரிக்க முடியாது. சோவியத் யூனியனின் இருப்பு இந்த பிம்பத்தைச் சிக்கலாக்குகிறது. நன்றாக தெளிவாகத் தெரியும் ஒன்றை நான் கூறுகிறேனோ? அதைப்பற்றி எனக்கு தெரிந்திருக்கவில்லையா, மேலும் இப்போதும் தெரியவில்லையா? அல்லது நான் ஐரோப்பியரை ஆங்க்லோ சாக்சன் மற்றும் டியூட்டானிக் கலாச்சாரங் களின்படி சிந்திக்கிறேனா? இலத்தினியர்கள் என்று நாம் குறிப்பிடுவதை விட இவை வேறுபட்டவைகளாக இருக்கும். சோவியத் அமைப்பு என்ற முத்திரையின் காரணமாக சோவியத் யூனியனில் இருக்கும் வித்தி யாசங்களைக் காண முடியவில்லையா?

கடந்த இருபது ஆண்டுகளின் கட்டடக் கலைச் சுவையை புதிய அரசியல் பணக்காரத் தன்மை என்று விளக்குவது சரியானது அல்ல என்று நான் உணர்கிறேன். ஐரோப்பாவிலும் அதற்கு மேற்கிலும் இறுதி செய்யப் பட்ட பொருட்களாகச் சென்றவற்றை உள்வயமாக்காமல் ஐரோப்பாவை சார்ந்தவற்றைப் போலச்செய்யும் முயற்சி ஆகாதா அது? ஓரளவுக்கு அந்நியம் என்பதுபோல் அது மிகவும் வேறுபட்ட மரபுச்சொல் ஆகாதா? கட்டடங்களின் கட்டடக்கலைப் பாணியின் மூலமும் சோசலிச யதார்த் தத்தின் மூலமாக கலையிலும் புரட்சியின் சாதனைகளை மிகைப்படுத்த வேண்டிய தேவை இருந்தது. வாழ்க்கை மற்றும் பண்பாட்டின் பல்வேறு வடிவங்களில் புரட்சி எதைப் பிரதிநிதித்துவப்படுத்தியது என்பதைப் பற்றிய சில சுய அறிதல் அறிக்கை இருந்ததுவும் எதிர்பார்க்கக்கூடியதே. இது மிகவும் சிக்கலானதாக மாறுகிறது.

நான்கு நாட்களில் உலக இளைஞர் திருவிழா தொடங்க இருந்ததால் கொடிகள் மற்றும் தோரணங்களுடன் மாஸ்கோ தயாராகிக்கொண்டு இருந்தது. பெரும் பெரும் பதாகைகளில் சமாதானப் புறாக்கள் மற்றும் சமாதானத்தின் அடையாளங்கள் – வரவேற்கிறோம், சமாதானமும் நட் புறவும் என்று எழுதப்பட்ட பதாகைகள். சில பிரதிநிதிகள் ஏற்கெனவே வந்துசேர்ந்துவிட்டனர். உஸ்பெக்கிஸ்தான் மற்றும் அஸெர்பெய்ஜான் நாட்டைச் சேர்ந்த இளம் பெண்கள் பிரகாசமான, கவர்ச்சியான ஆடை களோடு சுற்றித்திரிந்தனர். இரண்டாண்டுகளுக்கு முன் அங்கு நடந்த வார்சா மற்றும் இளைஞர் திருவிழாவை இது ஞாபகப்படுத்தியது. 1959 ஆண்டு திருவிழா பீக்கிங்கிலும் (பீஜிங் அப்போது இவ்வாறு அழைக்கப்பட்டது), 1961ஆம் ஆண்டு திருவிழா புதுதில்லியிலும் நடைபெறும் எனக் கூறப் பட்டது. இதில் எனக்கு சந்தேகம் உள்ளது. அரச மரியாதையுடன் லெனின் மற்றும் ஸ்டாலினின் உடல்கள் பாடம்செய்து வைக்கப்பட்டுள்ள

கல்லறையைப் பார்ப்பதற்காக நாங்கள் செஞ்சதுக்கத்தில் கிரெம்ளினுக்கு வெளியே பலவேறு அயல்நாட்டுக்காரர்களுடன் வரிசையில் நின்றோம். ஆக இதுதான் புகழ்பெற்ற செஞ்சதுக்கம் – கிரெம்ளின் சுவருக்கு அருகில் ஓர் உயரமான கோபுரம் நின்றது. அதில் சோவியத் கொடி பறந்தது. இதில் நின்றுதான் ஸ்டாலின் வணக்கத்தை ஏற்றுக்கொள்வாராம். மொத் தத்தில், புரட்சியாளர்கள் உட்பட அனைத்து தலைவர்களும் வரலாற்றுக் கட்டடங்களுக்கு அருகில் நின்று வணக்கத்தை ஏற்றுக்கொள்வதை விரும்பு கின்றனர். இப்போது ஸ்டாலினைப் பற்றி மக்கள் என்ன நினைக்கிறார்கள் என்பது பற்றி அறிய எனக்கு ஆர்வமாக இருந்தது. சோவியத் யூனியன் கம்யூனிஸ்ட் கட்சி 1956 பிப்ரவரியில் தன் இருபதாவது காங்கிரசை நடத்தியது. ஸ்டாலினின் தனிநபர் பண்பாட்டையும் அதனால் விளைந்த ஒடுக்குமுறையையும் பற்றி நிகிதா குருச்சேவ் பேசினார். எதிர்பாராத இந்த வெளிப்பாடு சோவியத் ஆட்சி பற்றிய பரவலான விவாதத்தையும் கொஞ்சம் கண்டனத்தையும் ஏற்படுத்தியது. உதாரணாமாக இந்தப் பிரச் சினையைப் பற்றி லண்டனைப் போன்று பல இடங்களில் பரவலாக நிகழ்ந்த விவாதங்களைப் போன்று மாஸ்கோவிலும் நடந்ததா? நோக்கம் சோவியத் யூனியனுக்குள்ளும் வெளியிலும் வெவ்வேறானதாக இருந் திருக்கும். சிலர் அதை போல்ஷ்விக் புரட்சியின் சாவு மணியாகப் பார்த் தார்கள். இத்தகையச் சூழல்களில் தவிர்க்க முடியாதவாறு நிகழ்வதுபோல அதிகத் தகவல் தெரியும் சாத்தியம் இருப்பதால் இங்குச் சூழல் வேறாக இருந்திருக்கும். அமைப்பு ரீதியாக நன்கு நிறுவப்பட்டிருந்தாலும்கூட நாடுகளுக்கு அணிவகுப்புகளும் வீரவணக்கங்களும் தேசிய கர்வத்துக் காகத் தேவைப்படுகின்றன.

எங்களுக்கு நேர் எதிராகப் புனித பேசிலின் ஆலயம் இருந்தது. அதன் கோபுரங்கள் பல வண்ணமாய் இருந்தன. ஒவ்வொன்றும் வெவ்வேறு அளவும் வடிவமும் கொண்டிருந்தன. பல வகையாக அலங்கரிக்கப்பட் டிருந்தன. இருந்தாலும் பார்ப்பதற்கு அழகாகவே இருந்தன. பல வகை யான வெங்காயம் போன்ற கலசங்களுக்கு இடையில் ஒரு தெளிவான இயைபு இருந்தது. கோபுரத்துக்கு எதிரில் சதுக்கத்தின் மொத்த நீளத்துக்கும் நீண்டு கிடந்தது விக்டோரியன் பாணியிலான பெரும் கட்டடமான மாஸ்கோவின் அரசு அங்காடி, ஜி.யு.எம். எதிரில் இருந்த கிரெம்ளினின் சிவப்புச் சுவர்களுக்கு முரண்பாடாக இதன் வெளிப்புறம் பிஸ்கட் சாம்பல் நிறத்தில் இருந்தது. இங்கு மீன்முட்டை ஊறுகாய் டின்னில் இருந்து சைக்கிள்வரை அனைத்தும் விற்கப்பட்டன. ஜன்னல்கள் ஆச்சரியப்படும் அளவுக்குக் கற்பனைச் செறிவோடு அலங்கரிக்கப்பட்டிருந்தன. ரஷ்யர்கள் விளம்பரத்தை விரும்புவதில்லை என்று பின்னர் கர்னல் என்னிடம்

விளக்கினார். நகரின் பெரும் சுவர்களிலும் பெரும் விளம்பரப் பலகைகளிலும் விளம்பரங்கள் இல்லாமல் இருந்தது கவனிக்கக்கூடியதாகக் காணப்பட்டது. முடிவற்றதாகத் தோன்றும் வணிகர்களின் வரிசையினால் ஜி.யு.எம்.மில் எப்போதும் கூட்டம் நிரம்பி வழிந்தது.

எங்களுக்குப் பின்னால் சதுக்கத்தின் நான்காவது பக்கம் கடந்த நூற்றாண்டின் இன்னொரு சிவப்புக் கட்டடம் இருந்தது. இது இப்போது வரலாற்றுத் தொல்பொருள் அருங்காட்சியமாக விளங்குகிறது. இத்தகைய அருங்காட்சியகத்திற்கு வரலாற்று செறிவுள்ள இதைவிட ஒரு சிறந்த இடம் இருக்க முடியாது. இருவர் இருவராக ஒழுங்கான முறையில் வரிசையாக மக்கள் மதியம் 12.45க்குக் கல்லறை திறக்கப்படும்வரை நின்றிருந்தனர். நாங்கள் தங்கி இருந்த அதே விடுதியில் தங்கி இருந்த சிலரின் முகங்களை என்னால் பார்க்க முடிந்தது.

வரவிருக்கின்ற திருவிழா ஒருபுறம் இருக்க, மாஸ்கோ பன்னாட்டு மக்கள் வாழும் ஒரு நகராகிவிட்டது. சீனர்களையும் இந்தியர்களையும் எளிதாகப் பார்க்க முடிந்தது. நாங்கள் பம்பாய் மற்றும் தில்லியில் இருந்து வந்திருந்த மக்களைச் சந்தித்தோம். அவர்கள் ஒன்றில் மாஸ்கோயில் வேலை பார்த்தனர் (அயல்மொழி பத்திரிகை அல்லது வானொலி) அல்லது சிறிது காலம் வந்துபோகிறவர்கள். விடுதி வரவேற்பறையில் பலவகையான மக்கள் வந்துபோய்கொண்டு இருந்தனர். தட்டையான பருத்தித் தொப்பியும் தொங்கும் பைஜாமாக்களும் அணிந்த நேப்பாள இளைஞர்கள், கூர்மையான தாடியுடனும் உயர்ந்த தொப்பியுடனும் ரஷ்யர் ஒருவருடன் நடந்து செல்லும் ஒரு பெர்சிய தஸ்தூர், கிரேக்க ஆர்த்தோடாக்ஸ் சபையைச் சேர்ந்த ஒரு பாஸ்டர் இவ்விதம் பலர். பாரிசில் ஒரு வாரக் கடைசியைச் செலவிடுவதுபோல மாஸ்கோவுக்குப் போவதும் கிழக்கத்திய நாடுகளில் சாதாரணம் ஆகிவிடும் என அஞ்சினேன்.

12.45க்கு ஊர்வலம் நகரத் தொடங்கியது. இருபது நிமிடங்களுக்குப் பின்னர் நான் அந்த இரு உடல்களையும் உள்ளடக்கி இருந்த எளிமையான சிவப்புக் கறுப்பு கட்டமைப்பான கல்லறைப் பெட்டகத்தின் முன் இருந்தேன். நவீன மாஸ்கோயில் மிகவும் யதார்த்தமான நினைவுச் சின்னம். கண்ணாடிப் பேழைக்குள் வெளிறிய மெழுகுதோய்ந்த உடல்கள் போர்த்தப்பட்ட நிலையில் இருக்கின்றன. ஆனால், பிணங்களைப் போல் இல்லை. மிக நன்றாகப் பதப்படுத்தப்பட்டு காட்சிப்படுத்தப்பட்டுள்ளன. அதன் பின்னணியில் உள்ள கொள்கையைப் பொறுத்தவரையில் அவற்றைப் பார்ப்பதற்கு முன்னர் எனக்கு எந்த எண்ணமும் இல்லை என்றாலும் பார்த்துவிட்டு இதனால் எந்தப் பயனுமில்லை என்ற முடிவோடு வெளியில் வந்தேன். அதனால் நான் வெறுப்படையவில்லை – அது என்னை மிகவும்

பாதிக்கவும் இல்லை, ஆனால், அது தேவையற்றது என்று எனக்குத் தோன்றியது. இறந்தவர்களை எதற்காகப் பாதுகாத்து வைக்க வேண்டும்? ஒரு மனிதனின் இறந்த உடலைப் பற்றிய கருத்துப் பண்பாட்டு மரியாதைக்குரிய ஒன்றல்ல, அரசியல் நோக்கத்துக்காக இருந்தாலும்கூட. பிணத்தைப் பதப்படுத்தி வைத்து ஒரு மனிதனை உயர்த்துவது என்பது கண்ணியத்திற்குரியது அல்ல. லெனினுக்கும் ஸ்டாலினுக்கும் எதிராக ஓர் இயக்கம் எழுந்து அது நகரைக் கைப்பற்றினால் இந்த இரு உடல்களுக்கும் என்ன நடக்கும் என்று எண்ணியவாறே நான் அங்கிருந்து அகன்றேன். அவை கண்ணியத்தோடு மறுபடியும் புதைக்கப்படுமா அல்லது மோசமான கதியை அடையுமா? அவற்றை இப்போது எதற்காகப் பதப்படுத்த வேண்டும்?

ஸ்டாலினின் தனிநபர் வழிபாட்டுப் பண்பாட்டைப் பற்றி பேசும் போது 'தோழர் ஸ்டாலின்' அதிகமாகக் காணப்படுவதில்லை - அலுவலகத்தில் இருக்கும் படங்கள், அதுவும் மிக முக்கியமான நிலையில் இல்லாத அமைதியான படங்கள். இந்தப் பண்பாடும் ஏற்கெனவே விழத் தொடங்கிவிட்டது. குறிப்பாகக் கேட்காவிட்டால் ஒருவரும் அவரைப் பற்றிக் கூறுவதில்லை. குருஷ்சேவைப் பொறுத்தவரையில் அவரது மனப்பாங்கு 'நன்றாக' உள்ளது. குருஷ்சேவைப் பற்றிய விக்கி மற்றும் அபுவின் கார்ட்டூன்களை நாங்கள் காட்டியதும் கர்னல் வாய்விட்டுச் சிரித்தார். ரஷ்ய மொழி தெரியாதது எங்களை முற்றிலும் புதியவர்கள் ஆக்கிவிட்டது, நாங்கள் 'மக்களோடு பேசுவதற்கு' சுற்றித் திரியவில்லை.

அங்கு மேலும் சில வழிபாட்டுக்குரிய வீரர்கள் இருந்தனர். போல்ஷோய் அரங்கின் மாடியில் ரஷ்ய நாட்டார் வழக்காறு தொடர்பான எச்சங்களின் கண்காட்சி ஒன்று உள்ளது. படங்கள், சித்திரங்கள், கடிதங்கள், சுவடிகள் போன்றவை அங்கு உள்ளன. அங்கு அன்னா பாவ்லோவா அல்லது செர்கே டியாகிலேவ் பற்றிய ஒன்றும் இல்லை. இந்த அங்கீகார மறுப்பு குறுகிய மனது கொண்டது என்று நான் நினைக்கிறேன். சிவப்புப் பட்டும் தங்கமுலாமும் கொண்ட அலங்காரம் மற்றும் மிகப் பெரிய அரங்கமும் மேடையும் தவிர போல்ஷோயின் மிகவும் கவரும் விஷயம் என்னவென்றால் அங்குச் செல்லும் பலதரப்பட்ட மக்கள்தாம். ரஷ்ய மக்களின் அனைத்துத் தரப்பினரும் இதில் அடக்கம். இதை கோவென்ட் தோட்டத்தில் பார்க்க முடியாது. ஏனெனில் அங்கு நடுத்தரவர்க்கத்துக்குக் குறைந்தவர்கள் யாரும் செல்ல முடியாது. இங்கு அரங்கத்துக்குச் செல்வதற்கு எந்தப் பரபரப்பும் இல்லை. அழகான சரவிளக்கு மற்றும் கூரை அலங்காரங்களுக்குக் கீழ், உயர் காட்சிக்கூடங்களில், தோற்றப் பொலிவுடைய அதிகாரிகளின் கரங்களில் தாழ்ந்த கவுன்களோடும் கம்பளி உடை

களோடும் உலாவுபவர்களும் இல்லை. மாறாக நிகழ்ச்சி முடிந்தவுடன் நடன மங்கையின் மேல் மலர்கள் தூவப்படுகின்றன. பகட்டும் பளபளப்பான ஆடைகளும் சடங்குகளும் அற்ற நிகழ்வைப் பாராட்டும் வண்ணம் 'அருமை/சபாஷ்' என்ற கூச்சல் எழுகிறது.

ஓல்கா லெபெஷின்ஸ்க்யா, சின்ட்ரலாவாக மிக அற்புதமான நிகழ்ச்சியை அளித்தார். மாஸ்கோவுக்குச் சென்றதற்குக் கிடைத்த அருமையான பயன். ஆண் கலைஞர்கள் அளித்தது போன்ற ஒரு சிறப்பான நிகழ்ச்சியை நான் எங்கும் கண்டதில்லை. முதல் முறையாக ஒரு பேலட் நடனத்தில் பெண்களுக்கு நிகராக ஆண்களும் பங்களிக்க முடியும் என்பதைக் கண்டேன். அற்புதமான அலங்காரத்தாலும் அமைப்பாலும் மிகப் பெரிய மேடை சிறப்பாகப் பயன்படுத்தப்பட்டுள்ளது – எடுத்துக்காட்டாக பால் ரூமுக்கு வெளியில் இருக்கும் நீரூற்று, மற்றும் உண்மையான வாண வேடிக்கை - இவை எல்லாம் தேவை இல்லாமல் இருந்தும்! மிக ஆடம்பரமான காட்சிகளில்கூட ஒவ்வொரு விவரமும் அளிக்கப்பட்டதனால் அலங்காரத்தை மிகவும் யதார்த்தமானது எனலாம். பார்வையாளர்களால் கற்பனை செய்ய முடியாத அளவுக்குப் பின்னணிச் சூழல் அமைப்புகள் இருந்தன.

பேலட் நடனத்துக்குப் பின்னர் நாங்கள் மதிய உணவுக்காக சோவியத்ஸ்கி தங்கு விடுதிக்குப் போனோம். மாஸ்கோயில் ஒயின் அருந்தவும் உணவு உண்ணவும் சிறந்த இடங்களில் ஒன்று என்று இது கருதப்பட்டது. ரஷ்ய மதுவருந்தும் பாடல்கள் மற்றும் ஜிப்சி பேலட்டுகளால் புகழ்பெற்ற பழைய யார் ஜிப்சி சத்திரத்தின் மேல் இந்த நவீனக் கட்டடம் கட்டப்பட்டுள்ளது. பழங்காலத்தில் இது மாஸ்கோவுக்கு சற்று வெளியே இருந்தது என கூறப்பட்டது. உயர் வகுப்புப் பெண்கள் 'மேன்மக்கள்' துணையோடு தங்கள் விரிந்த கூந்தலுடன் உண்டு களித்து முழங்கும் ரோமனியப் பாடல்களுடன் நடனமிடுவராம். பாடல் ஒன்று இவ்வாறு ஒலிக்கிறது:

> மகிழ்வளிக்கும் இரவுகள்
>
> மதிமயக்கும் இரவுகள்
>
> வைன் [கள்ளின்] போதை கட்டற்றுப் பாய...
>
> சாரதியே ஓட்டு 'யார்'விடுதிக்கு...

அதைப் பற்றிய ஃபியடோர் சாலியாபின்னின் ஒரு பதிவு உண்டு. என் நண்பர் ஒருவர் வைத்திருந்தார். எனக்கு மிகவும் பிடித்தது என்பதை நான் ஒத்துக்கொள்ளத்தான் வேண்டும். அது இப்போது இங்கு இருக்குமா என்று எண்ணிக்கொண்டேன்.

இப்போது சோவியத்ஸ்கி விடுதிச் சுவர்களில் யார்விடுதியின் மெலிந்த ஆவிதான் சுற்றுகிறது. குவிமாடம் கொண்ட அலங்காரக் கூரையும், பட்டும் பளிங்குமான ஒரு பெரும் அரங்கில் மக்கள் உணவருந்த ஓர் இசைக்குழு நடன இசையைப் பொழிகிறது. மேசைகளுக்கு நடுவில் துணிச்சலான ஒரு சில தம்பதியர் ஆடுகின்றனர். எங்கள் மூவரின் மத்தியில் நின்ற கர்னல் வெட்கப்பட்டு ஆட மறுத்துவிட்டார். மீன்முட்டை மற்றும் ஜெல்லி மீனை ரொட்டியுடன், மரபு முறையாக ஒரே மடக்கில் வோட்காவை குடித்துவிட்டு அருந்தினோம். இது என்னை யார்விடுதியின் காலத்துக்குக் கொண்டுபோகுமா? ஒருவேளை ஜிப்சி இசையைக்கூடக் கேட்கலாம்!

~

அடுத்த நாள் நான் ஆர்வத்துடன் மெட்ரோவில் பயணித்தேன். இதைப் பற்றி நான் அதிகம் கேள்விப்பட்டிருக்கிறேன். அது சிறப்பாக நல்ல விசாலமாக வெப்பநிலைக் கட்டுப்பாடுடன் இருந்தது. மாஸ்கோவைப் போல் சுத்தமாக இருக்கிறது. தொடர்வண்டிகள் வசதியாகவும் துரிதமான தாகவும் உள்ளன. தரை, சுவர், கூரை, பூச்சுச் சாந்து எல்லாமே மெட்ரோவில் பளிங்குதான். ஒரு நிலத்தடி நிலையம்போல் இல்லை. லண்டன் மற்றும் பாரிஸ் மெட்ரோவின் மந்தமான சிமெண்ட்டோடு ஒப்பிடுவதால் இப்படித் தெரியலாம்.

கட்டடங்களைப் பற்றிப் போதும். மாஸ்கோயில் இரண்டாம் நாள் நாங்கள் இந்தியத் தூதரகத்தில் உணவு உண்டோம். தூதர் என் தந்தையின் நண்பர். எனவே, தளபதி டி-யின் மகள் உட்பட அனைத்து விருந்தின ரிடத்திலும் நான் அறிமுகப்படுத்தப்பட்டேன். ஆகவே, பேசும்போது என்னை நான் தகுந்த முறையில் என் பெயரைச் சொல்லி மறு அறிமுகம் செய்ய வேண்டி இருந்தது. ஆனால், நான் தயங்கவில்லை. இது எனக்குப் பழக்கமானதுதான். மேலும் கிரெம்ளின், லெனின், ஸ்டாலின் ஆகிய அனைவரையும் சந்தித்து வந்த பின் களைப்படைந்துபோனதால் இந்தச் சின்னச் சமாச்சாரங்களைப் பற்றி நான் கவலைப்படவில்லை. இது ஒரு அரசியல் ரீதியான தருணம். தூதர் ஒவ்வொருவரிடமும் தான் ஏற்கெனவே ஓர் ஆயிரம் பேரிடம் கூறியதையே கூறிச் சில நிமிடங்கள் செலவழித்தார். எங்களது தங்கல் வசதியாக இருந்ததா, நன்றாகக் கவனித்தார்களா என்று தூதரின் மனைவி அன்பாக விசாரித்தார்.

அந்த நீண்ட மேசை இருபத்தைந்து விருந்தினர்களுக்காகப் போடப் பட்டிருந்தது. ஓர் இந்திய நடிகைக்கும் இந்தியாவில் இருந்து வந்திருந்த ஒரு தத்துவப் பேராசிரியருக்கும் இடையில் என் இருக்கை இருந்தது.

தற்போது மாஸ்கோயில் இந்திய சோவியத் கூட்டு முயற்சியாகப் பட மாக்கப்பட்டுவரும், வணிகராய் இருந்து குதிரை வணிகராக மாறிய ரஷ்யர் அஃபனாசி நிகிதினின் வீர அனுபவங்களைப் பற்றிய ஒரு குறும்படத் துக்காக அவர் வந்திருந்தார். நிகிதின் பதினைந்தாம் நூற்றாண்டில் இந்தியா வந்தார். பாமினி சுல்தானின் ஆட்சியின்போது சில வருடம் தங்கி இருந்தார். அவர் எங்குச் சென்றார் என்ன பார்த்தார் என்பதைப் பற்றி ஒரு சுவையான வருணனையை அளித்துள்ளார்.

~

நாங்கள் பீஜிங் செல்வதற்காக மாஸ்கோ விமான நிலையத்திற்கு வந்து சேர்ந்தபோது, விமானம் இரண்டு மணி நேரம் தாமதமாகக் கிளம்பும் என்று கூறப்பட்டது. நான் அமர்ந்த சோஃபாவைச் சுற்றிலும் ஒரு விமானம் நிறையக்கூடிய அளவுக்கு அப்போதுதான் வந்துசேர்ந்த உற்சாகமான நடுத்தர வயது உக்ரேனியர்கள் அமர்ந்திருந்தனர். 'கல்ச்சர் அண்ட் லைஃப்' என்ற இதழைப் படித்துக்கொண்டிருந்தேன். எனக்கு மனநிலை சரியாக இல்லை என்பதைப் புரிந்துகொண்டு மற்ற இருவரும் என்னைத் தனியாக விட்டுவிட்டு அகன்றுவிட்டனர். எனக்குக் குறிப்பாக மாஸ்கோவைப் பிடிக்கவில்லை. தொடர் நிரல்கள் அடங்கிய தங்கி இருந்த மூன்று நாட் களைக் கொண்டு ஒரு நகரை மதிப்பிட முடியாதுதான். ஆனால், என் முதல் எண்ணம் இணக்கமானதாக இல்லை. ஒருவேளை நான் அதிகமாக எதிர்பார்த்திருக்கலாம். என் வளரிளம் பருவத்தில் எங்களைச் சுற்றிலும் கூறப்பட்ட கருத்து என்னவென்றால் சோவியத் அனுபவம் என்பது ஒரு புதிய வகையான சமூகத்தைக் கட்டமைப்பது என்பதே. பூனாவில் நாங்கள் மேடையேற்றிய ஜே.பி. பிரீஸ்ட்லியின் நாடகமான '*தே கேம் டு எ சிட்டி*' எனக்கு ஞாபகம் வந்தது. புதிய சமூகம் பற்றிய அதன் புகழ்பெற்ற வாசகம் வருமாறு: 'ஆண்களும் பெண்களும் இயந்திரத்துக்காகவும் பணத் துக்காகவும் வேலை செய்ய மாட்டார்கள், ஆனால், இயந்திரமும் பணமும் பெண்களுக்காகவும் ஆண்களுக்காகவும் வேலை செய்யும்'. இதுதான் புதிய உலகமா? எந்த ஒரு கால அளவுக்கும் நான் அங்கு வாழ விரும்ப மாட்டேன். சோசலிச அனுபவத்தையும் வாழ்க்கையையும் நெருங்கிக் கண் காணிக்க மீண்டும் சோவியத் யூனியனுக்கு வந்து இன்னும் கொஞ்சம் நீண்ட காலம் தங்கி இருப்பது எனக்கு உடன்பாடானதே. ஆனால், பைசாண்டியன் மனநிலை பற்றி இன்னும் அதிகமாக அறிய விரும்பினேன். எனக்கு அதில் அலாதியான விருப்பம் இருந்தது.

இறுதியாக விமானத்தில் எரிபொருள் நிரப்பப்பட்டு தயாராக நின்றது. கேமராக்கள், படச்சுருள், புத்தகங்கள், பைகள் போன்றவற்றுடன் நாங்கள்

மூவரும் கடைசியாக எங்கள் இருக்கையில் அமர்ந்தோம். இதுவே மாஸ் கோயில் இருந்து சீனாவுக்கான புகழ்பெற்ற துரித விமானச் சேவை. மிகவும் சொகுசானது. கேபினில் மெத்தைகள் பதிக்கப்பட்டிருந்தன. திறப்புகளில் மென்துணி. கதவுகளில் சரிகைப் பட்டு திரைகள். இருக்கை மெத்தைகள் கண்ணுக்கு இதமான சாம்பல் நிறம். இருக்கைகள் பெரிதாக இருந்தன. கண்டிப்பாக ரஷ்யர்களின் உருவத்துக்குப் பொருத்தமாக இருக்கும். எனக்கு மிகவும் வசதியாக இருந்தது. அதன் பின் ஒரு வேடிக்கை நாடகம் தொடங்கியது. விமானப் பயணம் மொத்தம் பத்து மணி நேரம். இடையில் இரண்டு ஒரு மணி நேர நிறுத்தங்கள் இருந்தன. முதலாவது ஒரு மந்தமான தொழிற்சாலை நகரான ஓம்ஸ்க். ஓம்ஸ்கில் இருந்து ஒரு மனிதனைப் பற்றி டாம் ஹ்லெரரின் ஒரு பாட்டின் மூலம் நம்மில் சிலர் கேள்விப்பட்டிருக்கலாம். அடுத்து ஒரு வண்ணமயமான இர்க்குட்ஸ்க் என்ற கொஞ்சம் மலைப்பாங்கான நகர். அங்கு மக்கள் மிகவும் நட்புரிமை யோடு இருந்தனர். இதனால் இரண்டு மற்றும் இரண்டரை மணி நேர இடைவெளி எங்களுக்குக் கிடைத்தது. தூக்கம் சரியாக இல்லை என்பதால் எனக்கு சோர்வாக இருந்தது. ஆகவே நான் விமானத்தில் தூங்குவது என்று முடிவெடுத்தேன். ஆனால், எங்களுக்கு மாறி மாறி உணவும் பானங்களும் அரை மணி நேரத்துக்கு ஒரு முறை வழங்கப்பட்டது. அந்த அழகிய ரஷ்ய விமானப்பணிப்பெண் என்னை எழுப்பி ஓர் ஆரஞ்ச், அல்லது ஒரு குவளை ஒயின் அல்லது டிஜுனார் அல்லது சாப்பாடு என்று எதையாவது கொண்டுவந்து கொடுத்துக்கொண்டே இருந்தார். எனக்குத் தெரிந்த அளவுக்கு சிரமப்பட்டு பிரஞ்சு மொழியில் (அவருக்கு தெரிந்த ஒரே மேற்கு ஐரோப்பிய மொழி) கூறியும் எந்த பலனும் கிடைக்கவில்லை. இறுதியில் விட்டுவிட்டேன். அவரைப் பார்த்து இனிமையாக சிரித்துவிட்டு அரோரா பொரேலிஸ் என்று கூறப்பட்ட மிகவும் அற்புதமான காட்சியை ஜன்னல் வழியாகப் பார்க்கத் தொடங்கினேன். என்னை உறங்கவிடாமல் செய்த அக்காட்சிகளை மன்னித்துவிட்டேன்.

இந்தச் சேவை உலகின் சிறந்த சேவைகளுக்கு நிகரானது என்று கூறப் படுகிறது. விமானம் ஏறும்போதும் இறங்கும்போதும் காதுகளில் ஓசை அதிகமாகத்தான் உள்ளது, ஆனால், அதை சமாளிக்கத்தான் வேண்டும். விமானம் அழகாகப் வடிவமைக்கப்பட்டிருந்தது, மூன்று பணிப்பெண் களும் திறன் மிக்கவர்கள். பணிகளில் ஒரு பகுதியினர் சீனர்கள், மீதிப்பேர் பருத்த ஆண்களும் உடற்கட்டு கொண்ட பெண்மணிகளுமாக இருந்தனர். விமானம் மேலேறியதும் அவர்கள் எங்களைப் பார்த்து சிரித்தார்கள் நாங்களும் திருப்பிச் சிரித்தோம். இது குறிப்பிட்ட நேரத்துக்கு ஒரு முறை நடந்தது. எனக்கு முன்னால் இருந்த மனிதர் என்னிடம் மிக

அக்கறை உள்ளவராக இருந்தார். பணிப்பெண் உணவு அளிக்க என்னை நச்சரிக்காத போதெல்லாம் இவர் கசப்பான சாக்லேட்டை என்னிடம் திணித்தவாறு இருந்தார். அன்று என் வயிறு பரிதாபத்துக்குரியதாக இருந்தது. இர்க்குட்ஸ்க்கில் அவர் ஒரு சீனப் பயணியிடம் செஸ் விளையாடி அவரைத் தோற்கடித்தார். இருவருக்குமே அடுத்தவர் மொழி தெரியாது. எனவே விளையாட்டின் ஊடே அவர்கள் மகிழ்ச்சியுடன் முணு முணுத்துக்கொண்டனர். விமானநிலையத்தில் அவர் எங்களோடு நடந்து அரைகுறை பிரஞ்சில் வெறித்தனமாகப் பேசினார். அவர் போலந்துகாரர் என்று நான் புரிந்துகொண்டேன். உண்மையில் அவர் போலந்து நாட்டு உச்சநீதிமன்ற நீதிபதி. கொரியாவில் நடுநிலை ஆணையத்தில் தலைமை ஏற்கப் போய்க்கொண்டிருக்கிறார்.

இவ்வாறு எல்லாம் மெதுவாக சென்றது. பீஜிங் போய்ச் சேர வேண்டும் என்ற என் எதிர்பார்ப்பு, காத்திருப்பை இன்னும் மோசமாக்கியது.

3
ஒருவழியாக பீஜிங் வருகை!

இறுதியாக விமானம் பீஜிங்கைச் சுற்றிவந்தது. மேகமூட்டமாக இருந்ததால் எங்களால் அதிகமாக ஒன்றையும் பார்க்க முடியவில்லை. ஒரு மஞ்சள் தூசி மேகத்துக்கு ஊடாக விமானம் பீஜிங் விமான நிலையத்தில் கீழிறங்கி சக்கரங்களில் உருண்டோடியது. இதற்கு முன் அரை மணி நேரமாக சீனப் பெருஞ்சுவரைப் பார்ப்பதற்காக நான் கண்தட்டி விழிக் காமல் பார்த்துக்கொண்டே வந்தேன். ஆனால், எங்கள் விமானம் பார்க்கக் கூடாத அளவுக்கு மிக உயரத்தில் பறந்திருக்கும் என்பதை என்னால் அறிந்துகொள்ள முடியவில்லை. விமானநிலையத்தைப் பற்றிச் சொல்ல ஒன்றும் இல்லை. சாதாரணமான பெரிய அறைகளின் தொகுதிகளுக்குள் அனைவரும் மொத்தமாக அனுப்பப்பட்டனர். நாங்கள் சுங்கப் பிரிவுக்குச் செல்ல வேண்டிய தேவை ஏற்படவில்லை, ஏனெனில் பண்பாட்டு உறவுகள் சங்கத்தின் பிரதிநிதிகள் எங்களை வரவேற்றனர். நாங்கள் வசதியான ஓய்வறைகளில் அமர்ந்து இளைப்பாறி குவளைகளில் பசும் தேனீரை அருந்திக்கொண்டு இருந்தோம். மிகவும் மகிழ்ச்சியாக இருந்தது என்ன வென்றால் எங்களுக்குப் பெரிய கிளாடியோலி பூங்கொத்துகள் அளிக்கப் பட்டதுதான். இது மரபான சீன வரவேற்பு முறை என்று கூறப்பட்டது. இது தனக்குச் சிறப்பாக வரவேற்பு அளிக்கப்பட்டது என்று ஒருவர் உணர்வதற்கு வழிவகைசெய்கிறது.

நாங்கள் எங்கள் மொழிபெயர்ப்பாளர் மிங்கோ வோங்கிடம் அறிமுகம் செய்யப்பட்டோம். இந்த இளம்பெண்ணுக்கு வயது முப்பதுக்குக் கீழ் இருக்கும். நாங்கள் இங்கிருக்கும்வரை அவர் எங்களோடு இருக்க வேண்டும். முதலில் அவர் கொஞ்சம் தயக்கத்துடன் இருந்தார். பின்னர் நேரடியாகப் பேசக்கூடியவராகவும், மிகவும் உதவிகரமாகவும், நட்புணர்வுடனும் பழகி னார். விரைவில் நாங்கள் மூவரும் நெருங்கிவிட்டோம். அவர் எங்கள் அணியில் ஒருவர் ஆகிவிட்டார். தேடிக்கண்டறியும் பயணம் புறப்பட்ட நான்கு பெண்கள் பற்றிய வேடிக்கைக் கதையைக் கேட்டோம். மிகவும் வேடிக்கையான கதைகளை மிங்கோ எங்களுக்கு மொழிபெயர்த்துக் கூறினார். எங்களை ஓர் எல்லைக்குள் வைத்திருப்பதுதான் அவருக்கு இடப்பட்ட கட்டளை. ஆனால், சில மணி நேரங்களிலேயே நாங்கள்

அங்குமிங்கும் எங்கும் துணிச்சலோடு போகத் தொடங்கினோம். அடிக்கடி எல்லைகளையும் தாண்டினோம். ஆனால், அமைதியாக அவர் நாங்கள் எப்படிச் செல்ல வேண்டும் என்பதைக் கட்டுக்குள் கொண்டுவந்து விட்டார் என்பதுதான் மிகவும் சிறப்பான அம்சம்.

எங்கும் ஓர் இயல்பான நிலை இருந்தது எனக்குப் புதிராகத் தோன்றியது. ஐரோப்பிய விமான நிலையங்களின் சுறுசுறுப்பும் துரிதத் திறனும் எனக்குப் பழக்கப்பட்டது. அங்கு யாரும் அலைந்து திரியவோ உட்கார்ந்து வெறித்து பார்க்கவோ மாட்டார்கள். இந்திய விமான நிலையங்களிலும் அதிக நடமாட்டமும் சலசலப்பும் இருக்கும். குறைந்த மனிதர்களால் முடியக் கூடிய ஒரு வேலைக்கு அதிகப் பேரைப் பயன்படுத்துவதுபோல் இது இருந்தாலும் எங்கள் வேலை சுலபமாக முடிந்துவிட்டது. ஒரு சாதாரண பயணிக்கு எவ்வளவு நேரம் ஆகும் என்று நான் எண்ணிப்பார்த்தேன். அதிகாரிகள் யாவரும் மிகவும் இளைஞர்களாக இருந்தனர் என்பது இன் னொரு ஆச்சரியப்படத்தக்க விஷயம். பெரும்பாலானவர்கள் இருபதுக்கும் சற்று அதிக வயது உடையவர்கள்தாம். நான் இப்போது மூன்று நாட்களாக இங்கு இருக்கிறேன். இது இன்னொரு சீனத் தனிச்சிறப்பு: சராசரியான சீனர்கள் அவர்களது வயதுக்கு தக்க முதுமையாகத் தெரிவதில்லை, அல்லது அப்படித் தோன்றுவதில்லை. ஒரு வெள்ளைச் சட்டை அல்லது புஷ் சட்டையுடன் பல்வேறு நீல நிறங்களில் கால்சட்டை என்னும் சாதாரண உடைகள் இயல்பான காட்சி விளைவை உண்டாக்குகிறது.

புதிதாக சிவப்பு வண்ணத்தில் அலங்கரிக்கப்பட்ட சீனத்துக்கே உரித்தான ஒரு மரவாயில் அதாவது சீன நுழைவாயில் வழியாக நாங்கள் விமான நிலையத்தில் இருந்து புறப்பட்டுச் சென்றோம். இது போன்ற நுழைவு வாயில்களை நாம் இந்தியாவில் அஜந்தா வரவேற்பு வளைவு அல்லது உயர்ந்த நவீன அரசு கட்டடங்களில் உள்ள சாஞ்சி நுழைவாயிலில் காண லாம். நாங்கள் இப்போது பீஜிங் செல்லும் சாலையில் பயணித்தோம். இந்த பயணம் 20 நிமிடங்கள் பிடித்தது. நுழைவாயில் எளிமையாக இருந்தது. முனைகள் மேல்நோக்கி நின்றன. அதில் வரவேற்கிறோம் என்று எழுதப்பட்டு இருந்தது. முக்கியமாக அடிக்கடி சீனாவுக்கு அதிகமாக வருகை புரியும் விருந்தினர்களை வரவேற்பதற்காகவே இது அமைக்கப் பட்டிருக்கும் என்று நான் நினைக்கிறேன்.

சாலையில் செல்லும்போது நான் வட இந்தியச் சாலைக்குத் திரும்பவும் வந்துவிட்டேனோ என்று தோன்றியது. பார்ப்பதற்கு ஒன்றும் புதிதாகவும் வித்தியாசமானதாகவும் எனக்குப்படவில்லை. சாலையின் இரு புறமும் மிகப் பெரிய வயல்வெளிகள் இருந்தன. காய்கறிப் பயிர்களுக்கு நடுவில் பாதி அளவுக்கு வளர்ந்து நின்றவை மக்காச்சோளப் பயிர்கள்போல் தோன்றின.

வயல்வெளிகள் நீண்டு நகரின் விளிம்புவரை இருக்கிறது. சாலைகள் தூசியாகக் காணப்பட்டன, சாலையின் நடுப்பகுதியில் வாகனங்கள் செல்ல தார் போடப்பட்டிருந்தது. நடைபாதை இல்லை. வயலுக்கும் சாலைக்கும் நடுவில் புதர்ச்செடிகள் வளர்ந்து வேலியாக இருந்தன. சில கார்களே சென்றன. வண்டிகளும் பெடல் வண்டிகளுமே காணப்பட்டன. இந்தியாவில் இத்தகைய வண்டிகள் காளைகளால் இழுத்துச் செல்லப்படும். சாலையை அடைத்துக்கொண்டும் ஓரங்களிலும் செல்லும். இங்கு குதிரைகள் இழுக்கின்றன அல்லது சில சமயம் கழுதைகள். கழுதைகள் சிறியதாக இருப்பதால் குதிரைகளைவிட முன்னே தள்ளி பூட்டப்படுகின்றன. இது எனக்கு ஆச்சரியத்தை அளித்தது. இதற்கு ஒரு நல்ல காரணம் இருக்கும். நான் அதை விசாரிக்க வேண்டும்.

நான் மிதிவண்டியை விரும்பவில்லை. நாம் அதை சைக்கிள் ரிக்ஷா என்று கூறுகிறோம். பின்னர் ஒரு நாள் மட்டும் ஒன்றில் நான் சென்றேன். அதன் பின் அதில் செல்லவில்லை. நமக்கு முன்னால் ஒருவர் வியர்த்து விறுவிறுத்து மூச்சுவாங்க மிதிப்பது எனக்கு மகிழ்ச்சியாக இல்லை. முழு பாரத்தையும் இழுக்கும் அவர்மேல் எனக்கு பச்சாதாபம் ஏற்பட்டது. ஆனால், பீஜிங்கில் அது மிகவும் பரவலாகக் காணப்பட்டது. மதியம் பல பெண்கள் பல வடிவப் பைகளுடன் அவற்றில் வருவதை நான் பார்த்தேன். ஒருவேளை காலை நேரத்தில் கடைகளுக்குச் சென்று வரலாம் அல்லது வேலைக்குச் சென்று திரும்பலாம். ஐரோப்பாவில் இந்த மிதி வண்டிகள் வீட்டுப் பெண்களுக்கு உதவியாக இருக்கக் கூடும். ஆனால், இவற்றை மலிவு என்று கூற முடியாது. ஏனெனில் கட்டணம் தூரத்தைப் பொறுத்ததல்ல, நேரத்தை வைத்துக் கணக்கிடப்படுகிறது. ஒருவேளை எங்களிடம் அதிகமாக வசூலித்திருக்கலாம். ஏனெனில் அயல்நாட்டினரான நமக்குச் சரியாகத் தெரியாது அல்லவா.

சைக்கிளில் செல்பவர்கள் பரவலாகக் காணப்படுகிறார்கள். எல்லா இடமும் செல்கிறார்கள், சில சமயம் போக்குவரத்துக்கு இடைஞ்சல் செய்கிறார்கள். இது தில்லியைப் போலவே. நகரில் மோட்டார் ஆரன்களுக்கு அமைதி மண்டலம் இல்லை. ஏனெனில், சைக்கிள் ஓட்டிகளை ஆரன் அடித்தே எச்சரிக்க முடியும். அதிக அளவில் சைக்கிளில் செல்வோர் இருப்பதால் ஆரன் பயன்படுத்தியே தீர வேண்டும். பொதுப் போக்குவரத்து குறைபாட்டையே அதிக அளவிலான சைக்கிள் சவாரிகள் எடுத்துக்காட்டுகின்றன. தில்லியைப் போலவே ஒரு போக்குவரத்து நிறுத்தத்தில் இருந்து அடுத்ததற்கு அவர்கள் கூட்டமாகச் செல்லுகின்றனர்.

அது முலாம்பழக் காலமாக இருந்ததால் சாலையின் இரு மருங்கும் முலாம்(தர்ப்பூசணிப்)பழத்தைக் குவித்து வைத்திருந்தனர். சில இடங்களில் இந்தப் பழங்கள் கரும்பச்சைப் பிரமிடுகளைப் போல் இருந்தன. சில இடங்களில் வெட்டி சிவப்பு வட்டங்களாக வைத்திருந்தனர். சிறு பழங்கள் நல்ல நறுமணத்துடன் பச்சை அல்லது மஞ்சளாக இருந்தன. வட இந்தியாவில் சர்தா என அழைக்கப்படும் சின்சியாங் முலாம்பழமும் இருந்தது. சீன வகை வெளிப்புறம் பச்சையாகவும் உள்ளே வெள்ளையாகவும் இருந்தன. ஆனால், சர்தா வெளிப்புறம் மஞ்சளாக இருக்கும். முலாம் பழத்தையும் அவித்த சோளக்கதிரையும் (நாம் தணலில் சுட்டு எடுப்போம்) கண்டு நான் மகிழ்ச்சி அடைந்தேன். அவித்த சோளக்கதிர் மந்தச் சுவை கொண்டது. முலாம்பழம் மற்றும் சோளக்கதிர்களுக்கு இடையிடையே அதிகமான தூசிமேகம். எனக்குப் பாலைவன மணல்புயல் பற்றி தெரியாது. ஆனால், பீஜிங்கின் வெளிப்பகுதி அதிக அளவு தூசியால் நிரம்பிக் கிடந்தது. இதைக் கட்டுப்படுத்த மரம் நடுதல் ஆரம்பிக்கப்பட்டிருந்தாலும் அதற்குப் பல ஆண்டுகள் ஆகும்.

சாலையில் வரிசையாகக் கடைகளும் குடிசைகளுமாக இருந்தன. சிலர் கதவருகில் அமர்ந்து புகைத்தனர். பலர் வட்டமாகக் குழுவாக அமர்ந்து பேசிக்கொண்டு இருந்தனர். இந்தியப் புறநகர்களில் கோடைக் காலங்களில் மாலை நேர வெப்பக் காற்று சோம்பலை உருவாக்கும் சூழல் போலவே இதுவும் இருந்தது. தெம்பு மிகுந்த ஒரு சில இளைஞர்கள் சைக்கிளில் வேகமாக ஒருவரை ஒருவர் நோக்கிக் கத்திக்கொண்டே சென்றனர். மற்றப்படி அனைவரும் ஓய்வாக இருந்தனர். நாளின் இறுதியில் இது மாலைப்பொழுதின் ஒரு பகுதியாகிவிட்டது. குழந்தைகள் கதவுகளில் இருந்து தூரமாக அலைந்து திரிந்தனர் அல்லது நிழல் நிறைந்த மூலைகளில் அல்லது சாலை ஓரமாக ஓடும் நீர்வழிகளில் விளையாடித் திரிந்தனர். அவர்களுடைய தாய்மார்கள் மாலைச் சமையலுக்கு வேண்டியவற்றை கடைகளில் மிச்சமீதிகளை அவசரஅவசரமாக வாங்கிக்கொண்டு இருந்தனர் அல்லது புரணி பேசிக்கொண்டு இருந்தனர். முதல் அதிர்ச்சியூட்டும் விஷயம் என்னவென்றால் சீனா பெரும்பாலும் இந்தியாவைப் போலவே இருந்தது – ஓர் ஆசிய நாடு போலவேதான் இருந்தது. சீனாவைப் பற்றிய எந்தக் கருத்தும் என்னிடத்தில் இருந்ததில்லை. இதற்குக் காரணம் சீன வாழ்க்கையைப் பற்றித் தெரிந்துகொள்ள பெரிய ஆர்வம் ஒன்றும் இல்லாமல் இருந்தது. இன்னொன்று சீனாவைப் பற்றி ஏற்கெனவே இருந்த மங்கலான கருத்துக்கு மேலாகச் சிந்திக்காத அளவுக்கு சோம்பல் இருந்தது. இந்தியாவுடன் இருந்த இத்தகைய எளிய நடவடிக்கைகளின் ஒற்றுமை ஒரு வலிமையான தாக்கத்தை ஏற்படுத்தியது. நான் இங்குச் செலவழித்த ஒரு வாரக் காலத்தில் இந்த எண்ணம் தொடர்ந்து வளர்ந்தது.

நகரப் பேருந்துகள் புதிதாகவும் செயல்திறனுடையதாகவும் இருந்தன. அவை அடிக்கடி வருவதுபோல் தோன்றினாலும் எப்போதும் நெரிசலாகவே இருந்தன. சீனர்கள் மிகப் பொறுமைசாலிகளாக இருக்க வேண்டும். கூட்டம் எவ்வளவு இருந்தாலும் ஒரு தள்ளுமுள்ளைக்கூட என்னால் பார்க்க முடியவில்லை. ஐரோப்பாவைப் போலவே டிராம்கள் மந்தச் சிவப்பும் மஞ்சளாகவும் இருந்தன. முக்கிய வீதிகளிலும் அகன்ற தெருக்களிலும் நடுவில் அவை ஓடின. சாலையில் பலவகையான ஊர்திகள் காணப்பட்டன. கார்கள் குறைவே. பேருந்துகள் அதிகம். அவ்வப்போது குதிரை, கழுதை வண்டிகள் காணப்பட்டன. ஓரிரு மோட்டார் ஸ்கூட்டரையும் பார்த்தேன். சீனர்களிடம் இன்னும் வண்ணவண்ண வாகனங்கள் இருக்க வேண்டும் என்று விரும்பினேன். இருந்த சிலவற்றில் பெரும்பாலான கார்கள் கறுப்பு, கட்டி நீலம், அல்லது காக்கி நிறத்தில் இருந்தன. பிரகாசமான மஞ்சள், கட்டிச் சிவப்பு வாகனங்கள் பீஜிங்கின் வீதிகளை வண்ணமயமாக்க வேண்டும். கெடிலாக் போன்ற தூதரகங்களின் கார்கள் மட்டுமே பளிச்சிடும்படியாக இருந்தன. மற்றவை எல்லாம் ரஷ்யாவில் செய்யப்பட்டவை அல்லது செக் ஸ்கோடாக்கள்.

முக்கிய வீதிகள் பொதுவாகப் பரந்தவைகளாக இருந்தன. சைக்கிள் ஓட்டுபவர்களுக்குத் தனியான தடம் இருந்தது. ஆண்கள் பெண்கள் இரு தரப்பாருமே சைக்கிள் ஓட்டிச்சென்றனர். தில்லியைவிட அதிக அளவில் பெண்கள் சைக்கிள் ஓட்டினர். தில்லியில் "சாலை ரோமியோக்கள்" பெண்களைத் தடுக்கின்றனரா அல்லது பெண்களின் நகர்வைப் பொறுத்தவரையில் நாம் பிற்போக்குவாதிகளா? முக்கிய வீதியில் இருந்து குடியிருப்புகள் மற்றும் பகுதிகளுக்குச் செல்லும் தெருக்கள் மிகவும் குறுகலாக, ஹுட்டாங்ஸ் என்ற பெயருக்கு ஏற்ப இருந்தன. இரண்டு கார்களுக்குப் போதுமானவை அல்ல. குறிப்பாக (வளைவற்ற) செங்குத்து மூலைகளில் ஓட்டுவதற்குத் திறமை வேண்டும்.

புகழ்பெற்ற அயலக அரசியல் தூதுக்குழுவினரின் தங்குமிடங்கள் வழியாகச் சென்றோம். இங்கு சீனர்கள் செல்ல முடியாது. பின்னர் நாங்கள் சின் சோ (சின் கியோ என்று அப்போது அழைக்கப்பட்டது) என்ற எங்கள் தங்கு விடுதிக்குச் சென்றோம். ஒரு ஐரோப்பிய அலுவலகத் தொகுதிபோல் இருந்தது அந்த ஆறு மாடிக் கட்டடம். வெளியில் இருந்து பார்க்கும்போது மோசமாக இல்லை. முன் கதவு இந்தியாவில் இருப்பதுபோல் பூச்சிகளைத் தடுப்பதற்கான வலைக் கதவு. நான் உள்ளே போகும்போது மாஸ்கோவின் லெனின்கிராட்ஸ்க்யா போல்தான் இதன் அனுபவமும் இருக்குமோ என்று எண்ணினேன். ஒரு போலியான மிங் மற்றும் குவிங் உள் அலங்கார அருங்காட்சியகத்தில் வசிக்கப்போகிறோமோ? நிச்சயமாகச்

சீனர்களுக்குக் கொஞ்சம் கூடுதல் கலையுணர்வு இருக்குமோ? நான் கவனமாக ஒரு பெரிய முகப்புக் கூடத்துக்குள் நுழைந்தேன். கிரீம் மற்றும் சாம்பல் வண்ணம் பூசப்பட்டிருந்த எளிய செராமிக்களிமண்ணால் ஆன தரை. வாசலின் இருபக்கமும் வரவேற்பறை கவுண்டர்கள். அதற்கடுத்து மின்தூக்கிகளும் பொருட்கள் வைக்கும் அறைகளும் இருந்தன. நடுவில் ஒரு மாடிப்படி. இதன் அருகில் இருந்த ஒரு களிமண் சிற்பக்கூட்ட சட்டகம் தான் நெருடலாக இருந்த ஒரே பொருள். அது 'உழைக்கும் வீரர்களைக்' குறித்தது. சேர்மன் மாவோ அண்ட் கோவுக்குக் கிடைத்ததாக இருக்கலாம். ரஷ்யாவின் சமகால சமதர்ம ஆட்சியில் செய்ததாக இருக்கலாம். ஸ்டாலின் காலத்திய சீனக் கலை என்று சிலர் கூறினர். அது பொருத்தமான பெயர்தான் என நான் நினைத்துக்கொண்டேன். ஒரு பெருமூச்சு விட்டுக்கொண்டேன் – இதுவரை எல்லாம் சரிதான்.

நாங்கள் எங்கள் அறைகளுக்கு அழைத்துச்செல்லப்பட்டோம். இரு படுக்கைகள் கொண்ட சரியான அளவிலான அறை. சுவரில் பதித்த அலமாரி மற்றும் குளியல் அறை. பழுப்பு நிற மரத்திலான வளைவுசுழிவற்ற தளவாடங்கள். எனக்கு திருப்தியாக இருந்தது. கிரீம், சாம்பல், இயற்கை மரத்தின் வெளிறிய நிறங்களில் அலங்காரங்கள். ஒரு சீன மையால் வரையப்பட்ட நிலத்தோற்றம். ஆடம்பரம் இல்லை, ஆறுதலான நல்ல சுவை. படுக்கைகளில் பூவேலை விரிப்புகள். கிரீம் பின்னணியில் பழுப்புநிறப் பூவேலை. நல்ல கேண்டோனிஸ் பூவேலைப்பாடும் இருந்தது. இந்த ஓட்டலுக்கு சீனாவுக்கு வெளியே வாழ்கிறவர்களால் நிதியுதவி அளிக்கப்பட்டது என்றும் இது பொதுவாகச் சீன மற்றும் அயல்நாட்டு பயணிகளுக்கானது என்றும் பின்னர் அறிந்துகொண்டேன். அயல்நாட்டு பிரதிநிதிகளில் பலர் இங்குத் தங்கவைக்கப்பட்டனர். ஒரு வரலாற்றைக் கொண்ட விடுதி என்றால் அது பீக்கிங் விடுதிதான். வெளியில் இருந்து பார்க்க அது அலங்காரமாகக் காணப்பட்டது. அதைப் பார்க்க வேண்டும். இதில் சீனர்கள் தவறிழைக்க மாட்டார்கள் என்று எண்ணினேன். லெனின்கிராட்ஸ்க்யா மற்றும் சின் கியோவுக்கு நிகரான புதுதில்லி அசோகா விடுதியையும் இப்போது நான் பார்க்க விரும்பினேன்.

மாலையில் நாங்கள் டாக்டர் செங்க் ஹேன் சென் மற்றும் திருமதி செங்க் ஹேன் சென் தம்பதியுடன் இரவு உணவு உண்டோம். அவர்கள் இருவரும் சேர்ந்து *சைனா ரிகன்ஸ்ட்ரக்ட்ஸ்* என்ற பத்திரிகையின் ஆசிரியர்களாக இருந்தனர். இது சீனாவில் என்ன நடக்கிறது என்று கூறும் பத்திரிகை. அரசின் செயல்பாடுகளை விளம்பரப்படுத்தும் ஒரு பத்திரிகை. சீனாவில் என்ன நடக்கிறது என்ற எங்கள் கேள்விகளுக்கு அவர் நேர்மறையான பதில்களையே தந்தார். இந்தப் பத்திரிகையின் ஆசிரியராக இருந்ததால்

அவருடைய பதில்கள் எங்களுக்கு ஆச்சரியம் அளிக்கவில்லை. அவர் பழைய தலைமுறையைச் சேர்ந்த ஓர் அறிவுவாதி. அவர் புதிய அமைப்பின் மீது மறைமுகமான ஒரு நம்பிக்கை வைத்திருந்தார். அல்லது அப்படித் தான் தோன்றியது. அவர் இந்தியாவின் ஐந்தாண்டுத் திட்டம் பற்றி சில அறிவுபூர்வமான மற்றும் கூர்மையான கருத்துகளைக் கூறினார். அதை நான் கேட்க ஆர்வமாய் இருந்தேன். அவர் அதே போன்ற சீனத் திட்டத்துக்கு நிகரானதாக அதைப் பார்த்தார். நாங்கள் அமைதியாக எது வெல்லும் என்று சிந்தித்துக்கொண்டிருந்தோம். நான் வட கிழக்குச் சீனாவில் சமீபத்தில் ஏற்பட்ட வெள்ளத்தைப் பற்றி கேட்டேன். மாஸ்கோயில் இருந்தபோது அது புதுப் பயிர்களை அழித்துவிட்டதாகப் பத்திரிகை செய்தி வந்திருந்தது. ஆனால், அவர் அது மிகவும் சிறு அளவிலானதே என்றும் அதைச் சீனா வால் எளிதாகக் கையாள முடியும் என்றும் கூறினார். அவரது நேர்மறை யான கருத்து அரசின் விளம்பரம் என்று எனக்குத் தோன்றியது.

நான் இதுவரை சந்தித்த சீன அறிவாளிகள் எல்லாம் அதிகம் பேசாத வர்களாக இருந்தனர். பணிவின் காரணமாகத்தான் அவர்கள் சிறு உரை யாடல்கள் மூலம் தொடர்கின்றனர். சமூகத்தைப் பற்றிப் பொதுவாகப் பேசும்போதுகூட மார்க்சியத்தை நன்கு அறிந்தவர்களிடம் இருந்து நான் இதை எதிர்பார்க்கவில்லை. அவர்கள் அதிகாரிகளாய் இருப்பதானால்தான் இந்நிலை எடுக்கிறார்கள். ஆகவே அதிகாரிகளிடம் எதிர்பார்க்கப்படும் ஏற்றுக்கொண்ட நிலைப்பாட்டை எடுக்கிறார்கள். இவை விதிவிலக்கு களே என்று நான் நினைக்கிறேன். அல்லது பின்னணியுடன் அதிகப் பரிச்சயம் இல்லாத நாங்கள் அவர்கள் கூறுவதைத் தவறாகப் புரிந்துகொள்ளலாம் என்று நினைக்கின்றனர் போலும். அல்லது நாட்டில் சமூகத்தின் மிகவும் முக்கிய மாற்றங்களைப் பற்றிய விவாதத்துக்குள் செல்லக்கூடும் என்பதால் அவர்கள் அளவோடு பேசுகிறார்கள் எனலாம். ஒருவேளை என் முடிவற்ற கேள்விகள் மிகவும் நேரடியாக இருப்பதால் இந்தச் சந்திப்புகளில் நான் பொதுவான புரிதலை அடைய முடியவில்லை போலும்.

ஒரு கட்சியால் கட்டுப்படுத்தப்படும் வலிமையான நாடுகளுக்கு ஓர் அறிவார்ந்த மனிதனற்ற நிலம் தேவைப்படுகிறது என்று தொடர்ந்து எனக்கு நானே ஞாபகப்படுத்திக்கொள்ள வேண்டி இருக்கிறது. இங்கு நம்பிக்கை யதார்த்தத்தை மேலோங்கி நிற்கிறது போலும். எந்த நம்பிக்கையையும் பொறுத்தவரையில் நான் அந்த நிலைக்கு இன்னும் வரவில்லை. மாலை முழுவதும் டாக்டர் சென்னின் மனைவி அமைதியாகவே இருந்தார். எதையும் பற்றி அதிகம் பேசவில்லை. ஆனால், அதிகமாகக் கவனிக்கிறார் என்று தோன்றியது. நாங்கள் இண்டர்நேஷனல் கிளப்பில் இரவு உணவு

அருந்தினோம். இது பீஜிங்கில் இருக்கும் அயல் நாட்டுச் சமுதாயங்கள் சந்திக்கும் இடம் என்று பழங்காலத்தில் பெயர்பெற்றிருந்தது. இதுவும் தற்போதைய யூரேசியாவின் ஓர் அம்சம் என்று மீண்டும் எனக்குத் தட்டுப்பட்டது. பெரிய இந்திய நகரங்களிலும் இது காணப்பட்டது. ஐரோப்பியர்கள் ஐரோப்பியர்களாகவே வாழ வேண்டிய இடத்தில், ஐரோப்பிய உயர்குடிமக்கள் செயற்கையாக வாழ அயலகத்தில் ஒரு முயற்சி எடுக்கப்பட்டது. இத்தகைய 'கிளப்'களில் ஐரோப்பியர்களால் ஒழிக்க முடியாத சில ஆசியப் பழக்கவழக்கங்கள் முடிவில் உள்ளே நுழைந்தன. அவர்கள் அதை ஏற்றுக்கொண்டனர். மேலும் இதில் இருந்து 'காலனிய கிளப்' வாழ்க்கை ஒரு சமூக வகைவடிவமாகப் பரிணமித்தது.

இந்தச் சூழல் ஆசியா முழுவதும் ஒன்றுபோல் இருப்பதாகவே தோன்றுகிறது. இந்த இன்டர்நேஷனல் கிளப்தான் தில்லி ஜிம்கானா கிளப் போலும் அல்லது பூனா கிளப் அல்லது பிண்டி கிளப் அல்லது ஆங்கிலேய இந்தியாவில் இருக்கும் இது போன்றதொரு கிளப். படாடோபமான ஆக்கிரமிக்கும் ஒரு விக்டோரியா காலத்துக்குப் பிந்தைய கட்டடம். பெரிய அரைவட்டமான வட்ட மேல் சாளரங்கள் கொண்ட மரக் கதவுகள், டென்னிஸ் மைதானங்கள், ஞாயிறு காலை கூட்டத்துக்கான இடங்கள், ஒருபோதும் பயன்படுத்தப்படாததுபோல் தோன்றும் போர்த்தப்பட்ட மேசைகளுடன் கூடிய ஒரு சோகமான பில்லியார்டு அறை; நிலைத்து நீடிப்பதற்காகத் தோல் அல்லது கரடுமுரடான துணி உறைகளுடனான பெரிய அழகற்ற தளவாடங்கள் கொண்ட ஓர் ஓய்வறை; வட்ட மேசைகளில் நல்ல செய்தித்தாள்களும் பத்திரிகைகளும்; முதலில் ஓர் ஆங்கில பப்பைப் போல மோசமாக வடிவமைக்கப்பட்ட ஒரு பார். பின்னர் திருமணமாகாத வயதானவர்கள் கூடி பேசி மோசமான ஜோக்குகளை அடித்துக்கொள்ளும் ஒரு மலிவான ஐரோப்பிய ஸ்நேக் பார்போல மாறிவிட்டிருந்தது. பீஜிங்கின் இண்டர்நேஷனல் கிளப்பில் இந்தச் சூழல் இல்லாமல் இருந்தது. ஆனால், அவர்கள் இன்னும் ஞாயிறு காலைகளில் டென்னிஸ் ஆடுகிறார்கள், சனி இரவுகளில் நடனமும் இருக்கிறது. மேலும் பெரிய உலக சமுதாயங்களின் பிரம்மச்சாரிகள் இன்னும் இங்கே உணவருந்துகிறார்கள்; ஆனால், புதிய சூழல், ஒரு சுதந்திர ஆசியாவின் ஐரோப்பிய கிளப்பில் இருக்கும் புதிய சூழல் எதுவாக இருந்தாலும், இதுவரை நுழைய அனுமதிக்கப்படவில்லை. இது ஒருவகையில் காணாமல் போய் ஏகாந்தமாக இருப்பது போல் தோன்றுகிறது.

மாலைநேரம் தில்லியின் கோடைக் கால மாலை நேரங்களுக்காக என்னை ஏங்க வைத்தது – அமைதியான வெப்பக் காற்றும் அரிசி ஒயினும்

எனக்குக் கொஞ்சம் தூக்கக் கிறக்கத்தை அளித்தன. வானத்தில் பிரகாசமான நட்சத்திரங்கள் குழுமின. மாலை மலரும் பூக்களின் வலிமையான மணம், அடர்ந்த ஸ்ரப்பரிகளில் அலரியின் கட்டி வெள்ளை நிறம், பூச்சிகளின் சத்தம், தவளைகளின் கத்தல். கிளப்புக்கு எதிரில் பீக்கிங் கம்யூனிஸ்ட் கட்சியின் உயர்ந்த பல மாடிக்கட்டடம் இருந்தது. நான்காவது மாடியில் பிரகாசமாக விளக்கு எரிந்தது. கூட்டம் நடப்பதாகக் கூறினார்கள். அப் போது இரவு 11 மணி.

அந்த விடுதியில் சீனா எங்கும் இருந்து வந்துள்ளவர்கள் மற்றும் பிரதி நிதிகள் நிரம்பி இருந்தனர். எங்கள் படுக்கை அறைகளுக்கு நடைபாதை வழியாக வரும்போது ஒரு வயதான சீனரைப் பார்த்தோம். ஒல்லியாக, சாம்பல்நிற முடியுடன், நீள மென்மையான தாடியுடன், நீள பைப்பைப் புகைத்தபடி இருந்தார். அது நிச்சயமாக ஓப்பியம் பைப் அல்ல. ஒரு தரமான பிம்பமாகத் தோன்றியதால் நின்று அதை என்னால் பார்க்காமல் இருக்க முடியவில்லை.

~

இன்று குளித்துக்கொண்டிருந்தபோது முதல் ஈயைப் பார்த்தேன். நான் இதை மிகுந்த உணர்ச்சியுடன் அனிலிடம் அறிவித்தேன். ஈக்கள் எந்த வகையில் அகற்றப்படுகின்றன என்பதைக் குறித்து ஆச்சரியப்பட்டேன். எல்லா இடத்திலும் ஈயை அடிக்கும் ஸ்வேட்டர் (ஈயடிப்பான்/ஈக் கொல்லி)கள் இருக்கின்றன. ஈ ஒழிக்கும் பிரச்சாரம் சுவரொட்டிகள் மற்றும் படங்கள் மூலம் தொடர்ந்து நடைபெறுகின்றது. இதை நாம் இந்தியாவில் எளிதாகச் செய்யலாம். பாதி அளவு வெற்றி பெற்றாலும் அது ஒரு சிறப் பான மேம்பாடாக இருக்கலாம். ஏதோ ஒரு வகையில் ஒரு பழக்கமில்லாத அயல் நாட்டுக்கு வந்து பழக்கமான ஓர் விடுதியில் தங்கி இருப்பது ஏதோ ஒரு வகையில் அவமானம்போல் தோன்றியது. ஆனால், இந்தத் தங்கு விடுதிக்கு எதிரான உணர்வு ஒன்றும் இல்லை. இது இதைவிட வசதியாக இருக்க முடியாது. எல்லா நாட்டிலும் இருக்கும் ஓர் ஓட்டல்போல் தான் (லெனின்கிராட்ஸ்க்யா தவிர்த்து). பிரதிநிதிகள், பத்திரிகையாளர் களுடன் இங்கு ஒரு இண்டர்நேஷனல் விடுதியின் சூழல்தான் – ஒரே அம்சங்கள், ஒரே கேள்விகள், ஒரே மனப்பாங்குகள். ஒரு சீன சத்திரம் அல்லது ஒரு சீனக் குடும்பத்துடன் தங்கி இருப்பதைத் தேர்ந்தெடுத்திருக்க வேண்டும். ஒரு வாரம் ஒரு சீனக் குடும்பத்துடன் தங்கி இருந்திருந்தால் எத்தனை விடுதிகளையும் சமாளித்திருப்பேன்.

பீஜிங் போன்ற ஒரு நகரில் விடுதியில் தங்கி இருப்பது என்பது கெடு வாய்ப்பானது என்று நான் நினைக்கிறேன். எல்லாம் உள்நோக்கி

இருக்கிறது, உள்ளே செல்லாவிட்டால் அதன் வெளிப்புறம் எதையும் காட்டுவதில்லை. ஒரு சில தெருக்களில் நடக்கலாம், ஆனால், உள் தெருக்களில் நடமாட்டமே இல்லை. தெருக்கள் தோறும் ஒரே சாம்பல் நிற வெற்றுச் சுவர்கள். திறப்புகள் இருக்கும் இடம்தான் வீட்டு நுழைவாயில். இவைதான் வீட்டின் ஒரு பக்கச் சுவர், ஏனெனில், வீடுகள் ஒரு சதுர முற்றத்தில் கட்டப்பட்டுள்ளன. பிற நகரங்களைப் போல வாழ்க்கை வெளியே வழிந்து ஓடுவதில்லை. எல்லாம் இந்தப் பெரிய சுவர்களுக்குப் பின்னும் உள்ளும்தான்.

பீஜிங் அமைதியானது மற்றும் சிறியது என்ற எண்ணத்துக்கு இதுதான் காரணமாக இருக்கலாம். இதன் சிறு நகர் போன்ற தோற்றத்தைக் கண்டு ஆச்சரியப்பட்டேன். ஒரு வேறுபட்ட உணர்வைத் தரும் நினைவுச் சின்னங்கள் தவிர நான் மிகப் பெரிய கம்பீரமான கண்கவரும் கட்டடக் கலையை எதிர்பார்த்தேன். சீனர்கள் எதையும் குறைத்துக் காட்டுவார்கள், நுட்பமானவைகளில் ஈடுபடுவார்கள்; மேலும் அவற்றைப் பயிற்சிபெற்ற மனமே பாராட்ட முடியும் என்பதை மறந்துபோய்விட்டேன். இதுபோல் தான் கட்டடக் கலையிலும் – முதல் பார்வைக்கு வெறுமையுடன் காணப் படுகிறது – கண்கள் அதனோடு பழகும்வரை மிக எளிமையாக இருக்கிறது. பின்னர் முதலில் தெளிவாகத் தெரியாத ஒவ்வொரு வளைவும் மூலையும் ஒரு முழுமையைக் கொண்டிருக்கிறது. ஹுட்டாங்ஸின் (ஒரு குறுகிய சீனத் தெரு) சுவர்கள் ஒரு பழைய பேரரசின் தலைநகரின் படோடோபத் தைக் காட்டவில்லை. ஆனால், அந்த அமைதி அடிமைத்தனம் இல்லை – அது கண்ணியம் நிறைந்தது – அதை நான் பார்க்கப் பார்க்க இன்னும் சில தலைநகர்கள் இது போன்று இருக்க வேண்டும் என்று விரும்பினேன்.

தொல்பொருள் நிறுவனத்தின் இயக்குநரும், அருங்காட்சியகம் மற்றும் பழம்பொருளக இயக்குநரும் பீக்கிங் டக் உணவகத்தில் எங்களுக்கு ஒரு சிறு இரவு விருந்து அளித்தனர். முதலாமவர் நன்கு அறிந்த தொல்பொருள் ஆராய்ச்சியாளர் டாக்டர் ஹ்ஸியா நை (இப்போது ஷியா நை என்று உச்சரிக்கப்படுகிறது). இவரை நான் சந்திக்க வேண்டும் என்று மிகவும் எதிர்நோக்கினேன். சீனாவில் தற்போது என்ன வகையான தொல்பொருள் ஆய்வு நடைபெறுகிறது என்பதைப் பற்றிய உரையாடலைக் கொண்டுவர நான் அவ்வப்போது முயற்சி செய்தேன். ஆனால், அவர் வெளிப்படையாக எதுவும் பேசவில்லை. அவர் சீனாவில் அவரது பணியைப் பற்றியும் மத்திய ஆசிய வணிகம் பற்றியும் பேசுவார் என்று நம்பினேன். ஏனெனில் டன்ஹுவாங்கில் எங்கள் பணி அதனுடன் இணைந்தது. ஆனால், அவர் அதைப் பற்றிப் பேசவில்லை. சமீபத்தில் கண்டுபிடிக்கப்பட்ட நியோலித்திக்

தளங்கள் மற்றும் ஷியானுக்கு அருகில் பான் போவில் (அப்போது பான்போ என அறியப்பட்டது) நடைபெறும் அகழ்வாராய்ச்சி பற்றி பேசினோம். ஆனால், எதையும் விரிவாகப் பேசவில்லை. எனது ஆர்வமான இந்த அம்சத்தைப் பற்றி பேச முடியவில்லை என்பது எனக்கு ஏமாற்றமாக இல்லை. இந்தத் தலைப்புகளைப் பற்றி அவர் அமைதிகாத்து நாகரிகமாக இருந்ததால் என்னால் எதையும் பேச முடியவில்லை. இருப்பினும், அவரது அலுவலகம் அடுத்த நாள் அந்த அகழ்வாராய்ச்சி பற்றி சில அறிக்கைகளை எனக்கு அனுப்பிவைத்தது. அவை ஆங்கிலத்தில் இருந்தன. நான் ஆர்வத் துடன் படித்தேன்.

இரவு உணவில் கலந்துகொண்ட இன்னொருவர் பேராசிரியர் ஜி ஷியான்லின். இவரோடு என் உரையாடல் நன்றாக இருந்தது. ஆனால், அது தற்காலத்தைப் பற்றியது அல்ல. இவர் புத்த மத ஆய்வுகளில் தேர்ந்தவர். புத்த மதப் பிரதிகளில் ஆய்வு செய்தவர். என்னுடைய அசோகர் பற்றிய ஆய்வில் ஸ்ரீலங்காவின் காலப்பதிவான மகாவம்சத்தைப் பற்றி ஆய்வுசெய்துள்ளேன். ஆகவே எங்களுக்குள் பேச நிறைய இருந்தது. மகாவம்சத்தைச் சீனக் காலப்பதிவான ஹேன் ஷுவுடன் ஒப்பிட்டபோது உரையாடல் உயிரோட்டம் உள்ளதாக மாறியது.

அந்த உணவகமும் கவரக்கூடியதாக இல்லை. கட்டி முடிக்கப்படாத டிராம் லைன்கள் மற்றும் நடைபாதைகளைக் கடந்து நாங்கள் அங்குச் சென்றோம். வெளியில் இருந்து பார்க்கும்போது அது ஒரு தேநீர்க் கடை போல் இருந்தது – செங்கல் கட்டடம், இருந்தாலும் கதவுகளும் ஜன்னல் களும் ஓரளவுக்கு ஒரு நாகரிக தோற்றத்தைத் தந்தன. ஒரு மைய அரங்கின் வழியாக நடந்தோம். இரு புறமும் சிறு அறைகள் இருந்தன. இரவு உணவுக்காக இருக்கலாம். ஏனெனில் ஒவ்வொன்றிலும் குடும்பம் அல்லது பெரியவர்கள் மட்டும் அடங்கிய ஒரு பெரிய கூட்டம் இருந்தது. சில சமையலறைகள் இந்த அரங்கோடு இணைந்திருந்தன போலும். ஏனெனில் ஆவி பறக்கும் தட்டுகளும் கிண்ணங்களும் அங்குமிங்கும் சென்றன. ஒரு மூலையில் இருந்து எங்களுக்கு விருந்தளிப்பவர்கள் எங்களை வர வேற்றனர். இருவரும் பருத்தித்துணிச் சட்டைகளும் (அல்லது புஷ் சட்டைகள்) கால்சட்டைகளும் அணிந்திருந்தனர். இருவரிடமும் ஒவ் வொரு எழிலான விசிறிகள் இருந்தன. வழக்கமான சம்பிரதாயங்கள் பரிமாறிக்கொள்ளப்பட்டன – எங்கள் தரப்பில் நாங்கள் சீனாவில் இருப்ப தாக எங்களால் நம்ப முடியவில்லை, மேலும் இங்கே இருப்பது எவ்வளவு அற்புதமாக இருக்கிறது – அவர்கள் தரப்பில் குறிப்பாக சீனாவின் கடந்த கால கலாச்சாரத்தை எங்களுக்குக் காட்டுவதில் அவர்களும் எவ்வளவு மகிழ்ச்சியாக இருக்கிறார்கள்.

அச்சுறுத்தும் ஒரு வெப்பமான மாலைப்பொழுதில் பட்டுச்சேலை அணிந்து வியர்க்க விறுவிறுக்க உட்கார்ந்திருந்தேன். இதற்குப் பதில் ஒரு பருத்திச் சேலையைக் கட்டியிருக்க வேண்டும் என்று எண்ணிக்கொண் டேன். பின்னர் நாங்கள் இரண்டரை மணிநேரம் பணிவிலும் பணிவாக உரையாடிக்கொண்டிருந்தோம். ஒருவர் எப்போதும் நல்ல விஷயங்களையே பேசிக்கொண்டிருக்க – ஒரு மொழிபெயர்ப்பாளர் மூலம் அதைக் கேட்க வேடிக்கையாக இருந்தது. எனக்குள் நானே ஒரு சிறு விளையாட்டை விளையாடி அவர்கள் எங்களைப் பற்றி உண்மையில் என்னதான் நினைக் கிறார்கள் என்று முடிவெடுக்க முயற்சி செய்துகொண்டிருந்தேன். அது மிகவும் வேடிக்கையாக இருந்தது, ஆனால், அதற்குள் உணவு உள் நுழைந்தது. உணவு அற்புதமாக இருந்தது. உணவைப் பொறுத்தவரையில் என் கனவு நனவானது. இப்படி ஓர் உணவை இனிமேலும் சாப்பிடுவேன் என்பது சந்தேகம்தான். சமையல் கலைதான் நாகரிகத்தின் மாபெரும் தேர்வாக இருந்திருக்கும் என்று இந்த வகையான உணவு என்னை நம்ப வைக்கிறது. சீனர்கள் உலகை மிஞ்சுகிறார்கள். உணவின் சுவை சிறப்பாக இருப்பது மட்டுமல்ல ஒருவரை போதை ஏற்பட்டதுபோல் தொடர்ந்து சாப்பிடத் தூண்டுகிறது. வெளியாட்களுக்கு அது என்னவென்றே தெரியாது. சிறுசிறு துண்டுதுண்டுகளாய் ஏதோ ஒன்று வெள்ளையாய்ப் பாதி திட மாக சாஸுடன். இது என்ன அசைவமா சைவமா என்ற அடிப்படைக் கேள்வியைத்தான் ஒரு புதியவர் கேட்க முடியும். கடுமையாக ஊகித்த பின்னர் நமக்கு கூறப்பட்டது அது சிறுநீரகம் என்று. நான் திகைத்துப் போனேன். (சூடு, காரம் காரணமாய் உண்ணுகையில்) எங்களைப் பொறுத்த வரையில் ஓ, ஆ என்ற தொடர் கோரஸ்தான்!

சீன உணவின் இன்னொரு மகிழ்ச்சியான விஷயம் என்னவென்றால் அது தொடர்ந்து வந்துகொண்டே இருப்பதுதான். ஒவ்வொரு நிமிடமும் ஒன்று மாற்றி ஒன்று வருகிறது. கடைசியில் ஒரு பெரிய கோப்பை சூப் வரும்போதுதான் உணவு முடிந்துவிட்டது என்று அறிகிறோம். பீக்கிங் டக் உணவகத்தின் சிறப்பு அம்சம் வாத்துதான். உணவு முடிந்துவிட்டது என்று எண்ணும்போது அது நாடகப் பாணியில் தோன்றுகிறது. ஒரு பெரிய அளவு வாத்து. அதன் கொழுப்பிலேயே செம்பழுப்பாக வறுக்கப்பட்ட வாத்து. எல்லோருடைய கண்களும் ஒரே திசையை நோக்கி இருக்கின்றன. விருந்தளிப்பவர் சிரித்துக்கொண்டே கூறுகிறார் "கொஞ்சம் வாத்து சாப்பிடு கிறீர்களா?" சமையல்காரர் ஒரு கூர்மையான கத்தியால் சிறுசிறு உண்ணக் கூடிய அளவு துண்டுகளாக வெட்டுகிறார். பின்னர் அந்தத் துண்டுகள் பிளம் சாஸில் தோய்க்கப்பட்டு உண்ணப்படுகிறது. ஓ என்ன ஓர் ஆனந்தம்! இதனுடன் அரிசி ஒயினும் கொடுக்கப்படுகிறது. நான் வாத்துக்கு ஒரு

டோஸ்ட் கொடுக்க விரும்பினேன். ஆனால், பாராட்டு கிடைக்காது என்று விட்டுவிட்டேன்.

நாங்கள் பின்னர் உணவு மேசையில் இருந்து எழுந்து இன்னொரு மேசையில் அமர்ந்தோம். அங்கு ஆவிபறக்கும் வெந்நீரில் அலசிய கைத் துண்டுகள் எங்களுக்கு அளிக்கப்பட்டன. ஆ, அவை இதமாக இருந்தன. சிகரெட்டுகள் தரப்பட்டன. தேநீர் ஊற்றப்பட்டது, மேலும் நாங்கள் மேலான திருப்தியின் அமைதிக்குள் மூழ்கி நிறைவாக அமர்ந்தோம். ஆனால், இன்னொரு தட்டில் கிண்ணங்கள் வந்தன. இம்முறை ஏதோ இனிப்புகள். பாதாம் தயிர் எனப்பட்ட சிறு வெள்ளை சதுரங்கள், ஒரு சில சிவப்பு சதுரங்கள் – தயிர்த் தக்காளி – மெல்லிய இனிப்பு பாகில். எனக்கே ஆச்சரியம், நான் ஒரு முழுக் கிண்ணத்தையும் எப்படியோ சாப் பிட்டுவிட்டேன். எனக்கு அயலில் இருந்தவருடன் சீன இசைக்கருவிகள் பற்றி ஒரு புதுமையான உரையாடலில் ஈடுபட்டேன். அவர் ஆங்கிலத்தில் தடுமாறியபடி பேசினார். அவர் என்ன புரிந்துகொண்டார் என எனக்குத் தெரியவில்லை. ஆனால், பத்து நிமிடங்களுக்குப் பின்னர் அவர் நாம் ஒரு சீன இசை நிகழ்ச்சிக்குப் போகலாம் என்று உறுதி அளித்தார். ஆக, அது மிக மோசமாக இருக்காது. அப்போது நேரம் இரவு 9.30 மணி. எங்களுக்கு விருந்தளித்தவர் எங்களிடம் கூறினார்: 'நீங்கள் மிகவும் களைப்பாக இருப் பீர்கள்'. நாங்கள் உடனடியாக இல்லை என்று மறுத்தோம். ஆனால், அவர் வற்புறுத்தவே நாங்கள் விடைபெற்றோம்! 'நீங்கள் களைப்பாக இருப் பீர்கள்' என்பது ஒரு மாலை நேரத்தை அல்லது அழைப்பை முடிவுக்குக் கொண்டுவருவதற்கான பணிவான சூத்திரம்.

அடுத்த நாள் காலை நாங்கள் வேலையை ஆரம்பித்தோம். டாக்டர் ஷியா நையுடன் ஒரு சந்திப்புக்காக முயற்சி செய்தோம். ஆனால், அவர் தொல்லியல் நிறுவனத்தில் பிற அதிகாரிகளுடன் ஓர் அமர்வில் இருப்பதாக எங்களுக்குக் கூறப்பட்டது. இந்தக் கூட்டங்கள் ஒப்புதல் மற்றும் சுய ஆய்வு செய்வதற்கானவை. இதில் அவர்கள் தங்கள் பணி, இறுதி நோக்கம், அது நிறைவேற்றப்பட்டதா என்றும் அலுவலகத்தில் உள்ள பிறருடன் அவர்களது உறவு பற்றியும் விவாதிக்கப்பட்டன. இத்தகைய அமர்வுகள் ஒரு நாள் முழுதும் நடைபெறும். இது ஒரு புதிய செயல்பாடு மேலும் ஓர் அலு வலகத்தை நடத்தும் பழைய முறையில் இருந்து மாறுபட்டது. இதற்கு வேறு நோக்கமும் இருந்தது. முடிவெடுக்கும் நிலை நிர்வாகத்தின் உயர் மட்ட அதிகாரிகளை கம்யூனிஸ்ட் கட்சி இதன் வழி அறிந்துகொண்டது. இதன் மூலம் அதிகாரிகள் இணங்க வேண்டிய கருத்துகள் தெரிவிக்கப் பட்டன. எல்லாவற்றிற்கும் மேலாக ஒருவர் தன் வேலையையும் செயல் முறைகளையும் பற்றி என்ன சிந்தித்தார் என்பதைக் கண்டறியும் ஒரு

வழிமுறையாகும் இது. சீனாவுக்கு வெளியில் இருக்கும் மக்கள் பேசிய கருத்துகளைச் சரிசெய்யும் பிரச்சாரம்போல் தொனித்தது. இது முடிவாக பூக்கள் மலர்கின்றன என்பதோடும் சிந்தனைப் பள்ளிகளுக்கு எதிரான ஒரு முயற்சியுடனும் இணைந்தது.

அவருக்குப் பதிலாக அதே அலுவலகத்தில் பணிபுரியும் ஒரு சிலர் எங்களை சந்தித்தனர். எங்கள் திட்டத்தைப் பற்றியும் பொருத்தமாக இருக்கும் என நாங்கள் நினைத்த நிரலைப் பற்றியும் விரிவாக விவாதித்தோம். சிறு மாற்றங்கள் செய்யப்பட்டாலும் அடிப்படையில் நாங்கள் எவ்வாறு தொடர வேண்டும் என்பதற்கான ஒரு விளக்கமே அது. இது மிகவும் உதவியாக இருந்தது. அடுத்த நாள் நாங்கள் ஷியா நையைச் சந்தித்தோம். எங்கள் திட்டத்தைப் பற்றி விவாதித்தோம். அவர் ஏற்பாடுகளை உறுதிசெய்தார்.

நாங்கள் இரு ஆய்விடங்களில் பணிபுரிய வேண்டியிருந்தது. சீன புத்த மதத்துடன் தொடர்புடைய குகை மடங்களின் இருப்பிடங்கள் அவை. ஒவ்வொன்றிலும் சுவரோவியங்களாலும் புத்த மதம் சார்ந்த சிற்பங்களாலும் அலங்கரிக்கப்பட்டக் கூடங்கள் இருந்தன. டன்ஹுவாங்கில் எங்கள் ஆய்வு நிலத்தோற்ற ஓவியங்களில் கவனம் செலுத்துவதே என்று நாங்கள் சுட்டிக்காட்டினோம். இந்தக் களம் ஒரு பத்தாண்டாக ஆய்வு செய்யப்பட்டு வருவதால் அதைப்பற்றி நிறைய எழுதப்பட்டிருந்தது. மேலும் நாங்கள் அவற்றை முன்கூட்டியே படித்திருந்தோம். முதலில் நாங்கள் அழைத்துச்செல்லப்பட்ட இடம் மைஜிஷன். இதைப் பற்றி சமீபத்தில் எழுதப்பட்டிருந்தது. இதைப் பற்றி எங்களிடம் குறைந்த அளவே தகவல் இருந்தது. ஆகவே அதைப் பற்றி வெளியிடப்பட்டதில் எவ்வளவு தூரத்துக்குப் படிக்க வேண்டுமோ அவ்வளவு தூரம் படிப்பதில் நாங்கள் ஆர்வமாக இருந்தோம். ஆனால், குறைவாகவே கிடைத்தது. இந்த இடத்தைப் பற்றி சீனாவுக்கு வெளியே அதிகமாகத் தெரியப்படுத்துவதற்காகவே இந்த இடம் எங்களுக்கு அளிக்கப்பட்டதோ என்று எனக்கு ஓர் எண்ணம் இருந்தது.

அடுத்த சில நாட்களில் தேசிய அருங்காட்சியகத்துக்குச் சென்று நீண்ட நேரம் செலவழித்தோம். இது ஒரு முன்னேற்பாடாக அமைந்தது. சீனக் கலை மற்றும் தொல்லியல் படிப்பில் நான் கற்ற பொருட்களைப் பார்ப்பதில் ஆர்வமாக இருந்தேன். இந்த இரு களங்களுடன் சில அம்சங்களில் அவை ஏதோ ஒரு வகையில் தொடர்புள்ளவைகளாக இருந்தன. மேலும் ஆய்விடத்தில் நாங்கள் பார்க்கப்போவதை பற்றிய தகவலும் கிடைக்கும். இந்த அருங்காட்சியகத்தில் காட்சிப்படுத்தல் இந்திய அருங்காட்சியகங்களைப் போலவே இருந்தன. நான்கு சுவர்களின்

ஓரமாகவும் நடுவிலும் அவை காட்சிப்படுத்தப்பட்டிருந்தன. அடையாளக் குறிப்புகள் எல்லாம் சீன மொழியில் இருந்ததால் அவற்றால் பயன் இல்லாமல் போயிற்று. ஆனால், சில முக்கியமானவற்றை மகிழ்ச்சியுடன் மொழிபெயர்த்துக் கூறினார்கள். தகவல்கள் பொருள் பற்றி மட்டுமே இருந்தன – பெரும்பாலான அருங்காட்சியகங்களில் அது அவ்வாறுதான் இருக்கும். பொதுவாகப் பொருளின் பெயர், அதன் தேதி மற்றும் எந்த ராஜவம்சத்துடன் தொடர்புடையது, எங்கிருந்து கொண்டுவரப்பட்டது ஆகியவை இருந்தன. தற்போது அருங்காட்சியகத்தில் இருக்கும் பொருட்களே பெரும்பாலும் காட்சிப்படுத்தப்பட்டிருந்தன, ஏனெனில் புதிய அகழ்வாராய்ச்சிகள் பெரிதாக எதுவும் நடைபெறவில்லை. புதிய அகழ்வாராய்ச்சிகளில் இருந்து எடுக்கப்படும் கலைப்பொருட்கள் அகழ் வாராய்ச்சித் தலங்களுக்கு அருகிலேயே தற்காலிகமாக வைக்கப்படும். நான் துரிதமாகக் குறிப்புகள் எடுத்து என்னிடம் இருந்த வரைபடத்தில் குறித்துக்கொண்டிருந்தது அருங்காட்சியகத்திற்குள் எப்போதாவது வரும் சீனர்களுக்கு வியப்பை அளித்தது. தங்கி இருந்த கடைசி நாட்களில் மீண்டும் இங்கு வந்தபோது மேலும் தகவலைப் பெற முடிந்தது. அது எங்கள் பணிக்குப் பயனுள்ளதாக இருந்தது.

இந்தியத் தூதரகத்தின் முதன்மைச் செயலாளரால் நாங்கள் அழைக்கப் பட்டோம். அது ஒரு வழக்கமான பீஜிங் வீடு – ஒரு சதுர முற்றத்தைச் சுற்றி சிறு அறைகள் – ஓர் அழகான சிவப்பு நுழைவாயில் – எல்லாம் ஒரு குறுந்தெருவில். அவரும் அவரது மனைவியும் தடைசெய்யப்பட்ட நகருக்கு அருகில் இருந்த பெயி ஹை (வட கடல்) பூங்காவிற்கு அழைத்துச்சென்றனர். அங்கு ஒரு பெரிய செயற்கை ஏரியும் அதன் நடுவில் ஒரு தீவும் இருந்தன. அதில் ஒரு புத்தக்கோயில்(பகோடா) கட்டப்பட்டிருந்தது. தேநீர்க்கடைகள் மூடப்பட்டுவிட்டன, படகுகளின் சேவைகள் நிறுத்திவிடப்பட்டிருந்தன. நாங்கள் தாமதமாகிவிட்டோம் – அல்லது மாலை நேரத்தில் படகுசவாரி செய்திருக்கலாம். படகுகள் எல்லாம் இரண்டு அல்லது நான்கு பேர் செல்லக்குடிய துடுப்புப் படகுகள். ஒருவேளை பீஜிங்கிற்கு நாங்கள் திரும்பி வந்ததும் ஒருநாள் படகு சவாரி போகலாம். நேரம் முடிந்துவிட்டதால் அது ஆச்சரியப்படும் அளவுக்குச் சுத்தமாக இருந்தது. ஒரு சிலர், குறிப்பாக தம்பதியர் பெஞ்சுகளில் அமர்ந்திருந்தனர் அல்லது கையோடு கைகோர்த்து அலைந்துகொண்டிருந்தனர். நாங்கள் அந்தத் தீவைச் சுற்றி நடந்தோம். எங்கள் குரலை நாங்கள் திருப்பிக் கேட்க முடிந்தது. படகுகளை உள்ளே அழைக்கும் குரல்கள் தண்ணீரின் மேல் எதிரொலித்தது. படகுகள் அதிகம் இருக்க வாய்ப்பில்லை என்று நான் நினைத்தேன். சீனர்கள் வாழ்க்கையின் நல்ல விஷயங்களை அனுபவிக்கின்றனர். பீக்கிங் டக்

உணவகத்தின் உணவை வைத்துமட்டும் நான் இதைக் கூறவில்லை. பொதுவாக அவர்கள் புசித்துக் குடிப்பதை விரும்புகிறார்கள். தேநீர்க் கடைகளிலும் அத்தகைய சமுதாயச் செயல்பாடுகள் நடக்கும் இடத்திலும் அவர்கள் வெளியில் அமர்ந்து இருக்கிறார்கள். இவர்கள் பாரிசின் சிறு உணவகங்களை விரும்புவார்கள். இந்தியர்கள் தயங்குவார்கள். இந்திய தாபாக்களை நாம் கிண்டல் செய்ய முடியாது. முதல் வருகையின்போது கவரும் விஷயங்களில் இதுவும் ஒன்று – ஒரு செயலைச் செய்வதற்கும் அதை மிகையாகச் செய்வதற்கும் இடையில் இருக்கும் குறிப்பிடத்தக்க சமநிலை. ஒருவேளை இது எனது மிகையான உற்சாகமாக இருக்கலாம்.

4
ஷியானுக்குப் போகும் வழியில்

நாங்கள் இப்போது மைஜிஷன் மற்றும் டன்ஹுவாங்கை நோக்கிச் சென்றுகொண்டிருந்தோம். சீனாவின் பழைய தலைநகர்களில் ஒன்றான ச்சாங்கனின் (அப்போது ஷியான் என்று அழைக்கப்பட்டது) பொதுப் பகுதியில் முதல் களம் இருந்தது. இது தொல்பொருட்கள் நிறைந்த இடமாகும். இங்கு ஒரு பெரிய அருங்காட்சியகம் இருந்தது. ஆகவே மைஜிஷியனுக்கு செல்லும் முன்னர் நாங்கள் இங்குச் சில நாட்கள் தங்கி இருந்து தொடர்பான பொருட்களை அருங்காட்சியத்தில் ஆராயலாம். பீஜிங்கில் இருந்து பழைய சீனத்தின் மையப்பகுதிக்கு நாங்கள் பயணம் செய்தோம். குழந்தைப் பருவத்தில் இருந்தே தொடர்வண்டிப் பயணம் என்றால் எனக்கு மிகவும் பிடிக்கும். ஆகவே இந்த இரண்டு நாள் பயணம் எனக்கு ஆனந்தம் அளித்தது.

லண்டனில் இருந்து புறப்படுவதற்கு முந்திய இரவில், இனி சில நாட்களுக்கு இதுதான் நான் கடைசியாக கேட்கப்போகும் ஐரோப்பிய இசை என்று நினைத்து ஒடிபஸ் ரெக்சின் இசைப்பதிவைக் கேட்டேன். இருப்பினும் இதோ, ஒரு சீனத் தொடர்வண்டியில் உட்கார்ந்துகொண்டு. சீனாவில் ஒரு வாரமே செலவழித்த பின்னர், தொடர்வண்டியின் ஒலி அமைப்பில் ஒலிக்கும் பிரின்ஸ் இகோரின் வரிகளைக் கேட்டுக்கொண் டிருக்கிறேன். ஒரு மணி நேரத்துக்கு முன் பிராம்ஸ் வயலின் இசை நிகழ்ச்சி. அதுவும் இந்தச் சூழலில் புதுமையாக ஒலித்தது. அதே பெட்டியில் எங்களுக்கு அருகில் இருந்த ஒருவர், ரஷ்யனாக இருக்கலாம், ஒரு ரஷிய மொழிப் புத்தகத்தைப் படித்துக்கொண்டிருந்தார். அவரிடம் ஒரு சிறிய பேட்டரி ரேடியோ இருந்தது. அவர் சீன அல்லது ஐரோப்பிய நிலையத்தை வைத்திருக்கிறாரா என்று எனக்குத் தெரியவில்லை. அது சீன நிலையமாக இருந்தாலும் அதில் ஆச்சரியப்பட ஒன்றுமில்லை. ஐரோப்பிய கிளாசிக்கல் இசை சீனாவில் பரவலாக அறியப்பட்ட ஒன்று. அகில இந்திய வானொலியை விடவும் இங்கு அது அதிகமாக ஒலிபரப்பப்படுகிறது. பெரும்பாலான மாநகரங்களில் இசைக்குழுக்கள் இருப்பதாகவும் அவர்கள் நடத்தும் நிகழ்ச்சிகளில் மக்கள் அதிகமாகக் கூடுவதாகவும் கேள்விப் பட்டேன். சீனர்கள் வயலினைத் தூக்கிக்கொண்டு திரிவதைக் கண்டேன்

– இந்தியாவில் இது அரிது – ஒரு நல்ல உணவகத்தில் இருந்து நேரம் முடிந்துவிட்டது என்று துரத்தப்படும்போது ஒரு நடனக் குழுவுடன் இணைந்து வெளியே வந்தால்தான் பார்க்க முடியும்.

தங்கள் இசையிலும் ஐரோப்பிய இசை இலக்கணங்களை அவர்கள் தழுவிக்கொண்டிருந்தால் இது பகுதி Iஇல் வர வேண்டும். எந்த வகை இசை எழுத்திலும் இது பொதுவாகப் பயன்படுத்தப்படுகிறது. பழங் காலத்தில் சுரவரிசைப் பட்டிக்கு எண்கள் பயன்படுத்தப்பட்டன. எடுத்துக் காட்டாக டோ ரே மி ஃபா சோ லா தி டோ, 1,2,3,4,5,6,7 ஆக இருந்தது. ஒரு குறைந்த சுரம் எண்ணுக்குக் கீழ் புள்ளி வைத்துக் குறிக்கப்பட்டது. உயர் சுரத்திற்குப் புள்ளி மேலே வைக்கப்பட்டது. அவர்கள் ஐந்திசைக் குரல்களைப் பயன்படுத்தியபோதும் இது தொழில்நுட்ப ரீதியாக எவ்வாறு தொடர்புடையது என்று எனக்குப் புரியவில்லை. இந்தியப் பாரம்பரிய இசையை எழுதுவது – ராகம் – இந்தக் குறியீட்டில் எளிதானது அல்ல, இருந்தாலும் முயற்சி செய்யப்பட்டுள்ளது. நான் முன்னொருநாள் மாலையில் பீஜிங்கில் சில நாட்டுப்புறப் பாடல்களைக் கேட்டேன். உழைப்பாளர் பண்பாட்டு மாளிகைக்கு எதிரில் இருந்த ஒரு செயற்கைக் குன்றான கோல் குன்றில் நாங்கள் அமர்ந்திருந்தோம். கிட்டத்தட்ட கோசாக்கியப் பாடல்கள் போன்று அவை மிகவும் நவீனப்படுத்தப் பட்டவைபோல் எனக்குப் பட்டாலும் அவை உண்மையான கிராமியப் பாடல்கள்தான் என்று நண்பர்கள் உறுதியாகச் சொன்னார்கள்.

நேற்றிரவு ஷின்ஜியாங்கில் இருந்து மிங்கோ எங்களுக்காக ஓர் இனிமை யான காதல் பாட்டைப் பாடினார். ஐரோப்பிய இசைக் குறியீடுகளை அறிந்து அவர் அதை எழுதினார். நான் ஒரு இசைக்கருவியில் அதை வாசித்து சரியாக சீனம்போல் இருக்கிறதா என்று பார்க்கக் காத்திருக் கிறேன். அவர்கள் கிராமியப் பாடல்களுக்குக்கூட பியானோவை இணைக் கருவியாக பயன்படுத்துகின்றனர். இது தவறு என நான் நினைக்கிறேன். பியோனோவின் ஒலி அந்நியமாக ஒலிக்கிறது. அவர்கள் ஒரு பாரம் பரியமான கருவியை இணையாகப் பயன்படுத்தலாம். ஏனெனில் அவர் களுடைய இசைக்கருவிகள் கற்பனை வளம் கொண்டவையாக இருக் கின்றன. அவர்கள் ஏன் சீனப் பாடல்களுக்கு ஐரோப்பிய இசைக்கருவிகளை இணைக்கருவிகளாகப் பயன்படுத்துகின்றனர் என்பது எனக்கு முற்றிலு மாகப் புரியவில்லை. ஒருவேளை ஐரோப்பிய இசைக்கருவிகளில் அவர்கள் திறன் உடையவர்கள் என்பதையும் பியானோவையும் வயலினையும் தங்கள் முறைகளுக்குள் தழுவிக்கொள்ள முடியும் என்பதையும் காட்டு வதற்காக அப்படிச் செய்கிறார்களா? அல்லது காலனியாதிக்கக் காலங்களில் மேற்கத்திய இசைக்கருவிகளில் இசைத்தால்தான் இசை மதிப்பு பெறும்

என நினைத்தார்களா? இந்திய இசையுடன் ஆர்மோனியத்தை வாசிப்பதற்கு இணையானது இது. ஒருபுறம் நாட்டுப்புறப் பாடல்களைச் சேகரிக்கும் கலாச்சாரமும் மறுபுறம் அதைப் பியோனோவில் இசைக்கும் வேடிக்கையும் நிகழ்கிறது. பொதுவான உயர்நிலைப் பள்ளிகளிலும் சால்வேஷன் ஆர்மி கூட்டங்களிலும் பெயர்பெற்ற இசையில் பியானோ இணைக் கருவியாகப் பயன்படுத்தப்படுகிறது. இப்போது கிட்டாரையும் இசைக்கருவிகளாகப் பல பொருட்களையும் பயன்படுத்துகின்றனர். பாரம்பரிய இசையிலும் ஜாஸ் இசையிலும் பெரும்பாலும் பயன்படுத்தப்படுகிறது. நான் பியானோவுக்கு எதிரி இல்லை, ஆனால், அது சீனத்துக்கு மிகவும் அந்நியமாக ஒலிக்கிறது.

இந்த நொடியில் நாங்கள் ஒரு சுரங்கம் வழியாக நுழைந்து செல்கிறோம். வட சீன சமநிலத்துக்கு அருகில் இந்த லோயெஸ் (நெகிழ்வுமண்) பீட பூமியில் ஒரு சில இருக்கின்றன. பகுதி பகுதியாகப் பார்க்கும்போது இது ஓர் அருமையான நிலம். மண் தாது நிறம் கொண்ட உயரமான மலை உச்சிகள். அவற்றில் மரங்களும் புதர்ச்செடிகளும் வளர்ந்து இருக்கின்றன. எங்கெல்லாம் பொட்டலாக இருக்கிறதோ அங்கெல்லாம் கத்தியால் சுத்தமாக வெட்டப்பட்டதுபோல் இருக்கிறது. லோயெஸின் நிலம் எங்கு மென்மையாக இருக்கிறதோ அங்கு மக்கள் அதில் வெட்டி குகை உருவாக்கி வாழ்வார்கள் என்று என் பள்ளி நிலவியல் பாடப் புத்தகத்தில் படித்திருக்கிறேன். வட சீனாவைக் கடந்து இந்த லோயெஸ் பகுதிக்குள் நுழைந்தவுடன் என் உற்சாகம் எப்படி இருந்திருக்கும். லோயெஸ்ஸை வெட்டி உண்டாக்கப்பட்ட குகைகளை நான் பார்த்தேன். ஆம் அவை அங்கே இருந்தன. சில இருட்டு ஓட்டைகளையே வாசலாகக் கொண்டிருந்தன. சிலவற்றிற்கு நன்கு பொருந்திய மரக் கதவுகள் இருந்தன. ஆங்காங்கே அல்ல, ஒரு முழு கிராமமே. உண்மையில் கூரையுடைய தனி வீடுகள் சிதறி அமைந்திருந்தன. இந்த வகையான மண் அடிக்கடி அரிப்புக்குள்ளாகும். ஆகவே, சில சரிவுகள் புதுமையான வடிவங்களைக் கொண்டு, வான் விளிம்பின் பின்னணியில் அற்புதமாகத் தோற்றம் அளித்தன. அவற்றை வரைய வேண்டும் என்று விரும்பினேன்.

இந்த நிலத்தில் ஒரு தொடர்வண்டித் தடத்தை நிறுவுவது என்பது நம்ப முடியாத அளவுக்குக் கடினமானதாகும். மண் அரிப்பின் காரணமாகத் தடத்தை மண் மூடாமல் வைப்பது அதைவிடக் கடினமாகும். சில பகுதிகளில் பக்கங்கள் சிமெண்டால் கட்டப்பட்டுள்ளன. சில பாகங்களில் மண்ணை இறுக்கமாகத் தட்டிவைத்துள்ளனர். இப்பகுதி இயற்கையாகவே வளமானது. நாங்கள் பீஜிங்கை விட்டுப் புறப்பட்டதில் இருந்து வெறும் பசுமையையே பார்த்துக்கொண்டு வருகிறோம். முதலில் வான

விளிம்பை நோக்கிச் செல்லும் மிகப்பரந்த வயல்கள். இப்போது லோயெஸ் எனப்படும் சாம்பல்மஞ்சள் நிறமான வண்டல் மண் – சில இடங்களில் சோளம் மற்றும் தினை பயிரிடப்பட்ட பெரிய நிலத் துண்டுகள். நிலம் குன்றாக இருக்கும் சில இடங்களில் வெட்டி மட்டப்படுத்தி நெல் பயிரிடப்பட்டிருந்தது. மரம் நடுதல் தீவிரமாக மேற்கொள்ளப்பட்டிருந்ததுபோல் தோன்றியது. முறையான வயல்களில் அல்லது தொடர்வண்டித் தடத்தின் இருபுறப் பாதைகள் எங்கும் மரக் கன்றுகள் தென்பட்டன. நிலத்தின் ஒவ்வொரு அங்குலமும் பயிரிடப் பட்டிருந்தது. வயல்கள் விளிம்புவரை நீண்டுகிடந்தன.

இப்போது என்னால் சில சீன இசையைக் கேட்க முடிந்தது. சில வேளைகளில் ஒலிபெருக்கியில் இயக்குகின்றனர். உணவுவண்டிப் பெட்டியில் இது மகிழ்ச்சியாக இருக்கிறது – பீக்கிங் ஓப்ராவில் ஒன்றைக் கேட்டுக்கொண்டே உணவருந்தலாம். நேற்றிரவு ‘ஏ ஜெனரல் சேயிங் குட் பை டு ஹிஸ் ஃபேவரைட் கான்குபைன்’ என்ற பாடலைக் கேட்டுக் கொண்டே இனிப்புகளையும் புளிப்பான பன்றி இறைச்சியையும் விழுங்கினேன் – சீனர்களுக்கு நகைச்சுவை உணர்வு இல்லை என்று கூற முடியாது. இப்போது நிலத்தோற்றம் அமெரிக்காவில் உள்ள கிராண்ட் கேன்யானைப் பற்றிய வண்ணத்தில் எடுக்கப்பட்ட பயணச் செய்திப்படம் போல் காணப்பட்டது. உயரமான குன்றுப்பகுதிகள், அடிக்கடி தோன்றும் மட்டமான பகுதிகள், ஒருகாலத்தில் ஓர் ஆறாக இருந்திருக்கக்கூடிய வளைந்து நெளிந்த தட்டையான பகுதி. இன்று காலை நாங்கள் ஹுவாங்க் ஹோவைக் (அப்போது ஹுவாங் ஹே இப்படி அழைக்கப் பட்டது) கடந்தோம். இது ஒரு மாபெரும் ஆறு. அதன் பெயர் கூறுவது போல், வேகமாகச் சுழன்று செல்லும், கலங்கிய கட்டியான மஞ்சள் தண்ணீர் – அச்சுறுத்தும் அளவில் மிகப் பெரிய ஆறு. தூரத்தில் ஓர் ஒற்றைப் பாய்மரப் படகு. ஒரு பிரம்மாண்டமான தட்டையான ஆறு, வானம் மற்றும் படகு, இவைதான் என்னால் பார்க்க முடிந்தவை. இந்த ஆறு தன் தடம் மாறிப் புரண்டோடினால் எத்தகைய பயங்கரமான பேரிடரை உண்டாக்கும் என்பதை என்னால் எண்ணிப்பார்க்க முடிய வில்லை. ஐரோப்பாவில் என்னால் இதுபோல் பார்க்க இயலவில்லை. பெரும் ஆறுகள் அழகான நீர்த்தடங்கள் மட்டுமல்ல அவையே ஒரு நாட்டின் நரம்புகள் என்ற உணர்வு எனக்குள் ஏற்பட்டது. ஐரோப்பாவில் இருக்கும் சுமாரான ஆறுகள் சிறியனவைகளாக இருந்தாலும் அவற்றின் பொருளாதாரப் பயன்பாட்டை எண்ணிப்பார்க்கும்போது அவைதான் உண்மையிலேயே நாட்டின் நரம்புகள் என்று சொல்லத் தோன்றுகின்றன. இந்தியாவிலும் சீனாவிலும் இவற்றின் ஆற்றலைப் பயன்படுத்தி

மின் உற்பத்தி நிலையங்கள் அமைக்கப்பட்டு வருகின்றன. ஆனால், சிலவற்றைப் போக்குவரத்து நோக்கங்களுக்காக உடனடியாக உருவாக்கலாம். தண்ணீர் முழுவதும் மனிதப் பயன்பாட்டுக்கு உதவாமல் வீணாகப் போகின்றன.

நாங்கள் இப்போதுதான் ஒரு சிறிய நிலையத்தை வந்தடைந்திருக்கிறோம். தொடர்வண்டியின் ஒலிபெருக்கியில் நாங்கள் எங்கே இருக்கிறோம் என்று கூறப்படுகிறது. இது ஒரு நல்ல ஏற்பாடு, ஏனெனில் ஒருவர் விசாரித்துக்கொண்டு அங்குமிங்கும் ஓடுவதை இது தவிர்க்கிறது. எவ்வளவு நேரம் நிற்கும் என்பதையும் அறிவிக்கிறார்கள். இது ஒரு வழியோர நிலையமாக இருந்தாலும் பெரிய நிலையங்களின் ஒரு சிறிய பதிப்பாக உள்ளது. ஒரு பெரிய முக்கிய கட்டடமும் ஒவ்வொரு பக்கத்திலும் சிறு கட்டடங்களும் இருக்கின்றன. பெரிய நிலையங்களில் தவிர நடைமேடை பொதுவாக மூடப்படுவதில்லை. அகலமாகவும் சுத்தமாகவும் இருக்கின்றன. விற்பவர்கள் பொருட்களை நடைமேடைக்குக் கொண்டுவந்த போதிலும், குழப்பமோ குப்பைகளோ இல்லை. இன்று காலை பெரிய நிலையங்களில் ஒன்றில் முழுநீளத்துக்கும் நான் நடந்து சென்றேன். சக்கரவண்டிகளில் தவிர்க்கமுடியாத செய்தித்தாள்கள் மற்றும் பத்திரிகைகள் விற்கப்பட்டன. பிற வியாபாரிகள் உண்ணக்கூடிய பண்டங்களை விற்றனர் – வட்டமான ரொட்டி, பின்னல் முறுக்கு ரொட்டி, வறுத்த முழுக் கோழி, கிண்ணங்களில் சூடான நூடுல், ஜார்களில் காய்கறி ஊறுகாய், முலாம்பழம், ஆப்பிள், பிளம், பேரிக்காய், அவித்த முட்டை, ஐஸ் கிரீம், தக்காளி. ஒரு கேட்டி (சுமார் 600 கிராம்) எடை கொண்ட பழங்கள் வலைப் பைகளில் நேர்த்தியாகக் கட்டப்பட்டிருந்தன. இந்தியாபோல கூவி விற்பதோ பரபரப்பாக ஓடுவதோ அங்கு இல்லை. இந்தியாவில் இவற்றை நிலையங்களில் வாங்குவதற்குத் தொழில் முறையான திறன் தேவைப்படும். இங்கு அதிக ஒழுங்குமுறை காணப்படுகிறது. உண்மையில் ஒழுங்குமுறை கடைபிடிக்கப்படுகிறது. ஒரு நிலையத்தில் வண்டி இன்னும் சரியாக வந்து நிற்கவில்லை. பேரிக்காய் விற்கும் ஒரு பெண்ணை நாங்கள் பார்த்தோம். ஆனால், அவர் யாருக்கும் விற்கவில்லை. ஏனெனில், நடைமேடையில் மட்டுமே அவர்கள் விற்பதற்காக அனுமதிக்கப்படுகிறார்கள்.

இப்போதுதான் இன்னொரு சுவையான உணவைச் சாப்பிட்டோம். சீன உணவைத் தினமும் சாப்பிடுவதை நிறுத்திவிட்டால் எனக்குப் பைத்தியம் பிடித்துவிடும் போலும். அது ஓர் இனிமையான மாலைப் பொழுது. மறையும் சூரியனின் நெருப்புப் பிரகாசம் குன்றின் மஞ்சள் ஆலிவ் மரங்களில் படர்ந்து அவற்றில் பரந்து இதவெப்ப இளஞ்சிவப்பாகி

பீஜிங்கில் இருந்து ஷியான் செல்லும் தொடர்வண்டியில் இருந்து எடுக்கப்பட்ட படம். சாம்பல்மஞ்சள் வண்டல்மண் குன்றுகளின் பயிரிடப்படும் பகுதிகளின் எல்லை கவனமாக வரையறுக்கப்பட்டுள்ளது. மேலே உள்ள சமப்படுத்தப்பட்ட பகுதியில் பொதுவாக நெல் பயிர்செய்யப்படுகிறது. தரைப்பகுதியில் சோளம், தினை போன்ற பிற பயிர்கள் பயிரிடப்படுகின்றன.

ஷியானுக்கு அருகில். சாம்பல்மஞ்சள் வண்டல் நிலப் பகுதியில் ஒரு கிராமம். இயற்கையான உயரம் குன்றின் மூலம் கிடைக்கிறது. ஒரு வீட்டின் தரைப்பகுதி அல்லது தனி வீடுகள் சரிவுகளில் கட்டப்படுகின்றன. சரிவில் மேல்நோக்கிப் போகும்போது வீட்டின் வடிவமைப்பும் வடிவமும் மாறுகின்றன.

புல்லையும், பசுமையான வயல்களையும் பற்றிப் பிடித்து பரவியது. அமைதியாக மறையும் சூரியனில் இருந்து தொலைவில் நீல வானம் தெரிந்தது. சீனாவின் சூரியன் மறையும் காட்சியும் இந்தியாவைப் போல்தான் உள்ளது. ஐரோப்பிய நாடுகளில் சூரியன் மறையும் தோற்றங்களில் இந்தத் தனித்தன்மையை என்னால் உணர முடிவதில்லை.

நாங்கள் இரவு உணவுக்குப் போகும் முன்னர் நான் எங்கு இருந்தேன்? ஆமாம், நடைமேடையில். பொறுமை இழக்காமல் பயணிகள் ரயிலில் இருந்து இறங்க முடிகிறது என்றால் அதற்குக் காரணம் பிச்சைக்காரர்கள் இல்லாமல் இருப்பதுதான். இது ஒரு பாராட்டத்தக்க சாதனைதான். முன்னர் சீனாவில் பிச்சைக்காரர்கள் அதிகம் இருந்தனர். இப்போது பிச்சைக்காரர்களே இல்லை என்பதுபோல் தோன்றுகிறது. நடைமேடைகளில் மட்டுமல்ல, நகர வீதிகளிலும்தான். இந்தியாவிலோ சகிக்க முடியாத சூழல். வண்டி நின்றவுடன் பிச்சைக்காரர்கள் சூழ்ந்துகொள்ளுகின்றனர். ஊனமுற்றவர்கள், நோயாளிகள், போலிகள், ஈக்கள் புண்களில் இருந்து புண்களுக்குச் செல்ல, எல்லோரும் ஒன்றாக மொய்த்துக்கொள்ளுகிறார்கள். இங்கு பிச்சைக்காரர்கள் சூழ்ந்துகொள்ளுவார்கள் என்ற பயம் இல்லாமல் எங்கு வேண்டுமானாலும் போகலாம். அவர்கள் குழு குழுவாகப் பிரிக்கப்பட்டார்கள் என்று எங்களுக்குச் சொல்லப்பட்டது. பின்னர் அவர்களில் சிலர் பயிரிடப்படாத பாழ் நிலங்களுக்கும் கேட்பாரற்றுக் கிடக்கும் நிலங்களுக்கும் அனுப்பப் பட்டார்கள். அவற்றை உழுது பராமரித்து கிராம சமுதாயமாக அங்கு குடியேற வைக்கப்பட்டார்கள். மற்றவர்கள் முகாம்களுக்குக் கொண்டு செல்லப்பட்டு தொழிற்பயிற்சி அளிக்கப்பட்டனர். சிலர் இவ்வாறு வாதாடலாம். ஒருவர் பிச்சை எடுக்க விரும்பினால் அதற்கு அவருக்கு உரிமை உண்டு. அதைத் தடுப்பது மிகையாக ஒழுங்குபடுத்துவது ஆகும். எங்கு வாழ்வதற்காகப் பிச்சை எடுப்பது அவசியமோ அங்கு இந்தத் தீர்வைப் பாராட்டத்தான் வேண்டும். இந்த வாதம் எனக்கு உடன் பாடில்லை. பிச்சை எடுப்பதை ஒத்துக்கொள்ள முடியாது. வேறு தீர்வு களைக் கண்டறியத்தான் வேண்டும்.

~

ஈக்களைப் பற்றிப் பேசும்போது – வேடிக்கை இல்லை, சீனாவில் அறவே ஈக்கள் இல்லை! சீனாவில் இருந்து ஈக்கள் ஒழிக்கப்பட்டுவிட்டன. பீஜிங்கில் நான் தங்கியிருந்தபோது, ஒரே ஓர் ஈயைத்தான் பார்த்தேன்! அது மிகவும் தனிமையாக இருந்ததால் அதைக் கொல்லும் இதயம் எனக்கு இல்லாமல் போயிற்று. இந்தப் பயணத்தின்போது, பெட்டி ஜன்னல்களையும் கதவுகளையும் திறந்து வைத்திருந்தால் இரண்டோ மூன்றோ உள்ளேயும்

வெளியேயும் பறந்து திரிகின்றன. இவர்கள் ஈக்களை இவ்வாறு அறவே ஒழித்துக்கட்டியது ஆச்சரியத்தைத் தருகிறது. தொடர்வண்டிப் பயணம் தொடங்கி அரை மணி நேரம் கழிந்த பின்னர் நேற்று மாலை பணியாளர் ஒருவர் வந்து ஒவ்வொரு பெட்டிக்கும் ஒரு ஈயடிப்பானை/ ஈக்கொல்லியைக் கொடுத்து அடிக்குமாறு கூறினார். இந்தப் புதுமையை நாமும் வீடுகளில் அறிமுகப்படுத்தலாம். ஈக்கள் மட்டுமல்லாமல் தெரு நாய்களும் இங்கு இல்லை. அவையும் ஒழிக்கப்பட்டுவிட்டன என்று நான் நினைக்கிறேன். வீட்டு நாய்கள் அல்லது பூனைகள் அல்லது அத்தகையச் செல்லப்பிராணிகள் குறைவாக இருப்பதற்கும் இதுதான் காரணமோ? கிளிகளும்கூட இல்லை.

இப்போது வெப்பநிலை 930 ஃபாரன்ஹைட் என்று காட்டுகிறது. எங்களுக்கு மிகவும் புழுக்கமாக இருந்ததோடு வியர்த்து வடிந்தது. தொடர் வண்டியில் நாங்கள் ஓர் இரவும் பகலும் பயணம் செய்துவிட்டோம். இன்னும் ஓர் இரவும் பகலும் இருக்கின்றன. இதுவரை எனக்கு அலுப்புத் தட்டவில்லை. ஆனால், நாளை நான் மிகவும் களைப்படைந்துவிடுவேன் என்று எனக்குத் தோன்றியது. நேற்று நான் ஒரு தூக்க மாத்திரை எடுத்துக்கொண்டதால் நன்றாகத் தூங்கினேன், ஏனென்றால் தொடர் வண்டியில் என்னால் தூங்க முடியாது. நாளை மதிய உணவு வேளையில் ஷியானை அடைந்து மூன்று நாட்களை அங்குக் கழிப்போம். இப்போது குளிக்கும் வாய்ப்பு கிடைத்தால் அதற்கு ஈடாக என் பேரரசைக்கூடக் கொடுத்துவிடுவேன். நிலத்தோற்றம் மேலும்மேலும் அற்புதமாக மாறுகிறது – நிலப்பரப்பில் பெரிய வெடிப்புகள் போன்ற ஓட்டைகள், பள்ளத்தாக்குகள் போன்று அகலம், மலை இடுக்குகள் போன்று ஆழம், மேலேமேலே வந்துகொண்டு இருப்பதுபோல் தோன்றியது. இங்கு ஒரு வாரம் தங்கி இருப்பது எப்படி இருக்கும்? ஒரு சாம்பல்மஞ்சள் வண்டல் நிலக் கிராமத்தில் வாழ்ந்து நெல் வயலில் வேலைசெய்தால்?

கிராமப்புறங்களில் அதிகமாகக் கால்நடைகள் சுற்றித்திரிவதை நான் பார்க்கவில்லை. ஒரு சில திரிந்தன. எல்லாம் மிகவும் ஒல்லியாக இருந்தன. இது ‘பால் பொருட்களுக்கான’ பகுதி இல்லை போலும். சீனாவில் பாலை அதன் பல வடிவங்களில் நுகரும் பண்பாடு இல்லை என்று கேள்விப்பட்டேன். நம்மைப்போல அவர்களுக்குப் பால் மேல் அத்தனை வெறி இல்லை. இந்தியாவில் பல பசுக்கள் அலைந்து திரிவதைக் கண்ட ஒருவருக்கு, சீனாவில் ஒருசிலவற்றையே பார்ப்பது ஆச்சரியம் அளிப்பதாக இருக்கும். நம்மைவிட இவர்களுக்கு கால்நடைகளைக் கட்டுப்படுத்துவதில் அதிகம் கவனம் இருப்பதுபோல் தோன்றுகிறது. கால்நடை வளர்ப்பில் மத அல்லது மூடநம்பிக்கைகள் பொதுமக்களிடத்தில் இல்லாது

இருப்பதால் இவர்களுக்கு ஒரு சரியான மனப்பாங்கைக் கடைப்பிடிக்க முடிந்தது எனலாம்.

அடுத்த நாள் காலையில் நாங்கள் மலையில் இருந்தோம். மிகவும் குளிராக இருந்தது. சுரங்கத்துக்கு அடுத்து சுரங்கமாக வந்தன. நாங்கள் ஒரு பள்ளத்தாக்கின் ஓரமாக ஊர்ந்து சென்றுகொண்டு இருந்தோம். நதி (சீனர்களுக்கு ஓடை) சோம்பலாக நெளிந்து சென்றது. மலைச்சரிவுகளில் காடுகள் அடர்ந்து கிடந்தன. எங்கெல்லாம் வெட்டவெளி இருந்ததோ அங்கெல்லாம் தினை பயிரிடப்பட்டிருந்தது. மலையில் ஏறிப்போகும் இப்படிப்பட்ட வயல்களை நான் இதுவரை பார்த்ததே இல்லை. ஒரு கிராமத்தை எதிர்நோக்கி இருந்த ஒரு செங்குத்தான சரிவில் சில நிமிடங்கள் நின்றோம். அது ஒரு சிறு கிராமம். ஒரு சிறிய தெருவில் இரு புறமும் வீடுகளும் கடைகளும் இருந்தன. இந்தியாவைப் போலவே களிமண் அல்லது வைக்கோலால் கட்டப்பட்ட வைக்கோல் கூரையுடனான வீடுகள். ஒரு வித்தியாசம் என்னவென்றால் தெருக்களும் மண்ணால் பூசப்பட்டிருந்தன. வீடுகள் மிகவும் சுத்தமாக இருந்தன. நான் நின்றுகொண்டு பார்த்தேன். இவ்வளவு சுத்தமாக இவர்களால் எப்படி வைக்கமுடிகிறது? இது நிலையமும் இல்லை கடையும் இல்லை, இன்னொரு தொடர்வண்டி கடப்பதற்காக நிறுத்தப்பட்டது. ஒவ்வொரு வீட்டிலும் பின்னால் ஒரு காய்கறி மற்றும் பூந்தோட்டம் இருந்தன. ஆனால், அந்தச் சுத்தம் என்னை ஆச்சரியத்தில் ஆழ்த்தியது.

~

பத்திரிகையாளர் ராபர்ட் கீய்லன் தமது சமீபத்திய பெரிதும் விவாதிக்கப்பட்ட *தி புளூ ஆன்ட்ஸ்: 600 மில்லியன் சைனீஸ் அண்டர் த ரெட் ஃபிளாக்* என்ற நூலில், ஒரே தரம் கொண்ட ஒரே மாதிரியான நீலத் துணியில் ஒவ்வொருவரும் தோன்றுவதில் ஒரு படை அணிவகுப்பு உள்ளது – அது மிகவும் ஒழுங்காகவும் ஒன்றுபோலவும் மனதின் படை அணிவகுப்பைப் பிரதிபலிக்கிறது. ஆனால், எதுவுமே கிடைக்காததால் கந்தைகளை அணிந்துகொண்டிருக்கும் பெருந்தொகையான மக்களைப் பற்றி அவர் என்ன கூறுகிறார்? நான் முன்னர் காலனியாதிக்கத்தின் கீழ் இருந்தவள் என்பதனால், ஐரோப்பியர்கள் ஆசியர்களைப் பற்றி கூறும் கருத்துகள் என்னைப் பாதிப்பதனால் அல்ல அது சூழலுக்கு சம்பந்தமற்றதாக இருப்பதால் இந்த மனப்பாங்கை மரியாதை குறைவானதாக நான் பார்க்கிறேன். பத்து ஆண்டுகளுக்கு முன் சீனாவின் நிலை எப்படி இருந்தது மற்றும் மூன்றாம் உலக நாடுகளின் பிற பாகங்களில் இப்போதைய நிலை எப்படி இருக்கிறது என்பது அவருக்குத் தெரிந்ததுதான். இதுவரை போதுமான அளவுக்கு ஆடை அணியாத ஒரு சீனரைக்கூட நான் பார்க்கவேயில்லை.

ஆம், இப்போது அவர்கள் முறைப்படுத்தப்பட்ட கால்சட்டைகளை அணிந்திருக்கிறார்கள் – பத்து ஆண்டுகளுக்கு முன்னர் அவர்கள் முறையான கந்தைகளை அணிந்திருந்தார்கள். ஆண்கள், பெண்கள், குழந்தைகள் அனைவருக்கும் ஆடைகள் இருக்கின்றன மேலும் அவர்கள் சுத்தமாக இருக்கின்றனர். தங்கள் பாரம்பரிய கிப்பாஓ எனும் ஆடைகளான, சியோங்சாம் என அழைக்கப்படும் இறுக்கமான பிளவுவெட்டுப் பாவாடைகளில் தோற்றம் அளிப்பதுபோல் சட்டை அல்லது பாவாடைகளில் அவர்கள் எழிலாகத் தோன்றாவிட்டாலும் புதிய ஆடைகள் எளிதாகவும் மலிவாகவும் கிடைக்கின்றன என்றால் அதை ஏன் அணியக் கூடாது. ஞாயிறு மற்றும் விழாக்காலங்களில் சாதாரணமாக அணியும் ஆடைகளாக கிப்பாஓ எப்போதும் இருக்கிறது.

எல்லோரும் வெள்ளைச் சட்டைகள் மற்றும் பிளவுசுகள் மற்றும் பல வகை நீல கால்சட்டைகள் மற்றும் பாவாடைகளில் செல்வதால் ஒரு நன்மையும் இருக்கிறது. சொத்து மற்றும் வகுப்பு போன்ற வேறுபாடுகள் உடனடியாகப் புலனாகாது. பீஜிங்கின் முக்கிய கடைவீதியான வாங்ஃபுஜிங்கில் நடந்துசெல்லும்போது வருமான அடிப்படையில் வகுப்புகளை அடையாளம் காண முடியாது. பல விஷயங்களில் இது ஒரு தன்மையாக உள்ளது. ரஷ்யாவைவிடவும் எனக்குத் தெரிந்த பல நாடுகளை விடவும் சிறப்பாக இவர்கள் செல்வத் தோற்றத்தைக் களைவதில் அதிக அளவில் வெற்றி அடைந்துள்ளனர். இது பார்ப்பதற்கு மோசமாகவும் இல்லை, சீருடைகளால் அலுப்பும் ஏற்படவில்லை. இருப்பினும் இந்த ஒரே போன்ற தோற்றத்தில் பல ஆண்டுகள் வாழ்ந்தால் நான் களைப் படைந்துவிடுவேன் என்று துணிந்து என்னால் கூறவும் முடியும். முகங்களும் உணர்ச்சிகளும் தொடர்ந்து ஆர்வத்தைத் தூண்டுகின்றன. குளிர் காலத்தில் இதே வெள்ளை அல்லது நீல நிறப் பருத்தி அல்லாத கம்பளி ஆடைகள் அணிந்தால் நிலை வேறு மாதிரியாக இருக்குமா என்று எனக்குத் தெரியவில்லை. பெண்கள் தற்போது சற்று கற்பனையோடும் பெண்ணுக்குரிய எழிலோடு ஆடை அணிய ஊக்குவிக்கப்படுகிறார்கள்; ஏனெனில், சிலர் அடுத்த எல்லைக்குப்போய் தங்கள் ஆடைகளை மிகவும் எளிமையானதாக மாற்றிவிடுகிறார்கள் என்று எனக்குக் கூறப்பட்டது.

ஒருவரின் பொருளாதார வகுப்பைப் பற்றிப் பேசும்போது சீனாவில் இருப்பதாகத் தோன்றும் உண்மையான மற்றும் நடைமுறைக்கு ஒத்த சமத்துவம் எவ்வளவு என்பது கவனிக்கத்தக்கது. இது ஒரு நடைமுறைப் படுத்தப்பட்ட கொள்கை, வெறுமனே கொள்கை அளவிலானது அல்ல – இது தெருக்களில், அரங்குகளில், பூங்காக்களில், உணவகங்களில், தொடர்வண்டியின் இந்த உணவுப் பெட்டிகளில், விடுதி மின்தூக்கிகளில்

கூறப்போனால் எல்லா இடங்களிலும் தெளிவாகத் தெரிகிறது. ஆனால், ஒரு சாதாரணமாக வருகைபுரிபவருக்கு இதை அறிந்துகொள்ள முடியுமா? இதுவும் இன்னொரு கேள்வியாகும். சமத்துவம் என்பதைப் பௌதிகப் பொருட்கள் கிடைப்பதை வைத்து மட்டுமேதான் அளவிட முடியுமா? உரிமைகளில் சமத்துவம் ஒவ்வொரு குடிமக்களுக்கும் கிடைக்க வேண்டும்.

நான் இப்போதுதான் ஒரு புனிதமான உணவை உண்டு முடித்தேன் – நூடுல்ஸ், கத்தரிக்காய், பன்றி இறைச்சி மற்றும் கோழிக்கறி. நான் இப்போது சீன மொழியில் மலைகளின் அழகைப் பற்றியும், மென்மையான மழையைப் பற்றியும், தூரத்து மூடுபனியைப் பற்றியும் இரு கவிதை வரிகளை எழுதுவதற்கு ஏறத்தாழ ஆயத்தமாக இருப்பதுபோல் உணர்ந்தேன். வெப்பநிலை இறங்கி காற்று புத்தம்புதியதாக இருந்தது. மிங்கோ ஜன்னலுக்கு வெளியே தலையை நீட்டி சீன மொழியில் 'ஓ சோல் மியோ' என்ற பாடலைப் பாடிக்கொண்டிருந்தார். அற்புதமாக ஒலித்தது! தொடர்வண்டி மீண்டும் நதிக்கரை ஓரமாக ஊர்ந்தது. இது ஒரு தொடர் கட்டடங்கள் மற்றும் கட்டுமானங்களின் நாடு. சில அடிகளுக்கு ஒருமுறை தண்டவாளத்துக்கான மரம் அல்லது இரும்புக் குவியல், சிமெண்ட் மூட்டைகள், கிரேன்கள் போன்றவற்றை எங்களால் காண முடிந்தது. ஏதோ ஒரு கட்டுமானத்தில் மதிப்பாய்வு அணிகள் அல்லது கட்டுமானப் பணியாளர்கள் வேலைசெய்துகொண்டிருந்தனர். அவர்கள் அனைவரும் சட்டைகள் அணிந்து சீன ரயில்வேயின் சின்னம் அணிந்த வைக்கோல் தொப்பியை வைத்துக் கொண்டிருந்தனர். தண்டவாளங்களுக்கு அப்புறம் சாலைகள் போடப்பட்டுக் கொண்டிருந்தன. மேலும் சில பகுதிகளில் தண்ணீர் மலையடிவாரங்களில் வீணாகத் தேங்கிக்கிடப்பதைத் தவிர்க்க நீரை வயல்களுக்குக் கொண்டுசெல்ல கல் அடுக்குகள் கொண்டு கால் வாய்களும், பாசனத் தொட்டிகளும் கட்டப்பட்டுக் கொண்டிருந்தன.

ஒரு சிறிய நிலையத்தில் வண்டி நின்றதும் ஒரு பெண்மணி பேரிக்காய் விற்றுக்கொண்டு வந்தார் – ஒரு வயோதிக ஆனால், பார்க்க அழகான பெண்மணி. அவரது பாதங்கள் சிறியவை – 3.5இல் இருந்து 4 அங் குலமே இருக்கும். அவர் நடைமேடையில் மெதுவாக நடந்தார். ஒரு வாத்தைப்போல அசைந்து அசைந்தே அவரால் வேகமாக நடக்க முடிந்தது. முதிய தலைமுறைப் பெண்களில் பலரது பாதங்கள் மிகவும் குட்டியாக இருப்பதைப் பார்த்தேன். இளம் வயதில் பாதங்கள் கட்டப்பட்டிருக்க வேண்டும். இது பரிதாபத்துக்கு உரியது! ஒரு தடவை ஒரு பெண்மணி படிக்கட்டில் மிகவும் சிரமப்பட்டு இறங்கிவருவதைப் பார்த்தேன். நூற்றுக் கணக்கான ஆண்டுகளாக இந்தச் சித்தரவதையை அனுமதித்தது மட்டுமல்லாமல், இதை ஒரு சிறப்பான பண்பாடாகப் போற்றிவருவதைப்

பார்க்கும்போது எனக்கு மிகவும் வெறுப்பாக இருந்தது. பெண்களை அடிமைகளாக்கி, அவர்கள் ஓடிவிடாமல் தடுக்க பாதங்களைக் கட்டி வைத்ததோடு குட்டிப்பாதங்கள் எவ்வளவு அழகாக இருக்கின்றன என்று புகழ்ச்சி வேறு – ஏன் இது செய்யப்பட்டது? அதன் முருகியலை என்னால் பார்க்க முடியவில்லை. சீனப் பெண்கள் பொதுவாக ஒல்லியாகவும் சிறிய தோற்றம் கொண்டவர்களாக இருந்தாலும்கூட பாதங்கள் உடல் பாகங்களுக்கு விகிதாச்சாரமாகவும் இல்லை, அவை மிகவும் சிறியவை.

சீனர்களின் சிறிய உருவம் எனக்கு ஏதோ ஒரு கொடுங்கனவுபோல் போய்விட்டது. நான் எனது பணியிட ஆடைகளை லண்டனில் இருந்து கொண்டுவரவில்லை. எனக்கு பீஜிங்கில் சில டிரவுசர்கள் மற்றும் பிளவுசுகள் வாங்க வேண்டியிருந்தது. சொல்லுவதற்கு எளிதாக இருக் கிறது, ஆனால், செய்யமுடியவில்லை – எனக்குப் பொருத்தமான ஒன்றைத் தேடி நான் அங்குமிங்குமாக அலைந்தேன். மிகப் பெரிய அளவுகூட என் இடுப்புக்குள் நுழையவில்லை! இறுதியாக ஒன்றே ஒன்று கிடைத்தது. அதுவும் எப்போது வேண்டுமானாலும் வெடித்துவிடலாம் என்று அச்சுறுத்திய வண்ணமே இருந்தது. பீஜிங் திரும்பும்போது, அல்லது அதற்கு முன்னர்கூட, நான் முன்பதிவு செய்ய வேண்டும்.

இந்த மதியம் மிகவும் புழுக்கமாக இருக்கிறது. நான் ஜன்னல் ஓரமாக சுருண்டு கிடந்து யுலிசஸைப் படிக்கிறேன். அது மிகவும் தூரமானதாகத் தோன்றியது, இந்த உலகத்துக்கானதல்ல என்பதுபோல். உண்மையில் அது இந்த உலகத்துக்கு உரியது அல்ல. ஆனால், சில வேளைகளில் நான் இந்த சொல்லாட்சிகளும் மரபுத்தொடர்களும் உண்மையில் உலகப் பொது வானவை இல்லையோ என்று வியப்பதுண்டு. முற்றிலும் வேறுபட்ட விதமான ஆனால், உண்மையில் அப்படி அல்லாத ஒரு உலகைப் பார்க்கும் ஒரு வழியாக இந்த நூலின் உருவகம் இருக்கக்கூடும்.

ஜேம்ஸ் ஜாய்ஸை ஐரோப்பியர்கள் அல்லாத பலரால் பாராட்ட முடியுமா என்பதில் எனக்கு சந்தேகம் இருக்கிறது. அது முற்றிலும் முழுமையான தூய ஐரோப்பியம் சார்ந்தது. முழுவதையும் வலியுறுத்துவதில் என்னைப் பொறுத்தவரையிலும்கூட பிரச்சினைகள் உள்ளன. சீனாவின் ஒரு தொடர் வண்டியில் ஒரு இந்தியர் யுலிசஸைப் படிக்கிறார் என்பதைக் கேட்டால் ஜேம்ஸ் ஜாய்ஸுக்கும் வியப்பாகத்தான் இருக்கும். பயணத்தின்போது வாசிக்கக்கூடிய புத்தகங்களில் ஒன்றாக இதை என்னைக் கொண்டுவர வைத்தது எது? அந்த யோசனையை இப்போது நான் எண்ணிப்பார்ப்பது ஒருவகையில் ஆச்சரியமாக இருக்கிறது. அது என்னைக் குழப்பத்திலும் புதிருக்குள்ளும் ஆழ்த்துகிறது. தற்கால உலகம் என்னைத் திடுக்கிடவைக் கிறது. நான் என் காலத்தில் வாழும் ஓர் உயிர்தானா? அல்லது இருபதாம்

நூற்றாண்டில் வாழும் பத்தொன்பதாம் நூற்றாண்டின் ஒரு நீட்சியா அல்லது எச்சமா? நான் எல்லாவற்றிலுமாக இருக்க விரும்புகிறேன்: தன் புதிய உடையுடன், தன்னைச் சுற்றியிருக்கும் முழுமையாக பயிர்செய்யப் பட்டுள்ள நிலத்துடன் வாழும் இந்த விவசாயியுடன்; ஹுவாங் ஹேயில் ஓடி எங்கோ ஓரிடத்தில் கட்டுப்படுத்தப்பட்டு ஒரு காகித ஆலையில் இயந்திரங்களை இயக்கப் பயன்படுத்தப்படும் நீருடன். ஆனால், 'சொந்த மாக' இருப்பதற்கு ஏதோ என்னைத் தடுக்கிறது. ஒரு இந்தியராக இருந்து ஐரோப்பாவில் குறுகிய கால தொடர்புடன் இருப்பது என்னை மிகவும் சுய உணர்வுள்ளவளாக்கியுள்ளது; ஒருவேளை இவை அனைத்தையும் நான் நெருக்கமாக உணரவில்லை என்பதுகூட இருக்கலாம்.

இப்போது நான் பார்ப்பவற்றை எளிதாகக் கவனித்து எழுத முடிகிறது. மேலும் நான் அறிவார்ந்த விதமாக விழிப்படைகிறேன். படிப்பதற்குச் சிறப்பாக இருக்கும் ஏதோ ஒன்றை நான் இப்போது எழுதுகிறேன். பள்ளத்தாக்குக்கு வந்தவுடன் நான் கவிதை எழுதும் நம்பிக்கையுடன் இருக்கிறேன்.

நான் இப்போது இந்த உலகத்திற்குத் திரும்பிவந்து தொடர்வண்டியைப் பற்றி சில கூறுகிறேன். இந்தத் தொடர்வண்டி எல்லாத் தொடர்வண்டி களையும் போன்றதுதான் (இது ஓர் ஆழ்ந்த சிந்தனை இல்லைதான்); இது ஒரு நடைபாதையுள்ள தொடர்வண்டியாதலால் இதன் முழு நீளத்திற்கும் நம்மால் நடந்துதிரிய முடியும். இந்தியாவில் ஒரு சில தொடர்வண்டிகளே நடைபாதை கொண்டவை. இங்குத் தொடர்வண்டிகளில் வெவ்வேறு வகுப்புகள் கிடையாது. வெவ்வேறு வகையான வசதிகள் மட்டுமே (என்னைப் பொறுத்தவரையில் இரண்டும் ஒன்றுதான்; ஒருவேளை இவர்கள் வகுப்பு என்ற சொல்லைப் பயன்படுத்துவதை வெறுக்கிறார்கள் போலும்). ஆகவே இங்குக் கடின மற்றும் மென்மையான படுக்கைகள் மட்டுமே. நாங்கள் அரசின் விருந்தினர்களாதலால் மிகவும் வசதியான பெட்டிகளில் பயணம் செய்கிறோம் – ஒரு நான்கு படுக்கைகள் கொண்ட பெட்டி, இரண்டு கீழே, இரண்டு மேலே. மென்படுக்கையின் மேலுறைகள் கட்டிப்பச்சை வெல்வெட்டாக இருந்ததால் வெப்பம் அதிகமாக இருக்கிறது. எனக்கு இது தாங்க முடியாததாக இருக்கிறது. ஆனால், குளிர்காலத்துக்கு இது ஏற்றது. மேலும் சீனாவில் பெரும்பாலான பருவங்கள் குளிர்ச்சியாகவே இருக்கும். எனவே அவர்கள் குளிர்காலத்தைக் கருதியே வசதிகளைச் செய்கின்றனர். மற்றப்படி எல்லாம் ஒன்றுபோலவே. வசதி குறைந்த கடினமான படுக்கைகள் மரத்தால் ஆனவை, மேலுறைகள் இல்லை. இன்னொரு வகையானவற்றில் படுக்கை வசதி இல்லை. திறந்த இந்தப் பெட்டிகளில் முற்றிலும் இருக்கை வசதி மட்டுமே உண்டு.

ஆனால், சீனத் தொடர்வண்டிகளின் வித்தியாசமான மற்றும் திறன் பெற்ற விஷயம் என்னவென்றால் வண்டியுடன் நாற்பத்தி நான்கு பணியாளர்கள் பயணம் செய்கின்றனர். இவர்களே சேவைக்கும் ஒழுங் கமைப்புக்கும் பொறுப்பானவர்கள். ஒவ்வொரு பெட்டிக்கும் இரண்டு பணியாளர்கள். இவர்களே சுத்தம் செய்வது, படுக்கைகளை அமைப்பது மற்றும் வேண்டியவற்றிற்கு உதவுவது ஆகிய அனைத்தையும் கவனிக் கிறார்கள். நேற்றிரவு அனில் ஜன்னல் கதவில் சாய்ந்திருக்கும்போது அது கீழே விழுந்துவிட்டது. பணியாளருக்குத் தகவல் சொன்னதும் அவர் வந்து உடனே திருப்புளியால் நொடிநேரத்தில் சரிசெய்துவிட்டார். இந்தியாவில் மிக உயர்ந்த குளிரூட்டப்பட்ட வகுப்புகளில்தான் பணியாளர் இருப்பார். ஆகவே நாம் சேர வேண்டிய இடத்துக்கு வரும்வரையில் எதுவும் நடக்காது. பெட்டிகளும் நடைபாதையும் தினமும் மூன்று முறை கூட்டிப் பெருக்கப்படுகின்றன. கரி இயந்திரம் கொண்ட வண்டியில் மூன்று நாள் பயணத்திற்கு இது ஒரு நல்வாய்ப்பு(வரப்பிரசாதம்)தான். இதை இந்தியாவில் நினைத்துக்கூடப் பார்க்க முடியாது. ஏதாவது பெரிய நிலையங்களில் யாரையாவது பிடித்துக் காசு கொடுத்து நாம் செய்தால்தான் உண்டு. இங்கு முழு வண்டியும் பெருக்கிச் சுத்தம் செய்யப்படுகிறது. சமையல்காரர்களும் உதவியாளர்களும் அடங்கிய முறையான சமையல் பணியாளர்கள் இருக்கின்றனர். எல்லோரும் புழங்கும் இடமாக இருந் தாலும் சமையலறை அழுக்கின்றி சுத்தமாக வைக்கப்பட்டுள்ளது.

சுத்தமும் புத்திசாலித்தனமும் சீனர்களுக்கு இயற்கையானதா அல்லது புரட்சியில் இருந்து கிடைத்த பாடமா? இன்று காலை நான்கு வயதான ஒரு பையன் உண்ணும் குச்சிகளைக்கொண்டு ஒரு தட்டு நிறைந்த சோற்றை வாய்க்குள் மிக வேகமாகத் திணித்துக்கொண்டிருந்தான். அவன் சாப்பிட்டு விட்டு அகன்றதும், அவன் பாதிச் சோற்றை மேசை விரிப்பில் சிந்தியிருப் பான் என்று எண்ணி எட்டிப்பார்த்தேன் – அவன் எங்கு உட்கார்ந்து சாப்பிட்டுக்கொண்டு இருந்தானோ அங்கு ஒரு அரைத் துண்டுப் பருக்கையும் சிந்தி இருக்கவில்லை. என்னை வியப்பில் ஆழ்த்திய இன்னொரு விடயம்: உண்ணும் குச்சிகளை இவ்வளவு திறமையாகப் பயன்படுத்த தங்கள் குழந்தைகளுக்கு எப்படி கற்றுக்கொடுக்கிறார்கள்? நாம் விரல்களைப் பயன்படுத்துவதால் உண்ணுவது எளிது. ஒவ்வொரு பெட்டியிலும் வெந்நீர் கொண்ட ஒரு பெரிய தெர்மாஸ் குடுவை இருக்கிறது; எங்கள் பெட்டியில் இருந்தது இளஞ்சிவப்பு, சிவப்பு வண்ணங்களுடன் பச்சைப் பூக்கள் – பார்ப்பதற்கு கிளர்ச்சியூட்டுவதாக இருந்தது – மேலும் நிறைய சீனத் தேயிலைப் பொட்டணங்கள். ஒவ்வொருவருக்கும் மூடியுடன் ஒரு பீங்கான் கோப்பை அளிக்கப்படுகிறது. ஒவ்வொருவரும் சூடான தேநீர் அருந்தி முழு நாளையும் கழிக்கலாம் என்பதுதான் ஆலோசனை. இந்தக்

குடுவைகள் காலி ஆகும்போது ஒருவர் வந்து மீண்டும் வெந்நீர் ஊற்றி நிரப்பிவைக்கிறார். ஒரு பணியாளர் ஒலிபெருக்கி அறிவிப்புகள் மற்றும் பதிவுகளுக்குப் பொறுப்பு. எங்களுக்குப் பொறுப்பாக இருந்தவர் ஒரு பத்தொன்பது வயது அழகிய பெண். அவர் நான்காண்டுகளாகப் பணி புரிகிறாராம். இன்னும் திருமணம் செய்துகொள்ள ஆர்வம் இல்லையாம்.

இவர்களுகெல்லாம் ஒரு தலைமை அதிகாரி இருக்கிறார். முதல் நாள் இரவு நாங்கள் அவரிடம் நீண்ட நேரம் பேசினோம். பீஜிங் – ஹர்பின் தடத்தில் அவர் தமது பதினேழாம் வயதில் இளம் அணியினருடன் சேர்ந்து பணிபுரிய ஆரம்பித்தாராம். 'விடுதலை'க்கு முன்னர் அவர் ஒரு மாவு ஆலையில் பணிபுரிந்தார். பத்தொன்பதாம் வயதில் அவர் பீஜிங்-லான்ஸ்ஹோ தடத்துக்கு மாற்றப்பட்டார். பீஜிங்-லான்ஸ்ஹோ மற்றும் லான்ஸ்ஹோ- பீஜிங்கிற்கு அவருக்கு ஆறுநாள் பணி. பின்னர் அவருக்கு ஆறுநாள் விடுப்பு கிடைக்கும். இதில் அவர் இரு நாட்கள் சிறப்பு நிறுவன அமைப்பில் பங்கேற்க வேண்டும். அங்கு இவருக்குத் தொடர்வண்டி அமைப்பு, அரசியல், மற்றும் பிற விஷயங்கள் பற்றிய அறிவுறுத்தல்கள் கிடைக்கும். இந்தக் குழுவுக்குத் தேர்வுசெய்யப்பட ஒருவர் நடுநிலைப் பள்ளிப் படிப்பு முடித்து ஒரு நுழைவுத் தேர்வில் வெற்றிபெற வேண்டும். பணியில் எட்டு மணி நேரப் பணி வேளையில் பணிபுரிகிறார்கள். தேவைப்பட்டால் கூடுதல் வேளைப் பணியும் செய்ய வேண்டும். அதற்குக் கூடுதல் ஊதியம் அளிக்கப்படும்.

சென்ற ஆண்டுவரை அவர் பிற தொடர்வண்டி ஊழியர்களுடன் ஒரு விடுதியில் தங்கியிருந்தார். தங்களுக்குப் பிடித்த பெண்களின் படங்களைத் தங்கள் படுக்கைக்கு அருகில் சுவரில் ஓட்டுவது உண்டா என்று நான் கேட்டேன். அப்படி செய்வார்கள் என்று கேட்டு மகிழ்ச்சி அடைந்தேன். சென்ற ஆண்டு அவர் தனக்குப் பிடித்த ஒரு சீனப்பெண்ணை மணந்து கொண்டார். அவரது அம்மா அவருக்கு ஒரு பெண்ணை நிச்சயித்து வைத்திருந்தார். ஆனால், 'விடுதலை'க்குப் பின்னர் அவர் தமக்குப் பிடித்த பெண்ணைத் திருமணம் செய்துகொண்டார். அவரது தாயும் மணமகளை ஏற்றுக்கொண்டார். இவரது மனைவி பீஜிங்கில் ஒரு பருத்தி ஆலையில் பணிபுரிகிறார். தொடர்வண்டி ஊழியர்களுக்கான அடுக்ககத்தில் அவர்கள் வசிக்கின்றனர். அதில் ஒரு படுக்கை அறை, ஒரு சமையல் அறை மற்றும் ஒரு கழிப்பறை இருக்கும். அவர் ஒரு மாதத்துக்கு 70 யுவான்கள் சம்பாதிக்கிறார். கூடுதல் பணி வேளையும் எப்போதாவது கிடைக்கும். அதற்கான பணமும் கூடுதல் வருமானம். தற்போதைய அந்நியச் செலவாணி விகிதம் (1957இல்) 1£க்கு 6.7 யுவான்கள். அவரது மனைவியின் வரு மானம் கூடுதலாக வருகிறது. அவர் கட்டாயம் படிக்க வேண்டியதைத் தவிரப் பெரும்பாலும் சீனப் புதினங்களை வாசிக்கிறார். அதிக அளவில்

ரஷ்ய இலக்கியங்களும் விற்கப்பட்டு படிக்கப்படுகின்றன. அவருக்குத் திரைப்படங்கள் பிடிக்கும். ஆவாரா என்ற இந்தியப் படத்தையும் பார்த்திருக்கிறாராம். அதைப் பற்றி அவர் பொருத்தமான கருத்துகளைச் சொன்னார். ஆவாராவைப் பற்றி கூறப்பட்டது இது முதல் தடவை அல்ல. அதனுடைய சமூகச் செய்தி மற்றும் கவரும் தலைப்புப் பாடல் காரணமாக சீனாவில் அந்தப் படம் புகழ்பெற்றது. எங்கெல்லாம் போகிறோமோ அங்கெல்லாம் அவர்கள் அந்த இசையை ரீங்காரம்செய்து நாம் இந்தியர் என்பதைப் புரிந்துகொண்டதை வெளிப்படுத்துவார்கள்.

அவர் பீக்கிங் ஓபராவையும் விரும்பிப் பார்க்கிறார். மிகவும் இலக்கிய நயம் கொண்டதை விடவும் வெகுஜன வகையே அவருக்குப் பிடிக்கிறது. அவருக்கும் அவரது மனைவிக்கும் நீச்சல் பிடிக்கும். சில சமயம் சைக்கிளில் பூங்கா ஒன்றில் உள்ள ஒரு பெரிய குளத்திற்குச் சென்று நீந்துவார்கள். பணிவாகவும் உண்மையாகவும் அயல்நாட்டினராகிய நாங்கள் அவருடைய நாட்டிற்கு வந்ததற்காக அவர் மகிழ்ச்சி அடைவதாகவும், அவரது நாட்டில் நாங்கள் மகிழ்ச்சியாக இருப்போம் என்று அவர் நம்புவதாகவும் அதை விரும்புவதாகவும் கூறி விடைபெற்றார். இருபத்து நான்கு வயதான அவர் பார்ப்பதற்கு நன்றாக இருந்தார். அவர்கள் யாவருமே சராசரியாக இருபது ஆண்டுகளின் தொடக்க வயதில் மிக இளையவர்களாக இருந்தார்கள். புரட்சியின் விளைவாக இளைஞர்கள் எல்லாம் படைக்கு வந்தனர். ஆனால், அத்தகைய இளைஞர்களுக்குப் பதவிகள் வழங்கப்படுவது ஊக்குவிப்பதாக இருக்கிறது.

நாங்கள் ஒரு பொதுப் பெட்டிக்கு நடந்து சென்றோம். அங்கு ஒரு சீனக் குடும்பம் அமர்ந்திருந்தது. நாங்கள் அவர்களோடு பேச ஆரம்பித்தோம். வடகிழக்கில் இருந்து வரும் அவர்கள் லான்ஸோவிற்குச் சென்றுகொண்டு இருக்கிறார்கள். குடும்பத்தலைவர் படையில் பணிபுரியும்போது அவரது உடல்இயக்கம் இல்லாமல் போய்விட்டது. அவர் ஆரம்பத்தில் தன் சொந்த நகரத்தில் வேலைபார்த்து வந்தார். அவர் அதை விரும்பவில்லை. இப்போது அவரது நகரில் இருந்து 600 அல்லது 700 மைல்களுக்கு அப்பால் இருக்கும் முற்றிலும் ஒரு புதிய இடமான லான்ஸோவில் அவருக்கு வேலை கிடத்துள்ளது. இவ்வாறு முற்றிலுமாக இடமாறிச் செல்வது பற்றி என்ன உணர்கிறீர்கள் என்று அவரிடம் கேட்டோம். அவர் தம் சுய விருப்பத்தின் பேரிலேயே இதைச் செய்வதால் இது அவருக்கு ஒரு புதுமுயற்சிபோல் இருக்கிறது என்றும் தன் குடும்பமும் அவ்வாறே உணர்வதாகவும் கூறினார். ஒரு புதிய மற்றும் அந்நிய பகுதிக்குள் போவதைப் பற்றி கூறிய அவர் சீனர்களுக்கு சீனாவின் எந்தப் பகுதியும் எந்த வகையிலும் அந்நியமானதல்ல என்பதை எங்களுக்கு மென்மையாகவும் மிகவும் பணிவாகவும் உணர்த்தினார்.

இவை எல்லாம் அவ்வப்போது நடைபெற்ற உரையாடல்கள். ஆனால், இவை அந்த நாட்டின் உணர்வுகளைச் சுட்டிக்காட்டுபவை ஆகும். புதிதாக மற்றும் பயனுள்ள ஏதோ ஒன்றைக் கட்டும் முக்கியத்துவம் தெளிவாகத் தெரிகிறது. அவர்கள் உயர்ந்த தரத்தை இலக்காகக் கொண்டு தாங்கள் விரும்பும் அதை நோக்கி நிச்சயமாக முன்னேறுகிறார்கள். அவர்கள் வந்து சேர்வார்களா என்பதைப் பொறுத்திருந்து பார்க்க வேண்டும். இந்தத் திறன்களில் ஒன்றுதான், ஒவ்வொரு பெட்டியிலும் எச்சில் துப்புவதற்கான அமைப்பை வைத்திருப்பது மட்டுமல்லாமல் அவ்வாறு செய்யாதவர்கள் கடிந்துகொள்ளப்படுகிறார்கள். ஆனால், அதையும் கண்ணியமான முறையில் செய்கிறார்கள் என்பதுதான் பிற இடங்களில் இருந்து வேறு பட்ட விஷயம். இது புதுமையாக இருப்பதால் தீவிரமாக எடுத்துக் கொள்ளப்படுமா? நிலைக்குமா என்று என்னையே நான் கேட்டுக் கொண்டேன். ஓர் இருபதாண்டு கழித்து நான் வந்து இதைப் பார்க்க வேண்டும். நான் பேசியவர்களை வைத்துக் கணிக்கும்போது இவர்கள் மகிழ்ச்சியான மக்கள், வாழ்க்கையை அனுபவிக்கிறார்கள். சண்டையிடும் போதுகூட ஒருவரை நோக்கி ஒருவர் குரலை உயர்த்திப் பேசுவது அல்லது கத்துவது மிகவும் அரிதாகவே காணப்படுகிறது. இந்தப் பண்பு இயல்பாகவே உள்ளுக்குள் இருந்து உருவாவதாகத்தான் இருக்க வேண்டும். ஒரு நிறுவனம் ஒரே நாள் இரவில் ஒரு சில லட்சம் மக்களிடம் இதை உருவாக்க முடியாது. அல்லது அதிகாரத்தின் கடுமை காரணமாக இந்த அமைதி உருவாக்கப்பட்டுள்ளதா?

அவர்களது பல மதிப்பீடுகளில் கண்டிப்பு அடிநாதமாக இருக்கிறது. எடுத்துக்காட்டாக, 'விடுதலைக்கு முன்' 'விடுதலைக்குப் பின்' என்பவை அடிக்கடி பயன்படுத்தப்படுகிறது. புரட்சி இப்போது ஒரு காலச்சுட்டி ஆகிவிட்டது. அதற்கு முந்திய நிலை என்ன பிந்திய நிலை என்ன என்பதே இதன் குறிப்பு. ஆனால், இது ஒரு தேதியைக் குறிப்பிடுவது அல்ல. இதை இப்போது பயன்படுத்துபவர்களும் இதை வலியுறுத்துபவர்களும் இதை ஒரு மாபெரும் அடையாளமாகவே பார்க்கிறார்கள். அது முடிவாக நிகழுமா என்பதைப் பொறுத்திருந்துதான் பார்க்க வேண்டும். மாற்றம் என்பது சமத்துவம் மற்றும் அணுகலைத் தொடர்ந்து வலியுறுத்துகிறது. 'விடுதலை' என்ற கருத்துரு ஒரு காலச்சுட்டி என்ற நிலையில் இருந்து சாத்தியமான ஒரு புத்துலகத்துக்கான குறியீடாக மாறிவிட்டது. நிகழ்காலம் அதை நோக்கிய தொடக்க அடிகளை எடுத்துவைக்கிறது. நிறைவேறுமா என்பதைப் பொறுத்திருந்துதான் பார்க்க வேண்டும். ரஷ்யப் புரட்சியும் முன்--பின் நிகழ்வுதான். ஆனால், அந்தக் கனவு ஒரு கொடுங்கனவாகப் போய்விட்டது. சீனாவிலும் இதுபோல்தான் நிகழுமா?

5
ஷியானில் பழங்காலத் தலைநகரம்

ஷியானை வந்தடைந்தபோது நான் முற்றிலும் சிலிர்ப்படைடைந்தேன். அது சீனப் பேரரசின் பழங்காலத் தலைநகரங்களில் ஒன்றாய் இருந்தது. என்னைப் பொறுத்தவரையில் அது அதற்கும் மேலானது. கி.பி. ஏழாம் நூற்றாண்டில் இந்தியாவில் இருந்து திரும்பிவந்த யுவாங் சுவாங் தங்கி இருந்த மடங்களில் ஒன்று இருக்கும் இடமாகும். தொடக்கக்காலச் சீனப் புத்த மத ஆய்வுகளில் கவனத்தை ஈர்த்த இடங்களில் ஒன்று. அவர் யானையின் மீது கொண்டுவந்த, பின்னாளில் வடமொழியில் இருந்து சீன மொழிக்கு மொழிபெயர்க்கப்பட்ட, ஏராளமான புத்த மதச் சிந்தனைகளும் பாடங்களும் காரணமாய் இந்த இடம் அனைவரையும் ஈர்க்கக்கூடியதாய் இருந்தது.

ஷியான் தொடர்வண்டி நிலையத்தை அடைந்தபோது இந்தியாவின் நினைவால் சற்று உணர்ச்சி அடைந்தேன். அது சற்றேறக்குறைய பழைய தில்லி நிலையத்தை நினைவுபடுத்தியது. அதே கூட்டமான வண்டிகள். ஆனால், இந்தியத் தொடர்வண்டிகளின் மூன்றாவது வகுப்புப் பெட்டி களைப் போல அவ்வளவு நெரிசல் இல்லை. எப்போதாவது ஒரு நபர் எங்களுக்கு அருகில் வந்து நின்று நாங்கள் பேசுவதை உற்றுக்கேட்பார். இவருக்கு ஆங்கிலம் தெரியுமா, இவர் அரசின் உளவாளியா, அல்லது ஆர்வமுள்ள ஒரு சகப்பயணிதானா என்று நான் வியப்படைந்தேன். குடும்பத் தாய்மார்கள் குழந்தைகளையும் தந்தைமார்கள் மூட்டைமுடிச்சுகளையும் எடுத்துக்கொண்டு தங்கள்தங்கள் வண்டியைப்பிடிக்க வேகமாக சென்றனர். சீனர்களின் உள்ளார்ந்த கண்ணியமும் நளினமும்கூட இந்தக் காட்சியை அதிகமாக மாற்றவில்லை. நிலையத்துக்கு வெளியே கூட்டம் இருந்தது. இந்தியாவைப் போன்றே சில்லரை வியாபாரிகள் தங்கள் பண்டங்களுக்கு விலைகூறி விற்றுக்கொண்டிருந்தனர்.

புரிந்துகொள்ளும் மக்கள் கூட்டத்துக்குள் நான் இல்லையே என்பது தான் எனது கண நேர வீட்டு நினைவேக்கத்திற்குக் காரணம். அங்கு மொழியின் அடிப்படையில், மற்றும் பழக்கமான குறிகள் மற்றும் குறியீடுகள் வழியாக என்னால் உரையாடக்கூடிய மக்கள். நான் சந்திக்கும் சீனர்கள் இந்தியர்களைப் போலவே இருந்தார்கள் ஆனாலும் (ஊடாடிடத்)

தூரமாக இருந்ததே என் உணர்வுக்குக் காரணம். மன கணக்குகளைப் போட்டுக் களைப்படைந்தேனே தவிர எங்கும் சென்றடையவில்லை. வெளிப்படையாகத் தெரிவதற்கு அப்பால் ஒருவரால் எப்படி சிந்திக்க முடிகிறது. இதற்குப் பின்நோக்குப் பார்வை தேவையா?

ஷியானை நான் விரும்பியது முன்கூட்டியே நிர்ணயிக்கப்பட்ட ஒன்றாக இருக்குமோ என்று நான் எண்ணினேன். மிகவும் பழக்கமான இடம்போல் எனக்குத் தோன்றியது. ஏன் என்று எனக்குத் தெரியவில்லை. மழை பெய்து தூசியெல்லாம் அடங்கிவிட்டதால் நகருக்கு ஊடாகப் பயணம் செய்வது சுகமாக இருந்தது. என் சேலைப் பல்லுவால் (சேலை முந்தானை என்பது இந்தியில் பல்லு - ரொமிலா தாப்பர் அந்த இந்திச் சொல்லையே பயன் படுத்தியுள்ளார்; ஏனென்றால் இத்தகைய உடையணிப் பண்பாடு இந்தி யாவைத் தவிர வேறெங்கும் இல்லை) என் முகத்தை மூட வேண்டிய தேவை இல்லாமல் இருந்தது. இது ஒரு பெரிய நகரம் மட்டுமின்றி மிகப் பழமையானது. நாங்கள் மக்கள் விடுதியில் (People's Hotel) தங்கியிருந் தோம். அது ஓர் அடர்சாம்பல் நிறக் கல் கட்டடம். அருகருகே அமைந்த இரு கட்டமைப்புகள் கொண்டது. மேல்தள விளிம்புகள் மேல்நோக்கிய வாறு சீன கட்டடக் கலையின் வழக்கதிற்கு மாறாக விதிவிலக்காய் இருந்தன. இதில் முரண் என்னவென்றால் மக்கள் விடுதி என்ற இது வெளிநாட்டு விருந்தினர்களுக்கும் சோவியத் ஆலோசகர்களுக்கும் மட்டும் தான். சீன மக்களுக்கு இந்த விடுதியில் தங்க அனுமதி இல்லை. ஒளி புகாத ஜன்னல்களைக் கொண்ட ஒரு கூடத்துக்குள் நாங்கள் நுழைந்து பாதி தூரம் சென்று வரவேற்பிடத்தில் அமர்ந்தோம். மெருகேற்றித் தரையில் பதிக்கப்பட்ட பளிங்குச்சில் வடிவங்கள் மஞ்சள் மற்றும் பச்சை நிறங் களில் இருந்தன. அறையின் தளவாட உறைகளும் சுவர்களும் பச்சை நிறத்தில் இருந்தன. அடர் பழுப்பு தளவாடங்களின் விளிம்புகள் தங்க அலங்காரங்கள் கொண்டிருந்தன. எங்கள் அறையின் வரவேற்பறைப் பகுதி கனமான நாற்காலிகளுடன் தோல் மேலுறையைக் கொண்டிருந்தன. இதை யார் வடிவமைத்திருப்பார்கள் என்பதை அறிய சிறிதளவு கற்பனை இருந்தாலே போதும் (ஐரோப்பியர்களாக இருக்குமோ என்று வாசகர் எண்ணத்திற்கு ஆசிரியர் விடுகிறார்?).

ஓட்டலின் ஓய்வறையில் யூரேசியப் பாணி தளவாடங்கள் இருந்தன. மரச் சட்டத்திலான விசாலமான கைப்பிடி நாற்காலிகளுக்கும் சோஃபாக் களுக்கும் போடப்பட்டிருந்த இளஞ்சிவப்புத் துணி உறைகளின் விளிம்புகள் தொங்கல் அமைப்புடையவை. சுவர்களுக்கு எதிரில் உயரமான பூச்செடிகள் கொண்ட இளஞ்சிவப்புப் பீங்கான் (famille rouge) ஜாடிகள் இருந்தன. வெள்ளை மேசைவிரிப்பின் மேல் பதினாறு தேநீர்க் குவளைகள் இருந்தன.

எப்போதும் இது ஏன் பதினாறு என்று என்னால் அறியமுடியவில்லை. ஒரு ரஷ்யப் பத்திரிகையாளர் ரங்கூனுக்குச் சென்றுகொண்டிருந்தார். சீனா வழியாகச் செல்வது தேவையற்ற சுற்றுப்பாதை என நான் எண்ணினேன்.

பணம்படைத்தவர்களின் உலகத்துக்கு வந்துவிட்ட உணர்வை ஏற் படுத்துவதுதான் நோக்கம் என்று ஒருவருக்கு எண்ணம் இருக்கலாம். ஆனால், அது அனைவருக்குமான பொருளாதாரச் சமத்துவம் என்பதற்கு ஈடாகாது. எளிய தளவாட வடிவமைப்புகளே இன்னும் அதிகப் பலனளிப் பதாகும். நாங்கள் ஒரே ஒரு கார்கூட இல்லாத தெருக்கள் வழியாகக் கடந்துசென்றோம். ஆனால், பல கார்கள் விடுதியின் முன் நிறுத்தப் பட்டிருந்தன. நாங்கள் உணவறைக்குச் சென்றபோது அங்கே நாங்கள் மட்டுமே ரஷ்யர்கள் அல்லாதவர்கள். அயல்நாட்டுக்காரர்களின் நடுவில் அதிகமான ரஷ்யர்கள் இருப்பது தவிர்க்க முடியாதது, ஏனெனில் ரஷ்ய நிபுணர்கள் தங்கள் குடும்பங்களுடன் வருகின்றனர். உணவறையில் அரக்குச் சிவப்புத் தூண்களும், டன்ஹுவாங்கை ஒத்தவை எனக் கருதப்படும் சுவரோவியங்கள் வரையப்பட்ட பச்சை உட்கூரையும் கொண்டதாக இருந்தது. இது சீன முருகியலுக்கு ஒரு விதிவிலக்காக இருக்கலாம். இவை எல்லாம் இருந்தும்கூட இது லெனின்கிராடிஸ்க்யாவை வைத்து நோக்கும்போது முருகியல் ரீதியான மேம்பாடாகவே காணப்பட்டது.

மாலையில் அருகில் இருந்த கட்டடங்கள் ஒன்றில் இருந்து ஏதோ ஓர் இசையைக் கேட்டு நாங்கள் அதை நோக்கி நடந்தோம். அது ஒரு ஷென்சி (அப்போது ஷாங்சி என்று அறியப்பட்டது). ஓர் ஓபரா கம்பெனியின் நிகழ்ச்சி. நாங்கள் இடையில் வந்ததால் அங்கு என்ன நடக்கிறது என்று புரியவில்லை, ஆனால், ஆடைகள் மிக அற்புதமாக இருந்ததால் அங்கே சற்று நேரம் அமர்ந்தோம். பாடல்கள் பொதுவாக அறியப்படும் “பீக்கிங் ஓபரா”. இது பிறரிடம் இருந்து பெற்ற ஒரு சுவை என்பதால் நான் இதற்கு முன்னுரிமை அளிப்பதில்லை. மேலும் இதற்கு சீன இசை தெரிந்திருக்க வேண்டிய அவசியமும் இல்லை. அதில் எனக்கு ஒன்றும் தெரியவும் செய்யாது. உணவறையில் ரேடியோகிராம் மூலம் வேறொரு இசை ஒலித்தது. என்ன நடக்கிறது என்பதை அறிவதற்காக நானும் மிங்கோவும் சிறிதுநேரம் அங்கேயே இருப்பதற்குத் தீர்மானித்தோம்.

அந்தக் காலகட்டத்தில் பிரிட்டிஷ் ராஜ்யத்தின் கீழிருந்த ஒரு சிறிய விடுதியில் நிலவும் சூழலே இங்கும் இருந்தது. சில மாலை நேரங்களில் இரவு உணவுடன் நடனமும் ரேடியோ கிராம் இசையும் ஒலிக்கும். இசைத்தட்டுகள் அதிகமாகப் பயன்படுத்தப்பட்டுவிட்டதால் சில இடங்களில் கீறல் இருந்தது, எனவே அதை கையால் சரிசெய்ய வேண்டியிருந்தது. அவை 1930கள் அல்லது 1940களின் வால்ட்ஸஸ் அல்லது ஃபாக்ஸ்ட்ராட்ஸ்.

ரஷ்யர்கள் இதை விரும்பியதுபோல் இருந்தது. இந்த இசைக்கு மேற் கத்தியர்கள் நடனமிடுவர் என்று கருதப்பட்டது. ஆனால், சூழல் சாதாரண மாகவும் நட்பு ரீதியானதாகவும் காணப்பட்டது. ரஷ்ய ஆண்கள் வந்து நடனமிட அழைப்பார்கள். எனக்கும் மிங்கோவுக்கும் ரஷ்ய மொழி தெரியாது. பேச முடியாத, சிரிக்கமட்டுமே முடியக்கூடிய ஒருவருடன் ஃபாக்ஸ்ட்ராட்டுக்கு நடனமாடுவது புதுமையாக இருந்தது. இசை முடிந்தவுடன் நன்றி கூறியபின் நீங்கள் உங்கள் நாற்காலிக்கு வழிகாட்டப் படுவீர்கள். மேற்கில் இது 'பால் ரூம் நடனம்' என்று அழைக்கப்படுகிறது. இங்கு ஒருவகைக் கிராமிய நடனம் என்றும் கருதப்படுகிறது. இங்கு நடுத்தரவர்க்கம் நடனம் ஆடுவது ஒரு நல்ல உணர்வாக இருக்கிறது. இரு ஆண்களும் இரு பெண்களும் குழுவாக நடனமிடுவது இதை மிகவும் சுவையாக மாற்றியது.

கொஞ்சம் ஆங்கிலம் தெரிந்த ஒரு ரஷ்யப் பெண்மணியிடம் நான் இன்று மாலை பேசிக்கொண்டு இருந்தேன். ஆண்கள் பெரும்பாலும் பொறியாளர்கள். கட்டப்பட்டுவரும் மின் ஆலைகள் மற்றும் பருத்தி ஆலைகளில் அவர்கள் பணிபுரிகிறார்கள். மொழி தெரியாதது ஒரு பெரும் தடை. ஆனால், அவர்கள் கொஞ்சம் மக்காச்சோள ஒயினை அருந்தியதும் உரையாடல் எளிதாகிறது என்பதை நான் கவனித்தேன்.

தொழில்நுட்பம் தேவைப்படும் தொழிற்சாலை இருக்கும் இடங்களில் ரஷ்யர்கள் இருப்பது உண்மையில் ஆச்சரியம் அளிப்பதாக இல்லை. போல்ஷெவிக்குகளுக்கும் சீனர்களுக்கும் இடையிலான தொடர்பும் புதிதல்ல. சீனப் புரட்சிக்கு முன்னர் இரு நாடுகளின் குழுக்களுக்கும் இடையில் அரசியல் உறவு இருந்தது. சீன தேசியவாதிகளுக்கும் போல்ஷெவிக்குகளுக்கும் இடையில் நடந்த உரையாடல்கள் பின்னர் தேசியவாதிகளுக்கும் சீன கம்யூனிஸ்ட் கட்சிக்கும் இடையிலான முரண் பாட்டால் சிக்கலாகியது. பல குழுக்களின் தலைவர்களைத் திருமணம் செய்துகொண்ட மூன்று சகோதரிகள் இந்த உரையாடல்களில் ஆர்வமாக ஈடுபட்டனர். சீனா மீது ஜப்பானின் தாக்குதலும் ஒரு காரணி. சீனப் புரட்சிக்குப் பின் ரஷ்ய-சீன உறவு நிச்சயமாக வேறு விதமாக இருந்தது.

நாங்கள் எங்கள் முதல் நீண்ட மதியத்தை அருங்காட்சியகத்தில் கழித் தோம். அதில் இருந்த சேகரிப்புகள் சிறப்பானவைகளாக இருந்தன. முதலில் இது ஒரு கன்ஃபூசியக் கோவிலாக (Confucian temple) இருந்தது. இப்போது இதைச் சுற்றிலும் கட்டடங்கள் உள்ளன. இதில் பத்து பன்னிரண்டு கேலரிகளும், சமீபத்தில் ஷாங்க்சி பகுதிகளில் அகழ் வாராய்ச்சிகளில் கிடைத்த சில முக்கியமான பொருட்களும் உள்ளன. வரலாற்று ரீதியாக ஷியான் மிகவும் முக்கியமானது ஆதலால் இங்குப்

பழங்காலத் தலங்கள் காணப்படுவது ஆச்சரியத்துக்கு உரியது அல்ல. அருங்காட்சியகத்தின் இயக்குநர் ஓர் இனிமையான அறிவார்ந்த பெண்மணி ஆவார். பொருட்கள் அருமையாகக் காட்சிப்படுத்தப்பட்டிருந்தன. குறிப்புகளில் கூறப்பட்டிருந்தவைகளுக்கு நவீன மாதிரிகளும் கூடுதலாக வைக்கப்பட்டிருந்தன. ஆனால், பழைய பொருட்களில் இருந்து புதிய நகல்கள் வேறுபடுத்திக் காட்டப்பட்டிருந்தன. விளக்க அட்டவணைகள், வரைபடங்கள், மற்றும் ஆதி கல்வெட்டுகளின் செயற்கைப் பதிப்புகள் கூடுதல் தகவலைத் தந்தன. கற்காலப் பொருட்கள் முதற்கொண்டு காட்சிப்படுத்தப்பட்டவைகளில் ஆண்-பெண் சமத்துவத்துக்கு முக்கியத்துவம் அளிக்கப்பட்டிருந்தது.

நான் தற்போது இந்தச் சமத்துவம் பற்றி மிங்கோவிடம் கேட்டேன். ஆனால், அவர் அதைப்பற்றி அதிகம் பேசவில்லை. அதே சமயம் ஓர் ஐரோப்பியப் பெண்ணாக இருந்திருந்தால் அவர் தன் கருத்தை உடனடியாகக் கூறியிருப்பார். இப்போது எங்களுக்குள் உறவு இயல்பானதாக இருந்தபோதிலும், மிங்கோ அளந்துதான் பேசுகிறாரா, அல்லது அதுபற்றிய தகவல் அவருக்கு உறுதியாகத் தெரியவில்லையா அல்லது இளம் தலைமுறை சீனர்களுக்குப் பழங்காலத்தைப் பற்றிய அக்கறை அவ்வளவாக இல்லையா என்பதை என்னால் ஒருபோதும் தீர்மானிக்க முடியவில்லை. காரணத்தைத் தெரிந்துகொள்ள தேதிகள் முக்கியமானவையாக இருந்தாலும் இது இந்தியாவில் உள்ள பொதுவான ஆர்வத்தைப் போன்றதுதான். ஏராளமான விளக்கப் படங்கள், வரைபடங்கள் மற்றும் பிரதிகள் கேலரிகளில் இருந்தன. இவை பயனுள்ளவைகளாக இருந்தன மற்றும் அறிவார்ந்த விதமாக ஒழுங்கு செய்யப்பட்டிருந்தன. அருங்காட்சியகத்தில் அளவுக்கு அதிகமான பொருட்கள் குவித்து வைக்கப்பட்டிருந்தன. வருங்காலத்தில் இது விரிவாக்கப்பட வேண்டும்.

வருத்தத்தோடு கூற வேண்டியது என்னவென்றால் தொல்லியலைப் பொறுத்தவரையில் ஓர் அறிவு சார்ந்த எதிர் உச்சக்கட்டம்போல் ஒன்று இன்று நிலவியது. ஷியானுக்குச் சற்றே தள்ளி பான்போ என்ற இடத்தில் இருக்கும் அதிகம் பேசப்பட்ட ஒரு புதிய கற்கால அகழ்வாராய்ச்சித் தளத்துக்குச் சென்றோம். அந்தத் தளமே மிகவும் ஆர்வமூட்டுவதாக இருந்தது. உள்ளூர் தொல்லியல் நிறுவன இயக்குநர் எங்களுக்குச் சுற்றிக்காட்டினார். அகழ்வாராய்ச்சித் தளங்கள் மிகவும் கவனமாகப் பாதுகாக்கப்பட்டு வருகின்றன. வெயிலும் காற்றும் பாதிக்காதவாறு ஓலைக்கூரைகள் போடப்பட்டுள்ளன. மிகை ஆர்வப் பார்வையாளர்கள் ஊடுறுவாத வகையில் வேலி போடப்பட்டிருக்கிறது. வழக்கமான புதிய கற்கால வடிவமான வட்ட மற்றும் சதுரக் குடில்களைச் சுட்டிக்காட்டும் தூண் குழிகள் மற்றும்

தரையுடன் மத்தியில் தடித்த தாங்கும் அமைப்பும் காணப்பட்டது. பானைச்சூளைகளில் இருந்து வேறுபட்ட சமையல் அடுப்புகள் இருந்ததைப் பேரிக்காய் வடிவச் சூளைகள் சுட்டிக்காட்டின. அதிக அளவில் பானை, பல எலும்புக் கருவிகள், கல் கோடரிகள், வாய்ச்சிகள் போன்ற பலபொருட்கள் இருந்தன. பானையிலும் கல்லறைகளிலும் அடக்கம் செய்ததற்கான சான்றுகள் இருந்தன.

அங்கிருந்து நாங்கள் தள அருங்காட்சியகத்துக்குச் சென்றோம். அங்கும் பொருட்கள் அறிவார்ந்தவிதமாக அடுக்கப்பட்டு காட்சிப்படுத்தப்பட்டிருந்தன. ஒவ்வொன்றும் கவனமாக வகைப்படுத்தப்பட்டு குறிப்புகளுடன் இருந்தன. ஆர்வமூட்டக்கூடிய பல பொருட்கள் அகழ்வாராய்ச்சி மூலம் கிடைத்துள்ளன. இந்த இரு இடத்துக்கும் சென்றது எனக்கு மகிழ்ச்சி அளித்தது. நாங்கள் பின்னர் தேநீர் அருந்தவும் விவாதிக்கவும் அலுவலகம் சென்றோம். செயல்முறையை அறிந்துகொள்ள நான் எளிமையான

ஷியான். உள்ளூரில் செய்யப்பட்ட வண்டியில் ஒரு குழந்தை.
தொழிற்சாலையில் செய்யப்படும் நவீன வண்டிகள் கிடைக்காத இடங்களில்
இவ்வகை வண்டிகள் பரவலாகப் பயன்படுத்தப்பட்டன. வடிவமைப்பு எளிமையானதுதான்
ஆனால், சிக்கலானதுபோல் தோன்றுகிறது.

அடிப்படைக் கேள்விகளைக் கேட்டேன். அகழ்வுக்கு முந்திய மதிப்பீடுகள் எதுவும் நடைபெறவில்லை. ஒரு மின் நிலையம் கட்ட இடத்தைச் சுத்தம் செய்தபோது பானையோடுகள் கிடைத்தன என்றும் எனக்குக் கூறப்பட்டது. அடிக்கடி இவ்வாறு நிகழ்கிறது என்று என்னிடம் கூறினார்கள். ஆனால், நல்வாய்ப்பாக அவர்கள் அத்தகையக் கண்டுபிடிப்புகள் மற்றும் கூடுதலாக சிறு அகழ்வுகளை மேற்கொள்ள வேண்டியதன் முக்கியத்துவத்தை அறிந் திருக்கின்றனர்.

இந்த அகழ்வாரய்ச்சிகளில் திட்டமிடுதலே இல்லை என்பதுதான் மிகவும் ஏமாற்றம் அளிக்கும் விஷயம். இனிமேல் அகழ்வுசெய்யப்பட வேண்டிய இடங்களுக்கும் எதிர்காலத் திட்டமும் இல்லை. அகழ்தல் என்பது ஓர் எளிய செயல்முறையே. அடுக்கடுக்காக மண் அகற்றப்பட்டு கிடைக்கும் தொல்பொருட்கள் தனியே வைக்கப்படும். தொல்லியல் மாணவர்களின் மேற்பார்வையில் கட்டுமானத் தொழிலாளர்கள் தோண்டு கிறார்கள். குழிகள் தெளிவாகத் தெரியும் அடுக்குகளாக இல்லாததனால் கிடைக்கும் பொருட்களின் காலவரிசையில் குழப்பம் ஏற்படுகிறது.

பயன்படுத்தப்படும் சொல்லாட்சி புழக்கத்தில் இல்லாமல் காலாவதி யானவை. பரிந்துரைக்கப்பட்ட புத்தகங்களைப் பற்றிக் கேட்டபோது எனக்கு ஏமாற்றம்தான் மிஞ்சியது. மாபெரும் மார்க்சியத் தொல்லிய லாளரும் தொல்லியல் கொள்கையின் முன்னோடியுமான கோர்டான் சைல்டேவின் படைப்புகள் பற்றியே தெரியவில்லை என்றால் பிறரைப் பற்றி என்ன சொல்லுவது. என் ஏமாற்றத்தைக் கவனித்த பொறுப்பாளர், மன்னிப்புக் கேட்டுக்கொண்டு தாம் ஒரு அருங்காட்சியகப் பணியாளர் என்றும் அகழ்வாராய்ச்சியாளர் இல்லை என்று கூறினார். இது ஒரு விநோத மான பதிலாக எனக்குப் பட்டது. ஏனெனில் இந்த அருங்காட்சியகம் வரலாற்றுக்கு முந்திய காலத்துக்காக ஒதுக்கப்பட்டது. மேலும் அகழ்வு நடைபெறும் இடத்துக்கு அருகில் உள்ளது. நான் நம் நாட்டு நிலையை மனதில் கணித்தேன். காலனியத் தொல்லியல் நிபுணரான மோர்ட்டிமர் வீலரால் நன்கு பயிற்றுவிக்கப்பட்ட ஒருவருக்குத் தொழில்நுட்ப அறிவு இருந்தாலும், அகழ்ந்து எடுக்கப்படுபவைகளின் பண்பாட்டு அமைப்புகள் பற்றிய கொள்கை அளவிலான புரிதல் வரையறுக்கப்பட்டதாகவே இருக்கும். சில சமயம் இல்லாமலும் இருக்கும்.

பின்னர் மிகவும் விமர்சனக் கண்ணோட்டத்துடன் இருக்கிறேனோ என்று எனக்கு நானே கேட்டுக்கொண்டேன். வெறும் கலாச்சாரத்தின் முக்கியத்துவம் பற்றிய உணர்வில் இருந்து ஓர் இடத்தை ஏன் அகழ் வாராய்ச்சி செய்ய வேண்டும் என்பதைப் புரிந்துகொள்ளுவதை நோக்கி நகர ஒரு தொல்லியல் நிபுணருக்கு எத்தனை ஆண்டுகாலம் பிடிக்கிறது?

ஷியான். அருங்காட்சியகத்தில் காட்சிப்படுத்தப்பட்டவை. இது பழங்கால வெண்கலப் பாத்திரம். பாத்திரத்தின் மேல் இருக்கும் அலங்காரம் நகல் எடுக்கப்பட்டது. நன்கு புலப்படுவதற்காக இது தட்டையாகக் காட்டப்பட்டிருக்கிறது. பல்வேறு பாத்திரங்களைக் காட்சிப்படுத்துவதில் இந்த நுட்பம் சிறந்தமுறையில் பயன்படுத்தப்பட்டுள்ளது.

இறந்தகாலத்தில் இருந்து எத்தனை அதிகமான பொருட்கள் கிடைக்கின்றன என்பது மட்டுமல்லாமல், இறந்தகாலத்தின் துண்டுகளை ஒரு தொடர் வரலாறாகவும் அந்த பொருட்களைப் படைத்த சமுகத்தை அதைப் போலவே பிரகாசமாகவும் ஒன்றிணைத்துக் காட்டவும் வேண்டும். தற்செயலாகப் பொருட்களைப் பெற்று பின்னர் அந்தப் பகுதியை அகழ்வராய்ச்சி செய்து, கண்டுபிடித்தவற்றை ஓர் அருங்காட்சியகத்தில் வைப்பது என்பது ஒன்றுமே செய்யாமல் இருப்பதைவிட சிறந்ததுதான். சில பகுதிகளில் இது ‘தொல்லியலைப் பாதுகாத்தல் அல்லது மீட்டல்’ என்று குறிப்பிடப்படுகிறது. வளமான இறந்தகாலப் பொருள்சார் பண்பாட்டைக் கொண்ட இன்னும் பல நாடுகள் இதைச் செய்ய வேண்டும் என்று யாரும் விரும்புவார்கள். ஆனால், அதே சமயத்தில் மேலும் பல தொல்லியலாளர்களுக்கு மேலதிக அறிவியல் நோக்குடையதாக மாறிவரும் தொல்லியலில் பயற்சி அளிக்கவேண்டும். இதன் மூலம் அவர்கள் ஆய்வுசெய்யும் பண்பாடுகளைப் பற்றி சிறந்த புரிதல் அவர்களுக்கு ஏற்படும்.

நகரைக் கடந்து இன்னொரு தளத்துக்குச் சென்றோம். ஒரு டியாங்க் (T’ang) (முன்னர் டாங்க் (Tang) என அழைக்கப்பட்டார்) பேரரசரின் காமக்கிழத்தி, ஷியானுக்கு அருகில் நிலத்தில் இருந்து நேரடியாகக் கொப்பளித்து வரும் வெந்நீரில் குளிப்பதற்காகப் பல கூடாரங்களை ஆக்கிரமித்திருந்தார். ஒரு நடிகரும் பாடகருமான மெய் லேன்ஃபேங்க் இவளது பாத்திரத்தைச் சிறப்பாக ஏற்று தி டிரங்கன் பியூட்டி என்ற பீக்கிங் ஓபராவில் நடித்திருப்பதாக மிங்கோ எங்களிடம் கூறினார். அவளது அமிழ்ந்துபோன குளியலிடம் இன்னும் அங்கு இருக்கிறது. அது போலப் பெரிய தாமரைக்குளமும் அதன் மேல் அவள் நடைப்பயிற்சி செய்த சிவப்புப் பாலமும் இருக்கின்றன. அது ஒரு மேக மூட்டமான நாள், மலைகள் மூடுபனியில் பாதி மூழ்கி இருந்தன. நான் மேலே பார்த்தபோது இந்த நிலத்தோற்றத்தின் நிழலில் ஒரு சிறு மரத்தை ஸாங் கால ஓவியத்தைப் போல கண்டேன். அவற்றின் ஆதி நளினத்தை அப்படியே தக்க வைத்துக் கூடாரங்களைக் கவனமாக மீட்டுருவாக்கம் செய்திருந்தனர். காமக்கிழத்தியின் வாழ்க்கையை மெருகேற்றி இருப்பது பொறாமைகொள்ளத் தக்கதாகும்! ஒரு வாயிலில் இரு முதியவர்கள் கூடைகளில் பிரகாசமான சிவப்பு மாதுளம் பழங்களைக் குவித்து வைத்து விற்றுக்கொண்டிருந்தனர். வெப்ப நீரூற்றுக்களின் மத்தியில் அமைக்கப்பட்டிருந்த கூடாரங்களைப் பற்றிய கதையின் ஒரு பகுதியோ என்பதுபோல் இருந்தது அவர்கள் அமர்ந்திருந்த காட்சி.

டாங்க் அரசனின் காமக்கிழத்தி வசித்த இடமாக இருந்ததோடு, 1936இல் மிகப் பெரிய அளவில் நடந்த ஷியான் நிகழ்வு (Sian Incident) இடமாகச் சமீபத்திய வரலாற்றில் ஒரு தொடர்பையும் பெற்றது. தேசிய

ஷியான். அருங்காட்சியகத்தில் காட்சிப்படுத்தப்பட்டிருந்த சிற்பங்கள். கண்ணாடிப் பேழைக்குள் சிற்பம் அல்லது பிற விலையுயர்ந்த பொருட்களை வைப்பது அவற்றின் பாதுகாப்புக்குத் தேவையானது, ஆனால், பார்வையாளருக்கும் பொருளுக்கும் இடையில் இன்னும் தூரத்தை உருவாக்குகிறது.

அரசாங்கத்தின் தலைவரான சியாங் கே-ஷேக் சீன கம்யூனிஸ்ட் கட்சியை எதிர்த்துப் போராடும்போது அவரது இரு துணைத்தலைவர்களால் சிறைப் படுத்தப்பட்டார். வடகிழக்குச் சீனாவில் ஊடுருவியுள்ள ஜப்பானியர்களை எதிர்த்துப் போரிட கம்யூனிஸ்டுகளோடு கூட்டுச் சேரும்படி அவர்கள் சியாங் கே-ஷேக்கை வற்புறுத்தினர். இந்தக் கருத்தைப் புறக்கணித்துவந்த சியாங் கே-ஷேக்கின் எதிர்ப்பு இந்த சிறைப்பிடிப்பால் உடைந்து அவர் கம்யூனிஸ்ட் கட்சியைப் பிரதிநிதித்துவப்படுத்திய சூ என்லாயுடன் கூட்டணிக்குப் பேச்சுவார்த்தை நடத்தினார். இந்த இரு அரசியல் கட்சி களும் ஜப்பானிய ஆக்கிரமிப்பை இணைந்து எதிர்த்தன. இது கம்யூனிஸ்ட் கட்சியின் வரலாற்றில் ஒரு திருப்புமுனையாக அமைந்தது. இப்போது அவர்களால் செம்படையை எளிதாக அமைக்க முடிந்தது. இது கம்யூனிசப் புரட்சிக்கும் இறுதியில் சியாங் கே-ஷேக்கின் தேசிய அரசை வீழ்த்து வதற்கும் பெருந்துணையாக அமைந்தது. சியாங் கே-ஷேக் சிறைவைக்கப் பட்ட அறையும், அவர் திரும்பப் பிடிக்கப்படும் முன்னர் ஒளிந்திருந்த மலைக்குகையும் இப்போது சுற்றுலாத் தளங்களாக உள்ளன. இந்த நிகழ்வைப் பற்றி எழுதப்பட்ட கவிதைகள் குகையைச் சுற்றிலும் செதுக்கப் பட்டும் (தனியாக எழுதி) வைக்கப்பட்டும் உள்ளன.

உள்ளூர் மட்பாண்டங்களில் நான் ஆர்வம் காட்டியதால், மிங்கோ என்னை சந்தையில் மட்பாண்டங்கள் விற்கும் இடத்திற்குக் கூட்டிச் சென்றார். கூடைகள் விற்கும் கடைக்கு மட்பாண்டங்களை எடுத்துச்செல்ல ஒரு கூடை வாங்கச் சென்றேன். ஆனால், தவறாகப் புரிந்துகொள்ளப்பட்டு என்னை ஏறத்தாழ வெளியேற்றும் அளவுக்கு வந்துவிட்டது. பின்னர் விளக்கப்பட்ட பின்னர் மன்னிப்பு கேட்டனர். ஓபரா நடிகர் மெய் லேன் ஃபேங் மட்பாண்டம் வாங்குகிறார் என்று வதந்தி பரவியதால் எங்களைச் சுற்றி கூட்டம் கூடிவிட்டது. பாம்பேயின் கிராஃபோர்ட் சந்தையில் ராஜ்கபூர் பொருள்வாங்குகிறார் என்ற வதந்திக்கு நிகரானது இது. (மெய்லேன் ஃபேங் ஓபராவில் பெண் வேடமிட்டுப் புகழ் வாய்ந்தவர்).

அஞ்சல் அட்டைகளை விற்கும் ஒருவர் தொல்பொருள் விற்பவர்போல் தோன்றியதால் அவருடன் பேச்சுக் கொடுத்தோம். இறுதியில் அவர் சீன அஞ்சல் அட்டைகளின் பின்பக்கத்தில் (அச்சிடப்பட்ட)அழகிகளின் நீச்ச லுடைப் படங்களைத் தயங்கியபடி காட்டினார். இதில் என்ன இருக்கிறது என்பதற்கு ஒரு குறிப்பே, நாங்கள் அதில் ஆர்வம் காட்டவில்லை. இளம் பெண்களாகிய நாங்கள் அதில் ஆர்வம் காட்டுவோம் என்று அவர் நினைத்துவிட்டார்.

மட்பாண்டக் கடை அற்புதமாக இருந்தது. மிகவும் கவர்ச்சிகரமான கரடுமுரடாகச் செய்யப்பட்ட விவசாயிகளின் பாத்திரங்கள், விவிலியத்தில்

ஷியான். ஒரு வரலாற்றுத் தளத்துக்குச் சென்றபோது அங்குச் சில குழந்தைகளைச் சந்தித்தோம். அவர்கள் எங்கள் மொழிபெயர்ப்பாளர் மிங்கோவுடன் புகைப்படம் எடுப்பதில் மகிழ்ச்சி அடைந்தனர். சேலை கட்டியிருந்த அனிலைப் பார்த்து அவர்கள் வியப்படைந்தனர்.

கூறப்படுவதைப் போல் மிகப் பெரிய சேமிப்பு ஜாடிகள், பிடிகளுடன் கூடிய கறுப்பு நிற வயிற்றுப் பகுதியும் வட்ட தோள் பகுதியும் கொண்ட ஒயின் ஜாடிகள், இன்னும் கொஞ்ச உயரமும் ஒல்லியுமான அதே வகையைச் சார்ந்த எண்ணெய் ஜாடிகள், சிறு பானைகள், பலகாரங்களுக்கான அனைத்து அளவிலுமான கிண்ணங்கள், சாம்பல் பச்சைநிற ஒளிறும் தேநீர்க் குவளைகள், கறுப்புப் பழுப்பு நிற நூடுல் தட்டுகள் – தேர்வு செய்ய ஏராளமாக இருந்தன. கவர்ச்சி குறைந்த பீங்கான் பாண்டங்களும் இருந்தன. பின் பக்கம் இருந்த குயவரின் அறையில் சக்கரமும் அடுப்பும்

இருப்பதுபோல் தெரிந்தது. இது எனக்கு மிகவும் ஆர்வம் அளித்தது. ஆப்கானிஸ்தானின் பாமியன் என்ற இடத்தில் தொல்லியலாளர் ரேமண்ட் ஆல்சினால் கண்டுபிடிக்கப்பட்ட பானை வடிவங்களை எந்திரத்தின் மூலம் வாட்டர்கலரில் வரையப்படும் படங்களை உருவாக்குவதில் முந்தைய எஸ்.ஓ.ஏ.எஸ்.ஸில் பணிபுரிந்திருக்கிறேன். அவற்றை உருவாக்குவதில் இருந்த ஒற்றுமை இங்கும் காணப்பட்டது. பெருவிரலின் அழுத்தத்தை மாற்றி வேறுபட்ட வகைகளை எவ்வாறு உருவாக்குவது என்று குயவர் எனக்கு அன்புடன் செய்து காட்டினார். இது எனக்கு ஆச்சரியம் அளிப்பதாக இருந்தது.

குறிப்பிட்ட பொருட்களை ஆய்வுசெய்து ஒவ்வொரு நாளும் நீண்ட நேரங்களைக் கழித்தோம். வேய் மற்றும் டேங்க் பண்பாடும் சமீபத்தில் கண்டெடுக்கப்பட்ட சில சிறந்த பெரிய அளவு வெண்கலச் சடங்குப் பாத்திரங்களின் கேலரிகளும்தான் எனக்குப் பிடித்தவை. மிகவும் அற்புத மான பொருள் ஏழாம் நூற்றாண்டு டேங்க் காலகட்டத்தைச் சேர்ந்த டாய் ஸாங்கின் குதிரைகளின் செதுக்கல் சிற்பங்கள்தான். இது எனக்கு மிகவும் வியப்பு அளிப்பதாக இருந்தது. ஏனெனில், இவை பிலடெல்பியா அருங்காட்சியகத்துக்குக் கொண்டுசெல்லப்பட்டுவிட்டன என்று கூறப் பட்டது. ஆனால், மொத்தம் ஆறில் இரண்டுதான் கொண்டுபோகப்பட்டது. மீதியுள்ளவை இங்குதான் இருக்கின்றன. நான் பார்த்த நான்கு குதிரைகளும் அவை பெற்ற புகழுக்கு ஏற்றதாகவே இருந்தன. சிற்பிக்கும் குதிரைகளுக்கும் ஓர் ஒருங்கிணைப்பு இருப்பதுபோல் தோன்றுகிறது. இது கொஞ்சம் ஆச்சரியத்திற்குரியதுதான், ஏனெனில் இந்தியாவைப் போல் சீனாவிலும் குதிரைகள் ஓர் ஆடம்பரப் பொருளாக இறக்குமதி செய்யப்பட்டன. ஆனால், எப்படியோ இந்திய மற்றும் சீனக் கலைஞர்கள் குதிரையுடன் ஒன்றிணைந்து இருக்கின்றனர்.

ஓரிரு அறைகளில் ஏராளமான கல் சாசனங்களும் எழுத்துப் பொறிக்கப் பட்ட நடுகற்களும் இருந்தன. பழைய காலத்தில் கல்லில் எழுதப்பட்ட ஒரு நூலகம் போலும். தத்துவவாதிகளின் வாழ்க்கை வரலாற்றில் இருந்து

இன்னும் சமீபத்திய டோவாகர் பேரரசியின் அதிகாரங்களும் அவற்றின் செயல்பாடுகள்வரை இருந்தன. இத்தகைய அதிக அளவிலான ஆராய்ச்சிக் கான ஆதாரங்களை வைத்திருக்கும் சீன வரலாற்றாசிரியர்கள் மேல் எனக்கு மிகவும் பொறாமையாக இருந்தது. சீனப் பழங்காலம் பற்றிய அதிகமான ஆராய்ச்சியின் காரணமாகத் தொல் பண்பாடுகளில் சீன அறிஞர் மரபே பிற பண்பாடுகளை விடவும் அதிக வரலாற்று உணர்வோடு இருந்தது என்பதில் உறுதியாக இருக்கிறேன். இவர்கள் கிரேக்கர்களைவிட மிகவும் உன்னிப்பாக இறந்தகாலத்தைப் பதிவுசெய்து கருத்துகளைப் பதிவிட்டிருக் கிறார்கள். இதை வரலாற்றறிஞர் வட்டங்களில் கூறினால் அது நிந்தனை யாக இருக்கும் என்பது எனக்குத் தெரியும். சீனக் காலப்பதிவுகளை நான் குறைவாகவே படித்திருந்தாலும் கிரேக்க வரலாற்று உரைகளில் மட்டுமே கவனம் செலுத்துவதை மாற்றி இவற்றிற்கும் அதிக முக்கியத்துவம் கொடுக்க வேண்டும் என்று உணர்கிறேன். இங்கே நாம் பார்த்த நடுகற்கள் சாங் காலகட்டத்தைச் சேர்ந்தவை. புராணம் மற்றும் இலக்கியப் புனை கதைகளில் இருந்து வேறுபட்டு பழைய காலத்தை இன்னும் அதிகமாக அறிய இந்த நடுகற்கள் உதவும்.

ஒரு நாள் அருங்காட்சியகத்தில் இருந்து திரும்பிவரும்போது அருகில் இருக்கும் வரலாற்றுப் பழமைவாய்ந்த மசூதியைப் பார்க்க நான் வலி யுறுத்தினேன். எங்களது புரவலர்கள் வருகை பற்றி அங்குத் தகவல் தெரி விக்காத காரணத்தால் சற்று தயங்கினர். ஆனால், அறிவிக்காமல் போவதே என்னுடைய நோக்கத்தின் ஒரு பகுதியாக இருந்தது. குறுகிய நேரமே பார்க்கப்போவதால் அனுமதி தேவை இருக்காது என்று நான் கிண்டலாகக் கூறினேன். எனவே நாங்கள் சென்றோம். ஷியானுக்கு உள்ளிருக்கும் உண்மையிலேயே மிகவும் குறுகிய சில தெருக்களைக் கடந்துசென்றோம். ஒரு தெருவில் ஒருவர் நடு வீதியில் முலாம்பழத் துண்டுகளைப் பரப்பி வைத்திருந்ததால் அவர் அதை அகற்றும்வரை காத்திருந்தோம். பொதுவாக இந்தத் தெருக்களில் கார்கள் வருவதில்லை. வீடுகளின் முக்கியக் கதவு வீதியில் திறப்பதால் முழுக் குடும்பங்களே கதவருகில் நின்று எங்களை உற்றுப்பார்த்தன. சில வாரங்களுக்கு முன் சில இந்தோனேஷியர்கள் வந்த தால் இவர்கள் எங்களையும் அப்படியே நினைத்தார்கள். எங்கள் வருகை குழந்தைகளுக்கு வழக்கமான நடவடிக்கைகளில் இருந்து மாறுபட்டதாகக் காணப்பட்டது, மேலும் அது பரவலாகப் பேசப்பட்டிருக்கும். அவர்கள் காருக்குப் பின்னால் ஓடிவந்து ஆனந்தமாகக் கூச்சலிட்டனர்.

அந்த மசூதியைத் திடீரென அடையாளம் காண முடியவில்லை. டேங்க் பரம்பரையின் பிற்பகுதியில் கட்டப்பட்ட இது, மிங் காலகட்டத்தில் மீட்டமைக்கப்பட்டது. ஓடுகளின் மேல் இருந்த பளபளப்பான பூச்சு மிங்

கோயில்களில் இருப்பதுபோல் இருப்பதால் இது உறுதியாகிறது. இது ஒரு சீனக் கட்டடக்கலை. வெளி முற்றத்தில் இருந்த கற்பலகைகளில் சீன எழுத்துகள் பொறிக்கப்பட்டிருந்தன மேலும் நுழைவாயிலில்தான் அரபிக் மொழியில் குரான் எழுதப்பட்டிருந்தது. சதுரமான உட்புறம் சிவப்பு வண்ணம் பூசப்பட்ட தூண்களால் தாங்கப்பட்டிருந்தது. உட்கூரையில் மிங் கால வடிவமைப்பு காணப்பட்டது. அதில் பல்வேறு பச்சை நிறங்களில் அசாதாரண வடிவம்கொண்ட நுட்பமான உருவங்கள் இருந்தன. முல்லா ஒரு சிறு கூட்டத்தினரிடம் பிரார்த்தனை நடத்திக்கொண்டு இருந்தார். ஒரு புத்தத் துறவி சூத்திரங்களை ஓதுவதுபோல் இருந்தது. பிற நாடுகளில் இருக்கும் மசூதிகளுக்கும் இதற்கும் உள்ள ஒற்றுமை என்னவென்றால், முற்றத்தில் வரிசையாக காலணிகளைக் கழற்றி வைத்திருப்பதுதான். முல்லாவின் தாடியின் பாணிதான் அவரைச் சீன முகத்தில் இருந்து வேறுபடுத்துகிறது. மத்திய ஆசியாவில் இருந்துவந்த ஒரு வணிகக் குழுவே இங்குள்ள முஸ்லிம்களாக இருக்க வேண்டும். அவர்கள் இவ்வளவு தூரத்தில் உள்நாட்டில் குடியமைந்து இருப்பார்கள் என நான் அறிந்து கொள்ளவில்லை. அவர்கள் சின்சியாங்கில் உள்ள சீன எல்லையில் இருப்பவர்கள் என்றுதான் நான் எண்ணிக்கொண்டிருந்தேன்.

~

யுவான் சுவாங் வாழ்ந்த, தாம் இந்தியாவில் இருந்து கொண்டுவந்த புத்த மதச் சுவடிகளை ஆராய்ந்த, மடத்திற்கு நாங்கள் அடுத்த நாள் சென்றோம். ஒரு மலையின் உயர்வான அழகிய பகுதியில் அந்த மடம் அமைந்திருந்தது. பள்ளத்தாக்கின் அப்பால் சில பயிர்செய்யப்பட்ட நிலங்கள், சில தரிசு நிலங்களோடு ஆங்காங்கே மரங்கள் நிற்கும் ஒரு சதுரக் கட்டம் போன்ற வயல்களுக்கு ஊடாக மடம் தென்பட்டது. முக்கிய மடாலயம் திறக்கப்படுவதற்காக நாங்கள் காத்திருந்தபோது, தூண்களின் கட்டி சிவப்பு நிறமும், மரத்தில் செதுக்கப்பட்டிருந்த சிற்பங்களும் எங்களைக் கவர்ந்திழுத்தன. இது நன்கு பராமரிக்கப்பட்டது என்பது புலனானது. முற்றத்தைத் தாண்டி கோயில் கும்பக்கலசம் போன்ற பெரிய கட்டடத்தைப் பொதுவாகப் பார்த்துக்கொண்டிருந்தேன். அதுதான் யுவாங் சுவாங்கின் கல்லறை. திடீரென அதன் மூலையில் ஒரு தோற்றம் தென் பட்டது:

காவி உடையில் ஒரு வயதான துறவி. அந்த மடத்தை இன்னும் துறவிகள் பயன்படுத்துகிறார்கள் என்பது எனக்குத் தெரியாமல் இருந்தது. கோவிலில் புத்த மத வழிபாட்டுக்குரிய அனைத்து வழக்கமான பொருட்களும் இருந்தன – சிறிய சின்னங்கள், நறுமணப் பொருள் எரிக்கும் கிண்ணங்கள், முரசுகள் மற்றும் பிரார்த்தனைச் சக்கரம்.

ஷியான். வயதான துறவியும் அவரது பணியாளரும் ஒரு காலத்தில் யுவான் சுவாங் வாழ்ந்த வீடாகிய மடத்தில் நிற்கின்றனர். துறவியின் ஆடை இந்தியப் புத்த மதத் துறவிகள் அணியும் ஆடையில் இருந்து மாறுபட்டு இருக்கிறது. அப்பகுதியில் குடியானவர்கள் அணியும் உடை போன்றதொன்றைப் பணியாளர் அணிந்திருக்கிறார்.

மடத்தின் இன்னொரு பகுதியில், யுவான் சுவாங் முதுகில் ஒரு மூட்டைச் சுவடிச் 'சூத்திரங்களைச்' சுமப்பதுபோல் பளபளப்பான கிரானைட்டில் அவர் நினைவாக அவரது சித்திரம் செதுக்கப்பட்டுள்ளது. அவர் ஆய்ந்து இந்தச் சூத்திரங்களை மொழிபெயர்த்ததாகக் கூறப்படும் ஓர் அறைக்கு எங்களை அழைத்துச்சென்றனர். எங்களுக்குச் சுற்றிக்காட்டிய வயதான துறவி ஒவ்வொரு பொருளையும் மரியாதையுடன் கையாண்டார். யுவான் சுவாங்கின் எழுத்துகளைத் தாம் படித்ததாகவும் அவரது அறிவின் மேல் தாம் மிகுந்த மரியாதை வைத்திருப்பதாகவும் கூறினார். இந்தியாவில் மட்டுமல்லாமல் உலகம் முழுவதும் உள்ள வரலாற்று மற்றும் புத்த மத அறிஞர்கள் யுவான் சுவாங்கைப் போற்றுகிறார்கள் என்று நான் அவருக்கு உறுதியளித்தேன். வயதான துறவியுடன் இருந்த இளம் துறவி அங்கி அணியாமல், அழகாக ஆனால், அணிய வேண்டிய நீல நிறத்தில், கற்பலகையில் இருந்த யுவான் சுவாங் போலவே துணியுடனும் காலணிகளுடனும் காணப்பட்டார். அந்த வடிவமைப்பு உள்ளூரில் பிரபலம் போலும்! அந்த இரு துறவிகளும் சீரமைப்புப் பணிகளை மேற்பார்வை செய்வதாகவும் மடத்தைப் பராமரித்து வருவதாகவும் அவற்றைச் சிறப்பாகச் செய்துவருவதாகவும் கூறப்பட்டது. பழங்காலத்துச் சீனத்துறவி ஏறக்குறைய ஒரு சாத்தியமற்ற பயணத்தைத் திட்டமிட்டு, ஒரு புதிய மற்றும் கவர்ந்திழுக்கும் மதத்தைப் புரிந்துகொள்வதற்காகத் தேவையான பிரதிகளைக் கொண்டுவரும் கட்டாயத்தால் உந்தப்பட்டதை நான் கற்பனைக் கண் கொண்டு சிறிது நேரம் சிந்தித்துப் பார்த்தேன்.

அங்கு இருப்பது எனக்கு விசித்திரமாகப்பட்டது. மேல் அறையின் பால்கனியில் தனியாக நின்றுகொண்டு முக்கிய மடத்தையும் மலையின் அடிவாரத்தையும் நோக்கும்போது கடந்தகால நூற்றாண்டுகளுக்குள்ளாகக் கடந்துசெல்வது போன்ற தனித்துவமான உணர்வு ஏற்பட்டது. ஒரு வகையில் சீனாவுக்கு என் பயணத்தைச் சாத்தியமாக்கிய ஒரு கணம் இது. தாம் அறிந்த புத்த மதத்தைத் தேடி – சீனர்களின் மேற்கத்திய சொர்க்கத்தின் இருப்பிடம் எனக் கருதப்பட்ட இந்தியாவின் புத்த மதம் – கி.பி. ஏழாம் நூற்றாண்டில் கிழக்கு ஆசியாவையும் இந்தியாவையும் ஊடுருவி ஒரு பதினாறு ஆண்டுகால யுவான் சுவாங்கின் ஒரு நம்ப முடியாத பயணம். அவர் ஒரு அசாதாரணமான மனிதர். அவரது பயணத்தை அடிப்படையாக வைத்துக் கணிக்கும்போது இடங்களையும் மனிதர்களையும் பற்றி நம்ப முடியாத அளவுக்குத் துல்லியம் கொண்டவர்.

ஆனால், புத்த மதத்தைப் பற்றி மட்டுமல்லாமல் குறிப்பாகச் சீனாவின் புத்த மதத்தைப் பற்றி அல்லது அக்காலத்தில் சீனாவில் இருந்து பரவி வரும் தத்துவங்கள் பற்றி அவர் பல பேருடன் நடத்திய உரையாடல்களை

இந்தியாவில் ஒருவருக்குக்கூட, ஒற்றை மனிதருக்குக்கூட, பதிய வேண்டும் என்ற சிந்தனை வரவில்லை. நான் அடிக்கடி முன்நவீன இந்தியர்கள் தங்களுக்கு அடுத்து அப்பால் இருக்கும் உலகத்தைப் பற்றி, அது மத்திய ஆசியா அல்லது தென் கிழக்கு ஆசியாவுக்கு அவர்கள் வணிகராக மத போதகர்களாகச் சென்றதாக, பணியாற்றியதாக இருந்தாலும் அதைப் பற்றிய கருத்துகளைப் பதிய ஆர்வமின்மைக்குக் காரணம் என்ன என்பதைப் பற்றி வியந்திருக்கிறேன். கிரேக்கக் கூலிப்படையினராக அல்லது வணிகர்களாக அல்லது சீன புத்தத் துறவிகளாக அல்லது அரேபிய வணிகர்களாக அல்லது மத்திய ஆசிய சூஃபிகளாகப் பல்வேறு காரணங்களுக்காக இந்தியாவில் பயணம் செய்த இந்தியர் அல்லாத பலரைப் பற்றி இந்தியர்களில் ஒருவர் கூட எழுதவில்லை. மக்களையும் இடங்களையும் பற்றி அறிவதில் இவர் களுக்கு ஆர்வம் இல்லையா அல்லது இந்த வெளிப்படையான ஆர்வ மின்மைக்கு வேறுகாரணம் ஏதாவது இருக்கிறதா? பரந்த உலகத்தைப் பற்றி அறிவதிலும் அதைப் பற்றி எழுதுவதிலும் மிகுந்த ஆர்வமுள்ள சீனர்களோடு ஒப்பிடும்போது இது அதிர்ச்சியூட்டும் முரணாக உள்ளது.

சரியாகச் சொல்லப்போனால் ஷியான் ஒரு வளர்ந்துவரும் நகரமாகும். வருங்காலத்தில் நகரமயமாகும் பிரச்சினைகள் உருவாகலாம். நகரின் விளிம்பில் பல புதிய கட்டடங்கள் அமைந்துள்ளன. இவற்றில் சில பொதுத்துறை கட்டங்கள். ஒரு மாபெரும் புதிய பல்கலைக்கழகம், மின் உற்பத்தி நிலையங்கள், தொழிற்சாலைகள் மற்றும் ஆலைகளும் அவற்றின் அலுவலகங்களும். இக்கட்டுமானங்களில் நீண்ட சாக்கடைப் பள்ளங்களும் அடங்கும். இவை மாபெரும் ஒரு கழிவுநீர் அமைப்பைச் சென்றடையும். எங்கு பார்த்தாலும் கட்டப்பட்டுவரும் கட்டுமானங்கள். நடந்துசெல்லும் போது உடலுழைப்பின் களைப்பைப் போக்க தொழிலாளர்கள் சேர்ந்து பாடும் இசை கேட்கிறது. கட்டடக் கலை என்ற நோக்கில் பார்க்கும்போது இவை அலங்காரமற்ற நவநாகரிகமற்ற ஜன்னல்களும் கதவுகளும் கொண்ட மந்தமான கட்டடத் தொகுதிகளே. நமது நாட்டிலும் பெருவாரியாகத் துரிதமாகக் கட்டப்படும் பாணியிலேயே இவைகளும் இருந்தன. கட்ட டங்கள் போதுமானவையே, ஆனால், வெளிப்புறம் கொஞ்சம் கவர்ச்சி கரமாக இருக்கலாம் என்றுதான் ஒருவர் விரும்புவார்.

வரலாற்றுக்கு முந்திய பொருட்களைச் சேகரித்துவைத்திருக்கும் அருங் காட்சியகமும் ஒரு தொடர் கூடங்கள் கொண்டதுதான். வெளியே சாம்பல் நிறச்-செங்கல் மற்றும் உள்ளே வெள்ளையடிக்கப்பட்டுள்ளன. எல்லா அறைகளிலும் உள்ள தளவாடங்களில் அடர்பழுப்பு அல்லது சிவப்பு வண்ணம் பூசப்பட்டுள்ளது. இன்னொரு கன்ஃபூசியக் கோவிலை அருங் காட்சியகம் ஆக்க வேண்டும் என்று யாரும் கேட்கவில்லை. புதிய

அருங்காட்சியம் கொஞ்சம் நவீனமாகக் கண்களுக்கு இதமாக இருக்க லாம். படைவீடுகள் போன்ற அமைப்பை, கூடங்களின் உயரத்தை அதிகப் படுத்துவதன் மூலமும், பொருட்களைச் சுவரை ஒட்டி நீள்வரிசையில் வைக்கும் அமைப்பை மாற்றியும் மேம்படுத்தலாம். சீன முருகியல் நுட்பமானது. அதிகச் செலவில்லாமல் பார்வைக்கு அதிக நுட்பமான வடிவங்களையும் நிறங்களையும் முயற்சி செய்யலாம். முன்னேற்றம் என்ற பெயரில் ஓர் அந்நிய முருகியலைப் புகுத்துவதா? உண்மையில் முன்னேற்றம் என்பது ஒரு கவர்ச்சியான முருகியலுக்குக் கொண்டுசெல்ல முடியும்.

இவர்களுடைய அதிக முக்கியத்துவம் இல்லாத நினைவுச் சின்னங்கள் எல்லாம் சராசரி வாழ்க்கையுடன் ஒன்றிணைந்து கிடந்தது. உதாரணமாகக் கன்ஃபூசிய மற்றும் புத்த விகாரைகள். இவை கட்டடக்கலை ரீதியாக அதிகம் வேறுபடவில்லை. கலசங்கள் கொண்ட கோயில்கள் தனியாகத் தெரிந்தன. பெரும் நினைவுச் சின்னங்களைவிட குறைந்த முக்கியத்துவம் கொண்டதாக இருந்தாலும் இந்தியாவில் கோயில்கள், ஸ்தூபிகள் மற்றும் மசூதிகள் பொதுவான கட்டடங்களைவிட தனித்துவமானவைகளாகவே இருக்கும். நிறுவனக் கட்டடங்களை நவீனக் கட்டடக் கலையைத் தழுவியதாக மாற்றுவது சீனாவில் ஒரு பிரச்சைனையாக இருக்காது. ஆனால், அவர்கள், ஒருவேளை சோசலிசக் கட்டடக் கலைக்கு சிறந்த உதாரணங்களாகப் பார்ப்பதால் சோவியத் பாணி கட்டடங்களையே விரும்பவதுபோல் தோன்றுகிறது. சோசலிஸ்ட் புரட்சிகள் ஏன் புதிய கட்டடக் கலைப் பாணிகளின் கவரும் மாதிரிகளை உருவாக்கவில்லை. முருகியலைப் பற்றிய அக்கறை என்னும் ஆடம்பரத்தைப் போற்ற முடியாத அல்லது போற்றாத நிலைக்கு எல்லாவற்றையும் கீழிறக்கும் ஆட்டிப்படைக்கும் மனநிலையா இது? அல்லது 'பாணி' என்பது உயர் குடியோடு சம்பந்தப்பட்டது என்றும் சோசலிச சமூகமாக மாறும்போது அதை ஒதுக்கிவிட வேண்டும் என்ற கண்ணோட்டமா? அதற்காகக் கட்ட டங்கள் போலி கலசங்கள் கொண்ட கோயில்கள் மாதிரி இருக்க வேண்டும் என்று நான் நினைக்கவில்லை. ஆனால், நவீன முருகியலைச் சாத்தியமாக்கும் வேறு வகைகளை அறிமுகப்படுத்துவதில் இதுவரை ஆர்வமாக இருக்கவில்லை என்பதுபோல் தோன்றுகிறது.

இந்தியக் கிராமப்புறங்களை நினைவுபடுத்தும் பல கிராமங்கள் வழியாக நாங்கள் கடந்துசென்றோம். நெருங்கிப் பார்த்தால்தான் வித்தியாசத்தைக் கண்டறிய முடியும். தோளில் ஒரு தடியை வைத்த ஒருவர் இருமுனை களிலும் பொருட்களை வைக்கும் கூடையுடன் செல்வதைக் கிராமப் புறங்களில் பரவலாகப் பார்க்கமுடிந்தது. இவற்றில் சில இங்கு நடமாடும்

உணவகங்கள் ஆகும். ஒரு கூடையில் சூப் அல்லது நூடுல்களைச் சமைக்கும் அடுப்பு, பாத்திரம், வடசட்டிகளும் அடுத்தக் கூடையில் கிண்ணங்கள், குச்சிகள் மற்றும் ஆறிய பதார்த்தங்களும் இருக்கின்றன. அந்த மனிதர் எங்கு வேண்டுமானாலும் நின்று துரிதமாக வேண்டியதைச் சமைக்க முடியும். இந்தக் கிராமங்களில் சில, கிராமப்புறங்களில் நிலவும் வறுமையைச் சுட்டிக்காட்டுகின்றன. இந்தக் காட்சி இந்தியாவில் இருந்து அதிகம் மாறுபட்டது அல்ல. கடந்துவரும் காலத்தில் எவ்வளவு தூரத்துக்கு முன்னிருந்து இந்த வறுமை நிலவி வருகிறது என்பது ஒருவர் கேட்கக் கூடிய கேள்வியே. இந்தப் பொருளாதாரத்தைக் கட்டுப்படுத்த காலனி யாதிக்கம் செய்த முயற்சியும் அதன்மூலம் மக்களை இன்னும் வறுமைக் குள்ளாக்கியதில் அதன் பங்கும் என்ன?

கடந்தகாலத்தின் ஆதரங்கள் வறுமையைக் குறிப்பிடுகின்றன என்றாலும் அது இவ்வளவு பரந்த அளவில் இருப்பதைக் குறிப்பிடவில்லை. இருப் பினும் கடந்தகாலத்தில் பிரதிகள் உயர்குடியினரால் எழுதப்பட்டன, அதிலும் புத்தகங்களை எழுதும் கல்வி அறிவு படைத்தவர்களாலேயே எழுதப்பட்டன என்பதை நினைவில் கொள்ள வேண்டும். அவை பெரும்பாலும் தங்கள் வாழ்க்கையையும் வாழ்வியலையும் பிரதிபலித் தனவே தவிர வறியவர்களை அல்ல. வேறுபாடு என்னவென்றால், இன்று நாம் நமது சமூகங்களில் இருக்கும் வறுமையையும் அதை அகற்ற என்ன செய்ய வேண்டும் என்பதையும் அறிந்திருக்கிறோம். சீனக் கம்யூனிஸ்ட் கட்சி எதை வலியுறுத்தும்? வறுமையை ஒழித்து அனைத்துக் குடிமக்க ளுக்கும் ஒரு சமமான தொடக்கத்தை அளிப்பதையா அல்லது ஓர் அரசியல் கட்சியாகவும் ஓர் அமைப்பாகவும் சிபிசியை அதிகாரத்தில் நிலைநிறுத்து வதையா? உள்ளுறை ஆற்றல் வடித்தெடுக்கப்படுவதுபோல் தோன்று கிறது; ஆகவே எதிர்காலம் பல நூற்றாண்டுகளாக இருந்ததைப் போல் அவ்வளவு எதிர்மறையாகத் தென்படாது என்று தோன்றுகிறது.

பொருளாதார நிலை அனுமதிக்கவில்லை என்ற போதிலும் இத்தகைய வசதியுடன் அயல்நாட்டு விருந்தினர்களையும் அதிகாரிகளையும் வைப்பது

எனக்கு வருத்தமளிக்கிறது. இது தங்கள் கௌரவத்தைக் காப்பாற்றும் ஒரு முயற்சியே தவிர வேறல்ல. இத்தகைய விடுதிகளையும் கார்களையும் தங்களால் அனுபவிக்க முடியவில்லை, ஆனால், அயல்நாட்டுக்காரர்களால் முடிகிறது என்ற ஆதங்கம் சீனர்களுக்கு இருக்கத்தான் செய்யும். வெளிநாட்டு வல்லுநர்கள் ஏன் தங்களுக்கு ஒத்த சீனர்கள் வசிப்பதுபோன்ற வீடுகளில் வசிக்க முடியாது? சாதாரண மக்களின் வீடுகளையும் இதுபோல் அரசு மேம்படுத்துவதற்கு இது வழிகோலலாம். பெரும் பண்பாடுகள் நம்மில் ஒரு பகுதி என்று பெருமைப்பட்டுக்கொண்ட நாம் இப்போது பணக்கார

ஷியான். மடங்களால் ஆன கட்டடத் தொகுதியில் அமைந்துள்ள கோயில் கட்டடக்கலைக்கான ஓர் எடுத்துக்காட்டு. புத்த மதத்தின் புனித வெளி எவ்வாறு ஓர் அரை வட்ட ஸ்தூபியில் இருந்து முட்டைவடிவ கோயில் ஆனது என்பது ஆர்வமூட்டும் பதிவாகும்.

ஷியான். அலங்கார ஓட்டுக் கூரையில் மேற்கூரை அலங்காரங்கள் அந்த வீட்டில் வசிப்பவர்களைப் பற்றிய ஒரு குறிப்பை அளிக்கிறது. சில சமயம் கூரைமேல் இருக்கும் வடிவங்களும் உருவங்களும் அந்த வீட்டின் மேலும் அங்கு வாழ்பவர்கள் மேலும் ஆசிர்வாதத்தை உறுதிசெய்வதற்காகவும் அமைக்கப்படும்.

நாடுகளில் இருந்து உதவிகளை நாடுவது நம்மை சிறுமைப்படுத்துவ தாகும். இப்போது மூன்றாம் உலக நாடுகள் என்று கூறப்படுபவற்றைத் தங்கள் காலனிகளாக்கி அவற்றின் செல்வங்களைச் சுரண்டி தங்கள் வளங்களைக் குவித்துக்கொண்ட முதலாம் உலக நாடுகளிடம் கேட்பது நமது உரிமையுமாகும் என்று கருதத்தான் வேண்டும்.

~

வேடிக்கையான விஷயம் என்னெவென்றால் என்னுடைய ஷாப்பிங் வெற்றியடையவில்லை. எனக்குப் பொருந்தும் அளவுக்கு ஜாக்கெட் கிடைக்கவில்லை. எனக்காக ஒரு சாக்கை தைத்துக்கொண்டேன். சரியாகச் சொல்லப்போனால் அது சாக்குதான், பெரியது, தளர்வானது. ஏனெனில், நான் இறுக்கமாக எதையும் விரும்பவில்லை, காற்றோட்டமாக இருக்க வேண்டும் என விரும்பினேன். சீருடை போன்ற சட்டைகளை அணிந்துகொண்டு திரிந்தேன். ஒல்லியான சீனப் பெண்களிடம் இருந்து வேறுபட்டு வயசுப் பையன்களின் கேலிப்பொருள் போலத் தோற்றமளித்தேன். நல்லவேளை அப்படி யாரும் இங்கு இல்லை. உணவகப் பெட்டியைத் தேடி தொடர்வண்டியின் கடைசிவரை சென்றேன். ஆண்கள் பரவலாக உட்கார்ந்திருந்தார்கள். சிலர் விசித்திரமாகப் பார்த்தனர்; ஆனால், கிண்டல் ஒலியோ அல்லது விசிலோ யாரும் இதுவரை அடிக்கவில்லை. ஒருவேளை அவர்கள் ஒரு சாதுவான புதிய நபரை சங்கடத்துக்குள் ஆக்க விரும்பாமல் இருந்திருக்கலாம். ஒருவேளை இந்த மரியாதையான அமைதியைவிட ஒரு கிண்டல் கேலிகூட நன்றாக இருந்திருக்குமோ என்று எண்ணிப்பார்த்தேன்.

இது என் மனதில் ஒரு பெரிய கேள்வியை எழுப்பியது. பெண் விடுதலைக்கான இயக்கத்துக்கு இணையாக ஒரு தூய்மைவாதமும் செல்கிறதோ. புரட்சிச் சூழல்களில் இது ஆச்சரியப்படும் ஒன்றல்ல. இது வேர் பிடித்திருக்கும்போல் தோன்றியது. விபச்சாரம் ஒழிந்ததுடன் போக்கிரித்தனமும் இல்லை. ஒருவரின் தனிப்பட்ட வாழ்க்கையைப் பொது வாழ்க்கையில் இருந்து பிரித்துப்பார்க்கக் கூடாது என்ற கருத்தில் இருந்து இது எழுந்திருக்குமோ. இன்றைய அதிகாரபூர்வ சீனச் சிந்தனையில் இது வழிக்காட்டும் கொள்கையாக இருப்பதுபோல் இருக்கிறது. இன்னும் ஒரு பத்தாண்டுகளில் இதற்கு எதிர்வினை இருக்கும் என்று எனக்குத் தோன்றியது.

6

லுஓயாங் குகைகளுக்கு ஒரு குறும் பயணம்

நாங்கள் தொடர்வண்டியில் லுஓயாங் வந்துசேர்ந்தோம். அங்கு இலையுதிர் காலத்துச் சந்திர விழா நடக்கும் நேரம் அது. எங்களுக்கு சந்திரக் கேக்குகள் அளிக்கப்பட்டன. இது நறுக்கிய கொட்டைகள் மற்றும் சுவையூட்டிகளை உள்ளே வைத்துச் செய்யப்பட்ட வட்டவடிவப் பண்டம். அவற்றிற்குள் என்ன இருக்கிறது என்று ஊகிக்கத்தான் வேண்டும், உண்டபின் வயிற்றுக்குள் டம்மென்று இருக்கிறது. விழாவை ஒட்டித் தெருக்களில் கொடிகளுடன் பல ஊர்வலங்கள் சென்றுகொண்டு இருந்தன. அவை ஒவ்வொரு இடமாகச் செல்ல, மக்கள் ஒன்றில் வந்து அதனோடு சேர்ந்தனர் அல்லது சிலர் வெளியேறிக்கொண்டு இருந்தனர். ஷியானுக்கு முன்னால் லுஓயாங்கும் சீன அரச வம்சங்களின் தலைநகராக இருந்தது.

நாங்கள் எதிர்பார்த்தபடி எங்களை ஒரு சிறிய தங்கும் விடுதிக்கு அழைத்துச்செல்லவில்லை. ஒரு பெரிய நவீன விருந்தினர் மாளிகைக்கு அழைத்துச்சென்றனர். அதில் கட்டடம் முழுமைக்குமான மையச்சூடேற்றி அமைப்பும் நவீன வீட்டு உபயோகச் சாதனங்களும் இருந்தன. அது மட்டுமல்லாமல் வெந்நீர்க் குளியல் இருந்தது எனக்கு மட்டற்ற மகிழ்ச்சியைத் தந்தது. அதிக அளவில் விருந்தினர்கள் வந்ததால் அவர்களைத் தங்கவைக்க ஒரு தகுந்த இடமாக இதை அமைக்க முடிவெடுக்கப்பட்டது. முதன்முதலில் சீனாவில் எனக்கு சமைக்கப்பட்ட காலையுணவு கிடைத்தது. ஓர் ஆங்கிலேயப் பாணி உணவு. வறுத்த முட்டைகள், பேக்கான் மற்றும் பன்றியிறைச்சி. உணவுக் கூடத்தில் இருந்த வானொலியில் பீதோவெனின் ஐந்தாம் சிம்பொனி ஒலித்தது. நீண்ட அறிவிப்புக்குப் பின் ஆறாம் சிம்பொனிக்குச் சென்றது. அவர்கள் அனைத்து ஒன்பது சிம்பொனிகளையும் ஒலிபரப்பப்போகிறார்களோ என்று நினைத்தேன். அப்படியென்றால் நாங்கள் திரும்பிவரும்போது என்னால் ஒன்பதாம் சிம்பொனியின் இறுதிப் பகுதியான ‘டாட்டர் ஆஃப் எலிசயத்தைக்’ கேட்க முடியும்.

இரவு உணவின்போது எங்களால் பிபிசியின் ஆங்கில நிரலை டியூன் செய்ய முடிந்தது. அது ஓர் ஆலய நிகழ்ச்சி. தனிமையிலும் தனிமை யாக்கப்பட்டும் தூர கிழக்கில் இருக்கும் சகோதரர்களைத் தேற்றியது. ஒரே

உண்மைக் கடவுளை நம்பும் அனைத்து மனுக்குலமும் ஒற்றுமையாய் இருப்பதால் அவர்கள் தனிமையில் இல்லை என்று உறுதியளித்தது. அதிகாரிகள் இந்தச் செய்தியைப் பற்றி என்ன நினைக்கிறார்கள் என்று எனக்குத் தெரியவில்லை. எங்கள் புரவலரும் தொல்லியல் அறிஞருமான திரு. சியாங்குக்கு ஆங்கிலம் தெரியாது. அவருக்கு மிங்கோ அதை மொழி பெயர்த்துக் கூறும்போது கலகலவென சிரித்துவிட்டார். இறுதியாக நாங்கள் செய்திக்குச் சென்று தொந்தரவு இல்லாமல் கேட்டோம். எந்த ஓர் ஆங்கிலச் செய்தித்தாளும் கிடைக்கவில்லையாதலால் சீனாவுக்கு வந்ததில் இருந்து நாங்கள் செய்தியையே கேட்கவில்லை. ரஷ்யா ஒரு கண்டம் விட்டு கண்டம் பாயும் ராக்கெட்டைக் கண்டுபிடித்திருப்பதும் அதனால் மேற்கத்திய உலகம் அதிர்ச்சி அடைந்திருப்பதும்தான் முக்கியச் செய்திகள். இந்தச் செய்தி இரண்டு வாரத்துக்கு முன்னரே அனிலுக்கு ஒரு கடிதம் மூலம் கிடைத்தது. அது இன்னும்கூட விவாதிக்கப்பட்டு வருகிறது. எங்களுக்கு ஒரு ஜப்பானிய வானொலி நிலையம் கிடைத்தது. 'லவ் மீ டெண்டர், லவ் மீ ட்ரூ'வை ஒரு ஜப்பானியப் பெண் ஜப்பானிய உச்சரிப்புடன் பாடிக்கொண்டிருந்தார். எல்விஸ் பிரிஸ்ட்லியின் பாட்டில் இருந்து எவ்வளவு மாற்றம்!

கூடுதல் பயணமாக லுங்மென் (லாங்மென் அப்போது அவ்வாறு அழைக்கப்பட்டது) சென்றது எங்களுக்கு ஒரு போனஸ் போன்று இருந்தது. அதிக தூரத்தில் இல்லை. அற்புதமான புத்த மதச் சிற்பங்களைப் பார்க்கச் சென்றோம். இது சிலிர்ப்பூட்டுவதாக இருந்தது. குகை வாயில் திறந்தே இருப்பதால் சிற்பங்கள் வருகை புரிவோரின் விழிகளை வரவேற்க வெளியே வருவதுபோல் தோன்றியது. இரு குன்றுகளுக்கு நடுவே ஓர் ஆறு ஓடுகிறது. ஆற்றை நோக்கி குகைகள் இருக்கின்றன. ஆறு அவ்வளவு ஆழமாக இல்லை. வண்டிகளை இழுத்துக்கொண்டு குதிரைகள் கடப்பதைக் காலையில் கண்டோம். கெடுவாய்ப்பாக ஒரு நிலக்கரிச் சுரங்கம் உள்ளது. அருகில் நிலக்கரி குவித்து வைக்கப்பட்டுள்ளது. சிற்பங்களில் எல்லாம் சாம்பல் நிறத்தில் கரித்துகள் படிந்துள்ளது. சுத்தமானவற்றைப் பார்க்க குகைக்குள் இன்னும் தூரம் செல்ல வேண்டும். குகைகளும் சிலைகளும் ஆயிரத்தைத் தாண்டும். சாம்பல் மற்றும் நிலக்கரி பின்னணிக்கு முரணாக சாலையில் இளஞ்சிவப்பு நிற ஈச்சம்பழ வகைகள் விற்பனைக்குக் குவித்து வைக்கப்பட்டிருந்தன. குன்றின் மறுபக்கம் நிலக்கரியைக் கொண்டு செல்லச் சாலை போடப்படுவதாய் திரு.சியாங் கூறினார். அதன்பின் சிற்பங்களில் தூசி படியாது. போக்குவரத்து பெரும்பாலும் விலங்குகளால் இழுக்கப்படும் வண்டிகளால் நடைபெறுகிறது. இதன் மூலம் எவ்வளவு தான் கொண்டுசெல்ல முடியும் என்று வியந்தேன். டிரக்குகள் எதுவும் கண்ணில் படவில்லை என்பது ஆச்சரியம் அளித்தது.

பெரும்பாலான சிற்பங்கள் கி.பி ஆறாம் நூற்றாண்டுக்குப் பிந்திய வடக்கு வேய் மற்றும் டேங்க் காலகட்டத்தைச் சேர்ந்தவை. இவற்றில் சில இந்தியப் பாணிகள் இருப்பதாக என் கண்ணுக்குப் பட்டது. இவை சிறந்த, முதிர்ந்த மற்றும் நல்ல சமநிலையான மதம்சார்ந்த கலையாகும். அரச வர்க்கத்தைச் சார்ந்தவர்கள் புத்தரை வணங்கும் சிற்பங்கள் நேர்த்தியானவைகளாக இருந்தன. புத்தருடைய சிற்பங்கள் பெரிதாகவும் அதைவிடச் சிறியதாக அரசகுலத்தவரும் அதைவிடச் சிறியதாக பொதுமக்கள் சிலைகளும் இருந்தன. பல குகைகளும் ஆயிரக் கணக்கான சிற்பங்களும் இருந்தன. ஒன்பதாம் நூற்றாண்டில் இருந்து பன்னிரண்டாம் நூற்றாண்டு வரை குகைகளைக் குடைவது குறைந்தது. சுண்ணாம்புக்கல் சிற்பத்துக்குச் சிறந்தது. தற்காலத்தில் உலக விற்பனையாளர்களாலும் குற்றம் நிகழத் தொடங்கியுள்ளன. இருபதாம் நூற்றாண்டின் ஆரம்பத்தில் உலகக் கலைச் சந்தையில் விலையுயர்ந்த கலைப்பொருளாகக் கருதப்பட்டதால் பல சிற்பங்களின் தலைகள் உடைத்து எடுத்துச் செல்லப்பட்டன. கலைச் சந்தையின் மாஃபியா கும்பல்களால் அமைக்கப்பட்ட ஆயுதம் ஏந்திய குழுக்கள் குகைக்குள் சென்று தலைகளை உடைத்து எடுத்துச் சென்றன.

திரும்பி வரும்போது, பழைய காலத்தில் ஓர் உள்ளூர் தளபதியால் கட்டப்பட்ட ஒரு கோவிலையும் மடத்தையும் பார்த்தோம். அது பழுது பார்க்கப்பட்டு மறுசீரமைப்பு செய்யப்பட்டிருந்தது. இப்போது அது ஓர் அருங்காட்சியகம் ஆக்கப்பட்டு, அதில் ஐந்தில் இருந்து பன்னிரண்டாம் நூற்றாண்டு வரையுள்ள சிற்பங்கள் வைக்கப்பட்டிருந்தன. உள்ளூர் அருங் காட்சியங்கள் அமைக்கப்படும் துரிதம் பாராட்டப்பட வேண்டும். இத்தகைய அருங்காட்சியகங்கள் உள்ளூர் வரலாற்றில் ஆர்வத்தையும் காட்சிப்படுத்தப் படும் பொருட்களின்பால் பெருமித உணர்வையும் உருவாக்குகின்றன. பழங்கால ஷேங் பண்பாடும் செழித்த ஒரு பகுதி இதுதான். ஆனால், அகழ்ந்து எடுக்கப்பட்ட பொருட்களில் பல சீனாவுக்கு வெளியே கொண்டு போகப்பட்டுவிட்டன என்று எங்களிடம் கூறப்பட்டது. இதை நான் அகழ்வாராய்ச்சியில் கிடைத்தது என்று சொல்லத் தயங்குகிறேன். ஏனெனில் இவையெல்லாம் சாலை அமைக்கும்போதும் பெரிய கட்டடங்களைக் கட்டத் தோண்டும்போதும் தற்செயலாகக் கிடைத்தவை. கடந்தகாலத்துப் பொருட்களைக் கண்டுபிடிக்கும் முறைக்கு இங்கு அகழ்வாராய்ச்சி என்ற சொல் பயன்படுத்தப்படுகிறது. ஆனால், இது தகுந்த முறையில் கட்டுப் படுத்தப்பட்டு, மற்றும் கவனமாகப் பதிவுசெய்யப்பட்டு, அடுக்கடுக்காகச் செய்யப்படும் அகழ்வாராய்ச்சியைக் குறிக்கவில்லை. தரவை விளக்கு வதற்கு முறைப்படுத்தப்பட்ட அகழ்வு முக்கியமானது. ஆனால், சாதாரண மாகத் தோண்டும்போது கிடைத்த இந்தப் பொருட்கள் பதிவுசெய்யப்பட்டு

அவை ஆராயத்தக்க இடத்தில் வைக்கப்பட்டிருப்பதற்கு நன்றி சொல்லத் தான் வேண்டும். இதனால் அதிகமாகக் குறைகூற ஒன்றுமில்லை. பல நாடுகளில் கட்டுமானப் பணிகளுக்காகத் தோண்டும்போது தொல்பொருள் கிடைக்கக்கூடிய சாத்தியக்கூற்றில் கவனம் செலுத்தப்படுவதில்லை. மூன்று அல்லது நான்கு ஆண்டுகளுக்கு முன்னர் முக்கிய சாலையைக் கட்டும் போது கிடைத்தவையே அருங்காட்சியகத்தில் வைக்கப்பட்டிருக்கும் பெரும்பான்மையான பொருட்கள்.

ஓர் உயரம் குறைந்த குன்றின் ஊடாக ஓர் ஆற்றின் குறுக்காக ஒரு சாலை அமைக்கப்பட்டு வருகிறது என்று எங்களுக்குக் கூறப்பட்டபோது ஆச்சரியம் அடைந்தோம். அந்தப் பாதை நேராக ஒரு ஹேன் கல்லறைக்குச் செல்கிறது. இந்தக் கல்லறை அகழ்வு செய்யப்பட்டு பொருட்கள் அகற்றப்பட்டன. ஆனால், பொருட்கள் இருந்த இடத்திலேயே விட்டு வைக்கப்பட்டுள்ளன. எங்களால் கல்லறைக்குள் நடந்து சென்று அதன் அமைப்பைப் பார்க்க முடிந்தது. அறைகளும், ஜாடிகள், பானைகள் எல்லாம் நிறைந்த சமையலறையும் கொண்ட ஒரு வீடு அது. இணைக்கும் கதவுகள் ஒன்றில் தன் அலகில் ஒரு மீனைக் கவ்விக்கொண்டிருக்கும் நாரையின் வடிவம் உள்ளது – ஒருவேளை குடும்பச் சின்னமாக இருக்க லாம். ஒரு நீண்ட உயரம் குறைந்த நடைபாதை ஒரு கல்லறைக்குச் செல் கிறது. மெழுகுத்திரியை ஏந்திக்கொண்டு ஒருவர் ஒருவராகத்தான் நடக்க முடியும். ஒரு மர்மமான உணர்வை இது கொடுத்தது. தொல்லியல் செழுமை பூமிக்கடியில் இருந்து வெடித்து வந்ததைப்போல் இருந்தது. இதுவரை இதன் ஒரு சிறு பகுதியே வெளிப்படுத்தப்பட்டுள்ளது.

லுஓயாங் தலைநகரமாக இருந்த காலகட்டத்தில் கி.பி. 68இல் கட்டப் பட்ட, சீனாவின் முதல் புத்த மத வழிபாட்டு இடமாகப் பாரம்பரியமாக நம்பப்பட்டுவரும் புகழ்பெற்ற வெண்குதிரைக் கோயில் மடத்துக்கு நாங்கள் அடுத்ததாகச் சென்றோம். அருகில் இன்னும் சில வெண்குதிரை மடங்கள் என்று கூறப்படுபவைகளும் இருப்பதால் சற்று குழப்பம் ஏற் பட்டது. ஒரு கனவால் உந்தப்பட்ட ஒரு பேரரசர் இந்தியாவுக்குச் சென்று புத்த மதம் பற்றிய தகவலைக் கொண்டுவரும்படி இரு தூதர்களை அனுப்பியதாக ஒரு கதை இருக்கிறது. அவர்கள் வட மேற்கு இந்தியாவை அடைந்தார்கள். காந்தாரம் அல்லது வடமேற்கு இந்தியாவுக்கும் மத்திய ஆசியாவுக்கும் இடைப்பட்ட எல்லைப் பகுதியாக இருக்கலாம். அங்கு அவர்கள் ஒரு சில புத்தத் துறவிகளைச் சந்தித்து அவர்களைச் சீனாவுக்கு வரும்படி வற்புறுத்தினர்.

ஷியான். வெண்குதிரை மடம். சீனாவில் புத்த மதம் வரவேற்கப்பட்ட இடமாகப் புகழ்பெற்றது. இங்கு சில இந்திய புத்த அறிஞர்கள் தங்கி இருந்தனராம். சீனாவில் புத்த மதம் நுழைந்த பல இடங்களில் இதுவும் ஒன்று. அதைச் சிறப்பாகக் குறிக்கும் சின்னமாக இந்தக் குதிரை திகழ்கிறது.

அந்தத் துறவிகள் ஒரு வெண்குதிரையில் சூத்திரப் பிரதிகளை ஏற்றிக் கொண்டுவந்ததால் மடம் இப்பெயர் பெற்றது என்று கூறப்படுகிறது. அதன் பின்னர் அந்த மடம் கட்டப்பட்டு அந்த இரு துறவிகளும் அங்குத் தங்கி இருந்தபோது சீன மொழியில் மொழிபெயர்ப்பு வேலை நடந்தது. வரலாற்றுச் சான்றுகள் மடத்தின் தேதியை கி.பி. மூன்றாம்/நான்காம் நூற்றாண்டு எனக் காட்டுகின்றன. இந்தியப் புத்தத் துறவிகளான தர்மரத்னர் மற்றும் காஷ்யப மாதங்கர் ஆகிய இருவருமே அங்குத் தங்கி இருந்தவர்கள் எனச் சில ஆதரங்கள் கூறுகின்றன. சம்ஸ்கிருதத்தில் இருந்து சீனமொழிக்குப் பெயர்க்கப்பட்டச் சிறந்த மகாயான புத்தப் பிரதிகள் இவைகளே என்று கூறப்படுகின்றன. இந்தியாவில் இருந்து திரும்பிவந்த பின்னர் பிரதிகளை மொழிபெயர்த்துக்கொண்டிருந்தபோது அவ்வப்போது யுவான் சுவாங்கும் இங்குத் தங்கியிருந்ததாகக் கூறப்படுகிறது. கி.பி. இரண்டாம் நூற்றாண்டில் தீயால் மடம் சேதமடைந்தது. பின்னர் சீரமைக்கப்பட்டது. அதன் பகுதிகள் பலமுறை மறுபடியும் கட்டப்பட்டன.

இப்போதைய மடம் நன்கு திட்டமிட்டுக் கட்டப்பட்டுள்ளது. தொடர்ச்சியாக முழு நீளத்துக்குப் பல முற்றங்களும் வெற்றிடங்களும் உள்ளன. சுற்றிலும் உயர்ந்த ஒரு சிவப்பு மதில்சுவர் உள்ளது. சீராக வைக்கப் பட்டுள்ள மூன்று வளைவுகள் வழியாக நுழைவாயில் அமைக்கப்பட் டுள்ளது. மறுசீரமைப்பின்போது அமைக்கப்பட்டதால் சின்னங்கள் நவீன மாக உள்ளன. உருவாக்கி நிறம் பூசி அதிகச் சரிகை வேலைப்பாடு அளித்திருப்பதால் அதன் தரம் சற்றே குறைந்தே உள்ளது. முரட்டுக் கல் அடித்தளத்தில் இருந்து கூரைவரை கட்டடம் கவரும் வண்ணம் அமைந்துள்ளது. தூண்களில் டிராகன்களும் சூலங்களும் அலங்காரத்திற் காகச் செதுக்கப்பட்டுள்ளன. தனிப்பட்ட கோயில்கள் சுத்தம் செய்யப் படாததால் சிலந்தி வலைகள் அலங்காரம்போல் தொங்குகின்றன. முக்கியத் துறவியார், நன்கு உண்டு சுலபமான வாழ்க்கை வாழ்வதாகத் தோன்றியது. மதச் சங்கங்கள், பழம்பொருள் பாதுகாப்பு சங்கங்களும் அரசும் உதவி செய்வதால் நிதியைப் பொறுத்த அளவில் மடம் சிறப்பாக உள்ளது. வரலாற்றுச் சின்னமாதலால் தொல்பொருள் துறையும் தேவைப்படும் போது உதவி செய்கிறது. இந்தியத் துறவிகளின் கல்லறை என்று சொல்லப் படுபவற்றைப் பார்த்தோம். இது ஒரு கவரும் கட்டடங்கள் நிறைந்த பகுதி. ஆனால், சுற்றுப்புறச் சூழல் மரியாதை அளிக்கும் வண்ணம் இல்லை. ஷியான் மடத்தில் இன்னும் அதிகம் உள்ளது. ஷியான் மடத் துறவியைப் போல் இன்று இங்கிருக்கும் துறவி உத்வேகம் அளிப்பவராகக் காணப்படவில்லை.

~

நாங்கள் திரும்பிச்செல்லும்போது வேறு நிலத்தோற்றத்தைக் கண் டோம். வயல்களைத் தாண்டி சிறு கூரை வேய்ந்த கோயில்கள் இருந்தன. அதிக அளவில் நடுகற்களும் கல்வெட்டுகளும் காணப்பட்டன. இடம் இருக்கும் இடங்களில் எல்லாம் அவை காட்டுமலர்கள்போல் காட்சி அளித்தன. அதுபோல மேடுகளும் மேட்டுத் தொகுதிகளும் காணப் பட்டன. சில இன்னும் தோண்டப்படாத கல்லறைகள். பிறவற்றில் என்ன இருக்கிறது என்று யாருக்குத் தெரியும்.

இந்த அனைத்து வரலாற்றுத் தளங்கள், மடங்கள் மற்றும் கோயில் களுக்குச் சென்ற பின்னரும் மதம் பற்றிய உரையாடல் மிகக் குறைவாகவே இருந்தது என்பது எனக்கு ஆச்சரியம் அளித்தது. தற்போதைய மதத்தைப் பற்றிய விவாதம் இருக்க முடியாது என்பது புரிந்துகொள்ளத் தக்கதே, ஏனெனில் அதைப் பற்றிய செய்திகள் குறைவே அல்லது அதைப் பற்றி சுதந்திரமாக பேச முடியாது என்பதை மக்கள் அறிந்துவைத்திருப்பதே. கன்ஃபூசியஸ் அல்லது புத்தரைப் பற்றி சில கருத்துகள் அல்லது சீனாவுக்குப் புதிதான இந்து மதத்தைப் பற்றி சில உரையாடல்கள் இருக்கும் என எதிர்பார்த்தேன். ஆனால், இந்தப் பொருளைப் பற்றிய ஆர்வமே இல்லை. சீனாவில் பல கிறிஸ்தவ சபைப் பிரிவுகள் செயல்பாட்டில் இருந்தும்கூட, கிறிஸ்தவ ஊழியர்களின் தாக்கத்தைப் பற்றிகூட பேச்சில்லை; அல்லது சீனாவின் வடமேற்கு சின்சியாங்கில் ஒரு சிறுபான்மை முஸ்லிம் சமுதாயம் வாழ்ந்துவந்தும்கூட. குறுகிய காலத்தில் சீன மக்களின் வாழ்க்கையில் இருந்து மதம் எவ்வாறு இவ்வளவு திறம்பட ஒழிக்கப்பட்டது என்பது நம்பமுடியாததாக இருந்தது. மதத்தைத் தவிர்த்து, ஓர் அறிவுக்கொள்கை, அல்லது ஓர் அரசியல் தத்துவம் என்ற அளவில்கூட நான் எதிர்பார்த்ததற்கு மாறாக மார்க்சியம் பற்றிப் பேசப்படவில்லை. நாங்கள் பெரும்பாலும் கல்வியாளர்களைவிட அதிகாரிகளுடன் இருந்தது உண்மைதான் என்றாலும் அதிகாரப்பூர்வமான கொள்கை இல்லாமல் இருப்பதைக் கவனிக்க முடிந்தது. ஆசிய உற்பத்தி முறை பற்றிச் சிலசமயம் நான் பேசினாலும் அதற்கு எந்த பதிலும் கிடைக்கவில்லை. ஆசிய சமூகங்கள் எவ்வாறு செயல்பட்டன என்பது மார்க்சிய கொள்கை என்பதைக் கருத்தில் கொள்ளும்போதும், தற்போது ஐரோப்பாவில் விவாதிக்கப்பட்டுவந்த கிழக் கத்திய எதேச்சாதிகாரம் என்பதற்கு அது அதிகமாகக் கடன்பட்டிருந்தாலும், அது ஒரு விவாதத்தைத் தூண்டவில்லை என்பது எனக்கு ஆச்சரியமாக இருந்தது.

7
லான்ஸோவை நோக்கி

ஷியானில் இருந்து நாங்கள் தொடர்வண்டி மூலம் லான்ஸோவை (அக்காலத்தில் லான்ஸோ இவ்வாறு அழைக்கப்பட்டது) அடைந்தோம். மார்க்கோ போலோவின் நினைவுக் குறிப்புகளிலும் கோல்ரிட்ஜின் ஓப்பியம் கனவுகளிலும்தான் இந்த வகையான நகரம் இருக்கும் என்று நான் நினைத்திருக்க வேண்டும். நாங்கள் விடிகாலையில் வந்துசேர்ந்தாம். நான் எரிச்சல்தரும் தூக்கக்கிறக்கத்தில் இருந்தேன். மரத்தால் கட்டப் பட்ட சமதளமற்ற நிலையத்தைக் கடந்தபோது குண்டு குழிகளில் தடு மாறினேன். இறுதியாகச் சீனாவுக்கு வந்துசேர்ந்துவிட்டோம் என்று நினைத் தேன். பீஜிங்கில் இருக்கும் விடுதிபோல்தான் எந்த ஒரு பெரிய மாநகரிலும் சர்வதேச விடுதிகள் இருக்கும் என்பதும் அது அந்த நகரின் தனித்தன்மையை இல்லாமல் செய்துவிடும் என்பதும் கணிக்கக்கூடியதாக இருந்தது. ஆனால், காலை 5.30 மணி லான்ஸோ இன்னொரு சீனாவை என் கண்முன் கொண்டுவந்து நிறுத்தியது. நிலையச் சுமைதூக்கியால் துரிதமாக இழுக்கப்பட்ட ஒரு ஒடிசலான வண்டியில் மலைபோல் குவிந்த எங்கள் கேமராக்களும் படக்கருவிகளும் ஏற்றப்பட்டன. இந்த இடத்தின் சூழல் நன்கு பரிச்சயப்பட்டதே என்ற உணர்வு எனக்கு வலிமையாக ஏற்பட்டது. அது மீண்டும் வட இந்தியாதான்.

இன்னும் இருட்டாக இருந்தது. ஆனால், தெருவோர வியாபாரிகள் சாதகமான இடங்களை ஆக்கிரமித்து எண்ணெய் விளக்குகளுடன் அமர்ந்து தங்கள் பண்டங்களை விலைகூறி விற்க ஆரம்பித்துவிட்டனர் – ரொட்டி, பழம் மற்றும் பிற உணவுகள். மலைகள் இணைந்து கிண்ணம்போல் இருக்கும் அடிவாரத்தில் இந்த நகரம் அமைந்திருந்தது. அதை நோக்கிக் குதிரைகளில் அமர்ந்து குன்றுகளின் ஓரமாகச் சென்று மலைகள் உரு வாக்கிய கோப்பைக்குள் அமைந்திருந்த நகரைக் காண்பதுபோல் என்னால் கற்பனைசெய்ய முடிந்தது. தொடர்வண்டி நேரம் தவறி வந்ததால் நான்கு மணி நேரமாகக் காத்திருந்த எங்கள் புரவலர்களைக் கண்டோம். ஓர் ஆடம்பர மெர்சிடஸில் ஏறி அயல் நாட்டில் இருந்து வருபவர்களுக்காகவென்றேக் கட்டப்பட்டிருந்த ஒரு மிக நவீனமான தங்கும் விடுதிக்கு அழைத்துச்செல்லப்பட்டோம். அயல்நாட்டில் இருந்து

வருபவர்களைத் தங்கவைப்பதற்கென்றே கட்டப்பட்டிருந்த தங்கும் விடுதிகள் அவர்களைத் திருப்திப்படுத்தவே. இந்த இடம் ஒன்றும் வெறுப்பூட்டக்கூடிய ஒன்றல்ல, ஒரு சில விடயங்களையே விநோதம் எனக் கூறலாம். ரஷ்யாவோடு ஒப்பிடும்போது அலங்காரம் மற்றும் வசதியில் இது சிறப்பானது என்று கூறலாம்.

நான் ஜன்னல் அருகே நின்று குன்றுகளின் மேல் சூரியன் எழுவதைப் பார்த்துக்கொண்டிருந்தேன். ஒவ்வொரு வினாடியும் குன்றின் வண்ணம் மாறும் காட்சி மிகவும் தனித்தன்மை வாய்ந்ததாக இருந்தது. இது நாள் முழுவதும் நிகழ்ந்தது/ நாளின் வெளிச்சத்தில் ஏற்படும் மாற்றம் குன்றிலும் நிற மாறுதலைக் காட்டியது. மிகவும் அற்புதமாக இருந்த ஒன்று சூரிய மறைவு ஆகும். நல்வாய்ப்பாக நாங்கள் அந்திநேரத்தில் தொழில்நுட்பப் பள்ளிக்குச் சென்றுகொண்டு இருந்தோம். கொஞ்ச தூரம் நதிக்கரையில் சென்ற நாங்கள் மறையும் சூரியனை நோக்கிக் குன்றின் விளிம்பில் வளைந்து சென்றோம். அந்த வண்ணங்கள் உண்மையானவையா என்று என்னால் நம்ப முடியவில்லை. மாலை நேரத்துக்கு முன் ஒரு புழுதிப் புயல் வந்துள்ளது. வானில் புழுதிமேகங்கள் சிதறிக்கிடந்தன. அவற்றின் இயற்கையான சாம்பல்மஞ்சள் சூரிய மறைவின் சிவப்பு பழுப்பு நிறத்தால் நிரம்பி இருந்தது. ஏனெனில் இந்தப் பகுதிகள் குறிப்பாகத் தூசி நிறைந்தவைகள் ஆதலால் சூரிய மறைவு கண்கொள்ளாக் காட்சியாக உள்ளது. இந்த அதிகமான வண்ணம் கொண்ட வானத்துப் பின்னணியில் கட்டிப் பச்சைக் குன்றுகள் தனியாக நின்றன. ஆற்றோரமாக நிற்கும் வரிசையான நெட்டிலிங்க மரங்களை எப்போதாவது வளைவுகளில் திரும்பும்போது பார்க்கமுடிந்தது. ஆனால், பெரும்பாலும் குன்றுகள் மொட்டையாகவே இருந்தன – அதிரவைக்கும் பொட்டல்.

ஆற்றின் மறுகரையில் புதிய கட்டடங்கள், தொழிற்சாலை, எண்ணெய்ச் சுத்திகரிப்பு ஆலை, தொடர்வண்டி கட்டுமானப் பணிகள் மற்றும் தொழிலாளர் குடியிருப்புகள் இருந்தன. நாங்கள் இருந்த பக்கம் பழைய நகரம் இருந்தது. நாங்கள் தெருக்கள் வழியே காரில் சென்றோம். அவற்றைத் தெருக்கள் என்று கூற முடியாது. கரடுமுரடாகவும் கற்கள் நிறைந்தன வாகவும் இருந்தன. பழைய வீடுகள் சூரிய வெப்பத்தில் காயவைக்கப்பட்ட செங்கல்களால் கட்டப்பட்டு இருபக்கங்கங்களிலும் மண்ணால் சந்து அடைக்கப்பட்டிருந்தன. அங்கொன்றும் இங்கொன்றுமாக மதில்சுவர் களால் சூழப்பட்ட இடங்கள் இருந்தன. இவற்றின் நான்கு மூலைகளிலும் கோபுரங்கள் காணப்பட்டன. குன்றின் உயரமான பகுதிகளில் இருள் அடர்ந்த திறப்புகள் இருந்தன. இவை முன்னர் குகை வீடுகளாக இருந்தவை. இப்போதும் புலனாகும் இவை புதிர்களைப் போல அழைத்தன.

கடைகளின் வண்ண விளக்குகளால் தெருக்கள் வெளிச்சமாகக் காணப் பட்டன. எல்லாம் சிறிய கடைகள். பெரும்பான்மையானவை முலாம் பழங்கள் விற்பவை. சாலைகளை ஆக்கிரமித்துக்கொண்டு பெரும் குவியல் களாக. அடர் வண்ணத்திலானவை, வெளிறிய வண்ணத்திலானவை மற்றும் ஈச்சம்பழங்கள். தேநீர்க் கடைகளில் சிறிய கோப்பைகளில் தேநீர் அருந்திக் கொண்டும் நூடுல்களை உண்டவண்ணமும் மக்கள் இருந்தனர். இந்தத் தெருக்களில் கார்கள் அதிகமாகப் போவதில்லை. எனவே மக்கள் போக்கு வரத்தைப் பற்றிக் கவலைப்படாமல் நடுத்தெருவில் நடந்துசென்றனர். காரின் ஆரன் ஒலியைக் கேட்கும்போது சிறுவர்களும் பெரியவர்களும் சாலையின் ஓரத்தில் ஒதுங்கி ஆனந்தமாகச் சிரித்தார்கள். நாங்களும் சிரித்து அவர்களை ஓரத்துக்கு தள்ளியதற்கு மன்னிப்புக் கேட்டுக்கொண்டோம். ஒரு தம்பதியினர் காவலர் நிற்கும் இடத்தில் உட்கார்ந்து சுறுசுறுப்பாகத் தக்காளிகளை விற்றுக்கொண்டிருந்தனர். நான் இளமையில் வளர்ந்த சிந்துவின் மேல்பகுதியான வடமேற்கு எல்லைப்பகுதி, குறிப்பாக பேஷ்வார் மற்றும் ஆப்கானிஸ்தான் எல்லைப் பகுதி அடிக்கடி என் நினைவுக்கு வந்தது. அதே சாம்பல் குன்றுகள், தூசிச் சாலைகள், மண் வீடுகள் மற்றும் குன்றின் மேல் சுவர் கட்டிய கட்டமைப்புகள். தொடர் வண்டியில் செல்லும்போது நாங்கள் கன்சுவில் வடமேற்கு எல்லையைப் போலவே சுவருக்குள் பலவீடுகள் அமைந்திருபப்தையும் சில சமயம் ஒரு முழு கிராமத்தைச் சுற்றிலும் நான்கு கோபுரங்கள் கொண்ட கோட்டைச் சுவர்கள் இருப்பதையும் கண்டோம். இது படையெடுப்பைத் தவிர்க்கும் பதான்கோட்களைப் போன்றவையே. இன்று மாலை கைபர் பக்துன் குலத்தைச் சார்ந்த ஒரு மனிதன் காக்கி துராடர்பன் (பெஷாவர் தலைப் பாகை) அணிந்து தன் துப்பாக்கியோடு வருவதைப் பார்க்கலாம் என்ற எதிர்பார்ப்போடு இருந்தேன்.

அது முற்றிலும் என் கற்பனை என்று நான் நினைக்கவில்லை. இப் பகுதியில் முகவடிவம் கொஞ்சம் மாறுபாட்டிருப்பதாக நான் நினைத் தேன். மத்திய ஆசியாவின் வம்சாவளியை இது சுட்டிக்காட்டியது. கண்கள் பெரியவை, கன்ன எலும்புகள் தூக்கலாக இல்லை. நல்ல நிறம், இந்த வெப்பத்தில்கூட இளஞ்சிவப்பு பகுதிகள் தென்பட்டன. துணைக் கண்டத்தின் வட மேற்கு எல்லைப் பகுதி முகங்களோடு சில பொருந்தின எனலாம். குழந்தைகள் சரியாகப் பேணப்படவில்லை: அழுக்கு முகங்கள், வடியும் மூக்குகள், சிலருக்கு காயாத புண்கள் ஆகியவை பரவலாகக் காணப்பட்டன. குன்றின் மேல் இருந்த மடத்தில் முதல் முறையாக ஒரு பிச்சைக்காரரைப் பார்த்தோம். இத்தகைய நகரங்களில் பிச்சை எடுப்பது ஒரு பரம்பரைத் தொழிலாக இருக்கலாம். வேறு யாரையும் காண முடியவில்லை என்பது ஆச்சரியமாக இருந்தது. உடைகள் எப்போதும்

போல்தான், பல் வேறு நீல நிறச் சாயல்கள். பெண்களின் ரவிக்கைகள் வண்ணமயமாக இருந்தன.

பெண்கள் பொதுவாக உடையிலும் நடவடிக்கைகளிலும் பெண்களுக்கே உரிய நளினத்தோடு இருந்தனர். அழகின் அளவீடும் இப்பகுதியில் உயர்ந்ததாக இருந்தது. நன்றாக இல்லை என்று கூறத்தக்க ஒரு பெண்ணைத் தேடித்தான் பிடிக்க வேண்டும். தங்கள் தனித்துவமான அம்சத்துடன் வண்ணத்தையும் புதுமையையும் இணைக்கின்றனர். சேலை அணிந்த பெண்களைப் பார்த்தது இல்லை என்பதால் மக்களின் ஆர்வம் கட்டுக்கு அடங்காமல் இருந்தது. பணியில் இருக்கும் ரஷ்ய மற்றும் ஐரோப்பியப் பொறியாளர்கள் தங்கள் மனைவிகளோடு வாழ்வதால் அவர்கள் இங்கு அசாதாரணமானவர்கள் அல்ல.

மைஜிஷன் செல்வதற்கு வேண்டிய சில பொருட்களை வாங்க முயற்சி செய்தும் முடியவில்லை. ஏனெனில் எங்களைச் சுற்றித் திரண்ட கூட்டம் முண்டியடித்து எங்களை நெருங்க முயற்சி செய்தது. ஒரு கட்டத்தில் எங்களாலும் நகர முடியவில்லை. நீங்கள் முற்றிலும் வித்தியாசமாகத் தோற்றம் அளிப்பதால் உங்களை அன்போடும் ஆர்வத்தோடும் நெருங்க முயல்பவர்களிடம் என்ன சொல்ல முடியும். ஆடைகளைத் தைத்து வாங்க வேண்டி இருந்ததால் நானும் அனிலும் அந்த முயற்சியைக் கைவிட்டோம்.

எல்லாம் சாதாரணமாகத் தொடங்கியது. எங்கள் ஸ்லாக்குகளுக்கு ஒரு பிளவுசை வாங்காததால் ஒரு தையல்காரரைப் பார்த்து சீன விவசாயப் பெண்கள் அணிவதுபோல் ஜேக்கட் போன்ற ஒரு நீண்ட பிளவுசைத் தைக்க துணி வாங்கலாம் என்று முடிவெடுத்தோம். எனக்கு அந்த வடிவம் மிகவும் பிடிக்கும், எனவே தையல்காரரிடம் விளக்குவது எளிது என நினைத்தோம். நாங்கள் ஒரு தையல்காரரிடம் சென்றோம். எங்களை வழக்கம்போல் ஏறக்குறைய முப்பது லான்ஸோ மக்கள் ஊர்வலம்போல் தொடர்ந்து வந்தனர். பத்து நாள் ஆகும் என்று தையல்காரர் கூறினார். அது நடக்காத காரியம் என்பதால் ரெடிமேடாக ஒன்றை வாங்கலாம் என்று ஆலோசனை கூறப்பட்டது. நாங்கள் ஒரு பழைய மரத்தால் ஆன கடைக்குள் சென்று பலவற்றை பார்த்தோம். ஒன்றும் பொருந்தவில்லை. எங்களோடு வந்த ஊர்வலம் சுற்றி நின்று பார்த்துக்கொண்டிருந்தது. கவுண்டரில் இருந்தவர் உதவிசெய்தார். தமக்கு ஒரு தையல்காரரைத் தெரியும் என்றும் அவர் அடுத்த நாள் மாலைக்குள் பிளவுசை தைத்துவிடுவார் என்றும் கூறினார். ஆகவே நாங்கள் லான்ஸோவை விட்டுச் செல்வதற்குள் கிடைத்துவிடும். நாங்கள் அவருக்கு நன்றி சொல்லி அங்கு எங்களைக் அழைத்துச்செல்ல வேண்டிக்கொண்டோம். ஆனால், அதற்கு முன் துணியை வாங்க வேண்டும். ஆகவே அவரும், எங்கள் வழிகாட்டியும்,

ஊர்வலம் பின்தொடர பக்கத்தில் உள்ள ஒரு கடையில் வழக்கமான நீலத்தில் ஒரு கவர்ச்சிகரமான நீலத்தைத் தேர்வுசெய்தோம். பின்னர் நாங்கள் தையல்காரரிடம் சென்றோம்.

அவர் சிறிது தூரத்தில் இருந்ததால் நாங்கள் அங்கு காரிலேயே சென்றோம். அடுத்தத் தெருவுக்கு செல்லும்போது எங்களைத் தொடர்ந்துவந்த முந்தைய ஊர்வலம் காணாமல்போனது. அடுத்தத் தெருவில் இறங்கி தையல் கடைக்குச் செல்லும் வழியில் புதிய கூட்டம் சேர்ந்தது. எங்கள் பிரச்சினை குறித்து பழைய கூட்டத்தினரிடம் பேசப்பட்டிருந்ததால் செய்தி பரவி யிருந்தது. இருப்பினும் இப்போதுதான் உண்மையான பிரச்சினை ஆரம் பித்தது. நாங்கள் துணி வாங்குவது பற்றி வெளிப்படையாகக் கூறா விட்டாலும் எங்கள் அளவுகள் பொதுமக்களுக்கு தெரியக் கூடாது என்று கூச்ச உணர்வுடன் இருந்தோம். தனியாக அளவுகளை அறிந்துகொள்ளத் தையல்காரர் கடையின் பின்பகுதிக்கு அழைத்துச்சென்றார்.

நாங்கள் அவரைத் தொடர்ந்து உள்ளே சென்றோம். எங்களுடன் இராணுவம்போல் உதவியாளர்கள் வந்தனர். அவர்கள் எல்லோரும் கடையில் வேலைபார்க்கும் உதவியாளர்கள்தான் என்று அவர் கூறினார். முதலில் அனில் அளவுகளைக் கொடுத்து அவை குறித்துக்கொள்ளப்பட்டது. அவர் தன் ஜேக்கெட்டில் பருத்தி அல்லது கம்பளி துணியால் பேடிங் கொடுக்க முடியுமா என்று கேட்டார். ‘அலங்கோலமாக தோற்றமளிப்பீர்கள்’ என்பதுதான் தையல்காரரின் சுருக்கமான பதில். அடுத்து என் முறை. எப்படியாவது அளவு எடுப்பதைத் தவிர்த்துவிட வேண்டும் என்று என் தலைக்குள் ஓடியது. நான் தளர்வான ஆடைகளையே விரும்புவதாகவும், பெண்கள் இறுக்கமான உடை அணியும் நவீனப் பாணி எனக்குப் பிடிப்ப தில்லை என்றும் கூறினேன். அவர் சீன மொழியில், “சீனாவில் ஆண்கள் தான் தளர்வான ஆடை அணிவார்கள்” என்று கூறினார். ஜேக்கெட்டுக்கு வெளியே பாக்கெட் வைக்க வேண்டும் என்று நான் கூறினேன். அவர் அதை அப்படியே நிராகரித்துவிட்டார். அது அந்த வடிவமைப்பில் இல்லை என்றார். ஒன்று முற்றிலும் மரபு ரீதியானதாக இருக்க வேண்டும் அல்லது சுத்தமாக அப்படி இருக்கக் கூடாது என்பதுதான் அவர் கருத்தாம். பின் அவர் அங்குல டேப் ஒன்றை எடுத்தார். என் முகம் வெளிறிவிட்டது. கழுத்து, தோள், ஸ்லீவ், புயம், நெஞ்சு, அடுத்து நான் பயத்தோடு காத்திருந்தேன் – இடுப்பு ... 42 அங்குலங்கள். அவர் முகம் ஆச்சரியத்தால் உறைந்துவிட்டது. ஆனால், நான் பலவீனமாக சிரிக்க முனைந்தேன். ஆனால், அந்த முயற்சி தாமதமாகிவிட்டது. சீனாவில் ஒரு பெண்ணுக்கு இவ்வளவு பெரிய இடுப்பு இருப்பது மன்னிக்க முடியாதது! இதைப் பற்றி உதவியாளர்கள் ராணுவம் விவாதிக்க ஆரம்பித்துவிட்டது. நாங்கள் கடையைவிட்டு வெளியே வரும்போது செய்தி எங்கும் பரவிவிட்டது.

8

மைஜிஷன் செல்லும் வழியில் டியன் ஷூயி தொடர்வண்டியில்

உயரம் குறைந்த குன்றுகளைத் தாண்டி அமைதியும் நிசப்தமுமான சூழலில் தொடர்வண்டி நடைவேகத்தில் சென்றுகொண்டிருந்தது. அது மதியமானதால் அனைவரும் உறக்கத்தில் இருந்தனர். என்னைச் சுற்றிலும் எல்லோரும் உறங்கிக்கொண்டிருக்க நான் ஜன்னல் அருகே அமர்ந்து லேன்ஸோவைப் பற்றி சிந்தித்துக்கொண்டு இருந்தேன். அடுத்த நிறுத் தத்தில் இறங்கி நாங்கள் மைஜிஷனை நோக்கிப் பயணம் செய்ய வேண்டும். சூரியன் வெப்பமாகத் தகித்தது. நாங்கள் குன்றின் ஊடாகச் சென்றுகொண்டு இருந்தோம். அவ்வப்போது ஹூவாங் ஹி நதி கண்ணில் தெரிந்தது. உயரம் குறைந்த சரிவுகளும் சமமான பீடபூமிகளும் இருக்கும் இடங்கள் வயல்களால் நிறைந்திருந்தன – கீழே தினையும் மக்காச் சோளமும், சரிவுகளில் இருக்கும் சமதளங்களில் நெல் வயல்கள்.

இன்னும் பத்தாண்டுகளில் லேன்ஸோ ஒரு மாறுபட்ட நகரமாக இருக்கும். அனைத்துப் பிரதேச நகரங்களிலும் ஒரே மாதிரியான கட்டு மானமும் மாற்றமும் நிகழுமா என்று எண்ணி வியந்தேன். சீனாவுக்கும் மத்திய ஆசியாவுக்கும் எல்லைப் பகுதியான சின்ஜியாங்குக்குச் செல்லும் நீண்ட சாலையின் லேன்ஸோவில் இருந்து தொடங்கும் முதல் இருபது கிலோ மீட்டர் பாதை சந்தேகமின்றி முடிவடைந்து இருக்கும்; இருபுறமும் குன்றும் தூசியைத் தடுக்கும் மரங்களும் நிறைந்த ஓர் அழகான அகன்ற தார்ச்சாலை. நகரத்தில் தூசி பரவாமல் தடுக்க மரங்கள் ஆங்காங்கே வளர்க்கப்படும். தூசி, தூசி, தூசி – இந்த மூன்று நாட்களில் நான் ஏகப்பட்ட தூசியை விழுங்கிவிட்டேன். ஓர் இயந்திரமாக நான் இருந்திருக்கலாம் என்று விரும்பினேன். என்னைப் பாகம் பாகமாகக் கழற்றிச் சுத்தம் செய்து மாட்டியிருக்கலாம். லேன்ஸோ என்ற அந்தப் பழைய நகரில் நடந்தது பைத்தியம் பிடிக்க வைப்பதுபோல் இருந்தது. குதிரைகள் வேகமாக ஓடித் தூசியைக் கிளப்பின. சிறு பிள்ளைகள் எங்களைச் சுற்றி வந்து நகர முடியாமல் செய்தனர். சாலையில் ஆங்காங்கே சிறிது நேரம் நிற்க நான் விரும்பினேன். ஆனால், நீண்ட நேரம் நிற்க முடியவில்லை. குவியல்

குவியலாக முலாம்பழங்கள் திறந்த நிலையில் இருக்கும் கடைகளில் விற்கப்பட்டன. வீடுகளில் சமைக்கப்படும் அப்பங்களின் மணம் – அற்புதமான, பெரிய தட்டையான ரொட்டி, பெஷாவரில் நான் அதிகம் சாப்பிட்டிருக்கிறேன்; லேன்ஸோவில் அதே மாதிரி இறைச்சி மற்றும் பச்சை வெங்காயத்துடன் சாப்பிடுகிறார்கள்.

நாங்கள் தூசியோடும், எங்களைச் சுற்றிநின்று விசாரிக்கும் கூட்டத் தோடும் போராடிக்கொண்டு இருந்தபோது ஒரு கூட்டம் இளம் ஆண்கள் ஒரு சிகரெட் கடையில் இருந்து எங்களை ஆர்வத்துடன் பார்த்துக்கொண்டு இருந்தனர். வீடுகள் எல்லாம் மரபான சீனப் பாணியில் கட்டப்பட்டிருந்தன. ஒரு முற்றத்தைச் சுற்றி நான்கு புறமும் கட்டப்பட்ட அறைகள். ஒரு தொகுதி ஒரு குடும்பத்துக்குப் போதுமானதாக இல்லை என்றால் இன் னொரு தொகுதி கட்டப்பட்டு ஒன்றில் இருந்து அடுத்ததற்கு ஒரு பாதை போடப்படுகிறது. இது பழைய கூட்டுக்குடும்ப அமைப்புக்கு மிகவும் வசதியாக உள்ளது. ஒவ்வொரு மகனுக்கும் ஒரு குடும்பம் இருந்தாலும் கட்டடம் முழுவதும் ஒரே அமைப்பாகச் செயல்படுகின்றது. சீன பிரபுக்கள் இந்த வகை அமைப்பை வசதியாகக் கருதுகிறார்கள் என்று பீஜிங்கில் எங்களுக்குக் கூறப்பட்டது. ஒவ்வொரு காமக்கிழத்திக்கும் ஒரு பகுதி முழுமையாக அளிக்கப்படுகிறது. இது பிரபுவுக்குத் தேவைப்படும் அந்தரங்கத்தை வழங்குகிறது. மேலும் ஒருவரோடு ஒருவர் முட்டிமோதி குழப்பமும் ஏற்படாது. வசதி இருந்தால் நடைமுறையும்கூட எவ்வளவு தூரத்துக்குச் சாத்தியமாகிறது.

ஆனால், லேன்ஸோவில் இருந்த பழைய வீடுகள் மிகவும் மோசமாக இருந்தன. பெரும்பாலான வீடுகளின் முற்றத்தில் குதிரை அல்லது பிற விலங்குகள் கட்டப்பட்டிருந்தன. ஆனால், பீஜிங்கில் உள்ள வீடுகளின் முற்றங்கள் பயனளிக்கும் வகையில் பயன்படுத்தப்பட்டிருந்தன. தூண் களில் கொடிகள் படர்த்திவிடப்பட்டிருந்தன. பூக்கள் நிறைந்த சிறு தோட்டம் இருந்தது. லேன்ஸோவில் ஒரு வீட்டில் பல குடும்பங்கள் இருந்தன. ஒவ்வொரு குடும்பமும் ஒரு பகுதியை ஆக்கிரமித்தன. முற்றம் பொது இடம். வீட்டில் வைக்க முடியாதவைகள் முற்றத்தில் ஒவ்வொரு மூலையிலும் போடப்படும். ஒரு மூலையில் துணிகள் காயப்போடப் பட்டிருக்கும், ஒன்றில் படுக்கைகள் சீர்செய்யப்படும், மூன்றாவதில் ஒரு திறந்த அடுப்பு இருக்கும், ஓரிடத்தில் முலாம்பழக் குவியலும் கரும் விதைகளும் கொட்டிக்கிடக்கும். ஒரு நுழைவாயிலில் பெர்சியன் பாணியில் தாடிவைத்த ஒரு முதியவரும் ஒரு இளைஞரும் ஆகிய இரு ஆண்கள் நின்றனர். அருகில் ஓர் ஆடு கட்டப்பட்டுக் கிடந்தது. ஒரு மத்திய கால பெர்சிய ஓவியத்தில் இருந்து எடுக்கப்பட்ட நகல்போல இந்தக் காட்சி இருந்தது.

ஹுவாங் ஹி ஆறு. இது வேகமாகப் பாயும் ஓர் ஆறு. நீரோட்டத்தில் சென்றால் இயந்திர உந்துவிசை தேவை இல்லை. காற்று நிரப்பப்பட்ட பன்றித் தோல் (பலூன்போல) மேல் மூங்கில்கள் வைத்துக் கட்டி உருவாக்கப்படும் கட்டுமரங்களில் பொருட்கள் கொண்டுசெல்லப்படுகின்றன. இந்தக் கட்டுமரங்களை எளிதாகக் கட்டலாம்.

ஹுவாங் ஹி ஆறு. அதிகப் பொருட்களைக் கொண்டுசெல்ல இந்தக் கட்டுமரங்கள் பல ஒன்றாகச் சேர்த்துக் கட்டப்படுகின்றன. இவற்றைப் பெரும்பெரும் பாரங்கள் ஏற்றப் பயன்படுத்தலாம்.

சாலையில் வரும்போது இருவர் ஒரு தோலால் செய்யப்பட்ட கட்டு மரத்தை வைத்துக்கொண்டு நின்றனர். பார்க்கப் படுமோசமாக இருந்தது. ஆனால், வேகமாகப் பாயும் ஹுவாங் ஹீ நதியில் அது மிகச் சிறப்பான ஒரு பொருள். இந்தக் கட்டுமரம் பளு குறைந்த மரத்தால் செய்யப்பட்டு காற்று நிரப்பிய பதினாறு பன்றித் தோலால் கட்டுப்பட்டு பலூன்போல காணப்படுகிறது. இவை நெருக்கமாகக் கட்டுப்பட்டு மிதக்கின்றன. அடுத்த முறை லேன்ஸோ வரும்போது இப்படி ஒன்றில் பயணம் செய்ய வேண்டும் என்று எண்ணிக்கொண்டேன். சாதாரண ஓர் ஆற்றைவிட இதில் நீரோட்டம் மிக வேகமானது. பல பள்ளத்தாக்குகள் வழியாகப் பாய்வதால் இதன் வேகம் கூடுகிறது. லேன்ஸோவின் பழைய பாலத்தில் நின்று பாய்ந்துசெல்லும் இந்தக் கட்டுமரங்களைப் பார்ப்பது கண்கொள்ளாக் காட்சியாகும்.

லேன்ஸோவுக்குத் தெற்கில் இருக்கும் குன்றின் பாதிதூரத்தில் உள்ள புத்தக் கோவிலுக்குச் சென்றோம். நான் எதிர்பார்த்ததைவிட இங்கே கோயில்கள் குறைவாகவே இருந்தன. கோவிலுக்குச் செல்வது பற்றியும் அதிகமாகக் கூறப்படவில்லை. இந்தக் கோயில் மிங்க் பரம்பரை காலத்தது. இதைச் சுற்றி வரிசையாகக் கட்டடங்கள் இருந்தன. ஒரு காலத்தில் மடவளாகத்தின் ஒரு பகுதியாக இருந்த இவை பக்கத்திலும் மேற்பகுதியிலும் அழகாக ஒழுங்குபடுத்தப்பட்டிருந்தன.

மிக உயரமான கட்டடத்தில் நின்று கோயில் மற்றும் மடத்தின் கூர்மை யான கூரைகளின் ஊடாக குன்றின் பக்கத்தைப் பார்ப்பது மயிர்க்கூச் செரியும் வண்ணம் உள்ளது, ஏனெனில் ஒரு நாடகத் தன்மையோடு புலப்படும் வெளி ஓர் அதீத உணர்வை உருவாக்குகிறது. ஒவ்வொரு கட்டடத்துக்கும் இடையிலும் இடைவெளி, சிலவற்றிற்கு இடையில் மூடப்பட்ட நடைபாதைகள் மற்றும் தாழ்வாரங்கள் மற்றும் பிற வற்றிற்கு இடையில் திறந்த வெளிகள் ஆகியவை மிகவும் இயைபோடு அமைக்கப்பட்டிருந்தன. நான் அவற்றை ஒரு நிமிடம் பார்த்துக்கொண் டிருந்தேன். இந்த அமைப்பை என்னால் ஓர் அங்குலம்கூட மாற்றி அமைக்க முடியாது என்று தீர்மானித்தேன். ஆனால், கட்டடம் பராமரிக்கப்படாமல் இருந்தது. இவற்றைக் கவனமாகச் சீரமைக்க வேண்டும்.

எந்த அளவுக்குப் புனரமைக்கப்பட வேண்டும், மேலும் என்னென்ன கட்டுப்பாடுகள் கடைபிடிக்கப்பட வேண்டும் என்பதுதான் அனைத்துப் புனரமைப்பு பணியும் எதிர்கொள்ளும் பிரச்சினை. மிங்க் கால ரசனை என்று கருதப்பட்ட சில கட்டடங்கள் புனரமைக்கப்பட்டுள்ளன – கருஞ்சிவப்புத் தூண்கள் மற்றும் நீல, பச்சை, சிவப்பு போன்ற பிரகாச மான நிறங்களில் அலங்காரமான மேகம் மற்றும் டிராகன் மையக்கருத்து

கொண்ட வடிவமைப்புகள். தனித்தனியாக அல்லது வேறு கலவைகளில் இந்த நிறங்கள் செழுமையானவைகளாகவும் அழகாகவும் தெரியலாம், ஆனால், இந்தச் சூழலில் மிகவும் அடர்த்தியாக அடிப்பதுபோல் தோன்றுகிறது. புனரமைப்பு நிச்சயமாகத் தேவைதான். ஆனால், மிங்க் மற்றும் குயிங்க் கட்டடக்கலையைப் புனரமைக்கும் உற்சாகத்தில் வண்ண மயமாக்குவதற்குப் பதில் பகட்டான நிறங்கள் பூசப்படுமோ என்று நான் பயப்படுகிறேன். உதாரணமாக மரத்தின் மேல் வார்னிஷ் பூசப்பட்டால் மரத்தின் செழுமை தக்கவைக்கப்பட்டு கண்ணுக்கு இதமாக இருக்கும். நல்லவேளையாக முழு மடமும் இன்னும் புனரமைக்கப்படவில்லை. மொட்டையாகவும் காணப்படுகிறது – எங்கும் புல்லே இல்லை, சில மரங்கள் மட்டுமே நிற்கின்றன. கொஞ்சம் பசுமை அதற்கு ஓர் இதமான தோற்றத்தை அளிக்கும்.

குவோமின் டாங்க் [Guomin Dang] (குவோமின் டேங்கின் [kuvomin Dang] அப்போதையப் பெயர்) படைகள் கோவிலில் தங்கவைக்கப்பட்ட போது அவர்கள் பல மரங்களை வெட்டிவிட்டதாக அருங்காட்சியகத்தின் (மடத்தில் வைக்கப்பட்டிருந்தது) மேற்பார்வையாளர் விளக்கினார். முக்கியக் கோயிலின் நுழைவாயிலின் குறுக்காக இருந்த அழகிய பதாகையில் நீலச் சொர்க்கத்திற்கு 'ஆன்மாக்கள்' வரவேற்கப்படுவதாகச் சீன மொழியில் எழுதப்பட்டிருந்தது. போதிக்கும் பாவனையில் நிற்கும் ஒரு பிரம்மாண்டமான புத்தர் சிலை இருந்தது. அதன் வயிற்றில் மிங்க் காலத்திய கல்வெட்டு பொறிக்கப்பட்டிருந்தது. அது கல்வெட்டுக்கான சரியான இடமா? கலை நோக்கில் அந்தச் சிலை சாதாரணமானதுதான். புத்த துறவி களுக்கு சிறந்த இடங்களைப் பற்றிய உள்ளுணர்வு இருந்தது. பெரும் மடங்கள் எல்லாம் நிலத்தோற்றத்துடன் தொடர்புள்ளவைகளாகவே காணப் படுவதுபோல் தோன்றுகிறது.

கோவிலுக்கு அருகில் ஒரு கலசக் கோபுரம் உள்ளது. சாங் காலத்திய அழகிய மணி அதில் உள்ளது. இது லேன்ஸோவில் உள்ள ஒரு கோவிலில் இருந்து கொண்டுவரப்பட்டதாம். அது ஜப்பானியர்களால் குண்டுவீசி தகர்க்கப்பட்டது. கறுப்பு நிற அங்கியில் கண்ணியமாக இருந்தார் ஒரு முதிய புத்த துறவி. இரு நீண்ட கற்றை போன்ற தாடி, முதிய துறவிகளின் பாணி போலும். இவர்தான் கோவிலைப் பராமரிக்கிறார். அவர் எங்களை உள்ளே அனுமதித்தார்.

எனக்கு மிகவும் களைப்பாக இருந்தது. மூக்கு வடிந்து தொண்டை வலித்தது. அதிக அளவில் தூசியா?

என் இதயம் வலிக்கிறது, மயக்கம் படர்கிறது-

ஹெம்லாக் நஞ்சைக் குடித்தது போல

ஆனால், இப்போது நான் எழுத வேண்டும், அல்லது அவை எல்லாம் விடுபட்டுப்போகும்...

~

மடத்தில் இருந்தது உள்ளூர் கலை மற்றும் தொல்பொருள் அருங் காட்சியகம். முன்னர் கல்வெட்டு மற்றும் வரலாற்றுப் பேராசிரியராக இருந்த பேராசிரியர் ஹோ என்ற இந்த மேற்பார்வையாளருடன் நீண்ட நேரம் பேசினோம். இவர் மரபாகக் காட்டப்பட்டுவரும் சீன அறிஞர் போல் இருந்தார். மென்மையான - பலவீனமான அல்ல - தோற்றம் கொண் டவராக இருந்தார். வெள்ளை ஆட்டுத் தாடி, கூர்மையான துரிதமான கண்கள், மற்றும் நீண்ட நுட்பமான விரல்கள் – அவரது உரையாடல்கள் அக்கறையோடும் சரளமாகவும் இருந்தது. அருங்காட்சியகத்தில் வரலாற்றுக்கு முந்தைய பானைகள், ஹேன் வெண்கலம். எல்லாக் காலகட்டங்களையும் சேர்ந்த பீங்கான்கள் மற்றும் பிந்தைய சாங்க் மற்றும் மிங்க் ஓவியங்கள் ஆகிய ஏராளமான சேகரிப்புகள் இருந்தன. கடந்த ஐந்து ஆண்டுகளில் சேகரிக்கப்பட்ட வரலாற்றுக்கு முந்தைய பானைகளில் நான் மிகவும் ஆர்வம் கொண்டேன். இந்த அருங்காட்சியம் அண்மையில்தான் உரு வாக்கப்பட்டது. புதிய ஆலைகள் மற்றும் கட்டடங்கள் கட்டும்போது கிடைத்தவற்றை மக்கள் கொண்டு கொடுத்ததே தவிர இவை ஒழுங்கான அகழ்வாராய்ச்சியில் கிடைத்தவை அல்ல.

புதிய பகுதிகள் தோண்டப்படும்போது பல பொருட்கள் கிடைத்தன. அவை அருங்காட்சியகத்துக்குக் கொண்டுவரப்பட்டன. இதை 'மீட்புத் தொல்லியல்' எனலாம். தொல்லியல் அறிஞர்களும் மாணவர்களும் குழுக் குழுவாகப் பிரிக்கப்பட்டிருந்தனர். நடந்துவரும் திட்டங்களின் முக்கியத் துவத்தின்படி ஒவ்வொரு குழுவும் ஒவ்வொரு பகுதியை ஆய்வுசெய்தனர். உதாரணமாக ஒரு தொடர்வண்டி தொடர்பான வேலை நடைபெற்றால் அங்கு ஒரு குழுவினர் அனுப்பப்படுவர். ஒரு பொருள் பணியாளர்களால் கண்டுபிடிக்கப்பட்டால் அது தொல்லியலாளரிடம் கொடுக்கப்பட்டு, விவரங்கள் குறிக்கப்பட்டு, அருங்காட்சியகத்தில் சேர்க்கப்படும். தற்போது லேன்ஸோவில் இருக்கும் தொல்லியல் மாணவர்கள் நன்கு வரையறுக்கப் பட்டு ஒருங்கிணைக்கப்பட்ட குழுக்களாகப் பணிபுரிகின்றனர். சிலர் லேன்ஸோவை சிங்ஜியாங்குடன் இணைக்கும் மற்றும் பிற தடங்களிலும், சிலர் நகரங்களில் கட்டுமானம் நடைபெறும் இடங்களிலும் சிலர் கன்சுப் பகுதியிலும் பணிபுரிகின்றனர்.

தற்போது ஏராளமான பொருட்களை இவ்விதமாகப் பெறுவதால் அவற்றைச் சேகரித்து நல்ல ஓர் அருங்காட்சியகத்தை உருவாக்குவதில் கவனம் செலுத்துவதால் அறிவியல்பூர்வமான அகழ்வாராய்ச்சியை இன்னும் தொடங்கவில்லை. மாணவர்கள் பொருட்களை ஆய்ந்து அவற்றைக் கையாளுவதில் முதலில் திறன் பெறன் வேண்டும். இந்தக் கண்ணோட்டத்தை நான் புரிந்துகொண்டாலும், மாணவர்களைப் பொருட்களைச் சேகரிக்க வைப்பது மட்டுமே பயிற்சி அளிக்கும் முறை ஆகாது. அகழ்வாராய்ச்சியில் தொழில்நுட்பமே அதன் முக்கிய அறிவியல் பகுதியாகும். விரைவில் இதை அதிகரிப்பார்கள் என்று நான் நம்புகிறேன்.

சில சமயங்களில் அருங்காட்சியகத்துக்குப் பரிசுகள் அளிக்கப்படுகின்றன. ஆனால், இது மிகவும் அரிதானதே. முன் எப்போதையும்விட இப்போது ஏன் அதிகத் தொல்லியல் ஆய்வு நடைபெறுகிறது என கேட்டதற்கு, முந்தைய குவோமின் டேங்க்/கேஎம்டி அரசு பழம்பொருட்களைப் பாது காப்பதில் ஆர்வம் காட்டவில்லை என்றும் உண்மையில் பெரும்பாலும் அவை அவர்களால் அழிக்கப்பட்டன என்றும் கூறப்பட்டது. இந்தக் கூற்றின் உண்மையைப் பற்றி எனக்கு சந்தேகம் எழுந்தது ஏனெனில் சீன வடிவங்கள் மற்றும் நுட்பங்களைப் போல் மேற்கத்தியக் கலைவடிவங்களில் செய்தல் பல ஆண்டுகளுக்கு முன்னரே ஒரு பாணியாகிவிட்டது மேலும் கே.எம்.டி. தைவானுக்கு ஓடும்போது ஏராளமான கலை வடிவங்களைக் கொண்டுசென்றனர். ஆனால், குவோமின் டேங்க்குக்கு எதிராகச் சமூக விரோத நடவடிக்கைகளை இணைத்துப் பிரச்சாரத்தைச் செய்ய வேண்டியிருந்தது. இப்போது முடிந்த வரையில் சீனாவின் கடந்தகாலத்தை மீட்டமைப்பதில் மிக அதிக அளவு உற்சாகம் உருவாகி இருப்பதாக எங்களிடம் கூறப்பட்டது. பழைய ஆட்சியின் காலத்தில் தொல்லியல் சார்ந்தவர்களுக்கு வேலை வாய்ப்பு கிடைக்கவில்லை. அப்போது அவர்களுக்குக் கல்விபோதனை சார்ந்த வேலைவாய்ப்பு மட்டுமே இருந்தது. ஆனால், இப்போது சேர்மன் மாவோ 'சீனாவின் செழிப்பான இறந்தகாலத்தைக் கண்டுபிடித்து வரலாற்றுத் தவறுகளைத் திருத்துவதற்காக' தொல்லியலை ஊக்குவித்தார். முன்னர் ஆளும் வர்க்கம் தான் வரலாற்றை எழுதியது. ஆகையால், ஒரு பக்க சார்புடைய அது பெரும்பாலும் தவறாகவே இருக்கும். இப்போது தொல்லியலாளர்கள் கோடிட்ட இடத்தை நிரப்பி உண்மையைக் கண்டுபிடிக்க வேண்டும்.

பெரும்பாலும் நான் அமைதியாகவே கேட்டுக்கொண்டுதான் இருந்தேன். ஆனால், எனக்குள் எழுந்த கேள்விகளின் அழுத்தம் என்னை மீறியபோது நான் சில கேள்விகளைக் கேட்டேன். ஒருவரால் உண்மை வரலாற்றை எவ்வாறு மதிப்பிட முடியும். வரலாற்றை ஆராயும் ஒரு

முறையாக இது போதிக்கப்படுகிறதா? சான்றுகள் நம்பகத்தன்மைக்காகச் சரியாக ஆராயப்படாவிட்டாலும் விளக்கம் தர்க்க ரீதியான கேள்விகளை அடிப்படையாகக் கொண்டாலும் வரலாற்றின் புதிய விளக்கம் தவறாக வழிநடத்தும் என்பது நாம் அறிந்ததே. சான்றை நம்பகத்தன்மைக்காக எவ்வாறு சோதிப்பது என்பதைக் கற்றறிதல், காரணத் தொடர்புகளைத் தர்க்க அடிப்படையில் உறுதிசெய்தல், ஒரு முடிவுக்கு வருவதற்கு முன் னால் சாத்தியமான கேள்விகளை எல்லாம் எழுப்புதல் ஆகியவையே வரலாற்றைக் கற்பிப்பிப்பதன் முக்கிய அம்சங்கள். சொலவடைகள் திருப்பித்திருப்பிக் கூறப்பட்டாலும் அவை நன்மை கருதியே என்பது என் உணர்வாகும். நாங்கள் சந்தித்த பண்டையச் சீனத்தைப் பற்றிய தொல்லியலாளர்கள் மற்றும் வரலாற்றறிஞர்களிடம் அவர்களுடைய வரலாற்று பகுப்பாய்வு முறையைப் பற்றிக் கூறுவதற்கு வைத்த கோரிக் கைகள் புறக்கணிக்கப்பட்டன. இது அவர்கள் வேண்டுமென்றே செய்ததா அல்லது அத்தகைய சந்திப்புகளை அவர்களால் ஏற்பாடு செய்ய முடிய வில்லையா என்பது எனக்கு நிச்சயமாகப் புரியவில்லை.

சில கேள்விகளுக்குப் பிறகு எனக்குக் கொஞ்சம் புரிந்தது. எங்களுக்குச் செய்தி கூறுபவர் மாணவர்கள் மிக ஆர்வமாக இருப்பதாகவும் அவர்களில் சிலர் லேன்ஸோ அருங்காட்சியகத்தில் பணிபுரிந்த பின்னர் பீஜிங்கில் இருக்கும் தொல்லியல் ஆராய்ச்சி நிறுவனத்துக்குச் செல்வதாகவும் கூறி னார். பிற பாடங்களோடு ஒப்பிடும்போது தொல்லியல் பயில்வோர் எண்ணிக்கை குறைவு. இதற்குக் காரணம் தொல்லியல் இன்னும் தனித் துறையாக இல்லாமல் வரலாற்றுத் துறையின் கீழ் இருப்பதுதான். மாண வர்கள் தங்கள் நாட்டை விரும்புவதால் தங்கள் பாடத்தையும் விரும்புவதாக எங்களிடம் கூறப்பட்டது. சீனப் பண்பாடும் ஷியானில் உருவானது என்று பிரிட்டிஷ் மற்றும் அமெரிக்கத் தொல்லியல் அறிஞர்கள் கூறுகின்றனர். கன்சுவின் மாணவர்கள் இந்தப் பார்வையை மறுக்க விரும்புகின்றனர் (ஷியான் ஷாங்க்ஷி பகுதியைச் சார்ந்தது, கன்சுவில் இல்லை) என்ப தால்தான் தோண்டுவதில் இத்தனை ஆர்வம். இதில், வரையறைகள் இருந் தாலும், சேர்மன் மாவோவின் வழிகாட்டல் என்பதைவிட, இதுதான் நெருங்கிய காரணமாக எனக்குப்பட்டது.

கோடை விடுமுறையில் சில அகழ்வுகள் நடத்தப்பட்டன. தேசியச் சிறுபான்மையினர் என அழைக்கப்படும் பெரும் மக்கள்தொகையினர் வாழும் இடங்களில் பல கண்டுபிடிப்புகள் நிகழ்ந்ததால், தற்போதைய செயல்பாடு வடமேற்குத் தேசிய மக்களுக்கான நிறுவனத்தை (அப்போது வடமேற்கு மின்சு பல்கலைக்கழகம் அவ்வாறு அழைக்கப்பட்டது) ஆர்வ மூட்ட நடந்தேறியது. இவர்கள் தங்கள் மூதாதையரை ஹேன்

அல்லாதாரோடு அடையாளப்படுத்துகின்றனர். இதை எல்லைப் பகுதி களில் எளிதாகக் காண முடியும். உதாரணமாக இவர்களில் சின்ஜியாங் பகுதிகளில் உய்கர்களைக் கூறலாம். இவர்களின் முன்னோர் எல்லை கடந்து வந்தவர்கள் மேலும் இவர்களது மதம் இஸ்லாம். தொல்லியல் கண்டுபிடிப்புகள் குறித்த உள்ளூர் அறிக்கைகள் மைய அமைப்பான பீஜிங்கில் இருக்கும் அறிவியல் கழகத்துக்கு அனுப்பப்படுகின்றன. அங்கு இவை தொகுக்கப்பட்டு இவற்றில் முக்கியமானவை, பண்பாட்டு அமைச் சகத்தால் மாதந்தோறும் வெளியிடப்படும் *ரெஃபெரென்ஸ் மெட்டீரியல் ஆன் ஆன்டிகுட்டிஸ்* என்ற இதழில் வெளியிடப்படுகின்றன. தொல்லி யலும் வரலாறும் பண்பாட்டு அமைச்சகத்தின் கீழ் வருகின்றன.

ரஷ்யாவைப் போலவே சீனாவிலும் அறிவியல் தொல்லியலுக்கும் கலை வரலாற்றுக்கும் இடையில் நுட்பமான வேறுபாடு காணப்படுகின்றது. மேலும் இந்த இரு துறைகளும் வெவ்வேறாக இருக்கின்றன.

நிச்சயமாகத் தொல்லியல் பற்றிய ஆர்வம் ஓங்கி இருக்கிறது. சில சமயம் அகழ்ந்தெடுக்கப்படும் பொருட்கள் மிகையான தேசிய உணர்வோடு பார்க்கப்படுகின்றன. இது சில வேளைகளில் தவறான வாசிப்புக்கு வழி வகுக்கிறது. இருப்பினும் ஆர்வம் அதிகரிக்கிறது. நாட்டின் வெவ்வேறு பகுதிகளில் நடைமுறைப் படுத்தப்படாவிட்டாலும் உள்ளூர் அளவில் அறிவியல் கண்ணோட்டம் பற்றிய விழிப்புணர்வு தொல்லியல் ஆய்வைப் பொறுத்தவரையில் உள்ளது என்பது மிகவும் ஊக்கமளிக்கும் விஷய மாகும். இது பிற ஆசிய நாடுகளைவிட அதிக அளவில் உள்ளது என லாம். லேன்ஸோவை வைத்து மதிப்பிடும்போது அதிகத் தேவை என்ன வென்றால் பொருட்களை வைப்பதற்கான இடவசதிதான். அருங்காட்சி யகத்தில் இருந்து வரும்போது ஒரு வாரத்துக்கு முன் உள்ளூரில் கிடைத்த சாம்பல் பானைகளைப் பார்த்தேன். அவை அழகாக சீர்ப்படுத்தப்பட்டு அடையாளம் அளிக்கப்பட்டு, காட்சிப்படுத்துவதற்காக வைக்கப்பட் டிருந்தது. ஆனால், எங்கே வைப்பது என்ற சோகத்துடன் பேராசிரியர் அதைப் பார்த்துக்கொண்டிருந்தார்.

தங்கள் புதிய பூச்சில் பளபளக்கும் பொருட்கள் எல்லாம் கண்ணாடிப் பெட்டிக்குள் வைக்கப்பட்டுள்ளன. ஒவ்வொன்றும் தனித்தனியாக அடை யாள வில்லையோடு வேறுபடுத்தப்பட்டுள்ளன. முந்திய பகுதியில் தோராயமான தேதிகள் குறிப்பிடப்படவில்லை என்பது ஒரு குறைபாடு. புதிய கற்காலம் போன்ற பரந்துபட்ட கால அடையாளங்கள் பயன் படுத்தப்பட்டுள்ளன. ஒவ்வொரு அறையிலும் உள்ள ஒரு பட்டியல் கால கட்டத்தை விளக்கி காலவரையறையை அளிக்கின்றது. அட்டவணையில் இன்றில் இருந்து, அதாவது நிகழ்காலம், 5000 ஆண்டுகள்வரை கொடுக்கப்

பட்டிருப்பது ஒரு பிரச்சினை. இது துல்லியமற்றது என நான் காண்கிறேன். ஒரு கிறிஸ்தவ ஊழி அல்லது சீன ஊழி போன்ற ஏற்றுக்கொள்ளப்பட்ட ஒரு அளவீட்டு அமைப்பை பயன்படுத்த வேண்டும். 'இன்று' என்பது துல்லியமற்றது, ஏனெனில் 'இன்று' காலத்தில் முன்னோக்கி நகரும் மேலும் ஒவ்வொரு நகர்விலும் காலவரையறை மாறும். ஒரு மக்கள் இனத்திடம் வரலாற்று உணர்வு பரப்பப்பட வேண்டுமானால், சீனர்களிடையே இது அதிக அளவு விழுக்காட்டில் காணப்பட்டாலும்கூட, வரலாற்று நிகழ்வுகளையும் பொருட்களையும் காலத்தில் அளக்கும் முறை மிகத் துல்லியமானதாக இருக்க வேண்டும். இன்றில் இருந்து தேதி குறிப்பிடும் இந்த அமைப்பு, வரலாற்று நிகழ்வுகளிலேயே இந்தப் பிரிவு வேர்பதித்த போதிலும் 'விடுதலைக்கு முன்', 'விடுதலைக்குப் பின்' என்று சமீபத்திய வரலாற்றைப் பிரிக்கும் ஒரு முயற்சியே என்று நான் அஞ்சுகிறேன்.

அடுத்த நாள் காலை நாங்கள் சென்ற இன்னொரு அருங்காட்சியகத்திலும் இதேதான். கன்சுவின் வரலாறு மற்றும் அதன் இயற்கை ஆதாரங்கள் பற்றிய அருங்காட்சியகம் அது. இன்னும் முடிக்கப்படாத மூன்றாம் பகுதி கன்சுவில் சமதர்ம மறுஉருவாக்கத்தை சித்தரிக்கும். வரலாற்றுப் பக்கம் கற்பனையோடு கையாளப்பட்டுள்ளது. அட்டவணைகள், வரைபடங்கள் மற்றும் விளக்க மாதிரிகளைக் கொண்டு தொல்லியல் பகுதி சிறப்பாக உள்ளது. கலைப்பொருட்கள் பற்றித்தான் வலியுறுத்தப்படுகிறது. ஒரு பகுதியின் வராலாற்றைப் பற்றிக் காட்டும்போது அதிகமானவை உள்ளூர் பண்பாடுகளைப் பற்றியதாக இருக்க வேண்டும் என நான் உணர்ந்தேன். கன்சுவில் வாழும் பல சிறுபான்மையினர் மற்றும் மத்திய ஆசியாவுடன் அதற்கிருக்கும் அண்மை ஆகியவற்றைக் கருத்தில் கொள்ளும்போது இது ஒரு வளமான பிரிவாக இருக்க வேண்டும். விவசாயப் பிரிவில் விவசாயக் கருவிகள் ஒரு கூடுதல் முக்கியத்துவமாக இருக்கும். அதுபோல, தொழிற் சாலை மற்றும் ஆலைகளின் இயந்திரங்களின் இயங்கும் மாதிரிகள் ஏற்கெனவே ஆர்வமிக்க பொதுமக்களுக்கு ஓர் அறிவுபூர்வமான ஆர்வத்தை ஏற்படுத்தும். பிரிவுகளாகப் பகுக்கப்பட்டுள்ளது பயனுள்ளது. இயற்கை ஆதாரம் பற்றியது சிறந்த முறையில் அளிக்கப்பட்டுள்ளது. சமதர்ம மறு உருவாக்கப் பிரிவில் அவர்கள் செய்திருப்பதைப் பார்த்து நான் அதை மிகவும் விரும்பி இருக்கலாம், ஆனால், கெடுவாய்ப்பாக அது இன்னும் தயாராகவில்லை. அருங்காட்சியகப் பணியாளர்கள் பெரும்பாலும் வரலாற்றியலாளர்கள் மற்றும் செவ்விலக்கியங்களைக் கற்றவர்கள். உலகின் பல பாகங்களில் உள்ள அருங்காட்சிய மேற்பார்வையாளர்களின் தகுதியும் வரையறையும் பொதுவாக இதுவே. இந்த அருங்காட்சியத்தைக் கவனிப்பவர்களில் பலர் பீஜிங்கில் பல ஆராய்ச்சி நிறுவனங்களில்

இருந்தவர்கள், பிறர் உள்ளூர்ப் பல்கலைக்கழகத்தில் பணிபுரிந்தவர்கள். அருங்காட்சியகவியல் பற்றிய படிப்பு உள்ளூரில் இல்லை.

பேராசிரியர் ஹோவையும் அருங்காட்சியக இயக்குநரையும் பிறரையும் சந்தித்ததில் ஒரு வருத்தத்திற்குரிய விஷயம் என்னவென்றால் அவர்களோடு என்னால் ஆழமாகப் பேச முடியவில்லை என்பதுதான். இதற்குக் காரணம் எனக்குச் சீனம் தெரியாது அவர்களுக்கோ ஆங்கிலம் தெரியாது. மொழிபெயர்ப்பாளர் மிகச் சிறந்தவர்தான், ஆனால், உரையாடல்கள் சரளமாக அமையவில்லை அல்லது கேள்விகளை விவாதிக்க முடியாமல் உண்மைகளையும் புள்ளிவிவரங்களையும் மட்டுமே கொடுக்க முடிந்தது. எடுத்துக்காட்டாக நான் பேராசிரியர் ஹோவிடம் கலைச்சொற்கள் பற்றி கேட்டேன். ஆனால், அவர் அதை வேறு பாதைக்குக் கொண்டுபோய் விட்டார். இது வேண்டுமென்றே நடந்ததாக நான் நினைக்கவில்லை, ஒருவேளை அவர் கேள்வியைத் தவறாகப் புரிந்துகொண்டிருக்கலாம்.

அதுபோலவே, மத்திய ஆசியாவில் பல்வேறு மக்களின் பொதுவான தாய்நாடு இருந்தது என்னும் இனக்குழுக்களின் நகர்வு பற்றிய கொள்கையின் மீதான சமீபத்திய சிந்தனைகளையும் குறிப்பிட்டேன். ஆனால், அவர் சிரித்துக்கொண்டே பேச்சை மாற்றிவிட்டார். பகுதி சார்ந்த தொல்லிய லாளர்கள் மரபான அறிவையே இணங்கிப் போகிறார்கள்; தற்காலத்தில் வெளியிடப்பட்டவைகளுக்கு எப்போதும் அணுகல் கிடைப்பதில்லை என்று எனக்கு எப்போதுமே சந்தேகம் உண்டு. இது மூன்றாம் உலகின் பல பகுதிகளில் காணக்கிடைப்பதுதான். எந்த ஓர் ஆய்வுக்கும் எந்த ஒரு புலத்தின் அறிவு அணுகலுக்கும் சிறப்புக் கல்விசார் இதழ்களுக்கும் முக்கிய வெளியீடுகளுக்கும் அணுகல் இருக்க வேண்டும் என்றும் எங்களில் சிலர் தொடர்ந்து வலியுறுத்தி வருகிறோம். காலனியாதிக்க அறிஞர்கள் இதை நன்கு உணர்ந்திருந்தனர். எனவேதான் ஐரோப்பாவின் ஆய்வு மையங்கள் நாம் பொறாமைப்படும் அளவுக்கு அறிவின் அணுக்களைக் கொண்டிருக் கின்றன.

இங்குள்ள சூழல் இந்தியாவுக்கு இணையாக இருக்கிறது. அங்குப் பகுதி சார்ந்தவை மட்டுமல்லாமல் மைய நிறுவனங்களில் இருக்கும் தொல்லிய லாளருக்கும் பிற பகுதிகளின் ஆதர அணுகல் இருப்பதில்லை. தற்போதைய தேசிய எல்லைகளைத் தாண்டி பண்பாட்டு நடவடிக்கைகள் செல்லும்போது அவற்றை வெளிப்புற உலகுக்கு உள்ளும் புறமும் இணைப்பதும் முடியாத காரியமாக இருந்தது. எடுத்துக்காட்டாக, முன்நவீன மத்திய ஆசிய அல்லது தென்கிழக்கு ஆசியத் தொல்லியல், வரலாறு மற்றும் மொழிக் கல்வியில் பயிற்சி பெற்ற அறிஞர்கள் நம்மிடம் இல்லை. ஆனால், இந்த இடங்களில் எல்லாம் குறிப்பிடத்தக்க அளவில் இந்தியத் தொடர்பு இருந்து வந்துள்ளது.

மிகச் சிலருக்கே ஊக்கம் அளிக்கப்பட்டது. இந்தியா தவிர பிற பகுதிகளின் முன்நவீன வரலாற்று அறிஞர்களும் இல்லை. இதற்குக் காரணம் அறிவுப் புலத்துக்கு ஏற்ற நூல்கள் இதழ்கள் கொண்ட நூலகங்கள் ஆய்வு மையங்களில் இல்லை என்பதாகும். இந்தியப் பண்பாட்டு மற்றும் மத ஆய்வுகள் பற்றிய அங்கீகாரம் இல்லை என்பதும் குறிப்பிடத்தக்கதாகும்.

மதியம் மடத்தில் கழித்த நேரம் மகிழ்வுக்குரியதாக இருந்தது. மடத்தின் தோட்டத்தில் பேராசிரியர் ஹோாவும் திரு. லேனும் தேநீர் விருந்துக்கு எங்களை அழைத்தனர். பல லேன்ஸோவிய இளைஞர்கள் மற்றும் முதி யோர்களின் பார்வைக்கு நடுவில் நாங்கள் அமர்ந்திருந்தோம். சிறிய, பெரிய, பச்சை, சிவப்பு, மஞ்சள், வெள்ளை என பலவகையான முலாம் பழங்களைச் சுவைத்தோம்.

மாலையில் நதிக்கரை ஓரமாகக் காரில் சென்றோம். ஒரு வண்ண மயமான வானம் எல்லாவற்றையும் உண்மையற்றவைபோல் ஆக்கியது. 20 கிலோ மீட்டருக்கு அப்பால் ரெவி அல்லே (Rewi Alley) என்பவரால் ஆரம்பிக்கப்பட்ட தொழில்நுட்பப் பள்ளிக்கு அழைத்துச்செல்லப்பட் டோம். அவர் அந்த வாரம் அங்கு இருந்தார். எனவே நாங்கள் அவரை சந்திக்கப் போனோம். அவர் ஒரு நியூசிலாந்துக்காரர் என்பதும், பல ஆண்டுகளுக்கு முன் இங்கு வந்து தொழில்நுட்பப் பள்ளியைத் தொடங் கினார் என்றும், விடுதலை இயக்கத்துடன் இணைத்துப் பணிபுரிந்தார் என்பதும் தவிர அவரைப் பற்றி எனக்கு வேறொன்றும் தெரியாது. அவர் சீனக் கவிதையை ஆங்கிலத்தில் மொழிபெயர்த்தார். ஆனால், அவர் அதில் வெற்றிபெறவில்லை என்று கேள்விப்பட்டேன்.

அவர் ஒரு பெரிய உருவம் கொண்ட முரட்டுத்தனமான ஆசாமி. முதலில் எனக்கு அவரைப் பிடிக்கவில்லை. உள்ளூர் மக்களிடம் இயல்பாகப் பழகும் இந்திய இராணுவத்தில் பணியாற்றிய பிரிட்டிஷ் கர்னல்போல இருந்தார். பின்னர் இது அவரது இயல்பு என்று அறிந்துகொண்டேன். வடமேற்குச் சீனாவில் முப்பத்தொரு வருடங்கள் வாழ்வது என்பது யாராக இருந்தாலும் அவருக்குள் இருக்கும் சாரத்தை எடுத்துப்போட்டிருக்கும். படிப்படியாக அவரது சுறுசுறுப்பு தகுந்தவாறு வெளிப்பட்டது. மிகுந்த சுற்சுறுப்பான ஒருவரின் பணிவு. அவர் நெஸ்கஃபேயையும் ஸ்பாஞ்ச் கேக்கையும் அளித்தார். சீனத் தேநீரை அவர் அளித்திருக்கலாம் என்று எண்ணினேன். அவர் ஏன் சீனாவின் இந்தப் பகுதிக்கு வந்தார், ஏன் விடுதலைப்போரில் பங்கேற்றார் போன்ற பல கேள்விகளைக் கேட்க எண்ணினேன், ஆனால், அரை மணிநேர சந்திப்பில் அது சரியாக வராது என்று தவிர்த்து விட் டேன். என்றாலும், அறிமுகம் இல்லாத ஒருவரிடம் கேட்கப்படும் கேள்விகளுக்குப் பதில் நேர்மையாக வருவதற்கு வாய்ப்பில்லை. அவரது

அர்ப்பணிப்பு கண்டு நான் ஆச்சரியப்பட்டேன். அவரிடம் அதிகம் பேச வேண்டும்போல் இருந்தது – ஒருவேளை அவர் பேசியிருக்க மாட்டார்.

அதே சமயத்தில் கொஞ்சம் ஏமாற்றமாகவும் இருந்தது. இவர் வட மேற்கின் புகழ்பெற்ற மாமனிதர். இவரைப் பார்க்க மக்கள் பல நூறு மைல்கள் கடந்து வந்தனர். சாந்தா ராமா ராவின் ஈஸ்ட் ஆஃப் ஹோம் மற்றும் பல புத்தகங்களில் இருந்து கொஞ்சம் அறிந்திருந்தேன். புதிய சீனத்தைப் பற்றிய எல்லா நூற்களும் இவரைப் பற்றி எழுதின. கொஞ்சம் மிகைப்படுத்தப்பட்டதுபோல் இல்லையா? சாதனை புரிந்தவர்களைச் சுற்றி புகழ் இருக்குமா மேலும் அது இல்லாமல் அத்தகைய நபரை பார்ப்பது ஏற்க முடியாததா? கைவினைப் பொருட்களைப் பற்றிய அரை மணி நேர பேச்சில் இருந்து ஒன்றும் கிடைக்கவில்லை. நான் அவரது எழுத்துகளில் சிலவற்றைப் படிக்க வேண்டும். ஆனால், அவரது கவிதை மொழிபெயர்ப்புகளை அல்ல. குறிப்பாக வடமேற்கு மற்றும் இருபதாம் நூற்றாண்டின் தொடக்கத்தில் ஏற்பட்ட விடுதலை இயக்கம் பற்றிய செய்திகளை நான் மறுபடியும் வாசிக்க வேண்டும். இப்பகுதியைப் பற்றி சிறிது அறிந்துகொண்டதால் அது அர்த்தமுள்ளதாக இருக்கும்.

ரெவி அல்லேயின் பொருட்கள் மட்டுமே கொண்ட அறைக்கும் ஐந்து நீரூற்றுகளின் பூங்காவில் இருந்த மடத்தின் தேநீர்த் தோட்டத்துக்கும் முரண்பாடாக இருந்தது. அங்கு நாங்கள் முலாம்பழம் சாப்பிட்டோம், ஒரு மகன் வேண்டும் என்று விரும்பிய தம்பதியர் நீரூற்றுக்கு வந்து அதன் தரையில் இருந்து ஒரு கூழாங்கல்லை எடுத்த அந்தப் பூங்காவின் புராணம் போன்ற பலவற்றையும் பற்றி பேசினோம்...

எப்போது கூட்டுறவுப் பண்ணைக்கு அழைத்துச்செல்லப்படுவோம் என்று நான் எண்ணிக்கொண்டு இருந்தேன். அடுத்த மத்தியான வேளையில் நாங்கள் யென் டேன் பழங்கள் மற்றும் காய்கறி கூட்டுறவுப் பண்ணைக்கு அழைத்துச்செல்லப்பட்டோம். சீனர்கள் மட்டுமே உணர்திறனை நடைமுறையோடு கலந்து முரண்பாட்டைக் களைய முடியும் என்று நான் சிந்திக்க ஆரம்பித்தேன். யென் டேன் என்றால் 'நதியில் பறவை/மொட்டு' என்று அர்த்தம். மஞ்சள் நதியில் உள்ள ஒரு தீவில் அமைந்திருக்கும் ஒரு பழம் மற்றும் காய்கறிப் பண்ணைக்கு இதை விடச் சிறந்த பெயர் இருக்க முடியுமா? பழைய லேன்ஸோவின் தூசி மேகங்களுக்கு ஊடாகப் பயணம் செய்து பண்ணையை வந்தடைந்தோம். முதலில் நாங்கள் முக்கிய அலுவலகத்துக்கு அழைத்துச்செல்லப்பட்டோம். அங்குள்ள கூட்டம் நடைபெறும் அறையில் வரவேற்றார்கள். அங்குப் பெரிய அளவிலான மாவோ, சூ என் லாய் படங்கள் மாட்டப்பட்டிருந்தன. பெரிய இளஞ் சிவப்பு மற்றும் மஞ்சள் பதாகைகளில் நீளமாக எழுதப்பட்டிருந்தன. சுவர்

ஒன்றில் ஒரு புகைப்படம் தொங்கியது. இது ஒரு இந்திய நிறுவனத்தை எனக்கு நினைவூட்டியது. அது ஒரு நீண்ட புகைப்படம். குறைந்தது மூன்று அடி நீளம் இருக்கும். அதில் நூற்றுக் கணக்கானோர் உட்கார்ந்தவாறும் நின்று கொண்டும் இருந்தனர். 'உழைக்கும் வீரர்கள்' என்ற விருதை பீஜிங்கில் வைத்துக் கொடுக்கும்போது எடுத்த படம். அவர்களில் ஒருவர் யென் டேன் பண்ணையில் உள்ளவர்.

இந்தப் பண்ணை பழங்களையும் காய்கறிகளையும் 700,000 மக்கள் தொகை கொண்ட லேன்ஸோவிற்கு வழங்குகிறது. பண்ணையின் மொத்தப் பரப்பளவு 4600 மோவ். 1 மோவ் 920 சதுர யாடுகள் ஆகும். இதில் 500 அரசுப் பரிசோதனைப் பண்ணைக்கு உரியது. இந்தப் பண்ணை 691 குடும்பங்களால் நடத்தப்படுகிறது. மொத்த மக்கள்தொகை 3500 பேர். விடுதலைக்கு முன் இப்போதுள்ள பண்ணை இருக்கும் இடத்தில் 400 குடும்பங்கள் வாழ்ந்தனர். லேன்ஸோவில் தொழிற்சாலைகள் வந்தபோது சில குடும்பங்கள் இங்கிருந்து சென்றனர். சீனாவின் வேறு பாகங்களில் இருந்து எழுபது குடும்பங்கள் வந்தன. மக்களின் பெயர்வு இயக்கம் கவரும்படியாக உள்ளது. ஊக்கத்தை அளிப்பது எது என்பது பற்றித் தெரியவில்லை. 1951ஆம் ஆண்டு கூட்டுறவு இயக்கம் தொடங்கப்பட்டது. 1956ஆம் ஆண்டு இந்தப் பகுதி பெரும் கூட்டுறவுப் பண்ணையாக உருவாக்கப்பட்டது. பதினாறு வயது முதல் உறுப்பினராகச் சேர்க்கப் படுகின்றனர். தற்போது 2100 உறுப்பினர்கள் உள்ளனர். பண்ணையில் 91 கால்நடைகள், 800 கோழிகள், 300 வாத்துக்கள் மற்றும் 400 கோழிக் குஞ்சுகள் உள்ளன. இந்தப் பண்ணை எட்டு பகுதிகளாகப் பிரிக்கப்பட்டு ஒவ்வொன்றுக்கும் ஒவ்வொரு பணிக்குழு உள்ளது.

நாள் ஒன்றுக்கு 60, 000 கேட்டிகள் (ஒரு கேட்டி என்பது 500 கிராம்) காய்கறிகள் லேன்ஸோவுக்கு அனுப்பப்படுகின்றன. உச்சகட்டங்களில் ஒரு நாளைக்கு 10 மணி நேர வேலை. மற்ற நேரங்களில் ஓய்வு கிடைக்கிறது. பண்ணையில் ஹேன் மரபினரும் 'தேசியச்' சிறுபான்மையினரும் உள்ளனர். ஓய்வு நேர வேலையைப் பற்றிக் கேட்டோம். கைவினையும் குடிசைத் தொழிலும் இருப்பதுபோல் தெரியவில்லை. இதனோடு ஒப்பிடும்போது இந்திய விவசாய அமைப்புகள் மேம்பட்டவைகளாகக் காணப்படுகின்றன. விவசாயிகளுக்கு கைவினையும் பாரம்பரிய நுட்பங்களும் கூடுதல் வரு மானத்துக்காக ஊக்குவிக்கப்படுகின்றன. ஆனால், இரு நாடுகளிலும் காணப்படும் விவசாயச் சூழலைப் பொறுத்தவரையில் இது ஒரு சிறிய விஷயம்தான். வாரத்தில் ஒரு குறிப்பிட்ட மணி நேரம் விவாதம் மற்றும் குழுவிவாதங்களுக்கு ஒதுக்கப்படுகின்றன. இளம் மற்றும் முதிய விவசாயிகள் தங்கள் பிரச்சினைகள் பற்றி விவாதித்து ஆலோசனைகள்

கூறுகின்றனர். குழுவாகக் கற்பதில் தொழில் நுட்பமும் உண்டு. தங்கள் பணியில் புது மேம்படுத்தல்களைக் கற்றறிகின்றனர். நிலை மற்றும் ஆர்வத்தைப் பற்றி அறிய ஒரு குழுவுக்குச் செல்ல விரும்பினேன். ஆனால், கெடுவாய்ப்பாக நேரம் கிடைக்கவில்லை.

கூட்டுறவில் நான்கு பள்ளிகள் இருக்கின்றன: இவற்றில் இரண்டு அரசின் நிதியுதவி பெறுபவை மீதி இரண்டு கூட்டுறவு உறுப்பினர்களால் நடத்தப்படுபவை. இந்தப் பள்ளிகள் பண்ணைக் குழந்தைகளின் ஆரம்பக் கல்வியையும் பெரும்பாலான நடுநிலைக் கல்வித் தேவையையும் நிறை வேற்றுகின்றன. சில இளைஞர்கள் அவ்வப்போது தொழிற்சாலைகளில் வேலை செய்ய அனுப்பப்பட்டாலும் அவர்கள் நிலைபெறும்வரை கூட்டுறவு அவர்களை ஆதரிக்கிறது. இதை ஒரு கருத்தியல் அடிப்படைக் கூற்றாகவே நான் கருதுகிறேன். இளைஞர்கள் பண்ணையை விட்டுச் சென்று முற்றிலும் வேறு பணிகளில் வேலை செய்வதை 691 குடும்பங் களும் ஆதரிப்பார்கள் என்பதை என்னால் கூற முடியாது. நிர்வாகத் தரப்பில் ஆறு பெண்களை உள்ளடக்கிய இருபத்தொன்பது உறுப்பினர்கள் கொண்ட குழு உள்ளது. ஒரு குழுவின் தலைவரும் பெண்ணே. பெண்களை உயர் பதவிகளில் ஏற்றுக்கொள்ளுவதில் சிரமம் இருக்கிறதா என்று கேட்டோம். ஆனால், அப்படி எதுவும் இல்லை என்று எங்களுக்குக் கூறப்பட்டது. ஒரு பண்ணையில் பெண் பணிபுரிவது என்பது அசாதாரணமானது இல்லை என்னும் நிலையில் இது எளிதானதே. பண்ணையில் 1030 பெண்கள் பணிபுரிகின்றனர். அவர்கள் அனைவருக்கும் ஆண்களுக்கு இணையாக ஊதியமும் உரிமைகளும் இருக்கின்றன.

திறமைக்கு ஏற்ப வேலை பிரித்தளிக்கப்படுகிறது. இத்தகைய மாறிய சூழலை ஒருவர் பண்ணையில் வாழ்ந்து பார்த்தே தீர்மானிக்க முடியும். உண்மையில் பெண்களுக்கான வேலைவாய்ப்பு அவர்களுக்கான வாழ்க்கைத் தரத்தை அளிக்கப் போதுமானதாக இல்லை. மும்பை பீடித் தொழிற்சாலை ஊழியர்களில் பெரும்பான்மையானோர் பெண்களே. ஆனால், இது மும்பை சமூகத்தில் அவர்களது வாழ்க்கைத்தரத்தை மாற்றவில்லை. நெகிழ்வான சமூகத்தை உருவாக்குவது மற்றும் பெண்களுக்கு அவர்கள் முன்னிழந்த அடிப்படை உரிமைகளை அளிப்பது ஆகிய இரு பார்வை நிலையிலும் சீனாவின் புதிய திருமணக் கொள்கை முற்போக்கானது என்று கருதப்படுகிறது. உற்பத்தித் துறையில் எங்களுக்குப் பல புள்ளிவிவரம் அளிக்கப்பட்டது. 1951இல் உற்பத்தி குறைவாக இருந்தது, 1954இல் அது பாதி அளவு உயர்ந்தது, 1956இல் அது இரட்டிப்பானது என்பதை நாங்கள் நம்ப வேண்டும் என்று எதிர்பார்க்கப்பட்டதா?

நாங்கள் அவர்களிடம் கேள்விகள் கேட்ட பின்னர் அவர்கள் எங்களிடம் திருப்பிக் கேள்விகள் கேட்டனர். இந்திய விவசாயிகள் மேல் கணிசமான ஆர்வமும் பரிவும் காணப்பட்டன. இந்திய விவசாயிகளின் நிலைமையைப் பற்றிய தோ பிகா ஜமீன் என்ற படம் ஒரு நகரும் சினிமாக் குழுவால் காட்டப்பட்டதால் இந்திய விவசாயிகளின் நிலை மேலும் ஆர்வத்தைத் தூண்டியதாக நாங்கள் பின்னர் அறிந்தோம். கேள்வி கேட்ட ஒருவர் பிரான்சில் கூட்டுறவு எவ்வாறு நிர்வகிக்கப்படுகிறது என்று கேட்டார். திராட்சை வளர்ப்போர் சிலர் கூட்டுறவாக அமைக்கப்படுகிறார்களே தவிர பிரான்சில் அவை முற்றிலுமாக இல்லை என்று டொமினிக் உடனடியாகக் கூறினார்,

இந்தப் பண்ணையில் ஏற்கெனவே 100 புதிய வீடுகள் இருப்பதாகக் கூறப்பட்டது. சூரிய வெப்பத்தால் உலர்த்தப்பட்ட செங்கலால் கட்டப்பட்டு களிமண் மற்றும் மண்ணால் பூசப்பட்டுப் பரம்பரைப் பாணியில் கட்டப் பட்ட ஒரு வீட்டைப் பார்த்தோம். கண்ணாடி ஜன்னல்களோடும் மரக் கதவுகளோடும் அது ஆடம்பரமாகக் கட்டப்பட்டிருந்தது. இன்னும் பல கட்டடங்கள் விரைவில் கட்டி முடிக்கப்படும் என்று அவர்கள் நம்பிக்கைத் தெரிவித்தனர். சமீப காலங்களில் சைக்கிள், கைக்கடிகாரம் மற்றும் பேனாக்கள் பிரபலமாயின. நாங்கள் ஓர் ஆப்பிள் தோட்டம் வழியாகச் சென்றோம். ரஷ்யாவில் உள்ள லைசென்கோ (Lysenko) வரிசையில் ஏதாவது பரிசோதனைகள் நடைபெறுகின்றனவா என்று கொஞ்சம் தயங்கியபடியே கேட்டேன். விதைகளையும் வகைகளையும் மேம்படுத்த ஓர் ஆய்வகம் இருப்பதாகவும் ஆனால், பேரிக்காயை ஆப்பிளோடு ஒட்ட முயற்சி நடக்கவில்லை இனிமேலும் நடக்காது என்றும் கூறப்பட்டது. எங்களுக்குச் சுற்றிக்காட்டியவர் பெரிதாகப் புன்னகைத்தார்.

முலாம் பழ வயல்கள், பெரிய பூக்கோசு பயிரிடப்பட்ட பகுதிகள், தக்காளி, பச்சை மிளகாய், வளர்க்கும் காய்கறித் தோட்டங்கள், முட்டை ஆலைகள் ஆகியவற்றைக் கடந்து இறுதியில் ஆற்றங்கரையில் காட்டுப் பகுதிக்கு வந்தோம். மேலேயும் அதற்கு அப்பாலும் தேயிலைத் தோட் டங்கள். பண்ணையாளர்கள் சிலர் தேநீர் அருந்திக்கொண்டு இருந்தனர். தூரத்தில் ஒருவர் முழங்காலில் நின்று நமாஸ் செய்துகொண்டிருந்தார். முலாம், பேரி, ஆப்பிள் மரங்கள் அடர்ந்த இடத்தில் கிடந்த பெஞ்சுகளில் அமர்ந்தோம். கூட்டம் நடந்த அறையில் இவற்றில் சில எங்களுக்கும் அளிக்கப்பட்டன. நாங்கள் காத்திருக்கும்போது மரத்தின் அடியில் ஏன் தங்கினோம் எனக் கேட்டோம். கொஞ்சம் முலாம் பழங்களை உண்ண ஒரு சிறு இடைவேளை எனக் கூறப்பட்டது.

சீனாவில் இத்தகையக் கூட்டுறவுகள் எத்தனை அமைக்கப்பட்டுள்ளன அவற்றில் எத்தனை இது போன்று வெற்றிகரமாக அமைந்துள்ளன என்று நான் எண்ணிப்பார்த்தேன். விவசாய உற்பத்தியை அரசு எடுத்துக்கொள்ளப் போகிறதா? உற்பத்தி அமைப்பை வலிமையான கொள்கையுடன் இணைக்கும் இஸ்ரேலின் கிப்பட்ஸ் உடன் ஒப்பிடுவது பயனுள்ளதாக இருக்கும் என நான் நினைத்தேன். ஏனெனில் கொள்கையளவில் அது இங்கு நடைபெறுவதுபோல் இருந்தது.

நவீன வாழ்க்கையின் ஒரு சித்தரிப்பை முழுமையாக்க எங்களை லேன்ஸோவில் இருக்கும் ஒரு எண்ணெய்ச் சுத்திகரிப்பு ஆலைக்கு அழைத்துச்சென்றனர். லேன்ஸோவின் தொழில்துறை முக்கியத்துவத்துக்கு பெரும்பாலும் காரணமான ஒரு பெரும் ஆலை அது. சின்ஜியாங் மற்றும் யூமென்னில் இருந்து வரும் கச்சா எண்ணெய் இங்குச் சுத்திகரிக்கப்பட்டு தொழிற்சாலைத் தேவைகளுக்கான எண்ணெய் சுற்றியுள்ள எல்லா இடங்களுக்கும் அனுப்பப்படுகின்றது. 1953ஆம் ஆண்டு ஆயத்தம் தொடங்கியது. ஒரு குழு அமைக்கப்பட்டு 1954இல் இடம் தேர்வுசெய்யப்பட்டது. இங்கு வாழ்ந்த மக்களுக்கு வேறு இடங்கள் ஒதுக்கப்பட்டு இடம் பெயர்ந்தனர். உறுப்பினர்கள் வேலையை ஆரம்பிக்கக் கேட்டுக்கொள்ளப் பட்டனர். இந்த ஆலை கட்டப்படும்போதே ஊழியர்கள் பணியமர்த்தப் பட்டு குழுக்குழுவாக பயிற்சி பெற வேறு ஆலைகளுக்கு அனுப்பப் பட்டனர். 100 ஊழியர்களுக்கு மேல் ரஷ்யாவுக்கும் பிற நாடுகளுக்கும் அனுப்பப்பட்டனர். நாட்டில் உள்ள அனைத்துச் சுத்திகரிப்பு ஆலை களிலும் இந்த ஆலைக்கான பணியாளர்கள் பயிற்சிபெற்றனர்.

1956 ஏப்ரலில் எண்பது பேருடன் தொடங்கப்பட்டது கட்டுமானப் பணி. அந்த ஆண்டு இறுதியில் 2000 பேர் ஆனார்கள். திட்டத்தின் முதல் பகுதி பம்புகளை நிறுவுதல் ஆகும். அதைத் தொடர்ந்து வீடுகளைக் கட்டுதல், தண்ணீர் மற்றும் கழிவுநீரோடை ஏற்பாடுகள். எல்லாவற்றையும் லேன்ஸோ நிர்வாகம் செய்தது. இது பிற தொழிற்சாலைகளுக்கும் வரை படம் ஆயிற்று. 1956-1957இல் பணியாளர் எண்ணிக்கை 8000இல் இருந்து இரட்டித்து 16000 ஆனது. முடிந்தவுடன் உற்பத்தி 10 லட்சம் டன்னில் இருந்து முடிவில் 20 லட்சம் டன்னை எட்டும் என்று எதிர்பார்க்கப்பட்டது. 1959 இல் 100 டன் கச்சா எண்ணெயை சுத்திகரிப்பார்கள். இந்த புள்ளி விவரங்கள் உண்மையானவையா அல்லது உயர்நோக்குடையதா என்று எனக்குப் புரியவில்லை. இது சீனாவில் உள்ள மிகப் பெரிய சுத்திகரிப்பு ஆலையாக இருக்கும். இப்போது இருப்பவற்றைவிட இரு மடங்கு பெரியதாக இருக்கும். எண்ணெய் சின்ஜியாங் மற்றும் யூமென்னில் இருந்து தொடர்வண்டிகள் மூலம் கொண்டுவரப்படும். இதற்குப் பெரும்

தொடர்வண்டிப் பாதைகளும் அமைக்கப்பட வேண்டும். யூமென்னில் இருந்து இருப்புப் பாதை ஏற்கெனவே அமைக்கப்பட்டுவிட்டது. சின்ஜி யாங்கில் இருந்து விரைவில் ஆயத்தமாகும். பெரும்பாலான இயந் திரங்கள் தானே இயங்கக் கூடியவை. விசைப்பொறிப் பலகைகளால் கட்டுப்படுத்தப்படும். 700 கிலோ மீட்டர் நீளத்துக்கு தொட்டிகள் நிலத் துக்கு அடியில் அமைக்கப்படுகின்றன.

கட்டுமானத்தின்போது 50000 டன் இரும்பு தேவைப்பட்டது. ஒவ் வொரு பணிமனையும் குளிர்பதனம் செய்யப்பட்டது. தீ அணைப்புக் கருவிகள், மேல்தளத்துக்கு மின்தூக்கி, இயங்கு மேசைகள், மாற்று அறைகள் மற்றும் பணியாளர்களுக்குக் குளியல் அறைகள். தேசியச் சிறு பான்மையினருக்கு ஓர் உண்ணும் மேசை அமைக்கப்பட்டது. ஒவ்வொரு ஊழியருக்கும் ஒரு சமையலறை, குளியல் அறை, கழிப்பறை மற்றும் படுக்கை அறை கொண்ட ஒரு சிறு வீடு அளிக்கப்படும். மழலையர் பள்ளிகள், மருத்துவமனைகள், பள்ளிகள், திரையரங்குகள் மற்றும் கடைகள் போன்ற வசதிகள் அமைக்கப்படும். 400 பெண்கள் அலுவலகத் தொழில்நுட்பப் பிரிவுகளில் பணிபுரிகின்றனர். சிலர் தொழிநுட்பப் பட்ட தாரிகள். இவர்கள் நான்கு ஆண்டு பயிற்சி பெறுவர். கூடவே, அரசியல், சீனம் மற்றும் கணிதம் கற்பர். சோவியத் நாட்டில் உள்ள ஆலைகள் மாதிரி சோவியத் நிபுணர்கள் இந்த ஆலையை வடிவமைத்து ஆலோசகர்களாக இருந்து வருகின்றனர். செக்கோஸ்லோவேகியாவும் போலந்தும் உதவி அளிக்கின்றன.

இவை அதிகாரப்பூர்வமான செய்திகள். நாங்கள் சந்தித்த சிலர் குறிப்பிடத் தக்கவர்கள். இருபத்து மூன்று வயதான அலுவலகச் செயலாளர் குமார் ஷியான் மிகுந்த திறன்படைத்தவர். அவர் சோவியத்தில் எண்ணெய்ப் பொறியாளராக பயிற்சி பெற்றவர். இந்த இடத்தில் அவரும், எண்ணெய்ப் பொறியாளரான அவர் திருமணம் செய்ய இருக்கிறவரும், மேலும் இரண்டு அல்லது மூன்று பேரும் முக்கியத்துவம் வாய்ந்தவர்கள். இளமை இங்குப் பதவிக்குத் தடை இல்லை. அவர்களுக்கு உரிய மதிப்பு அளிக்கப்படுகிறது. அவரை இளமையும் அர்ப்பணிப்பும் உடையவர் என்று நான் கருதுகிறேன். பெண்கள் தங்குமிடத்தில் உள்ள அவரது அறைக்கு எங்களை அவர் அழைத்துச்சென்றார். மிக எளிமையாகவும் குறைந்த பொருட்களுடனும் இருந்தது. நூல்கள் பெரும்பாலும் எண்ணெய் சம்பந்தப்பட்டது. சில அரசியல் புத்தகங்கள், ஒரு ரேடியோ, கிராமபோன், எழுதும் மேசை மற்றும் அவர் திருமணம் செய்துகொள்ளப் போகிறவரின் புகைப்படம். நான் படுக்கையில் அமர்ந்தேன். ஓர் இளம் சீன அறிவியல் நிபுணரான அவரை டொமினிக் சில புகைப்படங்கள் எடுத்துக்கொண்டார். நான் அவர்

மேல் பொறாமைப்பட்டேன் எனலாம். அவர் தமக்குப் பெரும் மதிப்பான ஒன்றுக்காகப் பணிபுரிகிறார். இந்த முழு திட்டம், இந்த விரிந்துவரும் ஆய்வகம் எல்லாமே அவர் பணிபுரிவதற்கானவை. வேலை நிறைவாக இருப்பதால் அடிப்படை பற்றி அவர் கேள்வி கேட்க வேண்டியதில்லை. இவரைப் போன்ற எந்த ஓர் இளம் நபரும் அடிப்படையைக் கேள்வி கேட்க விரும்ப மாட்டார். தேவையும் இல்லை.

இன்னொரு அறையில் நான்கு பெண்களைச் சந்தித்தோம். மீண்டும் ஓர் எளிய அறை. சுவரில் போஸ்டர்கள். பிரகாசமான மிகவும் மகிழ்ச்சியான பெண்கள். இவர்களில் ஒருவருக்குதான் அரசியல் ஈடுபாடு இருந்தது. படுக்கையில் அமர்ந்து படித்துக்கொண்டிருந்த இளம்பெண்ணுக்கு இருபது வயது இருக்கும். அவர் திட்டமிடல் பிரிவில் வரைவாளராகப் பணி புரிகிறார். அவர் படித்துக்கொண்டு இருந்தது ஒரு பாடப் புத்தகம். அவர் லேன்ஸோவில் இருந்து பல மைல் தூரத்தில் இருக்கும் ஒரு கிராமத்தில் இருந்து வருகிறார். முதலில் அவர் நடுநிலைப் பள்ளி வரையில்தான் படித்திருந்தார். அவர் சில காலம் தொழில்நுட்பப் பள்ளியில் பயின்று திட்டமிடலில் பயிற்சி பெற்றார். அவரது பெற்றோர்கள் இதைப் பற்றி என்ன நினைத்தார்கள் மற்றும் இதற்கு எவ்விதம் அனுமதித்தார்கள் என்று கேட்டேன். ஏனென்றால் வடமேற்கு மிகவும் மரபு சார்ந்த சமூகம் ஆகும். அவர் சிரித்துக்கொண்டே நான் சுத்திகரிப்பு ஆலையில் பணி புரியப் போவதாகக் கூறினதும் என் பெற்றோர் மகிழ்ச்சி அடைந்தனர். நாங்கள் பதினெட்டில் இருந்து இருபது வயது கொண்ட இளம் பெண்களைச் சந்தித்தபோது அவர்களும் சற்று வெட்கப்பட்டபடியே வந்தனர். சிலர் கன்சுவில் இருந்தும் சிலர் அதற்கு அப்பால் ஷாங்காயில் இருந்தும் வந்தனர். இது எனக்கு ஆச்சரியம் அளித்தது. ஏன் இவ்வளவு தூரத்தில் இருந்து வருகின்றனர்? ஷாங்காயில் நிலை நல்லபடியாக இருந்தும் இங்கு வருவதற்குக் காரணம் இங்குப் பணியாளர்கள் தேவைப்படுவதே என்று ஷாங்காயில் இருந்து வருபவர்கள் நாங்கள் சந்தித்துக் கேட்டபோது கூறினார்கள். அவர்கள் தன்னார்வமாகவே வந்துள்ளனர். ஆண்டுக்கு வட கிழக்கில் இருந்து மட்டும் 800 முதுநிலைப் பள்ளி மாணவர்கள் தன்னார்வமாக வட மேற்கில் பணிபுரிய விரும்பி வருகின்றனர். இத்தனை பேர் தன்னார்வமாக வரக் காரணம் என்ன என்று நான் வியந்தேன். ஊக்க ஊதியம் அளிக்கப்படுகிறதா அல்லது இப்பகுதிக்கு வேலைக்கு அனுப்பப்பட்டதை இவ்விதமாகக் கூறுகின்றனரா?

தொழில்நுட்பக் கல்லூரியில் சிலர் கூடைப்பந்து ஆடுவதைப் பார்த்தோம். இங்கிலாந்தின் எஸ்ஸெக்சில் மாதம் ஒரு முறை நான் விரிவுரையாற்றும் தொழில்துறை உதவியாளர்கள் என் நினைவுக்கு வந்தனர்.

இங்கிலாந்தைப் போலவே இங்குள்ள தொழில்துறை உதவியாளர்களுக்கும் பிற நாடுகளில் விரிவுரைகள் அளிக்கப்படலாம் என்று எண்ணினேன். ஆனால், இங்கிலாந்தில் உள்ளவர்களுக்குப் பிற நாடுகளில் வேலை பெறும் வாய்ப்பு உள்ளது. இங்கிலாந்தில் ராக்-அன்–ரோலுக்கும் கூடைப்பந்துக்கும் இடையில் வாழ்க்கை சுழல்கிறது என்பது இன்னொரு வேறுபாடு. இங்குள்ள மாணவர்களுக்கு முறைப்படியான கல்வியில் கவனம் செலுத்த வேண்டும். அவரவர்கள் முறையில் அப்படியே விட்டுவிடுவதும் ஒன்று போல்தான் இருக்குமா? நான் அப்படித்தான் நினைக்கிறேன். நான் அப்படித்தான் நினைக்கிறேன், ஏனென்றால் அவர்களுக்கு வெளியே ஒரு காரணம் இருப்பதைப் பற்றிய விழிப்புணர்வு வெளிப்படையானது; அவர்களில் சிலர் அதைப் பற்றிச் சிரித்தாலும் ஒத்துக்கொள்ளாவிட்டாலும், அவர்களில் பெரும்பான்மையோருக்கு அது இருப்பதுபோல் தோன்றுகிறது. அவர்களில் பலருக்கு சூழலில் உள்ளமைந்து இருக்கும் வாய்ப்புகள் தனிப்பட்ட மற்றும் பொதுவான எதிர்பார்ப்புகளைப் பொறுத்தவரையில் ஒரு பெரும் முன்னோக்கியப் பாய்ச்சல் (big leap forward) ஆகும்.

சுத்திகரிப்பு ஆலை வேலையைத் தொடங்கவில்லை என்பதால் எனக்கு அதில் ஆர்வம் அதிகம் இல்லை. சில இயந்திரங்கள் பொதியுறைப் பிரிக்கப் படாமல் அப்படியே கிடந்தன, சில பொருத்தப்பட்டுக் கொண்டிருந்தன. இயங்காத இயந்திரங்கள் என் கவனத்தைக் கவரவில்லை. இடம் மிகப் பெரியது. பரந்து விரிந்தது. இயங்கத் தொடங்கியதும் சந்தேகம் இன்றி கவரும் வண்ணமாக இருக்கும்.

மதியம் இயக்குநரைப் பார்த்தோம். அனைத்து அலுவலக மற்றும் நிர்வாக ஊழியர்களும் மண்வெட்டிகளை வைத்துக்கொண்டு செங்கற்களையும் சுமந்து சென்று கொண்டு இருந்தனர். இது மாவோவின் கூற்றை நடைமுறைப்படுத்துவது. ஒரு வாரத்தில் ஒரு மதியம் நிர்வாக ஊழியர்களும் உழைப்பாளர்களோடு உழைக்க வேண்டும். இதனால் அதிக அதிகார வர்க்கமாக மாறாமல் உடல் உழைப்பு நிலைகளையும் அவர்கள் புரிந்துகொள்ள முடியும். இது கேலிக்கூத்துப்போல் பட்டது. இதை அவர்கள் சனிக்கிழமை மதிய உடல்பயிற்சிபோல் கருதுகின்றனர். வாரத்துக்கு ஒரு முறை கற்களை அகற்றுவதால் மட்டுமே அதிகாரத்துவ மனப்பான்மை எவ்வாறு மாறக்கூடும் என்பது எனக்குப் புரியவில்லை.

சுத்திகரிப்பு ஆலையில் இருந்து மின் உற்பத்தி நிலையத்துக்குச் சென்றோம். வாழ்க்கை நிலையைப் பற்றி கேட்டோம். தொழிலாளர்கள் வெகு தொலைவில் வாழ்கின்றனர். பேருந்துகள் மூலம் இங்கு வருகின்றனர். இவை செக்கோஸ்லோவேகியாவில் செய்யப்பட்ட ஸ்கோடா-மேட் பேருந்துகள். இவர்கள் பெரும்பாலும் வட கிழக்கில் பயிற்றுவிக்கப்

பட்டவர்கள். மூன்றில் ஒரு பங்கினர் சீனாவின் வேறு பகுதியில் இருந்து வந்தவர்கள். மூன்றில் இரு பங்கினர் தொழில்நுட்பப் பள்ளியில் பயின்ற வர்கள். ஆண்டுக்கு ஒரு முறை அவர்களுக்கும் குடும்பத்துக்கும் வீட்டுக்குச் செல்ல கட்டணம் வழங்கப்படுகிறது. தங்கள் குடும்பத்தோடு வந்தவர் களும் அவ்வாறு செய்யலாம். நிறுவனம் கட்டணத்தை வழங்கும். முன் மாதிரி உழைப்பாளர்கள் பாரட்டப்படுகின்றனர். கட்டடத் தொழிலாளர்கள் போலவே ஆலைத் தொழிலாளர்களும் மாதத்துக்கு 60 யுவான் பெறு கின்றனர். பொறியாளர்களும் ஆரம்பித்தில் இவ்வளவே சம்பாதிக்க முடியும். ஆனால், சம்பளம் வேகமாக அதிகரிக்கிறது. வாடகை, தண்ணீர், மற்றும் மின்சாரம் மிகவும் மானிய விலையில் கிடைக்கின்றன. கல்வி இலவசம். நடுநிலைப் பள்ளி வளாகத்திலும் உயர்நிலைப் பள்ளி நகரத்திலும் கிடைக் கின்றன.

பின்னர் மாலையில் திரு. லேன் எங்களை வழியனுப்பிப் பேசினார். பதிலுக்கு நாங்களும் பேச வேண்டியதாயிற்று. அவர் ஒரு நாடக ஆசிரியர். கன்சு எழுத்தாளர்கள் மற்றும் கலைஞர் சங்க தலைவர். மேலும் லேன்ஸோவில் அவர் எங்களுக்கு அதிகாரப்பூர்வமான வழிகாட்டி. வளரிளம் பருவத்தில் ‘எட்டுவழி இராணுவ (Eight Route Army)த்தில் ஒரு சிவப்புக் குட்டிப் பிசாசு’ (little red devil) என்பதாக இருந்தவர். இவர்கள் எல்லாம் விவசாய இளைஞர்கள். இவர்களுக்கு ஆயுதங்கள் வழங்கப்பட்டன. செம் படையைத் தொடர்ந்து இராணுவ வீரர்கள் ஆயினர். 1930களின் நடுவில் விவாசயக் கொரில்லாக்களாக இருந்தனர். இவர் அழகாக இருந்தார், எப்போதும் அழகாக உடை அணிந்திருந்தார். அடிக்கடி புகைத்து ஒரு துப்பும் பாத்திரத்தில் துப்பினார். இதுதான் முதல்முறையாக அவர் அயல் நாட்டினரை லேன்ஸோவைச் சுற்றிக்காட்ட அழைத்து சென்றது. ஆகவே அனைத்தையும் சிறப்பாகச் செய்தார். முதல் நாள் லேன்ஸோவைப் பற்றிய வரலாற்றைக் கூறினார்.

நான் இந்தியாவில் இச்சூழலை மனக்கண் முன் கொண்டுவந்தேன். ஒரு மரியாதைக்குரிய நாடக ஆசிரியர் நான்கு பெண்களை வழிகாட்டியாக இருந்து பண்ணைகளுக்கும் ஆலைகளுக்கும் அழைத்துச்செல்கிறார். லேன்ஸோவுக்கு வருகை தரும் எண்ணிக்கையைக் கருத்தில் கொள்ளும் போது அவருக்கு எழுதுவதற்கு எவ்வளவு நேரம் கிடைக்கும்? ஆனால், அவர் நேரம் கிடைப்பதாகக் கூறினார். அவர் நாடகங்கள் இராணுவத்தைப் பற்றியது. இராணுவத்தைப் பொதுமக்களுக்குப் பிரதிநித்தித்துவப்படுத்துவது. செம்படையில் பணிபுரிந்து அவருக்கு நீண்ட அனுபவம் இருந்தது. அந்தச் சங்கத்தில் அவர் ஓர் அதிகாரி. அவரது அதிகார அந்தஸ்து காரணமாக அதிகாரிகள் மத்தியிலும் ஒரு மதிப்பான நிலையில் இருந்தார்.

தில்லியில் உள்ள இவரைப் போன்ற பிரபலமான ஒரு நாடக ஆசிரி யரை நான் எண்ணிப்பார்த்தேன். யாரும் அவரைத் தொந்தரவு செய்ய மாட்டார்கள். அப்படிப்பட்டவர் இந்தியாவிலும் வெளிநாட்டிலும் பல இடங்களில் நேரத்தைச் செலவழிக்கலாம். அவருக்குச் சமுதாயத்தில் உள்ள அந்தஸ்திற்கு ஏற்ப அவர் எது வேண்டுமானாலும் செய்யலாம். லேனுக்கு பாதுகாப்பு இருந்தது. அவர் மதிக்கப்பட்டார். ஒருவர் முழுமையான சுதந்திரம் பற்றி சிந்திக்கத் தேவை இல்லை. ஏனெனில் அப்படி ஒன்று எந்தச் சமூகத்திலும் இப்போது இல்லை. முழு சுதந்திரத்திலும் சில கட்டுப்பாடுகள் இருக்கத்தான் செய்யும். இங்கே உள்ள கட்டுப்பாடுகள் என்ன?

சீனாவில் நான் சந்தித்த முதல் எழுத்தாளர் லேன் தான். அவர் கூறிய வற்றில் நான் ஆர்வமாக இருந்தேன். இவரிடம் வலிமையான சோவியத் துக்கு ஆதரவான உணர்வு இருந்தது. அதிகாரத்தில் இருந்த ஒரு சிலரிடம் இது காணப்பட்டது. அவர்கள் சோவியத் யூனியனை வெளிப்படையாக விமர்சிக்க விரும்பவில்லை. ஏனெனில் அதுவே முதல் சோசலிஸ்ட் அரசு. எனவே தவறுகளைத் தவிர்க்க முடியாது. மேலும் சோவியத் சீனாவுக்குப் பெரும் அளவில் உதவி செய்கிறது. அவர்களுடைய உதவி இல்லாமல் இவ்வளவு சாதித்திருக்க முடியாது என்று கம்யூனிஸ்ட் கட்சிக்குத் தெரியும். சோவியத் யூனியனிடம் இருக்கும் நட்பு உண்மையானது. 'நாங்கள் ஓர் இளம் நாடு' என்பதே லேனின் கவலை (இது எனக்கு சிரிப்பை வர வழைத்தது – சீனா ஓர் இளம் நாடா?). நாங்கள் உண்மையிலேயே உழைக்கிறோம், மேலும் ஒரு சிறந்த இடத்தை உருவாக்கி வருகிறோம் என்பதை வெளி உலகம் அறிவதற்காக எங்கள் கட்டுமானத்தைக் காட்ட விரும்புகிறோம். நாங்கள் எங்கள் குறைகளையும் காட்ட விரும்புகிறோம் ஏனெனில் நாங்கள் மேம்பட விரும்புகிறோம், நாங்கள் அயல்நாட்டு விமர்சனத்தை நாடுகிறோம், ஆக்கபூர்வமான விமர்சனத்தை.' நான் அவர் உண்மையாகவே கூறுகிறார் என நம்பினேன். அவரைப் பொறுத்தவரையில் வெறும் வாய்வார்த்தை என்பது இல்லை. அவர் சீனாவை ஒரு எதிர் கால சோசலிச நாடாகப் பார்க்க விரும்பினார். புதிய சமூகத்தின் எழுத்தாளர்களைப் பற்றி பேசியபோது அவர் 'ஓர் எழுத்தாளன் அரசியல் வாதியாகவும் அறிவியல் அறிஞனாகவும்' இருக்க வேண்டும் என்று உறுதியாக நம்பினார். அரசால் அங்கீகரிக்கப்பட வேண்டுமானால் ஓர் எழுத்தாளன் ஓர் அரசியல்வாதியாகவும் அறிவியலாளனாகவும் இருக்க வேண்டும் என்று நான் அதை மாற்றி அமைத்துக்கொண்டேன்.

அவருடைய நாடகங்கள் இத்தனை சதவீதம் நகைச்சுவையும் அந்த அளவுக்கு சோகம் கொண்டு சரியான கெத்தார்ஸிஸ்-ஐ உருவாக்குமோ

என்று நான் வியந்தேன். ஆனால், சூத்திர நாடகங்களை எழுதுவதை விட அவருக்கு அதிக தரிசனம் இருந்தது. குறிப்பாக டிங்க் லிங்கிற்கு நிகழ்ந்துகொண்டிருப்பதைப் பார்க்கும்போது இதை அவர் சொல்லுவது புதிராக இருந்தது. அவர் வலதுசாரி என்று குற்றம் சுமத்தப்பட்டார். ஏனெனில் அவர் மக்களைப் பற்றி எழுதுவதற்கு முன் எழுத்தாளர்கள் தங்களைப் பற்றி அறிந்துகொள்ள வேண்டும் என்று கூறினார். எழுத்தும் அரசியலும் ஒன்றாகச் செல்லாது என்று தன் அனுபவத்தை வைத்துக் கூறினார். எழுத்தாளர்களுக்கு ஏதாவது மதிப்பு இருக்க வேண்டும் என்றால் அவர்கள் அரசியல் கருத்துகளில் இருந்தல்ல அரசியல் தேவைகளில் இருந்து சுதந்திரமாக இருக்க வேண்டும் என்று கூறினார். நன்கு அறிந்த நாவலாசிரியரும் தீவிர புரட்சியாளருமாக இருந்த அவரிடம் இருந்து வந்த இந்தக் கருத்துகள் சில சீனர்களை அதிர்ச்சியில் ஆழ்த்தியிருக்கும்.

9

மைஜிஷனில் பணி தொடங்குகிறது!

மைஜிஷன் ஆய்விடத்தில் தங்குவது எங்களுக்கு மிகக் கடினமானதாக இருக்கும் என்று தியான் ஷூயி என்ற இடத்தில் உள்ள எழுத்தாளர்கள் மற்றும் கலைஞர்கள் சங்கம் முதன்முதலில் தீர்மானித்தது. மூன்று பெண் களால் எதிர்கொள்ள முடியாது என்ற கருத்தே நிலவியிருக்கும். 'புராதானச் சூழலில்' நாங்கள் வாழ்வது எப்படி சாத்தியம்? ஆகவே தியான் ஷூயியில் தங்கி இருந்து தினமும் ஜீப்பில் வந்துபோவது என்று முடிவாகியது. பயணம் மற்றும் வாழ்க்கை நிலையைப் பற்றிக் கேட்டபோது, பாதை மிகவும் மோசம் என்றும் ஒவ்வொரு நாளும் போய்வர மூன்றில் இருந்து நான்கு மணி நேரம் ஆகும் என்றும் மடத்தில் நாங்கள் தங்க இரண்டு வெறும் அறைகள் அளிக்கப்படும் என்றும் கூறப்பட்டது. நாங்கள் ஆலோ சித்துப் பயண நேரம் அதிகமாக இருப்பது கள ஆராய்ச்சி நேரத்தைப் பாதிக்கும் என்றும் சில வாரங்கள் கடின வாழக்கைக்கு நாங்கள் யாரும் எதிராக இல்லை என்றும் கூறினோம். நாங்கள் ஆய்விடத்தில் தங்கித்தான் ஆகவேண்டும். நாங்கள் திரு. லீயுடன் விவாதித்தோம். எங்கள் குரலில் இருந்த ஈடுபாடு கருதியோ என்னவோ இறுதியில் திரு. லீ சம்மதித்தார். மடத்தின் நான்கு பகுதிகளில் ஒன்று காலி செய்யப்பட்டது. வேங்கும் சியானும் தங்கி இருந்த இரு அறைகள் எங்களுக்கு அளிக்கப்பட்டன. அவர்கள் கட்டடத்தின் இன்னொரு பகுதிக்கு இடம்பெயர்ந்தனர்.

ஆகவே அடுத்த நாள் காலையில் நாங்கள் எங்கள் பயணத்தை மிகுந்த சிறப்போடு ஆரம்பித்தோம். விடியற்காலையில் ஒரு பெரிய 15 டன் பழைய இராணுவ டிரக்கில் ஏறி அமர்ந்தோம். நாங்கள் மூன்று பேர், மிங்கோ, திரு. லீ மற்றும் எங்களைக் கவனித்துக்கொள்ள யிங்க்மென் என்ற இன்னொரு பெண். பின்னர் அவரால் எங்களுக்கு எந்தப் பயனும் இல்லா மல் போனது. அவரை முன்னரே திருப்பி அனுப்பி இருந்திருக்கலாம். நாங்கள் நால்வரும் பின்னால் இருந்த ஒரு பெஞ்சில் அமர்ந்தோம். ஒரு தடித்த சமையல்காரர் ஒரு பெரிய பெட்டியில் பொருட்களுடன் எங்க ளோடு வந்தார். இராணுவத்தில் பணிபுரிபவர்கள் வீட்டில் நாங்கள் பொது வாகக் கூறும் 'உலர்ந்த உணவுப்பொருட்'களை (dry ration) இது எனக்கு நினைவூட்டியது. துறவிகள் சாப்பிடுவதை நம்மால் சாப்பிட முடியா தென்றும் அதனால்தான் தம்மை அனுப்பி இருப்பதாகவும் சமையல்காரர்

கூறினார். எங்களுக்கு இரண்டு ஆண் பாதுகாப்பாளர்களும் ஒதுக்கப்பட்டிருந்தனர். எங்கள் பொருட்களைக் குகைக்கு எடுத்துச் செல்வதற்கும், இரவில் அறைக்கு வெளியே துப்பாக்கிகளுடன் காவல் புரிவதற்கும் அவர்கள் அனுப்பப்பட்டிருந்தனர். ஏனெனில் இரவில் கரடி மற்றும் ஓநாய்கள் மடத்தைச் சுற்றி திரியுமாம். மடத்தின் முக்கியக் கதவைப் பூட்டுவதில் வேங்க் குறியாக இருந்தார். சூரிய மறைவுக்குப் பின் யாரும் காட்டில் அலைவதற்கு அனுமதி இல்லை. பகலில்கூட மடத்தைச் சுற்றி இருக்கும் பகுதியில் இரண்டு பேராகத்தான் செல்ல வேண்டும் என்று அவர் வலியுறுத்தினார். இரவில் யாராவது நடக்கும் ஒலி கேட்டால் அது காவலர்களாகத்தான் இருப்பார்கள் என்று எங்களுக்கு முன்னெச்சரிக்கையாகக் கூறப்பட்டிருந்தது. நான் நன்றாகத் தூங்கிவிடுவதால் எந்த ஒலியையும் கேட்டதில்லை.

டிரக்கில் இருந்தவர்களோடு, எங்கள் சூட்கேசுகள், டொமினிக்கின் பல கேமராக்கள், படுக்கைகள், உணவுப் பொருட்களைக் கொண்ட பெரிய மரப்பெட்டி மற்றும் நான்கு கோழிகள் இருந்தன. ஓர் ஆடுதான் இல்லை எனலாம். இவ்வாறு குறுகியச் சாலையில் முட்டிமோதிக் குலுங்கியவாறு, தூங்கும் அல்லது அரைத்தூக்கத்தில் இருக்கும் கிராமங்களைக் கடந்து, வறுக்கும் எண்ணெய் மணத்தோடு, சாலை ஓரங்களில், புதர்மறைவில், வயல்களில் தூக்க முகத்தோடு உட்கார்ந்து தங்கள் காலைக்கடன்களைக் கழிக்கும் பிள்ளைகளைக் கடந்து, நெளிந்து வளைந்து செல்லும் மலைப் பாதையில் புழுதிப் புயலைக் கிளப்பிக்கொண்டு ஏறினோம். முடிவில், மூன்று மணி நேரத்துக்குப் பின்னர், மலையில் ஏறி மடத்தின் கதவின் முன் வந்துசேர்ந்தோம். பணி துவங்கிவிட்டது. நாங்கள் பணிபுரிய வந்த இரண்டு இடங்களில் இது முதலாவது. கடந்த இரண்டு வாரங்களாக நாங்கள் புரிந்துகொள்ள முயற்சி செய்து முடியாத கடந்தகாலத்தினுள் இது மன ரீதியாகப் பின்னோக்கிச் செல்வதாகும். கொஞ்சம் வரலாறு மற்றும் நடைபெற்றுவரும் பணிகள் குறித்தவற்றைப் பற்றிச் சிறிது கூறப்பட்டிருந்ததால் நாங்கள் தயாரிப்புடனேயே இருந்தோம் என்று சொல்லலாம்.

சாலை குண்டும் குழியுமாக இருந்ததால் பயணம் மிகவும் மெதுவாக சென்றது. அது ஏறக்குறைய ஓர் ஒற்றைத்தடம்தான். அதனால் பார்க்கக் கூடிய எதுவும் இல்லை. விவசாயம் செய்யப்பட்டிருந்த பள்ளத்தாக்கின் காய்ந்த தட்டையான வயல்களில் இருந்து பச்சையான மலையடிவாரம், பின்னர் பாறை அடர்ந்த மலைப்பகுதி, அதன் பின் தூரத்தில் தெரிந்த மலைகளை நோக்கிப் பயணம் சென்றது. தொடர்வண்டிப் பயணத்தின் போது நாங்கள் பார்த்து வந்த சாம்பல்மஞ்சள் வண்டல் மண் தட்டைப் பகுதிகளில் இருந்து மாறுபட்ட மலைகளின் பச்சை முற்றிலும் வித்தியாசமாக இருந்தது. பல்வண்ணப் பச்சைக்கும் வான நீலத்துக்கும்

முற்றிலும் முரண்பாடாக இருந்தது. பல குண்டுகுழிகளைக் கடந்தபோது நான் ஏறக்குறைய தூக்கி அடிக்கப்பட்டேன். எங்கள் வழி வேய் ஆற்றுப் பள்ளத்தாக்குப் பாதையில் பாதி தூரம் சென்றது. மடத்துக்கு வந்துசேர்ந்ததே தெரியவில்லை. ஒரு குன்றின் அடிவாரத்தில் அமைந்திருந்த ஒரு சிறிய மடம் அது. சரிவான கூரை கொண்ட சிறிய வாயிலை வைத்துதான் அதை அடையாளம் காண முடியும். பல சீனக் கட்டடங்களில் காணப்படுவது போல் கூரையின் விலாஎலும்பு போன்ற பகுதியில் விலங்குகளின் படங்கள் இருந்தன. ஒரு வயதான துறவி எங்களை வரவேற்றார். ஒரு சிறிய உரையாடலுக்குப் பின் நாங்கள் தங்க வேண்டிய பகுதிக்கு அழைத்துச்செல்லப்பட்டோம். இதில் இரண்டு அறைகள் இருந்தன. நாங்கள் சுற்றிப் பார்க்கும்போது சமையல்காரர் ஒரு எளிய உணவைத் தயாரித்துக்கொண்டிருந்தார்.

இந்த மடம் ஒரு கன்னிமடம் போன்றது. ஒரு முற்றத்தைச் சுற்றி நான்கு பக்கங்களிலும் இரண்டு இரண்டு அறைகள் இருந்தன. முற்றத்தைப் போலவே அறைகளும் விசாலமாக இருந்தன. நான்கு துறவிகள் தங்கி இருந்தனர். ஆனால், நிரந்தரமாக இல்லை. அவர்கள் மூன்று பக்கங்களில் இருந்த அறைகளில் தங்கி இருந்தனர். எங்கள் நால்வருக்கும் நான்காவது பக்கத்து அறைகள் ஒதுக்கப்பட்டிருந்தன. நாங்கள் வெளிப்புறம் இருந்து தான் அறைகளுக்குள் வர வேண்டும். துறவிகளுக்குத் தொந்தரவாக இருக்கு மாதலால் நாங்கள் முற்றத்தின் வழி செல்லக் கூடாது என்று அறிவுறுத்தப் பட்டிருந்தோம். ஒரு பகுதியையே நாங்கள் தங்குவதற்காகக் காலி செய் திருந்தது ஒரு பெரும் சலுகைதான். நாங்கள் நால்வரும் பெண்கள் என்பதை நினைவூட்டும் வண்ணம் எங்களிடம் இருந்து இடைவெளி வலியுறுத்தப்பட்டது.

ஆனால், ஆய்விடத்தைக் கண்டவுடன் எங்களுக்கு எல்லாம் மறந்து விட்டன. வடமேற்குச் சீனாவின் கன்சு பிரதேசத்தில் இருக்கும் ஒரு மலை தான் மைஜிஷன். யூரேசியாவை ஊடுறுவி பல நூற்றாண்டுகளாக நடை பெற்ற வணிகத்தில் ஈடுபட்ட பகுதி இது. இதன் பெயருக்கு ஏற்றபடி இந்த 'வைக்கோல் போர் மலை' அவ்வாறே இருந்தது. நான்கு பக்கங்களைக் கொண்ட இந்தக் குன்று செங்குத்தாக ஏறியது. பள்ளத்தாக்குகளும் சாந்தமான குன்றுகளும் கொண்ட நிலத்தோற்றத்தில் இது எடுப்பாகத் தெரிந்தது. உச்சியில் இந்த நான்கு பக்கங்களும் உள்நோக்கிச் சரிகின்றன. சுற்றிலும் கண்ணுக்கு இதமான பச்சை நிறமும் மேல் வரம்பில் மொட்டை மலையும் தென்படுகின்றன.

குன்றின் அடிவாரத்தில் அதன் அடிப்பகுதியில் செருகி நிற்பதுபோல மடம் அமைந்துள்ளது. நமக்கு மேல் குன்று கோபுரம்போல் இருக்கிறது.

கொத்துகொத்தாகக் காணப்படும் பிற மலைகளில் இருந்து வேறுபட்டு இது தனித்து வியப்பூட்டும் முறையில் நின்றது. குன்றுகளின் இருபக்கமும் குகைகள் இருந்தன. குன்றின் உச்சியில் ஒரு மேடை அமைத்து அடிப் பகுதிக்கு ஏணி வைத்தால்தான் குகைகளை அடைய முடியும். இந்தக் குகைகளில் துறவிகள் தியானம் செய்தனர். அல்லது தங்கள் சிற்பங்களை வைத்திருந்தனர். புத்தர் அல்லது போதிசத்துவர் பற்றிய சுவரோவியங்களை வரைந்திருந்தனர். அல்லது புத்த நம்பிக்கைகளை உவமைகளாக வரைந் திருந்தனர். இந்திய, சீன வரலாறுகளையும் மத்திய ஆசியாவைத் தாண்டி நடைபெற்ற வணிகச் சூழலையும் அடிப்படையாகக் கொண்டு சிற்பங் களையும் சுவரோவியங்களையும் ஆய்வதும் புத்த மதம் சார்ந்த குகைக் கோயில்களை மதிப்பிடுவதும்தான் எங்கள் செயல்திட்டம்.

குன்றில் இருந்து மேலே மூன்றில் ஒரு பங்கிலும் மேற்பகுதியின் மூன்றில் ஒரு பங்கிலும் தொடர்ந்து இக்குகைகள் வெட்டப்பட்டுள்ளன. மேற்பகுதி மூன்றில் ஒரு பங்குவரை சரிவுகளே இல்லை. நான்கு பக்கங்களிலும் அங்கிருந்து வெறும் செங்குத்து பள்ளமே. ஆகவே கீழ் இருந்து மர ஏணிகள் குகையின் முன்னால் உள்ள ஒரு மேடைவரை அமைக்கப்பட்டுள்ளன. ஒவ்வொரு குகையின் நுழைவுக்கும் சற்று கீழாக ஓட்டைகளில் சதுரமான மர பலகைகள் பொருத்தப்பட்டு அதன் மேல் கனமான மரப் பலகைகள் வைத்து ஆணியால் அடித்துள்ளனர். இவைதான் ஒடுங்கிய மர மேடைகள். குகைக்கு நுழைவாயிலாக இவை உள்ளன. விழாமல் தடுக்க மறுபக்கம் வேலி அமைக்கப்பட்டுள்ளது. மர ஏணியில் கவனமாக நடந்து தடையற்ற பள்ளத்தை நோக்குவது அச்சம் தருவதாக உள்ளது. இடம் அழகாக இருந்தாலும் புத்த மத தொழுகைக்கு ஏன் இவ் வளவு பயங்கரமான இடத்தைத் தேர்ந்தெடுத்தார்கள் என்பது வியப்புக் குரியதே. இது தவத்துக்கு சிறந்ததே, ஆனாலும், சாதாரண பக்தர்களை எளிதாக ஈர்க்காது.

இந்தக் குகைகள் வெட்டப்பட்டதில் இருந்து இருக்கும் ஏற்பாடு இது தான். ஆனால், மர மேடைகள் தீ அல்லது சிதைவினால் பழுதாவதால் மறுபடியும் கட்டவேண்டி இருந்தது. குகைகளை அடைவது எளிதாக இருந்தால் மேடைகளை மாற்றுவதற்கு அதிக நாட்கள் ஆகாது. இப்போதும் கூட ஒரு பக்க மேடைகள்தான் மறுபடியும் கட்டுப்பட்டுள்ளன. நில நடுக்கத்தின் தாக்கம் மற்றும் தீ பெரும்பாலான நடைமேடைகளைச் சேதப்படுத்தியதன் காரணமாகச் சுவரோவியங்கள் மற்றும் சிற்பங்களைப் பிற்காலத்தில் நல்வாய்ப்பாக மிகை ஆர்வத்துடன் சீரமைக்கப்படுவது தடுக்கப்பட்டது. ஏனெனில் சீரமைத்தல் பெரும்பாலும் அசலை மீட்டமைப் பதைவிட அதைச் சீரழிப்பதற்கே உதவுகின்றன. சில குகைகள் இவ்விதம் அணுக முடியாதவைகள் ஆயின, மற்றும் சில இயற்கை சிதைவுகள்

மண்டி மூடப்பட்டுப் போய்விட்டன. இதனால் அவற்றிற்குள் இருப்பவை பாதுகாக்கப்பட்டன. நிலநடுக்கங்களால் பாறைகள் விழுந்து நடை மேடைகள் கீழே விழுந்துள்ளன.

1952-53இல் சீன தொல்லியலாளர்கள் விரிவாக இந்தப் பகுதியை மதிப்பாய்வு செய்து அவர்களால் முடிந்த அளவு பழுதுபார்த்தனர். நாங்கள்தான் இங்குப் பணிபுரியும் சீனர் அல்லாத முதல் குழு. சுற்றி இருக்கும் பகுதியில் இருப்பதைவிட இங்குள்ள பாறைகள் மென்மையானவைகள். அதனால் தான் முதலில் இங்கு 200 குகைகள்வரை குடையப்பட்டன. வழிபாடு மற்றும் பராமரிப்புக்காக ஒரு காலத்தில் இவற்றின் அருகில் ஏராளமான துறவிகள் வாழ்ந்துவந்தனர். இப்போதிருக்கும் இந்த மடம் சிறியது, ஒரு சில துறவிகளே தங்கி இருக்கின்றனர். மிக முக்கியமான குகைகளுக்கு அணுகல் அளிக்கும் நடைமேடைகள் பழுதுபார்க்கப்பட்டுள்ளன. பழைய நடைமேடைகளின் புலனாகும் பகுதிகளுக்கும் பழுதுபார்த்தல் தொடர்ந்தன.

இந்த இடம் ஒன்றும் அடிப்படையில் தனிமையான இடத்தில் இல்லை. பட்டு வணிகப் பாதை எனப்படும் மத்திய ஆசிய வழித்தடத்தில் இருந்து சற்றே விலகி இருந்தது. இந்த வழி சாங்கனில் (அப்போது ஷியான் இவ்வாறு அழைக்கப்பட்டது) இருந்து லேன்ஸோவுக்கும் டன்ஹுவாங்குக்கும் சென்றது. இந்த வழித்தடத்தின் முதல் பகுதியில் மைஜிஷன் ஒரு சற்று நேரம் தங்கும் இடமாக இருந்திருக்கும். ஒரு பெரும் மடத்தை ஆதரிப்பதற்கு ஏற்றவாறு மக்கள்தொகையும் இருந்திருக்கலாம். பிரபுக்களின் ஆதரவு மட்டுமல்லாமல் இத்தகைய மடங்களுக்கு உள்ளூர் மக்களின் ஆதரவும் தேவை. இந்த இடத்தைப் புத்த மதத்தினர் தங்கள் கட்டுப்பாட்டுக்குள் கொண்டுவருவதற்கு முன்னர் மக்கள்தொகை குறைவாக இருந்தபோது அணுகக் கூடிய சில இயற்கைக் குகைகள் இப்பகுதியில் இருந்திருக்க வேண்டும். இந்த வழித்தடம் முழுவதுமுள்ள எல்லா இடங்களிலும் இத்தகைய குகை மடங்கள் என்ற எண்ணம் பொதுவானதாக இருந்த போதிலும், இதுவே துறவிகளுக்கு உயர் மட்டத்தில் குகைகளைக் குடையும் எண்ணத்தை அளித்திருக்க வேண்டும்.

ஆப்கானிஸ்தானின் பாமியானில் தொடங்கி, டக்லா மக்கன் நெடுகிலும் பல இடங்களிலும் அதற்கப்பால் கிழக்கில் வட சீனா வரையில் இந்த வகைவடிவம் ஒன்றுபோல் உள்ளது. குடைவதற்குக் கடினமற்றதாக இருக்கும் பாறையைக் கொண்ட ஒரு குன்றின் முகப்பு தேர்ந்தெடுக்கப் பட்டுள்ளது. வாழ்வதற்கும், தியானத்திற்கும், மற்றும் வழிபடுவதற்கும் சுவரோவியங்கள் மற்றும் சிற்பங்களுடன் கூடிய குகைகள் குடையப் பட்டன. குகைகளுக்கு வெளியே, குன்றின் உச்சியில் தொங்கிக்கொண் டிருக்கும் வண்ணம் பொதுவாக மூன்று அல்லது நான்கு மாபெரும்

சிற்பங்கள் இருக்கும். இது ஏறத்தாழ புத்த பலதெய்வ வழிபாட்டு இடமாக மாறிவிட்டது. இந்த வகைவடிவத்தைப் பல இடங்களில் காண முடியும். இவற்றில் சில குகைகள் முந்தைய வழிபாட்டு முறைகளுக்குப் பயன்படுத்தப்பட்டிருக்கலாம். இந்த இடங்களில் பெரும் வழிபாட்டு தலங்களை உருவாக்கும் எண்ணம் புத்த மத்தத்தினருக்கு இதுவே அளித்திருக்கலாம். ஏற்கெனவே இருக்கும் ஒரு புனிதத்தலத்தை எடுத்துக் கொள்வதில் புத்த துறவிகளுக்கு எந்தத் தயக்கமும் இல்லை. பழைய மதங்களுக்குப் பதிலாக புதிய மதங்கள் எழும்போது இத்தகைய ஆக்கிரமிப்புகள் நிகழக்கூடியதே. இந்தியாவிலும் இறந்தவர்களின் எச்சங்களைக் கொண்ட புத்த மத ஸ்தூபிகள் சில பெருங்கற்காலப் புதைக்கும் இடங்களுக்கு அருகில் இருக்கின்றன. மத்திய இந்தியாவிலும் தக்காணத்திலும் பல சைத்தியக் குகைகள் வழிபாட்டு அரங்குகளாகப் பயன்படுத்தப்பட்டு வருகின்றன. இவற்றில் சில பின்னர் இந்துக் கோயில்களாக மாற்றப்பட்டன.

கி.பி ஐந்தாம் நூற்றாண்டின் நடுவில் இரு புத்தத் துறவிகள் தங்கள் இடமாக அமைத்துக்கொண்ட பின்னர் மைஜிஷன் புத்த வழிபாட்டுத் தலமாக முதன்முதலில் குறிக்கப்பட்டது. அன்று தலைநகராய் இருந்த லூஓயாங்கில் இருந்து இது அதிகத் தூரத்தில் இல்லை. இந்தக் குகைகளைத் துறவிகளே குடைந்திராவிட்டால் உள்ளூர் அரசர் அல்லது அதிகாரிகள் அதற்கு வேலையாட்களை அமர்த்த உதவி இருக்கலாம். அவர்களோடு சில சிற்பிகளும் இருந்திருக்கலாம். சிலர் உள்ளூர்வாசிகளாகவும் சிலர் வேறெங்காவது உள்ளவர்களாகவும் இருக்கலாம். ஏனெனில் இந்தக் குகையில் சிற்பங்கள் மிகவும் சிறப்பானவைகளாக இருக்கின்றன. இங்கு சிற்பிகள் இருந்திருக்காவிடில் வெளியே இருந்துதான் வந்திருக்க வேண்டும். சில காந்தாரக்கலையின் அம்சங்களைக் கொண்டுள்ளன. இது ஆரம்பத்தில் வட மேற்கு இந்தியா மற்றும் ஆக்சஸ் பகுதியில் உருவானவை. ஆக்சஸ் சமநிலப் பகுதியில் இருந்து இவை இவ்வளவு தூரம் கொண்டுவரப்பட வாய்ப்பில்லை. பிற முக்கிய தலங்கள் லாங்மென் மற்றும் யூங்காங்க். இங்கு இருப்பது சுண்ணாம்புக் கல். இவை வேலை செய்ய எளிதானவை. இக்காலகட்டத்தில்தான் நடுகல் நினைவுச் சிற்பங்கள் வடிக்கப்பட்டு அவற்றோடு இணைந்த ஓர் எடுத்துரைப்புக்கதையையும் கொண்டிருக்கும்.

ஆனால், அனைத்தும் சுமூகமாக நடைபெறவில்லை. நிலைபெறுவதற்காகப் போட்டியிட்ட புத்த மதத்துக்கு எதிர்ப்புக் காலங்களும் இருந்தன. இறுதியாகச் சீனாவில் நிலைபெறுவதற்கு முன்னர் பல ஒடுக்குமுறைகளைச் சந்திக்க வேண்டியிருந்தது. ஆறாம் நூற்றாண்டுச் சாசனங்கள் நிலைபெற்றுவிட்ட ஒரு நிலையைக் காட்டுகின்றன. பொதுமக்கள் குடும்பங்களின் உதவியோடு சில குகைகள் அமைக்கப்பட்டன. இது இந்தியாவில் பர்ஹுட்

மற்றும் சாஞ்சி ஸ்தூபிகளை நினைவூட்டுகின்றன. அவை சில கலைஞர்கள் மற்றும் வணிக அமைப்புகளின் உதவியைப் பற்றிக் குறிக்கின்றன. குகைக் கோயில்கள் முக்கியமானவைகளாக மாறியபோது கடினமான பகுதி களிலும் அவை அமைக்கப்பட்டன. மத்திய ஆசியாவிலும் வட மேற்கு இந்தியாவிலும் உள்ள ஸ்தூபிகள் மத்திய, தென் இந்தியாவில் அமைக்கப் பட்டவற்றையும், ஸ்ரீலங்காவிலும் தென் கிழக்கு ஆசியாவிலும் அமைக்கப்பட்டுள்ள பெரிய ஸ்தூபிகளையும்விட சிறியவை. ஒரு ஸூயி பரம்பரை மன்னன், மௌரிய சக்கரவர்த்தி அசோகரைப் பின்பற்ற விரும்பி, புத்த மதப் புராணங்களை அடிப்படையாகக் கொண்டு பல ஸ்தூபிகளை உருவாக்கினான்.

பக்கத்தில் இருக்கும் பகுதிகளின் மீது திபெத்தியப் படைகளின் நீண்ட கால தாக்குதலாலும் சீன அரசர்களால் புத்த மத்தத்துக்கு ஒடுக்குதல் ஏற்பட்டது. ஆனால், பத்தாம் நூற்றாண்டில் புத்த மதத்துக்கான ஆதரவு அதிகரித்தது. அடுத்த நூற்றாண்டில் மைஜிஷனின் குகைக் கோயில்களைச் சீரமைக்கும் முயற்சிகள் தொடங்கின. இருப்பினும் மேலும் ஏற்பட்ட நிலநடுக்கங்களால் பல நடைமேடைகள் விழுந்தன. இயற்கைப் பேரிடர் களால் ஆபத்து ஏற்படும் ஓர் இடத்துக்கு மீண்டும் மீண்டும் செல்வது குறித்து வியப்பு ஏற்படுகிறது. குறிப்பாக அது புனிதமானதாகக் கருதப் பட்டது. புதிய நடைமேடைகள் அமைக்கப்பட்டன, புதிய குகைகள் குடையப்பட்டன, மேலும் மடங்கள் வளர்ந்து பெருகின.

சீரற்ற இந்த வரலாற்றுப் போக்கில் பதின்மூன்றாம் நூற்றாண்டில் விவசாயிகள் புரட்சிகளில் ஒன்று பஞ்சத்தின் காரணமாக எழுந்தபோது பிரச்சினை மீண்டும் எழுந்தது. மடங்களில் இருந்து தானியங்கள் வலுக் கட்டாயமாகப் பறிமுதல் செய்யப்பட்டன. மடத்தின் நில விவசாயம் கண் காணிக்கப்பட்டது. மடத்தின் நிலப் பிரபுத்துவம் பரவலாக இருந்ததாக மேக்ஸ் வெபர் குறிப்பிடுகிறார். விவசாயிகளால் விவசாயம் செய்யப்பட்ட அல்லது ஏற்கெனவே விவசாயிகள் குடியிருந்த ஏராளமான நிலங்கள் மடங் களுக்கு அளிக்கப்பட்டிருந்தன. புதிய புரவலர்கள் யார் என்று தெளிவாகத் தெரியவில்லை. பதினாறாம் நூற்றாண்டின் பிற்பகுதியில் மிங்க் பரம் பரையின் புத்தெழுச்சி ஏற்பட்ட விவரம் இலக்கியப் பிரதிகளில் குறிக்கப் படுகின்றன.

ஆனால், பிரச்சினைகளின் காலம் முடிவடையவில்லை. பதினெட்டாம் நூற்றாண்டில் ஓர் அரசியல் பிரச்சினையும் பக்கத்து நாடுகளில் சில கலகங்களும் ஏற்பட்டன. கன்சுவில் இருந்து தப்பி வந்த அகதிகள் மைஜிஷன் குகைகளில் அடைக்கலம் புகுந்து சுவர்களில் கிறுக்கித் தங்கள் நேரத்தைப் போக்கினர். அவர்கள் குகையை அடைய சில நடைமேடைகள்

முழுமையாக இருந்திருக்க வேண்டும். இருபதாம் நூற்றாண்டின் நடுப் பகுதியில்தான் புத்த மதத்துக்கும் சீன வரலாற்றுக்கும் இந்த இடம் முக்கியத்துவம் வாய்ந்தது என்று அறியப்பட்டு தொல்லியல் ரீதியாகக் கணிசமான கவனம் செலுத்தப்பட்டது.

பெரும்பாலான குகைகள் சதுரமாக இருந்தாலும் பல அளவிலும் வடிவங்களிலுமான குகைகள் இருந்தன. உட்புறத் தூண்களுக்குத் தேவை இல்லாமல் இருக்கும் சில சிறிய குகைகளும், உட்புறமாகக் கட்டப்பட்ட தூண்களின் ஆதரவு கொண்ட பெரிய குகைகளும் இருந்தன. தூண்கள் பாறைகளில் வெட்டப்பட்டவை. அதன் உச்சியும் அடியும் பாறைகளில் இணைந்திருக்கும். குகைகள் குன்றின் முகப்பிலும் நடைமேடையிலும் திறக்கும். உட்கூரைகள் பலவடிவானவை: சில தட்டையானவை, சில சிறிது வளைந்தவை அல்லது குவிந்தவை மேலும் சில வி என்ற ஆங்கில எழுத்தின் தலைகீழ் வடிவம் கொண்டவை. சிற்பங்களின் ஒரு பகுதி கல்லில் வெட்டப்பட்டவை, ஆனால், தனிச் சிற்பங்கள் சிலவும் இருந்தன. அவை அங்கிருந்த கல்லில் செதுக்கப்பட்டவை அல்ல. எங்கிருந்தோ கொண்டுவரப்பட்டிருக்க வேண்டும். குகைக்குள் அவற்றை நிறுவுவது ஒரு சாதனையாகத்தான் இருந்திருக்கும். இவற்றில் பல களிமண்ணால் ஆனவை, சில பூச்சுச் சாந்தால் ஆனவை. ஒருவேளை காந்தார சிற்பங்களின் செய்பொருள் இதை ஊக்குவித்திருக்கலாம். இவற்றில் பூச்சுச் சாந்து பல்வேறு கூட்டுப்பொருட்களுடன் சேர்க்கப்பட்டு அரை ஈர மற்றும் அரை உலர் நிலையில் செதுக்கப்பட்டிருக்க வேண்டும். கட்டியானவுடன் சீர்திருத்தப்பட்டு வண்ணம் பூசப்பட்டிருக்க வேண்டும். சில சிற்பங்கள் மர சட்டகத்தின் மேல் சாந்து பூசி செய்யப்பட்டவை.

மனதைக் கவரும் ஓர் அறையின் வாசலில் இரு துவார பாலர்கள் பக்கத்திற்கு ஒருவராக நின்றனர். பின் சுவரில் தமது விருப்பமான சீடர்களும் துறவிகளுமான ஆனந்தரும் காஷ்யபரும் பக்கத்துக்கு ஒருவராக இருக்க புத்தர் அமர்ந்த கோலத்தில் இருந்தார். இங்கு மகாயான புத்த மதம் பிரபலமாக இருந்தது. வழக்கமான போதிசத்துவமும் இருந்தது. இந்த வழிபாட்டு மரபு காந்தாரத்தில் பிரபலமாக இருந்தது. இது வணிகத்துடன் கிழக்கு மத்திய ஆசியாவுக்கு வந்தது. போதிசத்துவர், அவலோகிதேஷ்வரர் மற்றும் குவானியனுடன் புத்தருக்கே மகாயான புத்த மதம் முக்கியத்துவம் அளிக்கிறது. பின்னாட்களில் குவானியன் இரக்கத்தின் தேவதையாக வணங்கப்பட்டார். புத்தர் சாக்யமுனியாக பெரும்பாலும் அறியப்பட்டார். சில வேளைகளில் மத்திய ஆசியாவிலும் வடமேற்கு இந்தியாவிலும் பிரபலமாகியிருக்கும் வரவிருக்கும் புத்தரான மைத்ரேயருடன் காணப்பட்டார். குன்றின் ஒரு பக்கத்தில் மகாயான புத்த மதத்துடன் தொடர்புடைய

பெரும் உருவங்கள் குன்றோடு ஒட்டி இருப்பதுபோல காணப்படுகின்றன. மிகவும் கடினமான நிலைகளில் குன்றின் முகப்பில் இதை எவ்வாறு கட்டினார்கள் என்பது ஆச்சரியத்திற்குரியது.

சுவரோவியங்கள் சீனப் பாணியில் இருக்கின்றன, மேலும் முந்தைய காலத்தில் இருந்து பிந்தைய காலம்வரை பாணி மாறுபடுகிறது. முந்தியது இந்தியப் பாணி எனக் கருதப்படும் சில கூறுகளைக் கொண்டுள்ளது. இருப்பினும் இது மிகவேகமாக மாறுகிறது. மேலும்மேலும் மனிதர்களின் உடல் தோற்றத்தைப் பொறுத்தவரையில் சீனப் பாணிக்கு மாறிவருகிறது. பல நூற்றாண்டுகளாகச் சுவரோவியங்கள் வரையப்பட்டு வருவதால், உண்மையில் ஓர் ஆயிரம் ஆண்டுகள், இந்தக் குகைத் தலங்கள் சீன ஓவியம் மற்றும் சிற்பங்களின் அருங்காட்சியகமாகத் திகழ்கின்றன. இவற்றின் பாடு பொருள் பல்வேறு பிரதிகளில் இருந்து எடுக்கப்பட்டுள்ளன. சில புத்தரின் சுயசரிதை எனக் கருதப்படுபவை; சில புத்தரின் முந்தைய பிறப்பைப் பற்றிய ஜாதகக் கதைகள்; சில புகழ்பெற்ற தாமரைச் சூத்திரங்கள் தொடர் புடையவை மற்றும் சில சீன அரசவைகளில் அரசர் குலத்தவர் வழிபாட்டில் ஈடுபடும் காட்சிகள்.

இந்திய மூலத்துடனான காந்தாரத்தில் இருந்து ஒரு படமாக அறியப் பட்ட புத்தரின் சித்தரிப்பு ஒரு மாற்றத்துக்கு உட்பட்டு படிப்படியாகச் சீன மூலத்தை அதிக அளவில் காட்டுவதாக மாறிவருகிறது. காந்தாரம், மதுரா மற்றும் இன்னும் தெற்கில் இருந்து கிடைக்கும் புத்த சிற்பங்கள் மூலம் இந்த மாற்றங்கள் நமக்கு நன்கு அறிமுகமானதே. புத்தர் எங்கு வணங்கப்பட்டாலும் புத்தர் எப்போதும் நம்மில் ஒருவரே என்ற கூற்றோடு புத்தரின் அனைத்துலகத் தன்மையைக் காட்டும் முயற்சியே இது.

~

எங்கள் வழக்கமான வேலை தொடர்ந்து நடந்தது. அதிகாலையிலேயே காலைச் சிற்றுண்டி அருந்திவிட்டு மேலே சென்று மதிய உணவுவரை குகையில் பணிபுரிவோம். பின்னர் கீழே வந்து சிற்றுண்டி சாப்பிட்டுவிட்டு மேலே சென்று மாலைவரை பணிபுரிவோம். மாலையில் வந்து குளித்து விட்டு சூடான இரவு உணவு உண்ணுவோம். குகைக்குள் இருக்கும் வெளிச்சக் குறைவினால் புகைப்படம் எடுப்பது கடினம். பல அளவி லான எதிரொளிப்பான்களை ஒன்றுக்கொன்று கோணங்களில் வைத்து குகைக்குள் வெளிச்சம் கொண்டுவரப்பட்டது. மூலைகளில் இருக்கும் சில சுவரோவியங்கள் இருளில் இருப்பதால் டார்ச் விளக்கு வைத்தே அவற்றை ஆராய முடிந்தது. ஓய்வு எடுக்க வேண்டுமானால் நடைமேடையில் சிரமத்தோடு அமர வேண்டியதுதான். ஆனால், இதனால் கீழே இருக்கும்

மடத்தையும், அவ்வப்போது துறவிகளின் 'வழமையான' செயல்பாடு களையும் காணலாம். எப்போதாவது வரும் விவசாயக் குடும்பத்தால் ஒரு மாற்றம் கிடைக்கும். அவர்கள் மேலே வந்து நாங்கள் என்னதான் செய்கிறோம் என்று கேட்கும்போது ஒரு மாற்றமாக இருக்கும். நாங்கள் துறவிகளிடம் அதிகம் பேசுவதில்லை; அவர்கள் அருகிலேயே இருந்தும் வணக்கத்தையும் பரிமாறிக் கொள்வதில்லை.

சில நாட்களுக்குப் பின்னர் இது மாறியது. ஒரு பந்து கட்டித்தரையில் மோதுவதையும் பின் நிற்பதையும் கவனித்தேன், இது நாங்கள் குழந்தை களாக இருக்கும்போது விளையாடும் பிங்-பாங்க் அல்லது டேபிள் டென்னிஸ் ஆக இருக்கலாம் என்று எண்ணினேன். மிங்க் சிரித்துக்கொண்டே கூறினார், 'முற்றத்தில் ஒரு சமையலறை மேசை இருப்பதாகவும் அதில் துறவிகளும் எப்போதாவது பார்க்கவருபவர்களும் மனக்கிளர்ச்சிக்காக விளையாடுவார்களாம். நானும் விளையாடலாமா என்று கேட்டேன். மடத்தின் அந்தப் பக்கம் நாங்கள் போகக் கூடாது என்பதால் அனில் சந்தேகப்பட்டார். துறவிகளோடு பேசுவதாக மிங்கோ கூறினார். வேங்கிடம் இருந்து பதில் வந்தது, 'நிச்சயமாக, ஆனால், இப்போதே'. எனவே நாங்கள் பிங்க்-பாங்க் ஆட முற்றத்துக்குச் சென்றோம். இப்போது முற்றம் திறந்திருப்பதாகவும், மாலையில் வந்து உட்காரலாம் என்றும் கூறப்பட்டது. முதல் விளையாட்டில் நான் ஒரு துறவிகளில் ஒருவரோடு விளையாடி தோற்றுப் போனேன். அது நல்ல சகுனம் என்று எண்ணிக்கொண்டேன்.

சில இரவுகள் கழித்து நாங்கள் முற்றத்தில் அமர்ந்திருந்தோம். அது ஒரு தெளிவான இரவு. சந்திர ஒளியில் மூழ்கி இருந்தது. எங்களுக்குப் பின்னால் குன்றில் சந்திரன் மேலெழும்பி வந்துகொண்டு இருந்தது. கிழக்கு நோக்கி இருந்த மைஜிஷன் குன்று சந்திர ஒளியை எதிரொளித்தது. வெகுதூரத்தில் தெரிந்த சந்திரன் உற்சாகம் அளித்தது. அப்போது அது ஒரு தென்னகக் கோவிலின் முற்கால செதுக்கு வேலைப்பாடுபோல் தெரிந்தது. ஒரு கோவிலின் சீரமைக்கப்படாததற்கு முந்திய ஓவியத்தின் முற்கால வெளியீடு போலவும் இருந்தது. மைஜிஷனின் வடிவத்தில் சில ஒற்றுமைகள் தென் பட்டன. சந்திரனின் ஒளியில் மங்கலாகத் தெரிந்த குகை வாசல்களும் குறுகிய நடைமேடைகளும் மிகவும் அலங்கரிக்கப்பட்ட கோபுரங்களின் வெளிப்புறம் அல்லது கோயில் நடைகளை நினைவூட்டின. இருந்தாலும் வைக்கோல் போரே சிறந்த உதாரணம் ஆகலாம்.

ஆனால், நேற்றிரவு உள்ளூர்க் கிராமத்தில் இருந்து உதவிக்காக வந்திருந்த சிலரோடு பேசிக்கொண்டிருந்தேன். அந்த ஷியான் மக்கள் எனக்கு எர்கு என்ற இரு நரம்பு இசைக்கருவியை கற்பிக்க முயற்சி செய்தனர். அது ஓர் அழகிய இரு நரம்புக்கம்பிகள் கொண்ட இசைக் கருவி. இது ஒரு

வில்லால் இசைக்கப்படும். நான் தொடர்வண்டியில் மிங்கோ எனக்கு கற்றுக்கொடுத்த ஷாங்க்சி கிராமியப் பாடலை வாசிக்க முற்பட்டேன். ஆனால், அது கோழியின் சத்தம்போல இருந்தது. ஆனால், அந்தச் சில பார்வையாளர்கள் சிரித்துக்கொண்டே என்னை ஊக்கப்படுத்தினர். அது ஓர் அற்புதமான மாலை. ஒழுங்குபடுத்தப்பட்ட பொருட்களில் எல்லாம் ஓர் இசைவு இருந்தது. இது எப்போதும் நிகழாது. அது எப்போதாவது அமையும். ஆனால், அது அடுத்த இரண்டு நாட்களுக்குப் போதும். எனக்கு அந்த மொழி தெரியாது. எல்லாம் மொழிபெயர்ப்பாளரால் நடந்தது. அதன் நுணுக்கங்கள் புரியாததால் நான் உணர்ந்ததை எல்லாம் கற்பனை செய்திருப்பேனோ?

இந்தச் சிறிய கூட்டத்துக்கு இடையில் என்னிடம் எது பொதுவாக இருந்தது என்று நான் ஆச்சரியப்பட்டேன். என்னுடைய முழங்காலில் எர்குவை வைத்துக்கொண்டு நான் ஓர் உயரம் குறைந்த மர பெஞ்சில் அமர்ந்திருந்தேன். அந்த ஷியான்காரார் என்னருகில் அமர்ந்து சத்தம் சகிக்க முடியாததாக இருந்தபோதெல்லாம் சிரித்தார். தொலைவில் ஒரு எண்ணெய் விளக்கு அழகூட்டும் வண்ணம் அலட்சியப்படுத்தப்பட்ட தனிமையில் இருந்தது. ஏன் என்றால் சந்திரனின் ஒளி மிகப் பிரகாசமாக இருந்தது. என்னைச் சுற்றிலும் உட்கார்ந்திருந்த முகங்கள் – லீயின் மென்மையான அம்சங்கள் மற்றும் பரந்த கன்ன எலும்புகள் – அவர் கவிதை எழுதுகிறாரா என்று ஆச்சரியப்பட்டேன்.

அவர், நான் கற்பனை செய்த சீனக் கவிஞருக்குப் பொருத்தமாக இருந்தார். அவரது குட்டையான கறுப்பு முடிகள் எப்போதும் எழுந்து நிற்பதுபோல் இருந்தன.

பெரிய உருவமாகவும் நல்ல குண்டாகவும் இருக்கும் சமையல்காரருக்கு முதல் நாளில் குகைக்குள் ஏறி வருவது பெரும் முயற்சியாக இருந்ததால் இப்போது மடத்துக்குள்ளேயே இருகிறார். மேலே மீண்டும் அவர் ஏற வேண்டுமானால் முகஸ்துதி செய்தாக வேண்டும். நாங்கள் சீனர்கள் அல்லாததால் நாங்கள் அவர் கூறும் மேற்கத்திய உணவைதான் விரும்பு வோம் என்ற ஒரு கருத்து அவருக்கு. எங்களுக்காக அவர் அற்புதமான கொத்துக்கறியை சமைக்கிறார். நாங்கள் கெஞ்சிக் கேட்டுக்கொண்டதற்கு இணங்கவும் பின்னர் அவர் சமைத்தது அப்படியே திரும்பி வருவதைக் கண்டும் இப்போது அவர் சீன உணவுகளைத் தயாரிக்கிறார். நாங்கள் இதை விரும்பி உண்ணுகிறோம். நாங்கள் அவரது மாயையான எண்ணங்களைச் சிதறடித்துவிட்டோம். அவரோ சமையல் கலையில் தமக்குக்குள்ள திறமையைக் காட்ட எண்ணினார். எனவே அவர் வருத்தப்பட்டிருக்கக் கூடும். நாங்கள் குறைந்தபட்சம் உணவைப் பொறுத்த அளவிலாவது அந்த நாட்டைப் பின்பற்ற விரும்பினோம்.

இன்னொரு முகம் – எங்கள் பாதுகாவலர்களில் ஓர் இளைஞர் – அவருக்கு வயது பதினெட்டுக்கு மேல் இருக்கும் என்று நான் நம்பவில்லை, இருந்தாலும் அவர் தனக்கு முப்பதுக்குக் கீழ் என்று வலியுறுத்தினார். நம்ப முடியாத அளவுக்குச் சீனர்கள் தோற்றம் அளிக்கின்றானர். என்னைவிட அவர்களின் உடல் அமைப்பு வேறாக இருப்பது மட்டும் காரணம் அல்ல. அவர்களது வயதை ஊகிக்கவோ கற்பனை செய்யவோ முடியவில்லை. அடுத்து அந்தக் குமிழ் மூக்கு மனிதர், அவரைப் பற்றிய என் முதல் எண்ணம் எதிர்மறையானதாக இருந்தது. ஆனால், படிப்படியாக ஒரு கூச்சமுள்ள முழு இதயத்தைப் பார்க்கத் தொடங்கினேன். அவரைப் பார்க்கும் ஒவ் வொரு முறையும் நோட்ரே டேமின் ஹன்ச்பேக்கை நினைக்க வைத்தது. டொமினிக் அவர் போர்கோகன் போல் இருப்பதாக நினைக்கிறார். எப் போதும் குடிக்கிறவர்களைப்போல பெரிய சிவப்பு மூக்கு. ஆனால், அவரை மிகவும் இரக்கக் குணமுள்ளவராக நான் பார்க்கிறேன். அவர் எங்களை ஒரு தாயின் கவனிப்போடு பார்த்துக்கொண்டார். நான் எர்கு மீட்டுவதை அவர் மிகவும் ஊக்குவித்தார்.

வேங்க் – துறவி அல்ல – எங்கள் கலவரம் ஆரம்பிக்கும்வரை தூங்கிக் கொண்டிர்ந்தவர், எழுந்து வந்து எங்களோடு இணைந்துகொண்டார். அவர் இங்கு நிரந்தரமாகத் தங்கி இருந்து குகைகளைப் பார்த்துக்கொள்ளுகிறார். 1952க்கு முன்னர் அவர் கேங்க்ஜியான் கிராமத்தில் உள்ள பண்பாடு மற்றும் கல்வி அலுவலகத்தில் வேலை பார்த்தார். அவர் வரலாறு மற்றும் தொல்லியலில் ஆர்வமுள்ளவராக இருந்ததால் மைஜிஷனில் ஆய்வு தொடங்கியதும் அவர் இதில் இணைந்தார். இங்கு நிரந்தரமாகத் தங்கி குகைகளில் வேலைபார்க்க விரும்பினார். அவர் இதற்கு முந்திய பிறப்பில் மாண்டரினாகத்தான் இருந்திருக்க வேண்டும். ஒரு குறிப்பிட்ட பணிக்கு அர்ப்பணிக்கப்பட்டவருக்குரிய கண்ணியமும் தாழ்மையும் அவரிடம் இருந்தது. கேங்க்ஜியானில் இருக்கும் அவரது மனைவியும் மகனும் இவ்வாறு வெளியில் தங்கி இருப்பதை ஆட்சேபிக்கவில்லையா என்று கேட்டேன். ஓர் ஆண்டில் மகன் நடுநிலைப் பள்ளி சென்ற பின்னர் அவரது மனைவி இவருடன் சேர்ந்துகொள்வாராம்.

ஷியானை அவரது புன்னகையின் காரணமாக முதலில் இருந்தே நான் விரும்பினேன். அவரது புன்னகை உலகம் முழுவதையும் ஏற்றுக்கொள் கிறது. அவர் தம் வேலையில் மிகவும் மகிழ்ச்சியாக இருந்தார். அவர் ஆரம்பப் பள்ளி ஆசிரியர். வரலாறும் சீன மொழியும் கற்பிக்கிறார். ஆனால், அவரது உணர்வு கலையோடு இருந்தது. அவரது கோட்டோவியங்கள் சிலவற்றை நான் பார்த்தேன். குறைகள் இருந்தாலும் திறன் அதிகமாகத் தெரிகிறது. தூரிகை (பிரஷ்) வைத்து எளிதாகச் செய்கிறார். உருவப்படங்

களுக்கு மென்மையான பென்சிலைப் பயன்படுத்துகிறார். குகைக்குள் இருக்கும்போது பென்சிலைப் பயன்படுத்துவது எளிதாக இருக்கும் என்று கூறினார். ஆகவே அவர் பென்சிலைப் பயன்படுத்துவதைப் பழக்கப் படுத்திக்கொள்ள முயற்சி செய்கிறார். அவர் முற்றிலுமாக தூரிகையைப் பயன்படுத்துவதை விட்டுவிட மாட்டார் என்று நான் நம்புகிறேன். சீன மரபில் தூரிகைதான் சரியான ஊடகம் ஆகும்.

முதல் நாள் நாங்கள் தங்கி இருக்கப்போகும் அறைகளுக்கு வந்தபோது அங்குப் பல வடிவங்கள் மற்றும் அளவுகளில் சில கிண்ணங்கள் ஓர் அறையில் அடுக்கி வைத்திருப்பதைப் பார்த்தோம். அவற்றின் அடித் தளங்கள் காய்ந்துபோன வேர்கள் அல்லது கற்கள். இவை ஷியானின் வடிவப் பரிசோதனைகள் என்று பின்னர் அறிந்துகொண்டேன். அவர் மைஜிஷனில் இங்குள்ள புத்த மதக் கலைகளின் நீண்ட காலகட்டத்தைப் படிக்க விரும்பியதாலேயே இங்கு வந்தார். நல்வாய்ப்பாக அவர் இதைச் செய்ய இங்கு அனுமதிக்கப்பட்டார். அவரைத் தொல்லியல் துறை மூன்று பாதுகாவலர்களில் ஒருவராக நியமித்தது. எப்போதாவது வரும் சுற்றுலாப் பயணிகளுக்கு வழிகாட்டியாகவும் பணிபுரிகிறார். மாலையில் அவர்கள் கிராமியப் பாடல்களைப் பாடினார்கள். சின்ஜியாங்கில் இருந்து ஒரு காதல் பாடல், ஹெனானில் இருந்து ஓர் அறுவடைப்பாடல், புதிய சீனத்தைப் பற்றிய புதுப்பாடல்கள். மடத்தைச் சுற்றித் திரியும் கறுப்பு வெள்ளை நாயும் எங்களோடு சேர்ந்துகொண்டது. ஆகவே அது கிராமக் கதைகளுக்கான நேரம் ஆகிவிட்டது.

அப்போது அங்கு ஒரே துறவிதான் நிரந்தரமாகத் தங்கி இருந்தார். அவருக்கு வயது ஐம்பதுக்கும் மேல் இருக்கும். தங்கி இருந்து தொல்லியல் மதிப்பீட்டுக் குழு வரும்போது பணிபுரிகிறார். அந்த இடத்தின் கலை வரலாற்று அறிக்கைகளை உருவாக்குகிறார். கொஞ்ச காலம் ஒரு சில துறவிகள் இவருடன் இணைந்து கொள்ளுகின்றனர். வடக்கு வேய் காலத்தைச் சேர்ந்தது இந்த மடம். தொடர்ந்து பழுதுபார்க்கப்பட்டு வருகிறது. ஸாங்க் காலத்தைச் சார்ந்த ஒரு பாடலில் மடத்தைப் பற்றிய ஒரு குறிப்பு வருகிறது. மைஜிஷனின் உச்சியில் லின்-ட்ஸே-த்சாவோ அல்லது லிங்ஸிகோ (புத்துணர்ச்சி மூலிகை) என்று அழைக்கப்படும் அரிய மூலிகையைத் துறவிகளில் ஒருவர் கண்டு பேரரசருக்கு அனுப்ப அவர் மடத்துக்கு ராய்-யின் என்ற பெயரை அளித்தார். வட வேய் காலத்தில் மூன்று பெரிய மடங்கள் இப்பகுதியில் இருந்தன. ஒவ்வொன்றிலும் பல துறவிகள் இருந்தனர். மைஜிஷனில் தான்- ஷாஓ ஒரு புகழ்பெற்ற துறவி. இவருக்கு 300 சீடர்கள் இருந்தனர். மேற்கு வேய் காலகட்டத்தில் மடம் மிகவும் பிரபலமாக இருந்தது. மகாராணிகளில் ஒருவர் இங்கு வாழ்ந்து

பின்னர் பெண்துறவியானார். குகை ஒன்றில் அவர் உடலை அடக்கம் செய்தனர். பின்னர் உடல் தோண்டியெடுக்கப்பட்டு ஷியானில் அடக்கம் செய்யப்பட்டது.

மிங்க் மற்றும் குவிங் பரம்பரை ஆட்சியின்போது இந்த மடம் பெரிய அளவில் பழுது பார்க்கப்பட்டது. ஆனால், படிப்படியாக ஆதரவு குறைந்து கடைசியில் ஒரு சில கட்டடங்களாகக் கைவிடப்பட்டது. சமீபத்தில் அவை பழுதுபார்க்கப்பட்டு தற்போதைய மடமாகப் பயன்படுத்தப்பட்டு வருகிறது. மிங்க் மற்றும் குவிங்க் காலகட்டத்தில்தான் இக்குகைகளுக் கான ஒரே அணுகலான பாறையோடு சேர்ந்திருக்கும் மர நடைமேடை களை நெருப்பு எரித்தழித்தது. கிழக்கு நோக்கி இருக்கும் நடைமேடைகள் மறுபடியும் கட்டப்பட்டன. ஆனால், மேற்கில் உள்ளவை கட்டப்பட வில்லை. இது கலை வரலாற்றாசிரியர்களுக்கு நன்மையாக முடிந்தது. மேற்கு பகுதியில் உள்ள வேய் மற்றும் முந்தைய ஸூயி மற்றும் டேங்க் சிற்பங்கள் சேதப்படுத்தப்படவில்லை. அதே சமயத்தில் மிங்க் மற்றும் குவிங்க் மீட்டமைப்பாளர்களால் கிழக்குப் பக்கத்தில் உள்ள முந்தைய சிற்பங்கள் மாற்றியமைக்கப்பட்டுள்ளன.

முதன் முதலில் குகைகள் கரடுமுரடாக வெட்டப்பட்டு உள்ளூர்ஷ் துறவிகளால் சிற்பங்கள் வடிக்கப்பட்டிருக்க வேண்டும். முருகியல் எழி லோடு கோயில்கள் பின்னர் வடிவமைக்கப்பட்டதற்கு மன்னர்களின் ஆதரவு காரணமாக இருக்கலாம். சிதறிய பூக்களின் அரங்கம் பற்றிக் கூறப்படும் ஒரு கதை இதை விளக்குகிறது. ஒருவேளை ஒரு மகிழ்ச்சியான விபத்தின் காரணமாக வெட்டப்பட்டுள்ள ஒரு குகை காற்றில் ஓர் உறிஞ்சும் நகர்வை ஏற்படுத்துகிறது. ஆகவே நடைமேடையின் மீது தூவப்படும் பூவிதழ்கள் சில நொடிகள் காற்றில் மிதந்து மேல்நோக்கியும் பின்னர் உள்நோக்கியும் குகைக்குள் இழுக்கப்பட்டு ஓர் அழகிய விளைவை உருவாக்குகின்றன. வட வேயின் உயர் அதிகாரியான லீ யுன் சின் தனது தந்தைக்குப் புகழ் சேர்க்கும் விதமாக ஏழு சிலைகள் கொண்ட இந்த ஏழு புத்தர் அரங்கத்தைக் கட்ட முடிவெடுத்தார். இந்தக் கதை தற்காலப் புகழ்பெற்ற எழுத்தாளரால் திருப்பி எழுதப்பட்டு ஒரு கல் சாசனத்தில் பொறிக்கப்பட்டு மைஜிஷனில் புதைக்கப்பட்டது. ஆனால், அது கண்டு பிடிக்கப்படவில்லை. இந்தக் கதையைக் கொண்ட ஒரு மிங்க் சாசனம் ஒரு குகையில் கண்டுபிடிக்கப்பட்டது. டேங்க் கால ஒரு கவிஞரின் கவிதை யிலும் மைஜிஷன் பாடுபொருளாக உள்ளது.

அது அடிக்கடி எழுதப்படவில்லை என்பது எனக்கு ஆச்சரியம் அளித்தது. இங்குள்ள நிலத்தோற்றம் அசாதாரணமானது என்று சொல்ல

முடியாவிட்டாலும் தனித்துவமானது. பிறர் இதன் சில பகுதிகள் சுவிட்சர்லாந்தை நினைவுபடுத்துவதாகக் கூறினர். ஆனால், எனக்கு அப்படித் தோன்றவில்லை. நான் எங்கள் அறையின் முற்றம் போன்ற நீட்டிப்பில் அமர்ந்திருந்தேன். தூரத்தில் நீல மலைகளைப் பார்க்க முடிந்தது. ஆனால், அதிக உயரம் இல்லை. ஏறத்தாழ 6000 அடிகள். பக்கத்தில் உயரம் குறைந்த குன்றுகள் உள்ளன. உச்சிவரை மரங்கள் அடர்ந்திருந்தன. உயரம் குறைந்த பைன் மரங்கள் தொகுதிகளாக நின்றன. இவற்றின் அடர் பச்சை பின்னணியில் இளம் பச்சை தொங்கிவழியும வில்லோ (weeping willow) மரங்கள் நின்றன. இவ்வளவுதான். சுற்றிலும் மரங்களும் மலைகளும். அத்தகைய ஓர் ஆழ்ந்த அமைதி. தூரத்தில் ஒரு தச்சர் அமைதியாக மரம் அறுக்கும் சத்தம் கேட்டது. அவர் ஒரு சிறிய புறவீட்டைத் தன் பணி மனையாகப் பயன்படுத்துகிறார். முன்னர் அது ஒரு மேடையாக இருந்தது. மர உத்தரங்களில் பெரிய கறுப்பு, மஞ்சள் குழவிகள் ரீங்காரமிட்டபடி கூடு கட்டின. புல்லில் பூச்சிகள் பாடின. நேற்றிரவு விளக்கை அணைத்துவிட்டு ஜன்னல் வழியாக பார்த்தபோது ஒரு மின்மினிப் பூச்சைப் பார்த்தேன். ரொம்ப நாளாக நான் ஒன்றைக்கூடப் பார்க்கவில்லை.

மடத்தின் மேல் பகுதி பின்னர் கட்டப்பட்டதாக இருக்க வேண்டும். ஏனெனில் அது உயரமாக இருந்தது. இங்கே உட்கார்ந்து பார்த்தபோது எதிரில் இருந்த கட்டடத்தின் மேல் பகுதி தெரிந்தது. அதன் கூரை ஓடுகளால் ஆனது. நடுவில் ஓர் அலங்காரப் பகுதி இருந்தது. ஒரு டிராகனைச் சுற்றி மலர்கள். சுற்றிலும் சிறு விலங்குகளின் ஊர்வலம். அந்த விலங்குகளின் தோரணை நகைச்சுவை உணர்வை அளித்தது.

கட்டடத்தில் பெரிய, தடித்த மர உத்தரங்கள் கல் ஆதாரங்கள் மேல் வைக்கப்பட்டுள்ளன. கிராமங்களில் கட்டப்படுவதுபோல் இந்தச் சட்டகம் மேற்புறத்தில் மண் வைக்கோல் கலவையால் நிரப்பப்பட்டுள்ளது. உள்ளே பூசப்பட்டு வெள்ளையடிக்கப்பட்டுள்ளது. கூரை பெரும்பாலும் மர உத்தரங்கள் கொண்டு முக்கோண வடிவில் அமைக்கப்பட்டு மேலே ஓடுகள் பாவப்பட்டுள்ளன. அறைகள் இரவில் கொஞ்சம் ஈரப்பதமாகிவிடுகின்றன. குறிப்பாக ஜன்னல்கள் மூடி இருக்கும்போது. நாங்கள் பயந்து ஜன்னல்களைத் திறப்பதே இல்லை. இல்லாவிட்டால் காட்டு விலங்குகள் பற்றி கூறி வேங்க் எங்களைப் பயமுறுத்துவார். படுக்கைகள் தனித்துவமானவை. சில அகலமான தாங்கு சட்டங்களே. ஆனால், இவை நகரும் வகை. அறைக்குள் கட்டில் கட்டப்பட்டுள்ளது. 1.5 அடி உயரத்துக்கு படுக்கை அளவில் செங்கலால் கட்டப்பட்டு உள்ளே கற்கள் நிரப்பி சுவரோடு இணைக்கப்பட்டுள்ளது. இதற்கு மேல் ஒரு மரப் பலகை இடப்பட்டு அதன் மேல் படுக்கை விரிக்கப்பட்டுள்ளது. மென்மையான

மெத்தையில் படுத்துப் பழக்கப்பட்டவர்களுக்கு முதல் இரண்டு மூன்று நாட்கள் முதுகுக்குக் கடினமாக இருக்கும். ஆனால், விரைவில் பழக்க மாகிவிடும்.

மடமே ஓர் அருஞ்செயல் போன்றதுதான். தொடர்ந்து சுவர்களில் பதிக்கப்பட்ட கல் சாசனங்கள். மடத்தின் ஒரு பகுதி அருங்காட்சியகமாக இருக்கிறது. அதில் குகைகளில் இருந்து கிடைக்கும் துண்டுகள் மற்றும் சுற்று வட்டாரங்களில் இருந்து கிடைக்கும் பானையோடுகள் போன்றவை வைக்கப்பட்டுள்ளன. இவை சில நூற்றாண்டுகளுக்கு முற்பட்டவை.

மைஜிஷனில் பணி வழக்கமாகச் சென்றது. கொஞ்சம்கூட நேரம் கிடைப்பதில்லை. நான் காலை 6.30 மணிக்கு எழுவேன், 7.30 மணிக்குப் பணியில் இருக்க வேண்டும். அதிகாலையில் பனி விழுந்த புற்களினூடே நடப்பது அழகாக இருக்கும். கீழே பரந்த கம்பு மற்றும் மக்காச்சோள வயல்கள். மக்காச்சோளம் பிரபலமான கவோலியாங் மது தயாரிக்க அடிப் படையானது. கிராமம் 15 கிலோ மீட்டர் தள்ளி உள்ளது. இங்கிருந்து பார்ப்பதெல்லாம் ஒரு கிராமம் அதன் மேல் ஒரு குன்று மற்றும் அருகில் குன்றுகளுக்கு இடையிலான வயல் ஆகியவையே. குகையில் நாங்கள் வேலை செய்யும்போது எங்களுக்குக் கேட்பதெலாம் காற்றின் ஒலியும் கீழே சலசலத்து ஓடும் ஓடை ஒலியும்தான். தாழ்ந்த குகைகளில் அங்கும் இங்கும் நகரும்போது நாங்கள் பரிமாறிக்கொள்ளும் குறிப்புகள்தான் வேறு ஒலி. சில வேளைகளில் நடை மேடையில் நின்று எட்டிப்பார்க்கும்போது கழுதை மேல் செல்லும் விவசாயியை எப்போதாவது பார்க்கலாம். உள்ளூரில் பொதி சுமக்கப் பயன்படுத்தப்படுவது கழுதையே. ஆட்கள், குழந்தைகள், பயிர்கள், கூடைகள், மூட்டைகள் மற்றும் உண்மையில் எல்லாவற்றையும் இவையே சுமந்து செல்கின்றன.

குகைக்குள் ஏறிச்செல்வது களைப்படையச் செய்யும். ஏனெனில் தொடக்கத்தில் உள்ள மரப் படிகள் செங்குத்தானவை. ஆனால், நல்ல வேளையாகப் படிகள் இருந்தன. என்னால் கயிற்றில் ஏறிப் போக முடியும் என்று தோன்றவில்லை. ஏனெனில் குகைகள் செங்குத்தான பரப்பில் குடையப்பட்டிருந்தன. தொடக்கத்தில் இருந்தே மரப்படிகளும் நடைமேடைகளும் தேவையாக இருந்தன. கடந்த 200 ஆண்டுகளாகப் பழுதுபட்ட நிலையில் இருந்ததால் மைஜிஷனுக்கு வரும் பயணிகளின் எண்ணிக்கை குறைந்துபோனது. 1952ஆம் ஆண்டு தொல்லியல் மதிப் பாய்வு தொடங்கியபோது இவற்றைப் பழுதுபார்க்க வேண்டிய கட்டாயம் எழுந்தது. ஒவ்வொரு தடவையும் கால் வைக்கும்போது என்ன நடக்குமோ என்று பயந்தேன். ஏனெனில் கீழே 100 மீட்டர் பள்ளம்.

தங்கள் வேலை முடிந்தவுடன் தொல்லியல் துறை மைஜிஷனை விட்டுச் சென்றுவிட்டது. இடத்தைப் பாதுகாத்துப் பராமரிக்கத் தொடங்கிய போது சுற்றுலாப் பயணிகளின் ஆர்வம் ஏற்பட்டது. இயற்கைக் காட்சிகள் கூடுதல் கவர்ச்சியாக இருந்தன. இந்த இடம் சிதைவடையாது என்று நான் நம்புகிறேன். அதன் அழகின் ஒரு பகுதி தனிமையிலும் அமைதியிலும் இருக்கிறது. ஆனால், சுற்றுலாப் பயணிகளின் கூட்டம் மொய்க்கும்போது இதுவே வேறு வகையான எண்ணத்தைக் கொடுக்கும். வரும் ஒரு சில சீனப் பயணிகளால் தொந்தரவு இல்லை. நேற்றுவரை சில சீன இராணுவ வீரர்கள் மூன்று நாட்களாக இங்குத் தங்கி இருந்தனர். இராணுவ வீரர்களை இங்கு அழைத்துவந்து அவர்களுக்கு ஓய்வு அளிப்பது ஓர் அறிவொளி அளிக்கும் முயற்சியே. அவர்கள் எங்கள் வழியில் குறுக்கிடவே இல்லை. அவர்கள் இரண்டு லாரிகளில் புறப்பட்டுப் போவதைப் பார்த்து வருத்த மடைந்தேன். எங்கள் மாலை நேரங்களுக்கு அவர்கள் மகிழ்ச்சி கூட்டினர். ஒருவர் அக்கார்டியன் வாசித்தார். இரவு உணவுக்குப் பின் பாடல் பாடி எங்களை மகிழ்வித்தனர். சீன ரஷ்யக் கிராமியப் பாடல்கள். ஒருவர் ரஷ்ய செம்படை இசைக் குழுவிடம் இருந்து அதை கற்றுக்கொண்டாராம். அது சீனாவில் இசை நிகழ்ச்சிக்காகச் சுற்றுப்பயணம் செய்ததாம். ஒரு புத்த மடத்தில் கொசாக் பாடல்களைக் கேட்பது இயைபாக இல்லாவிட்டாலும் போகப்போக அதைக் கேட்க ஏங்கினோம்.

அவர்கள் சென்றதில் நாங்கள் வருத்தமடைந்ததற்கு இன்னொரு காரணம் அவர்களில் ஒருவர் சிறந்த பிங்க்-பாங்க் வீரர் என்பதால்தான். அவரோடு நான் சில நல்ல ஆட்டங்களை ஆடினேன். பழைய சமையலறை மேசை பாலிஷ் செய்யப்பட்டு அதில் ஒரு வலையும் கட்டப்பட்டிருந்தது. அதில் இருந்த ஒரு கீறல் பந்தை திசைதிருப்பிக்கொண்டு வந்தது. மேசையின் தன்மை உள்வாங்கப்பட்ட பின்னர் விளையாட்டு மகிழ்ச்சிகரமாக மாறியது. முதல் நாள் இரண்டு வீரர்கள் விளையாடினர். மற்றவர்கள் சுற்றி உட்கார்ந்து இருந்தனர். நான் நடந்து சென்று நான் விளையாடவா என்று கேட்டேன். அவர்கள் உண்மையிலேயே மகிழ்ந்து விளையாட்டை ஆர்வமாக ரசித் தனர். அரை மணி நேரத்துக்குப் பின் நான் மதிய உணவுக்குச் சென்றேன். அவர்கள் புன்னகையோடு வந்து மறுபடியும் விளையாடச் சொன்னார்கள். அவர்கள் பிரிட்டிஷ், பிரஞ்ச், இந்திய வீரர்களாக இருந்திருந்தால் விளை யாட்டில் சேர்ந்துகொள்ள கோரிக்கை வைக்கத் தயங்கி இருப்பேன் - அப்படியே கேட்டிருந்தாலும் நிராகரிக்கப்பட்டிருக்கலாம். ஆனால், இந்தக் குழுவிடம் நான் கேட்கத் தயங்கவே இல்லை.

சீன ஆண்களை வேறுபடுத்திக் காட்டும் இயற்கையான தனித்தன்மை எதுவும் உள்ளதா? நிச்சயமாக இல்லை. அல்லது அவர்களுக்கு அயல்

நாட்டினருடன் எப்படி நடந்துகொள்ள வேண்டும் என்று பயிற்சி அளிக்கப் படுகிறதா? அவர்கள் தற்போது பெண்களை ஏற்றுக்கொள்வதுபோல் தோன்றுகிறது அல்லது அவர்கள் பெண்களை ஏறக்குறைய சமமாக ஏற்றுக் கொள்ள வேண்டும், மற்றும் இந்த ஏற்பு பெண்களிடத்திலான அவர்களது நடத்தையை மாற்றி மேம்படுத்துகிறது. இதை நான் எங்கும் கவனித்தேன் – பீஜிங் தெருவில், தொடர்வண்டியில், லேன்ஸோவின் சுத்திகரிப்பு ஆலையில், அல்லது இங்கே மைஜிஷனில் நான் பதற்றம் இல்லாமல் இருந்தேன். இது என்னுடைய எதிர்வினை மட்டும் அல்ல. இதை நான் சீனப் பெண்களிடமும் கவனித்தேன் – உலகின் பிற இடங்களின் பெண் களோடு ஒப்பிடும்போது சீனப் பெண்கள் ஆண்களோடு நட்போடும் சகஜத்தோடும் இருக்கிறார்கள். இது முந்தைய காலங்களில் நிச்சயமாக இப்படி இருந்திருக்காது. புரட்சி அறிமுகப்படுத்திய விதிமுறைகளால் ஏற்பட்ட சாதகநிலை என்று ஒருவர் ஒத்துக்கொள்வார். ஆனால், இது பெண்களைப் பொறுத்தவரையில் ஆண்களின் நடத்தையில் ஏற்பட்டுள்ள அடிப்படையான மாற்றமாக இருக்குமா? அல்லது, விடுதலைக்குப் பின் னான மாற்றங்கள் என விவரிக்கப்படும் புரட்சிகரமான மாற்றம் நிலைத்து நிற்காவிட்டால் இது ஒரு தற்காலிக மாற்றமாகப் போய்விடுமா?

மைஜிஷனுக்கு எப்போதாவது சுற்றுலாப் பயணிகள் வருகின்றனர். ஆனால், செய்தித்தாள் துண்டுகளும் ஆரஞ்சுத் தோல்களும் எல்லா இடத்திலும் சிதறிக் கிடப்பதில்லை. யாராவது சுற்றித்திரிகிறார்களா என்று யாருக்கும் தெரியாது. சீனர்களுக்குத் தூய்மை பற்றிய ஓர் உள்ளுணர்வு உள்ளது. இது விடுதலைக்குப் பின்னான கட்டுப்பாட்டால் ஏற்பட்டதாக இருக்க முடியாது. இது ஒரு பரம்பரையான மரபுவழிக் கட்டுப்பாடாக இருக்கலாம். தற்போதைய ஆட்சி இதில் முயன்று நல்ல முடிவுகளைப் பெற்றுள்ளது என்பதில் சந்தேகம் இல்லை. எல்லா இடத்திலும் DDT கேனுடனும் முகக்கவசத்துடனும் சென்று தூய்மையைப் பற்றி போதிக் கின்ற நபர் நான் இல்லை. ஆனால், தொலை தூரங்களில் நிலைமை கட்டுக்கடங்காமல் இருக்கும்போது ஒருவகையான கட்டாயமானக் கட்டுப் பாட்டை நான் ஆதரிக்கிறேன். சீனக் கிராமங்கள் வழியாக நடக்கும்போது குறைந்த பட்சம் ஒரு சில கிராமங்களிலாவது கழிவுகளைத் தாண்டியோ அல்லது ஒதுங்கியோ செல்ல வேண்டியதில்லை.

குகைகளைப் பற்றி விரிவான குறிப்புகள் மற்றும் பதிவுகளைச் செய் வதற்காக நான் இன்று காலை குகைக்கு செல்லவில்லை. சீனாவில் இருக்கும்வரை இதுவே என் கூட்டுப்பணியாக இருக்கும். இந்த நாட்டில் நான்கு வாரங்கள் மட்டுமே இருக்கப்போவதை என்னால் நம்ப முடிய வில்லை. பல கணங்கள் எல்லாம் பழக்கமானதுபோல் தோன்றியது.

நான் பல மாதங்கள் இங்குக் கழித்திருக்க வேண்டும் என்பதுபோல் தோன்றியது. கிழக்கு நாடுகள் முழுவதும் ஒரே உணர்வில் இருக்குமோ? நான் ஐரோப்பவுக்குத் திரும்பிச்செல்ல வேண்டாம் என்று தோன்றியது. நான் இங்கு நீண்ட நாள் வாழ விரும்பினேன். தென் கிழக்கு ஆசியாவில் – வியட்நாம், லாவோஸ், கம்போடியா, தாய்லாந்து, மலேயா, பர்மா – பல மாதங்கள் செலவழிக்க விரும்பினேன். ஒரு புத்தம் புதிய உலகம் இருப்பதை இப்போதுதான் நான் அறிகிறேன். உற்சாகமான ஒரு கணத்தில், எதிர்காலம் இங்கே எங்களோடு இருப்பதாக உணர்கிறேன்.

எவ்வளவு எளிதாக 'கிழக்குடன்' நான் இணைகிறேன்? நான் எதிர் காலத்தை வாய்ப்புகளின் அடிப்படையில் அல்ல ஏறத்தாழ உத்வேகத்தின் அடிப்படையில் குறிப்பிடுகிறேன். வெறும் கட்டுமான அளவில் சீனர்கள் அதை இந்தியர்களைவிட நேரடியாக எதிர்கொள்ளுகின்றனர். ஆனால், அறிவு நிலை கவலை அளிக்கிறது. மிகையாக எளிமைப்படுத்தும் போக்கு காணப்படுகிறது. சமதர்ம மறுகட்டமைப்புக்கு ஆரம்பத்தில் அது தேவைப் படுவதாக அவர்கள் கூறுகின்றனர். ஆனால், ஒரு முறை வந்துவிட்டால் அது நிலைத்துவிடும். ரஷ்யாவிலும் இதுதான் நடந்தது. ஆனால், அவர்கள் தவறுகளை மன்னிக்கலாம். ஏனெனில் அவர்கள் முன்னோடிகள், அனு பவம் அற்றவர்கள். ஆனால், சீனாவில் அது திரும்பவும் செய்யப்பட்டால்? அது எந்த ஒரு புரட்சிகர மாற்றத்துக்கும் தேவையானதா? ரஷ்யப் புரட்சியின் தவறுகளைப் பற்றிய விழிப்புணர்வு அதிகம் இருப்பதாக நான் காணவில்லை. தடுமாற்றங்களைக் கவனியாமல் விட்டுவிட ஆயத்தமாக இருப்பதுபோல் தோன்றுகிறது. ஒருவேளை தவறு என்னிடம்தானோ? சீனாவின் பிரச்சினைகளை நான் புரிந்துகொள்ளவில்லையோ?

மைஜிஷனில் என்னால் பல மாதங்கள் வாழ முடியும் – என்னால் இங்கு வாசிக்க எழுத முடியும் – உண்மையில் நான் விங்கையும் ஷியானையும் பார்த்துப் பொறாமைப்படுகிறேன். கொஞ்ச நாளைக்குப் பின்னர் ஓர் அமைதியான சூழலில் நான் இருப்பது இதுதான் முதல் தடவை என்பதால். லண்டனில் இருந்து புறப்படுவதற்கு முன் ஒரே பரபரப்பு, பின் மாஸ்கோ, பீஜிங் மற்றும் ஷியான், அங்குமிங்கும் அலைச்சல் அதையும் இதையும் பார்த்தல், பலரை சந்தித்தல் மற்றும் பணிவான உரையாடல்கள். எனக்குக் களைப்பாக இருக்கிறது. நான் எப்போதும் அமைதியான வாழ்க்கையை விரும்புகிறவள். பிறரோடு இருப்பதைவிட என்னோடு நான் இருப்பதை. முரண்பாடு என்னவென்றால் ஒரு வெளிப்படையான இருப்புச் சுழலுக்குள் இழுக்கப்பட்டிருக்கிறேன். செயல்பாடுகளில் என் ஆற்றலை இழந்துவிட்டதால் என்னால் தனிமையில் வலிமையோடு இருக்க முடிய வில்லை. ஆனால், சுயவிரக்கம் ஏராளமாக இருக்கிறது. இருக்கும்வரை

இந்த இடத்தின் அமைதியில் மூழ்குவேன். ஒரு புத்த மடத்தில் நேரத்தைக் கழிக்கும் வாய்ப்பு அடிக்கடி கிடைக்காது. நான் மட்டுமே இங்குத் தனியாக இருந்தால் – அது முழுமையானதாக இருக்கும்.

இது போன்ற ஓர் இடத்தில் பணிபுரிவதில் ஒரு பெரிய பின்னடைவு உள்ளது. ஒரு நாளின் சிறந்த நேரம் குகைக்குள் செலவிடப்படுகிறது. காலையில் 'வானத்தில்' ஏறி குகைக்குள் வருகிறோம். மதியம்வரை வேலை செய்கிறோம். பின் மதிய உணவுக்காக மடத்துக்கு வேகமாக வருகிறோம். வெப்பமான வெயிலை விழுங்கிவிட்டு உடனே குகைக்கு வருகிறோம். மைஜிஷனில்கூட முலாம்பழம் என்னைத் தொடர்ந்து வருகிறது. மதியம் அவர்கள் எங்களுக்காக ஒரு முலாம்பழத்தை மேலே கொண்டு வந்தார்கள் – அது வரவேற்கத்தக்க ஒரு இடைவேளைதான்.

இப்போது மேற்குமுகமாக வேலைசெய்கிறோம். மதியம் சூரிய ஒளி மேற்கில் விழுகிறது. இல்லாவிட்டால் சிலந்தி வலைகள், பறவை எச்சங்கள், அல்லது வௌவால்களின் எச்சங்கள் ஆகியவற்றுடன் கீழே வரும்வரை தொடர்ந்து வேலை செய்ய வேண்டும். குகைக்குள் எங்கள் வேலை நேரடியானது. நாங்கள் சுவரோவியங்களை அல்லது சிற்பங்களை ஆய்ந்து அடையாளம் காண்கிறோம். பின் எவற்றையெல்லாம் படம் பிடிக்க வேண்டும் எவற்றை எங்கள் ஆய்வில் எழுத வேண்டும் என்று முடிவு செய்கிறோம். இந்த நேரத்தில் டொமினிக் வண்ணம் மற்றும் கறுப்பு வெள்ளையில் புகைப்படங்கள் எடுக்க ஆயத்தமாவார். நான் விவரமாகக் குறிப்பெடுத்து அனிலோடு விவாதிப்பேன்.

நாங்கள் குளித்து மாலை உணவை முடிக்கும்போது இருள் கவிந்து விடும். மெழுகுவர்த்தி வெளிச்சத்தில் ஒரு மணி நேரப் பேச்சு பின்னர் கண்களை வருத்தி ஒரு கடிதம், பின்னர் மெத்தைக்குள் மற்றும் கொசு வலைக்குள் படுத்துவிடுவோம். பின்னர் மேற்கூரைக்குள் எலிகளின் விளையாட்டு காதுகளில் கேட்கும். எங்களுக்கு நேரமில்லை என்பது வருத்தப்படக் கூடியது. ஒவ்வொரு நாளும் நான் எழுதியாக வேண்டும் அல்லது கொஞ்சமாவது வாசிக்க வேண்டும். யுலிசஸ் 207ஆவது பக்கத் திலேயே நிற்கிறது. சீனாவில் இருக்கும் நாள் முழுவதும் ஆகும்போல் இருக்கிறதே. *வெரௌனோ* மற்றும் *தி பிரதர்ஸ் கரமஸோவ்* என்ன ஆவது? மேலும் *உங்களுக்கு நீங்களே சீன மொழியைக் கற்பியுங்கள்* என்ற எனது புத்தகம்? குகையின் பணிக்கு இடையில் ஒன்றோ அல்லது இரண்டோ கருத்து எழுத்துகளை மனப்பாடம் செய்ய வேண்டும் என்ற பிரகாசமான எண்ணம் நேற்று எனக்கு வந்தது. இது என் மகிழ்ச்சிக்கான ஆதாரம். நாளின் இறுதியில் நான் மந்தமாகிவிடாமல் இது தடுக்கும். மாலைக்குள் என்னால் ஒரு வாக்கியத்தையே உருவாக்க முடிந்தது. யாரைக்

கூப்பிட வேண்டும் எனக்குத் தோன்றவில்லை. எனக்கு நானே மகிழ்ச்சி அடைந்துகொண்டேன். அல்லது தொடர்ந்து குறிப்புகளை எடுப்பதும் படச்சுருள்களின் எண்ணிக்கையைக் குறிப்பதும் மிகவும் மனச்சோர்வை அளித்தது. அங்கு சேகரிப்பவற்றை எழுதத் தொடங்கும் போதே உண்மையில் கடின உழைப்பு தொடங்குகிறது. ஆனால், நாங்கள் இங்கே இருக்கப் போவது குறுகிய காலம் என்பதால் நீண்ட நேரம் வேலை செய்வது தேவையாக இருந்தது. ஆனால், எங்களுக்கு இங்கு மிகக் கடினமாக இருக்கும் என்று சீனர்கள் எண்ணினர். மின்சாரம் இல்லை குழாய் நீர் இல்லை, மேலும் சுகாதாரக் குறைவு. அவர்கள் நாங்கள் களப்பணி ஆற்றுவதாக எண்ணவில்லை. பயணிகள் என்றே கருதுகிறார்கள். இது சேலையின் குற்றம்தான். பெண் எப்படி இருந்தாலும் சரி சேலை பெண் களை பெண்மையுடனும் நளினமுடனும் காட்டுகிறது. குகையில் வேலை செய்யும் கடினமான நிலையை எண்ணி அவர்கள் எங்களால் தாக்குப்பிடிக்க முடியாது என்று எண்ணினார்கள். மேலும், சீனப் பெண்கள் எப்போதும் ஸ்லேக் அணிந்து திறன் கொண்டவர்களாகக் காணப்படுகிறார்கள். இங்கு வருவதற்கு முன் நான் தைத்து வாங்கிய விவசாயியின் உடையை அணிந்துகொண்டேன். படிகளில் ஏறுவதற்கும் குகைகளில் நுழைந்து செல்வதற்கும் அது வசதியாக இருந்தது.

மிகமிக முக்கியமான ஒன்று எனக்கு இங்குக் கிடைக்கவில்லை. மிகவும் அவசியம் என்று நான் உணர்ந்தேன். ஆனால், லேன்ஸோ செல்லும்வரை எனக்கு அது கிடைக்காது என்று தெரியும். நல்ல ஒரு குளியல். இரு சிறிய பேசின் தண்ணீரைக் கொண்டு ஒருவர் தன் உடலைக் கழுவிக்கொள்ள வேண்டும் என்ற வரையறை உண்மையிலேயே ஒரு சித்திரவதைதான். பள்ளத்தாக்கின் கீழ்தான் ஓடை இருக்கிறது. ஆனால், நாங்கள் குகையில் இருந்து தாமதமாக வருவதால் கீழே சென்று ஓடையில் குளிப்பது என்பது முடியாத காரியம். பள்ளத்தாக்கின் மேல் நான்கில் மூன்றாவது பகுதியில் நாங்கள் இருக்கிறோம். ஒரு நாள் மதியம் நாங்கள் சென்று ஒரு குளியல் களியாட்டம் போட வேண்டியதுதான்.

இன்று காலை நான் மிகவும் மகிழ்ச்சியாக இருந்தேன். அனில் என்னிடம் வந்து டொமினிக் மிகவும் களைப்பாக இருப்பதுபோல் தோன்றுகிறது என்றும் அவரை மேலும் வேலைப் பளுவால் வருத்தாமல் ஓய்வு எடுக்கும் படி வற்புறுத்தப்போவதாகவும் கூறினார். பத்து நிமிடம் கழித்து டொமினிக் வந்து அனில் களைப்பாக இருப்பதாகவும் மதியத்துக்கு மேல் அவரை ஓய்வு எடுக்கும்படி நாம் வற்புறுத்த வேண்டும் என்றும் கூறினார். எனக்கு மிகவும் சிரிப்பாக வந்தது. மதிய உணவு நேரத்துக்குள் நாங்கள் ஒருவரை ஒருவர் ஓய்வு எடுக்குமாறு வற்புறுத்த கடைசியில் அன்று நாள்

முழுவதும் வேலை செய்வதை விட்டுவிட்டோம் – நான் மிகவும் மகிழ்ச்சி அடைந்தேன்.

ஆக நாங்கள் அன்று ஓய்வெடுத்தோம். அது இதமான தூக்கக்கிறக்க மான நாள். நான் நாற்காலியை விட்டு நாற்காலிக்குச் சென்றேனே தவிர வேறு ஒரு வேலையும் பார்க்கவில்லை. எல்லா நாளும் இப்படி இருக் குமா? பைன் மரங்களின் மேலும் காலை நேரத்துப் புற்களின் மேலும் சூரிய ஒளி பட்டு பிறந்துவரும் மணம் குகையில் கிடைக்குமா. அங்குக் குளிராக இருக்கும். வௌவால் எச்சங்களின் நாற்றமும் புழுங்கிய மணமும்தான் இருக்கும். அனிலும் டொமினிக்கும் என் அருகில் அமர்ந்து வெள்ளை முடியின் அழகைப் புகழ்ந்துகொண்டிருந்தனர். சூரியன் இன்னும் கொஞ்சம் வெப்பமாக இருந்தால் நான் கீழே போய் ஓடையில் குளித்திருக்கலாம். ஆனால், மேக மூட்டமாகவும் குளிர்ச்சியாகவும் இருந்தது. உண்மை என்னவென்றால் கீழே ஓடைக்கு போவதற்கு எனக்கு சோம்பேறித்தனமாக இருந்தது. வண்டுகள் மற்றும் குழவிகளின் ரீங்காரம். வெள்ளை முடியைப் பற்றிய விவாதமும் தொடர்ந்தது.

எந்தத் தொந்தரவும் இல்லாமல் அமைதியாக இருக்க வேண்டும். மடத்தின் வாழ்க்கை மென்மையான ஓய்வை ஊக்கப்படுத்தியது. ஒரே ஒரு கெட்டில்தான் இருப்பதாகவும், சமையல் பாத்திரங்கள் குறைவாக இருக்கிறதென்றும், சமையல் எண்ணெய் குறைந்துவிட்டதென்றும், டியான் ஷுயியில் இருந்து கொண்டுவந்த இறைச்சியும் கோழியில் அரைவாசியும் காலியாகிவிட்டது என்றும், எங்களுக்கு சாப்பிட எதைக் கொடுப்பது என்றும் சமையல்காரர் புலம்பிக்கொண்டு இருந்தார். காலையில் ஒரு குச்சியுடன் மலையில் சுற்றிக்கொண்டிருந்தார். எங்களுக்கு கொடுப்பதற்காக மூலிகைகளையும் காளான்களையும் தேடுகிறாரா? டியான் ஷுயியில் இருந்து எந்த நேரமும் வண்டி வரும் என்றும் நமக்கு பொருட்களைக் கொண்டுவரும் என்றும் சொல்லிக்கொண்டுமிருந்தோம். ஆனால், அவர் டியான் ஷுயில் அந்த வாரம் கிடைத்தக் கோழிகளை நாம் ஏற்கெனவே கொண்டுவந்துவிட்டதால் வண்டி வேறு எதைக் கூடுதலாகக் கொண்டுவந்துவிட முடியும் என்று கூறி நம்பிக்கை இழந்துவிட்டார். ஆனால், அது வந்தது. நிறையப் பொருட்களையும் கொண்டு வந்தது. ஆனால், சமையல்காரர் கூறியதுபோல குறைவான பொருளே இருக்கிறது என்பதை நான் நம்பவில்லை. அவர் மிகைப்படுத்திச் சொல்லி இருக்க வேண்டும் அல்லது பிறருக்கும் அவர் உணவு அளித்திருக்க வேண்டும். அது இயற்கையானதே.

மைஜிஷனில் எங்களுக்கு ஒரு டிரக் வருவது என்பது ஒரு பெரும் முக்கியத்துவம் வாய்ந்த நிகழ்வாகும். நான்கு நாட்களுக்கு ஒரு முறை

என்ற கணக்கில் வரும் வண்டி, உணவு வகை மற்றும் அதனுடன் எங்களுக்குரிய அஞ்சல்களையும் கொண்டுவரும். டிரக் வர வேண்டிய நாளில் நாங்கள் ஒரு கட்டு விமான அஞ்சலுக்காக மிகவும் எதிர்பார்த்துக் கொண்டிருப்போம். நான்கு நாட்களுக்குப் பின் மீண்டும் வருகிறது – எங்களில் யாராவது ஒருவருக்கு ஒரு கடிதம் இருக்க வேண்டும். அனிலுக்கு அவருடைய முகவரிடம் இருந்தும், டொமினிக்குக்குக்கு அம்மாவிடம் இருந்தும், எனக்குச் சீனாவில் என்ன செய்ய வேண்டும் என்ற அறிவார்ந்த ஆலோசனைகளை வழங்கும் நண்பரிடம் இருந்தும் கடிதங்கள் வர வேண்டும். மிங்கோ ஒவ்வொருவரையும் பார்த்து புன்னகைப்பார். செய்திகள் ஒரு மாதம் தாமதமாகக் கிடைப்பது சோதனையானது என்று நேற்றிரவு நான் நினைத்துக்கொண்டிருந்தேன். சீனாவுக்கு வந்ததில் இருந்து ஒரு செய்தித்தாளைக்கூட நான் பார்க்கவில்லை, இருப்பினும் அதனால் ஒன்றுமில்லை என்று நான் நினைத்துக்கொண்டேன். ஆனால், இப்போது என்னிடம் ஒரு *சண்டே அப்சர்வர்* அல்லது *மான்செஸ்டர் கார்டியன்* அல்லது *டைம்ஸ் ஆஃப் இந்தியா* இதழ் கிடைத்தால் மிகுந்த மகிழ்ச்சி யுடன் ஒவ்வொரு எழுத்தையும் படிப்பேன். குறிப்பாக *அப்செர்வரையும்* அது அளிக்கும் அறிவார்ந்த ஊக்கத்தையும் மிகவும் இழந்து நிற்கிறேன்.

அவ்வப்போது உண்மையிலேயே ஓர் ஊக்கமளிக்கும் உரையாடல் என் மகிழ்ச்சியைக் கூட்டும். எப்போதும் எளிய மற்றும் இலகுவான விஷயங் களைக் கொண்டு என் நேரத்தைச் செலவிட முடியாது. அறிவார்ந்த கடின மான விஷயங்களும் தேவை. நாள் ஒன்றுக்கு ஒரு மணி நேரம்கூட வாசிக்க முடியவில்லை என்பது எனக்கு வருத்தமாக இருந்தது. ஆனால், இந்த உணர்வை விளக்க முடியாது, ஏனெனில் அது வெறும் ஒரு தப்பெண்ணத்தைத்தான் உருவாக்கும். வாசிப்பு மட்டுமே போதுமான தல்ல. நான் வாசித்ததை விவாதித்து கருத்துகளைக் கேட்டு உள்ளீர்க்க விரும்புகிறேன். என்னிடம் இப்போது எண்ணங்கள் நிறைந்திருக்கின்றன. ஊக்கமளிப்பதும் சந்தேகம் எழுப்புவதும் இதில் அடங்கும். நான் இவற்றைப் பற்றி நீண்ட நேரம் பேச விரும்புகிறேன். நிறுத்தாமல் பேசக் கூடிய இடங்களான லண்டன் அல்லது பாம்பேயில் ஒரு வாரம் பேச வேண்டும். இதனால் இங்கு என் வாழ்க்கையிலும் நான் செய்யும் பணி யிலும் சோர்வடைந்துவிட்டேன் என்று அர்த்தமாகாது. எனக்கு கொஞ்சம் அறிவூக்கம் கிடைத்தால் நான் இன்னும் மகிழ்ச்சியாக இருப்பேன். ஒதுங்கி வாழ்வது சோர்வளிப்பது, ஆனால், தற்காலிகமானதாக இருப்பதால், சில நெளிவுசுழிவுகளைச் செய்வது எனக்கு மகிழ்ச்சியானதே.

எடுத்துக்காட்டாக, நாங்கள் தொடர்வண்டியில் சந்தித்தப் பிரஞ்சு ஆய்வுத் தொல்லியலாளரைப் போன்று, சீனாவில் ஒரு சில வாரங்கள்

சுற்றுப்பயணம் செய்ய விரும்பினேன். ஒருவர் தனியாக இருக்கும்போது அவரது கண்ணோட்டம் உயர்வடைகிறது. இரண்டு அல்லது மூன்று பேரின் எளிய பாதுகாப்புடன் செல்லும்போது இழந்துபோவது தனிமை யாகப் பயணிக்கும்போது தக்கவைக்கப்படுகிறது. ஒரு நாட்டை, அதன் மக்களைப் பற்றிய தவறான வழிகாட்டலுக்கு அது வழிகோலும் என்பது உண்மைதான். ஆனால், அடிப்படையான புத்திசாலித்தனமும் அறிவும் இருந்தால் அது சிறப்பானது. நவீன வாழ்க்கையில் இத்தகையச் செயல் பாடுகளுக்கு நேரம் இல்லை. மேலும் இரண்டு வாரங்களுக்குப் பின்னர் லண்டனுக்குச் சென்று மீண்டும் ஆய்வறிக்கையில் ஈடுபடுவது என்பது கொஞ்சம் அச்சம் அளிப்பதாக இருந்தது.

நான் எழுதியவற்றைத் திருப்பிப் படிக்கும்போது அது ஒரு பத்திரிகை அறிக்கைபோல் இருப்பதாக உணர்ந்தேன். அல்லது ஒரு கேலன் எரி பொருளில் பல மைல் தூரம் செல்லும் ஒரு காரின் கதையைப்போல. நான் சென்ற இடங்கள் மற்றும் நான் பார்த்த விஷயங்கள். ஆனால், அதற்கு என்னிடம் ஒரு கேமரா இருக்கிறது. இது சுயஉணர்வுடையதாகவும் இயல் பற்றதாகவும் தோன்றுகிறது. ஓர் இடத்தில் இருந்து இன்னொரு இடத்திற்கு உந்தித் தள்ளப்பட்டு விஷயங்களைப் பார்க்க வைக்கும்போது நான் அந்த உணர்வைப் பெறுகிறேன். அந்த நெருக்கடி என்னைப் பாதிக்கிறது. மேலும் மற்றவர்களுடனான உறவு நிச்சயமற்றதாக இருக்கும்போது. நான் மிகவும் எச்சரிக்கை உணர்வுள்ளவள். என் சூழலுக்கு ஏற்ப உறவைத் தீர்மானிக்காதவரை சுய உணர்வையும்கூட இயல்பற்றதாகவும் உணர் வேன். இப்போது ஒரு மாதமாக சீனாவில் இருக்கிறேன். இந்தப் புதிய சூழலில் நான் என்னைப் பற்றி அல்லது என்னோடு இருப்பவர்களைப் பற்றி இன்னும் அறிந்துகொள்ளவில்லை. இன்னும் ஓரிரு வாரங்களில் எல்லாம் இயல்பாகிவிடும். நான் எதிர்வினைகள் ஆற்றுவேன். வெறும் கேமராவாக இருக்க மாட்டேன். ஆனால், இது அத்தனை கடினமாக இல்லை. அனில் பழகுவதற்கு எளிதானவர். புதைந்து கிடப்பதைக் கண் டறிவதில் எங்களால் தடத்தைப் பின்பற்ற முடிந்தது. எங்களால் அறிந் திருக்க முடியாத சீனாவைப் பற்றி மிங்கோ தனது அமைதியான முறையில் பேசி வெளிப்படுத்தினார்.

ஒரு ஈ என் கொசுவலையில் அசையாமல் அமர்ந்திருந்தது. நேற்றிரவு செய்ததுபோல் மெழுகு இட்டிருக்க வேண்டும். மெழுகுவர்த்தியின் புதிய பயங்கரமான பயனைப் பார்த்தேன். சாகாமல் ஆனால், அசையாமல் இருக்கும் ஒரு ஈயின் மேல் மெழுகுவர்த்தியின் ஒரு சொட்டை விட்டு அகற்றலாம். ஈயை அப்படியே விட்டுவிட்டால் அது நம்மை அச்சத்தில் ஆழ்த்திவிடுகிறது. நேற்று மாலை இன்னுமொரு எதிர்பாராத மாலை.

இரண்டு கடுமையான குகைகளான 133 மற்றும் 135 ஆகியவற்றில் இரண்டு நாளாகப் பணியாற்றி நாங்கள் அனைவருமே களைப்பாக இருந்தோம். வழக்கத்தைவிடச் சற்று தாமதமாகவே வந்தோம். வந்துசேர்ந்த போது மெழுகுவர்த்தியை ஏற்றும் நேரம் ஆகிவிட்டது. நாங்கள் உட்கார்ந்து பேசிக்கொண்டிருந்தபோது வேங்க் தனது புல்லாங்குழலை இசைக்க ஆரம்பித்தார். அனிலும் டொமனிக்கும் அவருக்கு அருகில் பெஞ்சிலும், கேயோ கதவுக்கு அருகிலும், மிங்கோவும் நானும் படியிலும் உட்கார்ந்திருந்தோம். லீ யும் லாங்க் மேயும் உள்ளே அரட்டை அடித்துக்கொண்டிருந்தனர். குகைக்குள் எப்போதும் பாடும் கேயோ இப்போது பாடச் சொன்னபோது தயங்கினார். எப்படியோ நாங்கள் அவரைப் பாட வைத்தோம். பீங்கிங் ஓபராவில் இருந்து ஒன்றைப் பாடினார். பாதியில் வெட்கப்பட்டு ஓடிவிட்டார் ஆனால், பின்னர் உள்ளே வந்து அமர்ந்துகொண்டார்.

வேங்க் ஒரு கின்கை காதல் பாடலை இசைத்தார். அது குறிப்பிடத் தக்க வகையில் அற்புதமாக இருந்தது. நாடுகடத்தப்பட்ட தலைவரான ஸூ-ஹூவின் நாட்டுப்புறப் பாடல். பின் எல்லோரும் பாடும் மா சேதுங்கின் பாடல். இதன் சொற்களை நான் கற்க வேண்டும். கேயோவின் சிந்தனை எல்லோராலும் பாராட்டப்பட்டது. தியான் ஷூயியில் இருந்து எங்களுக்காக லீ அனுப்பிய கிராமபோன் பெட்டியையும் கீறல் விழுந்த இசைத் தட்டு தொகுதியையும் எடுத்துவந்தார். சில கிராமப்புற பாடல்கள். சில கேண்டோனில் இருந்து சில இசை (அப்போது குவாங்ஸோ என அழைக்கப்பட்டது). இது வட சீன இசையில் இருந்து மாறுபட்டது. அரைத்தொனிகளை பயன்படுத்தும் முறைகளில் கர்நாடக மற்றும் இந்துஸ்தானி இசை போல. ஆவாராவில் இருந்து இவர்கள் ‘ஆவாரா ஹூன்’ என்னும் பாடலின் சீன வடிவத்தையும் உருவாக்கினர். சீன வடிவத்தின் பாடல்வரிகள் வித்தியாசமாக இருந்தாலும் ராகத்தை அறிந்துகொள்ள முடிந்தது. அந்தப் பாடல் புகழ் பெற்றதாக இருந்ததால் அவர்கள் சீன வடிவத்தைக் கொண்டு வந்தனர். சீனர்களுக்கு இந்த எளிய நடைமுறை எப்படி சாத்தியம் ஆகிறது என்று என்னையே நான் கேட்டுக்கொண்டேன். அல்லது அது குறிப்பிட்ட மக்களைப் பொறுத்ததா? நாம் அறிந்து பணியாற்றியவர்களைப் போலவே வேங்கும் த்ஸோவும் இருந்தனர்.

நான் இரவு 8.30 மணிக்குத் தூங்கி பலநாள் ஆகிவிட்டது. இதோ இங்கே கொசுவலைக்குள் ஒரு மென்மையான மெத்தைக்குள் கிடந்தேன். மெழுகுவர்த்தி சற்றுத் தள்ளி ஒரு நாற்காலியில் எரிந்துகொண்டிருக்க நான் எழுதிக்கொண்டிருந்தேன். இரவு 11 மணிக்கு நான் ஏன் எழுதுகிறேன். ஏதாவது எழுத வேண்டும் என்று எனக்கு தோன்றியது. அப்போதுதான் ஒரு பெரிய கோப்பை நிறைய ஓவல்டின்னை அருந்தி இருந்தேன். சாதம், இரு

ரொட்டி ஆகியவற்றுடன் திருப்தியாக இரவு உணவை அருந்தி இருந்தேன். இப்போது ஓய்வாகவும் கவிதை எழுதும் மனநிலையுடனும் இருந்தேன்.

இன்று மதியம் நானும் டொமினிக்கும் வயல்களின் ஊடாகச் செல்லும் சாலையில் பள்ளத்தாக்கின் அற்றத்தில் இருக்கும் பண்ணை வர நடந்தோம். அது ஒரு வேடிக்கை. எல்லோரும் தூங்குகிறார்கள் என்று நம்பி மடத்தை விட்டு வெளியேறி அலைந்து திரியலாம் என்று நினைத்தோம். ஆனால், லாங்மே எங்களைப் பார்த்துவிட்டார். குன்றின் அடிவாரத்தை அடையும் முன்னர் கேவோ எங்களைப் பின்தொடர்ந்து ஓடி வந்தார். நாங்கள் அடுத்தக் குன்றைத் தாண்டியதும் லீயும் துப்பாக்கியுடன் எங்களது மெய்காவலர் ஒருவரும் வந்தனர். கரடிகள் இங்குத் திரிவதால் இங்கு வருவதற்கு யாருக்கும் அனுமதி இல்லை. அனைவரும் குழுவாகத்தான் செல்லவேண்டும். அதுமட்டும் அல்லாமல் ஒருவரிடம் துப்பாக்கி இருக்க வேண்டும் என்பதுதான் மடத்தின் விதி என்று நாங்கள் பின்னர் அறிந்து கொண்டேம். எங்கள் சிறு ஊர்வலம் பைத்தியக்காரத்தனமானது என்று கருதப்பட்டு ஐந்து பேரும் கரடுமுரடான பாதையில் ஒருவர் பின் ஒரு வராகச் சென்றோம்.

தூரத்தில் இருந்து பார்க்கும்போது மைஜிஷன் குன்று உத்வேகம் அளிப்ப தாக இருந்தது. நான் சில புகைப்படங்கள் எடுத்தேன். ஆனால், குறிப்பாக மழைமேகங்கள் சாம்பல் நிறமாகப் பின்னணியில் திரள அதைச் சுற்றி நீலமாகவும் பச்சையாகவும் காடுகள் இருக்கும் மதிய நேரக் காட்சியை நான் ஓவியமாகத் தீட்டியிருக்க வேண்டும் என்று நினைத்தேன். கரடு முரடான செம்பழுப்பு நிலத்தில் நான் நேராக நின்றேன். முதல் முறையாக இவ்வாறு பார்க்கும்போது அதன் அழகை உணர முடிந்தது. முதன்முதலில் இங்கு வாழ்ந்த துறவிகள் இப்பகுதியை ஏன் தேர்ந்தெடுத்தார்கள் என்பதை அறிந்துகொண்டேன். பிரம்மிக்கவைக்கும் அழகு. பண்ணைக்கு அப்பால் உயரமான இடத்தில் ஓடையை எதிர்கொண்டோம். கால்களை நனைத்துக்கொண்டு பக்கத்தில் இருந்த ஒரு மரத்தில் இருந்து வாதுமைக் கொட்டைகளை உண்டவாறே உட்கார்ந்து இருந்தோம்.

மாலையில் மழை பெய்தது. அது ஒரு விடுதலைபோல் இருந்தது. அழுத்திக்கொண்டிருந்த ஏதோ ஒன்று விலகியதுபோல இப்போது குளிர்ச்சியும் புத்துணர்ச்சியும் நிலவியது. இன்று குகையில் பாதி நாள்தான் செல்வழித்தோம் என்பதில் எனக்கு மகிழ்ச்சி. என் பாதத்தின் கீழ் இருக்கும் நிலத்தையும், சுற்றி நிற்கும் மரத்தையும், நீண்ட மலைகளையும் சுற்றிப் பார்க்கவும் உணரவும் வெளியை எட்டிப்பிடிக்கவும் எனக்கு நேரம் வேண்டும். நாளை நான் அர்ப்பணிப்பு உணர்வுடன் வேலை செய்வேன்.

நேற்றிரவு அதிகமாக உணவும் அதிகமாக ஒயினும் கூட: ஆப்பிள் ஒயின் மற்றும் பிளம் ஒயின். எல்லாவற்றிலும் பயங்கரமானது மக்காச்சோள ஒயின்தான். அது ஒரு கன்சுவுக்கே உரித்தான மிகவும் சிறப்பான மது. எங்களுக்கு ஒரு வழியனுப்பு விழா விருந்து நடந்தது. மடத்தில் இருந்த வர்களும் சரி நாங்களும் சரி கொஞ்சம் பெருமையாக உணர்ந்தோம். அங்கிருந்து செல்ல எனக்கு வருத்தமாக இருந்தது. அதிலும் அவ்வளவு சீக்கிரமாக. லாவூ ஸோவை விட்டுப்பிரிவதில் எனக்கு மிக வருத்தம். மனிதத்தன்மையின் மேல் எனக்கிருந்த நம்பிக்கையை மீண்டும் வலி யுறுத்தினார். ஒட்டுமொத்த நட்பினால் என்னை வியப்பில் ஆழ்த்தினார். பெண்களாகிய எங்களைப் பொறுத்தவரையில் அவருக்கு எந்த உள் நோக்கமும் இல்லை. கரடுமுரடாகவும் சத்தமிட்டுப் பாடியும் நாட்டுப்புறப் பாடல்களைப் பரிமாறிக்கொண்டோம். அது ஒரு கவலையற்ற மாலை நேரமாகக் கழிந்தது. எனக்கு அது புத்தாண்டு விழா போலத் தெரிந்தது. விசில்களும் பலூன்களும் இருந்தால் முழுமையாகிவிடும். ஆனால், அந்த ஒற்றுமை மேலோட்டமானது. இது முற்றிலும் வேறுபட்டதாக இருந் திருக்கும்.

அது களைப்படையவைக்கும் ஒரு நாள். உயரத்தில் இருந்து நிலத் தோற்றத்தைப் பார்ப்பதற்காகக் காலையில் மைஜிஷனின் உச்சிக்கு ஏறி னோம். அது ஒரு கடினமான மலைஏற்றம். குறுகலான பாதை மேலும் பைன் மரங்களின் காய்ந்த முட்களின் காரணமாக வழுக்கியது. வேங்கின் கரங்களை எப்போதும் பிடிக்க வேண்டியதாயிற்று. அவர் எங்களுக்கு வழிகாட்டி உதவி ஒரு பால் நடனக்காரரைப் போல் அழைத்துச்சென்றார். உச்சியில் ஒரு கோவிலின் கற்கோபுரம் இருந்தது. அதில் வழக்கமான கற்பலகையும் இருந்தது. வருபவர்கள் அதில் கிறுக்கி வைத்திருந்தனர். ஏறியது வீண் போகவில்லை. மலைச் சரிவுகளில் வயல்கள் அங்கும் இங்குமாக மேலேறி வந்தன. பச்சையும் பளுப்பு நிறமுமாக இருந்த அதன் நடுவில் அவ்வப்போது காடுகளும் மண்டிக்கிடந்தன. தூரத்தில் குன்றுகளுக்குப் பின்னால் வெப்ப மூட்டத்துக்கு நடுவில் நீல நிற மலைகள் வட்டமாகச் சூழ்ந்து இருந்தன. கற்கதவின் சிகரங்களைப் பார்த்தோம். இந்த இருகூர்மையான மலைகளுக்கு நடுவில் ஒவ்வொரு ஆண்டும் ஆகஸ்ட் 15ஆம் தேதி சந்திரன் உதிக்கும் என்று சொன்னார்கள். எங்களைச் சுற்றிலும் நின்ற குட்டையான பைன் மரங்களின் நெடி மூக்கில் நுழைந்தது. இவற்றிற்கு இடையில் பெரிய புதர்கள் வளர்ந்து குறுகிய பைன் மரங்களைப் போன்றே இருந்தன. பாதைகளில் எல்லாம் முட் செடிகள் மண்டிக் கிடந்தன. இவை மிகவும் சிரமத்தைக் கொடுத்தன. ஏனெனில் வழுக்கும்போதெல்லாம் எதையாவது பிடிக்க வேண்டும் என்பதால் இவற்றைப் பிடிக்க வேண்டியதாயிற்று. ஒவ்வொரு மூலை யிலும் ஒரு காட்டு முள்மரம் நின்றது.

பச்சைப் புதர்களில் பல வடிவங்களில் மலர்கள். பெரும்பாலானவை ஊதா நிறத்தில் இருந்தன – ஒன்றில் வெளிறிய அல்லது அடர் நிற முழு இதழ்கள் கொண்டவை அல்லது கொத்துக்கொத்தாகச் சிறுசிறு பூக்களாகப் பூத்துக்குலுங்குபவை. இந்தப் பகுதியில் அவ்வளவாகக் காட்டு மலர்கள் இல்லை. அடர்த்தியாகப் பச்சைபசேலென்று இருப்பதால் நிழல் அடர்ந்த மலைச் சரிவுகள் குளிர்ச்சியாகவும் புத்துணர்ச்சி அளிப்பவைகளாகவும் இருக்கின்றன. மடத்தின் முற்றத்தில் மலர்கள் வளர்க்கப்பட்டுள்ளன – தீப்பிழம்புகள் போலப் பிரகாசிக்கும் பொன் மஞ்சள் செவ்வந்திப்பூக்கள் – நடக்கும்போது திகைப்பு அடையவைக்கின்றன – அடர் சிவப்பு டேலியா மற்றும் ஹோலிஹாக்ஸ் – மற்றும் மஞ்சள் தொகுதியான டெய்சி மலர்கள். சுற்றிலும் காணப்படும் கலப்படம் அற்ற பச்சை நிறத்துக்கு இவை பெரும் முரணாகக் காணப்பட்டன. வறண்ட பருவத்தின் இறுதியில் நாங்கள் மைஜிஷனில் தங்கி இருந்ததால் எங்களால் பல காட்டு மலர்களைக் காண முடியவில்லை.

மதியத்தில் நாங்கள் ஒரு மணி நேரமே வேலை பார்த்தோம். இறுதிக் கட்ட வேலைகளை முடிப்பதற்காக மட்டுமே. மதியத்துக்குப் பின் முழு நேரமும் என்னால் குகையில் கழித்திருக்க முடியும். இறுதியாக நான் சிற்பங்களைப் பற்றி அறிந்துகொண்டு வருகிறேன். அவை மேலும் அர்த்தங்களை அளிக்கத் தொடங்கியுள்ளன. ஆனால், நாங்கள் இப்போது இங்கிருந்து செல்ல வேண்டும். மீண்டும் நினைத்துப்பார்க்கும் போதெல் லாம் அந்த அமைதியான, கவர்ச்சியற்ற சிற்பங்களை எண்ணி மகிழ என் னால் முடிகிறது - அமர்ந்த நிலையில் பாறைப் பரப்புக் குழிகளில் இருக்கும் சின்னஞ்சிறு புத்தர்கள் – எழுந்து நிற்க முடியாத அளவுக்குக் கையும் காலும் தரையில் வைத்து ஊர்ந்து செல்லக்கூடிய சிறு குகைகளில், இருட்டுக்குள் சில நிமிடங்கள் ஊன்றிக் கவனித்தால்தான் புலப்படும் போதிசத்துவர் அல்லது லோகனின் சிற்பங்கள் – விவரங்களை அறிவதற்கான கடுமையான தேடல் – இதற்கு வட்டமான அல்லது கூரிய ஒளிவட்டம் உள்ளதா – அதன் மேல் அல்லது சுற்றி ஏதாவது பறக்கும் உருவங்கள் உள்ளனவா, தலையில் குடுமியா அல்லது வேறு சிகையமைப்பா, அல்லது பழைய சிற்பங்களில் காணப்படுவதுபோல் நீண்ட காதுகள் இருக்கின்றனவா? அடுத்து கவனிக்க வேண்டியது ஆடைகள். பல சீன அரச பரம்பரைகள் இருந்ததால் இது மிகவும் குழப்பம் விளைவிப்பதாகும். மேலும் அண்டை நாடுகளில் பல கலை வடிவங்கள் இருந்தன. இருப்பு நிலை என்ன? அசாதாரண முறையில் அமர்ந்துள்ளதா – கைகளின் நிலை முக்கியமானது – பல சிற்பங்களில் கரங்கள் இருப்பதில்லை, ஆக அதனால் பயனில்லை – மேலும் இந்தக் கேள்வி: வேய்க்குப் பிந்தியதா அல்லது டேங்கின் ஆரம்பக் கட்டமா?

என்னிடம் ஒரு டேப் ரெக்கார்டர் இல்லையே என்று நான் சில வேளை எண்ணுவேன்; எங்களது உடனடிக் கருத்துகள் கலை வரலாற்றாசிரியர் களுக்கு மிகுந்த ஆர்வம் தரவல்லவையாகும். சிற்பங்களில் இருக்கும் தூசியை அகற்ற நீண்ட தூரிகை கொண்டு மென்மையாகத் தூய்மை செய்யப் படும் – சில சமயம் அப்படிச் செய்யும்போது தொங்கித்தூங்கும் வௌவால்களை எழுப்பிவிட்டுவிடுவோம். பின்னர் டொமினிக் மூன்று கால் தாங்கியை வைத்து ஃபிளாஷை தயார் செய்யும்போது நான் என் குறிப்பேட்டைத் திறந்து சிற்பங்களில் என்ன இருக்கிறது என்பதைப் பற்றிப் பதிவுசெய்வேன் – இவ்வாறு அந்தக் குகை மெதுவாக ஆவணப் படுத்தப்படும். சில காலத்துக்குப் பின்னர் இத்தகைய வேலை இயந்திரத் தன்மை கொண்டதாகிவிடும். டொமினிக்குக்குப் பின்னால் குகையில் இருந்து குகைக்குச் சென்று கேள்விகளுக்குப் பதிலளிக்கும் வண்ணம் பதிவுசெய்வதால் ஆய்வில் இருக்கும் சிற்பத்தின் முருகியல் மற்றும் உணர்வுப்பூர்வமான எதிர்வினைகள் தொலைந்துபோய்விடும். நான் பின்னர் நீண்ட குறிப்புகளை எடுத்து வேண்டும் என்றே வேகத்தைக் குறைத்து நான் என்ன பார்க்கிறேன் மேலும் நான் ஏன் அதைக் குறிப்பிட்ட விதத்தில் விவரிக்கிறேன் என்பதைப் புரிந்துகொள்ள எனக்கு நானே நேரத்தை வழங்கிக்கொள்ளுகிறேன். களத்தில் இருக்கும்போது கலை வரலாற்றாசிரியர்கள் இவ்வாறுதான் பணிபுரிவார்களோ என்று எனக்கு நானே வியந்துகொள்ளுகிறேன். ஒரு நூலகத்துக்குள் முடங்கிக் கிடக்காமல் பல விதங்களில் பணிபுரிவது ஒரு சிறந்த அனுபவம். பிற்காலத்தில் தொல்லியல் தளங்களில் பணிபுரிய இது எனக்குப் பயிற்சி அளித்திருந்தது. சில டேங்க் மற்றும் சில ஸாங்க் புனரமைப்புகளைக் கொண்ட மேற்குப் பகுதியில் ஆய்வு செய்ய மட்டுமே எங்களுக்கு நேரம் இருந்தது.

கிழக்குப் பகுதியில் பெரும்பாலும் மிங்க் மற்றும் குவிங்க் புனரமைப் புகளே இருந்தன. இவை கொஞ்சம் வித்தியாசமானவை. புனரமைப்பைப் பார்க்கப்பார்க்க மிகவும் வேதனை அடைந்தேன். ஆனால், மிங்க் காலப் புனரமைப்பாளர்கள் சீனக் கலைக்கு அவர்கள் நன்மை செய்வதாக நினைத்திருக்கலாம். பெரிய சுவரோவியத்தின் ஒரு பகுதி சிதைந்திருந்தது. நான் பார்த்த டன்ஹுவாங்கின் புகைப்படங்களுடன் ஒப்பிடத்தக்க வகையில் சில பகுதிகள் இருந்தன. ஆனால், சிறந்த முறையில் ஆய்வு செய்ய முடியாத அளவுக்குப் பெரும்பாலானவை மிகவும் சிதைவடைந்து இருந்தன. முந்தைய காலத்து கோயில்களைப் புனரமைக்க ஏன் ஆர்வமாக இருந்தார்கள் என்ற கேள்விக்கு இன்னும் பதில் கிடைக்கவில்லை. இது பக்தியின்பாற்பட்ட செயலா? முந்தைய நூற்றாண்டுகளின் முருகியலுக்கும் கலைப் பாணிகளுக்கும் புத்துயிர்ப்பு அளிக்கும் ஆர்வமா? அல்லது

நிகழ்காலத்துக்கு ஏதோ முறைமை நிலையை உறுதிசெய்வதற்காகக் கடந்த காலத்துடன் வரலாற்றுத் தொடர்பை ஏற்படுத்தும் ஒரு முயற்சியா?

ஆம், நேற்றைய தினம் பல நிகழ்வுகளைக் கொண்ட நாள். பிற்பகலில், குன்றின் அடிவாரம் சென்று ஓடையில் குளிக்க முடிந்தது. லேன்ஸோவை விட்டு வந்த பின்னர் சரியான ஓய்வான முதல் குளியல். இது எங்களுக்குத் தேவையாக இருந்தது. நீரோடையில் அமர்ந்து, தண்ணீரை அள்ளித்தெளித்துக் குளிப்பது விவரிக்க முடியாத மகிழ்ச்சியை அளித்தது. மாலையில் நடைபெறும் விருந்துக்கு நான் சுத்தமாகவும் புத்துணர்வாகவும் உணர்ந்தேன்.

விருந்தில் நாங்கள் பல மிடறுகள்(மது) அருந்தினோம். லாவோ ஸாவோ ஹைடிரஜன் குண்டின் முடிவைக் குறித்து விருந்தின் முடிவில் பேசியது என்னைத் திடுக்கிடச் செய்தது. தில்லி பாராளுமன்றத்திலும் வெஸ்ட்மினிஸ்டரின் மத்திய அரங்கிலும் நிகழ்த்தப்படும் பேச்சுக்களை விட உணர்வுப்பூர்வமானதாக இருந்தது. பேச முடியாத ஒரு மொழியில் இத்தகையக் கூட்டம் அர்த்தமற்றது என்று டொமினிக் இரவு முணுமுணுத்தார். என்னால் அவர் கூறுவதைப் புரிந்துகொள்ள முடிந்தது. ஆனால், அதே சமயத்தில் இது, பார்க்க முடியாத ஆனால், உணர மட்டுமே முடிந்த, ஏதோ ஒன்றைப் புரிந்துகொள்ள இயலாமையைப் பிரதிபலிக்கும் இடம். காலம் பற்றிய வரையறுக்கப்பட்ட உணர்வை உணர்த்துகிறது என்று நான் நினைத்தேன். ஐரோப்பிய மற்றும் ஆசிய எதிர்வினைகளில் இருக்கும் வேறுபாடு என்ற இந்த நோக்கில் பயணம் இதுவரை மிகவும் சுவையானதாக இருந்து வந்துள்ளது. டொமினிக்கிற்கு ஆசியர்களைப் பற்றிய சில ஐரோப்பிய எண்ணங்கள் இருக்கின்றன. அவை ஆழ்மனதில் இருக்கின்றன, மேலும் பெரும்பாலான சமயங்களில் அதை அவர் உணரவில்லை. பல வகைகளில் அவர் ஐரோப்பிய அகத்தடைகளில் இருந்து விடுபட்டிருந்தாலும் உணர்த்தாத வரையில் அவருக்கு இந்த எண்ணங்கள் இருப்பதை அவர் ஒத்துக்கொள்ள மாட்டார். ஆனால், அதைச் செய்வது கொடூரமானது. சில வகைகளில் என்னைப் போலவே சீனர்கள் அவருக்கும் புதியவர்களே. ஆனால், என்னால் அவர்களோடு விரைவாகப் பழக முடிந்தது. ஆனால், இதுவும் ஒரு தனிப்பட்ட முன்னுரிமையே. பிறருடைய அனுபவமும் வாழ்க்கையின் பிற விதங்களும் நம்முடைய கண்ணோட்டத்தில் தானாகவே சேராது. யாராக இருந்தாலும் பிறர் எப்படி செயல்படுகிறார்கள் என்பதைப் புரிந்துகொள்ள ஒருவர் உணர்வுப்பூர்வமாக விரும்ப வேண்டும். தொலைதூரப் பகுதிகளிலும் ‘புதிய’ மக்களிடையிலும் பயணம் செய்து அவர்களைப் புகைப்படம் எடுத்துக்கொள்வது அதோடு முடிந்துவிடுகிறது. ஒருவர் உலகத்தைச் சுற்றிவந்து பார்ப்பதை அனுபவிப்பது இது. ஆனால், வெளிப்படையாகத் தெரிவதற்கு அதற்கு அப்பாலும் பார்ப்பவரே புதுமையான நபர்.

பீஜிங்கிற்கு அருகிலுள்ள கோடைகால அரண்மனை. பதினெட்டாம் நூற்றாண்டில் ஒரு குவிங் வம்ச பேரரசியால் கட்டப்பட்டது. குறிப்பாக அதன் இயற்கைத் தோட்டங்களுக்கு இது பேர்பெற்றது. ஏரியில் உள்ள தீவுகளில் கவர்ச்சிகரமான அரங்கங்களும் பாலங்களும் உள்ளன.

கோடைக் கால அரண்மனை. அரண்மனையின் நிலப்பரப்பில் சில மிகப் பெரியவையும் அசாதாரணமானவைகளுமான சிற்பங்கள் பரவலாக உள்ளன.

கோடைகால அரண்மனை. அரண்மனையைச் சாராத ஆனால், சார்ந்ததுபோல் அடையாளம் காணக்கூடிய சில கட்டடங்களின் அலங்காரமற்றக் கூரைகள்.

சியானின் அருகில் ஏராளமான காய்கறிகள் விளையும் சமையற்கட்டுத் தோட்டப் பகுதியுடனான ஒரு கிராமம்.

தடாகம் ● 227

சியானுக்கு அருகிலுள்ள ஒரு கிராமத்தின் வெளிப்பகுதி. வாடிக்கையாளர்களுக்காக பெடிகேப்கள் காத்திருக்கின்றன. இந்த பெடிகேப்கள் மூலம் எதை வேண்டுமானாலும் கொண்டுசெல்லலாம்

டன்ஹுவாங் செல்லும் வழியில் யூமென்னுக்கு அருகில். இந்தப் பகுதி எண்ணெய்க்காகப் பரவலாகத் தோண்டப்படுகிறது. இந்தப் பாலைவன நிலத்தோற்ற வகை எண்ணெய் புதைந்திருப்பதோடு பொதுவாகத் தொடர்புடையதாகும்.

யூமென்னுக்கு அருகில் உள்ள ஒரு பாலைவனச் சோலை கிராமத்தின் ஒரு குடிசையில் காணப்படும் பெரிய ஜாடி, திரவப் பொருள் முதற்கொண்டு ஊறுகாய்வரை எதை வேண்டுமானாலும் சேகரிக்கப் பயன்படுத்தப்படுகிறது. காய்கறிகளை உலர்த்துவதற்குக் கூரை பயன்படுத்தப்படுகிறது.

ஒரு மிங் கல்லறைக்கு அருகில் இருக்கும் கட்டடத்தின் டெரஸ்கள். மிங் காலத்தைச் சார்ந்த கல்லறையின் இந்தப் பகுதியில் பல்வேறு உடைகளுடன் கூடிய உருவங்களும் மிருகங்களும் ஆங்காங்கே கட்டடப் பகுதிகளும் காணப்படுகின்றன. மிங் காலகட்டத்தின் இந்தக் கல்லறைப் பகுதி பீஜிங்கில் இருந்து சற்று தொலைவில் உள்ளது.

ஒரு மிங் கல்லறையில் காணப்படும் மிக அழகிய சிற்பம். கட்டடக் கலை அம்சத்தின் சில பகுதிகள் அக்காலகட்டத்தின் கட்டடப் பாணியில் அமைந்துள்ளது.

சியானுக்கு அருகில் ஒரு கன்பூஷியஸ் கோவிலின் ஒரு பகுதி. இந்தக் கட்டடக் கலையின் வடிவியல் அமைப்பு கவரும்படியாக உள்ளது.

நாங்கள் பீஜிங்கில் சென்றிருந்த ஒரு பழைய சத்திரத்தின் ஒரு பகுதி. இது நகரத்தின் பழைய பகுதியில் உள்ளது. இங்குக் கட்டடங்கள் அருகருகே அமைந்துள்ளன.

ஒரு மிங் கல்லறையின் அருகில் நிற்கும் சிலை. உருவ அமைப்பு வலிமையானதாகவும் உடை அலங்காரம் துல்லியமாகவும் அமைந்துள்ளது.

மிங் கல்லறைச் சாலையில் அணிவகுக்கும் உண்மை அளவிலான விலங்குச் சிற்பங்கள் முன்னால் தன் கழுதையின் மேல் செல்லும் விவசாயப் பெண். இந்த யானைச் சிற்பத்தைச் செதுக்கிய சிற்பிக்கு அதைப் பற்றிய அதிகமான நேரடி அறிவு இல்லை என்பதை சிற்பத்தில் இருந்தே கண்டறியலாம்.

பீஜிங். கொண்டாடப்படும் புரட்சி. புரட்சிக்குக் காரணமானவர்கள் என முன்னிறுத்தப்படுபவர்களுக்கு மரியாதை செய்யும் சடங்கு. மார்க்சியத்தை உருவாக்கியவர்களின் மாபெரும் படங்களோடு சீனக் கம்யூனிஸ்ட் கட்சியின் பெரும் தலைவர்களின் அது போன்ற பெரும்படங்கள்.

பீஜிங். கொண்டாடப்படும் புரட்சி. எல்லா இடங்களிலும் பின்பற்றப்படுவதுபோல், அணிவகுப்பின் முகப்பு இராணுவப் பலத்தைக் காட்டுகிறது, அதைத் தொடர்ந்து சீனக் கலாச்சாரத்தின் பல்வேறு அம்சங்களைக் குறிக்கும் அலங்காரங்களும் அதைத் தொடர்ந்து உள்ளூர் இசை மற்றும் நடன வடிவங்கள் மற்றும் பலூன்கள் விடுவிக்கப்படல். பின்மாலைப் பொழுதில் இருட்டுக்குள் வாணவேடிக்கை.

தடாகம் 237

பீஜிங். அரசு கட்டடங்கள் சீனக் கம்யூனிஸ்ட் கட்சியின் தலைவர்களின் படங்களால் அலங்கரிக்கப்பட்டது. உதாரணத்துக்கு ரயில் நிலையம் மா சேதுங் படத்தால் அலங்கரிக்கப்பட்டிருக்கிறது.

டன்ஹுவாங் செல்லும் பாதையில். பாலைவனத்தில் ஒரு விமானத்தளம். பாலைவனத்தின் பின்னணியில் மலைகள் லேசாகத் தெரிகின்றன. இத்தகைய விமானத்தளங்கள் வணிக ரீதியாகப் பயன்படுவதில்லை. எண்ணெய் வயல்களை உருவாக்கப் பயன்படுத்தப்படுகிறது.

பீஜிங். தடைசெய்யப்பட்ட நகரத்தில் உள்ள ஒரு கட்டடத்தின் பகுதி. இதுதான் பழைய நகரத்தின் ராஜப் பகுதி. ராஜ விழாக்களோடு சம்பந்தப்பட்ட கட்டடங்களின் கண்ணைக் கவரும் அமைப்புத் திட்டம். சுவர்களின் சிவப்பு வண்ணமும் கூரையின் மஞ்சள் வண்ணமும் முரண்பட்டு ஒரு பிரகாசமான தோற்றத்தை அளிக்கிறது.

டன்ஹுவாங். பாலைவனச் சோலையின் விளிம்பில் இருக்கும் ஒரு சந்தையில் ஒரு பெண் திராட்சையும் முலாம்பழமும் விற்கிறார்.

லாஞ்ஜோவின் அருகில் இருக்கும் விவசாயக் கூட்டுறவுப் பண்ணை. பண்ணையில் வேலைபார்க்கும் இந்த மூன்று இளம் பெண்களோடும் நாங்கள் பேசினோம். அழகிய டிசைன் கொண்ட பாவாடைகளுடன் இருந்த இந்தப் பெண்கள் தன்னம்பிக்கையுடன் எங்களோடு பேசினார்கள். ஒருவரில் இருந்து இன்னொருவர் குறிப்பிடத்தக்க வகையில் மாறுபட்டிருந்தனர்.

டன்ஹுவாங். சாலையோரத்தில் ஒரு ஆப்டீஷியன் மூக்குக் கண்ணாடிகளை விற்கிறார். இதுதான் மிகத் துரிதமாகக் கண்ணாடியைக் கண்டுபிடிக்கும் வழி. அவற்றில் பலவற்றைப் போட்டுப் பார்த்து அதிகபட்சப் பார்வையைக் கொடுப்பது தேர்ந்தெடுக்கப்படும்.

டன்ஹுவாங். சூழ்ந்திருக்கும் நிலத்தோற்றம். டன்ஹுவாங்கின் கிழக்கில் இருக்கும் கோபி பாலைவனத்தின் விளிம்பு. முன்னால் தென்படும் மணலும் பின்னணியில் இருக்கும் மலைகளும் ஒரு முரண் காட்சியை அளிக்கின்றன.

டன்ஹுவாங். பாலைவனச் சோலையின் விளிம்பில் இருக்கும் ஒரு சிறு பண்ணை, சிறுதானியங்களுக்குப் பதில் காய்கறிகள் விளைவிக்கப்படுகின்றன.

டன்ஹுவாங். மேற்கில் இருக்கும் டக்லா மக்கான் பாலைவனத்துக்கு அருகில் இருக்கும் நிலத்தோற்றம். தாழ்ந்த மலைப் பகுதியில் ஆங்காங்கே சிறு எண்ணெய் டெரிக்குகள் சிதறிக் கிடப்பதைக் காணலாம்

டன்ஹூவாங். சந்தையில் ஒரு பெண் தன் வீட்டுக்குப் பொருட்கள் வாங்குவதோடு குழந்தையையும் கவனித்துக்கொள்ளுகிறார்.

மைஜிஷியன். ஒரு குகையில் இருந்து கிடைத்த சிற்பம். சிலர் ஒரு புரவலர் என்றும் சிலர் வழிபடுகிறவர் என்றும் கூறுகின்றனர்.

மைஜிஷியன். ஒரு குகையில் இருந்து கிடைத்த சிற்பம். ஒரு போதிசத்துவரின் உருவம் - ஒரு புத்தராக இருக்கலாம்.

மைஜிஷியன். ஒரு குகையில் இருக்கும் புத்தரின் சிற்பத்தில் இருந்து. ஒரு புத்தரின் தன்மைகளுடன் இந்திய-சீன ஆதாரச் சாயலுடன்.

மைஜிஷியன். ஒரு குகையில் இருக்கும் அமர்ந்தநிலை புத்தரின் உருவம். பாணியில் காணப்படும் மாறுபாடு கவனிக்கத்தக்கது. இந்தப் படம் பல்வேறு இடங்களைச் சார்ந்த கலைஞர்கள் இருந்ததைக் காட்டுகிறது. பாணியில் இருக்கும் வேறுபாட்டுக்குக் கால இடைவெளியும் ஒரு காரணமாக இருக்கலாம்.

மைஜிஷியன். மடத்தில் இருந்து பார்க்கும்போது தெரியும் நிலத்தோற்றம். முன்புறம் விவசாயம் செய்யப்பட்ட நிலம், பின்புறம் விவசாயம் செய்யப்படாத நிலம்.

மைஜிஷியன். விறகு ஏற்றிய கழுதையுடன் உள்ளூர் விவசாயி. ஒன்றில் வீட்டுக்கு அல்லது கிராமத்தில் விற்பதற்கு இவர் விறகை எடுத்துச் செல்கிறார். விறகு பயன்பாடு பரவலாக இருப்பதை இது காட்டுகிறது. விவசாயி அணிந்திருக்கும் தொப்பி உள்ளூர் பாணியிலானது.

மைஜிஷியன். பள்ளத்தாக்கில் பாயும் ஆறு, மடத்தில் இருந்து பார்க்கும் காட்சி. இறுதியாக ஒரு நாள் மதியம் நாங்கள் இந்த ஆற்றில்தான் குளித்தோம்.

மைஜிஷியன். மடத்தில் இருந்து பார்க்கும்போது மைஜிஷியன் மலையின் ஒரு தோற்றம். இரு பக்கமும் குகைகள் காணப்படுகின்றன. இந்தக் குன்றின் வடிவம் அசாதாரணமானது. அதனால் வழக்கமான நிலத்தோற்றத்தின் தனித்தன்மையோடு காணப்படுகிறது.

மைஜிஷியன். குகைகளில் இருந்து எடுக்கப்பட்ட மடத்தின் ஒரு காட்சி. நாற்கர கட்டமைப்பு தெளிவாகத் தெரிகிறது. காடு அருகில் இருப்பதால் விலங்குகளின் பயம் இருக்கிறது. அவை அங்கு வசிக்கும் துறவிகளைச் சந்திக்க விரும்புமோ?

மடத்தின் நுழைவாயில். கூரைகளில் விரிவான அலங்காரங்களுடன் அழகிய விலங்கு உருவங்களைக் கூரை விளிம்புகளில் காணலாம். இந்தக் கட்டமைப்பு செங்கல்லால் கட்டப்பட்டது. பூச்சின் காரணமாக மென்மையான பரப்பு அமைந்துள்ளது.

மைஜிஷியன். நிலத்தில் இருந்து பார்க்கும்போது உயரத்தில் தெரியும் குகை கேலரிகள். கேலரிகள் மூலமே குகையை அடைய முடியும். குகைகளுக்குள் கோயில்கள் இருக்கின்றன.

மைஜிஷியன். குன்றின் செங்குத்து பரப்பில் குடையப்பட்டுள்ள குகைகளை கேலரிகள் மூலமே அடைய முடியும். குன்றில் பெரிய துளைகள் போடப்பட்டு மரக் கட்டைகள் பொருத்தப்பட்டுள்ளன. இதன் மேல் மரப் பலகைகள் போடப்பட்டு அவை கேலரி தளம் ஆகின்றன. கவனமாகக் கட்டப்பட்ட இது சிறப்பான அமைப்பு ஆகும். பல்வேறு நிலைகளைப் படிகள் இணைக்கின்றன.

மைஜிஷியன். எங்கள் நண்பர் வேங்க், மடத்தில் தங்கி வாழும் துறவி. பொதுவாக இவர் விவசாயிகள் அணியும் உடைகளையே அணிகிறார். சடங்குகளின் போதும் சிறப்பு நிகழ்வுகளிலும் அங்கி அணிகிறார். இந்தப் படத்திற்காக அங்கி அணியுமாறு நாங்கள் அவரை வலியுறுத்த வேண்டியதாயிற்று.

மைஜிஷியன். குன்றின் வெளிப் பரப்பில் ஒரு குகை வரிசையின் மத்தியில் காணப்படும் பூதாகரமான உருவங்கள். இதைச் செதுக்க கலைஞர்கள் பெரும் முயற்சி எடுத்திருக்க வேண்டும்.

மைஜிஷியன். புத்தரின் ஒரு சுவரோவியம். இந்த இரு பிரிவுகளில் உள்ளதுபோல புத்தரைச் சுற்றி உருவங்களும் துறவிகளும் வரையப்பட்டுள்ளனர்.

மைஜிஷியன். புத்தரின் ஓவிய சூழலுடன் கூடிய இந்தச் சுவரோவியத்தில் காணப்படுவது துறவி காஷ்யபா என்று கூறப்படுகிறது.

மைஜிஷியன். குகைகளுக்கு அணுகல் அளிக்கும் இந்த கேலரி கட்டப்பட வேண்டியுள்ளது. இந்த இடம் முதன் முதலில் கண்டுபிடிக்கப்பட்டபோது இதில் ஆரம்பக் கட்ட அமைப்புகள்கூட இல்லாமல் இருந்தது.

10

தியான் ஷூயியில் இருந்து வடக்கு நோக்கிய எங்கள் பயணம்

நேற்று மாலை நாங்கள் வருத்தத்துடன் டிரக்கில் ஏறி மைஜிஷனை விட்டுச் சென்றோம். லாவோ ஸாவோ தொடர்ந்து எழுச்சியூட்டும் பாடல் களைப் பாடிக்கொண்டிருந்தார் – செங்கொடி மற்றும் விடுதலைப்படை பாடல்கள் – குழப்பத்தோடேயே சிலவற்றை நாங்கள் கற்றுக்கொள்ள முயற்சிசெய்தோம். குண்டு சமையல்காரர் திரும்பிப் போவதில் மகிழ்ச்சி யாக இருந்தார், ஏனெனில் மீண்டும் ஒரு வசதியான சமையலறையில் சமைக்க முடியும் அல்லவா. நாங்கள் மீண்டும் அதே பழக்கமான கிராமங்களைக் கடந்து சென்றோம் – அவர்கள் இன்னும் போரடித்துக் கொண்டிருந்தனர், அங்கு இன்னும் வாத்துகள் நதியின் விளிம்பில் குளித்துக்கொண்டு இருந்தன, மக்கள் இன்னும் தங்கள் வீட்டுப் படியில் அமர்ந்து தேநீர் அருந்திக்கொண்டிருந்தனர் – அதே மக்காச்சோளம் மற்றும் சோள வயல்கள். அதே வறண்ட ஆற்றுப் படுகைக்கு வந்தோம் – ஆனால், இங்கே சில வாரங்களுக்குள் அதன் குறுக்காக நல்ல ஒரு சாலை அமைக்கத் தொடங்கி இருந்தார்கள். சீனாவைத் தொடர் கட்டடங்களின் நாடு எனலாம் – இரு மரங்கள் நீட்டிக்கொண்டிருந்த உயர்ந்த லோயெஸ் சிகரத்தைக் கடந்தோம் – ஒரு ஸாங்க் நிலத்தோற்ற ஓவியம் மாதிரி – வரிசையாக முள் வேல மரங்கள் – கிராமத்துச் சாலையோர சந்தை; மக்காச்சோள வயல்கள், தொளதொள கால்சட்டையுடன் விவசாயிகள், வைக்கோல் தொப்பியுடன், சிலர் கழுதை மேல் சென்றனர், தோளில் பாரம் சுமந்தவாறு சாலை யோரமாகச் சிலர் நடந்தனர் – சந்தேகம் இல்லாமல் வில்லோ கூடைகள். ஏராளமான வில்லோ மரங்கள் இருந்தன. சிறு பண்ணைகளில் வரிசை யாகவும் அங்கொன்றும் இங்கொன்றுமாகவும். திறந்த சந்தைகள் வண்ண மயமாக இருந்தன. சிவப்பு மெத்தை சரிகைத் தொங்கலுடன், கடிவாளத் துடனான கோவேறுக் கழுதைகளில் விவசாயிகள் சென்றனர். சிறு தோட்டம்போல் இருந்த பந்தலின் கீழ் காய்கறி விற்பவர்கள் அமர்ந் திருந்தனர் – பச்சை மற்றும் மஞ்சள் முலாம்பழக் குவியல்கள், ஊதா நிறத்தில் மினுங்கும் கத்திரிக்காய், சிவப்புத் தக்காளி, பிரகாசமான பச்சைக் குடைமிளகாய் – மேலும் முலாம் பழங்கள் எல்லா இடங்களிலும்.

தெருநாய்கள் அலைந்துதிரிந்தன. எதிர்பார்க்காதபோது குழந்தைகள் குறுக்காக ஓடிவந்தனர். இளைஞர்களும் முதியோரும் குழுவாக அமர்ந்து நீண்ட பைப்களைப் புகைத்துக்கொண்டிருந்தனர். வண்டிச் சத்தம் கேட்கும் போது பார்த்தனர். பெண்கள் நீலம் மற்றும் வெள்ளை விவசாய ஜாக்கட்டில் இருந்தனர் – சடையை இறுக்கமாகப் பின்னிப்போட்டிருந்தனர் – முதிய பெண்கள் கொண்டை போட்டிருந்தனர் – பாதங்களின் அளவைக் கொண்டு தான் இளம் வயதினரா அல்லது முதியவரா என்று கண்டுபிடிக்க முடியும். மிகவும் வயதான பெண்கள் பாதங்களைக் கட்டும் யுகத்தைச் சேர்ந்தவர்கள்.

முலாம் பழங்களும், கத்திரிக்காய்களும், நாய்களும், கோழிகளும் மயிரிழையில் தப்ப எங்கள் காரில் நாங்கள் நின்று குலுங்கிச் சென்றோம். நாங்கள் ஒரு நாள் ஒரு கிராமத்தில் தங்க விரும்பினோம். மேலும் சுற்றிப்பார்க்க ஜீப் ஒரு நாள் கிடைக்குமா என்றும் கேட்டோம். அவர்கள் உண்டு அல்லது இல்லை என்று சொல்லவில்லை. பல காரணங்களைக் கூறினர். கடைசியில் இன்று மதியம் செல்லலாம் என்று சொன்னார்கள். ஆக நாங்கள் நண்பகலில் புறப்பட்டோம். ஏக்கர் கணக்கான மக்காச்சோள வயல்களின் ஊடாக வெப்பத்திலும் தூசியிலும் ஜீப் சென்றது. இந்தச் சாலையும் கிராமங்களை இணைக்கும் நமது சாலைகளில் ஒன்றைப் போல்தான். வண்டிகள் மட்டும் செல்லும் சாலை குண்டும் குழியும் சாக்கடையுமாக இருந்தது. ஜீப் மட்டும்தான் இதன் வழியாகச் செல்ல முடியும். வண்டிச்சக்கரம் நம்மூர் போன்று மரத்தால் ஆனது. ஆனால், காளைகளுக்குப் பதில் கழுதைகள், கோவேறு கழுதைகள் மற்றும் அரிதாகக் குதிரைகள் இழுத்துச்செல்கின்றன. நாங்கள் செல்லும்போது பார்த்த வண்டிகள் பெரும் மரக்கட்டை அல்லது விறகுகளை ஏற்றிச் சென்றன. கால்நடைகளின் சாணிகளை எரிபொருளாகப் பயன்படுத்துவதை எதிர்த்துப் பிரச்சாரம் நடைபெறுவதால், விறகுகள் குன்றின் கீழ்ப்பகுதிகளில் இருந்து கொண்டுவரப்படுகின்றன. சாணியும் மலமும் உரக்கிடங்குகளில் போடப்பட்டு மக்கிய பின் உரமாகப் பயன்படுத்தப்படுகின்றன. ஆற்றின் அருகில் ஓர் இடத்தில் நிலச்சரிவு நிகழ்ந்திருந்ததால் நாங்கள் வயலின் குறுக்காகச் சென்றோம்.

பல கிலோ மீட்டர்கள் பயணத்துக்குப் பின் ஒரு செங்கல் கட்டடத்துக்கு முன் நின்றோம். அது கிராமத்தின் தானியக் கிடங்கு என்று எங்களிடம் கூறப்பட்டது. லாவோ ஸாவோ மற்றும் லாவோ லீக்குத் தெரிந்த விவசாயிகள் மூன்று பேர் எங்களை வரவேற்றனர். நாங்கள் ஒரு கூட்டுறவுப் பண்ணைக்கு அழைத்துவரப்பட்டிருந்தோமே தவிர நாங்கள் விரும்பியவாறு ஒரு கிராமத்துக்கு அல்ல என்பதால் எனக்கு எரிச்சலாக இருந்தது. ஏன்? நாங்கள் ஏற்கெனவே பண்ணை ஒன்றைப்

பார்த்துவிட்டோம். ஒரு கிராமத்தில் அன்றாட நிகழ்வுகளைப் பார்க்க விரும்பினோம். கிராமப் பள்ளிக்கூடத்தில் எங்களை வரவேற்றனர்; தேநீர், சிகரெட், முலாம்பழம் - சடங்குகள். வெப்பமாகவும் தாகமாகவும், வாயில் தூசியாகவும் இருந்ததால் முலாம்பழம் வரவேற்கத்தக்கதாக இருந்தது. சில நிமிடங்கள் அமைதி. அனைவரும் முலாம் பழங்களைச் சாப்பிடும் ஷ்ரூ-ஷ்ரூ ஓசையே கேட்டது. பின்னர் தியான் ஜியா ஸுவாங்கின் வரலாறு கூறப்பட்டது. முதலில் பதினாறு குடும்பங்களே வாழ்ந்தன. ஒவ்வொரு குடும்பத்துக்கும் 2 மோவ் நிலமே இருந்தது. இப்போது 100 குடும்பங்களுக்கும் மேல் வாழ்கின்றனர். அப்போது 600 கேட்டிகளே உற்பத்தி செய்தனர். இப்போது 30, 000 கேட்டிகள் மக்காச்சோளம் மற்றும் ஆப்பிள்களை உற்பத்தி செய்கின்றனர். இது ஒத்திகை செய்யப்பட்ட பேச்சைப் போல் இருந்தது.

குறிப்பாக நாங்கள் கிராமத்தில் பெண்களின் இயக்கத்தைப் பற்றி அறிய விரும்பினோம். ஏழு உறுப்பினர்களில் இரண்டு உறுப்பினர்கள் பெண்கள் மற்றும் துணைத்தலைவரும் பெண்ணே. ஆண்களுக்கு மத்தியில் அமர்ந் திருந்த அவர்களுடைய மன உறுதி என்னைக் கவர்ந்தது. கேள்விகளுக்குத் தலைவரை நோக்கிப் பார்க்காமல் நேரடியாகவே பதில் அளித்தனர். அவர் களில் ஒருவர் புத்திசாலித்தனமானவராகத் தெரிந்தார். அவருக்குப் பதின் மூன்று வயதில் திருமணம் ஆகிவிட்டதாம் (ஆனால், இப்போது சராசரி வயது பதினெட்டு என்பது மகிழ்ச்சியை அளித்தது.) [இங்கு ஆசிரியர் சம கால நிலைமையைப் பதிவு செய்கிறார்.]) அவருக்கு மூன்று குழந்தைகள். முதலில் அவரது கணவர் மறுத்தாலும் படிப்படியாகக் கிராமத்துச் செயல் பாடுகளில் பங்கேற்பதற்கு அவர் ஒத்துக்கொண்டார். சராசரியான குடும் பத்தில் கணவன் மனைவியும் மூன்று குழந்தைகளும்; குடும்பக்கட்டுப்பாடு பற்றிக் கேட்டதும் அதிர்ச்சியடைந்ததுபோல் காணப்பட்டனர். அவர் தனியான பெண்களுக்கான ஓர் அமைப்பு இருப்பதாகக் கூறினார்; அதுவே யாருக்கு என்ன வேலை என்பதைத் தீர்மானிக்கிறது; இளம்பெண்கள் வேலைக்குப் போகும்போது பிள்ளைகளை அது நியமிக்கும் ஒரு விவசாய முதியப் பெண்மணி கிராமத்தின் ஒரு குறிப்பிட்ட கால்பகுதியில் உள்ள குழந்தைகளைக் கவனித்துக்கொள்ளுவார். இந்த அமைப்பு கூட்டுறவின் செயற்குழுவோடு இணைந்து செயல்படும். கிராமத் தலைவரும், கூட் டுறவின் தலைவரும் வெவ்வேறானவர்கள். ஆனால், இருவருமே தேர்ந் தெடுக்கப்படுகிறார்கள். சிறிய நியாய விசாரிப்புகள் கூட்டுறவின் செயற் குழுவால் நிறைவேற்றப்படுகின்றன. பெரிய குற்றங்கள் தியான் ஷூயியில் உள்ள நீதிமன்றத்துக்குக் கொண்டுசெல்லப்படுகின்றன. நாங்கள்தான் முதன்முதலில் அயல்நாட்டில் இருந்து வருபவர்களா என்று கேட்டோம். பல சோவியத் நண்பர்கள் ஏற்கெனவே வந்துவிட்டார்களாம்.

பின்னர் ஒரு விவசாயியின் மனைவி என்னைக் கையைப் பிடித்து அழைத்துச்சென்றார். அவர் நடுத்தர வயதுள்ள ஒரு குட்டையான பெண் மணி; சிறிய தலை; பார்க்க அழகாக இருந்தார்; சிறிய பாதம்; ஒருமுறை கட்டப்பட்டிருக்க வேண்டும்; கறுப்புக் கால்சட்டை வெள்ளை ஜாக்கட் டுடன் அருமையாக உடையணிந்திருந்தார்; அவர் வீடுவீடாக என்னை அழைத்துச்சென்றார்; ஒவ்வோர் இடத்திலும் புன்னகையுடன் பெண்கள் வரவேற்றனர்; நாங்கள் வருவதைப் பார்த்துச் சிலர் ஜாக்கட்டுகளை அவசரம் அவசரமாக அணிந்துகொண்டனர். அந்தக் கிராமம் அழகாகவும் தூய்மையாகவும் இருந்தது – தெருக்கள், முற்றங்கள், வீடுகள். நிலத்தில் விளக்குமாற்றின் தடங்கள் இன்னும் இருந்தன. இந்தத் தூய்மை உண்மை யானதா? அல்லது நாங்கள் வருவதால் அவசரம் அவசரமாகச் செய்யப் பட்டதா? இயல்பானதுதான் என்று கருதுவதை நான் தெரிந்தெடுத்துக் கொண்டேன்.

நாங்கள் கிராமத்தில் அங்குமிங்குமாகச் சுற்றித்திரிந்தோம். வீடுகள் காய்ந்த செங்கல்லால் கட்டுப்பட்டுள்ளன; மண் மற்றும் வைக்கோலால் பூச்சு; பாரம்பரியப் பாணியில் கட்டப்பட்டவை; ஒரு முற்றத்தைச் சுற்றி நான்கு தொகுதிகள். பொதுவாக ஒரு வீட்டில் நான்கு குடும்பங்கள் வாழ்வார்கள். நடு அறைக்கு நாங்கள் அழைத்துச்செல்லப்பட்டோம்; அங்கு ஒரு மேடை இருந்தது; அதில் அனைவரும் படுத்துக்கொள்வார்கள்; சுற்றிலும் உடனடித்தேவைப் பொருட்கள் வைக்கப்பட்டிருக்கும். ஒவ் வொரு வீட்டிலும் ஒரு மேசையின் மேல் நறுமணப் புகைக்கான தாங்கி இருக்கும். அதற்குப் பின் சுவரில் வெள்ளி எழுத்துகளுடன் சிவப்புப் பதாகை தொங்குகிறது. முன்னோர் வழிபாட்டுக்குத் தேவையானது. இந்திய சர்க்கா மற்றும் ராட்டை போலச் சுழலும் சக்கரம் ஓர் அறையில் இருந்தது. வெந்நீருக்கு தெர்மாசும் தேநீருக்குச் சிறுசிறு கோப்பைகளும் இருந்தன. முற்றம் வெறுமையாக இருந்தது. பெரும்பாலும் ஒரு கட்டு வைக்கோல் இருந்தது. ஒரு வளர்ப்பு மிருகம் கட்டப்படலாம். சில அலையும் கோழிகள் மற்றும் முயல்கள். முக்கிய நுழைவாயில் தடிமனாக இருந்தது. மரபான அலங்காரம் வழக்கப்படி இருந்தது. இது என்னை ஆச்சரியத்தில் ஆழ்த்தியது.

ஒரு மூன்று மணி நேரமே செலவழித்து ஒரு கிராமத்தின் செழிப்பைப் பற்றி முடிவெடுக்க முயற்சி செய்வது முட்டாள்தனமானது என்று எனக்குப் படுகிறது. அதை அறிந்துகொள்ள நான் அந்தக் கிராமத்தில் குறைந்தது ஒரு வாரமாவது வாழ வேண்டும். நாங்கள் கடந்து வந்தபோது பள்ளிக்கு வெளியே அமர்ந்து எங்கள் வருகையை ஏறத்தாழ வெறுப்பதுபோல்

லான்ஸோ. பள்ளியைவிட்டு வீடு செல்லும் குழந்தைகள் எங்களை ஆச்சரியத்துடன் பார்க்கின்றனர். இப்படம் எடுத்த காலத்துக் குழந்தைகள் முதுகில் கனமான புத்தக மூட்டைச் சுமை இல்லை.

பார்த்ததாகத் தோன்றும் விவசாயிகளின் குழுவினர் யார்? தங்கள் சொந்த நிலங்களை இழந்துவிட்டதால் வருத்தத்தில் இருக்கும் வயதான அதிருப்தியாளர்களா? அல்லது இவை எனது கற்பனையா, அவர்கள் எல்லாம் களைப்படைந்து வந்து அமைதியாகப் புகைத்து நகைச்சுவையைப் பரிமாறிக் கொள்ளும் வெறும் ஒரு விவசாயிகளின் கூட்டமா? ஒழுங்கும் தூய்மை யுமாக இருந்த கூட்டுறவுக் கிராமங்கள் நாங்கள் பார்த்த பிற கிராமங்களை விட மிகவும் செழிப்பாக இருந்தன. ஏக்கருக்குக் கேட்டிகளின் எண்ணிக்கை ஒருபுறம் இருக்க கூட்டுறவு விவசாயிகளிடம் நோக்கமும் ஆசைகளையும் தவிர ஊக்குவிப்பும் இருந்தன என்பதை மறுக்க முடியாது. கிராமத்தை ஒரே அலகாக உணர்வது கடினமானது என்பது என் எண்ணம். பெண்கள் தன்னம்பிக்கை கொண்டவர்களாகவும் தங்களைப் பற்றிய நிச்சயம் உள்ளவர்களாகவும் இருப்பது அருமை – இந்த ஒரு காரணத்துக்காவே கூட்டுறவு சிறப்பானது எனலாம். ஒரு நாள் மதியம் நாங்கள் காங்க்வேனில் வாகனத்தை நிறுத்தியபோது பார்த்த பெண்களுக்கும் தியான் ஜியா ஸுவாங்கில் பார்த்த பெண்களுக்கும் இடையிலான வித்தியாசத்தை முகத்தி லேயே நாம் காணலாம். புதிய அமைப்பான கூட்டுறவில் டிராக்டர்களைப் பயன்படுத்த முடியும் என்று எங்களிடம் கூறப்பட்டது – கால்நடைக் கொட்டகையைத் தாண்டி ஜீப்பை நோக்கி வரும்போது நாங்கள் டிராக் டரைப் பார்த்தோம்.

கிராமத்தில் எங்களுக்கு மக்காச் சோளம் கொடுத்தார்கள். அது அருமை யாக இருந்தது. நான் விடுதியின் சமையலறைக்குள் சென்று அதைச் சுட்டேன். சமையல்காரர் மகிழ்ச்சியடைந்தார். அவர் விவரமாக விளக்கி னார். எனக்குத் தெரிந்த சில சீன சொற்கள் உதவிக்கு வந்தன. அவருக்கு பீடி பிடிக்குமாம், அங்கு வந்த சில இந்தியர்கள் கொடுத்தார்களாம் என்று தெரிந்துகொண்டேன்.

இரவு உணவுக்குப் பின்னர் நாங்கள் தியான் ஷூயியில் இருக்கும் பொது குளியலறைக்குச் சென்றோம். விடுதியில் முஸ்லிம்களுக்காக ஒரு குளியல் அறை உள்ளது. அவர்கள் தொழுகைக்கு முன் குளிப்பதற்கானது இது. அசுத்தமாகிவிடும் என்பதால் முஸ்லிம் அல்லதவர்கள் குளிப்பதற்கு அனுமதிக்கப்படுவதில்லை. பொதுக் குளியலில் வரிசையாக சிற்றறைகள் இருக்கின்றன. குளித்த பின் ஓய்வெடுக்க ஒவ்வொன்றிலும் ஒரு படுக்கை உள்ளது. ஒரு நீள கல் தொட்டியில் வெந்நீரை மர வாளிகளில் இருந்து ஊற்றுகிறார்கள். இரு மரக்கட்டைகளும் இருக்கின்றன. சீனர்கள் குளிய லையும் கலையாக வைத்திருக்கிறார்கள். அனிலும் டொமினிக்கும் நுட்ப மாக ஆராய்ந்து பார்த்த பின்னர் நீர் சுத்தமாக இருக்குமோ இல்லையோ

என்று எண்ணி குளிக்கவில்லை. நான் அதைப் பொருட்படுத்தாமல் நேற்றிரவைப் போலவே நன்றாகக் குளித்தேன். நாங்கள் தெருக்கள் வழியாக நடந்து அறையை அடைந்தோம். இரவு 9 மணி. கடைகள் இன்னும் திறந்து இருந்தன. சிகையலங்காரக் கடைகளில்கூட நல்ல வியாபாரம். மூலைக் கடைகளில் இருந்து வறுக்கும் எண்ணெய் மணம். எங்கு பார்த்தாலும் குவியல்குவியலாக முலாம்பழங்கள். இரவில் எந்த ஒரு வட இந்திய நகரமும் இருப்பது போலவே அது இருந்தது. மக்கள் நடைபாதையில் அமர்ந்து புகைத்து அரட்டையடித்துக்கொண்டிருந்தனர். தூக்கக் கிறக்கமான கண்களோடு குழ்ந்தைகள் தங்களுக்குப் பிடித்த விளையாட்டை ஆடிக்கொண்டு இருந்தனர். சைக்கிள் ஓட்டுபவர்கள் மணியடித்தவாறே சென்றனர். மாலை நேரத்தில் நடப்பவர்களுக்கு இடையில் தாங்கள் செல்லவேண்டிய இடத்துக்கு எதைப்பற்றியும் கவலைப்படாமல் வளைந்துவளைந்து சென்றனர். நாங்கள் அயல்நாட்டுக் காரர்கள் என்று தெரிந்ததுமே ஒரு கூட்டம் – பெரும்பாலும் குழந்தைகளும் இளம் வயதினரும் – வியப்பு நிறைந்த ஆர்வமுள்ள முகங்கள் எங்களை உற்று நோக்க – நாங்கள் யார் என்னவாக இருக்கிறோம் என்பதைத் தெரிந்துகொள்ள விழைந்தனர். நாங்கள் நிற்கவே இல்லை, நின்றால் இரவு முழுவதும் நகர முடியாமல் போயிருக்கும்.

தொடர்வண்டி நிலையத்துக்கு வந்து ஜின் குவானுக்கு வண்டி ஏறி னோம். மின் உற்பத்தி நிலையங்களின் ஆலோசகராக சில மாதங்களுக்கு சீனாவில் தங்கி இருக்கும் ஓர் இளம் ரஷ்யருடன் நாங்கள் அரட்டை அடித்தோம். ஷியானுக்கு அருகில் உருவாகிவரும் ஒரு பெரும் ஆலை யைப் பற்றிக் கூறினார். நாங்கள் தொல்லியல் தளங்கள் மற்றும் பழங்கால மடங்களில் எங்கள் ஆர்வம் பற்றிக் கூறினோம். பேச்சில் ஒரு வகையான தொடர்ச்சி இருந்ததனால் அது ஒரு பழக்கமான பொருள் ஆயிற்று. இது சீனாவின் மிகவும் கவரும் அம்சங்களின் குறியீடுகளில் ஒன்றாகும் – கடந்தகாலத்தின் வரலாற்றுச் சின்னங்களைச் சேகரித்துப் பாதுகாப்பதை வலியுறுத்தல், மேலும் அவற்றை வரலாற்று ரீதியாகவும் பகுத்தறிவுக்கு உகந்ததாகவும் புரிந்துகொள்ளுதல், பின்னர் இவற்றை எதிர்கால அடித் தளத்திற்காக அடுத்தடுத்து வைப்பதை வலியுறுத்தல். இதை அசாதாரண மானதாகவும் சிந்திக்கத்தக்கதாகவும் நான் பார்க்கிறேன்.

மீதிப் பயணத்தை மிங்கோ எனக்குக் கற்பித்த குவிங்கைக் காதல் பாடலை நினைவுக்குக் கொண்டுவந்து கழித்தேன். அது சிறிதளவு சோகம் கலந்த ஒரு கால்நடைமேய்ப்பனின் கனவு:

தூரமான ஓர் இடத்தில்,
மக்கள் ஓர் அழகியின் கூடாரத்தைக் கடந்துபோகிறார்கள்
அவளைப் பார்க்க அனைவரும் நிற்கிறார்கள், போக மனதில்லாமல்.
அவளது புன்னகை முகம் சிவப்புச் சூரியன்போல்.
அவளுடைய அழகுச்சுடர்மிகு கண்கள்,
இரவின் ஒளிபொருந்திய சந்திரனைப்போல்.
எப்போதும் அவளுக்கு அருகில்
நான் ஓர் ஆட்டுக் குட்டியாக இருந்திட விரும்புகிறேன்.
ஒவ்வொரு நாளும் அவளது மெல்லிய சாட்டை
என் மேனியைத் தட்டித்தர...

11

ஜியு குவானில் இருந்து வட சீனாவுக்குள்

நான் இப்போதுதான் சாப்பிட்டு முடித்தேன்! கொஞ்சம் பிரட் – சுவையாக ஆனால், குளிர்ச்சியாக இருந்தது – கோதுமை பிரட், கடுகு விதை தூவி ரொட்டிபோல் சுடப்பட்டது. சீனப் பாணியில் அவிக்கப்பட்ட சோளக் கதிரையும் உண்டேன் – எல்லாம் ஜியு குவானில் தெருவில் விற்பவர் ஒருவரிடம் இருந்து. எனக்கு அந்த பிரட் மிகவும் பிடித்தது. சீனர்களின் சமையலில் இது கூடுதலாகப் பயன்படுத்தப்பட வேண்டும் என்று நான் விரும்புகிறேன். சிறு தேநீர்க் கோப்பைகள்போல் இருந்த சிறு பாத்திரங்களில் பூங்காவின் மூலையில் உட்கார்ந்து நாங்கள் தேநீர் அருந்தினோம். இயற்கைத் தன்மை கெட்டுவிடக் கூடாது என்பதற்காகப் போதுமான அளவுக்கு பயிரிடப்படாத மிக அழகான பூங்கா அது – வித்தியாசமான மேசைகளும் சிறு நினைவுச் சின்னங்களும் ஆங்காங்கே அமைக்கப்பட்டிருந்தன – சில ஹேன் காலகட்டத்தைச் சார்ந்தவை.

இன்று காலை சீனாவின் முழு ஆற்றலுடனான கடந்தகாலத்தை எதிர் கொண்டேன். உண்மையிலேயே வெளிப்படையான விஷயங்கள்தான் பெரும்பாலும் மிகவும் உற்சாகம் அளிப்பதாக நான் பார்க்கிறேன். நாங்கள் சீனப்பெருஞ்சுவரின் மேற்கு முனைக்குச் சென்றிருந்தோம். பனி படர்ந்திருந்த மலைகளை நோக்கி ஒரு பாலைவனம் போன்ற நிலத் தோற்றத்தைக் கடந்து சென்றோம். இன்று மிகவும் குளிர்ச்சியாக இருந்தது. வானத்தில் மேகம் மூடிக்கிடந்தது. மலைகள் தொடங்கும் தொலை தூரம்வரை சுற்றிலும் முழுமையாகத் தட்டையாக இருந்தது. கீழ்ப்பகுதி பழுப்பு மண் நிறத்தில் இருந்தது. தொலைவில் இருந்தவை நீலம் கலந்த ஊதா. பின் கூறிய இந்த நிறம் மஞ்சு மற்றும் பனியால் மட்டுமல்ல, அங்கு அதிக அளவில் இருக்கும் ஊதா நிறக் கற்களின் பிரதிபலிப்பாலும் காணப்படுகிறது. இது மணல் பாலை அல்ல, கல் பாலை. (இந்தப் பாலை நிலத்தைத்தான் தமிழ்ச் செவ்விலக்கியம் குறிப்பிடுகிறது; முல்லையும் குறிஞ்சியும் தத்தம் இயல்பில் திரிந்து அதாவது வறண்டு பாலை என்றானதாய்ச் சிலப்பதிகாரத்தில் கவுந்தியடிகள் வழி இளங்கோவடிகள் எழுதியுள்ளார்). எச்சரிக்கை செய்யப்பட்டதுபோல் அதிகம் டிரக்குகள் தென்படவில்லை. அவை எழுப்பும் தூசியின் காரணமாக அவற்றிற்குப்

பயந்தார்கள். சாலையில் நிற்கும் தொலைவரிக் கம்பங்கள் தவிர மற்றப்படி முழு இடமும் பொட்டல்காடாக இருந்தது. அங்குமிங்குமாகத் தண்ணீர் ஆதாரங்கள் காணப்பட்டன. பரவலான மரங்கள் அடர்ந்த பசுஞ்சோலைகளுக்கு அவை ஆதாரம். தொகுதியாக வீடுகளும் காய்கறித் தோட்டங்களும் இருந்தன. கானல்நீரை அடிக்கடி பார்க்கலாம். பெரும் ஏரிகளில் பிரதிபலிப்பதுபோல் மரங்கள் தென்படுகின்றன.

இந்த நிலம் படையெடுப்புகளுக்குச் சாதகமானது. வீடுகள் நெருக்கமாகக் கட்டப்பட்டிருக்கின்றன. முரட்டுச் சுவர்கள் வளைத்து நிற்க ஆங்காங்கே கண்காணிப்புக் கோபுரங்கள். சூழல் முழுவதும் ஒரு நிச்சயமற்ற வாழ்க்கையையும் தொடர் நகர்வுகளையும் சுவாசிக்கின்றது. பின்னர் தூரத்தில் இன்னொரு வேலி – இரு வாயில்களுடன் ஒரு சதுரச் சுவர், மேமே மாடியுடன் ஊசிக்கோபுரம் மற்றும் கூரைகள் மேலும் நான்கு கோபுரங்கள். அந்தப் பகுதியில் இருக்கும் எல்லா கிராமங்களையும் போலவே சுவர்கள் ஒரே பொருட்களால் கட்டப்பட்டுள்ளன – சூரிய வெப்பத்தில் காய்ந்த செங்கல், மண் மற்றும் வைக்கோலுடன் களிமண் பூச்சு. இங்கிருந்து (சீனப்)பெருஞ்சுவர் வடமேற்கு, வடக்கு, மற்றும் பீஜிங்கைக் கடந்து வடகிழக்குக்கு ஊடறுத்துச் செல்கிறது.

நாங்கள் சென்று முற்றத்துக்குச் செல்லும் நுழைவாயிலின் முன் நின்றோம். நிலத்தோற்றத்தைப் பார்க்கும் ஒருவருக்கு ஏன் இந்தச் சுவர் கட்டப்பட்டது என்பது வெளிப்படையாகத் தெரியும். சுற்றிலும் திறந்து கிடக்கிறது - ஊடுருவி வருபவர்களை எதிர்க்க ஒரு கல்கூட நகராது. நிலமும் கற்களும், நிலமும் கற்களும் – ஏராளமாக இருந்ததால் நிற்கும் நெட்டிலிங்க மரங்கள் பொருத்தமற்றவைகளாகத் தெரிந்தன. மலைகள் மங்கலாக மேக மூட்டத்தால் மூடப்பட்டிருந்தன மேலும் இந்த மலைகள் ஆற்றல் வாய்ந்த அரண்கள் இல்லை. கிழக்கில் அது மேலும் கீழுமாக இறங்கி படையெடுப்புக்கு உதவும் படியாகப் பல கணவாய்களைக் கொண்டிருக்கின்றது. பழைய சிதைவுகளுக்கு இடையில் காற்று புகுந்து வெளியேறும் ஒலியைத் தவிர வேறு ஒன்றும் கேட்கவில்லை. கவிழ்ந்து கிடக்கும் கூரைகளின் பொந்தில் புறாக்கள் குடியிருக்கின்றன. பின் எதிர்பாராத வண்ணம், இரு மயிர் அடர்ந்த திமில் கொண்ட ஒட்டகங்கள் உட்கார்ந்திருந்த நிலையில் இருந்து எழுந்து தங்கள் முழு உயரத்துக்கு நின்று குன்றை நோக்கி சாவகாசமாக நடந்து சென்றன.

தொலைவில் கடந்து செல்லும் டிரக்கின் தூசிமேகம் மட்டும்தான் உயிர் வாழ்க்கை இருக்கிறது என்பதற்கான இன்னொரு அறிகுறி. ஒரு சுவரைக் கட்டியதிலும் மனிதத்தன்மையற்ற நிந்தனைகள் குவின் ஷி ஹுவாங்கில் குவிக்கப்பட்டதிலும் மனிதகுலத்தின் செயலற்ற தன்மை பற்றிய காஃப்காவின் அங்கதத்தைதான் நான் நினைத்துப் பார்த்தேன். இந்தச் செயல்

முறையின்போது பல நூற்றுக் கணக்கான உயிர்கள் மடிந்துவிட்ட போதிலும் காட்டுமிராண்டிக் கும்பல் என்று தான் கண்டவர்களைத் தடுத்துநிறுத்த முடியும் என்று துணிந்து கற்பனைசெய்தவனுக்காக ஓர் அசைக்கமுடியாத பரிவை நான் உணர்ந்தேன். சந்தேகத்திற்குரியது என்றாலும் சுவர்களால் காட்டுமிராண்டிகளைத் தடுத்து நிறுத்த முடியும். ஆனால், சுவர்களின் அருகில் உள்ளவர்களையும் அது தடுத்துவிடுவதால் இவ்வாறு சூழப் பட்டுள்ள பேரரசுக்குத் தீங்கும் விளைவிக்கக் கூடும். பேரரசுகள் என்பவை பல கருத்துகளையும் செயல்பாடுகளையும் பெறும் பரந்த திறந்த வெளிகளா அல்லது வெளிப்புறம் என்ன நடக்கிறது என்று எப்போதும் அச்சத்தில் ஆழ்ந்திருக்கும் எல்லைகள் மூடப்பட்டு வேலி அடைக்கப்பட்டவைகளா? மலைகளின் மேடு பள்ளங்களில் ஏறி இறங்கும் சுவரின் கட்டமைப்பில் பேரரசரின் பேராசைகளையும் விரக்தியையும் பார்க்க முடிகிறது. இது ஒரு நினைவுச் சின்னமாகக் கவர்வதைவிட ஓர் அரசியல் மற்றும் உளவியல் ஆவணமாகச் சிறப்பு பெற்று விளங்குகிறது.

சீனர்கள் காட்டுமிராண்டிகளாகப் பார்த்தவர்களைத் தடுப்பதில் இந்த மாபெரும் சுவர் பலனுடையதாக இருந்ததா? படையெடுத்து வருபவர் களின் ஆபத்தையும் உண்மை நிலவரத்தையும் சந்திக்கும் திறன் கொண்ட படைவலிமை இருந்திருக்கும் பட்சத்தில் இது ஆரம்பத்தில் பலனளிப்ப தாக இருந்திருக்கலாம். நாடோடிகளை ஆபத்தானவர்களாகப் பார்ப்ப திலும், ஆனால், அதே நேரத்தில் அவர்களோடு வியாபாரம் செய்து பட்டுத் துணிக் கட்டுக்களை அளித்து நெருங்கவிடாமல் வைத்திருப்பதிலும் ஒரு முரண்பாடு இருக்கிறதல்லவா? இறுதியில் நாடோடிகள் வெற்றி அடைந் தனர், ஏனெனில் யுவான் மற்றும் மஞ்சு போன்ற கி.பி. இரண்டாம் ஆயிர மாம் ஆண்டுகளின் பெரும் பேரரசுகள் மத்திய ஆசிய முன்னோர்களைக் கொண்டுள்ளது. முகலாயர்கள், ஆட்டோமான்கள் மற்றும் ஸஃபாவிட்கள் போன்ற ஆசியாவின் பிற பகுதியினருக்கும் மத்திய ஆசியத் தொடர்புகள் இருக்கின்றன. நாம் அறிந்ததற்கும் மேலாக ஆசிய வரலாற்றில் மத்திய ஆசியா பெரும் பங்கு வகித்தது.

எல்லைகள் என்ற கருத்து வரலாற்றின் ஊடாக மாறிவிட்டது. கடந்தகாலத்தில் எல்லை மண்டலம் என்றிருக்கும். இதில் ஒரு பகுதி இடங்கள் அடங்கும். இதற்கு ஒரு இயற்கை எல்லையாக ஆறு, மலை, காடு அல்லது ஒரு பாலைவனம் அமையும். எல்லைப்பகுதி மண்ட லங்கள் பற்றி மக்களுக்குத் தெரியும். இவை யாருக்குமே சொந்தம் இல்லாத பகுதி. இங்கு எது வேண்டுமானாலும் நேரலாம். அதிகாரம் சந்தேகத்திற்கு இடமானது மட்டுமல்ல அடிக்கடி மாறுவதும்கூட. மத்திய ஆசியா முழுவதும் பல எல்லைப் பகுதி மண்டலங்கள் இருந்தன. ஒரு துல்லியமான எல்லையை வகுக்கும் முயற்சியில் பெருஞ்சுவர்

சீனாவின் நினைவுச் சின்னமாக விளங்கும் சீனப்பெருஞ்சுவரின் அருகில், உள்ளூர் ஒட்டக ஓட்டிகள் மேய்ப்பதோடு போக்குவரத்துக்கு விலங்குகளை அளிக்கின்றனர். சீன - மத்திய ஆசிய வணிகத்தில் பொருட்களை ஏற்றிச்செல்ல இவை பரவலாகப் பயன்படுத்தப்பட்டன.

போன்றவை தோன்றுகின்றன. இன்று எல்லைக்கோட்டை வரைபடத்தில் வரைகிறோம். இதில் கடைசி மைலும் குறிக்கப்பட்டு முக்கியமானதாகக் கருதப்படுகிறது.

ஆனால், இந்தச் சிதைவுகளுக்கு நடுவில் குவின் ஷூயி ஹுவாங்கின் ஆத்துமா எவ்வளவு வருத்தத்துடன் இருக்கும் – பாழடைந்து, வெறிச் சோடி, மற்றும் மோசமான நிலையில். ஆரம்பத்தில் இருந்து இதுவே சீன வரலாற்றின் நினைவுச் சின்னமாக இருந்துவருகிறது – தொடர்ந்து கைமாறி வந்தது – ஏகாதிபத்தியக் காவலர்களுக்கும் மத்திய ஆசியக் கும்பல் களுக்கும் இடையில். மிகவும் சமீபத்திய வரலாற்றில் வட மேற்குக் கொள்ளைக்காரர்கள் இதை அரணாக அமைத்துக்கொண்டதைப் பார்க்கி றோம் – மேலும் அதன் பின்னர் கியோமிங்டேங்க் படைகள். ஆனால், இன்னும் அது சரிசெய்யப்படாமலேயே இருக்கிறது. இரு உயரமான நுழை வாயில்கள் செங்கலால் பலப்படுத்தப்பட்டுள்ளன. ஆனால், முற்றமும் சுவர்களும் பழுதுபார்க்கப்படாமல் மோசமான நிலையில் இருக்கிறது. முற்றம் எனக்குப் பள்ளிவாசலை ஞாபகப்படுத்தியது. சதுரமான அமைப்பா, எளிமையா, அல்லது கண்ணியமா? சீனக் கட்டடக்கலையில் இது எந்த காலத்திற்குரியது? கோபுரங்கள் கொண்ட சுவர்களின் மேற்பரப்பில் நாங்கள் நடந்து நீண்ட பாலைவனத்தையும், அருகில் உள்ள சிறு கிராமத்தையும் அதில் மேய்ந்துகொண்டிருந்த குதிரைகளையும் தனிமையாகக் கிடந்த புல் வெளிகளையும் பார்த்தோம்.

மூன்று பேரரசுகளின் காலத்தில் வாழ்ந்து போரிட்ட ஒரு புகழ்பெற்ற தளபதிக்கு அர்ப்பணிக்கப்பட்ட கோவிலை நுழைவாயிலுக்குப் பக்கத்தில் பார்த்தோம். மிங்க் காலகட்டத்தைச் சார்ந்த அவனது வாழ்க்கையைச் சித்தரிக்கும் சில அருமையான சுவரோவியங்கள் சுவர்களில் இருந்தன. ஆனால், அவையும் மிக மோசமான நிலையில் இருந்தன. மழைநீர்க் கால் வாய்கள் கீழே பாய்ந்தன, சுண்ணாம்புப் பொடி எல்லா இடங்களிலும், மேலும் எண்ணற்ற கீறல்கள். நல்ல ஓவியங்கள் மோசமாகப் பராமரிக்கப் பட்டிருப்பதைக் கண்டு கோபம் வந்தது. ஆனால், தற்போதைய அரசாங்கம் ஏதோ செய்கிறது. வாயில் கதவுகள் சாத்தப்பட்டுள்ளன. வருகை புரிவோர் அங்குள்ள பராமரிப்பாளருடன்தான் வரலாம். ஆனால், அவற்றைப் பார்வைக்கு அனுமதிக்க அதிக அளவில் புனரமைப்புச் செய்ய வேண்டும். எனக்கு மிங்க் சுவரோவியப் பாணி பிடித்தது; அவை விரிவுபடுத்தப்பட்ட பெர்சிய மற்றும் இந்தியச் சிறு ஓவியங்கள் போலிருந்தன. இந்த ஓவியங்கள் குவிங்கைவிட பிந்தைய காலகட்டத்தைச் சார்ந்ததாக இருந்தால் இந்தக் கருத்து இன்னும் சுவையுள்ளதாக இருக்கும். இந்தச் சுவரோவியங்களில் எல்லாம் வடிவம் மற்றும் பாணியின் இடமாற்றத்தை ஆய்வது சிறந்ததாக இருக்கும்.

பெருஞ்சுவர். சுவரைப் பழுதுபார்க்க கற்களைக் கொண்டுசெல்லுதல். வழக்கமான விவசாயியின் ஜேக்கட்டை அணிந்த ஓர் உள்ளூர் நபர் பெருஞ்சுவரைப் பழுதுபார்ப்பதற்குத் தேவையான கற்களைச் சுமந்துசெல்ல அமர்த்தப்பட்டிருக்கிறார். இது பழுதுபார்க்கப்படும் ஒரு பகுதியில் மட்டுமே, எளிதில் கிடைக்கும் கழுதை ஏன் பயன்படுத்தப்படவில்லை என்பது சற்றே ஆச்சரியம் அளிக்கிறது.

மலையின் மேடுபள்ளங்களைப் பின்தொடர்ந்து வளைந்து செல்லும் பெருஞ்சுவரின் ஒரு தோற்றம். அதிகப் பாதுகாப்புக்காகக் கட்டப்பட்டது, மேலும் பாதுகாப்புக்காகத் தொடர் கோட்டைகளையும் கொண்டுள்ளது. மேற்பரப்பு ஒரு குறுகிய சாலையின் அகலம் கொண்டது, குறைந்த தூரங்களுக்குப் பயன்படுத்தப்பட்டது. இந்தச் சுவரைக் கட்ட செலவிடப்பட்ட முயற்சி, உழைப்பு, மற்றும் செலவு மலைக்கவைக்கும் அளவுக்கு இருந்திருக்கும். இருப்பினும் இது கட்டி முடிக்கப்பட்டது. மேலும், ஏதோ ஒருவகையில் சீனப் பேரரசர் குவின் ஷி ஹுவாங்கின் நினைவுச் சின்னமாக விளங்குகிறது.

லேன்ஸோ. டொமினிக் டார்போயிஸ், எங்கள் புகைப்பட நிபுணர், நாங்கள் பணியாற்றிய இரு இடங்களிலும் சுவர் ஓவியங்களையும் சிற்பங்களையும் படம் எடுத்தவர். கூட்டுறவுப் பண்ணை ஆட்களோடு அவர் இங்குக் காணப்படுகிறார்.

டன்ஹுவாங்கை நெருங்கிக்கொண்டிருந்தோம். நான் மிகவும் உற்சாகமாக உணர்ந்தேன். ஆரல் ஸ்டெயின், பால் பெலியோட், லேங்டன் வார்னர், ஐரீன் வின்சென்ட் ஆகிய அனைவரும் உயிருடன் வருகிறார்கள். ஒவ்வொரு முறையும் ஒரு பழைய கோபுரம் அல்லது பரந்த பாலையைப் பார்க்கும் போதெல்லாம் ரூயின்ஸ் ஆஃப் டெசர்ட் கேத்தேயின் பக்கங்கள் மனதுக்குள் மின்னலிடுகின்றன. டன்ஹுவாங்குக்குச் செல்லும் உற்சாகம் என்னைப் பிடித்து ஆட்டத் தொடங்குகிறது. அரை நூற்றாண்டுக்கு முன் அங்கு வந்த ஸ்டெயின் கட்டை வண்டியில் நான்கு மாதங்கள் பயணம் செய்த காட்சியைப் படம்பிடித்துப் பார்க்கிறேன். குதிரை நாடான இதில் என்னால் குதிரையோட்ட முடியவில்லையே என்பதுதான் என் ஒரே வருத்தம். ஒவ்வொரு நாளும் சில கிலோ மீட்டர்கள் குதிரை சவாரி செய்வது சிறந்த பயணமாய் இருக்கும். இங்கு குதிரை வண்டியில் பயணம் செய்வது வேடிக்கையாக இருக்கும். மூன்று குதிரைகள் இழுக்கும் வண்டியின் சக்கரங்கள் வண்டியின் உடற்பகுதி அளவுக்கு விட்டம் கொண்டவை.

இன்று மாலை நானும் டொமினிக்கும் நடக்கச் சென்றோம். பீஜிங்கை விட்டு வந்த பின் இப்போதுதான் முதல் தடவையாகத் தனியாகச் சென்றோம். பாலைவனக் காற்று புத்துணர்ச்சி அளித்தது. நாங்கள் ஒரு மணல் குழியில் சற்றுநேரம் அமர்ந்தோம். பூமி வானத்துடன் சேர்ந்து நகர்வதுபோல் இருந்தது – ஒரு பாலைச் சாலை வழியாக நடப்பதன் விளைவாக இருக்கலாம் – குழியில் இருந்த மணல்கூட வட்டமாகச் சுழல்வதுபோல் தோன்றியது. நாங்கள் கவனித்த இன்னொன்று நேரம் மற்றும் திசை மாறிய உணர்வு. வெகு தூரத்தில் இருக்கும் பொருட்கள் அருகில் இருப்பதுபோல் தோன்றுவதால் திசையைப் பொறுத்தவரையில் சரிதான் – ஆனால், நேர உணர்வு புதுமையானது – மணி நேரங்கள் மிக விரைவாகக் கடப்பதுபோல் தோன்றியது. நான் அமைதியாக இருப்பதை விரும்பினேன் – சுற்றிப்பார்க்க அழைத்துச்செல்லப்படும் ஒரு கூட்டத்தின் பகுதியாக அல்ல. அழைத்துச்செல்லப்படும் பயணத்தில் எனக்கு எரிச்சல் தருவது என்னவென்றால் எப்போதும் மந்தையைப் போல் வழிகாட்டி அழைத்துச்செல்லப்படுவதுதான். சீனர்கள் மிகவும் அன்பாய் இருக்கிறார்கள். நாங்கள் வசதியாக இருக்க வேண்டும் என்பதில் அதீதக் கவனம் செலுத்துகிறார்கள். ஆனால், ஒரு வாரம் நான் சுதந்திரமாக இருக்க வேண்டும் என்று விரும்புகிறேன். கட்டற்று அலைந்து திரிய வேண்டும். என்னிடம் சொந்தப் போக்குவரத்து வாகனம் இருந்தால் நான் இதை விரும்பிச் செய்வேன்.

பெருஞ்சுவருக்கு அருகில் மேற்பரப்பில் இருந்து ஓடுகளையும், பள பளப்பான பாத்திரச் சில்லுகள் போன்றவற்றையும் நான் சேகரித்துக் கொண்டேன். விமானத்தில் அவற்றை எடுத்துச்செல்வது முட்டாள்தனம் தான். இந்தச் சில்லுகளைப் பற்றி மேலும் அறிய விரும்பினேன். லண்டனில் இருக்கும் சில சீனவியல் நண்பர்கள் இவற்றில் ஆர்வம் காட்டலாம்.

நினைவுச் சின்னங்களைப் பற்றிச் சிந்திக்கும்போது, கடந்தகாலத்தின் இந்த அம்சத்தைப் பொறுத்தவரையில் நாம் இந்தியாவில் பிரிட்டிஷ் காலனிய அரசுக்கு நன்றி சொல்லித்தான் ஆக வேண்டும். "தோண்டிக் கண்டுபிடி, பேணிப் பாதுகாத்துவை" என்ற கர்சனின் கொள்கை உண்மை யிலேயே மகிழ்ச்சி அளிப்பதாகும். கண்டுபிடித்தவற்றைப் பற்றிய வாசிப்பு தவறாகவே இருந்தாலும் ஆனால், அதுவே கண்டுபிடிப்பதற்கு ஊக்கம் அளிப்பதாகும். சீன நினைவுச் சின்னங்களோடு ஒப்பிடும்போது இந்தியாவில் பாதுகாப்பு மிகவும் சிறப்பானதாக உள்ளது. சீனர்கள் இதில் சில ஆண்டுகளாகத்தான் கவனம் செலுத்துகிறார்கள் என்பது உண்மையே. நினைவுச் சின்னங்கள் ஏராளமாக இருப்பதால் குறுகிய காலத்தில் அதிகமாகச் செய்வது கடினம்தான். ஆனால், குறிப்பாகப் பெருஞ்சுவர் போன்ற சிலவற்றிற்கு அதிக கவனம் தேவை.

12
டன்ஹுவாங்கில் பயணத்தின் முகட்டில்

குடல்வால் அழற்சி ஏற்படப்போகிறதோ என்ற அச்சத்தில் நான் அசையாமல் படுத்திருந்தேன். என்னுடைய கொடுங்கனவு ஒன்றில் அப்படிப் பார்த்தேன். எனக்கு இரண்டொரு நாளாக ஏற்பட்டுவரும் குமட்டல் இதன் ஆரம்பமாக இருக்கலாம். இன்று நான் பலவீனமாகவும் களைப்பாகவும் உணர்கிறேன். ஆனால், நேற்றுவரை நான் முழு உற்சாகமாகத்தான் இருந்தேன். அது மோசமானால் நான் லேன்ஸோவுக்குத்தான் செல்ல வேண்டும். ஆனால், நான் டன்ஹுவாங்கில் சில குகைகளையாவது பார்த்து விட்டால் என் வாழ்க்கை முழுவதற்கும் அதுவே போதுமானதாகும். இன்று காலை நாங்கள் குகைகளைச் சுற்றிவந்தோம். புகைப்படங்களில் இருப்பதை விட சுவரோவியங்கள் சிறப்பாக இருந்தன. ஆனால், குடல்வால் வெடித்து விடுமோ என்ற பயத்தால் சுவரோவியங்கள் பற்றிய அனைத்தையும் என்னால் எழுத முடியவில்லை.

நேற்றைக்கு முந்தையநாள் நாங்கள் புறப்பட்டு ஜியு குவானில் இரவு தங்கினோம். அங்கிருந்து இங்கு வர எங்களுக்குப் பன்னிரண்டு மணிநேரம் ஆனது. நாங்கள் லேண்ட் ரோவரில் வந்தோம். மதிய உணவுக்குச் சிறிது நேரமே தங்கினோம். பரந்த ஒரு பாலைவனத்தில் காரில் வருவது இதுவே எனக்கு முதல் முறை. தொடக்கத்தில் ஒரு தண்டவாளத்தை ஒட்டி வந்தோம். இப்போதுதான் கண்டுபிடித்திருந்த எண்ணெய் வயல்களுக்கு அருகில் இருந்த யூமென் நிலையத்தை வெகுதூரத்தில் பார்த்தோம். இரு பக்கமும் அருகில் இருந்த மலைகளால் செங்கடலுக்குள் செல்வதுபோல் இருந்தது. தார்ச்சாலை இல்லாவிட்டாலும் சாலை நன்றாக இருந்ததால் பயணம் வசதியாக இருந்தது. எண்ணெய் வயல்களை இணைப்பதற்கு முன்னுரிமை அளிக்கப்பட்டதே இதற்குக் காரணம் என்பதில் சந்தேகம் இல்லை. அதிக எண்ணிக்கையில் டிரக்குகள் கடந்து சென்றன. ஆகையால் மிகவும் தூசிமயமாக இருந்தது. இதைப் பற்றி குறை சொல்லும்போது முந்தைய காலத்துக் கட்டை வண்டிப் பயணமே எனக்கு ஞாபகம் வந்தது. அது எங்களை மகிழ்ச்சியாக்கி இருக்கும் என்று கற்பனை செய்தேன். அது ஒரு கல் பாலை. ஆங்காங்கே புதர்கள் தென்பட்டன. அவ்வப்போது

நெட்டிலிங்கமரச் சோலைகள் காணப்பட்டன. பாதி வழியில் பாலைவனம் இன்னும் வறண்டதாகக் காணப்பட்டது. குன்றுகளில் மணல் கரைகள் போல் குவிந்து கிடந்தன. இதற்குக் காரணம் அடிக்கடி ஏற்படும் மணல் புயல்களே.

பின்னர் சாலை குன்றை ஒட்டியே செல்கிறது. உடைந்த முனைகள் வெளியே துருத்திக்கொண்டு நிற்க இடையிடையே குழிகளும் வெற்றிடங் களும் தெரிய குவியலாகக் கொட்டிவைத்த பெரும் பாறைகளும் கற்களும் போல் இது தோற்றம் அளித்தது. ஒருவகையில் புகைப்படத்தில் நான் பார்த்த பிற கிரகங்களின் மேற்பரப்புபோல் இருந்தது. மனித குலம் வாழ முடியாத உயிரற்ற இடம்போன்ற உணர்ச்சியைத் தந்தது – சாத்தியமும் நம்பிக்கையும் அற்ற இடம். இரக்கமற்ற சூரியனும், கானல்நீர்களும், அறியாத தீங்கிழைக்கும் ஏதோ ஓர் ஆற்றல் பதுங்கி இருக்குமோ என்ற எண்ணமும் சேர்ந்து மனதை அழுத்துவதாக இருந்தது. மணிக்கு 30 கி.மீ. வேகத்தில் லேண்ட் ரோவரில் பாதுகாப்பாக நாங்கள் பயணத்தைத் தொடர்ந்தோம். இது ஒருபோதும் முடியாத ஒரு பயணம் என்று நாங்கள் எண்ண முற்பட்டபோது, ஒரு காலத்தில் டன்ஹுவாங்கின் புனிதச் சோலையாக இருந்ததற்குள் அமைதியாக நுழைந்தோம். அங்குத் திடீரென வியப்படையச்செய்யும் ஒன்றும் இல்லை என்றாலும் அடர் பச்சைப் புல் செழித்து நின்ற இடத்துக்குள் சென்றுகொண்டிருந்தோம். பின்னர் நாங்கள் முக்கிய சாலையில் இருந்து விலகி குன்றை நோக்கிச் சென்றோம். அனைவரும் ஜன்னல் வழியாக எட்டிப்பார்த்து ஆர்வத்துடன் குகைகளைத் தேடினோம். இப்படி ஒரு 11 கிலோ மீட்டர் சென்றிருப்போம். ஒரு மூலையில் திரும்பியபோது அடர்ந்த மரங்கள் தென்பட்டன. அதற்குப் பின் விரிந்த குன்றின் முகப்பு. அதில் குகைகள்; காய்ந்த ஆற்றுப் படுகையில் சென்று இடத்தை அடைந்தோம்.

குகைகளையும் சுவரோவியங்களையும் பற்றி ஆராய அமைக்கப்பட்ட ஒரு சிறு அரசு நிறுவனத்தில் இங்கே நாங்கள் இருக்கிறோம். ஓவியங் களைப் பதிவுசெய்து புனரமைக்க ஒரு சிறிய அளவுப் பணியாளர்கள் இருக்கின்றனர். அவர்களுடைய விருந்தினர் இல்லத்தில் எங்களுக்கு இடம் ஒதுக்கப்பட்டது. நான் இங்கே படுத்திருக்கும்போது சிறிய ஆற்றுக்கு அப்புறத்தில் இருக்கும் குன்றின் உச்சியையும் நெட்டிலிங்கம் மற்றும் வில்லோ மரத் தோப்பையும் பார்க்க முடிந்தது. குகைகளைப் புனரமைக்கவும் பாதுகாக்கவும் நிறுவப்பட்டுள்ள டன்ஹுவாங் பண்பாட்டு ஆராய்ச்சி நிறுவனத்தின் இயக்குநரான டாக்டர் சேங்க் ஷு-ஹங்குடன் வெளியில் பேசிக்கொண்டிருப்பவர்களுடன் உட்கார முடியாமல் வலிபோகட்டும் என்று வயிற்றைப் பிடித்துக்கொண்டு படுத்துக்கிடப்பது கோபத்தை உண்டாக் கியது. இன்று இரவு உணவுக்குப் பின் அரை மணி நேரம் வெளியில்

டன்ஹுவாங். குகைகளும் சுவரோவியங்களும் கொண்ட இடத்துக்கு அருகில். டன்ஹுவாங் மடத்துடன் தொடர்புடைய துறவிகளுக்கு அர்ப்பணிக்கப்பட்ட சிறு கோயில்கள் ஆற்றுக்கு அப்பால் உள்ளன. எப்போதாவது சிலர் இந்தக் கோயில்களுக்குச் செல்கின்றனர். இவ்வாறு ஒவ்வொரு துறவியும் நினைவுகூரப்படுகின்றனர்.

உட்கார்ந்திருந்தேன் – ஓர் இனிமையான மாலைப்பொழுது. அரைகுறை யான மேகங்களுடன் குன்றின் சாம்பல் பழுப்பு நிறத்துக்கு முரணாக அடர் வண்ணத்தில் இருண்டு வரும் வானம் இருந்தது. நிறைய ஒற்றைக் கோபுரங்கள் மணல் மேடுகளில் அங்கொன்றும் இங்கொன்றுமாகவும் சில குன்றிற்கு எதிராக வரிசையாகவும் நின்றன. ஒரு துறவி இறந்த உடன் களிமண்ணில் வைக்கப்பட்ட ஒரு சிறு அறை போன்ற கோயில். மர நுழை வாயிலின் அடர் நிறம் இரு வரிசையிலும் நின்ற வில்லோ மரங்களின் இளம் பச்சை நிறத்துக்கு முரணாக இருந்தது. கீழே இருந்த குகைகளை நெட்டிலிங்க மரங்கள் மறைத்தன. தென்றல் அடிக்காதபோதும் யாரும் பேசாதபோதும் அங்கு அமைதி தவழ்ந்தது. ஒரு பெண்ணும் ஆணும் மணல் திட்டுகளுக்கு ஊடாகக் குன்றை நோக்கி நடந்துசென்றனர். இந்தக் காட்சியை என்னால் விவரிக்க முடியவில்லை, என்னிடம் வார்த்தைகள் இல்லை.

நேற்று மதியம் அச்சுறுத்தும் வலி எனக்கு நான்கு மணி நேரம் நீடித்தது. குடல்வால் பகுதியில் வலி ஆரம்பித்தது. நான் அது குடல்வால் அழற்சியாக இருக்கும் என்று கருதினேன். என்ன நடக்கப் போகிறது? குலுங்கும் ஜீப்பில் பன்னிரண்டு மணி நேரம் என்னால் தாக்குப்பிடிக்க முடியுமா? பின், இரவு தங்கி இருந்துவிட்டு விமானத்தின் மூலம் லேன்ஸோவுக்குக் கொண்டுசெல்லப்பட வேண்டும். அல்லது குடல்வால் அழற்சி வெடித்து விட்டால் சொல்ல முடியாத சிக்கல்களுக்கு வழிவகுக்கும். அனில் என்னோடு வருவதாகக் கூறினார். ஆனால், அதைப் பற்றி நினைக்கவே எனக்குச் சிரமமாக இருந்தது. டன்ஹுவாங் அவருக்கு கனவு நனவாவது போல. அதற்கு நான் இடைஞ்சலாக இருந்தால் என்னால் என்னையே மன்னிக்க முடியாது. வலி மற்றும் கவலைக்கு இடையில் என் நிலை மோசமாக இருந்தது. நல்வாய்ப்பாக எனக்கு உடல்நிலை சரியில்லை என அறிந்து டாக்டர் சேங்க் வந்தார். 15 கி.மீ. தொலைவில் டன்ஹுவாங்க் பாலைவனச் சோலையில் மருத்துவர்களும் முழு வசதியுடனான மருத்துவ மனையும் இருப்பதாகக் கூறினார். பெரும் கவலை தீர்ந்தது. மருத்துவமனைக்கு நான் 15 கி.மீ. தூரம்தான் போக வேண்டும்.

நேற்றிரவு 10.30க்கு மருத்துவர் வந்தார். பரிசோதனைக்குப் பின் குடல் அழற்சியாக இருக்கலாம் என்றார். இன்று காலை நான் அவருடன் மருத்துவ மனைக்குச் சென்றேன். இரத்தப் பரிசோதனைக்குப் பின் குடல் பிரச்சினையே தவிர குடல்வால் பிரச்சினை அல்ல என்று அவர் கூறினார். மற்றவர்களின் பயத்தைப் போக்க அதை நான் ஒத்துக்கொண்டேன். ஆனால், எனக்கு அதில் உறுதி இல்லை. அறிகுறிகள் குடல்வால் அழற்சி போன்றே

இருந்தது. ஆனால், என கனவுக்கு மாறாக அது இல்லாமலும் இருக்கலாம். ஆனால், அடுத்த இரு மாதங்களுக்கு அது செயலற்று இருக்க வேண்டும் என்பதே என் நம்பிக்கை. மென்மையான அந்த மருத்துவர் நம்பிக்கையை விதைத்தார்.

நான் அந்த மருத்துவமனையின் வெளிநோயாளிகள் பிரிவுக்குச் சென்றேன். அது ஒரு சிறிய இடம். இந்தியாவில் இராணுவ மருத்துவமனைகளின் மருத்துவப் பரிசோதனை அறைகளைப் போல் இருந்தது. இதுவரை இரத்தப் பரிசோதனைக்கு விரலில் குத்தி எடுக்கப்பட்டுதான் எனக்குப் பழக்கம். சீனாவில் காது மடலில் இருந்து எடுப்பதுதான் வழக்கம். வலி குறைவு, ஆனால், இதில் ஏதாவது வித்தியாசம் இருக்கிறதா என்பதை நான் கண்டறிய வேண்டும். ஆய்வகத்தில் இருந்த ஒரு பெண் எனக்கு ஓர் ஊசி போட்டார் – அவருக்கு அவ்வளவு திறன் இல்லை, காப்சியூல் மூடியைத் தரையெங்கும் கொட்டிவிட்டார், தட்டுத்தடுமாறி சிரிஞ்சை எடுத்தார் – ஒருவேளை அவர் பதற்றமாக இருந்திருக்கலாம். எனக்கு ஊசி போடும்போது வெளியில் சிலரே இருந்தனர். ஆனால், இவை எல்லாம் சாதாரணமானவை, நிச்சயமாக மேம்படும். ஒரு நல்ல மருத்துவமனை உள்ளது என்பதுதான் முக்கியமானது – இங்கிருந்து அதிகத் தொலைவு இல்லாத சிங்ஜியாங்கின் எண்ணெய்க் கிணறுகளில் தொடர்புடைய தொழிலாளர்களுக்கு மருத்துவமனை தேவைப்படுகிறது. அருகில் மருத்துவ வசதி இருக்கிறது என்பதே எனக்கு ஒரு தெம்பை அளித்தது.

உடல்நலமின்மையை மறந்து இடத்தைப் பற்றி எழுதுகிறேன். கியன்ஃபோடாங்கின் வரலாறு பற்றி ஒரு தொடர்ந்த உரையாடல் உள்ளது, ‘ஆயிரம் புத்தர்களின் குகைகள்’, என்று இக்குகைகள் அழைக்கப்பட்டன. இவை எவ்வாறு தொடங்கின என்பதற்கும் பல கதைகள் உள்ளன. இத்தகைய புகழ்பெற்ற இடங்களில் இத்தகையக் கதைகளை நிச்சயமாக எதிர்பார்க்கலாம். ஒரு சாசனத்தில் கூறப்படும் ஒரு கதையில் மேற்கில் இருந்து கி.பி. 366இல் பயணம் செய்துவந்த ஒரு துறவி டன்ஹுவாங்கில் பயணத்தை முடித்துக் குன்றின் அருகில் ஓய்வுகொண்டாராம். முச்சிகர மலைக்கு அருகில் சூரிய உதயத்தின்போது அவர் பல புத்தர்களின் தரிசனத்தைக் கண்டார். தனது தரிசனமாக அவர் உரைத்ததில் பல வேறுபாடுகள் காணப்படுகின்றன. இந்தத் தரிசனத்தால் இது ஒரு புனித பாலைவனச் சோலை என்று அவர் தெரிந்து தாம் தியானம் செய்த குன்றில் ஒரு குகையைக் குடையத் தொடங்கினார். இதுவே முதல் குகைக்கோயில். குன்றின் அருகில் இருந்த பாலைவனச் சோலை சீனாவுக்கும் மத்திய ஆசியாவுக்கும் இடையில் சாதகமாக அமைந்துள்ளது. இது பல வழிகள்

டன்ஹுவாங் மலையுச்சி, குகைகளும் அணைச்சுவரும். குகைகளின் மோசமான நிலையால் மண்ணரிப்பைத் தடுக்க ஓர் அணைச்சுவர் தேவைப்படுகிறது. மணல் குகையின் வழியை, சில சமயம் குகையையே மூடிவிடாமல் தடுப்பதிலும் இந்தச் சுவர் பயனுள்ளதாக இருக்கிறது.

சந்திக்கும் புள்ளி என்பதால், வணிகர்கள் இதைப் பரிமாற்றத்துக்கான மத்திய புள்ளியாக வைத்துக்கொண்டனர். ஆகவே இது ஒரு செழிப்பான வணிக மையமாக மாறியது. செல்வம் அதிகரித்ததால் சீனப் பேரரசுகள் இதற்குச் சொந்தம் கொண்டாடின. பாலைவனச் சோலையில் சீனா தன் படைகளை அனுப்பி எல்லைப் பாதுகாப்பு அரண்களை அமைத்தது.

இந்தப் பகுதிகளில் புத்த மதம் பரவியபோது, புத்த மதம் பற்றிய அதிக அறிவைப் பெறுவதற்காகச் சீனத் துறவிகள் மேற்கிற்கு சென்று புத்த மதச் சுவடிகளைக் கொண்டுவந்து கியோன்ஃபோடாங்கிலும் அருகில் உள்ள பாலைவனச் சோலைகளிலும் தங்கினர். மிகச் சிறப்பான வளத்தாலும் சாதகமான இருப்பிடத்தாலும் பாலைவனச் சோலை அரசியல் ரீதியாக முக்கியத்துவம் பெற்றதோடு மிகமிக செழிப்பானது. மத்திய ஆசியாவின் மேற்குப் பகுதியில் இருந்து ஈரானியர்களையும் சோக்டியன்களையும், மிகவும் கிழக்குப் பகுதிகளில் இருந்து உகிர்கள் மற்றும் டோச்சேரியர்களையும், இன்னும் கிழக்கில் இருந்து சீனர்களையும் ஈர்த்து, இது பலவகையான மக்கள் தங்கும் இடமாக மாறியது.பணக்கார வணிகர்கள் உள்ளூர்ப் பிரபுக்களோடு இணைந்து குகைகளைக் கோயில்களாக வழங்கினர். டேங்க் காலத்தில் இது உச்சத்தை அடைந்தது. குன்று குகைகளால் நிறைந்தது. அவற்றின் அருகில் மடங்கள் அமைந்தன. ஆறு பெரியதாக இருந்ததால் தண்ணீருக்குத் தட்டுப்பாடு இல்லை.

மைஜிஷனைப் போலவே இங்குள்ள சுவரோவியங்களும் எங்கும் உள்ள புத்த மதத்தினருக்குத் தெரிந்த புத்த மதப் பிரதிகளில் இருந்து கருத்துகளைக் கொண்டுள்ளன. புத்தரின் வாழ்க்கை வரலாறும், குறிப்பாக அவரது போதனைகளுக்கு வழிகோலிய முக்கிய தருணங்களும் மூல ஆதாரங்கள் ஆகும். பிற புத்த மதப் பிரதிகளில் இருந்தும் கதைகள் சித்தரிக்கப்பட்டுள்ளன. புத்தரின் முந்திய பிறப்புகளில் இருந்து ஜாதகக் கதைகள், திரிபிடகாத்தில் இருந்து கதைகள், புத்தரின் போதனைகள் ஆகியவை இதில் அடங்கும். வட மேற்கு இந்தியாவுக்கு அருகில் இருந்த காந்தாரம் பகுதியில் ஒன்று சேர்க்கப்பட்ட மகாயான புத்த பிரதிகளில் இருந்து இவை எடுக்கப்பட்டன. இப்பகுதியின் புராணம் வளர்ந்த உடன் அவையும் சேர்க்கப்பட்டன. பெரும் அளவில் இந்தியச் சார்பாக இருந்த பாணிகள் பேரளவுக்குச் சீன சார்புடையவைகளாக படிப்படியாகத் தவிர்க்க முடியாத வகையில் மாற்றம் அடைந்தன. ஆனால், இவற்றில் ஒன்றும் இறுதியானவை அல்ல. ஆகையால் தாந்திரிகக் கருத்துகளின் தாக்கத்தால் புத்த மதம் வஜ்ராயன புத்தமாகப் பிளவுபட்டபோது அவையும் சுவரோவியங்களில் பிரதிபலித்தன.

டன்ஹுவாங். ஒரு குன்றில் இருக்கும் இரு சிறுமாடக்குழி குகைகள். பெரும்பாலான குகைகள் முன் பக்கமே திறக்கின்றன. ஒரு வெளிப்பாதையில் நடப்பதுபோல் அவற்றுக்குள் போக முடியும். குன்றில் எங்காவது இடம் இருந்தால் அங்கு ஒரு சிறு குகை வெட்டப்பட்டு சின்னங்கள் வைக்கப்பட்டுள்ளன.

இப்பகுதியில் அதிகரித்துவந்த திபெத்திய செல்வாக்குடன் இந்த மாற்றம் தொடர்புடையது ஆகும்.

கி.பி. எட்டாம் நூற்றாண்டில் திபெத்தியப் படையெடுப்பும் ஆக்கிரமிப்பும் இந்த இடத்திற்குப் பின்னடைவாக அமைந்தது. பொருளாதார ரீதியிலும் கலைசார்ந்த முயற்சிகளிலும் குறைவான கவனத்தையே ஈர்த்தது. தொடர்ந்து வந்த காலங்களில் ஓர் உள்ளூர் ஆளுநரின் ஆட்சியில் திபெத்தியர்கள் விரட்டப்பட்டுச் சீன அதிகாரம் நிறுவப்பட்டது. இந்தப் பாலைவனச் சோலையை கேயோ குடும்பம் ஒரு நூற்றாண்டாகத் தன் கட்டுப்பாட்டில் வைத்திருந்தது. இந்தக் காலகட்டத்தில்தான் பெரிய குகைகள் வெட்டப்பட்டு ஓவியங்கள் தீட்டப்பட்டன. ஆரம்பத்தில் மேற்கில் கோட்டனின் ஒரு இளவரசியுடனான திருமணம் புதிய ஆதரவையும் கலைப் பாணிகளையும் கொண்டுவந்தது. அவள் தன்னுடன் அழைத்து வந்த கலைஞர்கள் டன்ஹுவாங்கின் சுவரோவியங்களில் கோட்டன் மற்றும் கூச்சாவின் பாணிகளை அறிமுகப்படுத்தி இருக்கலாம் என்று நம்பப்படுகிறது. இந்தக் குடும்பம் பின்னர் ஸாங்க் அரசக் குலத்துடன் உறவுகொண்டதால் ஸாங்கின் ஆதரவும் கிடைத்தது.

மத்திய ஆசியாவின் குழப்பங்கள் ஊடேயும் பாலைவனச் சோலை அமைதியாக இருந்தது. கேயோ குடும்பம் இந்த இடத்தில் ஒரு கழகத்தை அமைத்து சுவோரோவியம் தீட்டுவதை ஆதரித்தது. சீனாவின் தொலை தூரங்களில் இருந்தும் கலைஞர்கள் ஈர்க்கப்பட்டனர். கிராமியக் கருத்துகள் சேர்க்கப்பட்டமை ஓர் அங்கீகரிக்கப்பட்ட கொடை ஆகும். இந்த இடத்தில் கிடைத்த இக்காலத்தைச் சேர்ந்த பிரதிகள் அப்பகுதியின் வாழ்க்கைமுறை பற்றிய பல அம்சங்களைக் குறிப்பிடுகின்றன. ஒன்று சிங்ஜியாங்கில் இருந்து வந்தவர்களைப் பற்றிக் குறிப்பிடுகிறது. வண்ணங்கள் மற்றும் கலைஞர்களின் பிற தேவைகளுக்கான செலவுகளை இன்னொன்று பட்டியலிடுகிறது. இந்தக் காலத்தின் சமூக வரலாற்றைப் பொறுத்தவரையில் இது ஒரு முக்கிய ஆவணம் ஆகும். இக்கலைஞர்கள் எங்கிருந்து வந்தவர்கள் என்பதில் சிறிது சந்தேகம் உள்ளது. ஆனால், அவர்களின் பெயர்கள் சீனப் பெயர்களே. காந்தாரத்தில் இருந்து அல்லது அதற்கு அப்பால் வணிகத் தடத்தில் இருந்த ஏதாவது ஓர் இடத்தில் இருந்து வந்திருக்கலாம்.

ஹூயி ஸாங்க் என்ற பேரரசர் ஓவியர்களுக்கான ஒரு பள்ளியை நிறுவினார். இதன் தாக்கத்தால் ஸாங்க் பாணி ஓவியங்கள் வரையப்பட்டிருக்கலாம். இது ஸாங் புத்த மதத்தின் தாக்கத்தால் விளைந்த நிலத்தோற்ற ஓவியங்களில் இருந்து வேறுபட்டது. சம்ஸ்கிருத தியானா என்பதில் இருந்து உருவானது ஸாங். டன்ஹுவாங்கில் அனிலின் ஆய்வு நிலத்

டன்ஹுவாங். சில குகைகளின் நிலை. இப்படிப்பட்ட குகைகளை மிகவும் கவனமாகப் புனரமைக்க வேண்டும். ஏனெனில் படத்தில் காட்டியுள்ளபடி குகையின் விளிம்புக்கு வந்துள்ள சுவரோவியங்கள் சிதையாதபடி பாதுகாக்கப்பட வேண்டும். பல குகைகளில் கணிசமான அளவுக்கு பழுதுபார்ககப்பட வேண்டியுள்ளது.

டன்ஹுவாங்க். உயர்ந்த குன்றுகளில் ஒன்று. இதில் அமைக்கப்பட்டுள்ள குகைகளும் கோயில்களும் முன்பக்கம் திறக்கின்றன. படத்தின் இடது உச்சியில் பல நிலைகளைக் காணலாம். பக்கத்தில் உள்ள ஏணியின் மூலம் உச்சிக்குச் செல்லலாம். வலது மூலையில் புனரமைக்கப்படாத முன் பகுதியைக் காணலாம்.

தோற்றக் கலை மற்றும் அந்த இடத்தில் அதன் பரிணாம வளர்ச்சி சம்பந்தப் பட்டது. ஆகவே இதற்கான சான்றுகள் உள்ள குகைகளில் நாங்கள் நீண்ட நேரம் செலவழித்தோம். பிற்காலத்தில் இக்குடும்பம் முக்கியமாக வஜ்ராயனா மற்றும் தாந்திரிக வடிவங்களில் ஆர்வம் செலுத்தியதால் இது ஓவியங்களிலும் இணைக்கப்பட்டு வந்தது. மிங் காலகட்டத்தில் திபெத்திய பாணி கடைபிடிக்கப்பட்டது. பத்தொன்பதாம் நூற்றாண்டில் ஒரு சில மடங்களே எஞ்சின. மேலும் பராமரிப்பு இல்லாமல் குகைகள் சிதைந்தன.

இந்தப் பாலைவனச் சோலை நகர்களிலும் சீனாவின் உட்புறங்களிலும் புத்த மதம் நிறுவப்பட்டதற்கும் பரவியதற்கும் நேரடிப் பாதை இல்லை.

டேங் காலத்தில், சில சிறந்த எழுத்துகள் மற்றும் மொழிபெயர்ப்புகளில் மட்டுமல்லாமல் சிறந்த சிற்பங்கள் மற்றும் சுவரோவியங்களில் இது வேர் பதித்துள்ளது. கி.பி ஒன்பதாம் நூற்றாண்டு ஒடுக்குமுறை புத்த நிறுவனங் களுக்கான ஆதரவை நிறுத்தவில்லை, அந்த மதம் நிலைபெற்று அடுத்த நூற்றாண்டுகளுக்குள்ளும் நுழைந்தது. இருப்பினும், பதினொன்றாம் நூற்றாண்டில் டன்ஹுவாங்கில் உள்ள குகைகள் ஒன்றில் ஏராளமான பிரதி களும் ஓவியங்களும் ஒளித்துவைக்கப்பட்டு குகை செங்கலால் அடைக்கப் பட்டிருந்ததனால் ஆபத்து இருந்தது என்பதையே அது உணர்த்துகிறது.

அதிகமாக இல்லாவிட்டாலும் குகைகளில் பக்திப்பயணம் வருபவர்கள் செலுத்தும் நன்கொடைகளை வைத்துக்கொள்ள அனுமதித்ததால் எஞ்சி யுள்ள குகைகளை பராமரிப்பதற்கு வேங் என்னும் தாவோயிஸ்ட் பூசாரி ஒத்துக்கொண்டார் என்பது ஒரு முரணான விஷயம். இந்த இடம் மற்றும் வணிகத்தில் ஈடுபட்டிருந்த மத்திய ஆசியாவின் வரலாற்றை மாற்றியமைத்த ஒரு மாபெரும் கண்டுபிடிப்பு, குகைகளைத் தூய்மை செய்யும் செயல் முறையின்போது நடந்தது. ஒரு குகையை வேங் தண்ணீர் பீய்ச்சிக் கழுவும்போது ஒரு பக்கச் சுவர் கீறி அதற்குள் ஓர் அறை இருப்பதைக் காட்டியது. அந்த அறை செங்கலால் கட்டப்பட்டது. இதற்குள் ஏராளமான சுவடிகள், உலர் சூழல் காரணமாக நல்ல நிலையில் காணப்பட்டன. இவற்றில் சில சின்ஜியாங்கிற்குக் கொண்டுபோகப்பட்டன. அங்கு வந்த ஸ்டெயின் அவற்றின் மதிப்பைக் கண்டறிந்தார். அவர் வேங்கை வற்புறுத்தி ஒரு தொகைக்கு அவற்றில் ஏராளமானவற்றை எல்லாம் விற்பனை செய்ய வைத்தார். அவை தில்லி மற்றும் லண்டனுக்குக் கொண்டுசெல்லப்பட்டு பின்னர் வேறெங்கோ கொண்டுபோகப்பட்டன.

ஸ்டெயினின் கண்டுபிடிப்பைத் தொடர்ந்து, பெலியட், வார்னர், மற்றும் பலர் இந்த இடத்துக்கு வந்து ஐரோப்பாவில் இருக்கும் அருங்காட்சி யகங்களுக்குக் கொண்டுசெல்ல சுவடிகளையும் ஓவியங்களின் மாதிரி களையும் தேடினர். இந்த முயற்சியில் சில சுவரோவியங்கள் மிகவும் சிதைந்தன. இந்தச் செயல்பாடுகள் கியோமின்டேங்க் அரசின் ஆர்வத்தைத் தூண்டியது. ஆனால், இந்த இடத்தைப் புனரமைக்க அவர்கள் ஒன்றும் செய்யவில்லை. காப்பரண்களில் இருந்த எல்லைப் படைகள், கொள்ளைக் காரர்கள், புரட்சிக்குத் தப்பியோடி வந்த வெள்ளை ரஷிய அகதிகள் ஆகி யோர் இந்தக் குகைகளில் தங்கினர். மீட்டெடுக்கப்பட முடியாதவாறு சுவரோவியங்கள் இவர்களால் சிதைக்கப்பட்டன.

பதினைந்து ஆண்டுகளுக்கு முன்னர் டாக்டர் சாங்க் இங்கு வந்தார். இந்தக் கலைப்படைப்புகளைப் பாதுகாக்க ஓவிய நகல்களை உருவாக்கி னார். இதன் முக்கியத்துவத்தை உணர்ந்த தற்போதைய அரசு ஓர் அதி காரப்பூர்வமான கலை நிறுவனத்தை உருவாக்க அனுமதி அளித்தனர். இது மெதுவாகக் கட்டம் கட்டமாக உருவாக்கப்படும். ஆண்களும் பெண்களு மாக அவருக்குக் கீழ் ஒரு குழுவினர் நகல்களையும், ஒவ்வொரு கோவிலின் புகைப்படங்களையும் எடுக்கின்றனர். ஆராய்ச்சி உதவியாளர்கள் காப் பகத்தைக் கவனித்துக்கொள்ளுகின்றனர். இடத்தை முற்றிலுமாக ஆராய் வது மட்டுமல்லாமல் முந்தைய வரலாற்றுக் காலங்களில் இருந்து சீன ஓவியத்தின் சிறப்பு வகையான அருங்காட்சியகத்தை வழங்குவது நோக்க மாக இருந்தது. ஓர் ஆயிரம் ஆண்டுகாலமாகத் தீட்டப்பட்ட ஓவியங்கள் மற்றும் மாறிவரும் கலைவடிவங்களைப் பிரதிபலிப்பதால் இது பல வகைகளில் தனித்துவம் வாய்ந்த தளமாகும். சீன ஓவிய வரலாற்றை மிகவும் சிறப்பானதாக்குகிறது.

அடுத்த சில நாட்களுக்கு வேலை நன்றாக நடைபெற்றது. நானும் என் வேலையைத் தொடங்கி இருந்தேன். ஒரு காலை நேரம் டன்ஹுவாங் நகருக்குச் செல்ல திட்டமிட்டோம். சமையல்காரர் உட்பட ஒருசிலர் எங்களோடு வந்தனர். அது ஒரு சிறு நகர். மண் செங்கல் கட்டடங்கள் மற்றும் ஒரே தூசியாக இருந்தது. ஞாயிற்றுக் கிழமையாதலால் பல வகையான நீலம் மற்றும் பிரிண்டட் துணிகள் அணிந்த பெருங்கூட்டம். முக்கிய தெரு வழியாக நாங்கள் சென்றோம். தெரு முனையில் நடை பாதை வியாபாரிகளைச் சுற்றி ஒரே கூட்டம். ஒரு துணியை விரித்து ஒரு பல் மருத்துவரும் அமர்ந்திருந்தார். அவருக்கு முன்னால் பல மனிதப் பற்கள். அவற்றை அவரே பிடுங்கியதாகக் கூறினார். முன்பல்லில் இருந்து கடைவாய்ப் பற்கள் வரை. பல வண்ணங்களில் குப்பிகளில் திரவங்களும் பொடிகளும். மனிதப் பல் அமைப்பின் புகைப்படம் கொண்ட புத்தகங்கள்

டன்ஹுவாங். குன்றில் வெட்டப்பட்ட சில குகைகள். அவற்றின் முன்னால் மணல் குவிந்துகிடக்கிறது. பாலைவனத்தில் இருந்து வீசும் மணல்புயலால் இந்த மணல் அடித்துவரப்படுகிறது. இந்த மணல் குவிவதைத் தடுப்பதற்கு அல்லது அகற்றுவதற்கு நிரந்தரமாக ஊழியர்கள் தேவை. நீண்ட நாட்களாகப் பார்வையில் இருந்து இந்தக் குகைகள் மறைந்து கிடந்ததற்கு இதுவும் ஒரு காரணம்.

விரித்து வைக்கப்பட்டிருந்தன. ஒரு வலிக்கும் பல்லை மகிழ்ச்சிகரமாக எடுத்துவிடலாம் என்று அவர் கூட்டத்தை நம்பவைத்துக்கொண்டிருந்தார். இன்னொரு விரிப்பில் நிறைய பல வகையான கண்கண்ணாடிகள் வைக்கப் பட்டிருந்தன. பார்வையாளர்கள் முயற்சி செய்து தங்களுக்குத் தகுந்த ஒன்றைத் தேர்ந்தெடுக்கலாம். பக்கத்தில் இன்னொருவர் கிலுகிலுப்பை மற்றும் பறவை விசில்களை விற்றுக்கொண்டிருந்தார். மொகஞ்சதோராவில் அகழ்ந்து எடுக்கப்பட்டவைபோல இருந்தன. நான் பார்த்த மளிகைக் கடைகளில் ஏராளமான பொருட்கள் இருந்தன. கச்சா சோயா பீன்ஸ் முதல் பீர் பாட்டில்வரை எல்லாம் இருந்தன.

வழக்கம் போலவே நாங்கள் யார், என்ன வாங்குகிறோம், என்ன பேசுகிறோம், எப்படி இருக்கிறோம் என்று பார்க்க ஒரு கூட்டம் பின்னால் வந்தது. ஆனால், அவை நட்பு ரீதியானது. முதலில் நான் எரிச்சல் அடைந் தாலும் பின்னர் அது பழக்கமாகிவிட்டது. பலர் சாலையில் கழுதைகளில் சென்றார்கள். பாலைவனச் சோலைகளில் கழுதைதான் மலிவான போக்கு வரத்துச் சாதனம். ஒரு விவசாயப் பெண்மணி கையில் ஒரு குழந்தை யுடனும், பின்னால் ஒரு குழந்தை அமர்ந்திருக்க கழுதையில் வேகமாகச் செல்வதைப் பார்த்தோம். கழுதையின் முதுகில் ஒரு மெத்தை, அதில் ஒரு மரச் சேணம், அதன் மேல் ஒரு குஷன் அல்லது மெத்தை. இது வசதியான ஓர் இருக்கை. சிலர் கால் வைக்கும் ஸ்டிரப்ஸ் வைத்திருக்கிறார்கள், சிலரின் கால்கள் தொங்குகின்றன.

திரும்பி வரும்போது, சமையல்காரர் ஜீப்பை நிறுத்தி வேகமாக எட்டிப்பார்த்தார். ஏனெனில் ஒருவர் இரு கோழிகளை விற்கப் போவது போல் வைத்திருந்தார். இருவரும் பேரம் பேசினர். விலை படியாததால் இருவரும் போக எத்தனித்தனர். பின்னர் சமையல்காரர் சிரித்துகொண்டே அவருக்குப் பணம் கொடுத்துவிட்டு சேவல்களுடன் வந்தார். நாங்கள் குகைக்குத் திரும்பினோம். டன்ஹுவாங் நகரில் வாய்ப்புகள் உள்ளன: மேலும் அதைப் பற்றியவற்றை நான் பார்க்க வேண்டும். பட்டு வணிகப் பாதையில் அதை ஒரு பயணிகள் தங்குமிடமாக நான் கற்பனைசெய்து பார்த்தேன்.

நுழைவாயிலில் கட்டியிருந்த மணி தென்றலால் கொஞ்ச நேரமாக ஒலித்துக்கொண்டு இருந்தது. அது ஓர் ஒட்டக கேரவன்போல் இருந்தது. நான் குழந்தையைப் போல் கண்ணை மூடிக்கொண்டால் பத்து நூற்றாண்டு களுக்கு முன்னான டன்ஹுவாங்கிற்குள் திரும்பிச் சென்றிருப்பேன்...

இன்று நான் வலியோடேயே நேரத்தைக் குகைகளில் செலவிட்டேன். அதைப்பற்றிக் கவலைப்படவும் இல்லை. அது ஒரு தரிசனம், ஒரு வெளிப் பாடு, என்னவென்று எனக்குத் தெரியவில்லை. குகை 286லும் 323லும்

எப்போதுமே உட்கார்ந்துகொண்டு இருந்திருப்பேன். ஒப்பிட்டுப் பார்க்கும் போது பால் பெலியோட்டின் புகைப்படங்கள் எவ்வளவு மோசமானவை. உண்மையானவைகளில் இருந்து எவ்வளவு வேறுபட்டிருக்கின்றன, அதுவும் சுவரோவியங்களைப் புத்தகம் மற்றும் நகல்களில் இருந்து ஆராய்வதை எண்ணிப்பார்த்தால். இடைப்பட்ட காலத்தில் யாருமே எண்ணிப்பார்க்கவில்லை என்பதை எண்ணி வியப்படைந்தேன். முடிவில் லேங்க்டன் வார்னர் இங்கு வந்தார். பின்னர் மிகவும் முரட்டுத்தனமான முறையில் சிலவற்றைச் சுவரில் இருந்து பிய்த்து எடுக்க முயன்றார். மீதியுள்ளவற்றைச் சேதமாக்கினார். அவரும் அவரைப் போன்றவர்களும் செய்ததைப் போக்கிரித்தனம் என்றுதான் விவரிக்க வேண்டும். ஆனாலும் இத்தகையோரை சீனக் கலைக்கு வழங்கிய கொடைக்காகப் பாராட்டத் தான் வேண்டும்.

ஸ்டெயின் அளித்த பணத்தைக் கொண்டு துறவி வேங்க் செய்த புனரைப்பு அளவிட முடியாதது. குறிப்பாக குகை 323இல். வண்ணத்துப் பூச்சிகள் மற்றும் சிறு பாலங்கள் போன்றவற்றைக் கொண்டு ஒரு முறை யான மேடை அலங்கார பின்னணி அந்த கோவிலுக்கு இருக்கிறது. புனரமைக்கப்படாத சுவரோவியங்கள் அற்புதம். முதல்நாள் காலை அங்குச் சென்றபோது திகைப்பு அடைந்தேன். ஒரு பிணத்தை வைத்து மனிதனை அறிந்துகொள்ளும்போது ஓர் உயிருள்ள மனிதனைக் கண்டால் எப்படி இருக்கும். நல்வாய்ப்பாக இங்கு நாங்கள் ஒரு சிறிய அளவிலான ஆராய்ச்சியே செய்வதால் சாவதானமாகப் பார்க்க முடியும், என் செரிமான மண்டலம் அனுமதித்தால். அதிக முலாம்பழம் – குடல் அழற்சி – எல்லாம் அபத்தம், நான் என்னைச் சரியாகப் பார்த்துக்கொள்ள வேண்டும். இந்தக் கோளாறோடேயே தொடர்ந்து செல்ல முடியாது.

திட்டத்தின் ஒரு பகுதியாக இங்கும் கூச்சாவிலும் உள்ள குகைகளில் இருந்து எடுக்கப்பட்ட சுவரோவியங்களின் நகல்களைக் காண டாக்டர் சேங்கின் அலுவலகத்துக்குச் சென்றோம்; அவை ஒரு குழுவாகப் பணி யாற்றும் டாக்டர் சேங்கின் மனைவியும் பிறரும் உருவாக்கியவை. டரிம் பள்ளத்தாக்கில் உள்ள டக்லா மக்கானின் வட பகுதியே கூச்சா. சில நகல்கள் மிக அழகாக இருந்தன. அசலுடன் ஒப்பிடும்போது நம்பமுடியாத அளவுக்கு நெருங்கி இருந்தன. இந்த நகல்கள் உண்மையில் ஒரு சாதனை தான். ஐரோப்பாவுக்கு ஒரு கண்காட்சியை அனுப்ப வேண்டும் என்று நாங்கள் அவரைக் கேட்டுக்கொண்டோம். அங்குள்ள அமைப்புகள் கோரினால்தான் என்று அவர் கூறினார். இத்தகைய கண்காட்சியில் நாம் ஆர்வத்தை உருவாக்க வேண்டும் – ஐரோப்பாவில் மட்டுமல்ல, இந்தியா விலும். கடந்த ஆண்டுகளில் சீனர்கள் செய்த ஆய்வுகளையும் ஆய்வாளர்கள் கற்றறிய வேண்டும். இந்த ஆய்வுகள் பொதுவாக அறியப்படவில்லை.

டன்ஹுவாங். ஒரு பாலைவனச் சோலை தெருவில் செருப்புத் தைப்பவர் செருப்பு தைக்கிறார். பக்கத்தில் இருக்கும் பலகையில் பழுதுபார்க்கும் விவரம் மற்றும் கட்டணம்.

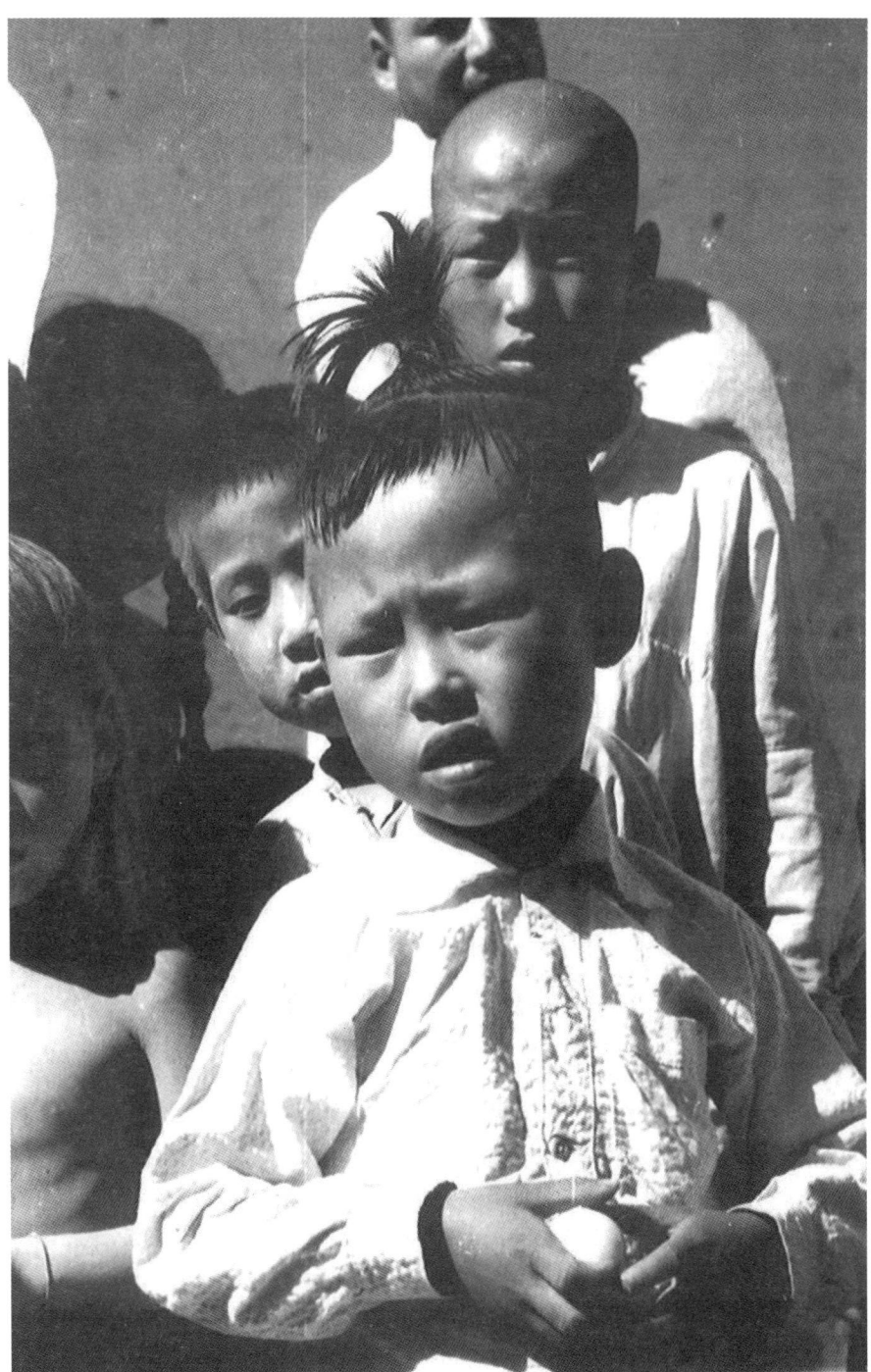

டன்ஹுவாங். பாலைவனச் சோலையில் ஒரு பள்ளிக்கூடம். கால அட்டவணை இடைவேளையில் பிள்ளைகள் விளையாடுகிறார்கள். பள்ளிக்குச் செல்லுதல் கட்டாயம்.

குறிப்பாக பிரான்சிலும் இங்கிலாந்திலும் வெளியிடப்படும் ஆய்விதழ் களில் சீனக் கலைகள் பற்றிய வெளியீடுகள் குறித்து டாக்டர் சேங்க் ஒருநாள் கேட்டார். சீனக் கலை பற்றிய புதிய கண்ணோட்டத்தைப் பற்றி அவர் அறிய விரும்பினார். சீன வெளியீடுகளில் கூறப்படும் சீனப் பார்வைகள் பற்றி ஐரோப்பியத் தொல்லியலாளர்களும் கலை வரலாற் றறிஞர்களும் அறியாதது போலவே சீன வரலாற்றறிஞர்களுக்கும் அதைப் பற்றித் தெரிவதில்லை. இந்த நாட்டிலும் முக்கியக் குழுக்கள் அதே பொருளில் தொடர்பற்ற முறைகளில் ஆய்வு செய்துகொண்டிருப்பது என்பது உண்மையில் அபத்தமானது. இந்த நிலையிலாவது ஏன் கருத்துப் பரிமாற்றத்தை ஏற்படுத்தக் கூடாது? வெளியீடுகளைப் பரிமாறிக் கொள்ளுதல், வருகைபுரியும் கண்காட்சிகள் ஆகியவை நிச்சயமாக சாத்திய மற்றவை அல்ல. டாக்டர் சாங்கைப் போன்றவர்கள் ஐரோப் பாவில் ஓர் ஆண்டுக்குப் பணிபுரியக்கூடுமானால், இந்தியாவுக்கும் சீனாவுக்கு மிகுந்த சாதகமானதாக இருக்கும்.

இன்று மாலை ஒரு திறந்தவெளிப் படக் காட்சி இருந்தது. நான் கொஞ்ச நேரம் கலந்துகொண்டேன். ஒரு சீனப் படம் காட்டப்பட்டது. அன்ஹுயில் இருந்து ஓர் ஓபரா, த பிரின்சஸ் ஹூ வாஸ் பீட்டன். எல்லாம் ஒரு படப்பிடிப்புத் தளத்துக்குள் எடுக்கப்பட்டவை. நீண்ட காட்சிகளுடன் நீண்ட ஒரே மாதிரியான அசைவுகள். ஓபரா பாணியும் உத்தியும் படங்களுக்குப் பொருத்தமில்லை என்று நான் நினைக்கிறேன். அதுமட்டுமில்லாமல் ஓர் இந்தி வரலாற்றுக் காதல் படம்போல் அது கற்பனை வளமின்றி அணுகப்பட்டிருந்தது. உத்தி ரீதியாக அவர்கள் அதே தவறுகளைச் செய்தது எனக்கு வியப்பாக இருந்தது. சுற்றிலும் சிறு குழந்தைகளுடன் – நிறுவனத்தில் வேலை பார்க்கும் குடும்பங்கள், ஆனால், பெருவாரியாகப் பாலைவனச் சோலைக் குடும்பங்கள் – அமர்ந் திருப்பது கொஞ்சம் விசித்திரமாக இருந்தது.

அது ஓர் அடர் இரவு, சிறு சிறு நட்சத்திரங்கள் நிறைந்த தெளிவான வானம். மைஜிஷனில் நட்சத்திரங்கள் பெரிதாக இருந்தன, ஆனால், இங்கோ சிறியவைகளாகக் காணப்பட்டன. எங்களுக்கு முன்னால் சுவரில் வைத்திருந்த திரை. பின்னால் சில உயர் குகைகள் தென்பட்டன. இவை எல்லாம் டன்ஹுவாங்கில். என்னால் இதைப் பழக்கப்படுத்திக் கொள்ள முடியவில்லை. தங்கள் வாழ்நாள் முழுதும் சீனக் கலைகளில் பணிபுரியும் லண்டனில் இருக்கும் என் நண்பர்கள் இந்த ஆய்விடத்தை நல்ல முறையில் புரிந்துகொள்வார்கள். சொல்லப்போனால் அவர்களே இங்கு வரத் தகுதி யுடைவர்கள் என்ற எண்ணம் எனக்கு ஏற்பட்டது. என்னுடைய தோழி மேரி டிரகர் இங்கு இருந்தால் நன்றாக இருக்கும் என்று நான் விரும்புகிறேன்.

அவர் என்னோடு ஒன்றாகப் படித்தவர் மேலும் சீன செராமிக்கில் சிறப்புத் தகுதி பெற்றவர். ஆனால், இதுதான் உலகம். நான் தொழில் முறையில் வரவில்லை. அவர்களோ லண்டனில் பெலியோட்டின் புகைப்படங் களைப் பார்த்துக்கொண்டு இருக்கின்றனர். இது அநீதி. ஏன் எனது இந்த வருகையைப் பற்றி பொறாமையோடு பார்த்தார்கள் என்பதை என்னால் உணர முடிகிறது, மேரி உட்பட. ஒருவேளை அடுத்த தலைமுறையில், கண்டம் விட்டுக் கண்டம் பயணம் செய்வது ஒரு நகரை விட்டு இன்னொரு நகருக்குச் செல்வதுபோல் எளிதாகவும் மலிவானதாகவும் மாறும்போது இந்தக் குறை களையப்படும்.

இன்று நான் குகைகளில் மீண்டும் ஆய்வுப்பணியில் ஈடுபட்டேன். வலி குறைவாக இருந்தது. வேலை செய்வதற்குக் கொஞ்சம் எளிதாக இருந்தது. நாளை நான் கூடுதல் நேரம் இருக்கலாம், இன்ஷாஅல்லா! இன்று நாங்கள் ஆய்வு செய்த புதிய பணி எனக்கு மகிழ்ச்சி அளித்தது. இது ஆரம்பகாலப் புத்த மதத்தைச் சித்தரிக்கும் ஒரு முயற்சிபோல தோன்றுகிறது. ஆனால், அதே சமயத்தில் கவரும் வகையில் செய்யப்பட்டுள்ளது. இது சீன முறை இல்லையா? இது அஜந்தாவின் தாக்குறவாலும் இல்லை. இது எட்டாம் நூற்றாண்டின் காலகட்டத்தில், யுவான் சுவாங் திரும்பிவந்து நீண்ட காலத்துக்குப் பின் தீட்டப்பட்டது. அவர் சில சிறு ஓவியங்களைக் கொண்டு வந்திருக்கலாம். ஓர் இந்தியச் சாயலும் புத்த மதச் சாரமும் இருப்பதாக எனக்குப்படுகிறது. ஆனால், ஏன் இந்தப் பாணி? அக்காலகட்டத்தின் திபெத்தியப் பதாகைகளில் தீர்வு இருக்கலாம். திபெத்திய ஊடுருவல் இங்கிருந்து அதிக தூரத்தில் இல்லை. கோட்டன் மற்றும் கூச்சா போன்ற மத்திய ஆசியத் தளங்களும் தொலைவில் இல்லை. இது ஒரு காட்சிக்கு உணர்வூட்டுவதும் சிந்தனையைத் தூண்டுவதுமான மத்தியானப் பொழுது.

மாலை உணவுக்குப் பின் நான் ஆற்றைக் கடந்து எங்களுக்கு எதிராக இருந்த மணல் திட்டுக்கள் மற்றும் ஸ்தூபிகளை நோக்கி நடந்தேன். வானம் மூடி இருந்தபோதிலும் அதுவும் ஓர் அழகிய மாலைப் பொழுது. மதியம் பத்து நிமிடம்கூட இருக்காது ஒரு சிறிய மழை பெய்திருந்தது. அதற்குள் ஒரு சிறு நீரோடை ஆற்றுப் படுகையில் ஓடியது. மாலை நேரத்து அமைதியில் அது மோதியும் முணுமுணுத்தும் முந்தியடித்தும் ஓடியது – மென்மையான உணர்வைத் தூண்டும் ஒலி. குன்றிலும் மணல் திட்டிலும் காற்று பலமாக வீசியது. நான் குளிர்ச்சியையும் புத்துணர்ச்சியையும் பெற்றேன். வானம் நிறம் மாறுவதையும் குன்றின் மேலும் மணலிலும் ஒளி பிரதிபலிப்பதையும் உட்கார்ந்து இருந்து பார்த்தேன். இத்தகைய கணங்களில் மலைகளைப் போன்றே பாலைவனமும் தோழமை தருகிறது. அமைதியில் நான் பாலைவனத்தின் நெருக்கத்தை உணர்ந்தேன்.

நான் ஓய்வெடுக்கிறேன். மற்றவர்கள் எல்லாம் அடுத்த அறையில் அமர்ந்து பேசிக்கொண்டிருக்கிறார்கள். கதவு திறந்திருப்பதால் என்னால் கேட்க முடிகிறது. ஒருவேளை இங்குப் படுத்து எழுதிக்கொண்டிருப்பது நாகரிகம் இல்லை என்றாலும் நான் மிகவும் களைப்படைந்து இருக்கிறேன். டாக்டர் சேங்கும் இங்கு இருக்கிறார். ஏறக்குறைய ஒவ்வொரு மாலையும் அவர் இங்கு வருகிறார். இங்குப் பணியமர்ந்து பண்பாட்டு ஆய்வு நிறுவனத்தை வழிகாட்டி வரும் அவர் ஒரு சிறந்த, தகுந்த மனிதர் ஆவார். அவர் இங்குப் பதினைந்து ஆண்டுகளாக இருக்கிறார். இதை அவர் தம் வாழ்நாள் பணி ஆக்கிவிட்டார். தன்னுடைய நோக்கத்தை நிறைவேற்றிக்கொண்ட அவர் மேல் எனக்குப் பொறாமையாக இருக்கிறது. பிரான்சில் கலையியல் மாணவராக சில காலம் இருந்த அவர் இங்கு வந்தார். அக்காலத்தில் இது ஒரு முழுக்காடாக இருந்தது. இங்கு வேலை செய்ய ஒத்துக்கொள்ளுவது என்பது சாத்தியமான மோசமான நிலைகள் அனைத்தையும் ஏற்பதாகும். இதற்கு முழு அர்ப்பணிப்பு தேவை. அவரிடம் ஏதோ ஒன்று இருக்கிறது. நாங்கள் சந்தித்தப் பிற அதிகாரிகளைவிட இவர் அணுகுவதற்கு எளியவராக இருந்தார். இது நாங்கள் நேரடியாக அவரிடம் பிரஞ்சு மொழியில் பேச முடிந்ததனாலா? அவர் நீண்ட நாட்கள் ஐரோப்பாவில் இருந்ததனால் அவருக்கு உருவான மனப்பாங்கு பரிவுணர்வு கொண்டாதாக இருந்ததென நான் உணர்ந்தேனா? அவரது சரியான அளவிலான நேரடித்தன்மை மற்றும் சரியளவிலான பணிவு அவரது உரையாடலை விரும்பத்தக்கது ஆக்கியது. அவர் அணுகக் கூடிய ஒரு நபராக இருந்ததால் அவருக்குள் இருந்த சீன நல்லியல்புகள் வலிமையாக வெளிப்பட்டன. இவை எல்லாம் அவரது தனிப்பட்ட நடத்தைகளே தவிர அவர் சீனராக இருந்ததனால் அல்ல. நான்கு அல்லது ஐந்து ஆண்டுகளுக்கு முன்னதாக இருந்திருந்தால் டன்ஹுவாங் போன்ற ஓர் இடத்தில் வாழும் வாழ்க்கையை மிகவும் கடினமானதாக நினைத்திருப்பேன். ஆனால், இப்போது ஒரு வாய்ப்பு கொடுக்கப்பட்டால் தயங்கவே மாட்டேன். செய்ய வேண்டியவை நிறைய இருக்கின்றன. இதை நாம் நமது சில தளங்களில் திருப்பிச் செய்ய முடிந்தால். அஜந்தா இப்போது பல பயணிகளை ஈர்க்கிறது, மேலும் தொடர்ந்து பணி செய்யப் படுகிறது. ஒரு பாலைவனத்தில் இருக்கும் சோலைகளில் குகைகளாக இருக்க வேண்டும் – மடத்தனமான காதல்.

இது அடுத்த நாள் மாலை. குளிர்ச்சியாக இருந்தது. வெளியே காற்று பயங்கரமாக அடித்தது. சில மணி நேரங்களில் வெப்பநிலை வீழ்ச்சி அடைந்தது. மிகக் குளிராக இருக்குமோ என்று பயந்தேன். ஏனெனில் நான் போதுமான குளிர்கால ஆடைகள் கொண்டுவரவில்லை. எல்லா ஜன்னல் கதவுகளையும் அடைக்க வேண்டியதாயிற்று. நாளையப் பொழுது

நல்லதாக இருக்கும் என்று நம்பினேன். பாலைவனத்தில் நடப்பதற்குக் கூட்டிச் செல்வதாக டாக்டர் சேங்க் உறுதி அளித்திருந்தார். இன்று மாலை முதல் (இரவு) 10.30 மணிவரை பேராசிரியர் லீ அவரது மனைவியுடன் எங்களோடுதான் இங்கு இருந்தார்கள். எனக்கு உடல்நலம் சற்று தேறி இருந்ததால் நானும் பேச்சில் கலந்துகொண்டேன். அவர் டன்ஹுவாங்கில் சமீபத்திய பணிகளைப் பற்றி நீண்ட நேரம் பேசினார் - புரட்சியில் இருந்து தப்பி ஓடிய ரஷ்ய அகதிகள், விடுதலைக்கு முன் கசாக்குகளின் தொடர் தாக்குதல், பயத்துடனேயே இவ்விடத்தில் அவரது பணி. அருங் காட்சியத்தில் இருந்த பொருட்களோடு தொடர்புடைய கதைகள் மிகவும் புராணத் தன்மை கொண்டதாக இருந்தன. அவரைப் பற்றி அறிய அறிய நான் அவரை மிகவும் விரும்பினேன் – அவர் அந்த இடத்துக்கே உரியவர் என்ற உணர்வு அவரிடம் இருந்தது. அதுதான் அவரை இந்த இடத்துக்குப் பொருத்தமானவர் ஆக்கியது.

இன்று காலை நான் புனித புத்தரின் மாபெரும் சிலை இருந்த உச்சிப் பகுதிக்கு ஏறினேன். குன்றின் உச்சிவரை ஆறு தாங்கிடம் கொண்ட படிகள். சுவரோவியங்களை ஆய்வதற்கு முன் அவற்றில் பழக்கப்படுத்திகொள்ள நான் அங்குச் சிறிதுநேரம் அமர்ந்திருந்தேன். மூன்று மணி நேரமான பின்னரும் அவை என்னைக் களைப்படையச் செய்யவில்லை. ஓர் அருங் காட்சியகத்தில் என்னால் ஓரிரு மணிநேரமே இருக்க முடியும். இங்கு எல்லாமே மிகச் சிறந்தவைகளாக இருப்பதுதான் காரணமாக இருக்கலாம். இவை சாதாரணமானவை அல்ல, என்னைத் திக்குமுக்காடச் செய்தன. மேலும், ஒவ்வொரு குகையும் தனித்தனியாக ஆய்வுக்கு உகந்தன. நான் பார்ப்பவை எல்லாம் என்னை ஒரே சமயத்தில் பல திசைகளை நோக்கி இழுக்கின்றன. என்னால் எளிதாக ஓர் ஆண்டுகூடக் கழிக்க முடியும். அதுகூட ஒரு முன் ஆய்வுக்கு மிகவும் குறுகிய கால அளவு என்றே எண்ணுவேன்.

உலகின் அறியாத பகுதிகளில் அடைபட்டதுபோல நான் துண்டிக்கப் பட்டதாக சில நேரங்களில் அடையும் உணர்வுகளே என்னுடைய ஒரே வருத்தம். நேற்றைப்போல இன்றும் நான் மன அமைதியின்றி இருந்தேன். ஆனால், இன்று காலை ஏதோ எங்கோ தவறு என்று உணர்ந்தேன். நான் துண்டிக்கப்பட்டு இருக்கிறேன். என்னைச் சுற்றி இருக்கும் பாலைவனத் தாலும் இடம் தனிமையாக இருப்பதாலும் இந்த மனநிலை ஏற்படலாம். என் வீட்டோடு பேசி ஒரு மாதத்துக்கு மேல் ஆகிவிட்டது. ஐரோப்பாவில் இருந்து செய்திகளைக் கேட்டு மூன்று வாரத்துக்கு மேல் ஆகிவிட்டது. செய்தித்தாள்களும் இல்லை. எங்கு என்ன நடக்கிறது என்பதைப் பற்றி

எனக்கு எந்த எண்ணமும் இல்லை – இங்கு செய்தித்தாள்கள் எல்லாம் சீன மொழியிலேயே இருக்கின்றன.

அடுத்த நாள் மதியமும் அசாதாரணமானது. நான் உயரமான குகை ஒன்றில் ஏறினேன். இலங்கைப் பொலநருவாவின் கால்விகாரையில் இருக்கும் புத்தர் சிலையைப் போன்ற நிர்வாணக் கோலமான சாய்ந்த நிலை கல்புத்தரின் மாபெரும் சிலையைப் பார்த்தேன். பலவகைத் தலைப்பாகைகளுடன் நிற்கும் புலம்புவோர் குழு வலது சுவரில் வரையப்பட்டிருந்தது. இந்த உருவங்களின் வெளிவரைகோடு மிகச் சிறப்பாக இருந்தது. இதன் ஓவியர் யார் என வியந்து போனேன். மிகத் திறமையான ஒருவர் – அவர் யார் என்னவாக இருந்தார் என்று நமக்குத் தெரியாது – ஓவியம் மட்டுமே இருக்கிறது. மிக அருமையான கோயாவின் கோட்டு ஓவியத்தைக் கண்காட்சியில் பார்த்தது என் நினைவுக்கு வந்தது. அவற்றை இவை எனக்கு நினைவூட்டின. ஆனால், இங்கு இவை பெருமளவில் இருந்தன. நான் பிரமிப்போடு இவற்றைப் பார்த்துக்கொண்டு நின்றபோது பேராசிரியர் லீ என்னருகில் வந்தார். எனவே நாங்கள் அதைப்பற்றி பேசினோம். கொஞ்ச நேரம் கழித்து நாங்கள் அருகில் இருந்த குகைக்குப் போனோம். அங்கு ஒரு சுவரில் ஓர் அழகிய பலகை இருந்தது. அதில் ஒரு பேரரசரின் வேட்டைக் காட்சி காணப்பட்டது. இன்னொரு சுவரில் டாங்க் காலத்திய அரச வாகனங்களுடன் பேரரசியின் விழா.

வேட்டைப் படம் மிக சிறப்பாக இருந்தது. டேங்கின் வலிமையான கொழுத்த குதிரைகள், தாய் ஸோங்கின் ஆறு போர்க்குதிரைகளைப் போன்று – அக்காலகட்டத்தின் செழிப்பையும் செல்வத்தையும் காட்டின. அதற்கு மேல் அந்த ஓவியருக்குக் குதிரைகள் மேல் தீராக் காதல் இருந்திருக்க வேண்டும். டன்ஹுவாங்கைச் சுற்றிதான் சீனாவின் சிறந்த குதிரைகள் வளர்க்கப்பட்டன என்று எங்கோ நான் படித்தது நினைவுக்கு வந்தது. ஆனால், இன்னும் சிறந்தவை மத்திய ஆசியாவில் இருந்து இறக்குமதி செய்யப்பட்டன. மேலும் மேற்கே முதல் முகலாய மன்னனான பாபர் வந்த இடமான ஃபெர்கானா பள்ளத்தாக்கின் இரத்த வியர்வை சிந்தும் அதியற்புதமான குதிரைகளைப் பற்றிய புராணங்கள் உள்ளன. முரட்டுக் குதிரைகள் போலி மிருகத்தைக் காட்டி மிகக் கடினமான முறையில் பிடிக்கப்பட்டன. 'இரத்த வியர்வை' பற்றி லேங்டன் வார்னர் கற்பனையற்ற உரையில் விளக்கம் அளித்துள்ளார். வேகமாக ஓட்டப்பட்டால் அல்லது மிகையாக வேலை செய்தால் இக்குதிரைகளுக்குப் புண்கள் உண்டாகி இரத்தம் கசியும் என்று அவர் கூறுகிறார். அவை இயற்கையாகவே காட்டில் வாழும் அழகிய குதிரைகள் என்று நான் நினைக்கிறேன். வியர்வை இரத்தமாக வடியலாம். ஆனால், இது குதிரைகளின் பிரதேசம் என்பதில் சந்தேகம் இல்லை.

1920ஆம் ஆண்டுவாக்கில் புரட்சிப் படைக்குத் தப்பியோடிய 900 வெள்ளையின ரஷ்யர்கள், ரஷ்யாவை விட்டு வந்து இக்குகைகளை ஆக்கிரமித்துள்ளனர். சில ஓவியங்கள் பொன் வண்ணத்தால் தீட்டப் பட்டவை; சில சாசனச்சிற்பங்கள் தங்க வேலைப்பாடுகளில் இருந்தன; காட்டாகச் சுவரோவியங்களில் வரையப்பட்டுள்ள வண்டிகள். அந்த ரஷ்யர்கள் விற்பதற்காகத் தங்கத்தைச் சுரண்டி எடுத்துள்ளனர்; இப்போது அந்த வண்டிகளில் மீந்திருப்பதெல்லாம் ஆழமாக உட்பதிந்த வெளிக் கோடுகளின் பள்ளங்களே; இவை சுவரோவியங்களின் பூச்சுவரை ஊடுருவிச் சென்றுள்ளன. சில மிகச்சிறந்த ஓவியங்களில் இதைப் பார்க்கும் போது உள்ளார்ந்து கோபம் பொங்குகிறது. இப்படிச் சுரண்டி எடுத்ததனால் என்ன கிடைத்திருக்கும் என்று நான் வியப்படைகிறேன். நெருப்புப் பற்றவைத்த பிற குகைகளில் ஓவியங்கள் புகையால் கரிந்துபோய்விட்டன. கரியைப் பூச்சானது உள்ளீர்த்தபடியால் இத்தகைய ஓவியங்களைப் புனரமைக்க முடியாது. எப்படியாக இருந்தாலும் இவற்றைச் சுத்தம் செய்ய நீண்ட காலம் ஆகும்.

இன்றையச் சீன ஓவியம் பற்றியும் அதன் எதிர்காலம் குறித்தும் நானும் பேராசிரியர் லீயும் நீண்ட நேரம் பேசினோம். அவர் 1933ஆம் ஆண்டு டாக்டர் சேங்க் பிரான்சில் இருந்த காலகட்டத்தில் மாணவராக இருந்ததால் மகிழ்ச்சியுடன் பிரஞ்சு மொழி பேசுகிறார். தைல ஓவியத்திற்கும் ஐரோப்பிய மரபுக்கும் சாதகமாக இருந்ததால் கலைக் கழகத்தின் இயக்குநர் கண்டிக்கப்பட்டார் என்று பீஜிங்கில் கூறக் கேட்டபோது நான் கவலைப்பட்டேன். சரிசெய்யும் பிரச்சாரத்தினால் இது அவரது 'வலதுசாரி போக்குகள்' என்று நிரூபிக்கப்பட்டது என்பது தேவையற்றதாக எனக்குப் பட்டது. லீ லேன்ஸோவில் நுண்கலைப் பேராசிரியராக இருக்கிறார். கலையியல் மாணவர்களுக்குக் கலைஉத்தியை கைவினைஞருக்கானதாகப் பயிற்றுவிப்பதே சீனாவில் பொதுவான போக்கு என்று அவர் விவரித்தார். அவை உத்தி அளவிலேயே இருக்கின்றன. உத்தி சீன மற்றும் ஐரோப்பா ஆகிய இரண்டையும் சார்ந்தது, அல்லது மாணவர் விரும்பினால் இரண்டில் ஒன்றாகவும் இருக்கலாம். இதில் எனக்கும் உடன்பாடே. அதன் பின் சுய வெளிப்பாட்டுக்கு எது உகந்ததாக இருக்கிறதோ அந்த ஊடகத்தை மாணவர்கள் தேர்ந்துகொள்கிறார்கள்; தைலம், தூரிகை அல்லது மை, நீர்வண்ணம், கரையும் சாயவண்ணக்கட்டி(கிரேயான்) அல்லது ஏதாவது. மேலும் அது அயல் ஊடகமா அல்லது மரபான ஒன்றா என்பதை அவர் அதில் ஆய்வுசெய்து, தன்னுடைய சொந்த பாணியைப் படிப்படியாகத் தேர்ந்துகொள்ள வேண்டும்.

நிலவி வரும் மரபை அப்படியே புதிய ஊடகத்தில் நகல் எடுக்காமல் அதைப் பரிசோதனை செய்யவேண்டும் என்ற லீயின் உணர்வு என்னை மிகவும் கவர்ந்தது. நகலெடுப்போர் (வழியிலான) ஒரு புதிய பாணியைத் துவக்குவதற்கு அவர் உறுதியான வகையில் எதிராக இருக்கிறார். பாணி என்பது சமூக ஆற்றலாகவும் தனிப்பட்ட ஆற்றலாகவும் இருப்பதால் அது ஓரிரண்டு ஆண்டுகளில் எழுவதில்லை, மேலும் ஐம்பது ஆண்டுகள் கூட எடுக்கலாம் என்ற தன் அறிதலைப் பற்றி அவர் பேசினார். ஆகவே, பெரும்பான்மையான தற்போதைய சீனக் கலைஞர்கள் அடுத்த இருபது ஆண்டுகளுக்குத் தடுமாறினாலும் அதனால் கலக்கம் ஏற்படக் கூடாது. டன்ஹுவாங்கைப் போலவே ஒரு பாணி உருவாகும்: கலை மையங்களில் இருந்தும் பெரும் கலைஞர்களிடம் இருந்தும் முற்றிலும் வேறுபட்டதாகக் காணப்பட்டாலும், ஒவ்வொரு காலகட்டத்தின் பாணியும் மிகவும் தெளிவாக உள்ளது. நாங்கள் நீண்ட நேரம் பேசினோம். இந்தியாவின் மரபு அடிப்படையிலான நிலையும் ஒரே மாதிரி மாறும் நிலையில் இருப்பதால் நான் மிகவும் ஆர்வமுடன் இருந்தேன். அவர் தான் சொல்வதை நம்பும் மனிதராக இருந்ததால் அவரை நான் நம்பினேன். அவரும் ஒரு குறிப்பிட்ட எண்ணத்தை (என்னிடம்) திணிக்க விரும்பவில்லை.

இன்று நான் மிகவும் களைப்பாக உணர்ந்தேன். எல்லாம் திணறடிப்ப தாக இருந்ததால் அவற்றைப் பற்றிச் சிந்திக்க எனக்கு அமைதி தேவைப் பட்டது. இன்னும் முப்பத்தாறு மணி நேரத்தில் எல்லாவற்றையும் மூட்டைகட்டிப் புறப்பட வேண்டும் என்ற எண்ணமே எனக்கு சோகத்தை அளித்தது. நீண்ட நாள் தங்க விரும்பினேன். சுவரோவியம் என்றால் என்ன என்பதை இப்போதுதான் அறிந்துகொள்ள ஆரம்பித்திருக்கிறேன். ஆனால், இப்போது நாங்கள் போக வேண்டும். நான் இங்குத் திரும்பி வர விரும்பினேன். ஆனால், எப்படி, என்ன செய்ய வேண்டும்? ஒரு தனிப்பட்ட ஆய்வை மேற்கொள்ள சீன ஓவியத்தைப் பற்றி எனக்கு அதிகம் தெரியாது. எப்போதாவது அப்படி ஓர் அறிவைப் பெற்றாலும் நான் இன்னும் அதிகமாகத் தெரிந்துகொள்ளாமல் அப்படி ஒரு முயற்சியை மேற்கொள்ளக் கூடாது என்று முடிவு செய்தேன். டன்ஹுவங்கில் ஓர் ஆண்டு இருப்பது எனக்கு அர்ப்பணிக்கப்பட்ட ஆண்டாக இருக்கும். ஆனால், அப்படி ஒன்று நிகழ வாய்ப்பில்லை.

நான் உடல் நலம் இல்லாமல் இருந்த நாட்களுக்கு ஈடுகட்ட முயற்சி செய்ததால் நான் உடல் ரீதியாகக் களைப்படைந்து இருக்கலாம். கல் சாசனங்களைத் தேய்த்துத் தல அருங்காட்சியகத்தில் மதிய நேரத்தைச் செலவழித்தேன். சீன முறையைத் தெரிந்துகொள்வதற்காக டாக்டர்

சேங்க் கலை நிறுவனத்தின் அதிகாரப்பூர்வமான 'ரப்பரை' எங்களுக்குக் காட்டும்படி சொன்னார்; ஈரமான அரிசித் தாளுடன், படிகக்கல் அல்லது கறுப்பு மையால் விட்டுவிடுத் தடவி செய்யப்படுகிறது. தேவாலயங்களில் செம்பைத் தேய்க்கும் ஐரோப்பிய முறையில் இருந்து முற்றிலும் வேறு பட்டது. எப்படி என்று எனக்குக் காட்டும்படி வலியுறுத்தினேன். அவற்றில் நானும் ஓர் அரைடஜனைத் தேய்த்ததால் களைப்படைந்தேன். ஒரு சிலையுடன் கூடிய அவற்றில் ஒன்று நன்றாக வந்ததால் மகிழ்ச்சி அடைந்தேன். மேலும் சிலவற்றைத் தேய்க்க விரும்பினேன் – சீனாவில் மீண்டும் ஒரு வாய்ப்பு கிடைக்குமா என்பது சந்தேகம்தான்.

எனக்குப் பிடித்தமான குகைகளைப் பார்க்க இப்போதுதான் வந்தேன். இங்கிருந்து செல்ல வேண்டும் என்பதால் மிகவும் வருத்தப்பட்டேன். நாங்கள் வந்துசேர்ந்த முதல் மாலைப் பொழுதை நினைத்துப்பார்க்கிறேன். இறுதியாக நான் ஒரு தனி அறையில் இருக்கப்போகிறேன். நான் விரும்பும்போது என்னால் படிக்கவும் எழுதவும் முடியும். அமைதியாக அமர்ந்து மலைகளை வெறித்து நோக்க முடியும். அந்தக் கணத்தைக் கைப்பற்ற கவிதைகூட எழுத முடியும். டாக்டர் சாங்குடனான ஒரு சிறிய உரையாடல். கிரேக்கத்து மலைகள் இங்குள்ள மலைகள்போல் இருப்பதாகவும் கூறி நவீனக் கிரேக்கத்தைப் பற்றிக் கேட்டார். எனக்கு ஒன்றும் சொல்லத் தெரியவில்லை. நான் கிரேக்கராக இருப்பேன் என்று நினைத்துவிட்டார் போலும். நான் சேலை கட்டி இருந்தபோதும் அவர் எப்படி அப்படி ஒரு முடிவுக்கு வந்தார் என்று தெரியவில்லை. பல சீனர்களுக்குக் கிரேக்கத்தைப் போலவே இந்தியாவும் தெரியாத ஒரு நாடே.

இன்று காலை நான் மலை உச்சிக்கு ஏறி மிக உயர்ந்த இடத்தை அடைந்து சிறிது நேரம் அமைதியாக அமர்ந்து இருந்தேன். மிக அமைதி, ஒரே மௌனம், ஊதா மலைகள் மட்டுமே, நீல வானில் சூரியன், மணல்களுக்கு அப்பால் வரிசையாகக் கானல்நீர்களே! இங்கு வந்த முதல் துறவியைப் பற்றி நான் எண்ணிப்பார்த்தேன். இந்தக் குறிப்பிட்ட பாலைவனச் சோலைக்கு ஏன் அவர் வரவேண்டும்? ஏன் சுவரோவியங்களைத் தீட்ட வேண்டும்? அவராகவே வரைந்தாரா அல்லது ஓர் ஓவியரைக் கொண்டு வரைய வைத்தாரா? இந்த சமுதாயம் எப்படி வளர்ந்தது? ஒரு முறையான சமுதாயத்தை விட்டு விலகி ஏன் தனியாக வாழ்ந்தார்கள்? இந்தப் பாலைவனச் சோலைக்குத் துறவிகள் மட்டும்தான் வந்தார்களா? அல்லது இது ஒரு புனித யாத்திரைத் தலமாக மாறியதா? மேலும் இது பேரரசர்கள் மற்றும் பிரபுக்களின் ஆதரவை எவ்வாறு பெற்றது? மேற்கு நோக்கிச் செல்லும் சீன வணிகர்களுக்கா? அல்லது மத்திய ஆசியாவில்

இருந்து கிழக்கு நோக்கிச் செல்லும் வணிகர்களுக்கா? யாருக்கு இது சேரிடமானது? இந்தக் கேள்விகளில் சிலவற்றுக்குப் பதில் தெரியும்; சில ஊகத்திலேயே உள்ளன. ஒரு சிலர் கலையைப் பொறுத்தவரையில் மற்றவை எல்லாவற்றையும் விட்டு ஒரே வழியில் செல்வார்கள். அரச குலக் குடும்பங்கள் ஆதரவாளர்கள் மத்தியில் இருந்தார்கள் என்பது நமக்குத் தெரியும். அவர்கள் சுவரில் ஓவியமாக வரையப்பட்டார்கள். ஆனால், இது ஸாங்க் காலகட்டத்தில் அல்லது அதற்குச் சற்று முன்னர். வேய் காலகட்டத்தைப் பொறுத்தவரை என்ன? அவர்களும் ஆதரவாளர்களே. ஆதரவு மாறியதா? சியன் ஃபோ டாங்கின் (கியோன்ஃபோடங் என முன்னர் அழைக்கப்பட்டது) 'ஆயிரம் புத்தர்களின் குகை' வெறும் மடம் சார்ந்த ஒன்றா? அல்லது அது படிப்படியாகத் துறவிகளால் மேற்பார்வை செய்யப்பட்ட கலைஞர்களின் சமுதாயமாக மாறியதா? – ஓர் அபூர்வமான கலவையா? அது எப்போதுமே தனியாக இருந்ததா? அல்லது பட்டுப்பாதையின் வழியாக வணிகம் சிறப்புற்றிருந்த சமயத்தில் அது பல மக்களை ஈர்த்ததா? கி.பி. முதல் ஆயிரமாம் ஆண்டுகளின் இரண்டாம் அரைப் பகுதியில் நான் அந்த இடத்தைக் கற்பனை செய்ய முயலுகிறேன்.

மதியம் நாங்கள் தாந்திரிகத்தால் ஊக்குவிக்கப்பட்ட சுவரோவியங்கள் இருந்த குகைக்கு வந்தோம். பிற்காலப் புத்த மத ஓவியங்களுடன் இணைந்த தாந்திரிக வழிபாட்டு விநோதக் கலவையாக அவை இருந்தன. பிற வடிவங்களுடன் உள்ளார்ந்த விதமாகக் கலப்பதால் தாந்திரிகம் வரலாற்று ரீதியாக எனக்குப் புதிராக இருக்கிறது. இதன் மூலம் என்னவாக இருக்கும்? அரைவாசி உடைந்த, பெரிய அளவு இடைவெளிகள் கொண்ட மேலேறும் படிகள் அச்சமூட்டுவதாக இருந்தன.

நாங்கள் குன்றின் மேல் ஏறி அதன் பின் கூழாங்கற்களைச் சேகரிக்க பாலைவனத்துக்குச் சென்றோம் – காற்றால் வடிவமைக்கப்பட்ட சில அழகிய கற்கள் – சில அசாதாரண நிறம் கொண்டவை; சாம்பல், வெள்ளை மற்றும் இளஞ்சிவப்புக் கலவைகள். டாக்டர் சேங்க் எங்களோடு வந்தார். அவருடைய வயதுக்கு அவர் மிகவும் செயல்திறனோடு இருந்தார் – ஏணியிலும் குன்றிலும் ஏறினார். நாங்கள் குன்றில் இருந்து விலகி நடந்தோம். நான் என் காலணியைக் கழற்றிவிட்டு மென்மையான மணலில் வெறும் பாதம் பதிய நடந்தேன்.

டாக்டர் சேங்க் மற்றும் பேராசிரியர் லீ மற்றும் திருமதி லீயுடன் எங்களுக்கு ஒரு வழியனுப்பு இரவு விருந்து இருந்தது. சின்ஜியாங்கின் ஒயினுடன் நாங்கள் சீயர்ஸ் சொல்லிக்கொண்டோம். ஆற்றுப்படுகையைக் கடந்து கியான்ஃபோடாங்கின் முகமான மோகாவ் குகைகள் பார்வையில்

இருந்து படிப்படியாக மறைய இன்று காலை நான் அழும் நிலையில் இருந்தேன்.

இலையுதிர் காலம் ஏறத்தாழ வந்துவிட்டது. இலைகள் நிறத்தை மாற்றத் தொடங்கி இருந்தன. டன்ஹுவாங்கில் உள்ள குகைகள் சிலசமயம் விசித்திரமான வேலைகளைச் செய்கின்றன. திடீரென ஒரு ஜன்னல் கண்கொள்ளாக் காட்சியைக் காட்டுகிறது. இன்று காலை குகைகளிடம் இருந்து விடை பெற ஒரு நடைபாதையைக் கடந்து சென்றேன். மூலையில் ஒரு திறப்பு இருந்தது. அதன் வழி ஒரு மரத்தைப் பார்த்தேன். முதலில் பச்சை இலைகள் கொண்ட ஒரு மரம்போல் தெரிந்தது. பின்னர் அதன் ஒரு பகுதி மஞ்சளாகத் தெரிந்தது - இலையுதிர்கால இலைகள் – அந்த மரத்துக்கு அப்பால் வானம். இப்படி விவரிக்கும்போது சாதாரணமாகத் தோன்றுகிறது, ஆனாலும் அது இன்று காலை என் மனதை உலுக்கியது.

13

யூமென் வழியாகத் திரும்பிவரும் பயணத் தொடக்கம்

நாங்கள் திரும்பிவருகிறோம். கோப்பைகளுக்கு மேல் கோப்பைகளாக நான் மல்லிகைத் தேநீரை அருந்திய வண்ணம் யூமென்னின் விடுதி அறையில் அமர்ந்திருந்தேன். எனக்கு மிகவும் தாகமாக இருந்தது. டன்ஹுவாங்கின் சிறிது உப்புநீருக்குப் பின் மறுபடியும் 'இனிப்பான நீரை'ப் பருகுவது ஆனந்தமாக இருந்தது. இன்று நான் நன்றாகக் குளித்தேன். ஆவி பறக்கும் வெந்நீர் குளியல் - நீண்ட மிதவெப்ப அரைகுறை குளியலுக்குப் பின். காதுகளுக்குப் பின்னும் கட்டை விரல் நகங்களையும் சுத்தம் செய்யாவிட்டால் எனக்கு சுத்தமாக இருக்கும் உணவு இருக்காது. எங்களுக்கு ஐரோப்பிய இரவு உணவு கிடைத்தது – சீனச் சமையலுக்குப் பின் இது மிகவும் சுவையாக இருந்தது. கிண்ணம் மற்றும் குச்சிகளோடு பல நாள் பழகிய பின் ஃபோர்க் மற்றும் கத்தியைப் பயன்படுத்துவது கடினமாக இருந்தது. அறையில் ஒரு ரேடியோ இருந்தது. கடைசியாக ஏதாவது ஒரு செய்தியைக் கேட்கலாம் என்று நான் மகிழ்ச்சி அடைந்தேன்- ஒருவேளை பிபிசி. நாங்கள் ஓர் அரை மணிநேரம் போராடினோம். எங்களுக்கு கிடத்ததெல்லாம் கிர் ஒலி அல்லது சீன வியட்நாமிய நிரல்கள் தாம் - எப்போதாவது ஓர் இந்தியத் திரைப்பாடல் கிடைத்து மறைந்து போனது – திரும்பிக் கிடைக்காதது சோகமான விஷயம். ஆகவே நாங்கள் ரேடியோவை விட்டுவிட்டு கடிதம் எழுத முற்பட்டோம். ஆனால், என்னால் முடியவில்லை. இப்போது நான் மிகவும் களைப்பாக இருந்தேன், தூங்க வேண்டும்போல் இருந்தது. வெளியே இருந்த கூடத்தில் இரு சீனப் பையன்கள் பிங்க்பாங்க் ஆடிக்கொண்டு இருந்தனர். பந்தின் தொடர் சத்தம் என்னைத் தூங்கவிடவில்லை.

இருபது ஆண்டுகளுக்கு முன் கண்டுபிடிக்கப்பட்ட யூமென் எண்ணெய்க் கிணறு கடந்த இரு ஆண்டுகளுக்கு முன் நிறுவப்பட்டது. ஜியு குவானுக்குப் போகும் வழியில் ஒரு நாள் பயணமாக இங்கு வந்திருந்தோம். பழைய பட்டுவணிகப் பாதை இப்போது 'புதிய எண்ணெய்ப் பாதை'யாக மாறி இருந்த இதனைப் பற்றி டொமினிக் ஒரு செய்திப்படம் எடுக்க விரும்பினார். யூமென் மற்றும் சின்ஜியாங்கில் இருந்து எண்ணெய் லேன்ஸோவுக்கு

கொண்டுபோகப்பட்டது. நான் டொமினிக்கிடம் அவரது ஒப்புமை வரலாற்று ரீதியாகத் தவறு என்றும் ஏனெனில் பட்டுப்பாதையின் பயன் முற்றிலும் மாறுபட்டது என்றும் கூறினேன். ஆனால், பத்திரிகையாளருக்கு ஒரு கவர்ச்சியான கதை வேண்டும், அவ்வளவுதான்.

எனக்கு இந்த விடுதி பிடிக்கவில்லை. இங்கும் காலனியாதிக்கமும் மோசமான சுவையும் மணத்தது. கட்டமைப்பு மிக மோசமாக இருந்தது. மையவெப்பமாக்கல் மற்றும் எல்லா நவீன வசதிகளும் இருந்தன. இதில் கலையுணர்வு அற்ற வகையில் தளவாட வசதிகள் அமைக்கப்பட்டுள்ளன. அயல் நாட்டு வல்லுநர்கள் – ரஷ்யர்கள் மற்றும் கிழக்கு ஐரோப்பியர்கள் – மற்றும் அயல்நாட்டு நண்பர்களும் வசதியாக உணரும் வகையில் வெறும் சீனப் பின்னணி கொண்ட ஒருவர் தீவிரமாக முயற்சி செய்ததன் விளைவு தான் இது. இந்த விடுதி இரு வகையான மக்களுக்காக கட்டப்பட்டுள்ளது. நிச்சயமாக நாங்கள் இரண்டாம் வகை. பெரிய இடைஞ்சலான கைவைத்த நாற்காலிகள், பெரிய வடிவவகை மேலுறைகளோடு தொங்கல் கொண்ட பின்னுறைகள் மற்றும் சாப்பாட்டு மேசையில் பூப்போட்ட பிளாஸ்டிக் மேசைவிரிப்பு – எப்படியோ எனக்கு லெனின்கிராத்ஸ்க்யா ஓட்டலை நினைவுபடுத்தியது.

நாங்கள் வந்துசேர்ந்தபோது ஒரு பயமுறுத்தும், கடுகடுப்பான ரஷ்யப் பெண்ணைச் சந்தித்தோம் – மேலும் இன்னும் இருவர் மாடியில் இருந்து ஒரு ஜன்னல் வழியாக முறைத்துப் பார்த்தார்கள். பிரிட்டிஷ் ராஜ்யத்தின் காலனித்துவ மனைவிகளை இவர்கள் எனக்கு நினைவூட்டினார்கள். அதனால்தான் காலனி ஆதிக்க மனப்பான்மையை என்னால் உணர முடிந்தது. இது முற்றிலும் நியாயமற்ற முடிவாக இருக்கலாம். அவர்களுக்குச் சீனர்களுடன் சமூகத் தொடர்புகள் இருக்கலாம் – ஒருவேளை அந்த உறவு வித்தியாசமாக இருக்கக்கூடும். இங்குப் பெரும்பாலான வல்லுநர்கள் மூன்று ஆண்டுகள் அல்லது சில வேளைகளில் அதற்கு மேலும் இருக்கின்றனர். அவர்கள் ஏன் சீனர்களுக்கு அருகில் ஒரு வீட்டில் வசிக்க முடியாது – அவர்கள் ஏன் ஒரு விடுதியில் நெருக்கமாக வசிக்கிறார்கள்? நாடு புதியது, பண்பாடும் வித்தியாசமானது – இது புரிந்துகொள்ளக் கூடியதே. ஒரு சிறிய ரஷ்ய நகரைப் பின்னணியாகக் கொண்ட ஒரு திருமதி போட்ஸ்வினோவுக்கு முதலில் சீனர்களோடு பழகுவது கடினமாக இருக்கலாம். கூறப் படுவது போல அவர்கள் இங்கே நண்பர்களாக வந்திருந்தால், அவர்கள் உண்மையிலேயே சீனர்களால் மதிக்கப்பட்டிருந்தால் அவர்களுக்கு வித்தியாசமான முறையில் உறைவிடம் வழங்கும் முயற்சி இருக்கக் கூடாது. ஒருவேளை இது மீண்டும் சீன உபசாரம் மற்றும் தாழ்மையாக இருக்கலாம்... ஆ, பிங்க்-பாங்க் நின்றுவிட்டது. இனி நான் தூங்கலாம்.

யூமென் அருகில் பாலைவன எல்லையில் ஒரு காவற்கோபுரம். வடமேற்கு சீனா மற்றும் மத்திய ஆசியாவுக்கு இடையில் இருக்கும் முக்கிய வழித்தடங்களில் இத்தகையக் கோபுரங்கள் காணப்படுகின்றன. படையெடுப்பவர்கள், வணிகர்கள், மேய்ச்சல் நாடோடிகள், மற்றும் புலம்பெயர்வோரைக் கண்காணிக்க இவை தேவையாக இருந்தன. குறிப்பாகப் பல சீனர் அல்லாதவர்கள் வர்ணிக்கப்படுவதுபோல 'காட்டுமிராண்டிகளுக்கு' எதிராகச் சீன எல்லைகள் பலவீனமானவை என்றும் அவை பாதுகாக்கப்பட வேண்டும் என்றும் கருதப்பட்டது.

யூமென் அருகில். காட்டுமிரண்டிகளின் ஊடுருவலுக்கு எதிராக வட மேற்கிலும் பாலைவனத்திலும் கட்டப்பட்ட அரண்கள் இன்னும் சிக்கலான உறுதிப்படுத்தல்கள் ஆகும்.

எங்களது கடைசி 30 கி.மீ. பயணம் என்னை மிகவும் குலுக்கிவிட்டதாக நான் உணர்ந்தேன்: கரடுமுரடான பாதையில், ஓடைகளையும் சாக்கடைகளையும் தாண்டி, மேடுகளில் ஏறித் தூக்கிவாரிப்போடும் வண்டியில் சென்றோம். லேண்ட் ரோவர் தகர டப்பாபோல் கிடுகிடுத்தது. ஆனால், அது ஒரு கவர்ந்திழுக்கும் நிலத்தோற்றம். பலவகையான மணல்கள் கொண்ட பாலைவனம் – பச்சை, மஞ்சள், சிவப்பு வரிகள் – ஊதா, நீலம் - கறுப்பு - செங்கருநீலம், சிவப்பு, இளம்சிவப்பு, மஞ்சள், மாறும் ஒளியில் மாறும் வண்ணம், ஒரு தெளிந்த வானில் நகரும் மேகங்களின் மேகத்தால் அனைத்தின் மேலும் புள்ளிகள். சில பகுதிகளில் வயல்கள், மீதி இடங்களில் மஞ்சள் பச்சைப் புதர்கள், இடையில் அடுக்கடுக்கான நிலத்தில் பாறைப் படிவுகள். சிலசமயம் சந்திரனின் நிலத்தோற்றம்போல் இருக்கிறது. வருவதற்கு முன் சீனாவின் நிலவியல் கூறுகள் குறித்துப் படித்துவிட்டு வந்திருக்க வேண்டும் என நான் நினைத்தேன். இத்தகைய ஒரு நாட்டைக் கடந்து போகும்போது அது எப்படி உருவானது என்று அறியாமல் இருப்பது குறைபாடே. சில சமயங்களில் ஓர் அறிவியல் புனைகதைக் கனவுலகில் கற்பனை கலந்த நொடிப்பொழுதுகள் நிகழ்ந்தன.

செம்மணல் குன்றின் உச்சியில் இருந்த ஒரு சிறு கிராமம் முடிவற்ற கதைகளை உருவாக்கியது. பல மைல்களுக்கு வெற்றுப் பாலைவனம். அதன்பின் அரக்கத்தனமாக விரிந்துபரந்து கிடக்கும் எண்ணெய் வயல்கள்; ஒரு மணல் மேகத்தின் அடியில் இருள்சூழ்ந்த மாலைநேரத்தில் அதன் வெள்ளித் தொட்டிகள் ராட்சசக் கண்களாக மினுங்க, அது பார்ப்பதற்கு ஆற்றலோடும் மனதைக் கலக்குவதுமாக இருந்தது. நாங்கள் நெருங்கி வந்தபோது, அது அமைதியாகவும், ஒரு நகரைப் போலவும் – அல்லது ஏதோ ஒன்று நிகழும் நகரைப்போல இருந்தது. அதற்கு ஓர் எண்ணெய் நகரின் ஜாலம் இருந்தது, துளைக்கருவிகள், ஜெட்கள், கிரேன்கள் மற்றும் தொட்டிகள் மற்றும் எண்ணெய்ப் பரப்புகள். இதை மந்திரம் என்று கூறலாமா? வெற்றிடமாக இருக்கும் ஒவ்வொரு பகுதியிலும் மக்கள் பேஸ்பால் ஆடிக் கொண்டிருந்தனர். எல்லா இடத்திலும் பேஸ்பால் ஆடினர் – அது தேசிய விளையாட்டு ஆகிவிட்டதுபோல் தோன்றியது. நான் பின்னர் வீதி வழியாக நடந்தேன். ஆண்களும் பெண்களும் குழுவாக எங்கும் அலைந்தனர் – பெரிய குவியல்களாக முலாம்பழம். வட இந்தியாவில் காணப்படுவது போல பல அறிமுகமான முகங்கள். இவர்கள் உகிர்ச் சிறுபான்மையினர் என்று எனக்கு கூறப்பட்டது. பெண்கள் அழகாக இருந்தனர். ஒரு சிறு தங்கும் இடமான யூமென் ஷியானில் நாங்கள் பகலுணவு அருந்தினோம். டன்ஹுவாங்குக்குச் செல்லும் முக்கிய சாலையில் இருந்து யூமென்னுக்குச் செல்லும் பாதை பிரிகிறது. பேருந்தைப் பிடிப்பதற்காக மக்கள் கூட்டம்

கூட்டமாக மூட்டை முடிச்சுகளுடன் எங்கும் இருந்தனர். சத்திரங்களிலும் உணவகங்களிலும் சீனம் மற்றும் அரபிக்கில் எழுதப்பட்டிருந்தன. அரபிக்கில் 'முஸல்மான் ஸராய்' என எழுதப்பட்டிருந்தது. முஸ்லிம்கள் தங்களுக்கெனப் பிரத்தியேகமான உணவகங்களைப் பராமரிப்பது ஆச்சரிய மாய் இருந்தது. அங்கு ஹலால் இறைச்சி கிடைக்கும், ஆனால், பன்றி இறைச்சி கிடைக்காது, ஆனால், சீனர்களுக்கு அது முக்கியமானதாகும். பெண்கள் முகத்தில் கறுப்புத் திரைகள் அணிந்திருந்தனர், ஆனால், அவை பின்னுக்குத் தள்ளப்பட்டு அவர்களது முகங்கள் தெரிந்தன – அவர்கள் மிகவும் அழகாக இருந்தனர். கிராமப்புறங்களில் காவல் கோபுரங்கள் இருந்தன. வட்டச்சுவர்கள் மண்ணால் கட்டப்பட்டவை. பத்து ஆண்டு களுக்கு முற்பட்ட கட்டடங்களின் எச்சங்கள் இருந்தன. மிக அண்மையில் கூட கொள்ளையர்கள் நிறைந்திருந்தனர் என்பதையும் பாதுகாப்பற்றதாக இருந்தது என்பதையும் நம்ப முடியவில்லை. நாங்கள் இப்போது பயணம் செய்யும் சாலை அப்போது இல்லை. ஆயுதம் தாங்கிய காவலர்கள் இன்றி நான்கு பெண்களால் பயணம் செய்வதை நினைத்துப் பார்த்திருக்கவே முடியாது. இவை எல்லாம் எல்லைப் பகுதிகள். பாதுகாப்பு அரண் குடி யிருப்புகள். இவற்றில் சில மத்திய ஆசிய வணிகத்தின் பரிமாற்ற மையங் களாக மாறின. மதத்தால் ஏற்பட்ட மந்த நிலை ஓரளவுக்கு சமீபத்தியது. இப்பகுதியில் உருவான சுரங்கத் தொழிலால் சுற்றுச்சூழலில் ஏற்பட்ட மாற்றங்களாலும் காடுகளின் பரவலான அழிப்பு ஆகியவற்றாலும் ஏற் பட்டது இது.

இன்னும் ஜியு குவான் (அப்போது ஸு ஜோவ் என அழைக்கப்பட்டது) போகும் பாதையில் தடிமனான ரஸாய் (பஞ்சு பொதிந்த போர்வை)க்குள் படுத்தவாறே லேன்ஸோவுக்குச் செல்லும் விமானம் புறப்படுவதற்காகக் காத்துக்கொண்டிருக்கிறேன். நாங்கள் காலை 6.30 மணிக்குப் புறப்பட் டிருக்க வேண்டும். ஆனால், லேன்ஸோவில் கால நிலை நன்றாக இல்லை. அதனால் 2 மணி நேரமாகக் காத்திருக்கிறோம். இன்று நாங்கள் போக முடியுமா என்று எண்ணினேன். வெளியே உறையவைக்கும் குளிர். எனவே நாங்கள் எல்லோரும் ரஸாய்க்குள் இருக்கிறோம்.

நேற்றுக் காலை யூமென்னிலும் இதுபோன்றே குளிராக இருந்தது. இரு அடுக்கு கம்பளி போர்த்தியிருந்தபோதும் நான் நடுங்கினேன். எண்ணெய் வயல் வழியாக வந்தபோது ஓட்டுநரின் கம்பளி வைத்துத் தைத்த கோட்டை அணிந்த பின்னரே என்னால் தாக்குப்பிடிக்க முடிந்தது. இது இன்னொரு அதிகாலை நேரம் – காலை 6 மணிக்கு எழுவதை நான் வெறுக்கிறேன், ஏனெனில் ஒரு மாற்றத்துக்காக எங்களுக்கு வசதியான மெத்தைப் போர்வை கொடுக்கப்பட்டுள்ளது, அது மிக ஆடம்பரமானது. எங்களுக்கு எண்ணெய்

வயல்கள் பற்றிய உண்மைகள் மற்றும் புள்ளிவிவரங்கள் குறித்து ஒரு மணி நேரத்துக்கு வழக்கமான ஒரு குறுகிய விளக்கம் அளிக்கப்பட்டது. சிலவற்றை நான் இங்கே குறிப்பிடுகிறேன்.

உயரம்: 2400 முதல் 2600 மீட்டர்கள். கோபி பாலைவனத்தைப் போல நிலப் பரப்பில் சரளைக்கல் மூடியிருக்கும். வானிலை உலர்ந்ததாக, சிறிதளவு மழையுடன், மற்றும் பனியுடன் இருக்கும். சூரிய வெப்பமும் காற்றும் அதிகமாக இருக்கும். ஓர் ஆண்டில் வெப்பநிலை 400 சென்டிகிரேடில் இருந்து -250வரை இருக்கும். எண்ணெய் வயல்கள் வளர்ச்சியடைந்தபோது இந்த நகரும் வளர்ந்தது. இது ஒரு எண்ணெய் நகராகவே திட்டமிடப்பட்டது. நன்றாக அமைக்கப்பட்டுள்ளது மேலும் குறிப்பிடத்தக்க அளவில் சுத்தமாக உள்ளது. இது லாவோ சி மியாவோ என்று அங்குள்ள கோவிலின் பெயராலேயே அழைக்கப்படுகிறது. கோயில் இதன் மையமாக மாறிவிட்டது. முதல் கட்டமைப்பு 1936இல் உருவானது. முதலில் அங்கு வாழ்ந்த மக்கள் எண்ணெய் ஆற்றில் தங்கம் எடுப்பதைத் தடைசெய்தனர். ஒரு இடுங்கிய பள்ளத்தில் பாய்ந்தோடும் ஆறு இது. ஒரு நிலவியலாளரால் எண்ணெய் முதன் முதலில் கண்டுபிடிக்கப்பட்டது. ஆனால், டேங்க் காலத்திலேயே இந்த ஆற்று வெள்ளத்தில் இருந்து எண்ணெய் எடுத்து எதிரிகளைத் தாக்கப் பந்தங்களை உருவாக்கினர். வண்டிகளின் அச்சிற்கு கச்சா எண்ணெயும் பயன்படுத்தப்பட்டது. பல வகையான எண்ணெய்கள் எடுக்கத் துளை இடுவது பற்றி எங்களுக்கு ஏராளமான உண்மைகள் கூறப்பட்டன.

1947ஆம் ஆண்டு ஓர் அமெரிக்க நிலவியல் குழுவினர் கன்சு மற்றும் குவிங்கையில் எண்ணெய் தேடினர். அவர்கள் இந்த எண்ணெய் வயலை வாங்க முடிவுசெய்தனர். ஆனால், கம்யூனிஸ்ட் அரசாங்கம் பதவிக்கு வந்தபோது அவர்கள் தங்கள் திட்டத்தைக் கைவிட வேண்டியதாயிற்று. அக்காலத்தில் அயல்நாட்டு எரிவாயு சீன எரிவாயுவைவிட மலிவாக விற்கப்பட்டு வந்தது சுவையான விஷயமாகும். வளர்ச்சித் திட்டங்களில் எண்ணெய்க்கு அதிக முக்கியத்துவம் அளிக்கப்பட்டது. கடந்த சில ஆண்டுகளாக எண்ணற்ற சோவியத் வல்லுநர்கள் இங்கு வருகைபுரிந்துள்ளனர். இதுபற்றி அமெரிக்கர்கள் என்ன நினைக்கிறார்களோ.

இந்த நகரின் மக்கள்தொகை 70,000. 6,000 பெண்களில் 2,000 பெண் தொழிலாளர்கள். பெண்கள் குறைவாக உள்ளனர் என்று அதிகாரிகள் அறிந்து அது பற்றி அதிகம் கவலைப்படுகிறார்கள். வீதாச்சாரம் 12 ஆண்களுக்கு ஒரு பெண். இதில் வித்தியாசம் காட்டப்படுவதாக எனக்குத் தோன்றவில்லை. சாலையில் பெண்களும் ஆண்களும் சகஜமாகச் செல்கின்றனர். போதுமான பெண்கள் இல்லாததால் ஆண்கள் சோகமாக இருப்பார்கள்

என்று டொமினிக் சொல்வதுபோல் ஒன்றும் தென்படவில்லை. இத்தகைய அறிகுறிகள் பார்க்கக்கூடியவை அல்ல. ஆண்கள் அதிகமாக இருக்கிறார்கள். ஆனால், பெண் ஊழியர்களையும் நாங்கள் துளையிடும் இடங்களிலும் சுத்திகரிப்புத் தளங்களிலும் பரவலாகப் பார்த்தோம். எல்லோரும் நீலச் சட்டைகள் அல்லது முழு ஆடைகள் அணிந்து கூந்தலை நீளமாகப் பின்னி இளஞ்சிவப்பு ரிப்பன்களால் கட்டி இருந்தனர்.

இப்பகுதியில் தேசியச் சிறும்பான்மையினர் அதிகமாக இருந்த போதிலும் 800 ஊழியர்களே அதில் இருக்கிறார்கள் என்பதைக் கேள்விப் பட்டு ஆச்சரியம் அடைந்தேன். இவர்களில் உகிர்கள் அதிகம் இருந்தனர். யூமென்னின் பெண்கள் மிக அழகாக இருந்தனர். சின்ஜியாங்கில் உள்ள ஒரு நகரில் அனைத்துப் பெண்களுமே அழகாக இருப்பார்கள் என்று கூறினார்கள். இந்த இடத்தில் பல பகுதிகளில் அது உண்மை என்று நான் நம்புகிறேன். சிறுபான்மையினருக்குச் சிறப்புச் சேவைகள் உண்டா என்று கேட்டேன். முஸ்லீம்கள் பன்றி இறைச்சி உண்ண மாட்டார்கள் என்பதால் தனி உணவக வசதி உண்டு என்று கூறினர். மதப் பழக்க வழக்கங்களை அனுசரிக்க மறுக்கக் கூடாது என்பது அரசின் கொள்கையாக இருக்கிறது. ஆனால், அத்தகைய பழக்கவழக்கங்கள் முக்கியமானவை இல்லை என்றால், வேறு பல விஷயங்களும் விலக்கப்பட்டால், தனி உணவகங்களும் அனுமதிக்கப்படக் கூடாது என்பதே எனது உணர்வாக இருந்தது. முஸ்லீம்கள் பன்றி இறைச்சி சாப்பிட வேண்டாம். ஆனால், எல்லோருக்குமாக ஓர் உணவகமே இருக்க வேண்டும். இப்படிப்பட்ட தனிப்படுத்தல் பிரிவினையை மோசமாக்கும். இந்தியாவில் அசைவம் சைவம் பிரிவினை போன்றது இது.

எண்ணெய் வயல்களைச் சுற்றி என் பயணம் மகிழ்ச்சியாக இருந்தது. மொட்டையாக இருந்த மலைகள் கவரும் வண்ணம் இருந்தன. மண்ணின் சிவப்பும் பாறைகளும் அசாதரணம். வளைவுகளுக்கும் பாறை மடிப்பு களுக்கும் இடையில் உயரமான கிரேன்கள் தென்பட்டன. கிரேன்களுக்குப் பக்கத்தில் கறுப்புக் கச்சா எண்ணெய்க் குளங்கள் சிவப்புத் தரையில் தார் போல மின்னின. வானம் அடர் மேகத்தால் மூடிக்கிடந்தது. தூரத்து மலை களை மேகம் மூடியிருந்தது. ஆனால், ஓர் ஆரோக்கியமற்ற நகரின் புகை அல்லது மூடுபனிச் சூழல் இல்லை. ஏனெனில் எல்லாம் போதுமான அளவுக்கு இடம்விட்டு அமைக்கப்பட்டிருந்தன. ஆனால், எல்லா இடத் திலும் எண்ணெயின் நெடி இருந்தது.

14
செங் ஜோவில் இருந்து வந்த வழியே திரும்பிச்செல்லுதல்

பறையும் கஞ்சமும் ஒலிப்பதை என்னால் இன்னும் கேட்க முடிகிறது– போர்க்கள ஒலிகள். இன்று மாலை நாங்கள் ஒரு ஹெனான் ஓபராவுக்குச் சென்றோம் – ஸாங்க் இளவரசியின் கதை. அவள் படைகளைப் போருக்கு வழிநடத்திச் செல்லும் காவிய நாயகி. எனக்குப் புரிந்த அளவில் இதுவரை சீனாவில் நான் பார்த்த ஓபராக்களிலேயே சிறந்தது. ஸாங்க் இளவரசியின் கதாபாத்திரத்தில் புகழ்பெற்ற ஹெனான் நடிகை மா குவிங் ஃபேங் நடித்தார். அவருடைய நடிப்பு – பாடல், சைகை, மற்றும் அவரது அசைவுகள் எல்லாம் – உண்மையிலேயே மிக அருமை. ஹெனான் ஓபராவில் கூடுதல் சைகை இருப்பதாகத் தோன்றுகிறது. அது மிகச் சிறந்த குழு என்ற எண்ணம் எனக்கு இருக்கிறது.

உடைகள் கவனமான ஆய்வு மற்றும் வடிவமைப்பால் உருவானவைகள் என்பது வெளிப்படையாகத் தெரிகிறது. எந்த ஒரு வண்ணமும் வடிவமும் பொருத்தமற்றதாக இல்லை. ஒரு நீதிமன்றத்தைக் குறிக்க நான்கு நாற்காலிகள், படுக்கைக்கு ஒரு திரையிட்ட ஸ்டேண்ட், தேவைப்பட்டால் ஒரு மேசை. இசையையும் உரையாடலையும் மட்டும் கொண்டே கதைப் போக்கு கட்டப்படுகிறது. இந்திய நடனம் போலவே கண் அசைவுகளும், கை அசைவுகளும் குறிப்பை உணர்த்துகின்றன. இந்த இரண்டிலும் மா குவிங் ஃபேங் கைதேர்ந்தவர். அவர் ஒரே அளவிலான உணர்வுகளை உதடுகளாலும் வாயாலும் வெளிப்படுத்துவதைக் கவனித்தேன். அவரது ஒவ்வொரு அசைவிலும் ஏதோ அசல் தன்மை இருந்தது. எந்தக் குழப்பமும் இல்லாமல் ஒவ்வொரு அசைவும் வரையறுக்கப்பட்டதாக இருந்தது. கண்களைச் சுற்றிலும் அதிகமாக இளஞ்சிவப்பு ஒப்பனை படிப்படியாக நிழல் கவிந்து இருந்த போதிலும் அவரது கண் அசைவுகள் உணர்வுகளைச் சிறந்த முறையில் வெளிப்படுத்தின. அடர் கறுப்புப் புருவம் சற்றே வளைந்து முடியின் எல்லைக்குள் நுழைந்தது. மூக்கின் கீழ் மங்கிய வெள்ளைக் கோடு. இவை எல்லாம் கண்ணசைவைப் பிரகாசமாக்கின. ஆரம்பக் காட்சிகளில் அவர் ஓர் அடக்கமான குடும்பத் தலைவி. கேயோ குயுபின்னின் ட்ரீம் ஆஃப் த ரெட் சேம்பரை உயிரோட்டமுள்ளதாகக்

கொண்டுவந்தார். படிப்படியாக அவர் தன்னை நிலைநிறுத்தி, இறுதிக் காட்சியில் பதாகையின் கீழ்ச் சண்டைக்குச் செல்லும்போது முற்றிலும் வேறுபட்ட நபராக இருக்கிறார். சிறந்த அறிவு இல்லாதவர்கள்கூட நல்ல நடிப்பையும் சாதாரணமானதையும் கண்டுபிடித்துவிடலாம். நாங்கள் அவரைப் பாராட்ட மேடைக்குப் பின் சென்றோம். இந்தியர்கள் ஓபராவைக் காண வரும் செய்தி எல்லோருக்கும் தெரிந்திருந்ததால் அவர் மகிழ்ச்சி அடைந்தார். அவர் உணர்ச்சிக்கு ஆட்படாதவராகவும் இயல்பானவ ராகவும் இருந்தார்.

இந்த இசைக்குழு எனக்கு வியப்பூட்டுகிறது. பல அளவுகளில் மூன்று முரசுகள், பல அளவுகள் மற்றும் தடிமன்களில் ஏராளமான ஜால்ராக்கள். ஒவ்வொரு காட்சியின் தொடக்கத்திலும் முடிவிலும் பேரோசை எழுப்ப இவை பயன்படுத்தப்படுகின்றன. குறிப்பாக கழுத்துகள் அழகாக வளைந்த இரு எர்கஸ் (இருநரம்பு இசைக்கருவி)கள்; கிட்டாரைப் போல வாசிக்கப் படும், பேரிக்காய் வடிவிலான, பார்ப்பதற்கு அழகான, வீணை வகையைச் சேர்ந்த பைப்பா; ஒவ்வொரு காட்சியின் தொடக்கத்திலும் முடிவிலும் ஒலிக்கப்படும் பல கிளாப்பர்கள்; ஒரு புல்லாங்குழல். இவற்றோடு செல்லோ, வயலின் ஆகியவையும் இருந்தன. இவை ஐரோப்பியப் பாணி யில் வாசிக்கப்பட்டன. இது ஒரு புதிய சேர்க்கை. இது தேவையற்றது என்று நான் நினைக்கிறேன். குறிப்பாகக் கீழ் மேல் சுரத்தில் எர்கஸை வாசிக்கலாம்.

அரங்கு ஒரு புதிய கட்டடம். உள்ளே வெறுமையாக இருந்தது. கீழே ஒரு பெரிய முற்றத்தில் வரிசையாக மெத்தை இடப்பட்ட நாற்காலிகள். வடிவமைப்பு எல்லாம் கல் மற்றும் சிமெண்டால் செய்யப்பட்டிருந்தன. நாங்கள் பார்த்த பிற அரங்குகளைப் போல வண்ணப்பூச்சோ சுவரோவியங் களோ இல்லை. சில வகையான சோசலிச யதார்த்தக் கலைக்கு இணங்க ஒரு சிவப்புக் கன்ன ஆணும் பெண்ணும் கோதுமைக் கதிர்களை வைத் திருப்பது போல அல்லது சிமினிகள் மற்றும் புனல்களின் பின்னணியில் ஸ்பேனரைப் பிடித்துக்கொண்டிருப்பது போலவும் படங்களைக் காணும் அபாயம் எப்போதும் உண்டு. பல இடங்களில் துப்புவதற்கான பாத்திரங்கள் வைத்திருந்தாலும் மக்கள் தரையில் துப்பும் பழக்கம் உடையவர்கள் ஆதலால் தரையில் கட்டியான விரிப்புகள்கூட இல்லை. ஆரம்பத்தில் பின்னால் இருந்த பெண் தொண்டையைக் காறி ஓசையோடு துப்புவதால் அருவருப்படைந்தேன். என் கழுத்தில் தவறுதலாகப் பட்டுவிடுமோ என்று பயந்தேன். ஆனால், போகப் போக பழக்கமாகிவிட்டது, இறுதியில் அதைப் பற்றிய நினைவே இல்லை. நல்வாய்ப்பாக அது என் பின்கழுத்தில் படவும் இல்லை.

எனக்குப் பழக்கமான அரங்குகளில் இருந்து இதற்கிருந்த வித்தியாசம் என்னவென்றால் நன்கு ஆடையணிந்தவர்கள் முன்னாலும் மோசமான ஆடை அணிந்தவர்கள் பின்னாலும் என்ற கேள்வியே இல்லை. ஏனெனில் எல்லோருமே சமமான ஆடைகள் அணிவதால் வித்தியாசமே இல்லை. அரங்கில் மக்கள் எங்கு வேண்டுமானாலும் அமரலாம். ஐரோப்பாவைப் போல காட்சியின்போது பேசினால் யாரும் ஸ்ஷூ சொல்வதில்லை. ஆனால், நல்வாய்ப்பாக எல்லாமே கிசிகிசுப்புகள்தான். மக்கள் மூழ்கிப் போகும் உண்மையான உணர்வு உள்ளது. சில ஆடைகள் ஐரோப்பிய சீட்டுக்கட்டில் உள்ளதுபோல் அரச வம்சத்தாருடையது. இவை பாடலின் போது அணிவது. ஏதாவது தொடர்பு இருக்கிறதா என்று ஆச்சரியப்பட்டேன்.

மீதி நாள் நகரைச் சுற்றிப்பார்ப்பதில் கழிந்தது. ஹெனான் மாகாணத்தின் தற்போதைய தலைநகரான செங் ஜோவை நான் முதலில் ஒரு சிறிய இடமாக எண்ணினேன். ஆனால், அது 4,00,000 மக்கள்தொகை கொண்டதாக இருந்தது. அதை ஓர் இந்திய நகராக உணர முடிந்தது. புதிய நகரில் ஏராளமான கடைகள் இருந்தன. எல்லாம் முன்பக்கம் திறப்பு கொண்டவை மேலும் நீளமான கவுண்டர்கள் கொண்டவை. இதனால் ஒரு தெருவில் நடக்கும் போதோ வாகனத்தில் செல்லும் போதோ ஒவ்வொரு கடையும் எதை விற்கின்றன என்று அறியமுடியும். சாலைச் சந்திப்புகளில் போஸ்டர்களுடன் தீவுகள் போன்ற அமைப்பு. புதிதாகத் தார் போடப் பட்ட சாலைகள் முக்கியத் தெருக்கள் வழியாகச் செல்லுகின்றன (ஆனால், அவை சுத்தமாக இருக்கின்றன. இதற்கு ஒரு காரணம் விலங்குகள் இந்தச் சாலைகளில் திரிய அனுமதிக்கப்படுவதில்லை); ஆனால், பழைய நகரில் சரளைக்கல் பதித்த சாலைகள், தாழ்ந்த வீடுகளும் கடைகளும், எல்லா இடங்களிலும் விளையாடும் சின்னக் குழந்தைகள், சோம்பேறித்தனமாக சாலைகளின் குறுக்கும் நெடுக்குமாகச் செல்லும் பன்றிகளும் நாய்களும், மயிரிழையில் வாகனங்களில் அடிபடுவதில் இருந்து தப்பி விழுந்தடித்து சாலைகளைக் கடக்கும் கோழிகள். மஞ்சள் தூசிக்கு மத்தியில் வாகனத் துக்குப் பின் ஓடிவந்து 'சுலியன் பெங்க்யோ' (சோவியத் நண்பர்கள்) என்று கத்தும் குழந்தைகள். நாங்கள் அயல்நாட்டுக்காரர்கள், அயல்நாட்டுக் காரர்கள் என்றாலே ரஷ்யர்கள். நாங்கள் சென்ற நிலையவாகனம்(வேகன்) வசதியாக இருந்தது. இது சுல்தானின் அந்தப்புரம்போல் இருந்தது. எல்லா ஜன்னல்களிலும் கிரீம் வண்ணத் திரைகள், வடிவமைப்புடன் மெத்தை வைத்த கறுப்புப் பருத்தி மேற்கூரை, அனைத்துப் பக்கங்களிலும் தொங்கும் பட்டு சுருங்கும் சரிகை. நாங்கள் மூன்று பெண்கள்: மிங்கோ, அனில் மற்றும் நான், எங்களுக்குப் பாதுகாப்பாக ஆறு பேர், பண்பாட்டுச் சங்கத்தின் உறுப்பினர்கள், உள்ளூர் தொல்பொருள் ஆய்வாளர்கள் மற்றும் உள்ளூர் 'நண்பர்கள்'.

நாங்கள் தங்கி இருந்த விடுதியில் மையவெப்பமாக்கலும் அனைத்து நவீன வசதிகளும் இருந்தன. வெளிப்புறம் எனக்குப் பிடித்தது. சாம்பல் கல் மற்றும் சிவப்புச் செங்கல். நடுப்பகுதி சாம்பல் நிறம். வேலைப்பாடு அழகாக இருந்தது. கட்டடக்கலை ரீதியாக சிறப்பாக இருக்கிறது என்று சொல்ல முடியாவிட்டாலும் பிறவற்றோடு ஒப்பிடும்போது சிறப்பாக இருந்தது. உள்ளேயோ அதே கனமாக, தொகுதியான தளவாடங்கள், சீனத்தன்மைகள் இல்லை. இந்த விடுதிகள் மற்றும் விருந்தினர் மாளிகைகளுக்கு இவர்கள் இவ்வளவு செலவுசெய்வது வருத்தமாக இருந்தது. ஆனால், இது ஆசியாவை ஊடுருவும் நோய். பெரும்பாலான நமது புதிய கட்டடங்கள் கவர்ச்சிகரமானவை அல்ல. ஆனால், முருகியலுடன் பண்பாட்டுப் பண்பு களைக் கொண்ட கட்டங்களை உருவாக்க நமக்குப் பல ஆண்டுகள் ஆகும். சில ரஷ்யர்களைப் பார்த்தேன். இவர்கள் செங் ஜோவில் உருவாகும் துணி ஆலைகளில் வேலைபார்ப்பவர்களாக இருக்கலாம். எந்த ஓர் இடமும் விடப்படவில்லை என்பது ஆச்சரியம் – லுஓயாங்கிலும் டிரேக்டர் தொழிற் சாலை வருகிறது.

ஒரு ஷேங்க் நகர் சுவரை அகழ்வு செய்யும் இடத்துக்குச் சென்றோம். ஒரு சிறிய தளம், ஆனால், நன்கு அடையாளப்படுத்தப்பட்டுள்ளன. பழைய நகரங்களின் தற்காப்பு ஒரேபோல் உள்ளது. தரையில் இருந்து நான் மூன்று ஷேங் சில்லுகளை எடுத்தேன். எனது சிறிய சேகரிப்பில் இது அடங்கியது. இந்தப் பகுதி முழுவதுமே மேற்பரப்பு முதல் எல்லா இடங்களிலும் தொல்பொருட்கள் கிடைக்கின்றன. ஆனால், அகழ்வாராய்ச்சி செய்ய வல்லுநர்கள் இல்லை.

செங் ஜோ தொல்லியல் குழுவின் பணிமனைக்கு நாங்கள் அழைத்துச் செல்லப்பட்டோம். அங்கு ஓர் உண்மையான அகழ்வின் முடிவுகளை நாங்கள் பார்த்தோம். இத்தகைய அகழ்வாராய்ச்சியில் நானும் பங்கு கொள்ள மாட்டேனோ என்ற பேராசை எனக்குள் ஏற்பட்டது. எங்கும் அது துதன்காமுன் மற்றும் எகிப்தைப் போல் இருந்தது. போர் புரியும் அரசுகளின் (கி.மு. 475-221) காலகட்டத்தைச் சேர்ந்த ஒரு பிரபுவின் கல்லறை ஒரு ஹேனான் கிராமத்தில் தோண்டி எடுக்கப்பட்டது. பல கைவினைஞர்கள் கோப்பைகள், உருவங்கள், பானைகள், மற்றும் ஒரு அரக்க உருவத்தின் மர மாதிரிகளைச் சுறுசுறுப்பாக உருவாக்கிக்கொண்டிருக்கும் பணிமனைக்கு நாங்கள் சென்றோம். அடுத்த அறையில் கண்ணாடித் தொட்டிகள், பேசின்கள், மற்றும் பல அளவிலான பானைகள் ஆகியவற்றைப் பார்த் தோம். கல்லறைகளில் இருந்து எடுக்கப்பட்ட மர எச்சங்கள் ஃபார்மாலின் மற்றும் பல ரசாயனப் பொருட்களில் வைக்கப்பட்டிருந்தன. கல்லறையில் ஒரு மரச் சவப்பெட்டி, மற்றும் அதைச் சுற்றி இருந்த இடைவெளியில்

மரம், வெண்கலத்தால் செய்யப்பட்ட பொருட்கள். சமையல் பாத்திரங்கள், இசைக் கருவிகள், கண்ணாடிகள், ஒரு தேர் மற்றும் மறு உலகில் பயன் படக்கூடிய அனைத்துப் பொருட்களும். வெண்கலப் பொருட்கள் சிறப் பானவைகள் என்றாலும் இவற்றைப் போன்ற பொருட்கள் பிற கல்லறை களில் இருந்தும் கிடைத்துள்ளன. ஆனால், அனைத்து மர உருப்படிகளும் கட்டி நிறத்தில், வடிவமைப்பில் சிவப்பு மற்றும் கறுப்பு அரக்கு மாறி மாறி அமைந்திருக்க தனித்துவமாக விளங்கியது. அவர்கள் இதுவரை ஓர் அறிக்கைகூட வெளியிடாததால் கெடுவாய்ப்பாக என்னால் புகைப்படம் எதுவும் எடுக்க முடியவில்லை.

பின்னர் நாங்கள் ஷேங் காலத்துத் தொல்பொருட்களைப் பார்த்தோம். இவை இப்போது சில ஆண்டுகளாக கண்டெடுக்கப்பட்டவை. புது கட்ட டங்கள் மற்றும் சாலைக்காக தோண்டும்போது கிடைத்தவை. அவர்கள் கூறிய காலத்தை என்னால் ஏற்க முடியவில்லை ஆனால், அவர்கள் மறுப் பதற்கு நாங்கள் ஒத்துக்கொண்டோம். இப்போது இருபதாம் நூற்றாண்டின் காற்று மற்றும் ஒளியில் பொருட்கள் காட்சிப்படுத்தப்படும்போது அவற் றைச் சிறந்த முறையில் காட்சிப்படுத்த முடியாது. இது மிகவும் முக்கிய மானது. பணிமனையில், பஞ்சாபில் நாங்கள் விளையாடுவது போலவே, ஒரு சிறுமி கூழாங்கற்களை வைத்து விளையாடிக்கொண்டிருந்தாள். எனக்கு நேரம் இருந்திருந்தால் நான் அவளோடு அமர்ந்து விளையாடி இருப்பேன்.

ஓபராவுக்கு முன்னால் நாங்கள் எங்கள் ஆறு விருந்துத்துணையாட் களுடன் உணவருந்தினோம்: சிவப்பு ஒயின், பல டோஸ்ட்கள், அதிக அசாதாரண உணவுகள், குரங்கு(வடிவக்) காளான்கள், சூடான கேரமலில் ஆப்பிள் துண்டுகள். வியப்பூட்டும் வண்ணம் செவ்வியல் கால நாயக நாயகிகளின் படம் பொறித்த குச்சிகளை அளித்தனர். அவை நாங்கள் யூமென்னில் வாங்கிய அழகிய அடிக்கோல்களுடனும் ட்ரீம் ஆஃப் த ரெட் சேம்பர் மற்றும் ட்ரீம் ஆஃப் த வெஸ்ட் சேம்பரில் வரும் பாத்திரங்களின் படத்தோடும் பொருந்தின.

15

நான்ஜிங்கிற்குச் செல்லும் தொடர்வண்டியில்

இன்று காலை செங் ஜோவில் இருந்து நான்ஜிங் செல்லும் தொடர் வண்டியில் பயணம் செய்தோம். எனக்குத் தூக்கக்கிறக்கமாக இருந்தது. தொடர்ந்து நான் தூங்கிக்கொண்டே இருக்க வேண்டும்போல் இருந்தது. ஓபராவுக்குச் சென்று வந்த பின்னர் இரவு வெகுநேரம் எழுதிக்கொண் டிருந்தேன். நாங்கள் காலை 7 மணி தொடர்வண்டியைப் பிடிப்பதற்காக மீண்டும் காலை 5 மணிக்கு எழவேண்டி இருந்தது. கட்டியான சொகுசு மெத்தைப் போர்வையுடன் கூடிய வசதியான படுக்கை, குளிர் இரவு, முழு நிலவு. ஒரு வெற்றுப் பதிவாக இருந்தாலும் ஓர் அரை மணி நேரத்தில் துரிதமாகக்கூட ஒவ்வொரு இரவும் அன்றாடச் செயல்களின் ஒரு பதிவை எப்படியாவது எழுதிவிட வேண்டும் என்று நான் முடிவு செய்திருந்தேன். நான் பார்த்தவைகள் எல்லாவற்றையும் நினைவுக்குக் கொண்டுவர வேண்டுமானால் எனக்கு அதிக நேரம் தேவைப்படும். ஆனால், இந்த அரக்கத்தனமான பரபரப்பில் எனக்கு நேரமும் இல்லை. எனக்கு நேரம் கிடைத்தால், நான் இந்தப் பயணத்தைப் பற்றி எழுதுவேன், ஆனால், எனக்குக் கிடைக்காது.

நான்ஜிங்கை நோக்கிய பயணம் ஒரு மந்தமான, முடிவற்ற பொட்டலான பிரதேசம் வழியாகச் சென்றது. பல ஏக்கர் வயல்கள். தெளிவான வானத்தில் சூரியன் பிரகாசித்தது. மழைப் பிரதேசங்களை விட்டு மீண்டும் வறண்ட பகுதிக்கு வந்துவிட்டதாகத் தோன்றியது. வெப்பமும் எல்லாவற்றிற்கும் மேலாக அடுக்கடுக்காகத் தூசியும். பிறவற்றைவிட இது வேறுபட்ட தொடர்வண்டி. சிறு கம்பார்ட்மெண்டுகள் இல்லை. நீண்ட பகுதியில் வரிசையாகப் படுக்கைகள். ஒரு பக்கம் திறந்த வெளி. இது ஷாங்காய்க்குச் செல்வதால் கூட்டமாக இருந்தது. எனவே எல்லோருக்கும் நாங்கள் பார்வைப் பொருட்களாக இருந்தோம். மக்கள் அங்குமிங்கும் அலைந்து திரிந்தனர். நாங்கள் உலகின் எந்தப் பகுதியில் இருந்து வருகிறோம் என்று அறிந்துகொள்ள ஆர்வமாக இருந்தார்கள். மக்கள் முக அமைப்பு மாறி இருந்தது: கட்டி நிறத் தோல், அதிக வட்ட முகம் மற்றும் உறுப்புகள். கன்சுவில் இருப்பவர்களைப்போல் மங்கோலிய உடல் அம்சங்களாக இருக்கலாம்.

தொடர்வண்டியில் இருந்த விவசாயப் பெண்கள் பார்க்க நளினமாக இருந்தனர். கொண்டை போட்டிருந்ததால் முகம் எடுப்பாகத் தெரிந்தது. வெள்ளை, கறுப்பு அல்லது நீல விவசாய ஜேக்கட், உயரமான காலர், முழங்காலில் இருந்து கணுக்கால்வரை கறுப்பு அல்லது சாம்பல் நிற 'பட்டி'யின் கீழ் தளர்வான கறுப்புக் கால்சட்டை, மேலும் குட்டிக் கால்களில் கூரான காலணிகள். பாதங்கள் சிறந்த முறையில் தெரிய முழந்தாள் இவ்வாறு கட்டுப்பட்டிருக்கும் என்று நான் நினைக்கிறேன். இவ்வாறு கட்டப்பட்டப் பாதங்களை நான் பாராட்ட மாட்டேன். ஒவ்வொரு தடவையும் அதைப் பார்க்கும்போது அதன் அடியில் இருக்கும் கொடூரத்தை என்னால் பார்க்க முடிகிறது. அவர்கள் கண்ணியத்துடன் நடக்கிறார்கள். முடியைக் குட்டையாக வெட்டி தொங்கவிட்டு அலட்சியப் போக்குடன், பிளவுசும் சாதாரண ஸ்லாக்கும் அணிந்து, பிற நகரில் எங்கோ வாழும் பெண்ணோடு ஒப்பிடும்போது இவர்கள் எழிலாகத் தோன்றுகிறார்கள்.

எழில் என்பது வெறும் ஆடையில் மட்டும் இல்லை என்பது உண்மை தான். இது விவசாயிக்கும் பொருந்தும். தளர்வான கால்சட்டைகள், முன் பக்கம் பட்டன்களுடன் கறுப்பு ஜேக்கட்டுகள், உள்ளே வெள்ளை ஜேக்கட், சில சமயம் இடுப்பைச் சுறி ஓர் இடைக்கட்டு. முகம் முரட்டுத்தனமாக ஆனால், அழகாகக் காணப்படுகிறது. நகரத்தில் பிறந்து வாழும் ஒரு நபரின் அம்சங்கள் மாறி ஒரு பொதுவான வார்ப்பாக இணைந்துவிடுகிறது. நிச்சயமாகச் சீனக் குழந்தைகளின் அழகை இன்னும் என்னால் வர்ணிக்க முடியவில்லை. வட்ட முகமோ, ஆர்வத்துடன் விரியும் சிறு ஒடுங்கிய கண்களோ மட்டுமல்ல, குழந்தைகளின் முழு ஆளுமையும் மிகக் கவர்ச்சி கரமாக இருக்கின்றன. சீனக் குழந்தைகள் தாயுடன் ஒட்டிக்கொண்டு இருக்க வில்லை. அவர்கள் வெளியே செல்லக்கூடியவர்கள். இது என் கற்பனை யாகவும் இருக்கலாம். கிராமங்களில் தந்தை குழந்தைகளைச் சுமந்து செல்வதைப் பார்க்கலாம். பெற்றோர் இருவரின் இரட்டை நெருக்கம் குழந்தையின் ஆளுமை வளர்ச்சிக்கு உகந்ததாக இருக்குமா என்பது குறித்துச் சிந்திக்கிறேன்.

சில கணத்துக்கு முன் இங்கு ஒரு வேடிக்கையான சிறு உரையாடல் நிகழ்ந்தது. தனக்கு முன் படுக்கையில் இருக்கும் ஒருவர் வெறும் சட்டை மற்றும் உள்ளுடையுடன் தூங்குவதாகவும் அவரைத் தன் கால்சட்டையை அணியும்படிக் கூறவும் என்று ஒரு பெண் தொடர்வண்டிப் பொறுப்பு அதிகாரியிடம் புகார் அளித்தார். அந்த அதிகாரி சூடு அதிகமாக இருப்பதால் அவர் அப்படி அணிந்திருக்கலாம் என்றும் மேலும் அதில் அநாகரிகம் ஒன்றும் இல்லை என்றும் பதில் கூறிவிட்டு விஷயத்தை அந்த நபரிடமும் கூறினார். இதைக் கேட்டுக்கொண்டிருந்த அந்த மனிதர் கூறினார், 'எவ்வளவு நிலப்பிரபுத்துவத்தனமாக இருக்கிறது'.

என்னுடைய தினசரிச் செயல்பாடுகளைப் புதுப்பித்து, தொல் எச்சங் களையும் தொழிற்சாலைகளையும் பற்றிச் சிந்திப்பதில் உணர்வுடனும் உழைப்புடனும் இருந்து தொடர்வண்டியில் எனது நேரத்தைப் பயன் படுத்த வேண்டும். ஆனால், என்னை வருத்திக்கொள்வதாக நான் உணர வில்லை. தொடர்வண்டியில் என்னால் தூங்க முடியுமானால் என் தூக்க நேரத்தைப் பயன்படுத்திக்கொள்ள முடியும். காலை முழுவதும் வாசித்துக் கொண்டிருந்தது எனக்கு அமைதி அளித்தது. நான் *தி பிரதர்ஸ் கரமஸோவைப்* படித்துக்கொண்டிருந்தேன். நிலையத்தை விட்டு புறப் பட்டதும் படிக்க ஆரம்பித்து அதில் மூழ்கிவிட்டேன். எவ்வளவு அதிகமாக தாஸ்தாயேவ்ஸ்கியைப் படிக்கிறேனோ அவ்வளவு அதிகமாக அவர்மேல் அனுதாபம் பிறக்கிறது. அவர் ஒரு பெரும் மனிதாபிமானியா? இது எல்லாம் சாதாரணமானது. பெரும்பாலான நேரங்களில் எனது பொதுவான எதிர்வினைகள் என்னைக் கோபப்படுத்துகிறது. வேறு விதமாக நான் இருக்க விரும்புவதால் அல்ல, வெளிப்படையாகத் தெரிவதற்கு அப்பால் என்னால் பார்க்க முடியாததுபோல் தோன்றுவதால், மேலும் பெரும்பாலும் வெளிப்படையாகத் தெரிவதைக்கூட என்னால் பார்க்க முடியவில்லை.

பத்து மாதங்களுக்கு முன்னர் *தி இடியட்டை* வாசித்துக்கொண்டிருந்ததை நான் நினைத்துப்பார்க்கிறேன். முக்கிய பாத்திரம் பிற பாத்திரங்களை எல்லாம் புறந்தள்ளி என்னை ஆக்கிரமித்துக்கொண்டது. ஆனால், *தி பிரதர்ஸ் கரமஸோவ்* வேறுபட்டது. அந்தக் கண்ணோட்டத்தில் முழுமையானது. இது சந்தேகமற்றது, ஏனெனில் கடந்த ஆண்டில் மக்களைப் பற்றிய என் சொந்த விழிப்புணர்வு கூர்மை பெற்றது. வெகு நாட்களுக்கு முன்னால் நான் படித்த *கிரைம் அன்ட் பனிஷ்மெண்ட்டை* நான் திரும்பவும் படிக்க வேண்டும். தாஸ்தாயேவ்ஸ்கியின் சோக அவநம்பிக்கைக்கு சீனர்கள் எவ்விதம் எதிர்வினையாற்றுகிறார்களோ? அவர்கள் அவரது உணர்வைப் பாராட்டுவார்கள், ஆனால், சோக ஆளுமையையும் பழைய தத்துவத் தையும் புறக்கணிக்கலாம். தற்காலச் சீன எழுத்தாளர்கள் சோவியத் இலக்கியக் களத்துக்கு அறிமுகமானவர்களாகவே இருப்பார்கள். அவர்கள் பழையதை ஆழமாக ஆராய்வர்களா? சோவியத் பண்பாட்டுப் பதிப்பு சோவியத் இலக்கியத்தின் முத்திரையை உள்ளடக்கியுள்ளதா? அதற்கு அதிகம் சான்றுகளை நான் பார்க்கவில்லை. சீன இலக்கிய மரபும் சொந்த மாகவே சம ஆற்றல் கொண்டதுதான். நான் இதுவரை கவனித்ததில் இருந்து சோவியத்தின் முத்திரை தொழில்நுட்ப அறிவு மற்றும் அயல்நாட்டுக்காரர் களுக்கான விடுதிகளின் உள்ளலங்காரம் ஆகியவற்றைப் பொறுத்தவரையில் பதிந்துள்ளது. ஒரு சீன பைசாண்டிய உறவை என்னால் கற்பனை செய்து பார்க்க முடியவில்லை. அது ஒரு கொடுங்கனவு போன்றது. ஆனால், ஏன்

கூடாது? பல அபூர்வ இணைப்புகள் தாமாகவே அல்லது கட்டாயத்தினால் நிகழ்ந்துள்ளன. இந்தோ ஐரோப்பிய அல்லது இறுதியில் ஒரு டியாகோ ரிவெராவை உருவாக்கிய ஸ்பானிய மெக்சிகன் இணைப்பு அதிகப் புதிரானதாக இருக்க முடியாது. இதோ இன்னொரு கூற்று – தனித்தனியான எடுத்துக்காட்டுகளினால் ஒரு பண்பாட்டை மதிப்பிட முடியாது.

நாங்கள் இதுவரை பயணம் செய்த தொடர்வண்டிகளில் இது மிகவும் எழிலானது எனத் தோன்றுகிறது. நான் இப்போது உட்கார்ந்து கொண்டிருப்பது பழைய புகழ்பெற்ற ஷாங்காய் எக்ஸ்பிரசின் புனரமைக்கப்பட்ட பதிப்பு என்று நான் நம்புகிறேன். அதே பெயரில் ஒரு திரைப்படம் எடுக்கப்பட்டதால் அந்தப் பெயர் வீட்டுக்குவீடு அறிந்த பெயர் ஆக இருந்தது. அது 1930களில் எடுக்கப்பட்டிருக்க வேண்டும் என்று நான் நினைக்கிறேன். அதில் மார்லின் டியட்ரிச்சும் அன்னா மேய் வோங்கும் நடித்திருந்தனர். அவர்களும் அனைவராலும் அறியப்பட்டவர்களே. இதன் கதை காதல் தோல்விகளையும் உள்ளார்ந்த கொலைகளையும் சுற்றிப் புனையப்பட்டிருந்தது. எப்போதும் குறிப்பிடப்படும் விவரிக்க முடியாத உடன் பயணிகளுடன் 'விவரிக்க முடியாத கிழக்கு' என்பதில் அது அமைக்கப்பட்டிருந்தது. காம வெறி கொண்ட பெண்கள், துப்பாக்கிச் சூடுகள், கூச்சல்கள், ரகசியக் காவலர்கள் மற்றும் உளவாளிகள், இனி ஒருபோதும் வர மாட்டார்கள்போல் தோன்றுகிறது. பதிலாக நாங்கள் மூவரும் ஒரு மெல்லிய மெத்தையுடனான வசதியான பெட்டியில் லெமோனேடைப் பருகியவாறு – கிரீன் டீ அல்ல – வயல்களில் கூட்டமாகச் செல்லும் வாத்துக்களைப் பற்றி பேசிக்கொண்டிருக்கிறோம். தொடர்வண்டியில் தொழிநுட்ப வல்லுநர்களான சோவியத் நண்பர்கள் நிறைந்து காணப்படுகிறார்கள். அவர்களில் சிலர் நடைபாதையில் அங்கும் இங்கும் நடந்துகொண்டிருக்கின்றனர். அயல் நாட்டவர்களில், கிழக்கு ஜெர்மனியில் இருந்து ஓரிரு பெண்கள், நாங்கள், மற்றும் நிச்சயமாக பல சீனப் பயணிகள்.

தொடர்வண்டி ஷாங்காய்க்குத்தான் சென்றுகொண்டிருக்கிறது என்பதில் சந்தேகம் இல்லை. முழு வண்டியும் ஆடம்பரமாகவும் அதிக மேற்கத்திய தோற்றமும் கொண்டதாக இருந்தது. தரை விரிப்பும் வசதியான இருக்கைகளும் கொண்ட ஒரு பெட்டியை நான் கடந்து சென்றேன். உணவறை இருந்த பெட்டியும் மிகவும் புத்திசாலித்தனமாக அமைக்கப்பட்டிருந்தது. ஒவ்வொரு மேசையிலும் வெறும் இனிப்பான சிவப்பு ஒயின் மற்றும் பீர் பாட்டில்கள் அல்லாமல் பிராண்டியும் வோட்காவும்கூட இருந்தன. எங்களுக்கு அருகில் இருந்த மேசையில் ஒரு தம்பதியர் கவரும்படியாக இருந்தனர். ஏனெனில், அவர்கள் அழகாக உடை அணிந்திருந்தனர்.

அந்தப் பெண் நன்றாக வெட்டப்பட்ட சட்டையும் வண்ண ரவிக்கையும் அணிந்திருந்தார். 'அயல்நாட்டு நண்பர்களை'த் தவிர்த்து இன்னொரு மேசையில் சில சீன இளம் வயதினர் அமர்ந்திருந்தனர். அவர்களது உடை மற்றும் அவர்கள் ஐரோப்பிய உணவுகளைக் கேட்டதைக் கொண்டு பணக்காரர்கள் என்று மதிப்பிட முடிந்தது. ஒருவேளை அவர்கள் அயல் நாட்டில் வாழும் சீனர்களாக இருக்கலாம். ஆண்களில் ஒருவர் பழுப்பு நிறக் கால்சட்டை, கறுப்புச் சட்டை, பழுப்பு ஜெர்சி, சாம்பல்நிறத் தோல் காலணி அணிந்திருந்தார். நீல சூட்கள் இல்லை. இது நான்ஜிங்கைப் பற்றியும் ஒருவேளை ஷாங்காய்யைப் பற்றியும் குறிப்பிடத்தக்க ஒன்று என்று நான் கருதுகிறேன். பீஜிங்கைவிடப் பெண்கள் இங்குச் சிறப்பான முறையில் அலங்கரித்துக்கொண்டிருக்கின்றனர். இதை பாம்பே மற்றும் தில்லியுடன் ஒப்பிடலாம். காலனியாதிக்க காலத்தில் வணிக நகர்கள் அதிகாரப்பூர்வ தலைநகரைவிட சிறப்பாக இருந்தன. பீஜிங்கில் நாங்கள் சந்தித்த மக்கள் மிக நட்புரிமையோடு இருந்தனர். இது என் கற்பனையாகக் கூட இருக்கலாம்,

ஒருவர் நல்ல முறையில் ஆடை அணிந்து வரக் கூடிய இடம் என்ற உணர்வு எனக்கு ஏற்பட்டது. இந்த நகரம் ஐரோப்பிய நகரம்போல் இருந்தது. முதலில் நாங்கள் வட மேற்காகவும் தொலைதூரத்தில் இருந்த இடங்களுக்கும் சென்றது நல்லது என்று கருதுகிறேன். நேற்றையப் பயணம் நீண்டது மற்றும் சோர்வுதருவதாக அமைந்தது. இன்னும் பாலம் கட்டப்படவில்லையாதலால் யாங்ட்சி நதியை நாங்கள் (ஃபெர்ரி)படகில் கடந்தோம். படகில் முழு ரயிலையும் கொண்டுசெல்ல முடியாததால் அது மூன்றாகப் பிரிக்கப்பட்டது. தொடர்வண்டியின் லயத்தில் இருந்து படகின் மென்மையான அசைவுக்கு மாறியது புதிய உணர்வாக இருந்தது. இருட்டாக இருந்ததால் ஒன்றையும் பார்க்க முடியவில்லை. ஆனால், வேகமாகச் செல்லும் ஜங்கின் (சீனக் கப்பல்) நிழல் மட்டும் தெரிந்தது.

16
நான்ஜிங்கை அடைதல்

சுத்தத்திலும், புதிதாக வண்ணம் பூசப்பட்டு இருந்ததாலும், மக்களின் நகர்வுகளில் இருந்த ஒழுங்கினாலும் நான்ஜிங் தொடர்வண்டி நிலையம் கண்ணைக் கவரும் வண்ணம் இருந்தது. நடைமேடையில் அதிகமான கூட்டம். வழக்கமான ஓசையுடன் அங்குமிங்கும் பரபரப்பாகச் செல்லுவது பிற நிலையங்களைவிட இங்கு வெளிப்படையாகத் தெரிந்தது. ஏன் என்று நாங்கள் விரைவாகவே உணர்ந்துகொண்டோம். நடைமேடையில் பீஜிங் செல்வதற்காக மாணவர் சிறப்புத் தொடர்வண்டி ஒன்று நின்று கொண்டிருந்தது. கல்வி ஆண்டு விரைவில் தொடங்க இருந்தது. இவர்கள் எல்லோரும் ஷாங்காய் மற்றும் இன்னும் தெற்கில் இருந்து தங்கள் உயர் பள்ளிக் கல்வி நிலையங்களுக்கும் கல்லூரிகளுக்கும் செல்லும் மாணவர்கள். பல பைகளையும் மூட்டைமுடிச்சுகளையும் ஒதுக்கி வைத்துவிட்டுப் பார்த்தால் இவர்கள் தங்கள் கல்விக்கு இடையில் சுற்றுலா செல்பவர்களைப் போல இருந்தார்கள். சுருள் பைகளில் அவர்களுடைய புத்தகங்கள் ஒன்றாகக் கட்டப்பட்டிருந்தன. பல அளவுள்ள கட்டுகள் மற்றும் பெட்டிகள் நடைமேடையில் இழுத்துச்செல்லப்பட்டன. மாணவர்களுக்காக ஒரு முழு தொடர்வண்டியே ஏற்பாடு செய்யப்பட்டிருந்தது என்னை மிகவும் கவர்ந்தது. நடைமேடையில் இசை ஒலித்தது. அது பீக்கிங் ஓபரா இல்லை. ஐரோப்பிய நடன இசை.

ஆள்நடமாட்டம் இல்லாத தெருக்கள் வழியாக எங்கள் வாகனம் தங்கு விடுதிக்குச் சென்றது. யூரேசியத் தளவாடங்களுடன் கூடிய ஒரு நவீனக் கட்டடம். ஆனால், நாங்கள் இருந்த பிற விடுதிகளோடு ஒப்பிடும் போது இதமாக இருந்தது. ஐரோப்பியப் பாணி என்பதைவிட, கீழ்த்திசை மேற்கத்தியப் பாணிக்குச் செல்கிறது என்பதை உணர்த்தும் ஏதோ ஒரு சூழல் தென்பட்டது. விடுதி ஊழியர்கள் வெள்ளை கோட் மற்றும் கால் சட்டைகளுடன் இருந்தனர். தேவைப்படும்போது கிரீன் – டீ வழங்கினர். நன்றாகச் சுத்தம் செய்யப்பட்ட குளியலறையில் கண்ணுக்குத் தெரியும் வண்ணமாக ஒரு விம் டப்பா வைக்கப்பட்டிருந்தது. விடுதலைக்கு முன் இது ஒரு சர்வதேச கிளப் என்ற என் முதல் யூகம் சரிதான்.

இன்று காலை உணவுக்காகக் கீழே சென்றேன். மேசை விரிப்பு வெள்ளைவெளேர் என்று இருந்தது. கிரீமுடன் காபி, வெண்ணெய் ஜாமுடன் டோஸ்ட் – பல விடுதிகளில் வெண்ணெய் கிடைப்பதில்லை – ருசியான குளிர் பன்றி இறைச்சி, புதிய பழவகைகள். வெய்ட்டர் கொண்டு வந்த பாலை நாங்கள் வேண்டாம் என்று மறுத்ததால் அவர் ஆச்சரியப்பட்டார். நாங்கள் இந்தியர்கள் என்பதால் சைவமாக இருப்ப தால் பால் அருந்துவோம் என்று அவர் நினைத்துவிட்டார். சீனர்கள் எப்போதாவதுதான் பால் அருந்துகிறார்கள். பல மைல்களுக்கு ஒரு மாடு தான் தென்படுகிறது மேலும் பால் கிடைப்பது அரிது. வெய்ட்டர் அரைகுறை ஆங்கிலத்தில் பேசும்வரை காத்திருந்தோம். அடுத்தச் சுற்றில் முட்டை வேண்டுமா என்று கேட்டார். காலனியாதிக்க காலத்தில் இருந்து இப்படிப்பட்ட சூழல் எனக்குப் பழகியதுதான். இது எனக்கு சோர்வை அளிக்கிறது. இது காலனியாதிக்க கடந்தகாலத்திடம் எனக்குள்ள அசௌகரியத்தின் குறியீடுதான் என்று அறிகிறேன்.

பெரிய நவீன மாநகர்களை நான் கொண்டாடுகிறேன் என்பதை நேற்றிரவு எனக்குப் புரியவைத்தது. அகலமான, மரங்கள் வரிசையாக நிற்கும் சிக்கலற்ற சாலைகளில் வாகனத்தில் செல்வது எனக்கு அமைதி அளிக்கும். சூடான குளியல், மென்மையான ஸ்பிரிங் மெத்தைகள், துவைத்து தேய்த்த மொருமொருவென்ற விரிப்புகள் – இவை எல்லாம் வாழ்க்கையின் நல்ல விஷயங்கள் என்று கூறப்படுகின்றன. மைஜிஷனின் கடினமான மரப் படுக்கைகள் மற்றும் எப்படியோ நனைந்த படுக்கை விரிப்புகளில் நாங்கள் தூங்கியபோதுகூட ஒவ்வொரு நொடியையும் அனுபவித்ததற்குத் அங்குத் தடை ஏதும் இருக்கவில்லை.

பல மனதை ஈர்க்கும் அருங்காட்சியகங்கள் ஒன்றில் அன்றைய நாளைக் கழித்தோம். ஒரு காலத்தில் அரண்மனை வளாகத்தில் இருந்த ஒரு கட்டடம் இப்போது கடந்தகாலப் பொருட்களுக்கு இடமளித்திருக்கிறது. அழகிய மஞ்சள் ஓட்டுக் கூரையுடன் நன்கு அமைக்கப்பட்ட தோட்டங்களுடன் இது ஒரு பெரிய, விசாலமான, காற்றோட்டமான கட்டடம். ஒரு மிங்க் காலகட்ட கட்டடம் ஒன்று இப்போது பல கலைக்காட்சிக் கூடங்களாக மாற்றப்பட்டுள்ளன. ஒரு மேற்பகுதியைக் கொண்ட பளபளப்பான தாழ்ந்த வெள்ளைச் சுவர்கள் உள்ளே கொண்டு வரும் இயற்கை ஒளியை ஒரு வெள்ளை கூரை பிரதிபலிக்கிறது. சுவர்கள் மற்றும் மேற்கூரையின் வெண்மையில் இருந்து வரும் ஒளியைக் பளபளக்கப்பட்ட கருமையான சிமெண்ட் ஈடுசெய்கிறது. மொத்தத்தில் காட்சிப்படுத்தப்பட்டவைகளுக்கு ஏற்றப் பின்னணியை வழங்குகிறது. அருங்காட்சியகங்களில் காட்சிப்

படுத்தப்பட்டவைகளுக்கு அரிதாகக் கிடைக்கும் பின்னணி. அதிக அளவில் இடைவெளி விட்டு பொருட்கள் கண்ணாடிப் பெட்டிகளில் வைக்கப்பட்டுள்ளன. பிரிட்டிஷ் கலைகாட்சிக் கூடங்களின் கூட்டமான இடங்களின் நெரிசல் பயம் இங்கில்லை. காட்சிப்படுத்தல் பொருத்தமாக இருக்கும் ஒரே அருங்காட்சியகத்துக்கு நான் சென்றிருக்கிறேன். இது கடந்த ஆண்டு நான் சென்ற ஏதேன்சில் இருக்கும் தேசிய அருங்காட்சியகம். அங்கு நியாயமான அளவில் ஒரு காட்சிக்கூடம் உள்ளது. மிகவும் வெளிறிய நீல வண்ணம் பூசப்பட்டுள்ளது. ஒரே ஒரு பொருள் இக்கூடத்தில் காட்சிப்படுத்தப்பட்டுள்ளது. வட்டு எறிபவரின் வெண்கலச் சிலை. எளிய ஆனால், நாடகப் பாணியில் காட்சிப்படுத்தப்பட்டிருக்கும் இந்தக் காட்சி அளிக்கும் தாக்கம் மறக்க முடியாதது ஆகும்.

இந்த அருங்காட்சியகத்தில் இருக்கும் பொருட்கள் வளமானவை மற்றும் பல திறப்பட்டவை. சமீபத்திய வரலாற்றுக்கு முந்தைய கண்டுபிடிப்பு களில் இருந்து ஒருசில ஆன்யாங்க் பண்பாடுவரை. ஹேன் மற்றும் டேங்க் கல்லறையில் இருந்து அழகிய பொருட்கள். பீங்கான், குளோய் சோன் (உலோகப்பட்டைவரை), உடைகள், தளவாடங்கள், இசைக் கருவிகள் மற்றும் அழகான கடிகாரச் சேகரிப்புகளுக்கான சிறிய கேலரிகள். பிற அறைகளில் வரைபடங்களும் ரப்பிங்குகளும் வைக்கப்பட்டுள்ளன. இரு இடங்களில் நாங்கள் பார்த்தவற்றோடு அருங்காட்சியகத்தில் உள்ளவை களை ஒப்பிட்டுக் குறிப்பு எடுப்பதில் நேரத்தைச் செலவழித்தேன். ஆகவே என் கவனம் ஓவியம் மற்றும் சிற்பங்களின் மேல் இருந்தது. பிற பொருட்களுக்குக் கொஞ்சம் குறைவான நேரமே. வரலாற்று அருங் காட்சியகங்களை அமைப்பதில் சீனர்கள் உலகை மிஞ்சிவிடுவார்கள் என நான் எண்ண முற்பட்டேன். கடந்தகாலத்துப் பொருள் எது கிடைத்தாலும் அவர்கள் அவற்றைக் காட்சிப்படுத்துவதில் உறுதியாக இருக்கிறார்கள். ஆனால், அட்டவணைப்பெயர்ப்பட்டி (கேட்டலாக்) எதுவும் இல்லை – விடுதலைக்கு முந்திய காலத்தில் காட்சிப்படுத்தப்பட்டவைகளுக்கும் கூட இல்லை. சிலவற்றைத் தவிர எஞ்சியவை எல்லாம் பழைய சேகரிப்பில் இருந்தவைகளே. பார்வையாளர்கள் எடுத்துச்செல்லக்கூடிய கேட்டலாக்கை வெளியிடுவதில் ஒரு தயக்கம் இருப்பதுபோல் தோன்று கிறது. இது வெறுப்பைத் தருவதாக உள்ளது.

ஒரு காலத்தில் சிறப்பாக வாழ்ந்த புறநகர்களைக் கொண்ட பழைய நகரைச் சுற்றி நாங்கள் சென்றோம். பச்சை ஓட்டுக் கூரைகொண்ட சிவப்புச் செங்கல் வீடுகள், தோட்டங்கள் சூழ்ந்து, வில்லோ மரங்கள் வரிசையாக நிற்கும் ஆறுகள். இவற்றில் சில வழக்கமான சீனக் கட்டடக்கலை மற்றும்

நிலத்தோற்றவியல் ஆகும். ஆனால், ஓர் அருங்காட்சியகப் பொருளாகப் பார்க்கும்போது அழகாக உள்ளது. இவை முற்கால அதிகாரிகளின் வீடு என்று மிங்கோ கூறினார். சீனாவில் அதிகாரிகள் என்பதற்குப் பரந்த பொருள் உள்ளது. அவர்களின் புகழ்பெற்ற நாட்களில் நான் வருகை புரிந்திருக்க வேண்டும். இப்போது அவை அலுவலகங்களாகப் பயன் படுத்தப்படுகின்றன. நான்ஜிங் கிண்டலாகப் பார்க்கப்பட்டது ஏனெனில் அது ஷியாங்-கை-ஷேக்கின் தலைநகராக இருந்தது. ஆனால், அக்கால நகரங்களின் முருகியலைக் கொண்டுள்ளது என்பதை ஏற்றாக வேண்டும்.

17
ஒரே ஷாங்காய்

புகழ்பெற்ற ஹாலிவுட் படங்களிலும் மசாலாக் கதைகளிலும் தொடர் புடைய பெயர்தான் இந்த அற்புதமான ஷாங்காய். தற்கால மரபுத்தொடர் களில் இது ஒரு பாராட்டுக்குரிய அர்த்தத்தையும் கொண்டிருக்கவில்லை. ஷாங்காய்யின் சுற்றுப்புறம் என்று முன்னர் பார்க்கப்பட்டதற்கு முற்றிலும் வேறுபட்டதே இன்றையச் சுற்றுப்புறம். இது ஓரளவுக்கு சிக்காகோவுக்கு போவது போல. நபர்களைப் போலவே நகரங்களுக்கும் கெட்ட பெயர் ஏற்படும்போது புதிராகிப் போகின்றன. அவ்வாறு அவற்றைப் பற்றி சிந்திப்பது முட்டாள்தனமானது என்றாலும் அவ்வாறே எண்ணப்படுகிறது. விடுதியின் பத்தாவது மாடியில் இருந்த என் அறையில் இருந்து பார்க்கும் போது பக்கத்துக் கட்டங்கள் மற்றும் தூரத்து உயர்ந்த கட்டடங்களின் கூரைகள் தெரிந்தன. இந்தக் கூரைகளுக்கு அடியில் என்ன நிகழ்கிறது என்று நான் எண்ணிப்பார்த்தேன். இது இப்போது ஒரு புதிய மாநகரம் என்று எங்களிடம் கூறப்பட்டது. முற்றிலுமாகத் துடைக்கப்பட்டாலும் மேற்கத்திய பாணியாகவே காணப்படுகிறது. எங்கு ஐரோப்பாவின் இருப்பு வலிமையாக இருந்ததோ அந்த அனைத்து ஆசிய நகரங்களையும் போலவே இங்கும் தன் முத்திரையைப் பதித்துவிட்டுத்தான் அகன்றிருக்கிறது.

நகரமும் அதன் சுற்றுவட்டமும் இயங்குவதில் ஒரு முறையான அமைப்பு இருப்பதாகத் தோன்றுகிறது. நகரம் மற்றும் கிராமத்தின் வேறுபட்ட தோற்றத்தில் மட்டுமல்ல, வடமேற்கு கிராமங்களின் ஓலை மற்றும் மண் கூரைகள்போல் அல்லாமல் வீடுகள் வெள்ளையடிக்கப்பட்டு கறுப்புக் கூரைகளைக் கொண்டுள்ளன. ஒழுங்கான செவ்வக வடிவத்தில் வயல்கள் கவனமாக அமைக்கப்பட்டுள்ளன. மக்களின் நடத்தையும் வேறு பட்டுக் காணப்படுவதாகத் தோன்றியது. திறமையாக இருக்க வேண்டியதன் அவசியத்தை அவர்கள் இயல்பாகவே கருதுகின்றனர். இது இன்னும் பல ஆண்டுகள் இந்த வழியில் வேலை செய்ய வேண்டியதன் விளைவா, அல்லது இது கடலோர நகரங்களில் காலனித்துவ நலன்கள் மற்றும் நடைமுறைகளின் கட்டுப்பாட்டின் விளைவா? பம்பாய் மற்றும் தில்லி யோடு எனக்குரிய பழக்கம் மற்றும் லண்டனில் என் அனுபவம்

பழைய மற்றும் புதிய நகரங்கள் இணைந்த ஒரு நவீன நகரத்தின் கட்டடப் பெருக்கம். கட்டடக்கலை கவனிக்கத்தக்க அளவுக்கு சீனப் பாணி இல்லை. ஆனால், அதற்கு நெருங்கி இருக்கிறது எனலாம். கட்டடத்தின் அலங்கார அம்சத்தைக் காணலாம்.

ஆகியவற்றைக் கொண்டு நான் ஷாங்காய்யைப் புரிந்துகொள்ள முடியும். மேலோட்டமாகப் பார்க்கும்போது அறிவிப்புப் பலகைகளும் பேச்சு மொழியும் சீனமாக இருப்பது பெரும் வேறுபாடு. இது முதல் எண்ணமே தவிர அதைப்பற்றி அறிந்துகொள்ள நான் இன்னும் மாநகருக்குள் நடக்கவே ஆரம்பிக்கவில்லை. நான் இதுவரை எழுதியவற்றை மாற்றிக்கொள்ள வேண்டி இருக்கலாம்.

ஷாங்காய் மக்கள் அயல்நாட்டுக்காரர்களை இயல்பாகப் பார்ப்பதால் ஒருவரும் எங்களைக் கவனிக்க மாட்டார்கள் என்று எங்களிடம் கூறப் பட்டது. எங்களைப் பார்ப்பதற்கும் நாங்கள் யார் என்று அறியவும் ஒரு வழக்கமான கூட்டம் காரில் ஏறியவுடன் சூழ்ந்தது. ஷாங்காய்யில் அப்போது ஆசியத் திரைப்பட விழா நடந்துகொண்டு இருந்ததால் ஆர்வம் அதிகரித்திருந்தது.

நானும் அனிலும் மோசமான திரைப்பட நடிகர்கள்போல தோற்ற மளித்திருக்கலாம். ஆனால், ஒருவர் நாங்கள் இந்தியர்களாக இருக்கலாம் என்று 'ஆவாரா ஹூன்' பாடினார். மற்றவர்களும் கலந்துகொள்ளவே நானும் கலந்துகொண்டேன்.

குளியலறை மிதியடியில் 'கேத்தேய் விடுதி' என்று பின்னப்பட் டிருந்தது. ஆகவே இது முதலில் ஒரு காலனியாதிக்க முதலாளிக்குச் சொந்தமானதாக இருந்திருக்க வேண்டும். மேலும் இது ஒரு சங்கிலித் தொடர் விடுதிகளின் ஒரு பகுதியாக இருந்திருக்கலாம் – இந்திய இம்பீரியல் விடுதிகள் போல. பின்னர் ஓர் இந்திய முதலாளி வாங்கி தன் சொந்தத் தொடர் விடுதிகளையும் ஏற்படுத்தினார். சீனாவிலே அரசு அதை எடுத்துக்கொண்டது. குளியல் அறையில் பொருத்தப்பட்டிருந்தவைகள் எல்லாம் 'ஸ்டாண்டர்ட் நிறுவனத்தின்' பொருட்கள். தளவாடங்கள் உண்மையிலேயே எழிலாக இருந்தன. கிரீம் நிறச் சுவர், மற்றும் உட்கூரை, மற்றும் மெத்தைகள், வெள்ளைப் பூவேலைப்பாடுள்ள நீல நிறப் படுக்கை உறைகள், அடர் மகாகனி தளவாடங்கள். சீருடை அணிந்த லிஃப்ட் ஊழியர்கள், உணவறையில் ஒரு ஸ்டூவர்ட், தரைத்தளத்தில் ஒரு எக்சேஞ் பீரோ, பயணிகளுக்காக சிறுநகைகளை விற்கும் நியான் ஒளி கடை. விடுதி மற்றும் உணவக அறை குறித்து எனக்கு ஒரு வெறி பிடித்திருக்கிறது. ஆனால், எல்லாவற்றிலும் ஒரு வரலாறு இருக்கிறது. நாங்கள் முந்தி அனுபவித்ததவற்றைவிட இந்த நகரங்களில் வேறுபட்ட சுற்றுப்புறச் சூழல் இருக்கின்றது.

இன்று காலை உணவுக்காக மணியடித்தேன். வெண்ணுடையிலும் பள பளக்கும் கறுப்புக் காலணிகளுடனும் எதிர்பார்த்தபடி ஊழியர் வந்தார். அவர் அரைகுறை ஆங்கிலத்தில் பேசி எதிர்பார்த்தபடி ஒரு டிராலியில்

பீஜிங். மக்கள்தொகை நெருக்கமான சில நகர்களில் அரசால் கட்டப்பட்டுவரும் புதிய வீடுகள். நகரப் பேருந்து தவிர பிற முக்கியமான போக்குவரத்து சைக்கிள்கள் ஆகும். கழுதை வண்டிகளும் இருக்கின்றன.

உணவைக் கொண்டுவந்தார். கடந்த இரவு நாங்கள் தங்கு விடுதிக்கு வந்ததும் அடியில் ஒரு கார் நிறுத்தம் இருக்கும் என்றும் ஒரு சீனப் பாணி சிறு தோட்டம் இருக்கும் என்றும் எண்ணினேன். காலையில் அவை இருந்தன. ஆனால், ஒரு பெரிய மாற்றம் இருந்தது. காலையில் கார்களின் ஒலியும் தெருக்களில் ஓடும் டிராம்களும் என்னை எழுப்பின. கடந்த சில வாரங்களாக இந்த ஒலிகளை நான் கேட்கவில்லை. எல்லா வானொலி நிலையங்களும் எல்லா சீனர்களும் செய்ய வேண்டிய உடல் பயிற்சிக்கான ஒரு வகை இராணுவ இசையுடன் பயிற்சிகள் தொடர்பான எண்ணையும் ஒலிபெருக்கிகள் பரப்பின. நாங்கள் தங்கி இருந்த பிற இடங்களில் ஏன் இதைக் கேட்க முடியவில்லை என்று நான் ஆச்சரியப்பட்டேன்.

மதியம் எங்களுக்கு வழிகாட்டியான ஒரு இளம்பெண்ணுடன் நாங்கள் நகரைச் சுற்றிப்பார்த்தோம். அவர் சிறப்பாக உடையணிந்து தன்முடியைச் சிக்கலான விதத்தில் சிகையலங்காரம் செய்திருந்தார். அவர் அரசுப் பயணியர் அலுவலகத்தில் பணிபுரிந்தார். முதலில் ஒரு குடிசைப் பகுதிக்கும் பின்னர் குடிசைகள் அகற்றப்பட்டு புது வீடுகள் கட்டப்படும் பகுதிக்கும் அழைத்துச்செல்லப்பட்டோம். நாடு முழுவதும் இது நடப்பதாகக் கூறப்பட்டது. இதை அவர் சொல்ல வேண்டிய அவசியமில்லை. நாங்கள் சில பகுதிகளைப் பார்த்தோம். அவைகளே இந்த மாற்றங்களைப் பற்றி உணர்த்துகின்றன. ஆனால், அவர் தொடர்ந்து விடுதலைக்கு முன்பின் நிலைகளை எந்திரத்தனமாக விவரித்தார். ஒரு கிளி மோசமாகக் கற்பிக்கப் பட்ட வழக்கமான பாடத்தைத் திரும்பச் சொல்வதைக் கேட்பதுபோல் இருந்தது.

இவர்கள் நன்கு பயிறுவிக்கப்பட வேண்டும் என நான் நினைத்தேன். நகரைச் சுத்தம் செய்வதிலும் தேவையற்றவற்றை அகற்றுவதிலும் விடு தலைக்குப் பின்னான ஷாங்காய் பாராட்டும்படியாக இருக்கிறது. திரும்பத் திரும்ப ஒன்றைப் பற்றிக் கூறுவது களைப்படையச் செய்கிறது என்றாலும் யாருடன் பேசுகிறார்களோ அவரைக் கொஞ்சமும் மதிப்பிடாமல் தங்கள் கருத்தைக் கொண்டுசெல்ல நினைக்கிறார்கள். நான் பேசிய மக்களின் எதிர்வினை இதுவே. அவர்கள் கூறுவதை நான் ஏற்க விரும்புகிறேன். அவர்கள் புதியவரிடம் வெளிப்படையாக இருப்பார்களா? நம்மில் சிறந்த வர்கள் நம் கவலைகளைப் புதியவர்களிடம் சொல்லத் தயங்குவோம். ஷாங்காய் மாற்ற முடியாதது என்று சொல்வார்கள். ஆனால், அவர்கள் செய்தவற்றைப் பார்க்கும்போது அவர்கள் ஓரளவுக்குச் செய்திருக்கிறார்கள் எனலாம்.

நாங்கள் மிங்கோவோடு தனியாக இருக்கும் நேரம் தவிர்த்து எப் போதும் வெளியே சுற்றிப்பார்க்க அழைத்துச்செல்லப்படுவதில் களைப்

படைகிறேன். எதையும் சொல்லாமலேயே நாங்கள் ஒருவரை ஒருவர் புரிந்துகொள்ளுகிறோம். மேலும் அவருக்குப் பிடிக்காத விஷயங்களை நான் கேட்பதில்லை. ஆகவே சில கருத்துரைகள் மற்றும் தகவல் அளவி லேயே உரையாடி அவரது எதிர்வினையைக் கவனிப்பேன். ஒரு நட்புச் சூழல் நிலவ நகைச்சுவைகளைப் பரிமாறிக்கொள்ளலாம். அவருக்குப் பிடித்தவை பிடிக்காதவற்றை நான் கேட்பேன். பொருத்தமான மன நிலையில் இருக்கும்போது எங்கள் குடும்பம் மற்றும் கடந்தகாலத்தைப் பற்றிப் பேசுவோம். அரசு அலுவலகத்தில் பணிபுரிந்த மிங்கோவின் பெற் றோருக்கு அவர் ஒரே குழந்தை. பள்ளிப்படிப்பு இலகுவாக இருந்தது. ஆனால், கல்லூரியில் அவர் மொழிபெயர்ப்பு துறையைத் தேர்ந்தெடுத்த தால் அவருக்கு ஆங்கிலத்தில் சிறப்புப் பயிற்சித் தேவைப்பட்டது. ஆனால், அது அவருக்கு எளிதாக இல்லை. நல்ல மொழிபெயர்ப்பாளராக இருந்தால் சீனாவுக்கு வெளியே செல்லும் குழுவுடன் இணைந்துசெல்ல வாய்ப்பு கிடைக்கும். எனவே உலகைப் பார்க்கலாம் என்று அவர் நம்பி னார். நாங்கள் பல சொற்களைப் பற்றி அவருக்கு விளக்கம் கொடுத்தோம். ஆனால், வெளி உலகத்தைப் பற்றி அவருடைய மனதில் குழப்பத்தை ஏற்படுத்திவிட்டோமே என்பதை எண்ண எனக்குப் பயமாக இருந்தது.

பண்பாட்டு அரண்மனை போன்று நில அடையாளங்களை எங்கள் வழிகாட்டி சுட்டிக்காட்டினார். இது எனக்குள் விமர்சனத்தை ஏற்படுத் தியது. சீனர்கள் எல்லாவற்றிலும் ஏன் சோவியத்தைப் போல் செய்ய வேண்டும்? புரட்சிக்குப் பின்னான ஓர் அடையாளமாகப் பண்பாட்டை ஓர் இடத்தோடு இணைப்பது பொருத்தமற்றதாகப் பட்டது. தாங்கள் எதிர்க்கும் கடந்தகாலத்தைத் தொடர்ந்து பாராட்டுவது முரண்பாடாகத் தெரிகிறது. உதாரணமாக நிலப்பிரபுத்துவம் முதலாளித்துவக் கலாசார வடிவங்கள் பற்றிய பேச்சுகள். சூழல் திரும்பத் திரும்ப கூறப்படுவதைத் தடுப்பதற்கு உணர்வோடு விளக்கப்பட வேண்டும். பண்பாட்டு அரண்மனையில் உழைப்பாளிகளின் பண்பாடும் காட்சிப்படுத்தப்பட வேண்டும். ஆனால், முதலாளித்துவப் பண்பாடு மட்டுமே மங்கலாகத் தெரிகிறது. நாங்கள் சென்ற கிராமங்களில், கன்ஃபியூசியஸின் கோயில்களைப் போல – அவற்றில் ஒரு சிலவே செயல்பாட்டில் உள்ளன - நகரத் தெருக்களில் உழைப்பாளிகள் பண்பாடும் தெரிகிறது. தாவோயிஸ்ட் கோயில்கள் ஏறத்தாழ மூடப்பட்டுவிட்டன. சீன – சோவியத் நட்புறவு கட்டடத்தின் வரவால் ஷாங்காய்யில் சோவியத் பாணி கட்டடக்கலை ஊடுருவியுள்ளது. மாஸ்கோயில் உள்ள சோவியத் கட்டடங்களைப் போல இது ஒரு பரந்து விரிந்த கட்டடம். வார்சாவில் உள்ள பண்பாட்டு மாளிகையோடு இதை ஒப்பிடலாம். பிரஞ்சுக்காரர்களும் ஆங்கிலேயரும் தங்கள் காலனியாதிக்க

முத்திரையைப் பதித்து ஷாங்காய்க்குப் போதுமான சேதத்தை விளை விக்காததுபோல இதையும் செய்ய வேண்டியதாயிற்று.

ஒரு காலத்தில் குதிரை மற்றும் நாய்ப் பந்தயங்கள் நடந்த பந்தயக்களம் இப்போது விளையாட்டு அரங்காக மாற்றப்பட்டுள்ளது. திறந்த வெளி மக்கள் சதுக்கம் என்று திரும்பத் திரும்பப் பயன்படுத்தப்படும் பெயரைப் பெற்றுள்ளது. பெரிய கடை முகப்புகளுடன் கவரும் ஜன்னல்களுடன் அகலமான தெருக்கள் பழைய அரசியலின் எச்சமாக அல்லது அயல்நாட்டுச் சீனர்களைக் கவர அப்படியே வைக்கப்பட்டுள்ளன. இந்த வகையினரின் பயன்பாடு பற்றி வெளிநாட்டில் வாழும் இந்தியர்களைக் கவர்வதில் நாம் செய்வதைவிட கம்யூனிஸ்ட் சீனா கவனமாக இருக்கிறது. ஆனால், நிச்சய மாக ஒரு வேறுபாடு உள்ளது. அயல் நாட்டுச் சீனர்கள் பக்கத்து நாடுகளில் வணிகர்களாகவும் கைவினைஞர்களாகவும் சில தலைமுறைகளாக குடி யமர்ந்துள்ளனர். ஒரு துறையில் தனிச்சிறப்பு பெற்றிருந்தாலும் பல வேலைகளைச் செய்ய விருப்பமாயிருக்கின்றனர். வணிக முதலாளிகளாக அல்லது நடுத்தரவர்க்க தொழில்வல்லுநர்களாக குடியிருக்கும் இந்தியர்கள் இரண்டாம் உலகப்போருக்குப் பின் முக்கியமானவைகளாக மாறியுள்ள பழைய மையங்களுக்கு இடம்பெயர்ந்துள்ளனர். முதலில் காலனியாதிக்க நாடுகளாக இருந்தவைகளுக்கு இந்தியர்கள் பெருந்தொகையில் இடம் பெயர்ந்து வருகின்றனர். இந்திய நடுத்தர வர்க்கத்தில் இருந்து சிறு எண்ணிக்கையில் மருத்துவம், பொறியியல் மற்றும் அது போன்றவைகளில் பயிற்சி பெற்றவர்கள் இந்தியாவுக்கு வெளியில் குடியமர ஆரம்பித்துள் ளார்கள். இவர்களில் அதிகமானோர் பிரிட்டனில். எங்கு கொஞ்சம் பழக்கம் இருக்கிறதோ, எங்கு வேலை வாய்ப்பு இருக்கிறதோ அங்குப் போக விரும்புகின்றனர். பழைய காலத்தில் அவர்கள் சவால்களை ஏற்றுப் பல இடங்களுக்குச் சென்றனர். வெளிநாடு செல்லும் இந்தியர்கள் மற்றும் சீனர்களைப் பற்றிய ஒப்பீட்டு ஆய்வு நலம் பயக்கும்.

பின்னர் நாங்கள் கடைக்குச் சென்றோம். ஜரிகைப் பட்டு போன்ற துணிகளைத் தேடினோம். ஆனால், எனக்கு ஜரிகைப் பட்டு கோட் ஒன்று கிடைக்கவில்லை. எனவே பெரிய கடைகளுக்கு நடுவில் ரப்பிங் விற்கும் சிறு கடைகளுக்குச் சென்றோம். எனக்கு ஓரிரு மணி நேரம் பிடித்தது. ஏனெனில் பழைய சீனப் பாணியில் செய்யப்பட்ட ரப்பிங் சிறந்த தரமான வைகளாக இருந்தன. இங்கிலாந்து தேவாலயங்களில் பார்த்தவற்றைவிட முற்றிலும் வேறுபட்டதாக இருந்தன. காரணம் அரிசித் தாளில் மை-டேபர்கள் சிறந்த இழைநயம் கொண்டவைகளாக இருந்தன. கடை முதலாளி படித் தவர் என்பதால் ஒவ்வொன்றின் வரலாற்றுச் சூழலை விளக்கி கவனத்தை

ஈர்த்தார். சுற்றித்திரிந்த பல குழந்தைகள் கேள்விகள் கேட்டனர். எல்லா வற்றிற்கும் பொறுமையாகப் பதில்கள் சொல்லப்பட்டன. படிப்படியாக இரு அயல் நாட்டுப் பெண்கள் கேள்விகள் கேட்கத் தொடங்கினர். கவனம் அவர்கள் பக்கம் திரும்பியது. கேள்விகளையும் பதில்களையும் மொழிபெயர்ப்பதில் மிங்கோ முழுக் கவனம் செலுத்த வேண்டிய தாயிற்று. எங்களைப் பார்ப்பதில் மட்டும் அவர்கள் திருப்தி அடைய வில்லை. கேள்விகள் அவர்களை முரட்டுத்தனமாகவும் உற்சாகமாகவும் மாறியதால் அவர்களை இன்னொரு கடைக்குச் செல்லுமாறு கேட்க வேண்டியதாயிற்று.

மாலையில் அனிலும் மிங்கோவும் உள்ளூர் ஓபராவுக்குச் சென்றனர். ஆனால், நான் நகரைச் சுற்றிப்பார்க்க விரும்பினேன். ஆகவே மிங்கோ ஒரு வழிகாட்டியைக் கோரினார். வழிகாட்டி மக்கள் மகிழ்ச்சிப் பூங்காவுக்குச் செல்லலாம் என்று யோசனை கூறினார். அது ஒரு சிவப்புவிளக்கு மாவட்ட மாகவும், குற்றக்குழுக்கள், போதைப்பொருள் விற்போர், பலவகையான குற்றவாளிகள் நடமாடும் இடமாகவும் இருந்தது. அது இப்போது சீரமைக்கப்பட்டு அங்கு ‘சுத்தமான’ பொழுதுபோக்கு அளிக்கப்படுவதாகக் கூறப்படுகிறது. அதை முயன்று பார்க்கலாம் என்று நான் எண்ணினேன். ஒரு பெரிய நான்கு மாடிக் கட்டடத்துக்குள் நுழைந்தோம். நடுவில் ஒரு முற்றம் இருந்தது. நுழைவுக் கட்டணம் 20 சென்ட்கள் மட்டுமே. முற்றத்தில் இருந்த மேடையில் உடல்பயிற்சியில் இருந்து ஓபரா பாடகர்கள்வரை மேடைக் கலைஞர்கள் நிகழ்ச்சிகளை நடத்துவார்கள். ஐந்து வகையான ஓபரா, நாடகங்கள், பொம்மலாட்டங்கள், இசை அரங்கு, பெரும்பாலும் சீன சோசலிச ஆட்சிப் பாணி கண்காட்சி, சீனாவில் புகழ்பெற்ற பிங்க் பாங்க், கேரம் போன்ற விளையாட்டுக்களான பொழுதுபோக்கு அரங்கு, பத்திரிகைகளையும் சில புத்தகங்களையும் கொண்ட வாசிப்புச்சாலை, ஆங்காங்கே சிற்றுண்டிச்சாலைகள், கட்டடத்துக்கு வெளியே திறந்த திரைப்பட அரங்கு என பல்வேறு நிரல்களைப் பார்த்து நான் ஆச்சரியம் அடைந்தேன். இது குளிர்பதன, மென்மெத்தை இடம் அல்ல. இருக்கைகள் மரத்தால் ஆன கடினமானவை, சிற்றுண்டிச் சாலைகளில் இயந்திரங்கள் அதிகம் இல்லை. சூடான நூடுல் போன்றவற்றை விற்கும் மக்கள் இருந் தனர். வருகை புரிய 20 சென்ட்கள் மட்டுமே செலவழிக்கும் ஓர் இடம். இது ஆண்டு முழுவதும் இயங்குகிறது. நாங்கள் சென்ற அந்தச் சாதாரண நாளிலும் கூட்டம் இருந்தது. சோதனை அளவிலான நாடகக் குழுவினருக்கு, பார்வையாளர்களுக்காக எழுதும் நாடக ஆசிரியர்களுக்கு அல்லது ஒரு மாலை நேரப் பொழுதுபோக்குக்கு இது ஒரு கவர்ச்சிகரமான இடமே.

வெள்ளை கோட், கறுப்புநிற கழுத்துப்பட்டி (bow die)யுடன் இருந்த மந்திரவாதிகளில் ஒருவர் பெண். பிங்க் ரவிக்கை, கறுப்புப் பாவாடை யுடன் இருந்த பிற பெண்கள் உதவியாளர்களாக இருக்கலாம். ஸ்லிட் பாவாடையுடன் சீன ஆடை அவர்களுக்குச் சிறப்பாக இருந்தது. ஆனாலும் அவர்கள் ஐரோப்பியப் பாவாடை மற்றும் ரவிக்கை அணிந்திருந்தனர். அங்குப் பல வேலைகளைச் செய்யும் ஆண்களும் தளர்வான பை போன்ற கால்சட்டைகளுடன் ஆனால், வண்ண மயமான ஆரஞ்ச் மற்றும் பழுப்பு நிற சட்டைகள் அணிந்திருந்தனர். இசை அரங்கில் ஒரு சீன இசை நிகழ்ச்சியில் நாங்கள் அமர்ந்தோம். பாரம்பரிய இசைக் கருவியில் பாரம் பரிய இசை இசைக்கப்படுவதாகக் கூறப்பட்டது. எர்கு, பல வடிவ பல அளவு முரசுகள், புல்லாங்குழல், நரம்புக் கருவிகள், சிம்பல்கள், கிளாப் பர்கள், தாம்போரின்கள் மற்றும் சைலோபோன் போன்றவற்றை நான் இனம் கண்டேன்.

பீக்கிங் ஓபராவைப் பொம்மைகள் நடத்துகின்றன. இது புகழ் பெற்றது எனவே அரங்கு நிறைந்திருக்கிறது. வழக்கமான பாடலுடன் ஹம்மிங்கும் இருக்கிறது. சிக்கலான அசைவுகளையும் செய்யும் அளவுக்கு விற்சுருள் பொம்மைகள் மிகப் புத்திசாலித்தனமாக உருவாக்கப்பட்டுள்ளன. நேர்த்தி யான உடைகள் அணியப்பட்டுள்ளன. நான் திரைக்குப் பின் சென்று பொம்மைகளை இயக்க விரும்பினேன், ஆனால், அதற்கு வழியில்லை. மேடையும் பொம்மைகளுக்கான பெட்டியும் அதிக அளவிலான சாட்டின் மற்றும் சரிகை வடிவமைப்புகளால் மூடப்பட்டுள்ளது. சீனத்தனமாக இல்லை என்பதுதான் என் பிரச்சினை. பின்புலம் ஐரோப்பிய இயற்கைப் பாணியில் தீட்டபட்டுள்ளது. இது ஓபராவுக்கு சம்பந்தம் இல்லாதது. வடிவமைப்புகளாகப் பின்னப்பட்ட சரிகையின் அளவு செல்வத்துக்கான வரையறையா? சாதாரண ரஷ்யத் திரைப்படத்தைக் காட்டுவது ஏமாற்ற மாக இருந்தது. நடிகர்கள் ரஷ்யர்கள் ஆனால், மொழி சீனம், ஆகவே டப்பிங் புதுமையாக இருந்தது. ஆட்கள் வேறு மொழியோ எதிர்பாராதது என்பதால் விநோதமாக இருந்தது. ஆட்கள் ஒன்றுபோல் இருந்து சம்பந்தப் பட்ட மொழியைப் பேசினால் பொருத்தமாக இருக்கும். நுழைவுக்கு அருகில் இருந்த சிதைவுக் கண்ணாடிகள் இன்னொரு மிகப் புகழ்பெற்ற கவர்ச்சி அமசம் ஆகும். அதற்கு முன் செல்லும்போது நகைப்புக்கு உள்ளாகும் வண்ணம் வேடிக்கையான சிதைவுகள் உண்டாகின்றன.

மக்கள் மகிழ்வுப் பூங்காவை விட்டு புகழ்பெற்ற 'அணைக்கரைக்குச்' சென்றோம். நகர் கட்டப்பட்டிருக்கும் ஆற்றின் கரைகளின் அணைகள். சந்திரன் விரைவில் நீரில் பிரகாசிக்கப்போகும் அழகான மாலை நேரம். இளம் தம்பதியினர் கரங்களைக் கோர்த்துக்கொண்டு சந்திரனைப் பார்க்க

ஆவலோடு காத்திருந்தனர். ஆற்றுக்கு மேல் பாலம் இல்லை. அதனால் இரு கரையிலும் நகரின் பல பாகங்களை இணைக்கப் படகுகள் சுறுசுறுப்பாக இயங்கின. பல அளவிலான விசைப்படகுகள் வேகமாகச் சென்றன. மூன்று கரிய பாய்களுடன் அழகிய பெரிய நாட்டுப் படகுகள். இவை கழிமுகத்தில் நிறுத்தப்பட்டுள்ள கப்பல்களில் இருந்து ஷாங்காய்க்கு சரக்கு களைக் கொண்டுவரப் பயன்படுத்தப்பட்டன. ஷாங்காய்யின் படங் களுடன் தோன்றும் புகழ்பெற்ற தட்டையான அடிப்பகுதிகொண்ட நாட்டுப் படகுகளாகிய சம்பன்களும் நிறுத்தப்பட்டிருந்தன. இவை சரக்குகளையும் கரையோரக் கிராமத்து மக்களையும் ஏற்றிவரப் பயன்படுத்தப்படுகின்றன. அவற்றை இயக்கும் குடும்பங்கள் வாழ ஆற்றோரத்தில் இருந்து உயரத்தில் அவர்கள் வீடுகளும் இருந்தன.

நகரில் இருந்த ஆற்றுப் பகுதியின் விளிம்பில் சிறுசிறு வழக்கமான பூங்காக்களும் பனை மரங்களும் இருந்தன. சோயாசாஸ் தெளித்த சூடான சிற்றுண்டிகளை வணிகர்கள் விற்றுக்கொண்டிருந்தனர். வணிகரின் தோளில் தடியில் இருந்து தொங்கும் இரண்டு பெரிய கூடைகளில் இருந்து சமையலும் பரிமாறலும் நடைபெறுகின்றன. சிலர் சூடான வறுத்த கொட்டைகளை விற்கின்றனர். ஒவ்வொரு வணிகரிடமும் சிறு சிவப்புப் பதாகைகள் உள்ளன. வெள்ளையில் சீன எழுத்துகள் பொறிக்கப்பட்டுள்ளன. இது அரசுடன் பதிவு பெற்றுள்ளதற்கு அத்தாட்சி. வட இந்தியாவில் என் சிறு வயதில் இருந்து இத்தகைய வணிகர்களைப் பார்த்திருக்கிறேன். ஆகவே ஒரு கோலில் தோளின் குறுக்காக தொங்கும் கூடைகளில் பொருட்களை விற்பது உலகெங்கிலும் பரவலானது போலும்.

அதே சமயம் என்னுடன் வந்தப் பெண்ணிடம் நான் பழைய நகருக்குப் போக விரும்புவதாகச் சொல்வதற்கு முயன்றுகொண்டிருந்தேன். விடு தலைக்குப் பின் அது முற்றிலும் மாறிவிட்டது என்று அவர் விடாப் படியாக வலியுறுத்தினார். இறுதியாக நான் விடாப்படியாக வலியுறுத்தி யதால் அவர் கூறினார்: ‘உங்களை எங்கு கூட்டிச் செல்ல வேண்டும் என்று எனக்குத் தெரியும். நீங்கள் நேட்டிவ் குவார்ட்டரைப் பார்க்க விரும்பு வீர்கள்.’ விடுதலைபெற்ற ஷாங்காய்யில் இவ்வாறு அழைக்கப்படுமா என நான் மௌனத்தில் உறைந்து போனேன். காலனியாதிக்கக் காலத்தில் பயன் படுத்தப்பட்ட சொல் தொடர்ந்து ஆங்கிலத்தில் பயன்படுத்தப் படுவதாக உணர்ந்துகொண்டேன். சீன மொழியில் இது எவ்வாறு அழைக்கப்படுகிறது எனக் கேட்டேன். ஆனால், அவர் அதைப்பற்றி சிந்திக்கவே இல்லை போலும். இது பயணிகளுக்காகப் பயன்படுத்தப்படுகிறது என ஊகித்தேன். அது கால முரண் என்று யாராவது சுட்டிக்காட்டியிருக்கலாம்.

நாங்கள் முதலில் ஒரு அகலமான கரடுமுரடற்ற சாலையில் சென்றோம். 1949க்கு முந்தைய இது ஒரு பிரிக்கும் சாலை. 220 வோல்டேஜ் கொண்ட சர்வதேசக் குடியிருப்பு இதற்கு இடப்புறமும் 110 வோல்ட்ஸ் கொண்ட பிரஞ்சு கன்செஸன் வலப்புறமும் இருந்தன. இது பொதுவாகக் கூறப்பட்டதா அல்லது குறியீடு கொண்டதா என்று ஆச்சரியப்பட்டேன். அடுத்து நாங்கள் குறுகிய தெருக்கள் அடங்கிய நேட்டிவ் குவார்ட்டருக்குள் சென்றோம். திறந்த பழக்கடைகள் முன் ஒரு மக்கள் குழு பேசிக்கொண்டிருந்தது, நூடுல் செய்பவர் கடைசி நூடுல்களைச் சுழற்றிக்கொண்டிருந்தார், தையல்காரர் துணிகளைத் தேய்த்துக்கொண்டிருந்தார், கடை ஜன்னல்களுக்கு வெளியே சிலர் கேரம் ஆடிக்கொண்டிருந்தனர். ஜன்னல்கள் அல்லது சிறு முற்றங்களில் சாய்ந்து நின்று மக்கள் பேசிக்கொண்டிருந்தனர். வீடுகள் சிறியவையும் பழையவைகளுமாக இருந்தன, ஆனால், அவை கட்டடக்கலை நேர்த்தியுடன் இருந்தன. சில முதல் மாடிகள் சாய்ந்து அடிக் கட்டடத்தைவிட முன்னால் நீட்டிக் கொண்டிருந்தன. கீழ் மாடியை சிலர் பளபளப்பாக்கி வைதிருந்தனர். குறுகிய வளைந்த தெருவில் பிற பகுதிகளில் மாற்றங்கள் திக்பிரமை அடையச் செய்தன.

அங்குமிங்கும் அலைந்து நாங்கள் கடைசியில் திபெத் சாலையை அடைந்தோம். இதன் பேர்க் காரணம் தெரியவில்லை. ஒரு காலத்தில் விலைமாதர்கள், ஜேப்படிக்காரர்களின் வீடுகளாக இருந்ததாம். முன்னவர்கள் சீர்திருத்தப் பள்ளிகளுக்கு அனுப்பப்பட்டு சீரடைந்தனராம். இந்தப் பகுதியில் இப்போது யாருமே இல்லையாம். ஆச்சரியம்தான்.

ரேஸ்கிளப்பாக இருந்த இடத்தில்தான் ஷாங்காய் அருங்காட்சியகம் அமைந்துள்ளது. இது மாநகரின் நடுவில் ஒரு திறந்த வெளிக்கு எதிரில் பெரிய காற்றோட்டமான நல்ல வெளிச்சமான இடத்தில் உள்ளது. பூனா ரேஸ் கிளப்பைப் பற்றி ஏக்கத்தோடு நினைத்துப் பார்க்கிறேன். இதே போன்று ஒரே காலனியாதிக்கப் பாணியில்தான் அதன் கட்டடங்களும் உள்ளன. அசல் குதிரைகளின் புகைப்படங்கள் மாற்றப்பட்டு சீன ஓவிய நகல்கள் மாட்டப்பட்டுள்ளன. ஆனால், நல்வாய்ப்பாக அசல் வேறு அறையிலும் நகல் வேறு அறையிலும் உள்ளன. இந்த அருங்காட்சியகத்தில் காட்சிப்படுத்தல் கவரும்படியாக உள்ளன. வரலாற்றுக் காலத்திற்கு முந்திய கற்கோடரிகள் எவ்வாறு பயன்படுத்தப்பட்டிருக்கும் என்பதைக் காட்ட மரத்தில் மாட்டப்பட்டுள்ளன. வெண்கலக் கண்ணாடிகள் நேராக நின்றன. பெரிய மணிகள் சட்டங்களில் தொங்கவிடப்பட்டுள்ளன. இருபதாம் நூற்றாண்டில் சேகரிக்கப்பட்டு ஒழுங்குபடுத்தப்பட்ட புதிய கற்கால கலைப் பொருட்களின் ஒரு சிறப்பான சேகரிப்பு இங்குள்ளது. மேலும் ஜோவ் கால

வெண்கலப் பொருட்களும் அதிக அளவில் உள்ளன. முருகியல் ரீதியாக அழகான வெண்கலப் பொருட்கள் எனக்கு ஆர்வமளித்தன, ஆனால், சில என் முருகியலுக்கு அயலாகக் காணப்பட்டன. மிக அறிவுள்ள பெண்ணாக விளங்கிய இயக்குநருடன் நீண்ட நேரம் உரையாடினோம்.

ஷாங்காய்ப் பெண்கள் அழகாக உடையணிந்துள்ளனர். நீலம் என்ற வரையறை இருந்தாலும் அவர்கள் சாந்தமான நிறங்களைச் சீனப் பாணியில் அணிந்திருக்கின்றனர். எடுத்துக்காட்டாக அருங்காட்சியகத்துப் பெண்கள் கூடுதல் நேர்த்திக்காக ஒரு சிறு வெய்ஸ்ட் கோட்டுடன் எளிமையான சீன உடைகளை அணிந்திருக்கின்றனர். பிற இடங்களில் காணப்படுவதுபோல மிஷன் பள்ளி ஷூக்கள் இல்லை. முடி சிறப்பாக வெட்டப்பட்டுள்ளன. இங்குள்ள மக்கள் தங்கள் உடைகளில் கவனம் செலுத்துகின்றனர். பீஜிங் கடந்தகாலத்தில் இருந்ததைவிட காஸ்மோபாலிட்டனாக இருப்பது காரண மாக இருக்கலாம். சம நிலையை வற்புறுத்தும்போது மக்களின் தோற்றமும் சீராக இருப்பதை புரிந்துகொள்ளலாம். ஆனால், சீரமைவிலும் வண்ணம் மற்றும் பாணிக்கு சில சலுகைகளை அளிக்க வேண்டும்.

ஒரு சுருட்டி வைக்கப்பட்டிருந்த ஓவியச் சேகரிப்பைக் கொண்டு பண்பாட்டுச் சங்கத்தின் ஓர் உறுப்பினர் எங்களைப் பார்க்க வந்தார். ஷாங் காய்யில் இருக்கும் கலைஞர்களைப் பிரதிநிதித்துவப்படுத்தும் படைப்புகள் அந்தக் கட்டில் இருந்தன. மரபு மற்றும் தைல ஓவியத்தைப் பயன்படுத்துவது குறித்து சமீபத்தில் ஒரு முரண்பாடு இருந்தது. அவர் கட்டைப் பிரித்தார். சில மரபு மற்றும் நவீன ஓவியங்கள் இருந்தன. முந்திய சில மிக அழகாக இருந்தன. ஒருவேளை இது என் சுவையாக இருக்கலாம். குறிப்பாக எனக்குப் பிடித்த லிங்க் ஃபேன் மியானின் வயது என்ன என்று கேட்டேன். அவர் சென்ற ஆண்டுதான் தனது எழுபதைக் கடந்த வயதில் இறந்து போயிருந்தார். மற்றவர்கள் யாவரும் அறுபதுக்கு மேல். ஒருவர் மட்டும் முப்பத்தேழு வயதுடையவர். நான் இளம் கலைஞர்களின் படைப்புகளைப் பார்க்க விரும்பினேன். மேலும் அவர்கள் முந்திய ஊடகத்துக்குப் புதிய தான தைல ஓவியத்தில் என்ன வரைகிறார்கள் என்று பார்க்க விரும்பினேன்.

ஓவியங்கள் ஒன்றுகூட விற்பனைக்கு இல்லை. சீனாவில் விற்பனை இப்போது முக்கியமில்லை, ஏனெனில் கலைஞர்கள் வேலையில் இருப்ப தால் தங்கள் படைப்புகளை விற்க வேண்டிய அவசியமில்லை என்று அவர் கூறினார். அவர் ஷாங்காய்யில் இருக்கும் கலைக்கழகத்தில் பணிபுரிகிறார். கெடுவாய்ப்பாக அது மூடப்பட்டிருந்தது, இல்லாவிடில் நாங்கள் சென்று பிறருடனும் பேசி இருப்போம். கழகத்தில் உறுப்பினர் ஆவதற்கு ஒரு கலைஞர் முந்தைய சில ஆண்டுகளின் படைப்புகளைச் சமர்ப்பிக்க வேண்டும். ஓவியர்களின் குழு ஒன்று ஆரம்பக் கட்ட மதிப்பீட்டைச்

செய்யும். இந்தப் படைப்புகளின் கண்காட்சி ஒன்று நடத்தப்பட்டு பார்வை யாளர்கள் வந்து கருத்துகளைக் கூறுமாறு அழைக்கப்படுவர். அதன் பின் ஓர் இறுதி மதிப்பீடு இருக்கும். அதில் இந்தக் கருத்துகள் பரிசீலிக்கப் படும். மரபான முறை மற்றும் வடிவங்களின் அடிப்படையில் தரம் நிர்ணயிக்கப்படும். ஆனால், சோதனை முறையில் செய்யும் கலைஞர் களுக்கு என்ன நடக்கும் என்பதில் தெளிவு இல்லை. நான் இந்தியாவைப் பற்றி எண்ணினேன். இந்த முறை கடைபிடிக்கப்பட்டால் கருத்துகளின் தன்மை எப்படி இருக்கும்.

அடுத்த நாள் காலை ஓபராவுக்குச் செல்வதற்காக அர்ப்பணிக்கப்பட்டது. பீஜிங் ஓபராவைவிட ஷாங்காய் ஓபரா வெளிப்படையாகவே மாறுபட்டது. ஆனால், எனக்கு இந்த வேறுபாடுகளின் நுட்பம் புரியவில்லை. மிங்கோ கூறிய ஒரு துன்பியல் இன்பியல் நாடகத்துக்கு சென்றோம். ஆனால், உண்மையில் அது பெரிதும் இன்பியலும் சாதாரணமானதுமாகும். அது யுவான் காலகட்டத்தைப் பின்னணியாகக் கொண்டது. ஒரு பெண் வெகு காலமாக ஆணாக நடித்துக்கொண்டிருக்கிறாள். அவள் சந்திக்கும் பிரச்சினை களைக் கதை கூறுக்கிறது. ஆகவே நாங்கள் ஏற்கெனவே பார்த்த ஓபராக் களைவிட இதில் உரையாடல் அதிகமாக இருந்தது. மேலும் ஒரு சிக்க லான கதையைப் புரிந்துகொள்வது எளிதல்ல. ஆனால், சைகை மொழி நன்றாக இருந்தது. உடைகள் நன்கு வடிவமைக்கப்பட்டிருந்தன. இசைக் கலைஞர்கள் தங்கள் அழகான வளைந்த கருவிகளுடன் இசைக்குழுவாக அமர்ந்திருந்தனர்: தந்தியுடனான எர்குவின் நீண்ட ஒல்லி கழுத்து, கோங் கிற்கான அரக்கிலான டிராகன் தலை தாங்கி. பாடலை என்னால் புரிந்து கொள்ள முடியவில்லை. அதனால் பெரிதும் பாராட்ட முடியவில்லை. ஆகவே மிங்கோ கதையை கிசுகிசுத்து வர நான் அதைக் கேட்டுக்கொண் டிருந்தேன்.

நீண்ட அரங்கு. செவ்வியல் பாணியில் பால்கனியுடன் இருந்தது. முன்னர் ஐரோப்பிய ஓபராக்களும் நடத்தப்பட்டதாகக் கூறினர். இருக்கைகள் எளிமையாகவும் பச்சை மற்றும் சிவப்பு நிற மெத்தை போடப்பட்டும் இருந்தன. குறைவான தளவாடங்களே இருந்ததால் அரங்கைப் பராமரிக்கும் செலவு குறைவுதான். பிற இடங்களைவிட பார்வையாளர்கள் சிறந்த முறையில் உடை அணிந்திருந்தனர், ஆகவே அனைவரும் முறைப்படியான நீல ஆடையில் இல்லை. சில ஆடைகள் வண்ணமயமாகவும் முறைப் படியான ஆடைகளைவிட நன்றாக வெட்டப்பட்டும் இருந்தன. நிகழ்ச்சியின்போது துப்பக் கூடாது, பேசக் கூடாது என்பது கண்டிப்பாகக் கடைப்பிடிக்கப்பட்டது. இடைவேளையின்போது பருப்புகள், ஐஸ்கிரீம் வணிகர்கள் வந்தனர். ஆனால், பொதியுறைகள் அதற்கான இடத்தில்

போடப்பட்டன. டிக்கெட் மிக மலிவு என்பதால் நிகழ்ச்சியைப் பலரால் பார்க்க முடிந்தது. இது பெரும்பாலும் சீனா முழுவதிலும் இருப்பதற்கு ஒரு குறியீடாகும்.

~

பரிசுப் பொருட்களாகக் கொண்டுசெல்வதற்காகச் சிறு செராமிக் கிண்ணங்களை வாங்க நாங்கள் உள்ளூர்ச் சந்தைக்குச் சென்றோம். பல வகையானவை விற்பனைக்கு இருந்தன அவற்றில் சில மிகக் கவர்ச்சி கரமானவை. ஆனால், ஆர்வமிக்க உள்ளூர் மக்கள் எங்களைத் தொடர்ந்து சிறிய கடைகளுக்குள்ளும் வந்ததால் பொருட்களைப் பார்த்து வாங்குவதில் சிரமம் ஏற்பட்டது. மக்கள் ஒழுங்காகத் தள்ளாமல் கொள்ளாமல் வந்தாலும் நான் பொறுமை இழக்க ஆரம்பித்தேன். எங்களைப் பற்றி என்ன கூறப்பட்டது என்று எங்களுக்குத் தெரியவில்லை. மிங்கோவும் சாதுரியாமாகப் பொருள் வாங்கும் முயற்சிக்கே உறுதுணையாக இருந் தார். இது நகரின் பழைய பகுதி எனவே நிறைய பாதசாரிகள் தென் பட்டனர். வரிசையாகக் கடைகள் இருந்தன, ஆகவே பண்டங்களின் மணம் சூழ்ந்திருந்தாலும் ஆங்காங்கே திறந்தநிலை கழிப்பறைகள் துர் நாற்றத்தை வீசின. இதைப்பற்றி ஒன்றும் செய்யப்படவில்லை என்று தோன்றியது. புத்தகப் பைகளைத் தொங்குவிட்டவாறு பள்ளியில் இருந்து வரும் மாணவர்கள் எங்களைப் பின்தொடர்ந்தனர். மழை பெய்துகொண் டிருந்ததால் நான் குழியில் தடுமாறி 'ஊப்ஸ்' என்ற சத்தத்துடன் வெளி வந்தேன். இது ஒரு விளையாட்டாகிவிட்டது. அவ்வப்போது சிறுவர்கள் 'ஊப்ஸ்' என்று கத்தி பின் சிரித்தனர். சீன மொழியில் 'ஊப்ஸ்' என்பதற்கு என்ன பொருள் என்பதை அறிய எனக்கு வெறுப்பாக இருந்தது.

அந்தப் பகுதி முழுவதும் சிரிப்பும் மகிழ்ச்சியுமாக இருந்தது. ஒரு மூதாட்டி பழங்களும் உலர்ந்த இறைச்சியும் விற்றுக்கொண்டிருந்தார். அவருடைய பிற பொருட்கள் வரிசையான பீங்கான் ஜாடிகளில் வைக்கப் பட்டிருந்தன. அவை எல்லாம் நீல நிறத்தில் பளபளப்பாக இருந்தன. பழைய காலத்தைச் சார்ந்தவை. ஆகவே விலைமதிப்பற்றவை. இன் னொரு கடையில் வண்ணமயமான பொம்மைகள் இருந்தன. பழுப்பு மற்றும் சிவப்புச் செங்கல் நிறப் பானைகள் பளபளத்து என் நெஞ்சைக் கவர்ந்தன. அவர்கள் இன்னொரு இந்திய திரைப்படமான தி ராணி ஆஃப் ஜான்சியையும் பார்த்திருக்க வேண்டும். ஒரு கூட்டம் மிங்கோவிடம் அப்படத்தின் கதாநாயகியா இவர் என்று என்னைச் சுட்டிக்காட்டி கேட் டனர். ஒருவர் இன்னொருவரில் யாரை இனங்காண்கிறார் என்பது அறிய முடியாத ஒன்று.

கைவினைப் பொருட்கள் ஆய்வு மையத்தில் உற்பத்தி செய்யப்படும் பொருட்கள் எங்களுக்குப் புதியவைகளாக இருந்ததால் மிகுந்த ஆர்வத்தை அளித்தன. இயந்திரம் அல்லாமல் உற்பத்தி செய்யப்படும் பொருட்களுக்கு முக்கியத்துவம் கொடுத்தது சிறப்பாக இருந்தது, ஏனெனில் இவை அழிந்துபோகலாம். ஒரு கூச்ச சுபாவமுள்ள பணிமூப்பு அடையும் இயக்குநர் எங்களுக்குச் சுற்றிக் காண்பித்தார். ஒவ்வொரு கைவினைஞரும் சில உதவியாளருக்கு முதலில் கற்பிக்க வேண்டும். உத்தியும் கைவினையும் இதனால் தொடரும். இந்த வேலை மிக உயர்ந்தது. காகிதம் மற்றும் துணியால் செய்யப்பட்ட லாந்தர் விளக்குகள் நான் பார்த்தவைகள் எல்லாவற்றிலும் அழகானவை. தங்க நிற டிராகன் படம் வீட்டுக்குக் கொண்டுசெல்லும் அளவுக்கு மதிப்புடையது. ஆனால், அது விற்பனைக்கு இல்லை. சமாதானப் புறா போன்ற இன்று கம்யூனிஸ்ட் உலகில் பரவ லாகக் காணப்படும் வகைவடிவங்கள் நவீன வடிவமைப்பில் முயற்சி செய்யப்பட்டுள்ளன. ஆனால், இவை சிறப்பாக அமையவில்லை. மரபான கைவினைஞர்களுக்கு இந்தக் கருப்பொருள் மிகவும் அந்நியமானதாக இருப்பது ஒருவேளை இதற்குக் காரணமாக இருக்கலாம்.

மேலும் இங்குக் கையெழுத்தியல் பயிற்சி உள்ளது. இது எனக்கு ஆர்வம் உண்டாக்கியது. ஏனெனில் சீன கையெழுத்தியலே சீனக் கலைகளின் பால் என் கவனத்தை ஈர்த்தது. சிறு தந்தத் துணுக்குகளில் முத்திரை பதிப்பதற்காக ஒருசில செதுக்கப்பட்டிருந்தன. ஆனால், பெரும்பாலானவை அரிசிக் காகி தத்தில் கறுப்பு மை தூரிகையைப் பயன்படுத்தி உருவாக்கப்பட்டிருந்தன. வைரம் மற்றும் மாணிக்கத் தூசியைக் கொண்டு தந்தம் மெருகூட்டப் பட்டிருந்தது. வெள்ளைச் சீனக் களிமண்ணில் மை கொண்டு செதுக்கப் பட்டவை மிகக் கவர்ச்சிகரமானவையாக இருந்தன. இப்படிப்பட்டதை நான் முன்னர் பார்த்ததில்லை. எகிப்தின் கேமெல் அப்துல் நாசருக்குப் பரிசாக அனுப்புவதற்காக ஷாங்காய் முஸ்லீம்கள் கோரிய பெரிய கலசத்தை ஒரு கைவினைஞர் குழுவினர் செதுக்கிக்கொண்டிருந்தனர். நுட்பம் மற்றும் தொடக்கப் புள்ளிகளுக்கான துல்லியம் ஆகியவையே இந்தக் கலைகளின் சிறப்பு அம்சங்கள்.

சாயங்காலம் நாங்கள் உணவு அறையில் இருந்தோம். ஒருவர் தனியாக இருந்தார் ஆனால், எங்கள் உரையாடலில் பங்குகொள்ள விரும்புவது போல் தெரிந்தது. அதனால் நாங்கள் அவருக்கு எங்களை அறிமுகம் செய்து கொண்டு எங்களோடு கலந்துகொள்ளுமாறு அழைத்தோம். அவர் அதை மகிழ்ச்சியோடு ஏற்றுக்கொண்டார். அவர் பேட் ஹேன்மன். இவர் கீழ்த் திசை மற்றும் ஆப்பிரிக்க ஆய்வுப் பள்ளியில் போதித்த சீன மொழி வல்லுநர். நாங்களும் அதே நிறுவனத்தில் இருந்தபோதிலும் இதுவரை

இவரை சந்தித்ததில்லை. அவர் நட்புறவோடு இருந்தது மட்டுமல்லாமல் எங்களது பல கேள்விகளுக்கு இனி பதில் கிடைக்கும் என்று மகிழ்ச்சி அடைந்தோம். மிங்கோவுக்கும் நல்ல முறையில் விளக்க முடியும் ஏனெனில் அவர் சீன மொழியை நன்கறிந்திருந்தார்.

இரவில் ஷாங்காய் மிக அமைதியாக இருந்தது. நான் ஜன்னலைத் திறந்து நகரைப் பார்த்தேன். சில கட்டடங்கள் உயர்ந்தவை சில தாழ்ந்தவை. எல்லா ஜன்னல்களிலும் விளக்கு தெரிந்தது. தங்கு விடுதிக்கு அருகில் இருந்த ஒரே சாலையைத் தவிர சாலைகள் எல்லாம் வெறிச்சோடிக் கிடந்தன. விசில் அடித்தவாறு அதில் ஒரு நபர் நடந்துகொண்டிருந்தார். அது ஒரு பாப் பாடல் ராகம்போல் பட்டது. அவர் சீனரா அல்லது பயணியா?

நானும் பேட்டும் நதியோரமாக நடந்தோம். மேலும் அதிகமாகப் பார்க்க டிராமில் நகருக்குள் சென்றோம். ஒரு நவநாகரிகக் காரில் செல்வதைவிட எல்லோரும் சேர்ந்து செல்வது ஒரு மாற்றமாக இருந்தது. டிராம் கூட்டமாக இருந்ததால் கொஞ்ச தூரம் நிற்க வேண்டியதாயிற்று. சீனர்கள் ஒருவர் கூட எழுந்து லண்டனைப் போல் இடம் கொடுக்காதது எனக்கு மகிழ்ச்சி கலந்த வியப்பாக இருந்தது. ஒன்றில் ஒரு அயல் நாட்டுக்காரர் தங்கள் மத்தியில் இருப்பதால் இருக்கலாம் அல்லது அவர்கள் கண்டுகொள்ளாமல் இருக்கலாம். ஒரு காலத்தில் ஷாங்காய்யில் அனைத்து சட்டபூர்வமற்ற நடவடிக்கைகளுக்கும் தொடர்புடைய ஒரு குற்றவாளிகளின் உலகத்துக்கு – போதைப்பொருள், கள்ளப் பணம், மற்றும் கொலைகள் – சென்றோம். இப்போது அது சீர் செய்யப்பட்டுள்ளது. ஒரு கூட்டம் எங்கள் பின் வந்து ஏதேதோ கூறினர். ஆனால், சீன மொழியில் பேட் பேசியவுடன் அவர்கள் அமைதியாயினர்.

அருங்கலைப் பொருட்கள் கடைகளும் கலைப்பொருள் விற்பனை யாளர்களும் இருக்கும் புகழ்பெற்ற கேண்டோன் சாலைக்கு இலக்கின்றி நடந்த நாங்கள் இறுதியாக வந்துசேர்ந்தோம். பீங்கான் மற்றும் கண்ணாடிப் பொருட்கள் வைத்திருந்த ஒரு சிறு கடைக்குள் நுழைந்தோம். நாங்கள் இன்னொரு அறைக்கு அழைத்துச்செல்லப்பட்டோம், அங்கிருந்து இன் னொன்றுக்கு இப்படி பல அறைகள் வரிசையாக இருந்தன. ஒவ்வொரு அறையிலும் பீங்கான், செராமிக் மற்றும் கண்ணாடிப் பொருட்கள் வெவ் வேறு அளவிலும் வடிவத்திலும் பல வண்ணங்களிலும் ஒரு கலிடாஸ்கோப் கனவுபோல் அடுக்கி வைக்கப்பட்டிருந்தன. சிரிக்கும் புத்தர் முதற் கொண்டு இரக்கத்தின் தேவதை சிலை, குவான்யின், நிலத்தோற்ற தோட்டங்கள் மற்றும் பிற காட்சிகள் போன்று எல்லாம் இருந்தன. அது ஒரு கடையல்ல, கூட்டுக் கடைகள். ஒவ்வொன்றிலும் ஒரு முதிய சீனர் இருந்து தலை வணங்கி உடைந்த ஆங்கிலத்தில் எதைக் காட்டட்டும் என்று

கேட்டனர். நாங்கள் சும்மா பார்க்கிறோம் என்று கூறியது ஒரு வெறுப்புப் பார்வையுடன் வரவேற்கப்பட்டது. சமீபத்தில் ஷாங்காய்க்கு வருகை புரிந்த மேற்கத்தியர்கள் நிறைய பொருட்களை வாங்கியது அவர்களுக்கு நினைவிருந்திருக்கலாம்.

நான் திடீரென ஒரு சிறிய கடைக்குள் நுழைந்தேன். அங்குக் காட்சிச் சாளரத்தின் நடுவில் ஒரு சிறு குவியல் மாணிக்கப் பொருட்கள் இருப்பதைப் பார்த்தேன். நான் மகிழ்ச்சி அடைந்து அவற்றைக் கவனமாகப் பார்க்க ஆரம்பித்தேன். நிறைய போலிகள் இருப்பதால் நான் ஒன்றும் வாங்க வேண்டாம் என்று பேட் தொடர்ந்து கிசுகிசுத்துக்கொண்டே இருந்தார். உண்மையிலேயே விலையுயர்ந்தவற்றை வாங்கும் அளவுக்கு பணம் என்னிடம் இல்லவுமில்லை. உரிமையாளர் ஓர் உண்மையான விற்பனையாளர். அவர் ஒவ்வொரு பொருளின் கதையையும் கூறக்கூற புதுமையாக இருந்தது. அந்தப் பொருளின் வரலாறு, அதனோடு இதற்கு முன் யார் எதற்காக அதில் ஆர்வம் காட்டினர் என்பதுபோல். நான் இறுதியாக அதிக விலையில்லாத ஒரு பொருளை வாங்கினேன். ஆனால், அந்த இடம் நம்ப முடியாத அளவுக்கு அற்புதம். ஒரு ஹேன் காலப் பதக்கத்தில் இருந்து மிங்க் காலக் கலசம்வரை அவை அசலா நகலா என்பதைப் பார்க்காமல் பார்ப்பது உற்சாகமாக இருந்தது. உரிமையாளரைப் போலவே நன்கு பயிற்சி பெற்றிருந்த உதவியாளரும் ஒவ்வொரு பொருள் குறித்தும் ஒரு கதையைக் கூறினார்.

அபாகசுடன் அந்த மாலைப்பொழுது சிறப்பானதாக அமைந்தது. ஒவ்வொரு முறை ஒரு பொருளின் விலையைக் கேட்டதும் அபாகசின் மணிகள் அங்குமிங்கும் ஓடி விலையைக் காட்டின. நவீனத்துக்கு முந்திய ஒரு கணக்கீட்டு வடிவம் ஆச்சரியமளித்தது. ஷியானில் முதன் முதலில் தூரமான பகுதிகளில் பயன்படுத்தப்படுவதைப் பார்த்தேன். ஆனால், இப்போது முன்னேறிய ஷாங்காய்யில் இருந்தாலும் தொடர்ந்து இங்கும் இது பயன்படுத்தப்பட்டுவருகிறது.

தங்கு விடுதிக்குத் திரும்பிச்செல்ல ரிக்ஷா (பெடிகேப்) எடுத்துக்கொண்டோம். பழைய நகரில் இருந்து புதியதற்குச் சென்றோம். ஒரு புதிய நகர்ப்புறத்தின் அனைத்துச் சாதனங்களும் இருந்தன – போஸ்ட்டர்கள், சோப் விளம்பரம், முடிக்கான எண்ணெய், சமையல் கொழுப்பு, உடலுக்குப் புத்துணர்ச்சி ஊட்டும் வழிமுறைகள் பற்றிய விளம்பரம் அளிக்கும் புத்திசாலித்தனமான சுவரொட்டிகள். சில இடங்களில் முழு பற்களையும் காட்டும் வண்ணமயமான அதே பாதி ஐரோப்பியத்தனமான முகங்கள் கொண்ட சுவரொட்டிகள். முதலில் ஆச்சரியப்பட்டாலும் அந்த நகரின் பொருளாதாரம் பாதி தனியாரிடமும் பாதி அரசிடமும் இருக்கும்

வணிகங்களுடன் இணைந்துள்ளது என்பதைப் பின்னர் அறிந்துகொண் டேன். வேகமாக மறைந்துகொண்டு வந்தாலும் இன்னும் பிரிட்டிஷ் வணிக நிறுவனங்களின் எச்சம் இருக்கிறது. ஐரோப்பிய மயமான நகர்ப் புறப் பகுதிகள் என வரையறுக்கப்பட்டவற்றைச் சுற்றி இருப்பவை அனைத்தையும் புரட்சி அகற்றிவிடவில்லை என்பது தெளிவாகத் தெரிந்தது. ஷியான் மற்றும் பீஜிங்கையும் உள்ளடக்கிய பிற நகரங்களைவிட ஷாங் காய் குறிப்பிடத்தக்க அளவில் வேறுபட்டிருந்தது.

ஆற்றில் இருக்கும் கிட்டங்கிகளுக்கு வர முடியாத பெரிய கப்பல் களில் இருந்து சரக்கைக் கொண்டுவர முன்னர் சட்டவிரோதப் பொருட் களைக் கொண்டுவர பயன்படுத்தப்பட்டப் படகுகள் இப்போது பயன் படுத்தப்படுகின்றன. பெரும்பான்மையான சரக்குப் பொதிகளில் அரசு முத்திரைகள் உள்ளன – ஒரு சிவப்பு நட்சத்திரம் மற்றும் ஒரு எண். மனிதன் இழுக்கும் வண்டிகளில் சரக்கு எடுத்துச்செல்லப்படுகின்றன. சாலைகளில் சரளை பாவப்பட்டிருந்தது. பெடிகேப்கள் அல்லது அரிதாக கார்கள் மெதுவாக நம்மைக் கொண்டுசெல்லும்.

இன்னொரு அற்புதமான உணவு. இதுவரை பருகி இராத மீன் சூப். இதில் மீன் உருண்டைகள் கிடந்தன. சிக்கன் சுவையைவிட மண மிக்கதாக இருந்தது. உணவருந்தும்போது ஐரோப்பிய நடன இசை பொழிந்தது – முக்கியமாக ரம்பாஸ், வால்ட்ஸ், மற்றும் ஃபாக்ஸ்ட்ராட்ஸ் – ஆனால், ஒருவரும் நடனமிடவில்லை. இது வழக்கமான புதன் கிழமை நிரல். யாராவது ஜாஸை சீனர்களுக்கு அறிமுகப்படுத்தினால் அவர்கள் வரவேற்பார்கள் என்று நான் எண்ணினேன். அமெரிக்கப் பிற்படுத்தப் பட்டோரின் டிக்சிலேண்ட் பொருத்தமாக இருக்கும். ஆனால், டின் பேன் அலே வகையான காலத்துக்குப் பொருந்தாத இசையில் நாட்டம் இருப்பதாகத் தெரிகிறது. டி-ஷர்ட் போடும் வளரிளம் பருவத்தினருக்கு ராக் அண்ட் ரோல் கற்பனை செய்ய கடினமாக இருக்காது. நாங்கள் உணவுக்குப் பின் எழுந்தபோது இந்தி-சீனி பாய்-பாய்க்கு மாற்றினார்கள். ஆனால், என்ன என்று புரிந்துகொள்ள இயலவில்லை. இந்தித் திரைப்படப் பாடல்கள் புகழ்பெற்றவை. அது கிடைக்கும்படிச் செய்ய வேண்டும். சீனாவில் அதிகம் புகழ்பெற்ற இந்திப் பாடல் ‘ஆவார ஹூன்’.

18
வாரயிறுதியில் ஹேங்க்சோவில் ஓய்வு

எங்களது அடுத்த தங்குமிடம் ஹேங்க்சோ (அப்போது ஹேங்க்சோ என்று அழைக்கப்பட்டது). இது ஒரு குறுகிய கால ஓய்வு என்று எங்களிடம் கூறப்பட்டது. முந்திய வாரங்களில் எங்கள் உழைப்புக்காக அளிக்கப்படும் விடுப்பு. அந்த விடுதியில் மென் படுக்கையும் வெப்பக் குளியலும் இருந்தன. என் அறையில் இருந்த ஜன்னல் மூலம் ஹேங்க்சோவின் பரந்த ஏரியைப் பார்க்கலாம். தூரத்தில் ஏரியில் புள்ளிபோல் இருந்த தீவை என்னால் பார்க்க முடிந்தது. கவனமாக வரையறுக்கப்பட்ட வயல்கள், நீர் வழிகள், காற்றாலைகள் மற்றும் கறுப்புக் கூரையுடன் வெள்ளை யடிக்கப்பட்ட வீடுகள் எனச் சுற்றி இருந்த நிலத்தோற்றம் தட்டையாக இருந்தது. வணிகம் மற்றும் சுற்றுலாவால் தாங்கப்படும் தெளிவான வள மிக்க பகுதி. இது ஓர் அழகிய பழைய நகரம். ஷாங்காய்யின் பழைய நகரில் உள்ள வீடுகள்போல் இருந்தன. கீழ்த்தளத்தைவிட மேல் மாடி சற்றே முன்புறம் நீட்டிகொண்டிருக்க சிறு பால்கனிகளில் அழகிய வேலைப் பாடுள்ள கம்பி வேலிகள். தெருக்கள் ஒளியோடும் மக்கள் நடமாட்டத் தோடும் இருந்தன. காட்சி அழகும் பலர் வருகை தரும் இடமுமான ஹேங்க்சோ, டேங்க் காலகட்டத்தைச் சேர்ந்தது. ஏரிக்குச் செல்லும் வழி யோரத்தில் வரிசையாக மரங்கள் நின்றன. இதில் ஒரு மேட்டுச்சாலை இணைகிறது. ஏரியைச் சுற்றி தாழ்வான மலை. இப்பகுதியில் ஒருவேளை இது ஒன்றுதான் இருக்கும்போல் இருக்கிறது.

புகழ்வாய்ந்த லூ சுன் எழுதிய நாவலின் அடிப்படையில் எடுக்கப்பட்ட ஒரு சீனப் படத்தைப் பார்க்க இரவு உணவுக்குப் பின் சென்றோம். இதில் ஒரு புகழ்பெற்ற நடிகை நடித்திருந்தார். நாற்பது ஆண்டுகளுக்கு முன்னான சமூகத்தில் நடந்த கதையான இது ஒரு விவசாயப் பெண்ணின் துன்பத் தைக் கூறும் ஒரு துன்பியல் திரைப்படம். ஒரு சோகப் படத்தைப் பார்க்கும்போது என்னால் கண்ணீரை அடக்க முடியாது என்பதால் நான் சில கைக்குட்டைகளைக் கொண்டுபோனேன். உணர்வுகளைத் தூண்டும் நாடகமாக இருக்கும் என்று நான் நினைத்தேன். ஆனால், இதன் நோக் கெல்லையும் செயல்களும் மிகவும் வரையறுக்கப்பட்டதாக இருந்தன. வண்ணம் மிக மோசமாக இருந்ததோடு தொழில்நுட்பக் கோளாறும்

இருந்தது. நல்ல இயக்குநர் எடுத்திருந்தால் சிறப்பானதாக இருந்திருக்கும். ஜப்பானிய திரைப்படங்களில் இருக்கும் உணர்ச்சி சீனப் படங்களிலும் இருக்கும் என்று நினைத்தேன். ஆனால், பண்பாட்டுக் கண்ணோட்டங்கள் வெளிப்படையான முறையில் வேறுபட்டன.

அருங்காட்சியகத்தில் கழித்த அந்த நாள் களைப்பு தருவதாக இருந்தது. அது ஒரு விடுமுறை நாள். அதனால் பலர் அருங்காட்சியகம் வந்தனர். நாங்களும் ஒரு காட்சிப்பொருள் போலானோம். நான் எப்போதும் மடக்கக் கூடிய ஒரு முக்காலியைக் கொண்டுசெல்வேன். அவ்வப்போது அதில் உடகார்ந்து குறிப்புகள் எடுப்பேன். சத்தம் ஏதும் செய்யாமல் என்னைச் சுற்றி ஒரு கூட்டம் நின்று நான் எழுதுவதைப் பார்க்கும். நான் என்ன எழுதுகிறேன் என்று அறிய என் முகத்தைப் பார்க்கும். என் குறிப்புகளை விளக்க நான் ஒரு வரைபடத்தைப் போடும்போது அவர்கள் மிகவும் ஆர்வம் கொள்ளுவர். இது எனக்கு மிகுந்த அசௌகரியத்தை அளிக்கும். கூறப்படும் சில கருத்துகள் காதில் விழும். அவர்கள் என்ன கூறுகிறார்கள் என்று நான் ஆச்சரியப்படுவேன். அவர்களது ஆர்வம் நல்நோக்கம் கொண்டதால் நான் யாரிடமும் புகார் சொல்வதில்லை.

மாலையில் கைவினைப் பொருட்களைப் பார்க்க நாங்கள் நகருக்குள் சென்றோம் – ஆடம்பரக் கத்தரிக்கோல்கள், விசிறிகள், கூடைகள், சிறு கல் செதுக்கல்கள் – இவை எல்லாம் இந்த இடத்திற்கே உரித்தான படைப்புகள். கூடை தயாரிக்கும் ஓர் ஆலைக்கு சென்றோம். அங்குள்ள பணி நிலைமை எனக்குப் பிடிக்கவில்லை. கொஞ்சம் புராதானமானதாகப் பட்டது. அங்கு நாற்பது பணியாளர்களே இருந்தனர், மேலும் இது ஒரு குடிசைத் தொழில் போலவே இன்னும் கருத்தப்பட்டது என் உணர்வுக்குக் காரணமாக இருக்கலாம். மிகச் சிக்கலான நுட்பங்களை அவர்கள் எளிதாகக் கையாளுவது எனக்கு ஆச்சரியத்தை அளித்தது. பானை வனைதல் போலவே, ஒரு நடைமுறைப் பொருளை ஓர் அழகுப்பொருளாக மாற்றும் மனிதனின் புத்திக்கூர்மைக்கு இது மற்றுமொரு உதாரணம். மூங்கிலை ஒரு நுட்ப மாகப் பின்னப்பட்டக் கூடையாக மாற்றுவது மந்திரம் போலவே இருக் கிறது. வெறும் மூங்கில் மட்டுமே முன்னால் இருக்கிறது. உள்ளூரிலேயே செய்யப்பட்ட சிறு குறுங்கட்டியைப் போட்டு அவர்கள் யாவரும் அமர்ந் திருக்கிறார்கள். வெட்டி, சீவி, ஆச்சரியகரமான வடிவமைப்புகளில் பின்னு கிறார்கள். குழந்தைகள் சோற்றுக் கிண்ணங்களை உண்ணும் குச்சிகளைப் பிடித்துக்கொண்டு அங்குமிங்கும் அலைகிறார்கள். இயந்திரங்களே வெட்டுதல் சீவுதலை செய்யும்போது மனித உழைப்பு வீணடிக்கப்படுகிறது என்று நான் நினைத்தேன். ஆனால், அவர்களுக்குதான் அதைப்பற்றி நன்கு தெரியும். ஒவ்வொருவருக்கு இடையில் நிறைய இடைவெளி இருந்தது.

சீனர்களுக்கு வெளி பற்றிய உணர்வு அதிகம் இருப்பதாக நான் அடிக்கடி சிந்திப்பதுண்டு. அதனால்தான் அவர்கள் பணி இடங்களில் கூட்டம் போடுவதில்லை.

காலை முழுவதும் மழை பெய்தது. மழை வெறித்ததும் மதிய உணவுக்குப் பின் மறுகரைக்கு ஒரு சிறிய படகுப் பயணத்துகாக நாங்கள் ஏரிக்கு அழைத்துச்செல்லப்பட்டோம். ஒரு சிறிய படகை நான் துடுப்புப் போட்டு செலுத்த முடியுமாவெனக் கேட்டேன். ஆனால், விருந்தினர்களுக்கு அனுமதி இல்லை என்று பணிவாக மறுக்கப்பட்டது. ஆகவே நாங்கள் அனைவரும் ஒரு பெரிய படகில் ஏறினோம். மேகங்களுக்குள் மறைந் திருக்கும் மலைகள் சூழ்ந்திருக்க, ஏரியே ஒரு கனவுபோல் இருந்தது. நாங்கள் ஒரு ஸாங் கால நிலத்தோற்றத்தில் நகர்வதாக எனக்குத் தோன் றியது. ஓவியர்கள் இருப்பதைத்தான் வரைந்திருக்கிறார்கள். வெளியும் இடங்களும் பொருந்தி இருப்பது கற்பனையானது அல்ல. அது நிலத் தோற்றத்துக்கான செவ்வியல் சூத்திரம் – அமைதியான தண்ணீரின் மேல் ஒரு வில்லோ மரம் படர்ந்திருப்பது, தூரத்து மலைகள் மேகங்களுக்குள் புதைந்திருப்பது – அது இப்போது இருப்பதைப் போன்ற ஒரு மதிய வேளையைக் கண்முன் கொண்டுவருகிறது. பல கலைஞர்கள் ஹேங்க் சோவில் பல ஆண்டுகள் கழிக்கின்றனர் என்பதில் எனக்கு ஆச்சரிய மில்லை. ஒவ்வொரு மலையும் மேகமும் உருவாக்கும் காட்சிகள் ஓர் ஓவியத்துக்கு அல்லது கவிதைக்கு ஊக்கம் அளிக்கும். இந்தக் கணப் பொழுதை எவ்வாறு பதிவுசெய்வது?

ஏரியில் இருந்த சில தீவுகளில் நாங்கள் இறங்கினோம். ஓர் அல்லிக் குளத்தில் சிறு பாலங்கள் மற்றும் பாறை அலங்காரங்கள் கொண்ட ஸாங்க் காலகட்டத் தோட்டம் அமைந்த ஒரு தீவு குறிப்பாகச் சிறப்புடையதாக இருந்தது. அந்தக் காலத்துக்குக் காலப்பயணம் செய்தால் பெரும் அனுபவ மாக இருக்கும் என்று நான் எனக்குள் சொல்லிக்கொண்டேன். இந்த இடங் களுக்குச் சீனக் கவிதைகளில் இருந்து பெயர்கள் சூட்டப்பட்டிருந்தன: ‘அமைதியான ஏரியின் மேல் இலையுதிர்காலச் சந்திரன்’, ‘வில்லோக்களில் பாடும் ஓரியோல்கள்’, ‘ஆறு இசைகளின் கோயில்கள்’, ‘மாலை நேரப் புகை மேக இடம்’. நாம் காலப் பயணம் செல்ல வேண்டும் – ஆனால், எங்கே யாருடன் என்பதை நாமே தேர்ந்தெடுக்க வேண்டும்! அல்லது இறந்தகாலம் ஒருவரின் கற்பனையாகவே இருக்க வேண்டும் ஏனெனில் உண்மை ஏமாற்றம் அளிப்பதாகக்கூட இருக்கலாம்.

பயணத்தைப் பற்றிப் பேசும்போது, காலத்தில் பின்னோக்கி அல்ல, நிச்சயமாக இன்னொரு வெளியில்: நாங்கள் விடுதியின் பொதுவரங்கில் அலைந்து திரியும்போது, *அல்’ஹுயுமனைட்* இதழின் மத்திய ஆகஸ்ட்

மாதப் பிரதியைக் கண்டோம். இது பிரஞ்சு கம்யூனிஸ்ட் கட்சியின் செய்தித்தாள். நானும் டொமினிக்கும் பசியுடன் அதைப் படித்தோம். நாங்கள் புறப்பட்டதில் இருந்து நாங்கள் படிக்காத பிற உலகின் செய்தி இது. சிரியாவில் பிரச்சினை, மத்திய கிழக்கு அரசியலில் சிக்கல்கள், அரசக் குடும்பத்தினரைப் பற்றிய ஆல்ட்ரிஞ்சம் பிரபுவின் (பின்னர் ஜான் கிரிக்) கருத்து குறித்து பிரிட்டனில் கோபம் பற்றிய முதல் பக்கச் செய்திகள். இதில் அரசக் குடும்பம் பற்றிப் பேசிய ஆல்ட்ரிஞ்சம் பிரபுவை நேருக்கு நேர் வாட்போருக்கு அழைத்த இத்தாலிய மன்னர் ஆதரவாளரின் சவாலும் அடங்கும். ஒன்றுமில்லாதது பற்றி இத்தனை களேபரம். இது அபத்த மாகப் பட்டது. நாங்கள் டெய்லி ஒர்க்கரின் ஒரு பிரதியையும் துருவி எடுத்தோம். ஆனால், அது கெடுவாய்ப்பாக ஜூலை 23ஆம் தேதி கொண்டது. நான் உலகில் என்ன நடக்கிறது என்று அறிய நோட்டமிட்டேன். ஆனால், எந்தத் தகவலும் கிடைக்கவில்லை.

இந்நாட்களில் சீனாவில் பயணம் செய்வது பற்றிய ஒரு விஷயம் என்ன வென்றால் அடிக்கடி அனைத்துவகையான பிரதிநிதிகளையும் சந்திப்பது தான். ஓர் ஆசியத் திரைப்பட விழாவுக்கான ஒரு பிரதிநிதிகள் கூட்டம் விடுதியில் தங்கி இருந்தது, ஆனால், சிறியதுதான். அவர்கள் யாவரும் அரசு விருந்தினர்கள். ஒரே இடங்களுக்கு அழைத்துச்செல்லப்பட்டனர். ஜப்பானியர்களையும் லெபனானியர்களையும் அடிக்கடி பார்த்தோம். ஜப்பானில் ஹைச்-குண்டு எதிர்ப்பு மாநாட்டுக்கு சென்றிருந்த காக்கா காலேக்கர் மற்றும் ராமேஷ்வரி நேரு அடங்கிய ஒரு இந்தியத் தூதுக்குழு. அவர்கள் ஆசிய ஒருமைப்பாடு பற்றிய கூட்டத்தில் கலந்துகொள்ள வந்திருந்தனர். புதிதாகச் சுதந்திரம் பெற்ற புதிய ஆசியவின் செயல்பாடுகள்.

அடுத்த நாள் காலை நாங்கள் அருகில் இருந்த ஒரு மடத்துக்குச் சென்றோம். கி.பி. தொடக்க நூற்றாண்டுகளில் கட்டப்பட்டது. கோவிலில் குறிப்பாக ஞாயிற்றுக்கிழமைகளில் ஏராளமான மக்கள் வந்து வழிபட்டனர். புத்த மதப் பிரதிகளைப் பல ஆண்டுகள் ஒரு இந்தியத் துறவி மொழி பெயர்த்ததாகப் புராணம் உண்டு. கறுப்பு வெள்ளை வீடுகள் கொண்ட ஒரு கிராமத்துக்கு அருகில் இடம் அற்புதமாக தேர்ந்தெடுக்கப்பட்டுள்ளது. கோயில் எனக்கு ஒரு பரோக்கிய முறை தேவாலயத்தை நினைவுக்கு கொண்டு வந்தது. தேவைப்படும் அளவுக்குக் கதவுகளைக் கொண்ட ஒரு பெரிய கட்டடம். சுவரின் பிறை மாடங்களில் சிற்பங்கள், சிவப்பு மற்றும் நீல விளக்குகளுடன். வெற்றுத் தரை, அதிகமாக பூவேலைப்பாடுகளால் அலங்கரிக்கப்பட்ட உட்கூரை. எரியும் ஊதுவத்தியின் மணம் கூடுதலாக இருந்தது. ஒளி ஊடுருவ முடியாததாக இருந்தது. மிகப் பெரிய உருவம் மையத்தில் வைக்கப்பட்டு இரு பக்கங்கங்களிலும் சிறு சிலைகள் இருந்தன.

கறுப்புக் கால்சட்டைகள் மற்றும் நீல ஜாக்கட்டுகள் அணிந்து தலை முடியைப் பின்னால் பாதுகாப்பாக கட்டியிருந்த முதிய பெண்கள் ஒவ்வொரு கோவிலுக்காகச் சென்று முழங்காலிட்டு வழிபாடு செய்து ஒவ்வொரு சிலைக்கும் அருகில் இருந்த மணல் நிரப்பிய செம்புத் தாங்கிகளில் ஊதுவத்திகளைச் செருகிச் சென்றனர். அவ்வப்போது கறுப்பு அங்கி தரித்த மொட்டையடித்த துறவிகள் சிரிப்பற்ற முகத்தோடு முக்கிய பீடத்தைக் கடந்துசென்றனர். மழை பெய்துகொண்டு இருந்ததால் மூங்கிலால் செய்யப்பட்ட முக்கிய தண்டும் நீலம், மஞ்சள், பச்சை, சிவப்பு நிறத் துணியும் கொண்ட குடைகள் ஆங்காங்கே விரித்து வைக்கப்பட்டிருந்தன.

எங்கள் வருகையை ஆர்வத்தோடு பார்த்ததோடு நாங்கள் எந்நாட்டைச் சேர்ந்தவர்கள் என்ற விசாரிப்பும் இருந்தது. பலர் நாங்கள் சோவியத் நாட்டில் இருந்து வருவதாக எண்ணியது எங்களுக்கு எரிச்சல் ஏற்படுத்தியது. நாங்கள் இந்தியர்கள் என்று தெரிவிக்க நான் ‘ஆவாரா ஹூன்’ பாடலாம் என எத்தனித்தேன். ஆனால், அது கோயில் வளாகத்தில் பொருத்தமாக இருக்காது என்று விட்டுவிட்டேன். நாங்கள் சீன சட்டையும் ஜாக்கட்டும் அணியாமல் சேலை அணிந்திருந்தோம். இதனால் எனக்குப் புதிராக இருந்தது. நாங்கள் ரஷ்யர்கள் இல்லை. ஒருவேளை சோவியத்தில் இருந்து வரும் தேசியச் சிறுபான்மையினர் என நினைத்திருக்கலாம். அதிகமாக சேலை அணிந்த பயணிகள் வருவதில்லை என்பதால் உள்ளூர் மக்களால் சரியாக அறிந்துகொள்ள முடியவில்லை.

மடத்தின் பெயர் உணர்வைத் தூண்டுவதாக இருந்தது: தூரத்தில் இருந்து பறந்துவந்த சிகரம். இந்த சிகரத்தைப் பார்த்த துறவி இந்தியாவில் தன் மடத்துக்கு அருகில் இருந்த சிகரமே இது என சாதித்ததால் இந்தியாவில் இருந்து பறந்து வந்த மலை என்று அழைக்கப்பட்டதாகப் புராணம். மடத்தை எதிர்நோக்கி இருந்த குகைகளில் பாறையில் செதுக்கப்பட்ட ஸாங்க் கால சிற்பங்கள் உள்ளன. இவற்றின் பாதியில் பாசிகள் மற்றும் செடிகள் வளர்ந்திருப்பதால் சிற்பத்துக்கு அழகும் மென்மையும் கூடியுள்ளன. இந்தியாவில் இருந்து யுவான் சுவாங் சூத்திரங்களைக் கொண்டு வரும் சிற்பமும் ஓரிடத்தில் உள்ளது.

இந்தியாவைப் பற்றிய பாரம்பரியமான சீனப் புரிதல் என்பதற்கு இந்நிகழ்ச்சி ஓர் அடிப்படை. சில சீனர்களுக்கு மத்தியில் யுவான் சுவாங் ஒரு புராண புருஷன். இப்போது, நிச்சயமாக, இரு பண்பாடுகளும் நவீனமயமாக்குதலுக்குள் செல்வதால் இது மாறும். மாறாக இது சீனப் புத்த மதத்தை இந்தியாவில் இருந்து வரும் போதனைகளுக்குக் கடமைப்பட்டதாக மாற்றுகிறது. ஆனால், இந்தச் சிந்தனையை ஒருவர் தமக்குள்ளாக வைத்திருப்பது நல்லது. கி.பி. ஒன்பதாம் நூற்றாண்டில் நடந்ததுபோல பல வேளைகளில் சீனப் புத்த மத்தத்தினர் ஒடுக்கு முறைகளுக்கு ஆளானதை

ஒருவர் மறந்துவிட முடியாது. சீனாவில் புத்த மதம் நிறுவப்பட்டதில் வலிமையான வரலாற்றுக் கண்ணோட்டம் உள்ளது. இந்தியாவுக்கு அறிவை நாடி வந்தவர்களைப் பற்றி நாம் கவனம் செலுத்துவதில்லை அல்லது பல்வேறு காரணங்களுக்காக உலகை ஆராய இந்தியாவில் இருந்து சென்றவர்களைப் பற்றியும் அதே நிலைதான்.

வாயிலுக்குள் நுழையும் இடத்தில் ஓர் அற்புதமான வெண்கல முரசு உள்ளது. நான் என் விரல்களால் மெதுவாகத் தட்டினேன். ஒரு நிமிடத்துக்கும் மேலாக எதிரொலி கேட்டுக்கொண்டே இருந்தது. அதிர்வுகளை அதிக நேரம் அந்த முரசில் என்னால உணர முடிந்தது. முரசின் இருபுறமும் வரிசையாக அருகர்கள் அமர்ந்திருந்தனர். நல்ல வடிவமைப்புகள் ஆனால், மேற்பகுதியில் அதிக பளபளப்பு. ஒவ்வொரு முகத்திலும் காணப்பட்ட தனித்தன்மை துறவிகள் புகழ்பெற்றவர்கள் என்பதைக் காட்டுகிறது. முத்து நீரூற்றின் விளிம்பில் ஒருவர் மிதக்கும்போது முத்துக்கள் போன்ற குமிழ்கள் எழுவதால் அப்பெயர் பெற்றது. மாணிக்க நீரூற்றைச் சுற்றி இருக்கும் தரை மாணிக்கம்போல் இருப்பதால் அப்பெயர் பெற்றது, ஆனால், அது அசல் மாணிக்கம் அல்ல. இந்த நீரூற்றில் (பிறவற்றிலும்) பெரிய கறுப்புக் கெண்டை மீன்களும் தங்கமீன்களும் ஒன்றாகப் போவது போல் தோன்றுகிறது. சிறு பூசணித்துண்டுகளை அவற்றிற்கு உணவாகப் போடுவதை நாங்கள் பார்த்தோம். பெரிய பளபளக்கும் இமைக்காத கண்கள், பெரிய திறந்த வாய்கள். சுவாசிக்கும்போது திறக்கும் இரத்தம் போன்ற செவுள்களைக் கொண்ட மீன்களை எனக்குக் குறிப்பாகப் பிடிக் காது. அவற்றைப் பற்றி அறிய ஒருபோதும் நான் விரும்பியதும் இல்லை. ஒருவேளை அதிக நேரம் மீன்களோடு செலவு செய்தால் நான் அவற்றை நேசிக்க ஆரம்பித்துவிடக் கூடும். பிராய்டின் பகுப்பாய்வின் படி இதற்கு என்ன அர்த்தம் என்று நான் அறிய விரும்பவில்லை.

நேற்று மாலை மேகமூட்டம் இருந்தது. அவ்வப்போது தூறலும் இருந்தது. அந்திக் கருக்கல் துரிதமாக வந்தது. கொஞ்ச நேரத்துக்கு முன் நான் மிங்கோவுடன் பூங்காவில் இருந்தேன். இப்போதுதான் இலைகளின் நிறத்தை மாற்ற ஆரம்பித்திருக்கும் இலையுதிர்காலம். மெதுவாகச் சிவப் பாகவும் மஞ்சளாகவும் மாறத் தொடங்கி இருக்கும் இலைகளைச் சேகரித்துக்கொண்டே நாங்கள் நடந்தோம். வில்லோக்களைத் தவிர பிற மரங்கள் எல்லாம் இன்னும் சில மாதங்களில் மொட்டையாக நிற்கும். பனி விழும்போது கஷ்கொட்டைகள்கூட தங்கள் வட்டமான பஞ்சுபோன்ற இலைகளை இழந்து போகும். பிளவுகளும் வெற்றிடங்களும் நிரம்பிய பாறைகள் ஹென்றி மூரின் சிற்பங்கள்போல தோட்டத்தில் அங்கொன்றும் இங்கொன்றுமாக நின்று ஒரு வரலாற்றுக்கு முந்திய இடம்போன்ற தோற்றத்தை அளித்தன.

19
பீஜிங்கில்

நாங்கள் பீஜிங்கிற்குத் திரும்பிச் சென்றுகொண்டிருந்தோம். அது எங்கள் கடைசித் தொடர்வண்டிப் பயணம். ஒரு பகல் மற்றும் ஓர் இரவுப் பயணம். சொல்லக்கூடியதாக ஒன்றுமில்லை. தொடர்வண்டி வசதியாகவும் சுத்தமாகவும் இருந்தது. கேபின்களுக்கு இணையாக ஒரு நடைபாதை சென்றது. அதன் இறுதிப்பகுதிகளில் வசதிகள் இருந்தன. இந்தியாவில் இதை நாம் போகி (bogie) என்று சொல்லுகிறோம். இரவில் நான் அமர்ந்து யாங்க்ட்சி ஆற்றைப் படகு மூலம் கடக்கும் சிக்கலான செயல்முறையை மீண்டும் ஒருமுறை பார்த்துக்கொண்டு வந்தேன். கழிப்பறைக்குள் என்னையே நான் தவறுதலாகப் பூட்டிக்கொண்டுவிட்டதால் என் பதற்றம் உச்சத்துக்குச் சென்றது. நடைமேடையில் இருக்கும் பயணிகள் பயன்படுத்துவதைத் தடுக்க ஒவ்வொரு நிலையத்திலும் கழிப்பறைகள் பூட்டப்படுகின்றன. கழிப்பறையானது பயனில் இருக்கிறதா என்று பொறுப்பில் இருப்பவர் சோதிப்பதில்லை. நான் பூட்டப்பட்டுவிடேன் என்பதைச் சைகை மூலம் தெரிவிக்க நடைமேடையில் இருக்கும் காவலரின் கவனத்தைக் கவரும் முயற்சி செய்தபோது நான் ஏறக்குறைய ஜன்னல் வழியாக விழுந்துவிட இருந்தேன். இறுதியாக அவர் புரிந்துகொண்டார். வண்டிக்குள் வந்து கைப்பிடியை முறுக்கி முயற்சிசெய்துவிட்டுப் பின் சாவியை வைத்திருக்கும் பணியாளரைத் தேடிச்சென்றார். இந்த வண்டியில் நல்வாய்ப்பாக பெட்டிகளைப் போலவே கழிப்பறைகளும் சுத்தமாக இருந்தன.

நிலத்தோற்றம் மீண்டும் தட்டையாகவே இருந்தது. இரு புறமும் நெல் வயல்கள். எங்கேயாவது ஒரு சிறு தண்ணீர்க் கால்வாய். அவற்றில் நீர் கஷ்கொட்டைகள். இவை அறுவடை செய்யப்படுகின்றன. தண்ணீர் ஆழமாக இருக்கும் இடங்களிலும் குறுகிய கால்வாய்கள் இருக்கும் இடத்திலும் படகுகளில் போக்குவரத்து நடைபெறுகிறது. இவை சிறிய, குறுகிய அடிப்பகுதி ஆழமற்ற படகுகள். இவற்றின் நடுவில் ஒரு கூரை வேய்ந்த அறை உள்ளது. படிப்படியாக நெல்வயல்கள் மாறி, சோளம், தினை, மற்றும் மக்காச்சோள வயல்கள் வருகின்றன. மீண்டும் வடக்குக்கு வந்து விட்டோம் என்று அறிகிறோம். மீண்டும் மண் வீடுகள் கொண்ட

கிராமங்கள். இப்போது சிலர் பட்டம் விட்டுக்கொண்டு இருக்கிறார்கள். இந்திய நாட்காட்டியின் படி இது பட்டம்விடும் காலம் அல்ல. ஆனால், சீன நாட்காட்டி வேறு. திடீரென வண்டியின் ஒலிப்பெருக்கியில் பாச்சின் நான்காம் பிராண்டன்பர்க் இசை ஒலித்தது. இது எனக்கு கொஞ்சம் வியப்பாக இருந்தது – ஷாங்காய் பீஜிங் தொடர்வண்டியில் பாச்சின் இசை இயக்கப்படுவது. எது வேண்டுமானாலும் நடக்கலாம். அது பீஜிங்கின் மத்திய மக்கள் நிலையத்தில் இருந்து ஒலிபரப்பப்படுகிறது என்று மிங்கோ கூறினார். இந்த நிலையத்தின் ஒரு பிரிவு இசை, மற்றும் செவ்வியல் மற்றும் உலகெங்கும் இருந்து மக்களுக்குப் பிடித்த இசையின் கலவையை மட்டும் ஒலிபரப்புகிறது. பல்வகை இசையை மக்களுக்கு அறிமுகப்படுத்தும் முயற்சி இது. பாடல் மற்றும் நடனப் பரிசோதனைக் குழு ல டிராவியட்டா என்ற ஓபராவின் அசலை நடத்துகிறது. இது புகழ்பெற்றதால் மூன்று மாதங்கள் தொடர்ந்து நடைபெற்றது என்று மிங்கோ கூறினார். கோவெண்ட் கார்டனில் பீக்கிங் ஓபரா நடத்தப்பட்டால் அல்லது தில்லி பண்பாட்டு மையங்களில் இத்தாலியன் ஓபரா நடந்தால் மூன்று இரவுக்கு மேல் ஓடுமா என்பதில் எனக்குச் சந்தேகமே.

எனக்கு ஆச்சரியமாக இருந்தது. பாச்சின் இசையைக் கேட்பதில் சீனர்கள் திறந்த மனதுடையவர்களாக இருக்கிறார்களா அல்லது பொதுக் கல்வியின் ஒரு பகுதியாக அது திணிக்கப்படுகிறதா. பாச்சின் இசை அறி முகப்படுத்துவதால் அரசுக்கு என்ன லாபம்? எப்போதாவது வரும் மேற் கத்தியப் பயணிக்கு வெறுமனே காட்டப்படுகிறதா – பிற செயல்பாடு களுக்கு மேலாக இருக்கும் ஒரு மனப்பாங்கா? காலனியாதிக்கத்தால் உருவாக்கப்பட்ட இவற்றை எப்போது நாம் நிறுத்துவோம்? அல்லது இந்தக் கண்டத்தின் பிறரைவிட சீனர்களுக்கு இயற்கையான ஆர்வம் அதிகமா? அறியாததை அறியும் ஆர்வம் இந்தியர்களாகிய நமக்குக் குறைவா? பாச்சின் இசையை நாம் ஒரு தொடர்வண்டியில் ஒலிக்க விடுவோமா? நாம் நமது செவ்வியல் மற்றும் வெகு மக்கள் இசையில் நன்றாக பரிணமிக்கப்பட்ட அமைப்பைக் கொண்டிருப்பதால் அவை நமது ஆர்வத்தைத் தணிக்கப் போதுமானதா? பிற வகை இசை அல்லது கலையியல் வெளிப்பாடுகள் நமக்குத் தேவை இல்லையா?

இவை பிற கேள்விகளைப் போலவே எனக்குப் புதிரானவையாக, அதிலும் இங்கு வந்தபின்னர் அதிகமாக இருந்தன. கி.பி. முதல் ஆயிர மாம் ஆண்டின் பிறபகுதியில் சீன பௌத்தர்கள் இந்தியாவுக்கு வந்தனர். அவர்கள் பெற்ற அனுபவத்தின் காரணமாக அகன்று விட்டனர். நமக்குக் கிடைப்பது சில சிறு குறிப்புகளும் சில ஃபாகியான் போன்ற நீண்ட குறிப்புகளும். அவற்றில் ஒன்று யுவான் சுவாங்கின் விவரமான பயணக்

குறிப்புகள். அவர் கண்டதையும் கேட்டதையும் பற்றிய ஆழமான சிந்தனைகள். இதற்கு இணையாக பல இந்தியர்கள் மத்திய ஆசியாவுக்கும் சீனாவுக்கும் பௌத்த ஊழியர்களாகவும் போதகர்களாகவும் அல்லது வணிகர்களாகவும் சென்றனர். ஆனால், அவர்களில் ஒருவரும் ஒரு குறிப்பையும் விட்டுச்செல்லவில்லை. அவர்களின் போதனை கடுமையாக இருப்பதால் அது சோம்பேறித்தனம் எனக் கூற முடியாது. இந்தியாவில் யாரும் ஆர்வம் காட்ட மாட்டார்கள் அல்லது அவை ஒருவரின் தனிப்பட்ட அனுபவமாக இருக்குமே தவிர அதைக் கடந்து செல்லாது என்பதனால் ஏற்பட்ட அக்கறையின்மையால் தனிப்பட்ட அனுபவங்கள் பற்றிய கருத்து கூறப்படாமல் போயிருக்கலாம்.

நாங்கள் விடுதி சின் கியோவுக்குத் திரும்பி வந்தோம். ஷாங்காய் விடுதியின் நளினமான சேவைகளுக்குப் பின் இது ஒரு அரசு தங்குமிடம் போல் இருந்தது. ஒப்பீட்டில் பீஜிங் நிச்சயமற்று காணப்பட்டது. இங்கு ஷாங்காய்யின் மென்மை இல்லை. முற்றிலும் அயல்நாட்டினர், மேலும் ஒவ்வொரு நாளும் ஒரு புதிய தூதுக்குழு வருகிறது ஒவ்வொரு நாளும் ஒரு புதிய மொழி பேசப்படுகிறது. இப்போது புரட்சியின் அக்டோபர் ஆண்டு விழா. குடியரசுத் தலைவர் ராதாகிருஷ்ணன் அரசாங்க விருந் தாளியாக வந்திருப்பதால் இந்தியத் தூதரகத்தில் அல்லோலக்கோலம். ஷாங்காய்யைவிட இங்கு வேலை மெதுவாக நடக்கிறது. பலமுறை இந்த மந்தப் போக்கு எனக்கு எரிச்சலூட்டியது, ஆனால், அதை வெளியே சொல்லாதவாறு கட்டுப்படுத்திக்கொள்ள வேண்டியதாயிற்று. தமது முதல் பணியமர்த்தத்தில் இருந்த ஓர் இளம் இந்தியத் தூதரக அதிகாரி சீனாவைப் பற்றி விடுதிப்பொது அறையில், சீனப் பெண்கள் எவ்வளவு அதிகமாக வேலைசெய்கிறார்கள், எவ்வளவு தன்னம்பிக்கையுடன் செய்கிறார்கள், மேலும் சீனர்கள் சில இந்தியர்கள் எண்ணுகின்றபடி ஓப்பியம் உண்ணு கிறவர்கள் அல்லர் என்று சொல்லிக்கொண்டிருந்தார். நாம் நமது கிழக் கத்திய அயல்நாட்டினரைப் பற்றி அதிகமாக அறிந்துகொள்ள வேண்டும்.

இந்நாட்களில் சீனாவைப் பற்றி பொதுவாக அறியாமல் எழுதும் கருத்துகள் பரவி வருகின்றன. சீனாவில் இருக்கும் எனது மறு உணர்வு களைப் பற்றி நானும் என்னை நானே கேள்வி கேட்டுக்கொள்ளுகிறேன். ஒருவர் தாம் பார்ப்பதற்கு சாட்சியாகவும் இருக்கலாம் அல்லது அதைப் பற்றி எழுதவும் செய்யலாம். நான் இங்கு மூன்று மாதமாகத்தான் இருக் கிறேன். என்ன நடக்கிறது என்பதைக் குறித்து எனக்கு குறைந்தபட்ச பார்வையே உள்ளது. மொழியை அறியாமல் இருப்பது ஒரு பின்னடைவு. என் பயணத்தை எனக்கு நானே நினைவுகூர நான் பார்த்ததை விளக்குவதே இந்த முயற்சி. மேற்கில் இருந்து வரும் ஒருவர் என்று விவரிக்கப்படுவது

எனக்கு இன்னும் பழக்கமாகவில்லை. ஒவ்வொரு தடவையும் அது எனக்குக் கொஞ்சம் அதிர்ச்சியை அளிக்கிறது.

நான் இவற்றைப் பற்றி சிந்தித்துக்கொண்டிருக்கும்போது அடுத்த மேசையில் ஒரு குழந்தையுடன் ஒரு பெண் வந்து அமர்ந்தார். நான் முதலில் குழந்தையுடன் பழகி பின் அந்தப் பெண்ணுடன் என் அரைகுறை சீனத்தில் பேச முற்பட்டேன். நாங்கள் கொஞ்சம் பேசியபின் அவர் என்னை புரிந்துகொள்ளத் தொடங்கினார். இதுவே நான் சீனாவைச் சந்திப்பது என்று சிந்தித்தேன். மிங்கோ இல்லாமல் நானே தொடர்புகொள்வது. இங்கு இருப்பதற்கு அது ஒரு வித்தியாசமான உணர்வை அளிக்கிறது. பீஜிங்கிற்கு வந்த பின் நான் முதலில் செய்ததுபோல் தேநீர்க் கடைகளைத் தேடி அலையவில்லை. ஏனெனில் நான் கற்பனை செய்யும் விதமாக அவை இங்கு இருப்பதில்லை. நான் இபோது சீனாவுடன் பழக்கமாயிருக்கிறேன், சில சீனர்களோடு கூடப் பழகி இருக்கிறேன். இது எனது கவனிப்பில் ஒரு நம்பிக்கையை அளிக்கிறது – நான் இப்போது சூழலை அறிய ஆரம்பித்திருக்கிறேன்.

மாலையில் நானும் மிங்கோவும் மத்திய மார்க்கெட்டுக்கு ஊர்ந்து செல்லும் ஒரு ரிக்கட்டி பேருந்தில் ஏறினோம். அது இரவு 8 மணி. கடை களை அடைத்துகொண்டு இருந்தனர். விளக்குகள் அணைக்கப்பட்டு வந்தன. நாங்கள் ஒரு இசை தொடர்பான கடைக்குச் சென்றோம். அது ஒரு விநோதமான சிறு கடை, கொஞ்சம் அலங்கோலமாக இருந்தது, ஆனால், முழுவதும் இசைத்தட்டுகள். பெரும்பாலும் 78ஆம் ஆண்டில் வெளிவந்தவை. சில வீட்டில் உருவாக்கப்பட்டவைபோல் தோன்றின. சிலவற்றை நான் கேட்டுவிட்டு வாங்கினேன். நான் கேட்க விரும்பிய ‘தி மூன் ஓவர் குவான் மௌண்டன்’ அல்லது பிற இசைகள் புதியதாக இருக்கவில்லை. ஒரு பேக்கட் இசைத் தட்டுகளுடன் வெளிவந்தோம். ஒரு கடையில் பாகில் பாதுகாக்கப்பட்ட ஆப்பிள் வாங்கினோம். அழகிய பச்சை பளபளப்புக் குவளையில் வழங்கப்பட்டது. கவர்ச்சிகரமான பள பளப்பான கிண்ணம் மற்றும் குவளைகளில் உண்ணக்கூடியவை கிடைப் பது சீனாவின் மகிழ்ச்சிகளில் ஒன்று.

நிறைய மக்கள் கூட்டம் உள்ள ஓரிடத்துக்குச் செல்ல விரும்பினேன். ஒரு பக்கம் படிகள் கொண்ட ஒரு நாற்சந்திக்குச் சென்றோம். படிகளில் உட்கார்ந்து ஆப்பிளை சுவைக்கலாம் என்று கூறினேன். ஆனால், மிங்கோ அப்படி யாரும் இங்குச் செய்வதில்லை என்று கூறினார். ஓர் அயல்நாட்டு காட்டுமிராண்டி வலியுறுத்தியதாகக் கூறலாமே என்று நான் மிங்கோவைக் கிண்டல் செய்தேன். பீக்கிங் கூட்டம் வேகமாக நடக்கும் போதே எங்களை விநோதமாகப் பார்த்தது. அவ்வப்போது இந்து என்ற சொல்லைக்

கேட்டேன். நான் எங்கிருந்து வருகிறேன் என்று குறைந்தபட்சம் அவர்கள் யூகித்துவிட்டார்கள். அது விண்மீன்கள் நிறைந்த ஓர் இரவு. கண்காணிப்பு விளக்குகள் ஒரு வடிவமைப்புடன் அசைந்தன – விழா நாள் ஒத்திகை. இப்போது இருளாகிவிட்ட சந்துகள் வழி நடந்தோம். வரிசையாகத் தெருவிளக்குகள். வெள்ளையடிக்கப்பட்ட வரவேற்பு நல்காத வெற்று வீடுகள். ஆனால், அந்தச் சுவர்களுக்கு அப்பால் விளக்குகள், சிரிப்பு சத்தங்கள் அல்லது வானொலி சத்தத்தைக் கேட்க முடிந்தது. சுவர்களுக்கு அப்பால் வாழ்க்கை இருக்கிறது ஆனால், தெருக்களில் அவை சிந்த வில்லை. சீனாவைப் பற்றி எழுதும் வல்லுநர்கள் அதற்குள் இருக்கும் வாழ்க்கையை எழுதுவார்களா? என்னால் முடியவில்லை, எனவே எனக்குத் தெரிந்தது கொஞ்சமே என்று உணர்கிறேன்.

~

பீஜிங்கிற்குத் திரும்பி வந்ததும் இரு விஷயங்களுக்கு முன்னுரிமை கொடுக்கத் திட்டமிட்டேன். தளங்களுக்குச் சென்றதால் அந்தப் பொருட்கள் இருக்கும் அருங்காட்சியகங்களில் அதிக நேரம் செலவிடுவது. இன்னொன்று லண்டன் கீழ்த்திசை மற்றும் ஆப்பிரிக்க ஆய்வுப் பள்ளி சீன அறிஞர்கள் அறிமுகப்படுத்திய சில அறிஞர்களுடன் கலந்துரையாடுவது. முதலாவது எளிதாக முடிந்தது. பல வகையான பொருட்களைப் பற்றி குறிப்புகள் எடுத்தேன். இரண்டாவது மிகவும் கடினமானதாகிவிட்டது. இரு வரலாற் றறிஞர்களுடன் நான் பேச விரும்பினேன். பேராசிரியர் சியா தா மற்றும் பேராசிரியர் சேங்க். இருவருமே பீஜிங் பல்கலைக்கழக வரலாற்றுத் துறையில் இருந்தனர். லண்டன் பல்கலைக்கழகச் சீன வரலாற்றாசிரியர்கள் என்னை இவர்களைப் பார்க்கும்படிக் கூறி இருந்தனர். அவர்களுக்கு நேரமில்லையாதலால் என்னைப் பார்க்க இயலாது என்று பதில் வந்தது.

ஏன் என்று நான் ஆச்சரியம் அடைந்தேன். தொழில் ரீதியாக அறியப் பட்டவர்களின் அறிமுகத்துடன் பல மைல் தூரம் பயணம் செய்து வரும் ஒருவரை குறைந்த அளவாவது நேரம் ஒதுக்கிப் பார்ப்பது என்பது நாக ரிகத்தின் பாற்பட்டது. சீனர்களுக்கு நாகரிகக் குறைபாடு இல்லை. நிச்சய மாக வேறு காரணங்கள் இருக்க வேண்டும். பல அலுவலகங்களின் 'திருத்தல் முன்னெடுப்பு' நடைபெற்று வருவதாகக் கேள்விப்பட்டோம். அலுவலகத்தில் பணிபுரிபவர்கள் ஒன்று கூடுவர். சுய ஆய்வு அமர்வில் எங்கு பிழை நேர்ந்தது என்று கூறுவார்கள். அவற்றைத் திருத்த என்ன செய்ய வேண்டும் என்று அவர்களுக்குக் கூறப்படும். கத்தோலிக்கப் பாவ அறிக்கையோடு இதை நான் ஒப்பிட்டு நோக்குகிறேன். சில விஷயங்கள் எதிர்பாராத வகையில் பேசப்பட்டுவிடலாம் என்ற தயக்கம் இதற்கு ஒரு வேளை காரணமாக இருக்கலாம். அல்லது ஒருவேளை அத்தகைய சந்திப்பு

களே அங்கீகாரம் அற்றதாக இருக்கலாம். அல்லது இந்தக் கூட்டங்களே நேரத்தை ஆக்கிரமிப்பதால் பிறருக்கு ஒதுக்கக் நேரம் இல்லாமலும் இருக்கலாம். இடங்களைப் பார்ப்பதிலேயே எங்கள் நேரம் கழிந்து எங்களுக்கு நிகரான தொழில் ரீதியானவர்களை நாங்கள் சந்திக்க இடம் இல்லாமல் செய்வது எங்களுக்கு ஆதரவு அளித்தவர்களின் எண்ணமாக இருக்கலாமா? இது இந்தியா அல்லது ஐரோப்பா ஆகிய வேறெங்கும் நடைபெறாத ஒன்று.

இளைஞர்கள், பல்கலைக்கழக மாணவர்கள், ஆராய்ச்சியாளர்கள், மற்றும் இளம் அறிவாளிகள் ஆகியோருடனான சந்திப்புக்காக மீண்டும் மீண்டும் கேட்டுக்கொண்டுவருகிறேன். பணிவான புன்னகைதான் எனக்குக் கிடைத்த பதில். நான் மக்களைச் சந்தித்து அவர்கள் தங்கள் சமூகத்தின் கட் டமைப்பை எவ்வாறு பார்க்கிறார்கள் என்பதை அறிய விழையும் ஒரு நாட்டில் இது நிகழ்வது குறித்து நான் மிகவும் விரக்தியும் கோபமும் அடைந்தேன். ஏனெனில் இந்தியாவில் இன்னொரு வகையில் நாம் இதைத்தான் செய்கிறோம். அவர்களுக்குப் பல்கலைக்கழகம் என்றால் என்னவென்றும் பல்கலைக்கழகக் கல்வியில் இருந்து அவர்கள் எதைப் பெற விரும்புகிறார்கள் என்றும் பேச விரும்புகிறேன். அவர்கள் கற்கும் மற்றும் போதிக்கும் வரலாற்றின் வகைகள், மேலும் வரலாற்றுப் பாடங் களில் வருங்கால ஆய்வை அவர்கள் எவ்வாறு எதிர்நோக்குகிறார்கள், அவர்கள் எதிர்கொள்ளப்போகும் அறிவுசார் பிரச்சினைகளின் வகைகள் என்பவற்றைப் பற்றி நான் விவாதிக்க விரும்பினேன். பிறருடைய அனு பவங்களில் நான் ஆர்வமாக இருக்கிறேன், ஏனெனில் ஒப்பியல் ஆய்வுகள் மூலமே ஒருவர் கற்றுக்கொள்ளுகிறார் என நான் நம்புகிறேன். எனக்குச் சீனம் தெரியாததால் நான் வெளியே சென்று அவர்களைக் கண்டுபிடிக்க முடியாது. இரு இடங்களில் ஆய்வு செய்வதற்குப் பணிகளை மிகவும் எளிதாக்க உதவியாக இருந்த போதிலும் எல்லா நேரமும் அயல்நாட்டு விருந்தினர் என்ற பெயரில் குழந்தைகளைப் போல அழைத்துச்செல்லுதல் எனக்குச் சலிப்பை ஏற்படுத்தியது. ஆனால், இந்தக் கோரிக்கைகளுக்குப் பணிவான பதில்கள் கிடைத்ததே தவிர் வேறு எதுவுமில்லை.

வரலாற்றறிஞர்களையும் தொல்லியலாளர்களையும் சந்திக்க முடியாமல் நான் ஆத்திரப்பட்டபோது, ஒரு விதி விலக்கு அமைந்தது. தொல்லியல் நிறுவனத்தில் இருந்த பேராசிரியர் சியா நய் தான் அவர். அவர் எனக்குப் பெருந்தன்மையுடன் நேரம் தந்தார். நான் பார்த்தவை மற்றும் அவற்றின் மேல் என் கருத்து ஆகியவற்றின் முக்கிய அம்சம் பற்றி நீண்ட நேரம் விவாதித்தோம். ஆய்வில் அவர்களது முன்னுரிமை மேலும் அதை அவர்கள் எவ்வாறு நிறைவேற்றுகிறார்கள் என்பது பற்றி நான் அதிகமாக

அவரிடம் கற்றுக்கொண்டேன். தற்செயலாகக் கிடைத்தது மட்டுமல்லாமல் முறையான அகழ்வாய்வு நடைபெற்ற புதிய கற்கால இடமான பேன்போ பற்றி அவரிடம் விவாதிக்க நான் பதற்றத்துடன் இருந்தேன். தொல்லியல் பொருள் பற்றி பிறரிடம் விவாதிப்பதற்கு வரவேற்பிற்குரிய மாற்றமாக இது இருந்தது. அவர் எனக்கு ஒரு தொகுதி புகைப்படங்களை அளித்தார். அந்த அகழ்வாராய்ச்சியைப் பற்றி நான் ஒரு கட்டுரை எழுதி ஓர் ஐரோப்பிய இதழில் பிரசுரிக்க வேண்டும் என்பதில் குறியாக இருந்தார். இதன் மூலம் சீனாவில் நடைபெறும் அகழ்வாராய்ச்சி பற்றித் தொல்லியலாளர்கள் அறிந்துகொள்வார்கள், குறிப்பாக இது போன்ற முக்கியமான இடங்களைப் பற்றி. நான் டிஸ்கவரி இதழின் ஆசிரியர் இது போன்ற ஒரு கட்டுரையை குறிப்பாகக் கேட்டிருப்பதால் அதில் இதை வெளியிடுவேன் என்று கூறிய போது அவர் மகிழ்ச்சி அடைந்தார். கடந்தகாலத்தைப் பற்றிய எங்கள் நீண்ட பேச்சு, பல்கலைக்கழகத்திலும் அதைப்பற்றி உரையாட வாய்ப்பை வழங்கும் என்று நான் நம்பினேன். இரண்டு நாட்களுக்குப் பின்னர் இந்தியத் தூதரகத்தில் ஒரு தொடர்புடன் பேசிக்கொண்டிருந்தபோது சியா நய்யுடனான உரையாடல் விதிவிலக்கானது என்று எனக்குக் கூறப்பட்டது. அவர் சிறப்பாக கருதப்படுகிறவர் மற்றும் பெரும் தொடர்புகளைக் கொண்டவர். பிற கல்வியாளர்களைப் போன்றல்லாமல் அவர் விதிகள் எதுவாக இருந்தாலும் அவற்றைக் கடைபிடிக்க வேண்டியதில்லை.

வல்லுநர்களான வரலாற்றாசிரியர்களுடன் இன்னும் என்னால் பேச முடியவில்லை. எனது விரக்தி மனச்சோர்வை உருவாக்கியது. நாங்கள் சந்திக்கும் யாராக இருந்தாலும் மறுமதிப்பீட்டு உரையாடலை நிகழ்த்த வழிகோலியது. தொடர்ந்து விடுதிகளில் தங்குவது எனக்குச் சோர்வை அளித்தது. பயணம் முடிவடையப்போவதால் எதிர்மறை உணர்வுகளுக்கு வழிதரக் கூடாது என்று எனக்குள் நானே சொல்லிக்கொண்டேன். தன் நேர்மறையான துடிப்புகள் குறைவதாக அனிலும் உணரத்தொடங்கினார். நாங்கள் உணவறையில் உட்கார்ந்திருந்தோம். எங்களுக்கு அருகில் பிரிட்டிஷ் நீச்சல் அணி வெற்றிக்குப் பின் உற்சாகத்தோடு இருந்தது. இதுதான் கடைசிப் பிரச்சினை என்று நானும் அனிலும் பேசிக்கொண் டிருந்தபோது பேட் உள்ளே வந்தார். அவர் பீஜிங்கில் ஒரு சிறு நிறுவனத்தில் வைக்கப்பட்டிருக்கும் வரலாற்று ஆவணங்களை ஆய்வு செய்து கொண்டிருந்தார். விடுதியில் தங்கி இருந்தார். நாங்கள் ஒருவரை ஒருவர் வரவேற்றுக்கொண்டு உணவுக்குப் பின் நகருக்குள் செல்ல முடிவெடுத்தோம். படகில் செல்ல முடிவெடுத்து 8.27க்குச் சென்றபோது படகுத்துறை 8.30க்கு மூடுவதாகக் கூறினர். சினிமாவுக்குச் செல்ல முடிவெடுத்தால் அருகில் உள்ள எந்தத் திரையரங்கிலும் சீனத் திரைப்படம் ஓடவில்லை.

எல்லாப் படங்களும் சோவியத் திரைப்படங்கள், அவை எல்லாம் சோர்வளிப்பன. அதற்குள் மணி 9 ஆகிவிட்டதால் மதுபானம் கிடைக்கும் இடம் தேடினோம். நகரின் மையத்தில் இருக்கும் கடைகளுக்குச் சென்று புகழ்பெற்ற பீஸ் கேஃபில் இரவு நிகழ்ச்சி இருக்கும் என்று எண்ணிப் போய் பார்த்தால் அது ஏற்கெனவே மூடப்பட்டுவிட்டது.

நாங்கள் கடைத்தெருவில் அலைந்தோம், ஆனால், கடைகள் எல்லாம் பூட்டப்பட்டுவிட்டன. ஓர் அரங்கில் பில்லியார்ட்ஸ் மற்றும் பிங்க்பாங்க் மேசைகள் இருந்தன. சிலர் ஆர்வத்துடன் ஆடிக்கொண்டிருந்தனர். பழைய நகர்ப்பகுதியில் இருக்கும் புகழ்வாய்ந்த லியூலிசேங்க் தெருவுக்குச் சென்றோம். மக்களின் மூடிய வீடுகளுக்குள் இருந்து பீக்கிங் ஓபராவின் ஒலி கேட்டதே தவிர அப்பகுதி அமைதியாக இருந்தது. பீஜிங்கின் இரவு வாழ்க்கை இவ்வளவுதான். நிச்சயமாக அது அங்கீகரிக்கப்படவில்லை அல்லது அப்படி ஒன்று இல்லை. இது நள்ளிரவிலும் அலைமோதும் இந்திய நகரங்களின் இரவு வாழ்க்கைக்கு முற்றிலும் மாறான மத்திய கடைத் தெரு.

இதைத் தொடர்ந்து ஒரு நாள் முழுவதும் பல்கலைக்கழகத்தில். நான் சந்திக்க விரும்பியவர்களை இறுதியாக சந்திக்கப்போகிறேன். ஆனால், எல்லாம் நம்பிக்கை இழக்கும் விதமாக அமைந்தன. பேட்டும் நானும் அமர்ந்திருந்தோம். அவர் பல்கலைக்கழகத்தில் ஒரு சில இலக்கிய அறிஞர்களைச் சந்திக்க வேண்டி இருந்தது. ஆனால், அவர் என்னோடு சேர்ந்து வருவதற்குச் சில ஆட்சேபணைகள் இருந்தன. ஏற்கெனவே எனக்கு மொழிபெயர்ப்பாளர் வழங்கப்பட்டுவிட்டதால் அவர் வருவதற்குத் தேவை இல்லை – பல வார்த்தைகளில் இது கூறப்பட்டது. இது எனக்கு ஓர் எதிர் மனநிலையைக் கொடுத்தது. பின்னர் பேட் அயல் நாட்டு விருந்தினர் என்பதால் பல்கலைக்கழக்கத்தில் சுற்றக் கூடாது என்றும் அவரை ஆதரிக்கும் அமைப்பு மூலமாக வர வேண்டும் என்றும் கூறப்பட்டது. பேட் தானாகவே அங்கு வந்திருந்தார். எந்த ஓர் அமைப்பும் பீஜிங்கில் அவரை ஆதரிக்கவில்லை.

பேராசிரியர்கள் சேங்கும் ஜியும் என்னைச் சந்திக்க ஒத்துக்கொண்டனர். என்னை ஒரு மாணவர் சந்தித்து வரலாற்றுத்துறையான டீன் அலுவலகத்துக்கு அழைத்துச்சென்றார். பேராசிரியர் சேங்க் என்னோடு இணைந்து கொண்டார். நாங்கள் ஒரு மணி நேரம் பேசிக்கொண்டிருந்தோம். இது களைப்படையச் செய்வதாக இருந்தது. நிபுணத்துவம் சார்ந்த கேள்விகளை எழுப்ப முயற்சி செய்தேன். ஆனால், இது பணிவாக ஒதுக்கப்பட்டது. புன்னகைதான் நிரந்தரமாகப் பொருத்திவைக்கப்பட்டிருந்தது. பணிவான உரையாடல்கள் ஆர்வத்திற்குரிய ஒன்றையும் பற்றியதாக இல்லை.

சீன எழுத்துகளை ரோம வடிவம் ஆக்குவது பற்றிய பேச்சை நான் முன்வைத்தேன். இவர் அதில் ஒரு வல்லுநர் ஆவார். அதில் மூன்று நிலைகள் உள்ளடங்கி உள்ளதாக முடிந்த அளவு அவர் சுருக்கமாக பதில் அளித்தார் – மாண்டரின் சீனத்தை பரவலாக்குவது, அடிப்படை எழுத்துருக்களை எளிய வடிவமாக உருவாக்குதல், மற்றும் கருத்தெழுத்துக்களை உண்மையில் ஒலிபெயர்த்தல். இவை ஒவ்வொன்றிற்கும் அதிகக் காலமாகும், ஆனாலும் செய்யப்பட வேண்டியதே. பதில் உண்மையில் இதுவே. இது எப்படிச் செய்யப்படும், மேலும் இது எவ்வாறு கல்வியறிவு, சமூகக் கொள்கைகள், அறிவுப் பரவலை பாதிக்கும், மேலும் இது எவ்வாறு செயல்முறையை மாற்றும் என்ற கேள்விகளைக் கேட்க ஆரம்பித்தபோது, பேச்சு புன்னகை யுடன் எங்கள் சீனப்பயணம் பற்றிய சில அம்சங்களை நோக்கி நகர்ந்தது. என்னுடைய கேள்விகளை விரும்பவில்லையா, அல்லது சிறுபிள்ளைத்தன மானவை என கருதப்படுகிறதா அல்லது அவற்றுக்குப் பதில் அளிக்கக் கூடாது என்று கருதப்படுகிறதா என்று வியப்படைந்தேன். சீன வரலாறெழு தியல் பற்றி சில கேள்விகள் கேட்டபோதும் இதே அனுபவம்தான் எனக்கு ஏற்பட்டது. பச்சைத்தேநீரைச் சுவைத்து, குறிப்பாக எதையும் பற்றி பேசாமல் இருப்பதில் அவர்கள் திருப்தியடைந்ததுபோல் தோன்றுகிறது.

பின்னர் நான் பேராசிரியர் ஜியிடம் அழைத்துச்செல்லப்பட்டேன். இவர் சம்ஸ்கிருதம் மற்றும் பாலி மொழிப் பேராசிரியர். பத்தாண்டுகள் ஜெர்மனியில் படித்தவர். எர்னஸ்ட் வால்ட்ஷ்மிட்டின் மாணவர். நாங்கள் முதன்முதலில் பீஜிங் வந்தபோது ஒரு சிறிய இரவு உணவின்போது சந்தித்தோம். பழைய பிரதிகள் பற்றியும் பேசினோம். ஆச்சரியகரமாக இம்முறை அவர் தமது சொந்தப் பணி குறித்து அதிகம் பேசவில்லை. எங்கள் பழைய உரையாடலைக் குறிப்பிட்டு என் ஆய்வேட்டைப் பற்றிக் கேட்டார். நான் அவரது மாணவர்களைப் பற்றிக் கேட்டேன். ஆனல் அப்படி யாரும் இல்லை. புத்தகம் பற்றியும் அதே நிலைதான். நூல கத்தில் ஒரு சிலரே இருந்தனர். ஒருவருமில்லாமல் இருப்பதற்கு இது பரவாயில்லை என்று நான் எண்ணிக்கொண்டேன். சிறந்த இந்தியப் பல்கலைக்கழகங்களில் பழையகால சீனமொழிப் புத்தகங்கள் எதுவும் இருக்க வாய்ப்பில்லை. இங்கு இந்தி மற்றும் உருது கற்பிக்கும் நான்கு இந்தியர்களும் அவர்களுக்கு எண்பது மாணவர்களும் இருக்கின்றனர். இது ஒரு பெரிய எண்ணிக்கைபோல் தெரிகிறது. இந்தி படித்த இரு பெண்களை நான் சந்தித்தேன். அவர்களுடைய இந்தி நன்றாகவே இருந்தது. அவர்கள் மொழிபெயர்ப்பாளர்களாகப் பணியாற்ற விரும்பினர். பலர் இத்துறையில் வேலையை விரும்பினால் இந்தியாவுக்கும் சீனாவுக்கும் இடையில் இது ஒரு சிறந்த தொடர்பாக இருக்கும். பேராசிரியர் ஜி யாருக்காவது சம்ஸ்கிருதம் கற்பிக்கிறாரா என்பது எனக்கு தெளிவாகத் தெரியவில்லை.

பின் நான் நூலகத்துக்குச் சென்று நூற்பட்டியலில் தேடினேன். ஆங்கிலப் பிரிவு பெரியதாக இருந்தது. தொல்லியல் பிரிவில் மார்ட்டிமர் வீலர், கோல்டன் சைல்ட் மற்றும் பிறரின் புத்தகங்கள் இருந்தன. இந்தியத் தொல்லியலில் மொகஞ்சதோரா மற்றும் தக்ஷசீலம் பற்றிய ஜான் மார்ஷலின் புத்தகங்கள் இருந்தன. இந்தியா மற்றும் பிறவற்றின் முந்தைய வரலாறு பற்றி அதிகமாக இல்லை. ஹெர்பர்ட் ஃபிஷர், எட்வர்ட் ஹால், வில்லியம் மூயிர் போன்றவர்களின் சில தரமான நூல்கள் இருந்தன. எல்லாம் காலாவதியானவை. பொருளியல் பிரிவில், காரல் மார்க்ஸ், மௌரிஸ் டாப், ஆதம் ஸ்மித், லயோனல் ராபின்ஸ், மற்றும் ஆர்தர் சிசில் பிகோவ். சமீபத்திய மார்க்சியக் கண்ணோட்டத்தில் நான் இருக்கும் என்று நினைத்த புத்தகங்கள் இல்லை. உளவியலில் இருந்த நீண்ட பட்டியலில் ஆல்ஃபிரட் ஆட்லர் மற்றும் சிக்மண்ட் ஃபிராய்ட் இருந்தன. மேலும் பல சீனத்தில் மொழிபெயர்க்கப்பட்டனவா என்ற என் கேள்விக்கு பதில் இல்லை. அரசாளும் கட்சிக்கு முக்கியமான சித்தாந்தமான மார்க்சியத் தத்துவம் பற்றிய புத்தகங்கள் அதிகம் இல்லை. மார்க்ஸ், ஏங்கெல்ஸ், மற்றும் பிற ஆரம்பகால சிந்தனையாளர்களைவிட மா சேதுங்க் மற்றும் சூ என்லாய் மற்றும் பல மார்க்சிய சிந்தனையாளர்களின் படைப்புகள் அதிகமாகப் படிக்கப்படுகின்றனவே என்று நான் ஆச்சரியப்பட்டேன். மூலப் படைப்புகளில் எவை எவை சீன மொழியில் மொழிபெயர்க்கப்பட்டுள்ளன மேலும் மொழிபெயர்ப்பின் தரம் எவ்வாறு உள்ளது என்பதை அறிவது நலம். மூல நூல்களைப் படிக்க உதவும் உரைகள் சீன மொழியில் இருக்கின்றனவா?

வளாகம் மிகவும் கவரும் வகையில் இருந்தது; இதன் குவிமையம் விடுதலைக்கு முந்திய பழைய பல்கலைக்கழகத்தில் உள்ளது. விடுதலைக்கு முன்-பின் என்ற அடிப்படையில் காலத்தை அளவிட இப்போது நான் பழகிவிட்டேன். பழைய கட்டடங்கள் மரபான பாணியில் உள்ளன. சுற்றிலும் தோட்டங்கள் இருக்கின்றன. நடந்து செல்லும் பகுதிகளில் வில்லோ மரங்கள் வரிசையாக நிற்கின்றன. அருகில் ஒரு சிறு ஏரிகூட இருக்கிறது. இந்த நிலத்தோற்றம் கேம்ப்ரிட்ஜைக் கண் முன் கொண்டுவருகிறது. ஆனால், புதிய விரிவாக்கம் முருகியல் ரீதியில் அவ்வவளவாக சிறப்பாக இல்லை. இது இந்தியப் பல்கலைக்கழக விரிவாக்கங்கள்போல் உள்ளது. வரிசையாகப் படைவீடுகள் போன்ற கட்டடங்கள். சில கான்கிரீட்டில் சில கற்களில் சாம்பல் நிறத்தில். தட்டையான கூரைகள். துரிதமாகக் கட்டடங்களைக் கட்ட வேண்டிய நிர்ப்பந்தமே இதற்குக் காரணம். ஏனெனில் இது ஓர் உள்ளுறையும் பல்கலையாக இருப்பதால் 8000 மாணவர்கள் அவசரமாக சேர்க்கப்பட வேண்டியிருந்தது. தங்குமிடங்கள் மிகைக் கூட்டமாக உள்ளதாக அவர்களே ஒத்துக்கொள்ளுகிறார்கள். இருப்பினும் கட்டடக் கலை கண்ணுக்கு எளிமையானதாக இருந்திருக்க வேண்டும்.

பெண்கள் தங்குமிடம் ஒன்றுக்கு நான் சென்றேன். அறைகள் மிகச் சிறியவை. இணைக்கப்பட்ட இரண்டு படுக்கைகளுடன் சுவர்கள் வெறு மையாக இருந்தன. இரு எழுதுவதற்கான மேசைகளும் இருந்தன. ஒரு நிலையில் இது கற்றலின் ஓர் அர்ப்பணிப்பு என்றே நான் கருதுகிறேன். இவற்றுடன் ஒப்பிடும்போது மிராண்டா ஹவுஸின் அறைகள் ஆடம்பர மானவைகள் எனலாம். எதிர்பார்த்தபடி அயல்நாட்டு மாணவர்களுக்காக ஒரு சிறப்புத் தங்குமிடம் இருப்பதாகக் கூறப்பட்டது. சீன மாணவர்களுக்கு உரியதைவிட சிறப்பான வசதிகள் கொண்டவை. அயலக மாணவர்கள் தங்களுக்கான தனிப்பட்ட உணவகங்களில் உண்கின்றனர். இது எனக்கு வருத்தத்தை அளித்தது. இது சீனர்களின் விருந்தோம்பும் உணர்வா அல்லது விமர்சனங்களைப் புறந்தள்ளும் முயற்சியா என்று என்னால் பிரித்துப் பார்க்க முடியவில்லை. ஆனால், இது தேவையற்றது என நம் அனை வருக்கும் புரிகிறது. இது புரட்சிக்குப் பின்னான உடனடி ஆண்டுகள். மாற்றங்கள் இன்னும் வரவிருக்கின்றன. அனைவரும் ஒரே நிலைக்கு உட்படுத்தப்பட வேண்டும் என்பதே எதிர்பார்ப்பு. விடுதிகளில் சீன உணவு தரைத்தளத்தில் பரிமாறப்படுகிறது. ஆனால், ஐரோப்பிய உணவு நன்கு வசதிசெய்யப்பட்ட உயர் மாடியில் வழங்கப்படுகிறது.

ஆறு இந்திய மாணவர்கள் பல்கலைக்கழகத்தில் படிப்பதாகக் கூறி னார்கள். அவர்களை நான் சந்திக்க முடியுமா என்று கேட்டதற்கு அவர்கள் அங்குத் தற்போது இல்லை என்று கூறப்பட்டது. மாணவர்களுக்குப் பொது அறை உள்ளதா என்ற கேள்விக்கு இரு கிளப்கள் இருப்பதாகக் கூறப் பட்டது. ஒரு கிளப்புக்கு நான் செல்ல விரும்பியதாகக் கூறினேன். உணவு வேளை என்பதால் கிளப்கள் மூடப்பட்டுள்ளன என பதில் வந்தது. ஆனால், ஒரு கிளப் திறந்திருக்க வேண்டிய சரியான நேரம் இதுதானே என நான் என மனதுக்குள் கூறிக்கொண்டேன். ஆங்கிலம் பேசக்கூடிய சில மாணவர்களுடன் நான் பேச முடியுமா எனக் கேட்டேன். அங்கிருந்தவர்கள் துரிதமாக கலந்தாலோசித்துவிட்டு இரு நாட்களில் அத்தகைய சந்திப்பை ஏற்பாடு செய்யலாம் என்றனர். நான் வாய்க்குள் முணுமுணுத்துவிட்டு நான் விரும்புவது பேச்சுகள் அடங்கிய ஓர் ஏற்பாடு செய்யப்பட்டக் கூட்டத்தை அல்லவென்றும் ஓர் இயல்பான அரட்டையை என்று மிகப் பொறுமையுடன் விளக்கினேன். செய்யலாம், ஆனால், இப்போதல்ல, இது உணவு நேரம் என்று கூறினார்கள். நாங்கள் திரும்ப வேண்டியதாயிற்று.

வருகை புரிபவர்களிடம் இருந்து மறைக்கும் தேவை அவர்களுக்கு இல்லை, ஆனால், ஒவ்வொன்றுக்கும் அவர்கள் அனுமதி பெற வேண்டி யிருந்தது. இவற்றில் நாங்கள் சென்ற பிற இடங்களைவிட பீஜிங் மிகவும் உணர்வுடையதாக இருந்தது, ஷாங்காய் எல்லாவற்றையும்விடக் குறைவு.

ஒருவகையில் இது எரிச்சல் அளிப்பதாக இருந்தது. ஏனெனில் ஒருவர் யார்மேலும் நோக்கங்கள் எதையும் திணிக்காதபோதும் உண்மையில் இது ஒருவரை குழப்பத்திலேயே ஆழ்த்துகிறது. பல நூற்றாண்டுகளாகச் சீனாவை அழுத்திவைத்திருந்த வலிமையான அதிகாரவர்க்கத்தினால் ஏற்பட்ட கடந்தகாலத்தின் பாதிப்புதான் இது என்பதில் ஐயமில்லை. புரட்சிக்குப் பின்னும் அது தொடர்கிறது. அல்லது சில வேளை கட்சி அதிகாரத்தால் இன்னும் ஊக்குவிக்கப்படுகிறது. ஒரு கட்சிக்கு மிகையான கட்டுப்பாடு இருக்கும்போது இது ஏற்படும் என்பது தெளிவாகிறது.

நான் அயல்நாட்டு மக்களை நடத்துவதைப் பற்றிச் சிந்தித்தேன். சீனர்கள் அயல்நாட்டினரை மிகையான மரியாதையுடன் நடத்துவது எனக்கு எரிச்சல் ஏற்படுத்தக் கூடாது என்று நான் எனக்குள்ளேயே சொல்லிக்கொண்டேன். மாறாக ஏன் இது இப்படி இருக்கிறது என்பதை நான் முயற்சி செய்து விளக்க வேண்டும். எல்லா அயல் நாட்டினரையும் 'காட்டுமிராண்டிகள்' என்றும் ஐரோப்பியர்களை 'அயல்நாட்டுப் பேய்கள்' என்றும் இந்தப் பண்பாட்டால் கருதப்படுவது இயல்பாக இருக்கிறது என்று நமக்குச் சொல்லப்பட்டது. முதலில் உள்ளது இந்தியர்களையும் உள்ளடக்கும். புத்தரின் நிலத்தின் மேற்கத்தியப் புகலிடத்தில் இருந்து இந்தியர்கள் வந்தார்கள் என்ற உண்மை நம்மைச் சேர்ப்பதில் இருந்து தவிர்க்குமா? இது முந்திய எல்லா பண்பாடுகளிலும் எதிர்பார்க்கக்கூடியதே. அந்நியர்களை மிலேச்சர்கள் என்று இந்தியர்கள் கூறியதோடு இதை ஒப்பிடலாம். ஹர்ஷவர்த்தனரின் அவையில் இருந்த நல்ல பிராமணர் சம்பிராதயப்படி அவ்வாறு செய்ய வேண்டியிருந்தாலும் யுவான் சுவாங்கை அவ்வாறு நடத்தினாரா? இந்த எண்ணங்கள் தற்போது நடைமுறையில் இல்லை என்றாலும் இவை மங்குவதற்குச் சில காலங்கள் ஆகும். மிகை மரியாதையை வலியுறுத்துவது விலக்குவதற்கான ஒரு செய்தியா அல்லது சீனர்கள் இன்னும் உள்ளார்ந்த வகையில் அயல்நாட்டினரைப் பற்றிய சந்தேகம் கொண்டவர்களாக இருக்கின்றனரா? நாங்கள் சென்ற இடங்களில் விவசாயிகள் அறியும் ஆர்வம் உடையவர்களாக இருந்தாலும் அன்புடன் இருந்தனர் மேலும் பேசுவதற்கு விரும்பினர். நாங்கள் நடந்து சென்ற வீதிகளிலும் அப்படியே. ஆனால், மாண்டரின்கள் விலகியே இருந்தனர். அவர்கள் முறைகளைக் கடை பிடித்து அதை அவ்வாறே விட்டுவிடுகின்றனர்.

ஒரு சீனரின் வீட்டுக்குக்கூட நாங்கள் அழைக்கப்படவில்லை. ஒரு கோப்பை தேநீருக்குக் கூட. எப்போதாவது ஒரு விருந்தோம்பல் இருந்தாலும் அது உணவகங்களிலேயே. இதற்குக் காரணம் வீடுகளில் நல்ல வசதிகள் இல்லையா? அல்லது கூறுவதுபோல் அல்லாமல் வாழ்க்கைத் தரம் குறைவாக உள்ளதா? அறிவார்ந்த உலகில் மனம்விட்டுப் பேசுவது

என்பது பிரச்சினைக்குரியதாகத் தோன்றுகிறது. இந்தியாவுடன் ஒப்பிடும் போது இதன் முரண்பாடு மிக அதிகம். நமக்கு எந்தப் பிரச்சினையாக இருந்தாலும் நாம் நேரடியாகப் பேசுகிறோம். திறனற்ற ஆளுகையால் நமக்கு ஏற்படும் பிரச்சினைகளைப் பற்றி நம்மால் பேச முடியும் ஆனால், இங்கு அப்படி இல்லை. அறிவார்ந்த உலகம் எங்குமே சிக்கலானதுதான். ஆனால், நெருங்கமுடியாததாக இங்கிருக்கும் நிலை, குறிப்பாக இது எவ்வாறு நகர்கிறது என்பதைப் புரிந்துகொள்ள முயற்சி செய்பவர்களுக்கு, திகிலூட்டுகிறது.

நாங்கள் பல்கலைக்கழகத்தில் இருந்து அமைதியாகத் திரும்பிவந்தோம். இரு புறமும் மரங்கள் வரிசையாக நிற்கும் அகலமான சாலை. இரண்டு பக்கமும் சோவியத் பாணி கட்டடக்கலையால் தூண்டப்பட்ட புதிதாகக் கட்டப்பட்ட பெரும்பெரும் அலுவலகக் கட்டடங்கள். கண்ணை உறுத்த வில்லை என்று நான் நினைத்த ஒரே கட்டடம் குழந்தைகள் மருத்துவ மனைதான். நான் ஒரு தடவை தும்மியபோது, என்னோடு வந்தவர் ஜன்னலை மூடிவிட்டு குளிர்கிறதா என்று கேட்டார். இல்லை என்று சொல்லிவிட்டு சோகமான அமைதியில் மூழ்கினேன்.

பின் மதியம் அழகாக இருந்தது. நாடகச் சங்கத்தின் பொதுச்செயலாளரைப் பார்க்க அழைத்துச்செல்லப்பட்டோம். சீன ஓபராவின் தோற்றம் மற்றும் வளர்ச்சி குறித்து நீண்ட நேரம் பேசினோம். உரையாடல் பின்னர் சீன நவீன நாடகத்தை நோக்கித் திரும்பியது. தற்காலப் பாடுபொருளை எவ்வாறு மரபு வடிவமாக மாற்ற முடியும் என்ற விவாதம் நடந்தது. இது உலகளாவிய பிரச்சினை. அதனால் எங்கள் அனைவருக்குமே பேசுவதற்கு நிறைய இருந்தன. பின்னர் இந்த விவாதம் நாட்டுப்புறக் கலைகளை வரையறுப்பதற்குச் சென்றது. காலையில் இருந்ததைவிட இது அதிக மாக எரிச்சலூட்டுவதாக இருந்தது. ஆனால், கூறுவதற்கு உளவியல் ரீதி யான தடைகள் இருந்தன. ஒருவேளை இந்தப் பாடுபொருளைப் பொறுத்த வரையில் எங்களுக்கு அதிகம் தெரியாமல் இருக்கலாம். கூடுதல் விவரங் களுக்குள் போவதில் பயனில்லை.

மகிழ்ச்சி ததும்ப உறவாடும் மிஸ் வு வை நான் மிகவும் விரும்ப ஆரம்பித்தேன். அவர் எங்களை ஏற்றுமதிவளாகக் கடைக்கு அழைத்துச் சென்றார். நான் அதை ஆனந்தமாகச் சுற்றிவந்தேன். இங்கு மலிவான மோதிரங்கள் கிடைத்தன. இரண்டு அல்லது மூன்றாக இவற்றை வாங்க லாம். அழகான மனநிலைக்கு ஏற்ப இவற்றை அணிய முடியும். மிஸ் வு மிகவும் பொறுமை வாய்ந்தவர். முடிவெடுக்க முடியாதபோது மகிழ்ச்சி அளிக்கும் கருத்துகள் மூலம் நமது தயக்கத்தை உடைப்பார். சில சமயம் அவர் கருத்துகள் எல்லை மீறினாலும் அதற்கடியில் ஆழ்ந்த அன்பிருக்கும்.

பல நாட்களுக்குப் பின்னர் சில அஞ்சல்கள் வந்தது எங்களுக்கு மகிழ்ச்சியை அளித்தது.

மாலையில் நாடக அரங்குக்குச் சென்றோம். இம்முறை ஒரு நவீன நாடகத்தையும் மிங்க் காலகட்டத்தைச் சேர்ந்த ஒரு தொகுப்பையும் வழங்கினர். கிழக்கு ஜெர்மானிய கட்டடக் கலைஞரால் வடிவமைக்கப் பட்ட அந்தக் கட்டடமே கவர்ச்சிகரமாக இருந்தது. ஒரு நடிகர் குழுவின் உளவியல் பிரச்சினை பற்றியது முதல் நாடகம். இதில் ஒருவர் இறுதியில் இறந்து போகிறார். மொழிபெயர்ப்பு இல்லாமலேயே எங்களால் புரிந்து கொள்ள முடிந்தது. அவ்வப்போது திரும்பவரும் ஒரு சொல் ஓர் உணர்வு மிக்க நாடகத்தைக் கடுமையாகப் பாதிக்கவில்லை. இரண்டாவது நாடகம் மிங்க் காலகட்டத்தின் ஒரு புகழ்பெற்ற கதையை அடிப்படையாகக் கொண்டது. வரலாற்றுக் கால உடைகளுடன் வழங்கப்பட்டது. மேடை மிக நவீனமாக வடிவமைக்கப்பட்டிருந்தது. அது ஜரிகை சட்டத்தில் வைக்கப்பட்ட வண்ண மிங்க் கால ஓவியம்போல் இருந்தது. எதுவுமே மிகைப்படுத்தப்படவில்லை, அரங்க அமைப்பில் அது உயர் தரம்.

எங்கள் பீஜிங் பயணத்தோடு தொடர்புடைய இரு அதிகாரிகள் அடுத்த நாள் மாலை எங்களை விருந்துக்கு அழைத்தனர். அது விவரிக்க முடியாத அளவுக்கு சுவையான உணவாக அமைந்தது. பீஜிங்கின் ஒரு புற வீதியின் இருண்ட தெருவுக்குள் இருந்த ஒருசிறு உணவகத்துக்குச் சென்றோம். யூனான் உணவு தேநீர் முட்டைகளுடன், இஞ்சி கோழிக்கறி, உப்பு சாசில் மீன், அரிசி சீவலில் இறால், பேக்கான்போல் சுவை தந்த மெல்லிய ஈரல் துண்டுகள், புதினாவில் சமைக்கப்பட்ட டக் மார்சல்கள், ஆட்டு சூப்பு, அரிசி நூடுல் இவை அனைத்தும் அழகிய கண்ணாடி குவளையில். ஷாசிங் வெள்ளை ஒயின் இவற்றோடு பரிமாறப்பட்டது. வட்டமான மர மேசையில் மர நாற்காலிகளில் அமர்ந்தோம். மூலைகளில் மரத்தில் செதுக்கப்பட்ட புத்தரும் போதிசத்துவரும் இருக்க அறை சிறிதாக இருந்தது. சுவரில் ஐரோப்பியப் பாணியை நினைவுபடுத்தும் மங்கிய ஒரு கப்பலின் மஞ்சள் ஓவியம். இது ஓர் தரமற்ற அசல் அல்லது அதன் நகலாக இருக்கலாம். வார்னிஷ் மிகவும் கட்டியாக இருந்ததால் படம் என்னவென்றே தெரியவில்லை. கதவுக்கு மேலே வழக்கமான நீலநிற சூட்டில் மாவோவின் படம். கதவு வழியாக நுழைந்தால் ஒருபுறம் அடுப்பும் மறுபுறம் இருந்த மேசையில் சாப்பிட்டுக்கொண்டிருந்த சிலரும் இருந்த ஓர் அறை இருந்தது. அவர்கள் இதைக் குடும்ப உணவகம் என்று கூறினர். ஓர் இயல்பற்ற தன்மை இருந்தது. ஒயின் மிகவும் லேசானதாக இருந்ததால் நாங்கள் அனைத்து வகை உணவுகளையும் சுவைத்தோம். லேசானதாக இருந்ததற்குக் காரணம் ஆச்சரியத்தில் ஆழ்த்தினாலும் நான்

காரணத்தைப் புரிந்துகொண்டேன். ஒருவர் அதிகாலையில் இன்னொரு கூட்டத்துக்கு செல்ல வேண்டும் என்றும் அது முழுநாளும் இருக்கலாம் என்றும் கூறினார். இது இன்னொரு திருத்தும் கூட்டமா என்ற கேள்வி என் நுனி நா வரை வந்துவிட்டது, ஆனால், நான் கட்டுப்படுத்திக்கொண்டேன்.

நாங்கள் முதன்முதலில் பீஜிங் வந்தபோது இருந்ததைவிட இப்போது திருத்தல் பிரச்சாரத்தின் வேகம் கொஞ்சம் தணிந்துவிட்டதுபோல் தோன்றியது. சுவரொட்டிகள் இன்னும் உள்ளன – பிரகாசமானவை, பச்சை, இளஞ்சிவப்பு மற்றும் பழுப்புக் காகிதத்தில் கறுப்புநிற பெரிய கார்ட்டூன்கள் மற்றும் அறிக்கைகள். பாம்புகளான வலதுசாரிகள் நசுக்கப் பட்டுவிட்டதாக படங்கள் காட்டின. லேன்ஸோவில் இருந்த சுவரொட் டிகள் இன்னும் கிராஃபிக்காக இருந்தன மேலும் வலதுசாரிகள் அனைத்து விதமான அசிங்கம் மற்றும் அலங்கோல வகைகளில் உண்மையான அச்சுறுத்தலாக சித்தரிக்கப்பட்டிருந்தனர். இரண்டாம் உலகப் போரின் போது ஜப்பானியர்களை இழிவாகச் சித்தரித்து இந்தியா முழுவதும் பிரிட்டீஷார் விளம்பரம் செய்ததை இது எனக்கு நினைவூட்டியது. இதுவே ஒரு மோசமான வெறுப்புப் பிரச்சாரமாகப் பிறழ்கிறது. புரட்சியின் நோக் கங்களை வைத்துப் பார்க்கும்போது ஒருவகையில் இந்தக் கேலிச்சித்தி ரங்களும் சுவரொட்டிகளும் சூழலுக்கு உகந்ததாக இல்லை. நோக்கங்கள் மாறிவிட்டனவா?

எந்த ஒரு குறிப்பிட்ட அர்த்தமும் இல்லாமல் வலதுசாரி என்று அழைப் பது ஒருவரை இழித்துக்கூறுவதற்கான பதமாக மாறிவிட்டது. எந்த ஒரு துறையிலும் எந்த ஒரு கருத்து வேறுபாடும் ஒருவரை வலதுசாரி என்று அழைத்து அதனால் அவர் எதை எதிர்க்கிறார் என்றுகூட பார்க்காமல் குற்றவாளியாகத் தீர்க்க வழிகோலும். சீனர்கள் இந்த வழியாகப் போக எண்ணவில்லை எனினும் இது இருக்கிறது. அல்லது பார்வையாளர்களாகிய எங்களைப் போன்றோருக்கு இது இவ்வாறுதான் தோன்றுகிறது. அமெரிக் காவின் மெக்கார்த்திசத்துக்கு இது இணையானது. அங்கு ஒரு இடதுசாரி அல்லது கம்யூனிஸ்ட் என்று கூறுவது இழிவின் உச்சம். ஒரு புரட்சியின் இயல்பானதேவை என்பது அனைவருக்கும் ஒரு சிறந்த சமுதாயத்தை நோக்கி இருக்கும்போது அதைக் கொஞ்சம் மிதமான பகையுணர்வுடன் அடைய முடியாதா? எப்போதும் ஒரு பலியாடு தேவையா? ஒரு பலி யாட்டைப் பற்றி வற்புறுத்துவதால் புரட்சிகரமான மாற்றங்களில் சர்வாதி காரத்தின் அபாயம் இருக்கிறதல்லவா? லண்டன் பல்கலைக்கழக பிர்க்பெக் கல்லூரியின் உணவகத்தில் நாங்கள் நடத்திய உரையாடல்போல் இப் போது இது ஒலிக்க ஆரம்பித்துள்ளது.

முன் மாலை நேரத்தில் இந்தியத் தூதரக அதிகாரி ஒருவர் தன் வீட்டில் அளித்த விருந்துக்கு நாங்கள் சென்றிருந்தோம். இந்தியாவில் இருந்து வந்திருந்த ஒரு சிலருடன் ஒரு புதுமையான உரையாடல் அந்த மாலைப்பொழுதில் தொடர்ந்தது. குறைந்த அளவு உணவும் மிகையான உழைப்பும் கொண்ட சீனர்களின் மத்தியில் சீனாவில் தங்களால் வாழ முடியாது என்று அவர்கள் கூறினார்கள். இந்தியாவில் வாழ்பவர்களிடம் இருந்து இத்தகைய அறிக்கை வருவது விசித்திரமானதாகும். கலைஞர்களும் எழுத்தாளர்களும் அரசைப் பொறுத்தவரையில் தங்கள் நிலைப்பாடு என்ன வென்று தெரியாமல் இருப்பதாகவும் மாறிக்கொண்டே இருக்கும் கட்சியின் வழிகாட்டுதலை அவர்கள் ஏற்கவேண்டி இருப்பதால் சீன அறிவாளிகள் தற்போதைய அமைப்பை வெறுக்கிறார்கள் என்றும் ஒருவர் கூறினார். சுயபகுப்பாய்வு அமர்வுகள் மற்றும் திருத்தங்கள் என்ற சூழலில் நான் இந்த விவாதத்தின் செல்லுபடியாகுந்தன்மையைப் பார்த்தேன். விடு தலைக்குப் பின் பாடப்புத்தகங்கள் எதுவும் எழுதப்படவில்லை என்று அவர் கூறினார். ஆகவே நான் அவரைத் திருத்தினேன். வரலாறு மற்றும் தொல்லியலில் எழுதப்பட்ட புதிய பாடப்புத்தகங்களை நானே நேரில் பார்த்தேன் என்றும், அரசினால் ஆதரிக்கப்படும் பாடபுத்தகங்கள் ஒன்றில் தரத்தை மேம்படுத்தும் முயற்சியாக இருக்கும் அல்லது பதவியில் இருப் பவர்களின் கொள்கைகளை உருவாக்குவதாக இருக்கும் என்று நான் கூறினேன். பிந்தியதில் மிகவும் எச்சரிக்கையோடு செயல்படாவிட்டால் அது பெரும்பாலும் சிதைக்கப்பட்ட வரலாறாக மாறும்.

~

தொல்லியல் நிறுவனத்தின் நூலகத்தில் நாங்கள் ஆய்வை மேற்கொண் டோம். மைஜிஷனிலும் டன்ஹுவாங்கிலும் நடைபெற்ற சமீபத்தியப் பணிகள் பற்றிய வெளியீடுகளைப் படித்தோம். குறுகியதாக இருந்தாலும் உடனுக்குடனான அறிக்கைகளை அளிக்கும் ஒரு முயற்சியே இந்த வெளி யீடுகள். தற்செயலாகக் கண்டுபிடித்தவை மற்றும் ஆழ்ந்த அகழ்வாய்வு களில் கிடைத்தவை ஆகியவற்றைப் பற்றிய பதிவுகளின் அறிக்கையே இது. பிந்தியவை சிலவே என்றாலும் விவரமான அறிக்கைகள் அளிக்கப்பட்டன. இந்த வெளியீடுகள் சிறப்பாகவும் அணுகக்கூடியவைகளாகவும் இருந்தன. நிறுவனத்தில் நாங்கள் இருந்த நாட்கள் பயனுள்ளவைகளாக இருந்தன. அங்கு ஆய்வுசெய்யும் இளம் அறிஞர்களுடன் உரையாடும் வாய்ப்பை ஏற்படுத்திக்கொண்டோம். பழங்கால வரலாறு மற்றும் தொல்லியல் போன்ற துறைகளை எவ்வாறு அவர்கள் அணுகுகின்றனர் என்பதை என்னால் மெதுவாக அறிந்துகொள்ள முடிந்தது. பல்வேறு கலாச்சாராங்களை விளக்கு வதற்கு மார்க்சிய மரபுச் சொல்நடையைப் பயன்படுத்துவதில் ஒரு

சுவையான கலவை இருந்தது மட்டுமல்லாமல் தற்போதைய வரலாற்று எழுதுதலில் இருக்கும் பிற கொள்கைகளில் ஒருசிலவற்றைப் பற்றிய உணர்தலும் இருந்தன. சீனமொழியில் பரிந்துரைக்கப்பட்ட பாடங்களின் உட்குறிப்புகளைச் சரியாகப் புரிந்துகொள்ளாமல் அப்படியே திரும்பக் கூறும் ஒரு போக்கு இருந்தது. அது மார்க்சியமாக இருந்தாலும் வேறாக இருந்தாலும் விளக்கத்தின் கொள்கைகளைப் பற்றிய விவாதம் இல்லை. கோர்டன் சைல்டைப் பற்றி அறிந்திருந்தனர். ஆனால், அவரது புத்தகங் களைப் படித்தல்ல, அவரைப்பற்றி கூறப்பட்டவைகளில் இருந்து என்பதை அவரது கருத்துகள் பற்றிய சில கருத்துரைகளில் இருந்து நான் ஊகித்தேன்.

சீனாவில் பிரசுரிக்கப்பட்ட சீனச் செய்தித்தாள்களை தவிர வேறொன் றையும் அணுக முடியாதது பெருங்குறையாக இருந்தது. உண்மையிலேயே தேடிப்பார்த்தால் சென்ற வாரத்துக்குரியது எங்காவது கிடைக்கும் என்று எனக்கு சொல்லப்பட்டது. ஆனால், செய்தித்தாளைத் தேடிப்போக நான் விரும்பவில்லை. பிரிட்டிஷ் சட்ட அலுவலகத்தில் இருந்து ஒன்று கிடைத்தது. மிகவும் பரபரப்பான செய்தி சார்லி சாப்ளினின் சமீபத்திய திரைப்படமான கிங் இன் நியூயார்க் வெளியீடுதான். ஆனால், அதைப் படிப்பது துண்டிக்கப்பட்ட ஓர் உலகத்தின் ஒரு படத்தை மந்திரத்தால் வரவழைப்பது போன்றதுதான்.

வெளியில் ஒரு கழுதை கத்தியதை என்னால் கேட்க முடிந்தது. அது பீஜிங்கில் என்ன செய்கிறது என்பதை என்னால் சிந்தித்துப் பார்க்க முடிய வில்லை. விழா நெருங்கிவருவதால் விடுதியில் கூட்டம் பெருகிக்கொண்டு வந்தது. தங்கள் பெட்டிகளுடன் நிற்பவர்கள் அல்லது மின்தூக்கிக்காகக் காத்திருப்பவர்கள் என மக்கள் அலைமோதிக்கொண்டிருந்தனர். இந்த விடுதியின் மின்தூக்கிகள் ஜெர்மனியில் செய்யப்பட்டவை. பெரும்பாலும் கிழக்கு ஜெர்மனியாக இருக்கலாம். பிற இடங்களில் பயன்படுத்தப்படும் எதிர்பார்த்த வேகுட்-ஓடிஸ் இல்லாதது எனக்கு ஏமாற்றமாக இருந்தது. விடுதியின் ஒவ்வொரு அற்றத்திலும் உணவறைகள் இருந்தன. ஒன்று சீன உணவுகளுக்கு இன்னொன்று ஐரோப்பிய உணவுக்கு. இப்படிப் பிரிப்பதால் ஏற்படும் பயன் என்னவென்று எனக்குத் தெரியவில்லை.

புரட்சியின் ஆண்டுவிழாவைக் கொண்டாட மாநகரம் தயாராகிக் கொண்டிருந்தது. மரத் தாங்கிகளும் மிதவைகளும் உருவாக்கப்பட்டு சிவப்பு வண்ணம் பூசப்பட்டன. கட்டடங்களின் நுழைவாயில்கள் மாபெரும் உருண்டையான சிவப்பு விளக்குகளால் அலங்கரிக்கப்பட்டிருந்தன. பல வண்ணப் பதாகைகள் வெளியிடங்களில் கட்டப்பட்டன. விளக்குத் தூண் களில் ஒலிபெருக்கிகள் கட்டப்பட்டன. அவை அவ்வப்போது சோதனை செய்யப்படும் இசைத் துணுக்குகள் கேட்டன. இன்று மதியம் தடை

பீஜிங். இன்பச் சுற்றுலாவாகப் பள்ளிக் குழந்தைகள் தடைசெய்யப்பட்ட மாநகருக்கு அழைத்துச்செல்லப்படுகின்றனர். கடந்தகால வரலாற்றுச் சின்னங்களை அறிமுகப்படுத்தும் ஒரு வழி.

செய்யப்பட்ட மாநகரை நாங்கள் கடந்து சென்றபோது முற்றத்தில் டிராகன் நடனத்துக்கான ஒத்திகை நடந்தது. முகமூடிகள் கவரும்படியாக இருந்தன. அதுபோலவே முக்கிய சாலையில் அணிவகுத்துச் சென்ற பெண்களும். மாநகரம் அப்பட்டமாக ஒரு விழாக்கால மனநிலைக்குள் நுழைந்துகொண்டு இருந்தது.

தடைசெய்யப்பட்ட மாநகரம் எனக்குப் புதிரானதாக இருந்துவருகிறது. ஓரிடத்தில் அமர்ந்து அதன் காலத்தில் எப்படி இருந்திருக்கும் என்று கற்பனை செய்து பார்க்க வேண்டும். இதனுடன் ஒப்பிடக் கூடியது பதேபூர் சிக்ரி தான். இவற்றில் எது எழிலானது என்று என்னால் முடிவுசெய்ய முடிய வில்லை. எது என்னை மிகவும் கவர்கிறது என்று எனக்குத் தெரியவில்லை — மஞ்சள் மற்றும் பச்சைக் கூரை, வளைந்த வெண் பளிங்கு மாடிக் கைப்பிடிச் சுவர் மற்றும் கம்பிவேலிகள், விலையுயர்ந்த சிவப்பு சுவர் களைத் தழுவும் ஓடு பாவப்பட்ட முற்றம், அல்லது அற்புதமான கூடங்கள். எல்லா இடங்களிலும் இருக்கும் படைவீடுகள் போன்ற கவர்ச்சியற்ற தற்காலக் கட்டமைப்புகளுக்குப் பதிலாக இன்றைய கட்டமைப்புகளிலும் சீனர்கள் ஏன் இந்த முருகியலைப் பயன்படுத்தக் கூடாது. போக்குவரத்து அமைச்சகம் ஒரு மிங்க் அரண்மனை போன்று இருக்கக் கூடாதுதான். ஆனால், ஒரு கட்டடத்துக்கு அழகை அளிக்க சில கூறுகளை ஆக்கபூர்வ மாகச் சேர்க்க முடியும். செயல்படுதல் என்பதால் முருகியல் இல்லா மல் இருப்பது என்று அர்த்தமில்லை. ஆனால், கடந்தகாலத்தில் இருந்து ஒருவர் எதைத் தேர்ந்தெடுக்கிறார் என்பதிலும் பிரச்சினை இருக்கிறது. இந்திய அரசின் கட்டடக்கலைகளில் அடிக்கடி பயன்படுத்தப்படும் அஜந்தா வகை வளைவுகளும், சாஞ்சி நுழைவாயிலும் அல்லது மொகலாயக் குவிமாடம் போன்ற கியோஸ்க்களும் சிந்தனைக்குரியவையே.

அருங்காட்சியகம் சென்ற அடுத்த நாள் ஓர் இந்தியத் தூதரக அதிகாரியின் வீட்டுக்குத் தேநீர் விருந்துக்காக அழைக்கப்பட்டோம். அதற்குப் பின்னர் பே ஹே ஏரியில் படகில் துடுப்பு வலித்துச் செல்வது என்பதுதான் திட்டம்.

ஆகவே நான் ஸ்லாக் மற்றும் ஸ்லோப்பி ஜோ அணிந்திருந்தேன். நாங்கள் ஓய்வறைக்குள் நுழைந்தோம். சரிகை மெத்தை சோஃபா மற்றும் நாற்காலிகளும், அங்குமிங்குமாக சிறிய பெரிய இந்தியப் பொருட்களும் இருந்தன. ஓர் ஒழுகும் வெள்ளி தேநீர் ஜக்கில் இருந்து தட்டில் வைக்கப் பட்டிருந்த வெள்ளை சீனக் களிமண் குவளைகளில் தேநீர் நிரப்பப் பட்டபோது அது தட்டிலும் ஒழுகியது. தேனீருடன் தின்பண்டங்களும் வழங்கப்பட்டன. பீஜிங்கில் இருக்கும் இந்த மூன்று ஆண்டுகளில் தாம் மிகவும் அலுப்படைந்துவிட்டதாக எங்களுக்கு விருந்தோம்பியவர் கூறி னார். கிழக்கு ஐரோப்பா போன்ற பகுதிகளில் புதிதாக உருவாகிவரும்

புதிய சமூகங்களோடு தொடர்புடைய பல்வகையான கண்காட்சிகள் மற்றும் வரவேற்புகளில் கலந்துகொள்ளுவதைத் தவிர தமக்கு வேறு பணி இல்லை என்று கூறினார். முற்றிலும் மாறுபட்ட பண்பாடுகளில் வாழ்பவர்கள் அலுப்படைந்துவிட்டது என்று கூறுவது எனக்குப் புதிராக இருக்கிறது. நிச்சயமாகச் சிலவற்றைக் கடைபிடிக்கவும் ஏன் ஒருவேளை கற்றுக்கொள்ளவும் வேண்டும். வெளியாட்கள் ஒருபோதும் வீட்டுக்கு அழைக்கப்படவில்லை அதனால் எந்தவிதமான நட்புறவும் கிடைக்க வில்லை என்ற புகாருக்காக நான் பரிதாபப்படுகிறேன். கண்கொத்திப் பாம்பாக இருக்கும் ஆட்சியின் கீழ் நட்பு என்பது நிச்சயமற்ற ஒன்றாகவே இருக்கும். இருப்பினும், ரிக்ஷா பாய் என்ற புகழ்பெற்ற புதினத்தை எழுதிய லாவோ ஷீயை வீட்டுக்கு அழைத்ததாக அவர் மேலும் கூறினார். ஆனால், அந்த மாலை நேரம் எப்படிக் கழிந்தது அல்லது என்ன பேசப் பட்டது என்பது எங்கள் கேள்விக்குக்கூட பதிலாகக் கூறப்படவில்லை.

நாங்கள் ‘அயலக விருந்தினர் கூட்டுக்குள்’ இருப்பதால் சீனாவின் முக்கிய பகுதியைப் பார்க்கவில்லை என்று அவர் கூறினார். நான் அவரிடம் இது எங்களுக்குத் தெரியும் என்றும் எங்கெல்லாம் வாய்ப்பு கிடைக்கிறதோ அங்கெல்லாம் சீன யதார்த்தத்தைப் பார்த்துவிட முயற்சி செய்ததாகக் கூறினோம். அவர் எங்களுக்கு எடுத்துக்காட்டு கூறினார். நாங்கள் பிச்சைக்காரர்களைப் பார்க்கவில்லை. ஏனென்றால் பிச்சைக் காரர்கள் அயல்நாட்டுக்காரர்களிடம் பிச்சை கேட்க மாட்டார்கள். சீனர் களிடம் மட்டுமே கேட்பார்கள். ஆனால், அவர்கள் எங்களிடம் பிச்சை கேட்காவிட்டாலும் நிச்சயமாக அவர்களைப் பார்த்திருக்கலாம் அல்லவா? ஆனால், முதலில் எங்களுக்குக் கூறப்பட்டது என்னவென்றால் சீன அரசாங்கம் எதேச்சாதிகாரமானதால் பிச்சைக்காரர்கள் யாவரும் வளைத்துப் பிடிக்கப்பட்டு ஆலைகளில் பணிபுரிய வைக்கப்பட்டனர் என்பதுதான். அது சரிதான். ஆனால், நான் ஒரு பிச்சைக்காரரைக்கூடப் பார்க்கவில்லை. ஒரே முறை ஒரு குழந்தை என்னிடம் வந்து பணம் கேட்டது.

தற்காலச் சீனத்தின் வாழ்வைப் பற்றிய புரஃபவுண்ட் ஃபிரண்ட்ஷிப் அண்ட் லவ் என்ற திரைப்படம் எங்களுக்குக் காட்டப்பட்டது. இரு உயிர் வேதியல் அறிஞர்கள் ஒரே ஆய்வகத்தில் ஒரே நுண்ணுயிரி பற்றிய ஆராய்ச்சியில் ஈடுபட்டுள்ளதைப் பற்றிய படம் இது. பொருளைப் பகுத்தாயும் முறையில் ஒரு முரண்பாடு ஏற்படுகிறது. அதனால் அவர்கள் பிரிகிறார்கள். பின்னர் நிகழ்ந்த நிகழ்வில் அவர்கள் ஒன்றிணைகிறார்கள். இது எப்படி ஒரு பாம்பே டாக்கீஸ் திரைப்படம்போல் இருக்கிறது? ஷாங்காய்யின் ஒரு மேற்கத்திய பாணி இடத்தில் நிகழ்கிறது. இது சீனாவின் பிற பகுதிகளில் இருந்து வேறுபட்டது. படப்படிப்பு சிறந்த தொழிநுட்பச்

சிறப்புடன் இருந்தது. தடுமாற்றங்கள் எதுவும் இல்லை. ஒருவன் ஒரு பெண்ணிடம் காதலை சொல்லும் இடத்தில்கூட பாவ்லோவ் பற்றிய குறிப்புகள் பாப் அப் செய்யப்படுவதைப் பார்த்து வியந்து போனேன். முத்தம் அனுமதிக்கப்படாததால் காதல் கரங்களைப் பிடிப்பதன் மூலம் வெளிப்படுத்தப்பட்டது. சீனர்கள் இந்த விஷயத்தில் பழமைவாதிகள் என்று கூறப்பட்டது. பாடுபொருளைக் கையாளுவதில் இன்னும் நுட்பங்கள் இருக்கும் என்று நான் எதிர்பார்த்தேன். அறிவியல் பிரச்சினைகளைத் தீர்ப்பதற்கு ஒரு புதிய முறையைத் தழுவிக்கொள்வதே போதுமானது என்பதுதான் செய்தியாகத் தோன்றுகிறது. இது அறிவியல்பூர்வம் அற்றதாக இல்லாவிட்டாலும் அப்பாவித்தனமானது. ஆனாலும் இது புதிய முறைகளைச் சட்டபூர்வமாக்கும் முயற்சி என்று ஒருவர் புரிந்துகொள்ளலாம், ஏனெனில் இவை பல்வேறு முறைகளில் தழுவிக்கொள்ளப்படுகின்றன.

இதுவரை பெரும் நிலப்பரப்புகளில்தான் கம்யூனிசம் எழுந்துள்ளது – சோவியத் யூனியனாக மாறிய ரஷ்யா, மற்றும் சீனா – இது பிரான்ஸ் அல்லது ஸ்வீடன் போன்ற மிகச்சிறிய நாடுகளில் எழும்போது என்ன வடிவம் எடுக்கும்? 'அடிப்படை முரண்பாடுகள்' எளிதாக்கப்படுமா? ரஷ்யா, சீனா, இந்தியா, மற்றும் கிழக்கு ஐரோப்பா போன்ற நாடுகளில் வாழ்க்கையின் சில அம்சங்கள் வலியுறுத்தப்படுகின்றன, அதே சமயத்தில் பிறவற்றிற்கு அங்கீகாரம் இருப்பதில்லை. இத்தகைய நாடுகளில் புதிய முயற்சிகளுக்கும் தொழில்நுட்ப மேம்பாட்டுக்கும் இடமளிக்கும் பெரும் மகிழ்ச்சியால் சோசலிசம் கொண்டுசெல்லப்படலாம். இன்னும் வளர்ந்த நாடுகளில் சவால்கள் வேறு விதமாக இருக்கும். நடைபெற்றுவரும் கட்டுமானப் பணியை நான் கண்டிக்கவில்லை. ஆனால், இது தேவையான பிற வகையான மாற்றத்துக்கு மேலான முன்னுரிமையைப் பெறும் போக்குடையதாக இருக்கும். காலகட்டத்தின் சிறப்பு இயல்பின் காரணமாக இது சீனாவில் அறிவியலாளர்கள் மற்றும் பொறியாளர்களின் காலமாக இருக்கிறது. அவர்களே புதிய வீரர்கள். நாட்டைப் பொருளாதார ரீதியில் பலமாக்கும் வல்லமை அவர்களுக்கு இருக்கிறது. இதனால் பிற தொழில்கள் வளர்ப்புப் பிள்ளைகளைப் போல் மாறும். சமூக அறிவியல் என்று இப்போது நாம் அழைப்பதற்கும் இலக்கியத்திலும் கலையிலும் புதிய வடிவங்களுக்கும் போதிய கவனம் அளிக்காமலும், எழுதப்பட்டிருப்பதன் அடிப்படையில் இல்லாமல் தேவைப்படும் மாற்றங்கள் என்ன மற்றும் அவை ஏன் தேவைப்படுகின்றன என்பது பற்றிய பல கேள்விகளைக் கேட்பதை ஊக்குவிப்பதற்காகவா இந்த மாற்றம் என்பதுதான் கேள்வியாகும். 'ஏன்' மற்றும் 'எப்படி' என்ற கேள்விகளே அடிப்படையானவை என்று எனக்குத் தோன்றுகிறது.

படைப்புக் கலைகள் அட்டவணைப்படுத்தப்பட வேண்டும். எழுத, வரைய மற்றும் இயற்றத் தவறாத அமைப்புகள் இருப்பதாகக் கூறப்பட்டது. இவைகளால் பலனுண்டா? சோசலிச யதார்த்தம் என்பது குறிப்புக்கு ஏற்ப சமைப்பதாக இருக்கக் கூடாது. ஒரு சமூகத்தின் முழுமை அல்லது அதன் பிரிவோடு சம்பந்தப்பட்ட சமூக விழிப்புணர்வின் வெளிப்பாடு என்பது அதன் அர்த்தம். பிந்தியது என்றால் அதனை முழுமையோடு குழப்பிக்கொள்ளக் கூடாது. ஸாங்க் காலப் பரலோகக் காட்சிகள், 'பாட்டாளிகள்' என்று அடையாளப்படுத்தப்பட்ட ஒரு கூட்டம் சுரங்கத் தொழிலாளிகளை அப்படியே காட்டும் தற்கால ஓவியம்போல் இருக்காது, இருப்பினும் ஒருவகையான உணர்வு இருக்கவே செய்கிறது. உணர்வு என்பது ஒருவகையில் தனிப்பட்டது அதைச் சட்டபூர்வமாக்க முடியாது.

இதுவரை சீனாவில் மிக சிறப்பாக உள்ளது; லூ சுன் ஒரு வீரர், லாவோ ஷீ முன்னணி நாவலாசிரியர், 'ஒரு பண்புள்ள மனிதர்' என்று அவர்களே கூறுவதுபோல கல்வி அமைச்சராக அவர் எப்படி என்று கௌ மாராவே அறிவார். அவர்கள் மதிக்கப்படும்வரை இந்த விஷயங்களில் கட்சியில் நிலை நெகிழ்வானதாக இருக்கும் என்று நான் நம்புகிறேன். முன்னணி எழுத்தாளர்கள் மற்றும் கலைஞர்களை அவர்களால் விரோதிக்க முடியாது. கி பாய் ஷி உயிரோடு இருந்தபோது மதிக்கப்பட்டார். பத்து நாட்களுக்கு முன் அவர் இறந்தபோது அரசு மரியாதை அளிக்கப்பட்டது. இன்னொரு பத்தாண்டு கழித்து ஆரம்பக் காலக் கம்யூனிஸ்ட் இயக்கத்தோடு நெருக்கமாக இல்லாதவர்களும், அதன் மீறல்களை மன்னிக்கத் தயாராக இல்லதவர்களுமாகிய இன்னொரு வரிசை எழுத்தாளர்கள் வரும்போது என்ன நடக்கும் என்பது நமக்குத் தெரியாது. பல இடங்களில் பல அளவுகளில் இருக்கும் அறிவுசார் சுதந்திரத்தைக் கோருவார்கள். ஏற்றுக்கொள்ளப்பட்டுள்ள ஒரேபோலான உத்திகளைக் கடைப்பிடிக்க அறிவுறுத்தப்படுவார்களா அல்லது அவர்கள் தங்களது சொந்த சோசலிச யதார்த்த வடிவத்தை அல்லது வேறு எதையாவது படிப்படியாக உருவாக்க அனுமதிக்கப்படுவார்களா? ஒரு சீன லைசென்கோ (1949-1956 காலகட்ட முன்னோக்கிப் பாய்ச்சலின் ஒரு பகுதியான சீன அறிவியல்.) வராவிட்டால் அறிவியலாளர்களுக்கும் பொறியியலாளர்களுக்கும் பிரச்சினை கடுமையானதாக இல்லை. அது அவ்வளவு விரைவாக நடக்கும் என நான் நினைக்கவில்லை. ஆனால், இது படைப்புக் கலைஞர்களுக்கும் கல்வியாளர்களுக்கும் உண்மையிலேயே பிரச்சினைதான். அவர்கள் உறுதியாக நிற்பார்களா? இது இடதுசாரிகள் அரசாட்சி செய்யும் இடங்களில் மட்டுமல்லாமல் ஒரு குறிப்பிட்ட கருத்தியல் கட்டமைப்பை ஏற்படுத்த உருவாக்கப்படும் அரசுகளும் இதையே செய்கின்றன.

திருத்தல் பிரசாரங்கள் மற்றும் சுயமதிப்பீடுகளின் இறுதி மூன்று மாதங்கள் சிக்கல்களின் காலம் என்று உணர்கிறேன். ஆனால், அதைப்பற்றி அவர்கள் பேசுவதில்லை. மாறுவது என்பது ஒரு கம்யூனிஸ்ட் அரசுக்கு எளிதானதல்ல. ஆகவே சில நிலைகுலைதல்கள் எதிர்பார்க்கக் கூடியதுதான். என்ன நடக் கிறது என்பது பற்றி எங்களுக்குச் சிறிதளவே தெரிந்தாலும் கம்யூனிஸ்ட் அரசாங்கம் தன்னைக் கட்டுப்படுத்திக்கொண்டு ஆட்சியை மிக இறுக்க வில்லை என்பதுபோல் தோன்றுகிறது. கலைப்படைப்புகள் அரசியல் மற்றும் அரசு ஆணைகளுக்கு உட்படுவதில்லை என்பதை ஒருவேளை பண்பாட்டு அமைச்சரவை அறிந்துகொள்ளலாம். அவற்றிற்கு ஒரு வித்தி யாசமான அளவுகோல் உள்ளது.

நாங்கள் மிங் கல்லறைக்குச் சென்றோம். எங்களுக்காக விடுதியிலிருந்து பொட்டலம் கட்டித்தந்த சுற்றுலா உணவை உண்டோம் – ரஷ்யச் சுவை, பழுப்பு பிரட் துண்டுகள், ஏராளமாக சலாமி மற்றும் கெர்கின்கள்; சீனச் சிந்தனையுடன் ஒவ்வொரு பொட்டலத்திலும் இரண்டு பல்குத்திகள் வைத்திருந்தனர். நீல மற்றும் செந்நீல வானப் பின்னணியில் கல்லறைகள் அற்புதமாகக் காட்சி அளித்தன. சிங்கங்கள், யானைகள், ஒட்டகங்கள், குதிரைகள், புராண விலங்குகள், தளபதிகள், அரசியல் மேதைகள் போன்ற சிலைகளை வரிசையாகக் கொண்ட வழியின் மூலம் உள்ளே சென்றோம். மையப்பகுதியில் இருந்த கூடத்தில் இருந்து நாங்கள் அரங்கிற்குள் நகர்ந் தோம். நிறங்கள் எவ்வளவு ஒன்றியைந்து காணப்படுகின்றன. மஞ்சள் மற்றும் பச்சைக் கூரை ஓடுகள், சிவப்புத் தூண்கள் மேலும் மிங் பாணியில் அலங்காரம். முதலில் தெரியாவிட்டாலும் நினைவுச் சின்னங்களைப் பார்க்கப் பார்க்கச் சுற்றுச்சூழலுக்குப் பொருந்துமாறு அமைந்துள்ளன. சிவப்புச் சுவருக்கு எதிராக பைன் மரங்களின் மெலோ பச்சை மற்றும் அகன்ற இலை கஷ்கொட்டை மரங்கள் கல்லறையின் பின்னணிக்கு அழ காக இருந்தன. சுற்றியிருந்த தோட்டங்கள் நன்றாகப் பராமரிக்கப்பட் டிருந்தன. இலையுதிர்கால மலர்கள் பூத்துக்குலுங்கின. கற்பாவிய நடை பாதைகளில் இலையுதிர்கால இலைகள் உதிர்ந்து சிதறிக்கிடந்தன. பின் னணியில் மலையின் தோற்றத்தோடு அடர்த்தியான மரங்களுக்கு மேல் கோவிலின் காட்சி தெரிந்தது.

கல்லறையின் மேல்முற்றத்தில் இருந்து பார்த்தபோது முந்தையச் சீனக் கட்டடக்கலையின் நுட்பத்தைப் பார்த்துப் பிரமித்தேன். நிச்சயமாக, உல கெங்கும் உள்ள மரபான கட்டடக்கலையின் துல்லியமும் ஒழுங்கும் கொண்டதாக இருந்தது. கவனமாகத் திட்டமிடுதலின் வெளிப்படையான தன்மைகளால் அது தெளிவானதாகவும், நெருங்கக்கூடியதாகவும் புரிந்து கொள்ளக் கூடியதாகவும் இருந்தது. சமச்சீராக அமைப்பது முக்கியம்.

ஆனால், அது வழக்கமானதாகவும் உயிரற்றதாகவும் இருக்கக் கூடாது. ஓர் அர்த்தமுள்ள இடத்தை உருவாக்கும் இன்றியமையாமையின் காரண மாக அமைய வேண்டும். சில நேரங்களில் பிரம்மாண்டமாகவும் மிகவும் ஈர்க்கக்கூடியதாகவும் இருந்தாலும், சில வேளைகளில் ரோமானிய கட்ட டங்களைக் கெடுக்கும் பகட்டையும், இந்தியாவில் பிற்காலகட்டங்களின் மிகை அலங்காரத்தையும் அவை தவிர்க்கின்றன. பாரம்பரியம் எப்போதும் நுட்பத்தின் சாராம்சத்தைக் கொண்டிருக்கிறது. மேலும், சுற்றி இருக்கும் நிலத்தோற்றத்தோடு பொருந்தி இருப்பதாகத் தோன்றினாலும் இந்தக் கட்டட அமைப்பு தனியாக இருக்கும் ஓர் உணர்வைத் தருகிறது. புதிய கற்காலத்தைச் சார்ந்து ஒரு முழுமையாகக் கற்பனை செய்து பார்க்காமல் இதைக் கூறுகூறாக, துளித்துளியாகப் பார்க்க வேண்டும்.

பீஜிங்கின் வெளி விளிம்புப் பகுதி வழியாக நாங்கள் திரும்பி வந்தோம். புதுக் கட்டடங்கள் தொகுதிகளாகவும் படையரங்குகள் போலவும் அமைந்து கண்களை உறுத்தின. முன் அந்தி ஒளியில் நாங்கள் திரும்பி னோம். இலையுதிர்காலத்தின் மிக அழகிய ஒளி. மக்கள் வீடு திரும்பிக் கொண்டிருந்ததால் மாநகர் உயிர்த்துக்கொண்டே இருந்தது. நூற்றுக் கணக்கில் அலுவலக ஊழியர்கள் சைக்கிளில் சென்றனர். பலர் நடை பாதையில் நடந்தனர். குறுகிய தெருக்கள் மற்றும் சிறு கடைகளுடன் இது ஒருகாலத்தில் மிகச் சிறிய நகராக இருந்திருக்க வேண்டும். இப்போது சுற்றிலும் விரிவாக்கத்தைப் பார்க்க முடிகிறது. மலர்ச்சியான முகங்களுடன் நீலச் சீருடையோடு மக்கள் பரவிச்செல்கின்றனர். மெதுவாகத் தூசிமேகம் நகரைக் கவிழ்ந்து காற்று குளிர்ச்சியானது. தில்லியின் ஆரம்பக் குளிர்கால மாலைப்பொழுது நினைவுக்கு வந்தது.

~

நாங்கள் சென்ற ஒரு வட்டார ஓபராவில் அதிக ஜால்ராக்களும் கைத் தாளங்களும் சீனத் தொனிகளும் இருந்தன. பீஜிங் ஓபராபோலவே இருந்த இது ஹேபேயில் இருந்து வருகிறது. இந்தக் கதை முன் நவீனக் காலத்துக்குச் செல்கிறது. ஓர் இளவரசி புல்லாங்குழல் ஊதும் ஓர் ஆட்டிடையன் மேல் காதல் கொள்கிறாள். அவளது தந்தையாகிய அரசன் அவளைச் சிறைப் பிடிக்கிறான். மேய்ச்சல் சமூகத்தின் ஒரே மாதிரியான கதைதான் இது. கதாநாயகன் எப்போதும் இடையன்தான், பஞ்சாபின் ஹீர்-ரஞ்சாபோல. ஆனால், ரஞ்சா தோல்வி அடைந்தான். இங்குக் கதாநாயகன் மூன்று மந்திரப் பொருட்களால் கடலைக் கொதிக்க வைக்கிறான். எனவே அரசன் மகளை விடுவித்து இடையனுக்கு அவளை மணமுடித்து வைக்கிறான். இது ஒரு பொருத்தமான கதைதான்! நாடக அரங்கம் ஒரு கூடம். வசதியான மர இருக்கை. வெற்றுத் தரை. எனக்கு அருகில் இருந்தவர் மூன்று பொதி

உலர் முலாம்பழ விதைகள் வைத்துக்கொண்டு நாடகம் முழுவதும் அதைக் கொறிக்கும் ஒலி எனக்குக் கேட்டது. சீன நாடக அரங்குகளில் பச்சைத் தேநீருடன் இப்படி கொறிப்பது வழக்கமானதுதான். எங்களுக்குப் பின்னால் இருந்த மூன்று நண்பர்கள் நிகழ்ச்சி முழுவதும் கேட்கும் படியாக அரைகுறை ஆங்கிலத்தில் கருத்துகள் கூறிக்கொண்டே இருந்தனர்; நிச்சய மாக எங்களைக் கருதிதான். எனவே இடைவேளையின்போது அவர் களோடு நாங்கள் உரையாடினோம். நான் பார்த்த பிற நிகழ்ச்சிகளைவிட பார்வையாளர் எதிர்வினை முழுமையாக இருந்தது.

~

ஒரு நாள் மதியத்தை மிங்கோவுடன் கழித்தேன்; நகரின் ஆகப்பழைய பகுதியில் இருந்த மிகப்பழைய வணிகத் தெருவுக்குள் நடக்கும்போது பேட் (Pat)டும் எங்களோடு இணைந்துகொண்டார். இரண்டு ரிக்ஷாக்கள் கூடக் கடந்துசெல்ல முடியாத அந்தத் தெரு மிகக் குறுகியதாக இருந்தது; கடை ஜன்னல்கள் ஒருவர் விரும்பக்கூடிய அனைத்துப் பொருட்களும் உள்ளே அடைத்து வைக்கப்பட்டுள்ளன என எண்ணும்படியாகக் காட்சிப் படுத்தின; பட்டுத்துணிக்கடை வரிசைகள், ஜரிகைக் கடைகள், குளிர்காலம் வருவதால் மெத்தைவைத்த ஆடைகள், முன்னர் கால் கட்டப்பட்டவர் களுக்கான மூன்று அங்குலக் காலணியிலிருந்து பெரியவர்களுக்கானவை வரை; ஓர் உணவுக்கடையில் உலர்ந்த லிச்சிகள் மற்றும் பலவகை சலாமிகள் இருந்தன. ஒரு கடையில் இசைக்கருவிகள் இருந்தன. பிடிலுடன் ஏராளமான எர்குகள், வரிசையாக எக்காளங்கள், ஜப்பானிய பேஞ்சோக்கள் – நான் சிறுமியாக இருந்தபோது ராவல்பிண்டியில் விளையாடும் தஷிதோஷி கோத்தோ.

இன்னொரு கடையில் நகல்கள், சுவரொட்டிகள், கையாலெழுதப்படும் (calligraph) அவற்றின் காட்சிப்படுத்தல்கள் இருந்தன. பல மணி நேரம் அங்கு மகிழ்ச்சியோடு செலவழித்திருப்பேன். இவை நண்பர்களுக்கு அளிக்க எளிதில் எடுத்துச் செல்லக்கூடிய பரிசுகள். அவற்றை வெறுமனே பார்ப்பதே மகிழ்ச்சி அளிப்பதாகும். அவற்றை அடுத்த சில நாட்களுக்கு என் அறையில் விரித்து வைத்திருந்தேன். பல சலவை நிலையங்கள் இருந்தன. பெரிய நீராவி அயர்ன்கள் இருந்தன. ஒன்று பயன்பாட்டில் இருந்தது. இவற்றிற்கு மின்சாரம் தேவை. ஒரு தையல்கடையில் தையல் இயந்திரங்களும் பாதி தைத்த உடைகளும் தாறுமாறாகக் கிடந்தன. அவ் வப்போது இரு முனை தாடி கொண்ட ஒரு முதிய முகம் துணிகளுக்கு இடையில் இருந்து எங்களைப் பார்ப்பதும் மறைவதுமாக இருந்தது.

சாலை ஓரத்தில் ஆரஞ்சு மற்றும் சிவப்புப் பேரீச்சைப்பழம் விற்கும் திறந்த பழக்கடை. ஒரு தாளை விரித்து வெளியில் பலவகைப்

பீஜிங். முழுமையாக மளிகைப் பொருட்களைக் கொண்ட கடைகள், பழங்களையும் காய்கறிகளையும் விற்கும் பெரும் சந்தைகள் போக தெரு வியாபாரிகள் தள்ளுவண்டிகளில் சிறு பண்டங்களை விற்கின்றனர்.

பொருட்களோடு உட்கார்ந்திருந்தனர் – மிங்க் நாணயங்களில் இருந்து பளபளப்பு ஆக்கப்பட்ட வாதுமைக் கொட்டைவரை. பழங்காலத்து அரச பரம்பரைக் குடும்பத்தின் வயதானவர்கள் சாய்வுநாற்காலிகளில் அமர்ந்து மணிக்கணக்காய் சிந்தனையில் ஆழ்ந்து இரு வாதுமைக் கொட்டைகளைத் தேய்த்துகொண்டிருப்பார்களாம். இந்தச் செயல்முறையில் இவை பளபளப் பாக்கப்பட்டுள்ளன. எவ்வளவு அற்புதமான பொழுதுபோக்கு. இன்னொரு கடையில் சிறிதளவு வேடிக்கைப் புத்தகங்கள். நான் இரண்டு புத்தகங்களை விலைக்குக் கேட்டபோது அவை விலைக்கு இல்லை என்றனர். அது ஒரு வாடகை நூலகம். இரண்டு நாள் வாடைகைக்கு எடுத்துச் சென்று அடுத்த வாரம் திருப்பி அளிக்கலாம். பழைய புராணங்கள் மற்றும் பெருஞ் சுவரின் கதையில் இருந்து, உழைப்பின் சின்னமாக இருப்போர்வரை – ரஷ்யாவின் ஸ்டாக்கனோவைட் வரை.

மூலிகைகளின் மூக்கைத்துளைக்கும் கடுமையான நெடியுடன் ஒரு பாரம்பரிய மருந்துக்கடையும் எங்கள் கண்ணில் தட்டுப்பட்டது. ஒரு முட்டை வடிவ அறையில் இருந்த நீண்ட கவுண்டர்களில் வெள்ளைக் கோட் அணிந்த நபர்கள் பைகளில் மூலிகைகளை அடைத்துக்கொண்டிருந்தனர். சுவரில் 6க்கு 6 அங்குலம் கொண்ட மேசையுறை(டிராயர்)களில் இருந்து

பொருட்களை எடுத்தனர். நாம் பயன்படுத்தும் அதிமதுரம், ஓமம், பெருங்காயம் போன்ற சிலவற்றை என்னால் அறிந்துகொள்ள முடிந்தது. பல வகையான வெட்டி உலர்த்தப்பட்ட காளான்கள் இருந்தன. மூலையில் ஒரு மருத்துவர் அமர்ந்திருந்தார். முதியவர் அரைவழுக்கைத் தாடியுடன் பிரகாசமான கண்கள். நான் அவரோடு ஊடாட விரும்பினேன். என் முகத்தில் இருக்கும் பருக்களுக்கு மருந்து கேட்டேன். அவர் மலர்ச்சியோடு என்னைப் பார்த்து பருக்கள் வருவதற்கான காரணங்களைக் கூறி சில மாத்திரைகளைப் பரிந்துரைத்தார். கெடுவாய்ப்பாக மருந்து கவுண்டரில் நீண்ட வரிசை நின்றதால் நாங்கள் காத்திருக்காமல் சென்றுவிட முடி வெடுத்தோம்.

ஒரு மூடிய நடைபாதைக்கு வந்தோம். உள்ளே செல்லலாம் என்று நான் கூறினேன். ஒரு பெரிய மனிதர் ஒரு பக்கவாட்டுக் கதவில் இருந்து வந்து என்னை நோக்கவே இது என்ன இடம் என்று அவரிடம் கேட்டேன். அது குவிங் காலத்து ஒரு பழைய மடம் என்றும் பார்க்க விருப்பமா என்றும் கேட்டார். மிங்கோவும் பேட்டும் சற்று தயங்கினாலும் நான் நிச்சயமாக என்று கூறினேன். ஆகவே நாங்கள் நுழைவாயில் வழியாக அறைகள் சூழ்ந்த முற்றத்துக்குச் சென்றோம். ஒவ்வொரு அறைக்கும் எண் இருந்தது. ஜன்னல்கள் மரத்தட்டியால் மறைக்கப்பட்டிருந்தன. முற்றத்தில் இருந்த தூண்கள்போலவே அனைத்தும் சிவப்பு வண்ணம் பூசப்பட்டிருந்தன. இந்தியத் தோட்டங்களில் காணப்படுவதுபோல் பெரிய குழாய் ஒன்று இருந்தது. அதன் அருகில் தெளிந்த நீர்த்தொட்டியும் இருந்தது. அதன் ஒரு பக்கம் ஒரு மறைப்பில் பெரிய அடுப்பும் அதில் நீராவிக்கொதிகலன் அரிசிக் கிண்ணங்களுடன் இருந்தன.

அடுத்த சில அடிகளில் இன்னொரு முற்றம். அங்கும் இதேபோல் அறைகள். நான் ஓர் அறைக்குள் சென்றேன். வெற்றுச் சுவர்கள் கொண்ட சிறிய அறை. மைஜிஷனில் எங்களுக்குக் கிடைத்ததுபோல மரக்கட்டில்கள். அந்த அறை குறிப்பாக ஒரு சீனப் பாணியாக இருந்தது, அல்லது நான் அப்படி கற்பனை செய்திருக்க வேண்டும். இப்படிக்கூடக் கற்பனை செய் தேன்: ஐம்பது ஆண்டுகளுக்கு முன் வந்திருந்தால் அது வேறு அனுபவமாக இருந்திருக்கும் – அல்லது இருந்திருக்காது. முற்றத்தில் பூஜாடிகள் கொண்ட அந்த முற்றத்தில் தங்கி இருப்பேன். எப்போதும் பேசிக்கொண்டிருந்த அந்த சத்திரக் காப்பாளருடன் அலைந்து திரிந்தோம். மூன்றாவது முற்றத் துக்கு வந்தோம். ஒரு ஓக் போன்ற மரத்துக்கடியில் நிலக்கரியைச் சலித்தனர். ஒரு பூசணிச் செடி மரத்தைச் சுற்றியும் அதன் மேலும் படர்ந்தது. அருகில் எங்கோ கழிவறையின் துர்நாற்றம் வீசி ஐம்பது ஆண்டுக்கு முன்னான என கற்பனையைக் கலைத்தது. இதில் தங்குவதற்கு எவ்வளவு என்று

பீஜிங். புறநகரில் ஒரு பழம் மற்றும் காய்கறிச் சந்தை. தங்கள் விளைபொருட்களைக் கொண்டுவரும் விவசாயிகளுக்கு எப்போதுமே சந்தைக்குள் இடம் கிடைக்கும் என்பதில்லை. ஆகவே அவர்கள் தெருக்களின் ஓரங்களில் கூடாரம் போட்டுத் தங்கள் பொருட்களின் கூடைகளை வைக்கின்றனர்.

கேட்டோம். அவர் சொன்ன தொகை மிகமிகக் குறைவாக இருந்தது. உலகெங்கும் நவீன விடுதிகள் எவ்வளவு வசதியுடன் இருந்தாலும் இந்த வசீகரம் அங்கு இல்லை. தேநீர் அருந்தும்படி சத்திரக்காரர் கூறினார். ஆனால், நாங்கள் நடந்தோம்.

சாலையின் முடிவில் ஒரு திறந்த கதவின் முன் பேட் நின்று கூறினார், "ஆக இது இங்குதான் இருக்கிறது." இரண்டு இரவுகளுக்கு முன் இரவு உணவுக்காக இங்குதான் அழைத்து வரப்பட்டிருக்கிறார். அவர் ரிக்ஷாவில் வந்ததால் அதன் இருப்பிடத்தை அவரால் அறிய முடியவில்லை. சீன முஸ்லிம்களால் நடத்தப்படும் ஒரு புகழ்பெற்ற பீஜிங் உணவகம் அது. அவர்கள் சின்ஜியாங்கில் இருந்து வந்த முஸ்லிம்கள் என்று கருதப்படுகிறது. மேலும் இவர்கள் உகிர்களின் வழித்தோன்றல்களாக வந்திருக்கலாம். உள்ளே சென்று தேநீர் அருந்தலாம் என்று நான் கூறினேன். ஆனால், அங்கு உணவுதான் கிடைக்கும் என்று மிங்கோ கூறினார். ஆகவே நான் கதவில் நின்றுகொண்டிருந்தவரிடம் 'தேநீர் கிடைக்குமா' என்று கேட்க அவர் பலமாக மறுத்தார். நாங்கள் மதியம் முழுவதும் தெருக்களில் அலைந்த தால் களைப்பாக இருக்கிறோம் என்று கூறி வேண்டிக் கேட்டுக்கொண் டேன். மேலும் இந்த உணவகத்தைப் பற்றி நிறையக் கேள்விப்பட்டிருக் கிறோம் என்றும் சில நிமிடங்கள் அதற்குள் வந்து உட்கார விரும்புகிறோம் என்றும் கூறினேன். அவர் சற்று தாமதித்து ஒதுங்கி நின்று செல்லலாம் என்று கையசைத்தார்.

இது மிகவும் பயனுள்ளதாக இருந்தது. அது ஒரு திறந்த முற்றம். கழுவப் பட்டுக்கொண்டு இருந்தது. மாலை நேரத்துக்காகத் தயார் செய்யப்பட்டுக் கொண்டிருந்தது. முழுவதும் மரப் பெட்டி அறைகளாக இருந்தன. தூண் களும் தட்டிகளும் சிவப்பு வண்ணம் பூசப்பட்டிருந்தன. கூரை மிக அழகாக இருந்தது. சமையலறைக்கு வெளியே வரிசையாக காரீயப் பானைகள் வைக்கப்பட்டிருந்தன. ஒரு சமையல்காரர் ஒரு கறித்துண்டை வெட்டிக்கொண்டிருந்தார். அவருக்கருகில் இன்னொருவர் வெங்காயத்தை வெட்டிக்கொண்டிருந்தார். இரவு உணவு புர்ரா கபாப்கள் (burrah kababs) எனத் தோன்றியது. நாங்கள் அமர்ந்திருந்த மரத்தின் வண்ணம் சூழலுக்குப் பொருந்தியது. ஒரு மூலையில் மைய வெப்பமாக்கும் ரேடியேட்டர் இருந்தது. குளிர்காலத்தில் மங்கோலியாவில் இருந்து வீசும் குளிர் காற்று பரவலானது ஆகும். சிறு கோப்பைகளில் நாங்கள் மல்லிகை மணக்கும் தேநீரை அருந்தினோம். பிற இடங்களில் பெரிய குவளைகளில் பரிமாறப் படும் லேசான மணம் கொண்ட பச்சைத் தேநீருக்கும் இதற்கும் வித்தி யாசம் இருந்தது. நீண்ட நேரம் நாங்கள் அங்கு அமர்ந்து பேசிக்கொண்டு இருந்தோம்.

பீஜிங். விற்பனைக்காகப் பழம் மற்றும் காய்கறிக் கூடைகளை வைக்க ஒரு பந்தலின் கீழ் கூடும் இடம். சந்தைக்கு அருகில் விற்பனையாளர்கள் சந்தைக்குள் இருக்கும் கடைகளுக்குப் போட்டியாகத் தங்கள் விலைகளைக் குறைக்கின்றனர்.

தேசிய தினத்துக்கு வரும் அயலக விருந்தினர்களுக்காக சூ என்லாய் அளித்த அரச வற்வேற்பில் இருந்து இப்போதுதான் நாங்கள் திரும்பி வந்திருந்தோம். பல்லாயிரம் மக்கள் கூடிய அது ஒரு பெரும் நிகழ்வு. நாங்கள் ஒரு பெரிய ஆடம்பரமான காரில் பல சீனர்கள் வரிசையாக நின்ற தெருக்கள் வழி சென்றோம். காரைப் பார்ப்பதற்காகவே அங்குக் கூட்டம் நின்றது. நாங்கள் சைக்கிளிலும், பஸ்ஸிலும், டிராம்களிலும் செல்ல அயலக விருந்தினர்களும் கம்யூனிஸ்ட் கட்சியின் பெரும் தலைவர்களும் காரில் செல்கிறார்கள் என்று அவர்கள் முணுமுணுத்திருக்கலாம் என்று நான் நினைத்தேன். இந்த வரவேற்பு நிகழ்ந்த பீக்கிங் விடுதி இன்னுமொரு லெனின்கிராட்ஸ்க்யா – அலங்கார பூ வடிவமைப்புடன் அதிக ஜரிகை அலங்காரம். பல பிரதிநிதிகள் அறிமுகப்படுத்தப்பட்டனர் மற்றும் பாராட்டப்பட்டனர். சீனாவுக்குத் தரப்படும் ஆதரவுக்காக இந்தியர்கள் வரவேற்கப்பட்டு நன்றி கூறப்பட்டது. ஐந்தாண்டுத் திட்டத்தின் நிறை வேற்றம் அதைத் தாண்டிவிட்டது என்று உரைநிகழ்த்தப்பட்டு கைதட்டலைப் பெற்றன. சீனா இப்போது இன்னும் முன்னேறிச் செல்கிறது.

நான் சிவப்பு ஒயினையும் சீமை மாதுளம் பழத்தைப் போல் சுவை தந்த சிற்றுண்டியையும் சுவைத்தபடி நின்றிருந்தேன். காளிதாசரின் சகுந்தலாவின் சீன மொழி நாடகத்தில் கதாநாயகியாக நடித்த நடிகையிடம் நாங்கள் அறிமுகப்படுத்தப்பட்டோம். அவரை இந்தியத் தூதரின் மனைவி திருமதி ராஜன் நேரு தழுவிக்கொண்டார். அனைவரும் அன்பைப் பொழிந்தனர். நான் சியா நய்யுடன் கொஞ்ச நேரம் உரையாடினேன். அவர் இந்தச் சூழலில் சற்றே சிரமமாக இருப்பதுபோல் தோன்றியது. கேம்பிரிட்ஜில் இருந்து அண்மையில் வந்த பொருளியலாளர் ஜோன் ராபின்சன் சீன ஐந்தாண்டுத் திட்டம் பற்றிக் கூறிய கருத்துகள் அறிவிக்கப்பட்டதில் இருந்து கொஞ்சம் வித்தியாசப்படுவதாக இருந்தது. அதன் பின் மாஸ்கோ இளைஞர் விழாவில் கலந்துகொண்ட அலுப்புதரும் அளவுபேசிய இரு இந்திய வழக்குரைஞர்கள். இது அவர்கள் இந்தியாவில் இருந்து வெளியே வருவது முதல் தடவையாம். அவர்கள் மாஸ்கோயில் இருந்தது சிறப்பான காலம் என்று நமக்குச் சொல்வதில் தீர்மானமாக இருந்தார்கள். நம்மால் அதன் அர்த்தத்தை ஊகித்துக்கொள்ள முடியும்.

பீக்கிங் ஓபராவின் நடிகை து ஜின் – ஃபேங்குடன் கொஞ்ச நேரம் உரையாட முடிந்தது எனக்கு மிகவும் மகிழ்ச்சியாக இருந்தது. அவர் சிறிய உருவம் கொண்டவர். ஆனால், மிக எழிலாக இருந்தார். மிகக் கவர்ச்சி யானவர். நவநாகரிகமானவர் என்பது வெளிப்படையாகத் தெரிந்தது. வெள்ளை நிற ஸாடின் அணிந்திருந்தார். ஜேக்கட்டில் குறைவாகவே பூவேலைப்பாடு இருந்தது. அதிக உதட்டுச் சாயம் பூசி இருந்தார்.

தலைமுடி கறுப்பாகப் பளபளவென்று இருந்தது. அவரது கைகள் மிக அழகியவை, வெட்டப்பட்ட சிவப்பு நகங்கள் மேலும் சிறு வைர மோதிரம். அவ்வளவு சிறிதாக இல்லாத பாதத்தில் தங்கநிறச் செருப்பு. அவரது குரல் மென்மையாக இருந்தது மற்றும் அவருடைய அசைவுகள் நளினமாக இருந்தன. இந்தியாவில் பாரம்பரிய இசையைப் பாடும் பெண்களைப் பற்றி எங்கள் உரையாடல் இருந்தது. இவர் பெரும் நடிகரான மேய் லேண்ஃபேங்கின் மாணவர். சீனாவில் இருந்து செல்வதற்குள் அவருடைய நிகழ்ச்சியைப் பார்த்துவிடலாம் என்று நம்பினேன். இதற்குப் பின் நடந்த வழியனுப்பு நிகழ்ச்சியில் நாங்கள் மது அருந்திவிட்டு பீக்கிங் விடுதியில் இருந்து எங்கள் ஆடம்பர கார்களில் எங்கள் சொந்த விடுதிகளுக்குச் சென்றோம்.

~

அகாதெமியா சினிக்காவில் இருந்து செட்ரிக் டோவரின் ஒரு நண்பரை மதிய உணவுக்கு அழைத்திருந்தேன். நான் அழைத்தவர்களில் இவர் இரண்டாமவர். முதலாமவரைப் போலல்லாமல் இவர் என் அழைப்பை ஏற்றுக்கொண்டு வந்தார். அவர் சுலபமாகப் பேசினார். தமது சிறப்புப் படிப்பைச் சார்ந்து மட்டுமல்லாமல் பிற விஷயங்களையும் பேசினார். நான் முடிவில்லாத திருத்தல் கூட்டங்களைப் பற்றி புகார் கூறினேன். அவர் இதை நல்லெண்ணத்துடன் எடுத்துக்கொண்டு, அதிக நேரம் இவற்றில் செலவிடப்படுவதால் பணி கெடுகிறது என்பதை ஒத்துக்கொண்டார். இந்தக் கூட்டங்களில் என்ன நடக்கிறது என்பதை அவர் விவரித்தார். சமூக மற்றும் பொருளியில் அம்சங்கள் பிற அடிப்படை அம்சங்களில் இருந்து தனித் தனியாகக் கையாளப்பட வேண்டும் என்று ஒருவர் ஆலோசனை கூறினால், அவரது ஆலோசனை ஒரு கூட்டத்தில் விவாதிக்கப்பட்டு அது முற்போக் கானது அல்ல என்று நிராகரிக்கப்படலாம். அப்படியானால் அவரது அணுகுமுறை வலதுசாரி சார்பானது என்று கூறப்படும்.

ஐரோப்பியப் பல்கலைக்கழகங்களில் எல்லா படிப்புகளிலும் அணுகு முறை பற்றிய விவாதம் வழக்கமான ஒன்று என்று நான் கூறினேன். அது கற்பித்தலின் ஒரு பகுதியாகும். ஆசிரியரை மையமாக வைத்து ஒரு சிறப்புத் திருத்தல் கூட்டம் தேவை இல்லை. அணுகு முறைக்கு எதிரான இவ்வாறு திருத்தலுக்கு உள்ளாகும் நபரின் மேல் எடுக்கப்படும் நடவடிக்கை கடுமையானதாக இருக்காது என்று அவர் கூறினார். அவர் திருத்தப்பட்டு அவருடைய சிந்திக்கும் ஆற்றலைச் சரிசெய்யும்படி கேட்டுக் கொள்ளப்படுவார். கடுமை என்னும்போது ரஷ்யாவைப் பற்றி எண்ணிப் பார்க்க வேண்டும். அங்கு இதே காரணத்துக்காக ஒருவர் சிறையிலடைக் கப்படலாம். ஒருவர் போதுமான அளவுக்குத் தம் சிந்தனையின் பல அம்சங் களில் வலதுசாரி என்று நிரூபிக்கப்பட்டால் கடுமையாக மூளைச்சலவை

செய்யப்படுவார் அல்லது தண்டனை வழங்கப்படும். நான் பார்க்க விரும்பிய சிலர் ஏன் ஒத்துக்கொள்ளவில்லை என்பதை இது விளக்குகிறது. ஆனால், நான் பேசிக்கொண்டிருந்தவர் சுதந்திரமாகப் பேசுவதுபோல் தோன்றியது.

உருவாகி வரும் சமூக அறிவியல் பற்றி நீண்ட நேரம் பேசினோம். இந்த மாற்றம் இரண்டாம் உலகப் போருக்குப் பின் நிகழ்ந்தது. தேவைப்படும் புத்தகங்கள், தங்கள் ஆய்வில் உயர் மொழியாக ஆங்கிலத்தைக் கற்பிக்கும் குறைவான துறைகள் ஆகியவையே பிரச்சினைகள் என்று அவர் கூறினார். இப்போது ஆய்வு செய்யும் எவரும் ஐரோப்பிய மொழிகளில் ஒன்றைக் கண்டிப்பாகத் தெரிந்திருக்க வேண்டும். பெரும்பாலானோருக்கு ஆங்கிலம் அல்லது ரஷியனில் வாசிக்கும் அளவுக்கு அறிவு உள்ளது. பல துறைகளிலும் நிலவும் முன்னேற்றத்துடன் இணைந்து செல்வதற்கு இது ஒன்றே வழி என்று அவர் கூறினார். ஒட்டுமொத்த சமூக அரசியல் கட்டமைப்பில் தேசியச் சிறுபான்மையினர் எவ்வாறு பொருந்துகிறார்கள் என்பதே கவனம் செலுத்த வேண்டிய பகுதியாகும். அவர்கள் அரசுடன் ஒரு புதிய உறவை உருவாக்குவதை இது உள்ளடக்கியுள்ளது. அனைவருக்கும் சம நிலையை உறுதி செய்யும் உறவாகும் இது.

அனைவருக்குமான கல்வித்திட்டம் சமீபத்தில்தான் அமல்படுத்தப் பட்டுள்ளதால் போதுமான அளவுக்கு நடுநிலைப் பள்ளிகள் இல்லை. பள்ளிக் கல்வியை அர்த்தம் உள்ளதாக மாற்ற பள்ளிக் கல்வியியலின் பல நிபுணர்களின் ஆலோசனை கேட்கப்பட்டு வருகிறது. பாரம்பரியச் சமூகத்தில் இருந்து நவீனச் சமூகத்துக்கான இந்த மாற்றத்தில் மக்கள் சந்திக்கும் சமூக உளவியல் பிரச்சினைகளையும் அதனால் ஏற்படும் தனி நபர் இணக்கமின்மையையும் பற்றி அவர் பேசினார். ஃபிராய்டின் கொள்கை விவாதிக்கப்பட்டு வந்த போதிலும் இதன் தீர்வு சோசலிச சமூக மாற்றத்தில்தான் இருக்கிறது. அங்கிருக்கும் முந்தையத் தடைகள் அகற்றப்பட்டு வருகின்றன.

நான் சந்திக்க விரும்பிய அறிஞர்களில் ஒவ்வொருவரும் ஒன்றில் தேசிய தினத்தில் மூழ்கி இருந்தனர் அல்லது அவர்கள் உட்படுத்தப்பட்டிருந்த திருத்தல் மற்றும் பகுப்பாய்வில் ஈடுபட்டிருந்தனர் என்பதால் நான் வருத்தம் அடைந்தேன். நான் சந்தித்துப் பேச வேண்டும் என்று ஆவலாய் இருந்த புகழ்பெற்ற வரலாற்றறிஞர்களை என்னால் சந்திக்க முடியவில்லை என்பதில் குறிப்பாக நான் வருத்தம் அடைந்தேன். பேராசிரியர் சாங் (Zhang) கும், செவ்வியல் சீன அறிஞரான அவருடைய மனைவியும் எங்களைச் சந்திக்க வருகிறார்கள் என்று ஒரு நாள் மாலை எங்களிடம் கூறப்பட்டது. நான் மிகவும் மகிழ்ச்சி அடைந்தேன். ஆனால், என் உற்சாகம் நிலையாக

உட்கார்ந்துகொண்ட பிரிட்டனில் இருந்து வந்த இரு சீன ஆர்வலர்களால் கெட்டுப்போனது. அவர்கள் முடிவில்லாமலும் பொருளில்லாமலும் சீன ஆய்வுகள் செய்யும் சில பிரஞ்சு அறிஞர்கள் பற்றி நகைச்சுவையை வாரிவீசினர். பின்னர் ஆங்கிலேய, பிரஞ்சு உழைப்பாளர்கள் பற்றி நீண்ட வீராவேசப் பேச்சுகளை நிகழ்த்தினர். நான் ஒவ்வொரு முறையும் உரையாடலை எங்கள் சீன விருந்தினரை நோக்கித் திருப்பியபோதும் ஐரோப்பிய உழைக்கும் வர்க்கத்தைப் பற்றிய பேச்சு ஆட்டிப்படைத்ததால் என் முயற்சி தோல்வி அடைந்தது. என்னுடைய கட்டுப்பாட்டில் இருந் திருந்தால் இது நடந்திருக்காது.

என்னுடைய ஆதங்கம் எனக்குத் தெரியாமல் தெரிவிக்கப்பட்டிருக்கும் என நினைக்கிறேன். பேராசிரியர் சாங் அமைதியாக என்னை அவருடைய அம்மாவின் வீட்டுக்கு அழைத்துச்செல்வதாக அறிவித்தார். அவரும் அவருடைய மனைவியும் வளாகத்தில் இருந்து தொலைவில் வசித்தார்கள். எனக்கான நல்வாய்ப்பை என்னால் நம்பவே முடியவில்லை. அது ஒரு நடுத்தர வர்க்கக் குடும்பத்தின் வீடு. ஒரு முற்றத்தைச் சுற்றி அது பாரம் பரிய முறையில் கட்டப்பட்டிருக்கவில்லை. பிற வீடுகளுக்கு மத்தியில் ஒரு மூன்று மாடிக் கட்டடமாக நின்றது. தளவாடங்கள் எதிர்பார்த்தபடியே இருந்தன. வரவேற்பறையில் பெரிய சாய்விருக்கையும் பெரிய மெத்தை யிட்ட கைப்பிடி நாற்காலியும், கண்ணாடி மேற்பகுதி கொண்ட வட்ட மேசையும் இருந்தன. மூலையில் இருந்த முக்காலியில் பூஜாடி இருந்தது. சாய்வு நாற்காலி அருகில் ஒரு சிறிய மேசையின் மேல் ஒரு வானொலியும் அதற்குள் பொருந்தும் மூன்று மேசைகளும் இருந்தன. பதினொரு உடன் பிறந்தோரும் அவர்கள் குடும்பங்களும் கொண்ட புகைப்படங்கள் எங்கும் இருந்தன. பணிவிடைப் பெண் போன்று தெரிந்த ஒருவரால் ஏராளமான உணவு பரிமாறப்பட்டது. உணவறையில் ஒரு பெரிய குளிர்பதனப் பெட்டி இருந்தது; மேலும் இருந்த பல மின் உபகரணங்கள் வசதியான வாழ்க் கையைச் சுட்டிக்கட்டின. ஒரு பக்கவாட்டுக் கதவின் வழி எங்களை எட்டிப்பார்த்தவர்களின் எண்ணிக்கையைக் கொண்டு அவர்கள் யாவரும் கூட்டுக் குடும்ப உறுப்பினர்கள் என்று கருதினேன். இந்தியப் பெருநகரில் வாழும் ஒரு நடுத்தர மக்கள் வீடுபோலச் சுற்றுப்புறம் அமைந்திருந்தது.

பேராசிரியர் சாங்கின் அம்மாவுக்கு எண்பது வயதுக்கு மேல் இருக்கும். இருந்தும் நல்ல வலிமையாக இருந்தார். தீவிர புத்த மதத்தினர். அவர் சைவமாக இருந்தாலும் விருந்தில் இறைச்சி பரிமாறப்படுவதை அனு மதித்தார். வீட்டின் இன்னொரு பகுதியில் அவர் ஒரு சிறிய கோவிலைப் பராமரிக்கிறார். இந்தியாவில் ஒரு நடுத்தரக் குடும்பத்தில் வாழும் கைம் பெண் போன்ற தாய்வழித் தலைமை கொண்டவர்போல் இருந்தார்.

குடும்பம் ஒரு பெரிய தொழிற்குடும்பம் போலவும் விடுதலைக்கு முன் வரை வசதியாக வாழ்ந்தவர்கள் என்றும் அதன் பின் சற்று குறைந்துள்ளது என்றும் தோன்றியது. பேராசிரியர் சாங்கின் மனைவிக்கு ஆங்கிலம் நன்கு தெரிந்ததால் உரையாடல் பல் பொருள் பற்றியதாக அமைந்தது. அவர் மூலம் சீன வரலாறு பற்றியும் எனக்குச் சற்று கடினமாக இருந்த செவ்வியல் இலக்கியம் பற்றியும் என்னால் கேள்விகள் கேட்க முடிந்தது. வரலாறு சம்பந்தமான சில கேள்விகளுக்கு அவரது பதில் தயக்கத்துடன் வந்தது. இதற்குக் காரணம் அவர் வரலாற்றறிஞர் அல்லர். ஒரு வரலாற்றாசிரியரிடம் உள்ளடங்கி இருக்க வேண்டியது பற்றிய விழிப்புணர்வு இருந்தது குறித்து நான் மகிழ்ந்தேன். அவர் ஒரு செவ்விலக்கிய அறிஞர் என்பதால் புதிய பாடத் திட்டத்தில் செவ்விலக்கியத்திற்குக் குறைவான கவனம் கொடுக்கப்பட்டிருப்பதாகக் கருதினார். அரசியல் பற்றிய எனது ஓரிரு கருத்துகள் வேகமாக புறக்கணிக்கப்பட்டது. பல தனிப்பட்ட கணிப்புகள் மறைமுகமாக உறுதிசெய்யப்பட்டன.

அடுத்த நாள் அக்டோபர் 2. மகாத்மா காந்தியின் பிறந்த நாள் இந்தியத் தூதரகத்தில் கொண்டாடப்பட்டது. ஆகவே நாங்களும் சென்றிருந்தோம். தேசத்தந்தைக்கு சம்பந்தம் இல்லாத பேச்சுகள் இருந்தன. மாற்றத்திற்கான எந்த முயற்சியையும் மேற்கொள்ளாமல், வழக்கமானவைகளே ஆண்டு விழாக்களாக கொண்டாடப்படுகின்றன என்ற எண்ணம்தான் ஏற்படுகிறது. இத்தகைய விழாக்கள் எல்லாம் இவ்வாறுதான் நடைபெறுகின்றன. இருப் பினும் பின்னர் ஜோன் ராபின்சன் சீனப் பொருளாதாரம் பற்றிப் பேச அழைக்கப்பட்டார். அவர் பேச்சு அறிவு புகட்டியது மட்டுமல்லாமல் சுவையாகவும் இருந்தது. அவர் கேம்பிரிட்ஜ் பல்கலைக்கழகத்தின் பேரா சிரியராக இருந்தபடியால் பிரமிப்புடன் பார்க்கப்பட்டார், ஆனாலும் முடி வில்லாமல் கேள்விகள் கேட்கப்பட்டன. அவர் நகைச்சுவையோடு பொருளாதரத்தின் அடிப்படை புரியும்படி பதிலளித்தார். எளிதில் அமைக்க முடியாத வேளாண் கூட்டுறவுகள் பற்றி பொது அறிவோடு விளக்கம் அளித்தார்.

~

தேசிய தினம் மிக உற்சாகத்துடனும் மகிழ்ச்சியுடனும் கொண்டாடப் பட்டது. மாபெரும் காலை அணிவகுப்பு மூன்று மணி நேரத்துக்கும் மேலாக நடைபெற்றது. பல வகைகளில் அது மீக நீளமானது. தேசிய தினங்களைக் கொண்டாடுவதில் மாபெரும் ராணுவ அணிவகுப்பு ஏன் மிகவும் மையமானதாக மாறியது. விழாவுக்குத் தேவையற்ற ராணுவ பலத்தைச் சில அணிவகுப்புகள் வலியுறுத்துகின்றன. நம் நாட்டு அணி வகுப்பைப் போல பெரும்பாலானவை ஒரே மாதிரியான காட்சிகளையே

கொண்டிருக்கின்றன. ஆனால், உயர்தரமானவை. இருப்பினும் சில வேறுபாடுகள். பல தொழிற்சாலைகளில் இருந்து மாபெரும் எண்ணிக் கையில் தொழிலாளர்கள் அணிவகுத்தனர். இது ஒரு மணி நேரம் நடந்தது. அடுத்து, கலை பண்பாடு பற்றிய காட்சி ஊர்வலம். தேசியச் சிறுபான்மையினர் என்று அழைக்கப்படுபவர்கள் தங்கள் பாரம்பரிய ஆடைகளுடன் காகித மற்றும் துணி டிராகன்களையும் பல்வேறு புராண மிருகங்களையும் அசைத்து நாட்டுப்புற நடனங்களை ஆடினர். இது வழக்கமான ஒன்று. பல்வேறு நிறங்களின் மாபெரும் ஒருங்கிணைப்பு காணப்பட்டது.

பல்வேறு தடகளவிளையாட்டு வீரர்கள் பின்னர் அணிவகுத்து வந்தனர். தரவரிசைப்படி பெரும் திரளான பள்ளி மாணவர்கள் சதுக்கத்தின் பங்கங் களில் எல்லாம் நிறைந்திருந்தனர். பெரும் வண்ணக் காகித மலர்களின் கீழ் முன்னோர்கள் என்று அழைக்கப்பட்ட பழங்கால 'மாபெரும் மனி தர்கள்' முதற்கொண்டு சன் யாட்-ஸென் மற்றும் மா சேதுங் உட்பட பலரின் படங்களை இவர்கள் அசைத்துக்கொண்டிருந்தனர். கேட் ஆஃப் ஹெவென்லி பீஸ் (Gate of Heavenly Peace)ன் முற்றத்தில் நின்றபடி மாவோ கூட்டத்தைப் பார்த்துக் கையசைத்தார். அயலக விருந்தினர்களுக்கான சிறப்பு அடைப்பில் நாங்கள் நின்றோம். நாங்கள் இங்கு வருவதற்குக் காலையிலேயே புறப்பட்டோம். அப்போது தெருக்களில் எல்லாம் மக்கள் நடமாட்டம் பாதிதான் இருந்தது. ஒரு கூட்டம் எங்கள் காரையும் எங்களையும் பார்த்துவிட்டுத் திரும்பிக்கொண்டனர். ஆடம்பர கார்களில் செல்லும் அயல்நாட்டினரை இவர்கள் வெறுப்புடன் நோக்குகிறார்களா? இன்னும் பலர் வறுமையில் வாழும்போது சலுகை பெற்ற விருந்தினராக இருப்பது எனக்கே சற்று வருத்தமாகத்தான் இருந்தது. மக்களின் உற்சாகம் மிக அதிகமாக இருந்தது. அங்கிருக்கும் அனைவரையும் பற்றிகொள்வது போல் இருந்தது. சந்தேகம் இல்லாமல் வேடிக்கை விளையாட்டுக்களை அனுபவித்ததால்தான். இங்கு மட்டுமல்லாமல் பல இடங்களில் எனக்குத் தோன்றும் ஒரு நெருடலான உணர்வு: மக்களின் உற்சாகம் மற்றும் மக்களின் வெறியுணர்வு ஆகிய இரண்டுக்கும் நடுவில் மெல்லிய கோடுதான் இருக் கிறது.

எங்களுக்கு ஒதுக்கப்பட்டிருந்த இடத்தில் கார் நிறுத்தம், சிற்றுண்டி மற்றும் கழிப்பறை வசதிகள் சிறப்பாக இருந்தன. சிறுசிறு விஷயங்களிலும் எவ்வளவு கவனம் செலுத்தப்பட்டிருக்கிறது என்பது குறித்து அதிசயம் அடைந்தேன். கூட்டத்தைக் கையாளும் பணியில் இருப்பவர்களின் கட்டுப் பாடும் பாராட்டும்படியாக இருந்தது. நிகழ்ச்சி முடிந்ததும் நாங்கள் திரும்பி வந்தோம். வரும்போதும் தெருக்களில் கூட்டம் அதிகம் இல்லை.

ஏனெனில் முக்கிய சாலைகளில் வரவிருக்கும் ஊர்வலத்தைப் பார்க்க எல்லோரும் சென்றுவிட்டனர்.

மாலை வந்தபோது எனக்கு இதுவரை கிடைத்து வந்த சிறப்பு கவனிப்பில் அலுப்புத்தட்டவே கூட்டத்துடன் கலந்து திரிய விரும்பினேன். ஆகவே நான் சேலையை மாற்றிவிட்டு ஸ்லாக் மற்றும் விவசாயிகளின் ஜேக்கட்டை அணிந்து கொண்டு என்னுடன் வரவிருப்பமா என்று பேட்டிடம் கேட்டேன். நாங்கள் கூட்டத்தின் வழியாக ஊடுருவிச் சென்று அரைமணி நேரம் கழித்து சதுக்கத்தை அடைந்து வாணவேடிக்கையைக் கண்டோம். இது சற்று ஏமாற்றத்தை அளித்தது. ஏனெனில் ஜூலை 14ஆம் தேதி பாரிசில் நடந்தது போலவே இதுவும் இருந்தது. சீனர்களின் வாணவேடிக்கைத் திறன் பற்றி நான் அதிகமாகக் கேள்வி பட்டிருந்ததால் வானத்தில் இருந்து தங்க டிராகன்களும் சிவப்பு ஃபோனிக்சுகளும் விழும் என்று எதிர்பார்த்திருந்தேன். பல குழுக்கள் தங்கள் இசைக்குழுவுடன் நடனமாடினர். நடனமாடித்தான் செல்ல வேண்டும் என்று நாங்களும் பிடிக்கப்பட்டோம். பின்னர் பாட வேண்டும் என்ற வற்புறுத்தல். பேட் ஆஸ்திரேலியராக இருந்ததால் அவருக்கு ‘வால்ட்சிங் மெட்டில்டா’தான் தெரியும். அது எனக்குச் சரியாகத் தெரியவில்லை என்பது பிரச்சினை. அவருக்கு இந்திய பாடல்கள் பற்றி எதுவும் தெரியாது. எனவே நாங்கள் ‘வால்ட்சிங் மெட்டில்டாவை’ முயற்சி செய்தோம். பின்னர் நான் ‘ஆவாரா ஹூன்’ பாடினேன். இது உடனே வரவேற்பைப் பெற்று பலரும் சேர்ந்து பாடத் தொடங்கினர்.

இந்த மாபெரும் சதுக்கத்தில் அதிக அளவில் நடனமும் பாட்டும் இருந்த போதிலும் எந்த ஒரு அசம்பாவிதமும் இல்லாதது எனக்கு ஆச்சரியத்தை அளித்தது. மூன்றாண்டுகளுக்கு முன் ஜூலை 14 கொண்டாட்டத்தின் போது தெற்கு பிரான்ஸ் அவிக்னானில் நாங்கள் சுற்றுலா சென்று தங்கி இருந்தபோது ஓர் அயல்நாட்டுக்காரர் பிடித்து தள்ளப்பட்ட மோசமான நிகழ்ச்சி என் நினைவுக்கு வந்தது. பேச்சு சீனம் தெரிந்த பேட் எல்லா கருத்தும் பாராட்டு அல்லது தெரிந்து கொள்வதற்காகவே என்றார். ஒரு ராணுவ வீரர்கள் கூட்டம் இணைந்துகொண்டது. இளம்பெண்கள் அவர் களைக் கேலி செய்தனர். ஆனால், அவர்கள் அதை நல்லவிதமாகவே எடுத்துக்கொண்டனர்.

ஒரு கலவையான இசையை ஒலிபெருக்கி கத்தியது. கட்டாசூரியன் வயலின் இசைநிகழ்ச்சியின் பகுதியான கொசாக் பாடல்கள் (இது எனக்கு பிடிக்க ஆரம்பித்தது), வியன்னிஸ் வால்ட்சஸ், பொருந்தாததாக தோன்றிய வங்காள நாட்டுப்புறப் பாடல், ஆகியவற்றை என்னால் இனங்காண முடிந்தது. இவற்றுடன் பீக்கிங் ஓபராவில் இருந்து எடுத்தவை சில. ஒரு

சில மணி நேரம் நாங்கள் குழு குழுவாகச் சென்று பின்னர் முக்கிய சாலை வழியாக மாநகரின் மையத்தை அடைந்தோம். பதாகைகள், கொடிகள், சிவப்பு விளக்குகள், மற்றும் கறுப்பு வெள்ளையில் சீன எழுத்துகளால் எழுதப்பட்ட போஸ்டர்களால் கட்டடங்கள் அலங்கரிக்கப்பட்டிருந்தன. ஒரு பெரிய அழகான உணவகத்துக்குள் நுழைந்தோம். குண்டான பணியாளர்கள் ஏப்ரான் மற்றும் தொப்பிகள் அணிந்து சமையலறையை நோக்கி ஆர்டர்களை கத்திக் கூறினர். நாங்கள் ஒரு மர மேசையில் அமர்ந்து உள்ளூர் ஒயின் ஆர்டர் செய்தோம். மக்கள் வந்துகொண்டே இருந்தனர். அவசரம் அவசரமாக சாப்பிட்டுவிட்டுச் சென்றனர். உற்சாகத்தோடு கூட்டம் அலைமோதியது. தங்கள் இளம் பெண்களோடு ராணுவ வீரர்கள், பல்கலை மாணவர்கள், குழந்தைகள் சிறார்களுடன் ஏராளமான பாட்டிகள், தம்பதியர் எனப் பலர் இருந்தனர்.

மலிவான எங்கள் ஒயினை உறிஞ்சியவாறே நாங்கள் பார்த்துக்கொண்டும் கேட்டுக்கொண்டும் அங்கே இருந்தோம் – அரை லிட்டர் பாட்டிலுக்கு வெறும் 2 ஷில்லிங்குகள். இந்தியாவில் நாட்டு மதுவான தர்ராவைவிடச் சிறந்தது. சீனாவில் ஒயின் மலிவானது. இதில் ஆல்கஹால் அதிகம் இருந்தாலும் நியூயார்க்கில் புத்தாண்டு மாலை அல்லது மக்கள் குடிக்கும் இடங்களில் போலல்லாது சீனாவில் குடிகாரர்களைத் தெருவிலோ மக்கள் கூட்டம் நிறைந்த இடத்திலோ பார்க்க முடியாது. அதிகமாக வீட்டில் வைத்துக் குடிக்கிறார்களா அல்லது மது கிடைத்தாலும் குடிபோதையைக் கட்டுக்குள் சீன அதிகாரிகள் கட்டுப்படுத்தி வைக்கிறார்களா?

நள்ளிரவில் மூடும்போது இந்த உணவகத்தை விட்டுச் செல்வதற்கு எனக்கு வருத்தமாக இருந்தது. பேருந்து எதுவும் கிடைக்கவில்லையாதலால் நீண்ட தூரம் நடக்க வேண்டியதாயிற்று. ரிக்ஷாவில் செல்ல நான் விரும்பவில்லை. நாங்கள் முன்னர் வந்த சதுக்கத்துக்குச் சென்றோம். அங்குக் கூட்டம் கலையத் தொடங்கி இருந்தது. அடுத்த முனையில் ஒரு தொடர்வண்டி புறப்படத் தயாராக இருந்தது. நாங்கள் ஓடி சரியான நேரத்துக்குள் ஏறி அதில் ஏற்கெனவே ஏறி இருந்தவர்களின் கைதட்டலைப் பெற்றோம். ஆடம்பர கார்களால் நிரம்பியிருந்த ஒரு ட்ரைவ் வேயைக் கடந்து எங்கள் தங்கு விடுதிக்கு வந்தோம் – செவ்ரோலெட்கள், புயிக்குகள், ரஷியன் டேக்சிகார்கள், மற்றும் செக் ஸ்கோடாக்கள் அனைத்தும் வரிசை வரிசையாக நின்றன; அரைச் சந்திர ஒளியில் அவற்றின் குரோமியம் பளபளத்தன. அனைத்து அயலக விருந்தாளிகளும் இரவில் சீக்கிரமே தூங்கப்போனார்கள். அனைவரும் தெருக்களில் நடனமாடவில்லை.

இன்னும் சில நாட்களில் நான் சீனாவை விட்டு வீட்டுக்குச் செல்கிறேன் என்பதை என்னால் நம்ப முடியவில்லை. நான் இந்த இடத்தைப் பற்றி

கொஞ்சம் அறியத் தொடங்கும்போது இந்த அசாதாரணப் பயணம் ஒரு முடிவுக்கு வருகிறது. ஒரு தலைகீழ் செயல்முறையாக எங்கள் பயணத்தின் இறுதி நாட்களில் ஐம்பது மைல்கள் பயணித்து சௌகோட்டியன் (சௌகௌடியான் என அப்போது அழைக்கப்பட்டது) சென்றோம். இந்த தளத்தில்தான் சீன மனிதன் – சினந்த்ரோப்பஸ் பீகின்னிசஸ் – கண்டுபிடிக்கப்பட்டான். இத்தகைய வரலாற்றுக்கு முந்திய தளங்களில் எல்லாம் நிலத்தோற்றத்திலும் இயற்கை அமைப்பிலும் ஓர் ஒற்றுமை காணப்படுகிறது. ல மூஸ்டியர் அல்லது குரோ-மேக்னான் தளங்களில் நான் இருந்திருக்க வேண்டும். வல்லுநர்களுக்கு சந்தேகம் இல்லாமல் இவை தனித்தன்மை வாய்ந்தவையாகக் காணப்படுகின்றன. சீனாவின் பல வரலாற்றுக்கு முந்திய தளங்கள் போலவே அருகாமையில் ஏதோ தற்காலத்ததாக உள்ளது. பீக்கிங் மனிதன் கண்டுபிடிக்கப்பட்ட குகை இருக்கும் மலை அடிவாரத்தில் ஒரு நவீன சுண்ணாம்புக்கல் குவாரி இருந்தது மட்டுமல்லாமல் ஒரு சிறு அருங்காட்சியமும் இருந்தது. தற்காலச் சீனத் தொல்லியலாளர்களால் எழுதப்பட்ட சில கட்டுரைகளை நான் படிக்க நேர்ந்தது. பெரும்பாலான கட்டுரைகள் பிரட்ரிக் ஏங்கெல்ஸின் கூற்று எவ்வளவு உண்மையானது என்று முடிந்தது. இது விடுதலைக்குப் பின்னானது.

இந்த மாலை அழகாகவும் பயனுள்ளதாகவும் இருந்தது. அரண்மனை அருங்காட்சியகத்தின் மேற்பார்வையாளரை இரவு உணவுக்கு அழைத்திருந் தேன். அவர் பழங்காலச் சீன வரலாற்றறிஞர் என நினைத்தேன். பல கேள்விகளைத் தயார்நிலையில் வைத்திருந்தேன். கேள்விகளுக்கு முடிந்த அளவில் சிறப்பாகப் பதிலளித்து அவர் இயற்கை வரலாற்று அறிஞர் என வெளிப்படுத்தினார். இது எனக்குச் சொல்லப்படவில்லை. ஆனால், எப்படியோ நாங்கள் பட்டைப் பற்றிப் பேச ஆரம்பித்து வரலாற்றிலும் சிச்வானில் பட்டு நெசவின் வளர்ச்சியையும் பற்றிய பேச்சில் மூழ்கி விட்டோம். அங்கிருந்து சீன மொழியின் தொனி அமைப்பைப் பற்றிப் பேசினோம். ரிக் வேதத்தில் இருந்து பூனாவில் சாஸ்திரி ஜி எனக்குக் கற்பித்ததில் எனக்கு நினைவிருந்தவற்றைப் பாடச் சொல்லி அவர் கேட் டார். இந்த இரு அமைப்புகளிலும் ஒப்புமை எதுவும் இல்லை. நான் ஓதும்போது பக்கத்து மேசையில் இருந்தவர்கள் என்ன நினைத்தார்கள் என்று தெரியவில்லை. ஆனால், அவரது நுட்பமான அறிவும் பரந்துபட்ட படிப்பும் பல வகையான பொருள்களைப் பற்றிப் பேச அவருக்கு உதவின. ஆனால், பணிவுடன் எந்தவித பெருமையோ கர்வமோ இல்லாமல் உரையாடினார்.

நான் அவருடன் இன்று சில பொருள்கள் பற்றிப் பேச வேண்டும் என்று நேற்று தகவல் கொடுக்கப்பட்டது. நாங்கள் திரும்பி வந்ததும்

தொலைபேசியில் பேசினார்கள். அவர் உடனடியாக வந்தது எங்களுக்கு ஆச்சரியமாக இருந்தது. இந்த வகையில் அவரை அழைத்தது எனக்குச் சங்கடமாக இருந்தது – நமது நாட்டில் அரசும் அதிகார வர்க்கமும் கல்வியாளர்களுக்கு குறைந்த மரியாதையே அளிக்கின்றன என்பதற்கு இது ஓர் உதாரணம். ‘அயல்நாட்டு விருந்தினர்களைச் சந்திக்க நேரம் இல்லை என்று இவர்களில் சிலர் சொல்வதில் எனக்கு ஆச்சரியமில்லை. நானும்கூட இவ்விதமாகவே உணரலாம். நான்தான் அவருடைய அலுவலகத்துக்குச் சென்று அவரைப் பார்க்க வேண்டும். ஒருவேளை எங்களுடன் விருந்து உண்ணுவது அவருக்கு ஒரு மாற்றமாக இருக்கலாம். யாருக்குத் தெரியும்?

மாலையில் மிங்க்கோவும் நானும் ஓர் அழகான ஹெபே பொம்மலாட்ட நிகழ்ச்சிக்கு சென்றோம். ஜேவனிஸ் போன்ற காகித பொம்மைகள், ஆனால், இன்னும் எளிமையான வடிவமைப்பு. இவை மணல்காகிதம், அட்டை அல்லது செல்லுலாய்டால் உருவாக்கப்பட்டு துணி அல்லது காகிதத்தால் ஆடை அணியப்பட்டவை. நிழல் ஒரு சக்திவாய்ந்த ஒளியால் வண்ணமாக்கப்பட்டு அதன்பின் திரையில் பிரதிபலிக்கப்படுகிறது. சீனக் காப்பியங்கள், நாட்டுப்புறக் கதைகள், தேவதைக் கதைகள் ஆகியவற்றில் இருந்து எடுக்கப்பட்ட கதைகள். எனவே மக்கள் மத்தியில் பிரபலமாய் இருக்கின்றன. சில யுவான் சுவாங்கின் பயணத்தில் இருந்து எடுக்கப் பட்டவை. நாம் மகாபாரதத்தை ரசிப்பதுபோல் சீன மக்கள் இவற்றைப் போற்றுகின்றனர். அந்த அரங்கு ரென் மின் அங்காடியின் மத்தியில் இருந் தது. சிறிய அரங்கம். அணுகல் மிக சிக்கலானது. பின்புறச் சந்துகள், சந்தைத் தெருக்கள் மற்றும் மிங் காலத்துக்கு முந்திய செங்கல் மற்றும் சிவப்பு மர கட்டடங்கள். பொம்மலாட்டத்தை விரும்புபவர்கள் தேடிப்பிடித்துக் காணும் நிகழ்ச்சி. பொம்மைகளை இயக்குபவர்கள் முழுமையுடன் செய் தனர். நான் பொம்மைகளைப் பார்க்க மேடைக்குப் பின் சென்றபோது அவர்கள் கற்றுக்கொடுக்கவும் தயாராக இருந்தனர்.

கடந்த ஐந்து இரவுகளாக எனக்குத் தூக்கம் சரியாக இல்லை. முந்திய இரவு காலை 2 மணிவரை நான் பேட்டுடனும் அனிலுடனும் பேசிக் கொண்டிருந்தேன். சீனாவில் நாங்கள் தங்கி இருந்த நேரம் மற்றும் பணி ஒரு முடிவுக்கு வருவது வருத்தத்தை அளித்ததோடு மனதையும் நொறுங்கச் செய்தது. சிலரை நான் தொலைபேசியில் அழைத்துப் போய்வருவதாகக் கூறினேன். பேராசிரியர் சியாங்க் தாவின் ஆய்வுரையில் எனக்கு ஆர்வ மூட்டும் செய்திகள் இருப்பதாக ஒருவர் கூறினார். டன்ஹுவாங்கைப் பற்றி அவரைச் சந்தித்து உரையாட நான் விரும்பியது உண்டு. அந்த ஆய்வுக் கட்டுரையைப் பெற்று சம்பந்தப்பட்ட பகுதியைப் படிக்குமாறு பேட்டிடம் கூறினேன். பேராசிரியர் சியாங்க் தா ஏன் வலதுசாரி என

முத்திரை குத்தப்பட்டார் என்பதைப் பற்றி இன்னொரு வரலாற்றாசிரியர் எழுதி இருந்தார்.

வலதுசாரி என்று முத்திரை குத்தப்படுவதே இறுதி என்று நான் இப்போது அறிந்துகொண்டேன். சீனக் கம்யூனிசம் பரந்த கொள்கை கொண்டது மற்றும் ஒரு நடுவழியைப் பின்பற்றுகிறது என்று நாம் கேட்பதை வைத்துப் பார்க்கும்போது அவருக்கு எதிராகச் சாட்டப்பட்ட குற்றங்கள்தான் எனக்கு அதிர்ச்சியை அளித்தன. அரசால் அங்கீகரிக்கப் பட்ட வரலாற்றைப் பற்றிய விளக்கத்தை அவர் அங்கீகரிக்கவில்லை என்பதுதான் அவர்மேல் வைக்கப்பட்டக் குற்றச்சாட்டுகள். இன்று சீனாவின் வரலாற்றுச் சிந்தனைகளில் நூறு மலர்கள் பூக்கவில்லை, ஐந்து மட்டுமே பூக்கின்றன, மேலும் இது போதாது ஏனெனில் இவை எல்லாம் கூறிய தையே கூறுகின்றன. சீனாவில் புத்த மதச் சிந்தனைகள் பற்றிய தன் நூலுக்கு புதிய முன்னுரையை எழுதியுள்ள இன்னொரு வராலாற்றறிஞரை அவர் விமர்சனம் செய்தார். அதில் அந்த வரலாற்றறிஞர் தனது ஆய்வில் மார்க்சியக் கொள்கையைப் பிரயோகம் செய்தபோது அவர் தமது நூலி லேயே பல பிழைகளைக் கண்டதாகவும் அதைத் திருத்திவிட்டதாகவும் குறிப்பிட்டிருந்தார். ஆனால், இந்தக் கூற்று முன்னுரையில் மட்டுமே கூறப் பட்டிருந்தது. இரண்டாவது பதிப்பின் முக்கியப் பிரதி மாற்றம் இல்லாம லேயே இருந்தது.

வரலாற்றறிஞர் செய்த திருத்தம் மேலோட்டமானது என்பதே இதன் தாக்கம். அரசின் கொள்கை கேள்வி கேட்கப்படவோ விமர்சிக்கப்படவோ கூடாது. அதற்கு அடுத்த படியாக அரசை விமர்சனம் செய்யக் கூடாது. ஆனால், இது தன்னிச்சையான சர்வாதிகார அரசின் நடத்தை. சீன வரலாற்றில் தன் கருத்துகு மாறான புத்தகங்களை எரித்த அறிஞர்களைக் கின் ஷி ஹுவாங் கொன்றார். இத்தாலி மற்றும் ஜெர்மனியின் பாசிஸ்டுகள் போன்ற நவீன அரசுகள் இந்த நடைமுறைகளுக்கு மீண்டும் திரும்பின. தங்கள் கொள்கைகளை எதிர்த்த அறிஞர்களை ஏற்க மறுத்து அரசை விமர்சனம் செய்ததற்காக அவர்களைக் கைது செய்தன.

ஏன் சில வரலாற்றறிஞர்கள் என்னைப் பார்க்கவில்லை அல்லது சந்திக்க நேரம் ஒதுக்கவில்லை என்பதை என்னால் புரிந்துகொள்ள முடிந்தது – இது போன்ற குற்றச்சாட்டுகளில் இருந்து தங்களைத் தற்காத்துக்கொள்ளு வதில் அவர்கள் முழுமூச்சில் ஈடுபட்டிருந்திருக்கலாம். செய்தித்தாள் அறிக்கையின்படி சியாங் தா ஒரு மாதத்துக்கு முன் கண்டனத்துக்கு ஆளாக்கப்பட்டுள்ளார். இது எனக்குத் தெரியவில்லை. நான் அவரைப் பார்க்க விரும்பியபோது ஒருவரும் என்னிடம் கூறவும் இல்லை. வெளிப் படையாகப் பேசக்கூடியவர்களே தவறான கருத்து வைத்திருப்பதாகக்

குற்றம் சுமத்தப்படும்போது முதுகெலும்பில்லாத பலர் அடங்கிப் போய் விடுவர். மார்க்சிய அல்லது பிற கண்ணோட்டத்தின்படி சீனச் சமூகத்தின் சிக்கல்களை ஆய்ந்து இந்தத் திருத்தல் நடவடிக்கைகளுக்குத் தொடர் நடவடிக்கைகள் இருந்ததா என்பது தெரியவில்லை. ஒருவேளை இருந் திருக்கலாம் ஆனால், அதைப் பற்றி நமக்குத் தெரியவில்லை. மிகவும் மதிக்கப்பட்ட டிங்க் லிங் போன்ற நாவலாசிரியர்களும் பிற இலக்கிய ஆளுமைகளும் தாக்குதலுக்கு உள்ளாயினர்.

அது வலதுசாரியாக இருந்தாலும் இடது சாரியாக இருந்தாலும் எதேச் சாதிகாரங்களுக்குத் தங்கள் அதிகாரத்தை நியாயப்படுத்த கொள்கைகள் தேவைப்படுகின்றன, மேலும் அந்தக் கொள்கைகளைக் கேள்வி கேட்பவர் களின் குரலை அடக்க அல்லது அகற்ற முனைகிறார்கள். கொள்கைகள் சுதந்திரமாக விவாதிக்கப்படுவதை எதேச்சாதிகாரங்கள் விரும்புவதில்லை. இந்த விஷயத்தில் இந்தியாவில் நாம் நல்வாய்ப்பாளர்கள். இந்திய வரலாற்றைப் பற்றி தீவிரமான விவாதங்களைத் தூண்டும் பல கொள் கைகள் பற்றி சிறந்த ஆய்வுகள் உருவாகி வருகின்றன. நாம் எந்த அதிகாரப்பூர்வமான கொள்கைகளுக்கும் இணங்க வேண்டியதில்லை. நல்லவேளையாகத் தனிநபர் அல்லது கட்சி என நமக்கு இன்னும் ஓர் எதேச்சாதிகாரம் தோன்றவில்லை.

சீனாவில் நடைபெறும் இந்த நடவடிக்கைகள் கவலையளிப்பதாக இருக்கிறது. இது நூறு மலர்களை மலர அனுமதிக்காது. வெறுப்பை அடிப்படையாகக் கொண்டு ஓர் இயக்கம் படிப்படியாகக் கட்டப்பட்டு வருகிறது. மேலும் இது எதேச்சாதிகாரத்துக்குத் தேவையான ஒன்றாகும். சில நபர்கள் சிந்திக்கும் விதம் குறித்து அவர்களுக்கு எதிரான பிரச்சாரம் அவர்கள் மேல் வெறுப்பை உருவாக்குவதாக உள்ளது. எல்லா இடமும் மோசமான போஸ்டர்கள் செய்வதை நியாயப்படுத்தி வைக்கப்படுகின்றன. சிலருக்கு இத்தகைய ஜனரஞ்சகப் பிரச்சாரம் விவாதத்தின் தீவிரத்தைச் சிதைத்துவிடுகிறது. எது சரியான நடவடிக்கையும் கொள்கையும் என்று தீர்மானிப்பதாகச் சொல்லும் சிலரின் கைகளில் இது ஒரு கருவியாக மாறுகிறது. உரையாடலின்போது சீனாவில் ஒரு ஹங்கேரி நடப்பதை இது தவிர்க்கும் என்று யாராவது ஒருவரால் கூறப்படுகிறது. இதுவரை டாங்குகளும் வரவில்லை இரத்தக் களரியும் ஏற்படவில்லை. ஆனால், இது இங்கு நிற்குமா? ரஷ்யாவிலும் இதுபோல்தானே. ஆரம்ப நாட்கள் நன்றாக இருந்தன, ஆனால், முப்பதுகள் வந்தன.

எதிர்காலத்தில் என்ன நடக்குமோ என்பது குறித்து நான் அச்சப்படு கிறேன். ஒட்டுமொத்தத்தில் பார்க்கும்போது இருக்கும் நிலைகளை

முன்னேற்றுவதும் அதனால் ஆதரவையும் விசுவாசத்தையும் விரும்புவது மான அரசின் போக்கைப் பாராட்ட சாத்தியம் உள்ளது என்றாலும் அதற்காக மாற்றமின்றிக் கடைபிடிக்கப்படும் முறைகள் கேள்விகளுக்கு அப்பாற்பட்டவையா? கேள்விக்கு அப்பாற்பட்டது என்று நினைக்கப்படு வதும்கூட விவாதத்துக்கு உரியதே. விமர்சனத்தை விரும்பாமல் இருப்பது தேவையானதா? அது சுற்றிலும் அமைதிக்கு வழிகோலுகிறது, அதிருப்தியை மௌனமாக்கும் ஒரு அமைதி. பேசக் கூடாது என்று மக்கள் மிகவும் மிரட்டப்படுகிறார்கள். இது நடந்தால் எதேச்சாதிகாரம் முழுமையாகும். ஒரு சமதர்ம சமுதாயத்தின் அடிப்படை நோக்கத்தை இழந்துவிடக் கூடும். வேர்பிடித்த நடத்தைகள் சமூக மாற்றத்துக்குத் தடைகளாக இருக்கும் என்பது உண்மைதான் என்றாலும் அவற்றை எப்படிக் கையாள வேண்டும் என்பதைக் கொஞ்சம் அறிவோடு சிந்திக்க வேண்டும். இவை தீர்ப்பதற்குச் சாத்தியமற்ற கேள்விகள்தான். கவனமாகச் சிந்திக்காமல் தீர்க்க முடியாது. தவறுகளைக் கண்டறிந்தவுடன் அவற்றைத் தீர்ப்பது முக்கியம், இல்லை யெனில் அவை சீழ்ப்பிடித்த புண்போல் ஆகிவிடும். நான் எதிர்மறையாக இருப்பதுபோல் தோன்றும். ஆனால், எதேச்சாதிகாரம் வெற்றி பெறுவது ஒரு கடுமையான வெட்கக்கேடாகும். ஏனெனில் சிறந்த சமூகத்தைக் கட்டி யெழுப்பும் செயல்பாடுகள் சிறப்பானவைகளாகக் காணப்படுகின்றன. மிகவும் ஒடுக்கப்பட்டால் அரசியல் விமர்சனம் அர்த்தமற்றதாகிவிடும்.

பீஜிங்கில் இருந்தால் தற்காலச் சீனாவைப் பற்றி அறிந்துகொள்ளலாம். நாங்கள் பணி செய்த இடங்களைவிட அது தலைநகரில் மிகத் தெளிவாகத் தெரிகிறது ஏனெனில் நடப்பது இங்கு உடனடியாகத் தெரிந்துவிடுகிறது. அந்தத் தொலைதூர இடங்களில் மாற்றங்கள் அரசியல் சின்னங்கள் மற்றும் கொள்கைகளின் குறைந்த அழுத்தங்களுடன் காணப்படுகின்றன மேலும் அங்கு நெகிழ்வுக்கும் பேச்சுவார்த்தைக்கும் வழி இருக்கிறது. இந்த மதிப் பீடு தவறாக இருக்கலாம் ஆனால், இப்படித்தான் நான் நினைக்கிறேன்.

~

சீனாவுக்குக் குடியரசுத்தலைவர் ராதாகிருஷ்ணனின் அதிகாரப்பூர்வ வருகையைக் கொண்டாட இந்தியத் தூதரகத்தில் ஒரு விருந்து நடை பெற்றது. ஆனால், நான் பயந்தவாறு அது சுவையற்றதாக இல்லை. பிரபல மானவர்களின் ஒரு கூட்டம் இருந்தது. அவர்களில் பாதிப்பேரின் பெயர்கள் எனக்குத் தெரியவில்லை. இருப்பினும் அங்கிருந்த பிரபலங்களில் சிலர் – மா சேதுங், சூ என்லாய், ஸூ தே, பிறரை எனக்குத் தெரியவில்லை. மேடையின் பக்கத்தில் எங்கள் இருக்கைகள் இருந்ததால் அவர்களைச் சற்று நேரம் என்னால் கவனிக்க முடிந்தது. மாவோ புகைப்படத்தில் பார்ப்பது

போல் பெரிய உருண்டையான உருவத்தில் அப்படியே இருந்தார். ஆனால், அவருக்கு ஒரு கவர்ச்சிகரமான முக பாவம் இருந்தது. வலிமையானது ஆனால், படிக்க முடியாதது. சூ என்லாய்க்கோ வெளிப்படையான முகபாவம் இருந்தது, மாற்றங்களைப் பார்க்க முடிந்தது.

இந்தியத் தூதர் ஆர்.கே. நேருவுடன் அவர்கள் நின்றபோது நாங்கள் மேடைக்கு அழைக்கப்பட்டு ஒவ்வொருவராக அறிமுகப்படுத்தப்பட்டு கைகுலுக்கியபோது நான் மிகவும் உணர்ச்சிவசப்பட்டேன். நான் உண்மையில் மாவோவுடன் கைகுலுக்குகிறேனா அல்லது இது வெறும் கற்பனைதானா? அல்லது இது வரலாற்றுடன் கைகுலுக்கிக்கொள்ளுவது போன்றதா? ஆனால், அவரது முகம் எந்தவித உணர்ச்சியும் அற்று இருந்தது. அதில் ஒரு புன்னகையின் ஒரு வறண்ட குறிப்பு இருப்பதாக நான் கற்பனை செய்துகொண்டேன். அவரைப் போன்ற மனிதர்கள் இவ்வாறு நின்று பலரிடம் கைகுலுக்கிக்கொள்ளுவது ஓர் அர்த்தமற்ற செயல் என்று நினைப்பதை என்னால் புரிந்துகொள்ள முடிந்தது. நாங்கள்தான் டன்ஹுவாங்கில் ஆய்வுப்பணியில் ஈடுபட்டிருந்ததாக சூவிடம் நிச்சய மாகக் கூறப்பட்டிருந்தது. அவர் மலர்ச்சியோடு சிரித்து ஆர்வத்துடன் எங்கள் ஆய்வு வெற்றிகரமாக நடந்ததா எனக் கேட்டார். டன்ஹுவாங்கின் குகைகளைப் பற்றி மகிழ்ச்சியோடு என்னால் விவரித்திருக்க முடியும். அவர் ஜோசப் நீத்மின்னின் நல்ல நண்பர் என்றும் அறிவியல் மற்றும் சீனப் பண்பாடு பற்றிய அவரது ஆய்வைத் தொடர்ந்து படித்ததாகவும் எனக்குக் கூறப்பட்டிருந்தது.

நாங்கள் எங்கள் மேசைக்குத் திரும்பிவந்தோம். நான் அவர்களைப் பார்த்துக்கொண்டு இருவருக்கும் இடையில் இருக்கும் வேறுபாட்டைப் பற்றி சிந்தித்துக்கொண்டிருந்தேன். ஒருவர் அசாதாரணமான அரசியல் தாக்கத்தை ஏற்படுத்திப் பெரும்புகழ் பெற்றவராகத் தன் ஆதரவாளர்கள் மற்றும் எதிரிகளின் மத்தியில் திகழ்ந்தார். மற்றவர் அதிக மனிதாபிமான அக்கறை கொண்டவர்போல் காணப்பட்டார். நிச்சயமாக இவரே பரி வுள்ளவர் என நான் கண்டேன். நாங்கள் செல்லும் இடம் எல்லாம் மாவோ மிகுந்த செல்வாக்கு பெற்றவராகத் திகழ்ந்தார். அவர் சிறந்த சமூகத்தை உருவாக்குவார் எனத் தொடர்ந்து எங்களிடம் சொல்லப்பட்டது. ஆளு கையை உள்ளடக்கிய எதிர்காலத்தைத் தங்களுக்குத் தருவார் என்று மக்கள் எதிர்பார்த்தனர். அவரைப் பற்றிய பாடல் குறியீடு கொண்டது: 'கிழக்கில் இருந்து சூரியன் உதிக்கிறது; கிழக்கில் இருந்து மா சேதுங் வருகிறார்' - இது பலரால் பாடப்பட்டது. பாடச் சொன்னால் இதையே யாவரும் பாடுகின்றனர். இது எனக்குக் கவலை அளிக்கிறது. அதிகமான

புகழ்ச்சி பெரிய அல்லது குறைந்த அளவில் அதன் வீழ்ச்சியைக் கொண்டு வருகிறது. அதுமட்டும் அல்லாமல் கொடுக்கப்பட்டுள்ள உறுதிமொழிகள் மிக அதிகமானவை. அது ஒரு மந்திர மருந்தாக மாற்றப்பட்டுள்ளது. மனித சக்தியால் செய்யப்படக்கூடியவற்றில் இருந்து கவனத்தைத் திசை திருப்புகிறது.

இன்று மாவோ உலகின் பல பகுதிகளில் போற்றுதற்குரிய சின்னமாக விளங்குகிறார். அவரால் ஒரு புதிய வகையான சமதர்ம சமூகத்தை அமைக்க முடியுமா என்ற கேள்வியில் தொக்கி நிற்கும் அரசியல் புதிராக மட்டுமல்லாமல் புதிய வகையில் சிந்திக்கும் கண்ணோட்டங்களின் நுழை வாயிலாகவும் அவர் பார்க்கப்பட்டார். இது உண்மையானதா அல்லது ஒரு பெரும்புகழ் பெற்றவரைக் காவிய நாயகனாக்குவதா? அவரை அங்கு அமர்ந்து கவனிக்கும்போது பல எண்ணங்கள் என் மனதில் ஓடின. விவசாயிகளுக்கு முன்னுரிமை அளித்து அதை உழைக்கும் வர்க்கம் சார்ந்ததாக மாற்றிப் புரட்சியைக் கொண்டுவந்தவரா இவர்? நீண்ட அணிவகுப்பை வழிநடத்தி சீனப் புரட்சியை உருவாக்கிய வீரர் இவர்தானா? பழையகாலக் கனவுலகைக் கொண்டுவந்து பொற்காலத்தைத் திருப்பி அளிப்பது பற்றி அவர் விவாதிக்கவில்லை, ஏனெனில் அவரது எழுத்துகளில் இருப்பது ஓர் எதிர்கால இலட்சிய சமூகமாகும். அவர் எவ்வாறு இதைக் கண்முன் கொண்டுவந்தார், உலகம் முழுவதும் இருந்த பல புரட்சியாளர்களைவிட இவரது தரிசனம் ஏவ்வாறு வேறுபட்டது என்று எனக்கு வியப்பாக இருந்தது. இவர் வெற்றி பெறுவாரா என்று நான் ஆச்சரியப்பட்டேன். அப்படியானால் எந்த அளவிற்கு மற்றும் எவ்வகையில். பதில் சொல்ல முடியாத எண்ணற்ற கேள்விகள்.

ஒரு மிகப் பெரிய உணவறையில் உணவு பரிமாறப்பட்டது. பத்துப் பன்னிரண்டு பேர் உட்காரக் கூடிய சிறிய மேசைகளின் முன் நாங்கள் அனைவரும் அமர்ந்திருந்தோம். ராய்ட்டரின் பிரதிநிதி எங்கள் மேசையில் இருந்தார். பேச்சு மற்றும் நடத்தையில் ஒரு முழு ஆங்கிலேயர். அவர் சீனாவில் பதினெட்டு மாதங்களாக இருக்கிறார். அவர் சீனாவைப் பற்றி ஒரே நேரத்தில் இரு நூல்களை எழுதி வருகிறார். அவருக்கு சீனம் தெரியாததால் மொழிபெயர்ப்பாளர்களையே முற்றிலுமாக நம்பி இருக் கிறார். ஒவ்வொரு முறை அவர் பயணம் செல்லும்போதும் உடனடியாக பீஜிங்கில் இருக்கும் தன் தங்கு விடுதிக்குத் திரும்பிவந்து அவர் கவனித்தவற்றை எல்லாம் எழுதுவதாகக் கூறுகிறார். அவர் சீனாவுக்கு வெளியில் சீன வல்லுநராகக் கருதப்படுகிறார். அவ்வாறு ஆவதற்கு அது எளிதான காரியம் அல்ல. இளம் சீனர்களிடம் இருக்கும் அதிருப்தியைப்

பற்றிக் கூறினார். குறிப்பாகப் பொறியாளராகவோ அல்லது அறிவியல் அறிஞராகவோ பயிற்றுவிக்கப்படாமல், வாழ்வியல் புலம் ஒன்றைப் படிக்க விரும்புபவர்கள். இதற்கு நோக்கெல்லை குறுகியதாகவும் அதைப் பற்றிய பேச்சு கட்டுப்படுத்தப்பட்டும் இருக்கிறது. அவர் கருத்துப்படி கம்யூனிஸ்ட் கட்சியைப் பற்றியும் விமர்சனங்கள் இருக்கின்றன. அது முதலில் அதன் கொள்கைகள் பற்றிய திறனாய்வைக் கோரியது. பின்னர் விமர்சனம் செய்தவர்களை வலதுசாரி என்று முத்திரை குத்திக் கண்டித்தது. இருந்தபோதிலும் விமர்சனம் செய்த சிலர் இப்போது அமைப்பில் நல்ல நிலையில் இருக்கின்றனர். அனைத்துக் குடிமக்களும் காவல்துறையில் பதிவுசெய்திருக்க வேண்டும் என்று அவர் கூறினார்.

நான் அமைதியாக எனக்குள் சிந்தித்தேன். உண்மையில் ஆயிரம் பூக்கள் மலரவில்லை. சொல்லப்போனால் யாரும் அதை எதிர்பார்க்கவும் இல்லை. ஏற்கெனவே திருத்தல் நடவடிக்கைகளில் அதிகமான குழப்பங்கள் உள்ளன. ஆனால், எங்களைப் போன்ற இந்த விருந்தினரின் கருத்துகள் உண்மையா இல்லையா என்பதை உறுதிப்படுத்தும் அளவுக்கு எனக்கு தெரியவில்லை. இதைப் பற்றி இளம் சீனர்களுடன் நான் பேச விரும்புகிறேன். ஆனால், எனக்குதான் சீனம் தெரியாதே. மொழிபெயர்ப்பாளர்கள் தரும் தகவலைக் கொண்டுதான் அவர் இந்த மதிப்பீடுகளைத் தருகிறார். ஒருவரை நம்பி இருக்க வேண்டுமானால் முதலில் அவர்களைச் சோதித்துப் பார்த்திருக்க வேண்டும். இவர் மொழிபெயர்ப்பாளர்களைச் சோதித்தாரா. அவர்கள் தங்கள் சொந்தக் கருத்துகளைக் கூறுகின்றனரா? அரசிடம் விவாதிக்கப் பட்ட அனைத்தையும் அவர்கள் கூறுகின்றனரா? அவரால் நேர்முகம் காணப்பட்டவர்கள் மற்றும் அதிகார மட்டத்தில் இருந்து எதிர்க்கருத்து கூறியவர்கள் பற்றி நிச்சயமாக அரசிடம் தெரிவித்திருக்க வேண்டும்.

எங்கள் மேசையில் அமர்ந்திருந்த குடியரசுத் தலைவரின் பயணக் குழுவில் இடம்பெற்றிருந்த இரு விமானப் படை அதிகாரிகளிடம் இருந்து இந்தியச் செய்திகளைக் கேட்டதே அந்த மாலைப் பொழுதின் சுவராசிய மான பக்கமாக அமைந்தது. இந்தியாவுக்கு வெளியே அமைவதுபோல் பல பொது நண்பர்களைக் கண்டறிந்தோம். அடுத்து உங்கள் அப்பாவை எங்கள் அப்பாவுக்குத் தெரியும் என்பதுபோல. பல ஆண்டுகள் அறிந்தது போல நாம் அளவளாவுவோம். அவர்களில் ஒருவர் தைரியமாக நான் சேகரித்த அனைத்து இசைத்தட்டுகளையும் கொண்டுவருவதற்கு ஒத்துக் கொண்டார். குறிப்பாக மேய் லேன் ஃபேங் முன்னணி பாத்திரத்தில் தி டிரங்கன் பியூட்டியில் பாடும் பீக்கிங் ஓபராவின் தொகுதிகளை. மேலும் நான் இப்போதுதான் கற்றுக்கொள்ள ஆரம்பித்திருக்கும் எளிதில் பயன்படாத எர்குவைப் போன்ற சில பொருட்கள்.

விருந்தில் ஆற்றப்பட்ட உரைகள் நல்வாய்ப்பாகச் சிறியவைகளாக இருந்தன. எதிர்பார்த்தபடி கூறியது கூறல்கள். சீன வரலாற்றின் ஒரு குறிப்பிட்ட புள்ளியில் கன்ஃபூசியானிசம், தாவோயிசம் மற்றும் புத்திசம் ஒன்றாக நிலவியதுபோல் தற்போது சமதர்மம், பகுத்தறிவு மற்றும் மனிதாபிமானம் நிலவுகிறது என்று ராதாகிருஷ்ணன் பேசினார்: மொத்தத்தில் யாரையும் பாதிக்காத பேச்சு. இந்தியத் தூதரகங்கள் மது வழங்குவதில்லை என்பதால் நாங்கள் அவருடைய பேச்சுக்குப் பின் திராட்சை மற்றும் ஆப்பிள் சாறுடன் கலந்து கேம்பேயை அருந்தினோம். நாங்கள் சோப்ஸ்டிக்குடனும் கிண்ணங்களுடனும் அமர்ந்திருந்தபோது புகைப்படக்காரர்களின் மிகை ஒளி மங்கியது. உணவுக்குப் பின் இந்தியப் படமான காபூலிவாலா பெங்காலி உரையாடலுடன் காட்டப்பட்டது. மாவோவும் சூ என்லாயும் சென்றுவிட்டிருந்தனர். படம் முடிந்ததுடன் விருந்தும் முடிந்தது. வரிசைப்படி நாங்களும் சென்றோம்.

~

மீண்டும் அடுத்த நாள் தொல்லியல் நிறுவனத்தில் நாளைக் கழித்தோம். இயக்குநருடனும் நாங்கள் பணிபுரிந்த இரு தளங்களையும் ஆய்வுசெய்யும் முன்மொழிவுடன் இருந்த இருவரோடும் நீண்ட நேரம் உரையாடினோம். குறிப்பாக டன்ஹுவாங்க் முக்கியமானது. அதன் அருகில் அவர்கள் ஆய்வு மையம் ஒன்றை நிர்மாணித்து வந்தார்கள். நாங்கள் வந்த உடன் சந்தித்த போது இந்த இயக்குநர் மிகவும் தயக்கம் கொண்டவராக இருந்தார். ஆனால், இப்போது தானே முன்வந்து முன்மொழியப்பட்டவை பற்றி விவரங்களை அளித்தார். எங்களைப் பொறுத்தவரையில் இவரது அணுகுமுறையில் எப்படி இந்த மாற்றம் ஏற்பட்டது என்று நான் ஆச்சரியப்பட்டேன். ஒன்றில் இரண்டு மாதங்களுக்கு முன் ஆய்வுக் கூட்டத்தில் பங்கேற்று துன்புறுத்தப்பட்டிருக்க வேண்டும் மேலும் அந்த வேலைகளில் ஈடுபட்டிருக்க வேண்டும். இப்போது அவை எல்லாம் தீர்வுகண்ட பின் நாங்கள் இன்பப்பயணம் வந்தவர்கள் அல்லர், இரு இடங்களிலும் சில தீவிரமான வேலைகளைச் செய்கிறோம் எனக் கண்டறிந்திருக்க வேண்டும். இப்போது அவர் ஆங்கிலத்தில் உரையாடினர். முன்னர் அவர் சீனத்தில் மொழி பெயர்ப்பாளர் உதவியுடன் உரையாடினார். சீனாவின் முதல் பேரரசரான குவின் ஷி ஹுவாங்கின் கல்லறையைத் தோண்டும் திட்டம் பற்றிக் கூறினார். துதன்காமுன் கல்லறைபோல இதுவும் சிறப்பானதாக இருக்கும் என எதிர்பார்ப்பதாகக் கூறினார்.

அடுத்த மதியம், எங்கள் பயணத்தைத் திட்டமிடும்போது சந்தித்து விவாதிக்க முடியாமல் போன ஒரு தொல்லியல் துறை அதிகாரி ஒருவர் விடுதி உணவறையில் சில நண்பர்களுடன் இருந்தார். அவர் எங்களிடம்

வந்து மகிழ்ச்சியோடு நல்ல ஆங்கிலத்தில் உரையாடி புத்த குகைகளுக்கு எங்கள் பயணம் பற்றி கேட்டார். இரவு உணவுக்குச் சந்தித்து நாங்கள் செய்த பணியைப் பற்றி பேசலாம் என்றார். நான் நாற்காலியின் மேல் விழுந்துவிடுவேனோ என்ற நிலையில் இருந்தேன். பீஜிங்கில் முதல் மாலைகளில் ஒன்றில் அவர் ஒரு சிறு வரவேற்பில் தலைமை தாங்கினார். அவர் ஆங்கிலம் தெரியாது என்று சீனத்திலேயே மொழிபெயர்ப்பாளர் உதவியுடன் பேசினார். அவர் பேச்சு சாதாரணமானதாக இருந்தது. இந்த மர்மத்தை எப்படி விளக்க முடியும்? அப்போது அவர் ஆய்வுக் கூட்டங்களில் கலந்து மன அழுத்தத்துடன் இருந்திருக்க வேண்டும்.

தேசியச் சிறுபான்மையினர் நிறுவன இயக்குநரைப் பார்ப்பதற்காகக் கேட்டிருந்தேன். லண்டனில் இருக்கும் எனது நண்பர் ஒருவரிடம் இருந்து அறிமுகக் கடிதம் பெற்றிருந்தேன். அவருக்கு வேலைப்பளு இருப்பதாகவும் இந்நாட்களில் அவர் யாரையும் பார்ப்பதில்லை என்றும் எனக்குப் பதில் கிடைத்தது. அவர் அவ்வளவு பணிவற்றவராக இருக்க மாட்டார் என்றும் அவருக்கும் அதே அழுத்தம் இருப்பதாகவும் நான் எண்ணிக்கொண்டேன். சீனர்களை நான் அறிந்துகொள்ள வேண்டும் என்றும் என்ன நடக்கிறது என்பதை ஊகிப்பதற்குப் பதிலாக இன்னும் கொஞ்சம் துல்லியமாக அறிந்துகொள்ள வேண்டும் என்று விரும்பினேன். தொடர்புகள் இல்லாமல் இருக்கும் இந்தச் சூழலில் இக் காலகட்டத்தில் சீன அரசியலின் திசையை ஒருவரால் ஊகிக்க மட்டுமே முடியும். மேலும் உரையாடல்களையும் செயல்பாடுகளையும் நான் எவ்வாறு விளக்கு கிறேனோ அதிலும்கூட தவறுகள் இருக்கலாம்.

காலையுணவின்போது நாங்கள் ஒரு பிரிட்டிஷ் பத்திரிகையாளருடன் சாதாரணமாகப் பேசிக்கொண்டிருந்தோம். அவர் சீனாவுக்கு அடிக்கடி வருவதாகவும் அதைப் பற்றி நன்றாகத் தெரியும் என்றும் கூறினார். சந்திக்க விரும்பியும் நபர்களைச் சந்திக்க முடியாததைப் பற்றி நான் கேட்டேன். சீனாவில் என்ன நடக்கிறது என்பதையும் 'கூட்டங்கள்' பற்றியும் அவருக்கு வேறு கண்ணோட்டம் இருந்தது. சமூகச் சூழலில் ஓர் அமைப்பைப் பற்றிய மதிப்பீட்டைக் கூறும் முன் அடையப்பட்ட ஒட்டுமொத்த நன்மைகளைக் கருத வேண்டும் என்ற வழக்கமான விளக்கத்தை அவர் அளித்தார். யாருக்கு சுதந்திரம் இருக்கிறது என்பதில்தான் முரண்பாடு – பலருக்கா சலுகை பெற்ற சிலருக்கா? கருத்தில் இருக்கும் சுதந்திரம் இல்பொருள் ஆகும்.

இந்தப் பார்வை எனக்குத் தெரிந்ததுதான். வலதுசாரிகள் அமெரிக்கா மற்றும் இங்கிலாந்தில் இருப்பதுபோல் கருத்தியல் சுதந்திரத்தை விரும்பு கிறார்கள் என்று கூறி சீனச்சூழலை அவர் மிகையாக எளிமைப்படுத்தினார். பெரும்பான்மையான மக்களுக்கு அமெரிக்காவிலும் இங்கிலாந்திலும்

இல்லாத ஒன்றை அவர்கள் கேட்பதாகக் கூறினார். மெக்கார்த்திசத்தின் கீழ் அவருக்குள்ள அனுபவத்தின் மூலம் அமெரிக்காவின் கருத்தியல் சுதந்திரத்தைப் பற்றிய கற்பனை அவரைப் பாதிக்கிறது. உள்ளூர் நிலைமைகள் எப்படி இருந்தாலும், உலகின் பிற பகுதிகளில் இருக்கும் சுதந்திர வகைகளை விரும்புவோருக்கு இடையிலும் அதிகாரத்தில் இருக்கும் கட்சியை விமர்சிக்கும் உரிமையிலும் கருத்துச் சுதந்திரத்திலும் பேச்சுச் சுதந்திரத்திலும் கவனம் செலுத்துவோருக்கும் இடையிலும் வித்தியாசத்தைக் காண வேண்டும் என்று நான் வாதாடினேன் – எனவே ஆயிரம் பூக்கள் மலரும் சாத்தியமும் சிந்தனைப் பள்ளிகள் விவாதித்துக்கொள்ளவும் முடியும். தற்போதைய அமைப்பின் இருப்புநிலைக் குறிப்பை எவ்வாறு ஒருவரால் எழுத முடியும்? வாழ்க்கையின் பிற பகுதிகளில் பல நன்மைகள் கிடைத்துள்ளன என்றும் இதனால் சிந்தனை மற்றும் பேச்சுச் சுதந்திரத்தை இக்கணம் தள்ளிவைக்க வேண்டும் என்றும் நமக்குக் கூறப்படுகிறது. ஒரு தடவை தள்ளி வைத்துவிட்டால் அது என்றென்றும் இல்லாமல் போகும் அபாயம் உள்ளது.

ஒவ்வொரு தனிநபருக்கும் அறுதியான முழுமையான சுதந்திரம் என்பது தார்த்தமானது அல்ல. ஏனெனில் சுதந்திரம் என்பது எப்போதும் ஒரு அளவின் பாற்பட்டது மேலும் பிற காரணிகளைச் சார்ந்தும் உள்ளது. ரஷ்யப் புரட்சியின் ஆரம்பக் காலகட்ட வரலாறுகளை வைத்து மதிப்பிடும் போது இங்குள்ள சூழல் ஆரோக்கியமானதாகவும் மற்றும் ஒருவேளை நம்பிக்கைக்குரியதாகவும் இருக்கின்றன. இப்போதைக்கு நான் சீனாவுக்குச் சந்தேகத்தின் நன்மைகளை அளிக்கிறேன். ஆனால், எதிர்காலம் எனக்குக் கவலை அளிக்கிறது. ஒன்றில் சோவியத் வகைவடிவம் இங்கும் மீளுரு வாக்கம் பெறும் அல்லது பிற சமதர்ம நாடுகளில் இருப்பதைவிட சிறந்த முறையில் முரண்பாடுகளைச் சீனா தீர்க்க வேண்டும். அண்மையில் நடை பெற்ற சோவியத் யூனியன் கம்யூனிஸ்ட் கட்சியின் இருபதாவது காங்கிரசின் விவாதங்களும் குருச்சேவின் அறிக்கையும் என் மனதில் புதிதாக இருக்கின்றன. பலரின் அன்றாட வாழ்வில் மேம்பாட்டைக் காண்கிறோம். இந்த மேம்பாடுகள் அனைவருக்கும் கிடைக்க வேண்டும் என்று நம்பு கிறோம். இந்த மதிப்பீட்டை நம்மால் செய்ய முடியாது. நிபுணர்களைச் சார்ந்திருக்கும் நிலை மாறும்போது சீனக் கலாசாரத்தின் மீதுள்ள சோவியத் முத்திரை கலைந்து போகும் என்று அவர் நம்பிக்கை தெரிவித்தார். சீனக் குழந்தைகள் மிகவும் அழகாகவும் மன அமைதியுடனும் இருப்பதை அவர் ஒத்துக்கொண்டார். ஒரு குறிப்பிட்ட வயதுவரை அவர்கள் ஸ்லிட்-நிக்கர்கள் அணிவதால் கழிப்பறை பயிற்சியால் ஏற்படும் அழுத்தம் குறை வதே அதற்குக் காரணம் என அவர் விளக்கினார். நான் எங்கேயோ குழந்தைகளைப் பற்றிய இதே கோட்பாட்டைக் கேட்டிருக்கிறேன்.

அதாவது, மிக இளம் வயதினர் கால்சட்டை போடாமல் இருந்தால் அவர்களுக்குப் பதற்றமே இருக்காதாம்!

~

அதன் பின் நாங்கள் இன்னொரு ஓபராவை பார்த்தோம். நான்ஜிங்கின் ஒரு குழுவான ஷாவாக்சிங்கின் ஓபரா இந்த முறை. பல இடங்களில் குறிப்பாகத் தொடர்வண்டியில் நான் ஷாவாக்சிங் ஓபராவைக் கேட்டு வருவதால் அது எனக்கு மிகவும் பிடித்துப்போய்விட்டது. கடைசி யுவான் பேரரசரைப் பற்றிய கதை. அது ஒரு கிரேக்கத் துன்பியல் நாடகம் போல் இருந்தது. பல தற்கொலைகள் மற்றும் ஒரு கொலையுடன் முடிந்தது. இன்றைய மாலைக் காட்சியில் பாடல்கள் அதிகம் இல்லை; உரையாடல்களும் நாடகமும் அதிகம் இருந்தன. அனைத்து நடிகைகளும் சிறப்பாகச் செய்தனர். மேடையின் ஒரு பக்கம் இருந்த ஒரு பலகையில் நாடக வாசகம் காண்பிக்கப்பட்டது. பேச்சு மற்றும் பாடல் மொழியை பீஜிங் மக்கள் புரிந்துகொள்வதற்கான ஏற்பாடு இது. மிக அதிக உணர்ச்சிகளை வெளிப்படுத்த நடிகர் 'என் இதயம் உடைந்துவிட்டது' அல்லது 'வேகமாகத் துடிக்கிறது' என்று சொல்வதற்குப் பதில் அவர் 'என் குடல் சிறிது சிறிதாக உடைகிறது' என்று கூறுகிறார். இது அர்த்தமுள்ள விளக்கமாகக் காணப்படுகிறது. காதலைப் பற்றி விவரிக்கும்போது இதயத்துக்குப் பதில் கல்லீரல் சில இந்தியக் கவிதைகளில் குறிப்பிடப்படுவது என் நினைவுக்கு வருகிறது. கைதட்டல் பலமாகவும் தெளிவாகவும் இருக்கிறது. சில ரசிகர்கள் மேடைவரை ஓடுகின்றனர். இந்த அரங்கு சந்தைக்கு நடுவில் இருக்கும் ஒரு கூடம் ஆகும்.

நாங்கள் சந்தையின் கூழாங்கல் பதித்த தெருவில் தட்டுத்தடுமாறி பொருள் வாங்கும் கூட்டத்துடன் சேர்ந்து சென்றோம். எங்களை உற்றுப் பார்த்தனர்; புன்னகைத்தனர்; மேலும் வெளிப்படையாகக் கிசுகிசுத்துக் கூறினர். வாடிக்கையாளர்களுக்காகச் சாலையில் சைக்கிள் ரிக்ஷாக்கள் வரிசையாகக் காத்துக்கொண்டிருந்தன. நளினமாகத் தோற்றமளிக்கும் நடுத்தர வயதுடைய ஒருவர் ஒரு சைக்கிள் ரிக்ஷாவில் பாங்குடன் ஏறி வாகனம் நகரும்போது நளினம் மிகுந்த தன் விசிறியைத் திறந்து தன் மனதில் தான் கருதும் ஆடம்பரத்துடன் செல்வது பார்ப்பதற்கு ஆனந்தம் அளிக்கிறது. அரங்கங்கள் எப்போதும் நிரம்பியே இருப்பதால் ஓபராவுக்குச் செல்வது உள்ளூரில் ஒரு பொழுது போக்காகத் தெரிகிறது. சிறுவயது குழந்தைகளும் கூடவே வருகின்றனர். ஒருவேளை நன்கு அறிமுகம் இல்லாத மக்களிடம் தனியாக விட்டு வருவதைப் பெற்றோர் விரும்பாமல் இருக்கலாம். குழந்தைகள் அமைதியாக இருப்பது நம்புவதற்கு அரிய காட்சியாக உள்ளது. இந்த நடத்தையுடனேயே பிறந்திருப்பார்கள் போலும்.

அடுத்த நாள் ஞாயிற்றுக்கிழமை, ஆகவே யுவான் காலத்திய ஒரு புத்த விகாரையைப் பார்க்கச் சென்றோம். இது 1932இல் முற்றிலுமாகப் புனரமைக்கப்பட்டிருந்தது. மூல வண்ணம் மற்றும் வடிவத்தோடு ஒத்துப் போகும் ஒரு முயற்சியும் நடைபெற்றிருக்கிறது. ஆகவே கூரை ஓடுகள் மஞ்சள் மற்றும் பச்சை நிறத்தில் பளபளப்பாக்கப்பட்டுள்ளன. உட்புறக் கூரை பச்சை மற்றும் கிரீம் (வெளிர் மஞ்சள்) வண்ண பூவடிவமைப்பால் நிறைந்துள்ளது. அடர்த்தியான செம்பழுப்புநிற வார்னீஷ் பூசப்பட்ட உத்தரங்களால் கூரை தாங்கப்படுகிறது. பளபளக்கும் சிலைகள் சிவப்புப் பாதாகைகளால் மூடப்பட்டிருந்தன; காவி வண்ணத் தொங்கும் பொருட்கள் இளநீலப்பூ வேலைப்பாடு செய்யப்பட்டிருந்தது. கூடம் முழுவதும் வெள்ளைப் பதாகைகள் சிதறிக்கிடந்தன. இவற்றில் கறுப்பு நிறத்தில் சீன எழுத்துகள் எழுதப்பட்டிருந்தன. இவை புத்த பிரதிகளில் இருந்து எடுக்கப்பட்ட வாசகங்கள் என எனக்குக் கூறப்பட்டது. முக்கியக் கோவிலின் அருகில் பிரகாசமான கருஞ்சிவப்பு மேளம் வைக்கப்பட்டிருந்தது. ஒரு மூலையில் பெரிய வெண்கல மணி இருந்தது. ஓர் அதீத மென்மையே பொதுவான எண்ணமாக இருந்தது. துறவிகளுடன் ஒரு நிகழ்வில் நான் கலந்துகொள்ள முடியுமா என்று கேட்டேன். சாதாரண மக்களுக்கு அனுமதி இல்லை என்று கூறப்பட்டது.

~

நாங்கள் பீஜிங்கிற்குத் திரும்பி வரும்போது, சூரியன் மறைந்து நாள் முழுவதும் வீசிகொண்டிருந்த காற்று புயலாக உருவெடுத்தது. இடி மின்னலுடன் விடாது இரவு முழுவதும் மழைகொட்டியது. இது பீஜிங்கில் இருந்து ஒரு பொருத்தமான வழியனுப்பு விழா. காலையில் எழுந்தபோது புயல்மழை ஓய்ந்திருந்தாலும் வானம் தெளிவடைய வில்லை. சீனாவை விட்டுப் போவது சீனர்கள் சொல்வதுபோல என் குடல் சிறிது சிறிதாக உடைந்துகொண்டு இருக்கும் உணர்வை உண் டாக்கியது. தடுக்கப்பட்ட நகரத்தின் பிரபுத்துவ வம்சத்துக்கு நான் இறுதி வணக்கம் கூறினேன். பரந்த அமைதியான செங்கல் பாவிய முற்றம் மற்றும் மங்கிய சூரிய ஒளியிலும் மின்னும் மஞ்சள் ஓடு பதித்த கூரை ஆகியவற்றை நேசிக்க ஆரம்பித்திருந்தேன். அருங்காட்சியகம், அதன் ஒவ் வொரு பொருட்களையும் சுற்றி நிற்கும் முடிவில்லா கூட்டம், ஓர் அயல்நாட்டுக்காரரைப் பார்த்த உடன் அவரது நாட்டைப் பற்றி விவா தித்தல், இந்தியன் எனக் கூறப்பட்டதும் மென்மையாக ‘ஆவாரா ஹோான்’ பாடுவது. பைன் மரங்கள் வெளிச்சுவரைத் தழுவின. ஹென்றி மூரின் சிலையைச் சுற்றிச் சிதறிக் கிடக்கும் கல் வடிவங்கள்.

திருமதி ராஜன் நேருவிடம் விடைபெறுவதை ஒட்டி நாங்கள் இந்தியத் தூதரகத்தில் மதிய உணவு அருந்தினோம். எங்கள் பயணத்தில் அவர்

ஆதரவோடும் உதவியாகவும் இருந்தார். அது ஒரு பெண்களுக்கான நிகழ் வானது என்பதற்கேற்ப லேடி ராமா ராவ், புஷ்பா மேத்தா மற்றும் இலா சௌத்ரி உட்பட பெண் பிரதிநிதிகள் கலந்துகொண்டிருந்தனர். மேலும் குழந்தைகள் பிறப்பதைத் தடுக்க பெண்கள் தங்கள் கணவர்களோடு உறங்குவது தடைசெய்யப்பட்டுள்ளதாகச் சில தூதரகப் பெண்கள் கூறினர். இந்தக் கதையை நம்பிய லேடி ராமா ராவுக்கும் அதைச் சந்தேகித்து அந்தப் பிரச்சினையை அதன் சமூகச் சூழலுடன் விளக்கிய ராஜன் நேருவுக்கும் இடையில் சற்றே வாக்குவாதம் ஆயிற்று.

மதிய உணவுக்குப் பின் நான் கோடை அரண்மனைக்குச் சென்றேன். கட்டடத்துக்குச் செலவிட்டப் பணத்தின் காரணமாக தௌவாகர் பேரரசி யின் புகழ் வீழ்ச்சி அடைந்ததை என்னால் புரிந்துகொள்ள முடிகிறது. ஆனால், அது மிகவும் கவர்ச்சிகரமான கட்டடம் ஆகும். ஒரு தாழ்ந்த குன்றில் கட்டப்பட்டுள்ள அதன் பல அடுக்குத் தாழ்ந்த கட்டடங்களுக்கு மத்தியில் முக்கிய அரண்மனை உயர்ந்து நிற்கிறது. ஒரு செயற்கை ஏரியின் நடுவில் கூடாரங்கள் நிறைந்த தீவுகள் உள்ளன. நாங்கள் ஒரு தீவுக்குத் துடுப்பு வலிக்கும் படகில் சென்றோம். திரும்பி வரும்போது ஒரு சிறு புயல் ஏற்பட்டதால் பத்திரமாக அழைத்துவரப்பட்டோம். ஒட்டகத் திமில் பாலம் மற்றும் பதினேழுகண் பாலம் ஆகியவற்றுக்குத் துடுப்பு வலித்து என்னால் செல்ல முடியவில்லை. இறுதியாகப் பாறைகள் உள்ளன என்பது போன்ற ஒப்பனைத் தோட்டம் வழியாக நடந்து அரண்மனைக்கு வந்து சேர்ந்தோம். அது இலையுதிர்காலம் ஆதலால் நன்கு வெட்டப்பட்டிருந்த புதர்களின் இலைகள் மஞ்சள்-சிவப்பாய் மாறிக்கொண்டு இருந்தன. எல்லாம் கொஞ்சம் மிகையாக இருந்தன – பொறாமைப்படக்கூடிய ஆடம் பரம், அற்புதமான சுவையுணர்வு, சிறந்த வாழ்க்கையின் நுட்பங்கள் மற்றும் அவரிடம் இருந்த மாபெரும் அதிகாரம். யாரும் அப்படி வாழ்ந்திருக்க முடியுமா என்பதுபோல் ஒரு முழு வாழ்வை அவர் வாழ்ந்திருக்கிறார். நான் வல்லமை மிக்க காஷ்மீரின் அரசி திதாவை நினைத்துப் பார்த்தேன். ஆனால், அவரது அரண்மனை நின்று நிலவவில்லை. தங்களைச் சுற்றிலும் ஒளிவட்டம்போல் இருந்த வறுமையை அல்லது இவர்களைச் சார்ந்திருந்த உயிர்களை மற்றும் பல பெண்களின் நிலைமையை – கண்ணில் தெரிந்தது தெரியாதது - இந்த இருவரும் எப்போதாவது சிந்தித்துப் பார்த்திருப்பார் களா? அல்லது அரசவையில் இருந்த சூதுவாதுக்களின் கெட்ட விளைவு களைச் சமாளிப்பதில்தான் இவர்களின் முழு நேரமும் கழிந்திருக்குமா?

எங்களோடு பணிபுரிந்தவர்களுக்கும் எங்களுக்கும் இடையில் பரிசுப் பரிமாற்றங்களில் மாலை நேரம் கழிந்தது. நாங்கள் அளிக்கும் பரிசுகளினால் எங்கள் பைகளின் கனம் குறையும் என்று நினைத்தால் வந்த பரிசுகளினால் அவை அதற்கு இணையாகக் கனமாயின.

20

கேன்டனில் அனைத்து நல்ல விஷயங்களும் ஒரு முடிவுக்கு வந்தன

நாங்கள் விமானத்தில் கேன்டன் சென்றோம் (குவாங்சோ என்று அப்போது அழைக்கப்பட்டது). கோவ்லூன் வழியாக ஹாங்க் காங்க் செல்ல வேண்டும். சீனாவுக்கு வந்த பயணிகளின் எழுத்துகள் மற்றும் வரைபடங்கள் மூலம் கேன்டனில் எங்களைச் சுற்றி இருந்த சீனா எங்களுக்குப் பழக்கமானது ஆகும். பல மைல்களுக்கு நீண்டு கிடக்கும் நெல் வயல்களைச் சிறு கால்வாய்கள்தாம் பிரிக்கின்றன. நெல் விவசாயி தன் வயலில் முழங்கால் அளவு தண்ணீரில் நிற்கிறார். சூரிய வெப்பத்தில் இருந்து காப்பதற்காகக் கூம்பு வடிவான வைக்கோல் தொப்பியை அணிந் திருக்கிறார். வயல்களின் பிரகாசமான மஞ்சள்-பச்சை நிறம் தூரத்தில் தெரியும் தாழ்ந்த மலைகளின் பழுப்பு நீலத்துக்கு முரணாக இருக்கிறது. இங்கும் அங்கும் தட்டையான வயல்கள் சிறு மேடுகளாக ஏறிச்செல்கின்றன.

வெப்ப மண்டலத்துக்கு வந்துவிட்டாம் என்பதில் சந்தேகம் இல்லை. மதியம் கேன்டன் வந்து சேர்ந்தோம். கடும் வெப்பம். பீஜிங்கின் அக்டோபர் குளிருக்கு நேர் எதிர்மறை. ஈரப்பதமான வெப்பம் எனக்கு சிரமமாக இருந்தது. கல்கத்தா மற்றும் பாம்பே எனக்கு நினைவுக்கு வந்தது. குட்டையான மரங்கள், பெரிய இலைகள், மற்றும் வாழைத் தோட்டங்கள் கொண்ட அந்நிலத்தோற்றத்துக்கு நாங்கள் மீண்டும் வந்திருக்கிறோம். ஷாங்காய்யை விடவும் கேன்டனுக்கும் பாம்பாய்க்கும் இருந்த ஒற்றுமை இன்னும் நெருக்கமாக இருந்தது. ஏனெனில் ஷாங் காய்யின் நவநாகரிகம் இங்கு இல்லை. ஷாங்காய்யைப் போல முற்றிலு மாக சுத்தப்படுத்தப்படவில்லை. ஆற்றங்கரையில் இருந்து நீட்டிக்கொண் டிருக்கும் கழிகளில் கட்டப்பட்டிருக்கும் படகு வீடுகளில் பெரும் பகுதி களில் மக்கள் வாழ்கின்றனர். நகரின் பிற பகுதிகளில் பல ஆறுகள் வழி யாகப் போக்குவரத்து நடைபெறுகிறது. வீடுகள் மரங்களால் கட்டப்பட்டு உயரமான பீடங்களில் வைக்கப்பட்டுள்ளன. நாம் பள்ளியில் படித்த வரலாற்றுக்கு முந்திய ஏரியில் வசிப்பவர்களை மறுபடியும் அருங்காட்சி யகத்தில் மீட்டமைத்திருப்பதுபோல் உள்ளது.

பேர்ல் ஆறு சுறுசுறுப்பாக இயங்குகிறது – நான் பார்த்தவற்றிலேயே செயல்பாடுகள் மிகுந்த ஆறு. நேற்றிரவு விடுதி ஜன்னல் வழியாக ஆற்றைப் பார்த்தபோது படகுகள் வேகமாகச் சென்றன. பல வகையான அளவு களிலும் வடிவங்களிலும் அவை இருந்தன – சங்கு வடிவப் பாய்களுடன் அகன்ற படகுகள், நீண்ட தட்டையான மர அறைகள் கொண்ட ஜங்க் படகுகள், படகோட்டி நீண்ட துடுப்புகளுடன் நிற்பதற்கான இடத்துடன் அதி வேகத்துடன் செல்லும் சிறு துடுப்பு படகுகள், துளைக்கும் விசிலுடன் கூடிய நதி ஸ்ட்ரீமர்கள், மெதுவாக ஆர்ன் ஒலிக்கும் தக்படகுகள். நான் தனியாகச் செல்வதாக இருந்தால் பேர்ல் காயல், மேக்கோ நீர்ச்சந்தி வழியாக ஜங்க் படகில் ஹாங்காங்க் செல்வதைத் தேர்ந்தெடுத்திருப்பேன். ஆற்றின் கரையோரமாகக் கடந்தபோது இரு கம்பங்களில் கப்பியின் மூலம் தொங்க விடப்பட்டிருந்த வலையைப் பார்த்தோம். அது நீருக்குள் விடப்பட்டு மீண்டும் இழுக்கப்பட்டபோது மீன்கள் பிடிபட்டு இருந்தன. நெல் வயல்களுக்கு இடையில் கல் வீடுகளில் மக்கள் இங்கு வாழ்கிறார்கள்.

சீனாவில் நாங்கள் சென்ற நகர்களில் கேன்டன் மிக வண்ணமயமான நகராக இருக்கிறது என்று நான் நினைக்கிறேன். தெருவில் இருக்கும் கட்டடங்களில் தூண்களால் தாங்கப்பட்ட தாழ்வாரங்கள். இவற்றில் சீனக் கருத்தெழுத்துக்களில் குறியீடுகள்/அறிக்கைகள் கறுப்பு அல்லது சிவப்பு வண்ணத்தில் எழுதப்பட்டிருந்தன. இந்தத் தாழ்வாரங்கள் தொடர்ந்து இருப்பதால் பாதசாரிகளுக்கு மேலே மூடப்பட்ட ஒரு நடைபாதையை இவை அளிக்கின்றன. இதனால் வெளிச்சத்துக்காக ஜன்னல்கள் வைக்கப் பட்டுள்ளன. இந்த நகர் மேற்கத்திய பாணியில் ஆக்கப்பட்டுள்ளதாகத் தோன்றினாலும் நெருங்கிப் பார்த்தால் இது சீனப் பாணியே. மிகக் குறுகிய நேர் தெருக்கள் செங்கோணத்தில் திரும்பி முக்கியச் சாலையை அடைகின்றன. இரு பக்கமும் இருக்கும் சாவடிகளில் பல்வேறு கவர்ச்சி களுக்கான புதிய உலகத்தைக் காணலாம். கேன்டனில் அதிக நாட்கள் தங்க முடியாதது எனக்கு வருத்தம் அளித்தது.

பீஜிங்கில் எங்களது அன்பான தோழி மிங்கோவை சோகத்துடன் வழியனுப்பி வைத்தோம். பல நாள் மாலைகளில் நாங்கள் அவருடன் இடங்களைச் சுற்றி நடந்தோம். அவரது கண்கள் மூலமாகச் சீனாவைப் பார்ப்பதற்கு மகிழ்ச்சியாக இருந்தது என்பதால் நான் மிகவும் வருத்தம் அடைந்தேன். அவருடன் இருந்தது ஒரு கற்கும் அனுபவமாக இருந்தது. அவருக்குச் சீனாவைப் பற்றி நன்கு தெரிந்திருந்தது. தெரியாததையும் உடனடியாகக் கற்றுக்கொண்டார். ஒருவர் கூறியதைக் கேட்கும்போது அவருக்கு ஏற்படும் எதிர்வினைகளைப் பார்த்து அவர் என்ன கேட்கிறார்

என்பதை உள்ளுணர்வால் புரிந்துகொள்வதும் இனிமையாக இருந்தது. அவர் இளமையில் சுயமாகக் கற்றுகொண்டார் என்பதையும், ஒரு மொழி பெயர்ப்பாளர் ஆக வேண்டும் என்பதற்காக ஆங்கிலத்தைப் போராடி கற்றுக்கொண்டதையும் வைத்துப் பார்க்கும்போது அவர் எவ்வளவு அறிந்திருக்கிறார் என்பதைக் கண்டு நான் தொடர்ந்து ஆச்சரியம் அடைந் தேன். ஒவ்வொரு சிறு விதிகளையும் மீறி எங்களது மிகக் கடினமான தேவைகளையும் அது சாத்தியமற்றதாக இருந்தபோதும் சந்தித்ததே எனக்கும் அவரிடம் மிகவும் பிடித்தது.

டன்ஹுவான்கிற்குப் பின்னர் டொமினிக் சென்றுவிடார். அவர் யூமென் பகுதியில் எண்ணெய்ச் சுத்திகரிப்பு ஆலைகள் பற்றிய ஒரு செய்திப்படம் எடுத்தார். அதன் பின் அவர் பாரிசுக்குத் திரும்பிச் சென்றுவிட்டார். நாம் பார்க்கத்தவறியதையும் பார்க்கும் அவரது போட்டோகிராபிக் கண்களால் அவருடன் இருப்பதில் நான் மகிழ்ச்சி அடைந்தேன். அனில் வேடிக்கை யானவர். அவரது நாற்பதுக்கும் மேலான வயது அதில் குறுக்கிடுவதில்லை. அவர் என்னைப் போலவே ஆய்வதற்குத் தயாராக இருந்தார்; மேலும் நாங்கள் பார்த்தவற்றின் விளக்கத்தையும் கருத்தில் கொண்டார். அவர் சீனாவை அனைத்து ஆசியா என்ற வலிமையான கண்ணோட்டத்தில் கண்டார்; அது சில வேளைகளில் ஆத்திரமூட்டுவதாகவும் அமைந்தது. நாங்கள் இருவரும் தொடர்ந்து தொடர்புகளையும் ஒப்புமைகளையும் செய்து வந்தோம். இவற்றில் சில மிங்கோவுக்கு வேடிக்கையான மகிழ்ச்சியை அளிக்கும்.

நாங்கள் இப்போது இன்னொரு மொழிபெயர்ப்பாளருடன் இருந்தோம். அவர் நேற்று மிகவும் பதற்றமாக இருந்தார்; சிரிக்கவேயில்லை; ஓர் இயந்திரம்போல் ஏற்றயிறக்கம் இல்லாத ஒரு குரலில் மொழிபெயர்த்துக் கூறினார். ஆனால், இன்று காலை நாங்கள் அவரைக் கொஞ்சம் கிண்டல் செய்தபின் இறுதியாக அவரிடம் இருந்து ஒரு புன்னகையைப் பெற்றோம். இப்போது அவர் சிரிக்கிறார்; புரியக்கூடிய வேகத்தில் பேசுகிறார். அவர் மிகவும் இளமையானவராக இருந்ததால் எல்லாவற்றையும் சரியாகச் செய்ய வேண்டுமே என்ற பதற்றத்தில் இருக்கிறார்.

நேற்று எங்கள் நேரத்தை அருங்காட்சியகத்தில் கழித்தோம். தென் சீனத்தில் இருந்து கிடைத்த உள்ளூர் தொல்பொருட்கள் நாங்கள் ஏற்கெனவே பார்த்தவற்றைவிட வித்தியாசமாக இருந்ததால் ஆர்வமளித்தன. சீனத் தாக்கம் இன்னும் இருக்கும் தெற்கில் இருந்து கிடைத்தவைகளில் சற்று ஒற்றுமை இருந்தது எனக்கு ஆச்சரியத்தை அளித்தது. நேற்றிரவு கன் டோனைச் சேர்ந்த ‘ஒர்ஷிப்பிங் த மூன்’ என்ற ஓபராவுக்கு அழைத்துச்

செல்லப்பட்டோம். இரு காதலர்களுக்கு இடையில் இருக்கும் ஏற்றத் தாழ்வுகள் பற்றிய இனிமையான கதை. இசையும் பாடலும் பீக்கிங் ஒபராவைவிட மென்மையாக இருந்தன. ஆனால், எப்படியோ இது உண்மையானதாக எனக்குப் படவில்லை. ஆனால், ஒரு சில ஒபராக் களையே கண்டு கேட்டிருந்த என்னால் எப்படி மதிப்பீடு செய்ய முடியும்?

கன்டோனின் ஓர் உள்ளூர்ச் சமையலுடன் இரவு உணவருந்தி எங்கள் மாலை நேரம் முடிவுக்கு வந்தது. சுவை மற்றும் மணத்தைப் பொறுத்த வரையில் அது இன்னொரு சுவையான உணவு. நாங்கள் கற்பனை செய்ய முடியாத அளவுக்குச் சுவையான சமையல் என்று எங்களுக்கு விருந்தளித் தவர்களிடம் கூறினேன். ஆனால், அது உண்மையிலேயே அப்படி நிகழ்ந்தது. சூப் வந்தவுடன் ஒரு கரண்டி சுவைத்தேன் அது அமிர்தமாக இருந்தது; என்னால் கற்பனை செய்ய முடியாத அளவுக்கான சுவை. இதில் சேர்க்கப்பட்டவை என்ன என்று கேட்டேன். ஆனால், ஒவ்வொரு முறை கேட்கும்போதும் உரையாடல் மாற்றப்பட்டது. என் வலியுறுத்தல் தாங்க முடியாமல் போனபோது சொன்னால் எனக்கு பிரச்சினையாக இருக்கும் என்றனர். ஆனால், நான் மீண்டும் வலியுறுத்தினேன். சூப்பை அதன் கூட்டுப் பொருட்களில் இருந்து அரித்த சல்லடையை விருந்தளித்தவர் காட்டியபோது அதன் அடியில் பாம்பு போன்ற ஒன்று சுருண்டு கிடந்ததை நான் பார்த்தேன் என்று என்னால் சத்தியம் செய்து கூற முடியும். அது ஒரு வேளை சிறு ஈல் மீனாகவும் இருக்கலாம்; ஆனால், அதைப் பார்த்து எனக்கு நடுக்கம் உண்டாயிற்று. என் முகம் வெளிறிப்போய் இருக்க வேண்டும்; விருந்தளித்தவர் உடனடியாக இன்னொரு பதார்த்தத்தை எனக்களித்து பேச்சை மாற்றினார். அந்த இடத்திலேயே நான் வாந்தி எடுத்துவிடுவேனோ என்று பயந்தேன். அதன் பின்னர் என் வாழ்க்கையிலேயே ஒரு சூப்பின் கூட்டுப்பொருள் என்னவென்று நான் கேட்டதே இல்லை.

~

பரந்த உலகத்துக்கு வந்தபோது அல்லது அதை மெதுவாக நெருங்கி வரும்போது இந்த மூன்று மாதங்களில் நாங்கள் கவலைப்படாதவைகள் அனைத்தையும் பற்றி நாங்கள் நினைத்துப்பார்க்க வேண்டியிருந்தது. எங்கள் சாமான்களின் மீது கண் வைக்கவும் ஆட்களுக்கு வெகுமதி அளிக்கவும் வேண்டி இருந்தது. சீனாவில் யாரும் திருடத்துணிய மாட்டார்கள். ஆனால் அத்தகைய நிகழ்வுகள் சாதாரணமாக நிகழக்கூடிய சமூகங்களை நோக்கி வந்துகொண்டு இருக்கிறோம். எங்களுக்காக ஏற்பாடுகள் செய்யப்படு வதற்கு நாங்கள் பழகிவிட்டோம். நாங்கள் பார்க்க வேண்டிய இடங் களுக்கு அழைத்துச் செல்லப்பட்டோம். விடுதி, போக்குவரத்து, உணவு போன்றவை பற்றி நாங்கள் கவலைப்படத் தேவை இல்லாமல் இருந்தது.

கடைசி நாள் நாங்கள் கவலையின்றி இருந்தோம். பக்கத்தில் சற்று நடந்தோம். ஒரு மாலை விருந்துடன் இறுதிக் காட்சி அரங்கேறியது. எல்லா வழியனுப்புவிழா விருந்தையும் போன்று நாங்கள் கேன்டனில் இருந்தாலும் ஹாங்காங்குக்கு ஏற்கெனவே பயணம்செய்துகொண்டு இருந்தோம். இங்கா இல்லை அங்கா என்ற ஒரு நிச்சயமற்ற வெளியில் இருந்தோம். எங்க ளுக்கு ஆதரவு அளித்தவர்கள் ஒரு விருந்து பற்றிக் கூறியபோது பணி வாக மறுத்துக் கடைசியில் நானும் அனிலும் ஒத்துக்கொண்டோம். முந்தைய மாலை நிகழ்ச்சிக்குப் பின் சற்று அதிர்ச்சியாக இருந்தாலும் ஒரு தானிய மதுவை அருந்திய பின் சற்று தெம்பு வந்தது. விருந்து அற்புத மாக இருந்தது – எண்ணற்ற வகைகள் இருந்தன. எங்கள் மொழி பெயர்ப் பாளரின் எச்சரிக்கையைப் பின்பற்றி கொஞ்சமாக உண்டோம். ஆனால், எங்களுக்கு ஆதரவு அளித்தவர்களின் அன்பு இந்தியாவுக்கும் சீனாவுக்கும் இடையிலான என்றென்றுமான உறவை உறுதிப்படுத்தியது.

முடிவுரை

இவை எல்லாம் ஒரு முழுவாழ்க்கைக் காலத்துக்கு முன் நிகழ்ந்தவை. குடியரசின் பாராட்டத்தக்க அளவில் இருந்து எதேச்சாதிகாரக் காலகட்டங்கள்வரை சீனாவும் இந்தியாவும் அறிந்துகொள்ள முடியாத வாறு வளர்ந்துவிட்டன – தொடக்கநிலை மற்றும் உண்மைநிலை; மேலதிகமாக எல்லாவற்றையும் உள்ளடக்கும் விரிவடைந்த நேர்மறைத் தேசியவாதத்துக்கு ஒப்புதலளிப்பதில் இருந்து மீதி எல்லாவற்றையும் விலக்கும் ஒரு குறுகிய எதிர்மறைத் தேசியவாதம் வரை, ஒன்றைத் தவிர. வாழும் வகைகளில் மாற்றமும் மாற்றத்தோடு வரும் கொள்கைகளின் மோதலும் இதில் வெளிப்படையாகத் தெரிவன. அன்று நாம் உலகுக்கு எவ்வாறு காணப்பட்டோம்; எவ்வாறு காணப்படுகிறோம் என்பவை பெரிதும் வேறுபடுகின்றன. நானும்கூட இந்த அறுபது ஆண்டுகளில் மாறி விட்டேன். இரு ஆண்டுகளுக்கு முன் இந்தப் பிரதியைப் படித்தபோது என் கடந்தகாலத்தின் ஒரு மறக்க முடியாத அங்கத்தின் மீள்நினைவுகளை அனுபவித்தேன்.

என்னைப் பொறுத்தவரையில் எனது சீனப் பயணம் இன்னொரு உலகத்தைக் கண்டுபிடித்தது போன்றது ஆகும் – சீனாவின் கடந்த காலத்தைப் பற்றிய ஓர் ஆய்வு; அந்தக் கடந்தகாலத்தின் பொருட்களைக் கையாண்டது, அந்தக் காலத்தை நிலைப்படுத்திய கருத்துகளைப் பற்றிய சிந்தனை மற்றும் அதை என் மனதுக்குள் உயிர்ப்பித்தது ஆகியவற்றால் ஆரம்பத்தில் உருவான உலகம். அதுவரை ஒரு கவர்ச்சிகரமான உலகாக இருந்ததற்குள் என் சிறு நடைப்பயணம் மட்டும் இருந்ததே தவிர என்னால் கற்பனை செய்ய முடியாத ஒன்றை நான் நேருக்குநேர் சந்திக்க வேண்டி இருந்தது. நிலவியல் அடிப்படையில் சரியாக இருந்தாலும் மேற்கில் இருந்து ஒரு மரியாதைக்குரிய விருந்தாளி என்று முதன்முதலாகக் குறிப்பிடப்பட்ட போது நான் அதிர்ந்தேன். பின்னர் நான் இந்த அறிக்கையில் மரியாதையின் ஒரு குறிப்பு இருந்ததை உணர்ந்துகொண்டேன். ஏனெனில் மேற்கு

என்பது சீனப் புத்தர்களுக்கு புத்தர் வாழ்ந்து போதித்த இடம். ஆனாலும், இங்கு நான் (எனது ஆய்வு வாழ்க்கையின்) முந்திய ஒரு காலத்தைக் குறிப்பிடுகிறேன்.

முந்தைய நூற்றாண்டுகளில் இந்தியத் துணைக்கண்டத்தில் இருந்து இங்கு வந்து சீனாவில் குடியமர்ந்துவிட்டவர்கள்; உள்ளூர் மடங்களில் போதித்து மற்றும் கற்பித்தவர்கள் அல்லது இலாபகரமான ஒரு வணிகத்தை நகரங்களில் வாழ்ந்து நடத்திய மக்களை நான் நினைத்துப் பார்க்கிறேன். அவர்கள் தங்கள் நினைவுகளை அல்லது அவர்கள் அனுபவித்தவற்றின் வரலாற்றை மட்டும் எழுதியிருந்தால்! பின்னர் ஓர் எண்ணம் என் மனதில் ஓடியது. பஞ்சாபின் மிக முந்தைய மூதாதையராக இருந்த காத்ரி வணிகர்களில் ஒருவர், நான் இப்போது அறிந்து வரும் பண்பாட்டு வகைகளில் சிலவற்றைச் சிறிய அளவிலாவது எழுதி வைத்திருக்கலாம் என்ற சிந்தனை என் மனதில் ஓடியது. சீன வாழ்க்கை முறையை எதிர்கொண்டபோது இவர்களின் எதிர்வினை எவ்வாறு இருந்தது? தெரிய வேண்டும் என்று ஒருவர் விரும்பலாம்.

சீனப் புத்த மதத்தினர் இந்தியாவுக்கு வந்த காலமும் இதுதான். நல்வாய்ப்பாக அவர்கள் தங்கள் பயணக் குறிப்பை (நாம் அறியுமாறு) விட்டுச்சென்றுள்ளனர். அவர்கள் பார்த்தவற்றை விளக்கி இருப்பதே அவற்றில் பெரும்பான்மை. அதன் மூலம் அவர்கள் யார் என்பதை அறிந்து கொள்கிறோம். அவர்கள் வணக்கத்திற்குரிய மேற்கத்திய மதம் என்று கருதிய ஒரு பண்பாட்டைச் சீனர்கள் எவ்வாறு கண்டார்கள் என்ற கண் ணோட்டத்தில் இந்தப் பிரதிகள் வாசிக்கத் தக்கவை ஆகும். ஒருவர் இன்னொருவரை எவ்வாறு பார்த்தார் என்பதை அறிந்துகொள்ள அதிக முன்னோக்கான புரிதல் உதவும். அவை மிகவும் ஆனந்தமும் அமைதி யுமான நூற்றாண்டுகள். அவை எப்போதாவது திரும்பி வந்தால் இன் னொரு வடிவத்தில் அதைச் செய்யும்.

இருந்தாலும், நான் எவ்வளவு தூரம் மாறி இருந்தாலும், அல்லது சீனாவும் இந்தியாவும் இன்று எவ்வாறு உலகைப் பார்க்கின்றன என் பதில் இருந்து அப்போது அவை பார்த்ததில் எவ்வளவுக்கு எவ்வளவு வித்தியாசம் இருந்தாலும், தவிர்க்கமுடியாத சில தொடரவே செய்கின்றன. நமது தொடர்புள்ள வரலாறுகளிலும் இந்தியர்கள் மற்றும் சீனர்களின் தற்கால வாழ்க்கையிலும் அவை புதையுண்டு இருக்கின்றன. பின்னர் நான் பீஜிங்கில் சுற்றி வந்து பலதரப்பட்ட மக்களோடு பேசியபோது என் முதல் பயணத்துக்கு மையமாக இருந்த பிரச்சினைகள் பற்றிய பயனுள்ள தொடரும் உரையாடல்களின் உள்ளாற்றலை உணர்ந்ததை நான் நினைத்துப்

பார்க்கிறேன். உரையாடல் என்பது ஏதோ ஒருவகையில் விளக்கமளிக்கும் அனுபவம் ஆகும். மீண்டெழுந்த ஆசியாவின் மாபெரும் தரிசனத்தில் ஊட்டம்பெற்ற என்னுடைய தலைமுறை, உரையாடல் என்பது மீளுரு வாக்கத் திறனுடையது என்று இன்னும் நம்புகிறது. பின்னோக்கிய தன்னல விருப்பங்களைக் கொண்ட உலகில் கற்பனை செய்ய முடியாத எதிர்காலத்தில் நாம் மௌனமாகச் சிதைக்கப்பட்டுவிட மாட்டோம் என்ற நம்பிக்கையில் நாம் வாழ்கிறோம்.

அரச மரபுகளை உள்ளடக்கிய வரலாற்று நிகழ்வுகளின் தேர்ந்தெடுக்கப்பட்ட ஒரு கால வரிசை

கி.மு.	சீனா	இந்தியா
1600-1046	ஷாங்க்	
1146-771	சௌ	
770-476	வசந்தம் மற்றும் இலையுதிர்க் காலகட்டம்	
475-221	போரிடும் நாடுகள் காலம்	
	கன்ஃபூசியஸ் 551-479	புத்தர் 544-486
		மௌரியர்கள்
		அசோகர் 268-232
221-207	கின் / சீன்	

கி.பி.		
206-9 கி.பி.	முந்தைய ஹேன்	சாகர்கள்
25-220	பிந்தைய ஹேன்	குஷாணர்கள்
220-265	மூன்று அரசாட்சிகள்	
265-316	மேற்கத்திய ஜின்	
317-420	கிழக்கத்திய ஜின்	
304-439	பதினாறு அரசாட்சிகள்	
396-581	வடபுல அரசுகள்/வேய்	குப்தர்கள் 320-55
		இந்தியாவில் பாஹியான் 400-410

589-618	சூய்	
618-907	டேங்க்	
		இந்தியாவில் யுவான் சுவாங் 630-44
755	லூஷான்களின் புரட்சி	
907-960	ஐந்து அரசாட்சிகள்	
960-1279	ஸாங்க்	
960-1127	வடக்கு ஸாங்க்	
1127-1279	தெற்கு ஸாங்க்	தில்லி சுல்தான்கள்
1271-1368	யுவான்/மங்கோல்	
1368-1644	மிங்க்	
		முகலாயர் 1526-1857
1644-1911	குவிங்க்/மஞ்சு	
1912-1949	குடியரசு	இந்திய விடுதலை 1947
1949-	மக்கள் குடியரசு	

அருஞ்சொற்பொருள்

அகழ்வாராய்ச்சி, *112, 116, 140, 141, 161, 177, 178, 321, 362*
அகாதெமியா சினிக்கா, *387*
அகில இந்திய வானொலி, *118*
அங்கீ-கார மறுப்பு, *96*
அங்கௌ வஜ்ராயனா, *61*
அசோகவதனா, *51*
அசோகனின் அரசாணைகள், *42*
அபாகசு, *348*
அமராவதியின் புத்தர், *61*
அமெரிக்க சாப் சூயி, *83*
அமெரிக்காவின் குரல், *80*
அமெரிக்காவின் மெக்கார்த்திசத், *370*
அமோகவஜ்ரா, *55*
அயல்நாட்டுப் பேய்கள், *367*
அரக்கு பாத்திரங்கள், *55*
அரக்கு வேலை, *82*
அரபிக் மொழி, *150*
அரிசி ஒயின், *109, 113*
அரிசித் தாள், *307*
அருகர்கள், *355*
அருங்காட்சியகவியல், *182*
அரேபியப் பிரதி, *54*
அரோரா பொரேலிஸ், *100*
அல்'ஹுயுமனைட், *352*
அலெக்சாந்தர் கன்னிங்காம், *54*
அவந்தனா, *50*
அவலோகிதேஷ்வரர், *202*
அறிவுசார் சுதந்திரம், *377*
அறுவடைப்பாடல், *207*
அனில் டி சில்வா, *71,12, 20, 21*
அனில் டி சில்வாவின் சைனீஸ் லேண்ட்ஸ்கேப் பெயிண்டிங் இன் த கேவ்ஸ் அட் துன்ஹுவாங், *21*
அன்னா பாவ்லோவா, *96*
அஜந்தா வரவேற்பு வளைவு, *103*
அஜந்தாவின் தாக்குறவால், *91*
அஸெர்பெய்ஜான், *93*
அஃபனாசி நிகிதினின், *99*
ஆக்சஸ், *32, 33, 39, 43, 60, 200*
ஆங்கில பப், *109*
ஆங்கிலேயப் பாணி உணவு, *159*
ஆங்க்லோ சாக்சன், *93*
ஆசிய உற்பத்தி முறை, *165*
ஆசிய சமூகங்கள், *165*
ஆசியத் தேசியவாத, *28*
ஆசியா மற்றும் மேற்கத்திய ஆதிக்கம், *21*
ஆசியும் அந்தஸ்தும், *40*
ஆடம்பரக் கட்டுமானம், *36*
ஆதி புத்த மதம், *38*
ஆயிரம் புத்தர்களின் குகை, *16, 46, 286, 308*
ஆர்வமூட்டும் கணங்கள், *23*
ஆரல் ஸ்டெயின், *54, 280*
ஆராய்ச்சிக் கழகம், *66*
ஆல்பர்ட் கிரன்வெடெல், *66*

ஆல்பர்ட் வான் லி காக், 66

ஆவாரா, 134, 219

ஆன் லுஷான் கலகம், 60

ஆன்யாங் பண்பாடு, 330

ஆனந்தரும் காஷ்யபரும், 202

இண்டர்நேஷனல் கிளப், 108, 109

இந்தி-சீனி பாய்-பாய், 349

இந்திய உருவ வழிபாடு, 56

இந்திய தாபா, 117

இந்தியப் பாணி, 13, 161, 203

இந்தோ கிரேக்க கலவை, 50

இந்தோனேஷியர், 149

இர்க்குட்ஸ்க், 100, 101

இரண்டாம் சோசலிசப் புரட்சி, 84

இரண்டாவது உலகப் போர், 83

இரத்த வியர்வை, 304

இரு பெரும் (விகாரை) கோயில்கள், 44

இரும்புத் திரை, 80

இலையுதிர் காலம், 159, 309

இளஞ்சிவப்புப் பீங்கான் (famille rouge) ஜாடிகள், 137

இளைஞர் விழா, 86

இன்ஷாஅல்லா, 301

இனக்குழுக்களின் நகர்வு, 182

இனிப்பான மற்றும் புளிப்பான இறைச்சி, 83

ஈஸ்ட் ஆஃப் ஹோரம், 184

உக்ரேனியர்கள், 99

உகிர்ச் சிறுபான்மையினர், 314

உண்ணும் குச்சி, 132, 351

உத்தியானா, 61

உய்கர், 36, 37, 39, 50, 60, 180

உரையாடல், 112, 135, 139, 152, 165, 177, 182, 213, 217, 286, 307, 324, 344, 362, 363, 368, 370, 371, 387, 390, 403, 405, 411, 414, 415

உலக இளைஞர் திருவிழா, 93

உலக டன்ஹுவாங் திட்டம், 66

உழைக்கும் வீரர்கள், 185

உழைப்பாளர் பண்பாட்டு மாளிகை, 199

உள்ளூர் பண்பாடு, 181

உஸ்பெகிஸ்தான், 33, 93

ஊசலாட்ட(இடைமுகம்), 87

எக்ஸ்பிரஸோ கஃபே, 89

எட்கார் ஸ்நோ, 84

எட்டுவழி இராணுவம், 192

எதிரொளிப்பான், 203

எபிரேய மொழி, 65

எர்கு, 204, 205, 206, 340, 344, 380, 401

எர்னஸ்ட் வால்ட்ஷ்மிட்டின் மாணவர், 364

எல்விஸ் பிரிஸ்ட்லி, 160

ஏ.எல்.பாஷ்யம், 72

ஏதேன்ஸ், 77

ஏப்ரான் (சமையல் ஆடை), 88, 393

ஐசென்ஸ்டெய்னின், 79

ஐந்தாம் சிம்பொனி, 159

ஐந்திசைக் குரல், 119

ஐரீன் வின்சென்ட், 280

ஐரோப்பிய அகத்தடை, 224

ஐரோப்பிய கிளாசிக்கல் இசை, 118

ஐரோப்பிய சீனவியல் அறிஞர்களும் கலை வரலாற்று அறிஞர்களும், 74

ஐரோப்பிய தரம், 90

ஐரோப்பிய மரபு, 92, 94

ஐரோப்பிய ஸ்நேக் பார், 109

ஒடிபஸ் ரெக்சின், 118

ஒரு நூறு மலர்கள் மலரட்டும், ஒரு நூறு சிந்தனைப் பள்ளிகள் முரண்படட்டும், 15, 24

ஒரு வகையான சீட்டு விளையாட்டு, 79

ஒன்பது சிம்பொனி, 159

ஓபரா கம்பெனி, 138

ஓப்பியம் பைப், 110

ஓப்ரா (இசைநாடகம்), 138

ஓம்புதல், 60

ஓம்ஸ்க், 100

ஓல்கா லெபெஷின்ஸ்க்யா, 97

ஃபயர்பேர்ட், 86

ஃபாகியான், 357

ஃபாக்ஸ்ட்ராட்ஸ், 138, 149

ஃபியடோர் சாலியாபின், 97

ஃபெர்கானா பள்ளத்தாக்கு, 35, 304

ஃபெர்டினேண்ட் வான் ரிச்ட்ஹோபனால், 39

கசாக், 303

கட்டடக் கலைஞர், 89

கடந்தகால ஆசியா, 22

கடல்சார் வணிகம், 38

கடல்நாகங்கள் (டிராகன்), 57

கண்ணாடி மணிகள், 56

கத்தோலிக்கப் பாவ அறிக்கை, 360

கம்பளி, 82, 96, 128, 170, 315

கம்யூனிசப் புரட்சி, 146

கர்சனின் கொள்கை, 281

கருத்தியல் அடிப்படை, 186

கருத்தியல் எழுத்து (சித்திர எழுத்து) வடிவங்கள், 84, 85

கருத்துப் பண்பாட்டு, 96

கரோஷ்தி, 45

கல்ச்சர் அண்ட் லைஃப், 99

கல் பாலை, 273, 282

கல்லறை, 94, 95, 141, 162, 164, 165, 321, 322, 378

கலப்பு பைசான்டிய, 87

கலஹானா, 44

கவோலியாங் மது, 210

கறிப் பன்றி, 88

கறுப்பு சோப்ரானி, 81

கன்ஃபூசியக் கோயில், 139, 153

கன்ஃபூசியஸும் புத்தரும் சமகாலத்தவர், 53

கன்ஃபூஷியஸ், 26

கன்சு, 7, 30, 42, 43, 168, 177, 179, 181, 190, 192, 197, 201, 221, 316, 323

கன்சுவின் மாணவர்கள், 179

கனிஷ்கர், 44

கா யெஜின், 60

காஃப்காவின் அங்கதம் 274

காகக்கூடுகள் போல் இருந்த இந்த வழிகள், 38

காகிதம், 54, 55, 346

காட்டுமிராண்டிகள், 26, 36, 62, 81, 275, 359, 367

காண்டாமிருகம், 54

காத்ரி வணிகர், 414

காந்தார முருகியல், 50

காந்தாரக்கலை, 200

காந்தாரத்தின் சிற்பங்கள், 45
காந்தாரத்தின் புத்தர், 61
காந்தாரம், 39, 42, 44, 60, 162, 203, 288
காந்தாரி பிராகிருத, 65
காந்தாரி பிராக்ரித், 50
காமக்கிழத்தி, 144, 172
காலச்சுட்டி, 135
காலனிய கிளப், 109
காவல் கோபுரங்கள், 315
காளிதாசரின் சகுந்தலா, 386
கான்ஸ்டாண்டிநோப்பிள், 33
காஷ்மீரின் அரசி திதா, 407
காஷ்யப மாதங்கர், 164, 202
கி பாய் ஷி, 377
கிங் இன் நியூயார்க், 372
கிப்பட்ஸ், 188
கிப்பாஒ, 128
கியன்ஃபோடாங், 286
கியோமிங்டேங்க் படைகள், 277
கியோன்ஃபோடன், 308
கிரம்லின், 86
கிராஃபோர்ட் சந்தை, 146
கிராமத்தில் பெண்களின் இயக்கம், 267
கிராமிய நடனம், 139
கிரேக்க ஆர்த்தடாக்ஸ் ஆலயம், 87
கிரேக்கத் துன்பியல், 405
கிரைம் அன்ட் பனிஷ்மென்ட், 325
கிழக்கத்திய எதேச்சதிகாரம், 165
கிழக்கத்திய மற்றும் ஆப்பிரிக்க ஆய்வுப் பள்ளியில் (எஸ்.ஓ.ஏ.எஸ்.), 72

கிழக்கு ஆசிய உலகம், 72
கிழக்கு நோக்கி இருந்த மைஜிஷன், 204
கிளாடியோலி, 102
கிறிஸ்தவ ஊழி, 181
கின் ஷி ஹுவாங், 396
கின்கை காதல் பாடலை, 219
கீழ்த்திசை, 64, 84, 91, 92, 328, 360
கீழ்த்திசை ஆய்வாளர், 65
குகைக் கோயில்கள், 33, 35
குடும்பச் சின்னம், 162
குப்ளாய் கானின், 61
குமரஜீவா குச்சா, 49
குயான்ஃபோடாங், 46
குருஷ்சே, 96
குல உறவு, 60
குவாங்ஸோ, 219
குவானியன், 206
குவிங் உள் அலங்கார அருங்காட்சியகம், 106
குவின் ஷி ஹுவாங், 41, 274
குவின் ஷி ஹுவாங்கின் கல்லறை, 402
குவோமின் டாங் [Guomin Dang], 176, 178
குறிகள், 77, 136
குஷாணர்கள், 36, 43, 44
குஷாணர்கள்/துருஸ்கர்கள், 46
கூச்சாவின் பாணி, 290
கூட்டுறவு இயக்கம், 185
கூட்டுறவுப் பண்ணை, 14, 184, 185, 242, 266, 280,

கெடிலாக், 106
கெத்தார்ஸிஸ், 193
கே.எம்.பணிக்கரின், 71
கேங்ஜியான் கிராமம், 206
கேட் ஆஃப் ஹெவென்லி பீஸ், 391
கேட்டி, 122, 185
கேண்டோனிஸ், 107
கேதரினின், 91
கேமெல் அப்துல் நாசர், 346
கேயோ குடும்பம், 290
கேயோ குயுபின், 318
கைபர் பக்துன் குல, 168
கைம்பெண், 389
கையாலெழுதப்படும் (calligraph), 380
கையெழுத்தியல் பயிற்சி, 346
கொசாக் பாடல், 211, 392
கொம்பு வணிகம், 54
கொரில்லா இயக்க, 84
கோசாக்கியப் பாடல்கள், 119
கோட்டன், 34, 42, 44, 45, 65, 290, 301
கோட்டனா - மகாராய-ராயாதிராயா, 45
கோட்டனில் நிலவும் புராணம், 45
கோயாவின் கோட்டு ஓவிய, 304
கோர்டான் சைல்டே, 142
கோர்ட்டால்ட் கலை நிறுவனம், 73
கோல் குன்று, 119
கோயில் கும்பக்கலசம், 150
கோவென்ட் தோட்டத்தில், 96
கோழிச்சாறு (சூப்), 83
கோஸ்மி ஓடானி, 66
சதர்ம புண்டரிகாசூத்திரம், 50

சதுர யாடு, 185
சந்திர விழா, 159
சந்திரக் கேக்குகள், 159
சமஸ்கிருத பிரதிகள், 54
சமூக அரசியல் புரட்சி, 90
சலாமி, 77, 378, 380
சன் யாட்-செ்ன், 391
சாகடைஸ், 62
சாகர்கள்/ஸ்கித்தியர்கள், 44
சாக்யமுனி, 202
சாங் ஆட்சி, 58
சாங் காலகட்ட, 149
சாங்க் மற்றும் மிங்க் ஓவியங்கள், 177
சாசனச்சிற்பங்கள், 305
சாஞ்சி, 50
சாஞ்சி நுழைவாயில், 103
சாஞ்சி ஸ்தூபி, 201
சாந்தா ராமா ராவின், 184
சார்லி சாப்ளின், 372
சாருகா, 54
சால்வேஷன் ஆர்மி, 120
சாவாமை, 54
சான் புத்த மதம், 61
சாஸ்ஸநிட், 48
சாஸ்ஸனிய வணிகர், 55
சிந்துப் பகுதி, 32
சியன் ஃபோ டாங், 308
சியாங் கே-ஷேக், 146
சியாங் கை-ஷேக், 83
சி-யு-கி, 53
சியோங்சாம், 128

சிரிக்கும் புத்தர், 347
சிலந்தி வலைகள், 164, 214
சிவப்புக் காவலர், 24
சிவப்புக் குட்டிப்பிசாசு, 192
சிவப்புச் செங்கல், 86, 321, 330, 345
சிவன், 48
சின் கியோ, 106, 107, 358
சின் சோ, 106
சின்சியாங், 159, 165
சின்சியாங் முலாம்பழம், 105
சின்ட்ரலா, 97
சின்ஜியாங், 63, 171, 180, 188, 207, 297, 308, 310, 317, 384
சினான்சுகா, 32
சீன உணவுகள், 83
சீன ஊழி, 181
சீன ஓவியம், 13, 203, 305
சீன நாகரிகம், 84
சீன நுழைவாயில், 103
சீன பிரபுக்கள், 172
சீன பைசாண்டிய உறவு, 325
சீன மக்கள் குடியரசின் அயல்நாடுகளுடனான பண்பாட்டு உறவுகளுக்கான சங்கம், 72
சீன மனிதன் – சினந்த்ரோப்பஸ் பீகின்னிசஸ், 394
சீன முருகியல், 154
சீன லைசென்கோ, 377
சீன வரலாறெழுதியல், 364
சீன வரவேற்பு முறை, 102
சீனக் கட்டடக்கலை, 150, 277, 330
சீனக் கலை, 73, 84, 107, 115, 223, 297, 300, 346

சீனக் காலணி தயாரிப்பாளர்கள், 83
சீனத் தேயிலைப் பொட்டணங்கள், 132
சீனத் தொல்லியல் துறை, 74
சீனப் பட்டுத்துணி, 56
சீனப் பழங்காலம், 149
சீனப் பாணி, 13, 56, 60, 172, 203, 273, 336, 338, 343, 382, 409
சீனப் பட்டு, 32, 82
சீன-ஐப்பானியப் போர், 83
சுகவதிவியூகா, 51
சுர்க் கோட், 44
சுரவரிசை, 119
சுலியன் பெங்க்யோ, 320
சுவீடன், 64
சுற்றுலாப் பயணிகளுக்கான படம், 78
சுஷ்ருதா, 54
சூ என்லாய், 83, 365, 386, 398, 399
சூத்திர நாடகம், 194
சூத்திரப் பிரதி, 164
செகோஸ்லோவேகியா, 78
செக் ஸ்கோடா, 106, 393
செக்கோவி, 87
செங்கிஸ்கான், 46
செங்க் ஹேன் சென், 107
செஞ்சதுக்கம், 94
செம்படை, 146, 192, 211
செம்படை கர்னல், 89
செமின்-டெ-ஃபேர், 79
செயிடென்ஸ்ட்ராஸென், 39
செயின்ட் பீட்டர்ஸ்பர்க், 89
செரிந்தியா, 65

செர்கே டியாகிலேவ், 96

செவ்வியல் இலக்கியம், 390

சேப்பரோனாக (வழிகாட்டி), 89

சேர்மன் மாவோ அண்ட் கோ, 107, 178, 179

சேலை, 17, 75, 76, 77, 88, 89, 113, 137, 169, 215, 307, 354, 392

சேலைப் பல்லு, 137

சைத்திய அரங்கு, 52

சைவத்தின் சில அம்சங்கள், 61

சைனா ரிகன்ஸ்ட்ரக்ட்ஸ், 107

சொர்க்கத்துக்கே வெளிச்சம், 77

சோசலிச யதார்த்தம், 93, 319, 377

சோசலிசக் கட்டடக் கலை, 154

சோசலிஸ்ட் புரட்சிகள், 154

சோடிகன், 65

சோவியத் அமைப்பு, 93

சோவியத் பாணி கட்டடக்கலை, 154, 337, 368

சௌகோட்டியன், 394

சௌராஷ்ட்ர மதம், 43

டக்லா மக்கன், 199

டக்லா மக்கான் பாலைவனம், 32

டரிம் பள்ளத்தாக்கு, 297

டன்ஹுவாங், 7, 8, 12, 13, 14, 20, 21, 30, 32, 34, 42, 43, 44, 46, 48, 49, 50, 51, 53, 56, 58, 59, 60, 61, 65, 71, 74, 111, 115, 118, 138, 199, 223, 280, 282, 283, 285, 286, 290, 293, 294, 296, 300, 302, 303, 304, 306, 309, 310, 314, 371, 395, 399, 402

டன்ஹுவாங் குகை, 45, 92, 399

டன்ஹுவாங் நிறுவனம், 66

டாக்டர் கோனிசின் அமரக் கதை, 83

டாக்டர் ஹ்ஸியா நை, 111

டாங்க், 144, 304

டாட்டர் ஆஃப் எலிசயத், 159

டாம் ஹ்லெரரி, 100

டாய் ஸாங்கின் குதிரை, 148

டால்ஸ்டாய், 87

டிங்க் லிங், 194, 397

டியாகோ ரிவெரா, 326

டியாங், 144

டியூட்டானிக், 93

டிராகன் நடனம், 374

டிராகனின் கலை வடிவம், 82

டிரான்ஸாக்சியானா, 44

டிஸ்கவரி இதழ், 362

டேங்க், 54, 148, 161, 178, 208, 222, 223, 288, 293, 294, 316, 330, 350

டேங்க் பரம்பரை, 149

டேங்க் வம்சம், 60

டோவாகர் பேரரசி, 149

ட்ரீம் ஆஃப் த ரெட் சேம்பரை, 318, 322

த பிரின்ஸஸ் ஹூ வாஸ் பீட்டன், 300

தக்ஷசீலம், 365

தரைவிரிப்பு, 82, 87

தர்மரக்ஷர், 49

தர்மரத்னர், 164

தஷிதோஷி கோத்தோ, 380

தாந்திரிக வழிபாடு, 48, 308

தாமரைச் சூத்திரம், 13, 50, 203

தாய் ஸோங், 304

தாய்வழித் தலைமை, 389

தாவோயிஸ்ட் கோயில்கள், 337

தாவோயிஸ்ட் பூசாரி, 293

தாவோவிய பூசாரி, 65

புராதானச் சுழல், 195

தான்-ஷாஒ, 207

தாஸ்தாயேவ்ஸ்கி, 325

தி இடியட், 325

தி டிரங்கன் பியூட்டி, 144, 401

தி புளு ஆன்ட்ஸ்: 600 மில்லியன் சைனீஸ் அண்டர் த ரெட் ஃபிளாக், 127

தி மூன் ஓவர் குவான் மௌண்டன், 359

தி லிட்டில் ரெட் புக், 24

திபெத்திய மொழி, 65

தியானத்துக்கான இடம், 59

தியானா, 61, 290

தியான் ஷூயி, 195, 219, 265, 267, 270

திரள் புலம்பெயர்வு, 35

திரிபிடகா, 50, 288

திருத்தல் கூட்டம், 387

திருத்தல் முன்னெடுப்பு, 360

தில்லி ஜிம்கானா கிளப், 109

திறந்த வெளி மக்கள் சதுக்கம், 338

துதன்காமுன், 321

துதன்காமுன் கல்லறை, 402

துப்பாக்கி ரவை, 55

துராடர்பன் (பெஷாவர் தலைப்பாகை), 168

துருக்கிய கானேட்டுகள், 55

துருக்கிய ஷாகிஸ்கள், 60

துவார பாலர்கள், 202

தூசிப் புயல், 82

தூண் குழிகள், 140

தூரிகை, 14, 58, 84, 206, 207, 223, 305, 346

தென்கிழக்கு ஆசியத் தொல்லியல், 182

தே கேம் டு எ சிட்டி, 99

தைமூர்லைன், 62

தைல ஓவியம், 305, 343

தொல்பொருள் காட்சியகம், 91, 95, 177

தொல்லிடங்கள், 64

தொல்லியலைப் பாதுகாத்தல் அல்லது மீட்டல், 144

தோ பிகா ஐமீன், 187

தோச்சேரியன், 50

தோண்டப்படாத கல்லறைகள், 165

தோல் காலணி, 327

தோழர் ஸ்டாலின், 96

தௌவாகர் பேரரசி, 407

நடுகற்கள், 149

நதியில் பறவை/மொட்டு, 184

நமாஸ், 187

நவநாகரிக ஆடை அணிவகுப்பு, 90

நறுமணப் பொருட்கள், 150

நாகார்ஜுனன், 54

நாடோடிகள் கம்பளிகள், 57

நாணயங்கள், 47, 57, 59

நாளந்தா, 53

நான்காம் புத்த மதப் பேரவை, 44

நான்ஜிங், 7, 20, 323, 327, 328, 331, 405

நிகிதா குருச்சேவ், 94

நியூசிலாந்துக்காரர், 183

நியோலித்திக் தளங்கள், *111*

நீலச் சொர்க்கம், *176*

நூடுல்ஸ்கள், *83*

நெஸ்கஃபே, *183*

நெஸ்டீரிய கிறிஸ்தவமதம், *43, 48*

நேங்கிங் உணவகம், *83*

நேட்டிவ் குவார்ட்டர், *341*

நோட்ரே டேமின் ஹன்ச்பேக், *206*

பச்சைக்கல், *55*

பச்சைத் தேநீர், *380*

படிகக்கல், *307*

பட்டு, *29, 36, 40, 43, 47, 296, 320, 338, 394*

பட்டு உருளைகள், *40, 41, 43, 47*

பட்டு வழித்தடங்கள், *22, 29, 30*

பண்பாட்டு அரண்மனை, *337*

பண்பாட்டு வகைவடிவம், *63*

பதான்கோட், *168*

பதினேழாம் குகை, *65*

பத்மசாம்பவர், *61*

பயிரிடப்படாத பாழ் நிலங்கள், *125*

பர்கத், *50*

பர்ஹட், *200*

பலவகைத் தலைப்பாகை, *304*

பவளம், *56*

பழைமைவாதி, *90, 376*

பாசிஸ்டுகள், *396*

பாச்சின் நான்காம் பிராண்டன்பர்க் இசை, *357*

பாடும் மணல்களின் நிலம், *16*

பாட்டாளி மக்களின் மாபெரும் பண்பாட்டுப் புரட்சி, *24*

பாதங்களைக் கட்டுதல், *129, 130, 266*

பாத்திரங்கள், *56, 146, 322, 319*

பாபர், *304*

பாமியன், *33, 42, 53, 149*

பாமியன் மடம், *59*

பாமினி சுல்தான், *99*

பாம்புகளான வலுதுசாரிகள், *330*

பார், *109*

பால் பெலியோட், *280, 297*

பாலைவனப் பசுஞ்சோலை, *43*

பால் பெல்லியோட்டின், *65*

பால் ரூம் நடனம், *139*

பான்போ, *112, 140*

பானைச்சூளை, *141*

பாஹியான், *53*

பிங்-பாங், *204*

பிடில், *380*

பிண்டி கிளப், *109*

பிபிசி செய்தி, *78*

பிரஞ்சு சீன ஆய்வாளர், *65*

பிராக், *74, 76, 78, 79, 86*

பிராமணியம், *48*

பிராம்ஸ் வயலின் இசை, *118*

பிரின்ஸ் இகோர், *118*

பிலடெல்பியா அருங்காட்சியகம், *148*

பிளினி, *47*

பின்இன், *20*

பின்நோக்குப் பார்வை, *137*

பீக்கிங்,*74, 93, 110, 111, 113, 116, 359, 394,*

பீக்கிங் ஒபரா, *121, 134, 138, 144, 328, 340, 357, 363, 386, 392, 401, 411*

தடாகம் **427**

பீக்கிங் விடுதி, 107, 386, 387

பீங்கான், 55, 91, 132, 137, 148, 177, 330, 345, 347

பீஜிங், 7, 12, 13, 14, 20, 74, 76, 93, 99, 101, 102, 104, 105, 106, 109, 110, 111, 116, 120, 125, 128, 130, 173, 166, 172, 180, 181, 185, 212, 213, 274, 281, 305, 327, 328, 343, 344, 349, 356, 357, 358, 359, 360, 362, 363, 364, 366, 369, 370, 372, 374, 379, 384, 398, 400, 403, 405, 406, 408, 414.

பீஜிங் – ஹர்பின், 133

பீஜிங் வீடு, 116

பீஜிங்-லான்ஸ்ஹோ, 133

புகைப்பட நிபுணர் டொமினிக் டர்போயிஸ், 72, 280

புகைப்படச் சுருள், 75

புத்த விகாரை, 47, 154, 406

புத்த மதக் குகைத் தலங்கள், 71

புத்த மதத்தின் தாக்கம், 84

புத்த மைத்திரேயா, 56

புத்தக் கருத்தியல், 54

புத்த மதக் கலை, 21, 71, 72, 207

புத்தர், 16, 46, 49, 50, 53, 61, 71, 176, 198, 202, 203, 208, 222, 307, 414

புத்தர் படிமம், 71

புதிய எண்ணெய்ப் பாதை, 310

புதிய கற்கால அகழ்வாராய்ச்சி, 140

புதுதில்லி அசோகா விடுதி, 107

புரம்பவுண்ட் ஃப்ரெண்ட்ஷிப் அண்ட் லவ், 375

புரட்சியின் அக்டோபர் ஆண்டு விழா, 358

புரவலர் சங்கம், 72

புராண இந்து மதம், 48

புழுதிப் புயல், 167

புழுதிமேகங்கள், 167

புனித பேசிலின் ஆலயம், 94

பூக்களின் அரங்கம், 208

பூக்கள் மலர்கின்றன, 115

பூச்சுச் சாந்து, 98, 202

பூவேலைப்பாடு, 82, 107, 334, 353, 386

பூனா கிளப், 109

பெட்ருஷ்கா, 86

பெண் அடிமை, 57

பெண்கள் மாநாடு, 77

பெயர்வு இயக்கம், 185

பெயி ஹை, 116

பெருஞ்சுவர், 36, 41, 274, 275, 281

பெரும் முன்னோக்கியப் பாய்ச்சல், 191

பெரும் விளையாட்டு, 64

பேக் செய்வதற்கு, 75

பேரரசரின் காமக்கிழத்தி, 144

பேரரசரின் வேட்டைக் காட்சி, 304

பேரரசியின் விழா, 304

பேரரசின் சாவிகள், 81

பேராசிரியர் சியா தா, 360

பேராசிரியர் சியா நய், 361

பேராசிரியர் சியாங்க் தா, 395

பேராசிரியர் சேங்க், 360, 363

பேராசிரியர் ஜீ ஷியான்லின், 112

பேலட், 86, 97

பேன்போ, 362

பேஷ்வார், 168

பைசாண்டைன், 33, 92

பைசாண்டைன் பாணி, 91

பைன் மரங்கள், 209, 406

பொருள்சார் பண்பாடு, 30, 144

பொலநருவாவின் கால்விகாரை, 304

போதிசத்துவம், 202

போதிசத்துவர், 51, 198, 202, 222, 369

போதிதர்மர், 61

போர்கோகன், 206

போர்வை, 14, 57, 315, 323

போல்ஷிவிக், 90

போல்ஷோய் அரங்கு, 96

போல்ஷ்விக் புரட்சி, 94

மகா பீட்டரின் கோட்டும் காலணி களும், 91

மகாபரிநிர்வாணம், 50

மகாயான புத்தப் பிரதிகள், 288

மகாயான புத்த மதம், 38, 39, 202

மகாயான வடிவம், 53

மக்கள் மகிழ்ச்சிப் பூங்கா, 339

மக்கள் விடுதி, 137

மங்ககோலியப் பேரரசு, 61

மங்கிய மண்வாசனை, 27

மங்கோலிய அரசர், 46

மங்கோலிய உடல், 323

மங்கோலிய மொழி, 65

மஞ்சள் தண்ணீர், 121

மஞ்சள் நதி, 184

மணல் புயல், 283

மதச்சார்பற்ற, 58

மதுரா, 44, 61, 203

மா சேதுங், 365

மாண்டரின்கள், 206, 367

மாண்டரின் சீன, 364

மாபெரும் முன்னோக்கிய பாய்ச்சல், 241

மார்க் ஆரெல் ஸ்டெய்னி, 64

மார்க்கோ போலோ, 166

மாவோ சேதுங், 24, 83

மானிக்கீசம், 43

மாஸ்கோ, 14, 74, 77, 79, 81, 87, 93, 95, 99 386

மாஸ்கோ பெண், 90

மிகை ஆர்வக் கலை வரலாற்றிய லாளர்கள், 82

மிங், 106, 231, 232, 235, 236

மிங் காலகட்டம், 149, 150

மிங் கோயில், 150

மிங்கோ வோங், 8, 102

மிங்க் கல்லறை, 378

மிங்க் சாசனம், 208

மிங்க் சுவரோவியப் பாணி, 277

மிங்க் பரம்பரை, 175

மிங்க் பாணி, 378

மிங்க் மற்றும் குயிங்க் கட்டிடக்கலை, 176

மிலேச்சர்கள், 367

மின்சு பல்கலைக்கழகம், 179

மீட்டுருவாக்கம், 144

மீட்புத் தொல்லியல், 177

மீளுருவாக்கத் திறன், 415

மீன்முட்டை, 94, 98

மீஸ் ஏய்னாக், 59

முத்து, 56, 355

முருகியல் இன்பம், 81

முல்லா, 37, 150

முறைப்படுத்தப்பட்ட அகழ்வு, 161

முன்னவீன கடந்த காலம், 28

முசல்மான் ஸராய், 315

மூத்த உபகுப்தர், 51

மூலப் பிரதி, 55

மெய் லேன் ஃபேங், 144, 146

மேக்ஸ் வெபர், 201

மேய்ச்சல் சமூக முறை, 37

மேற்கு சொர்க்கம், 53

மைக்கேல் சல்லிவனின் தி கேவ் டெம்பிள்ஸ் ஆஃப் மைஜிஷன், 21

மைத்ரேயர், 202

மையப் பேரரசு, 26

மைஜிஷன், 12, 13, 20, 21, 29, 49, 66, 71, 74, 115, 118, 157, 169, 171, 195, 197, 199, 200, 201, 204, 208, 220

மோகாவ் குகைகள், 46, 308

மோர்ட்டிமர் வீலர், 142

மோவ், 185, 267

மௌரியப் பேரரசரான அசோகர், 51, 72, 201

யாங்ட்சி நதி, 327

யுரேசியா, 30

யுலிசஸை, 130

யுலின் குகை, 61

யுவாங் சுவாங்கின் கல்லறை, 150

யுவான் சுவாங், 136

யுவான் மற்றும் மஞ்சு, 275

யூங்காங்

யூமென் எண்ணெய்க் கிணறு, 310

யூமென் நிலையம், 282

யூரேசியா, 29, 38, 45, 61, 63, 64, 109, 197

யென் டேன், 184, 185

ரஸாய் (பஞ்சுபொதிந்த போர்வை), 315

ரஷ்ய நாட்டார் வழக்காறு, 96

ரஷ்யப் புரட்சி, 15, 87, 135, 213, 404

ராபர்ட் கீய்லன், 127

ராம கதை, 45

ராய்-யின், 207

ராவல்பிண்டி, 380

ராஜதரங்கினி (அரசர்களின் ஆறு), 44

ராஜ்கபூர், 146

ரிக் வேதம், 394

ரிக்ஷா பாய், 375

ரூயின்ஸ் ஆஃப் டெசர்ட் கேத்தே, 280

ரெஃபெரென்ஸ் மெட்டீரியல் ஆன் ஆன்டிகுட்டிஸ், 180

ரெட் ஸ்டார் ஓவர் சைனா, 84

ரெவி அல்லே, 183, 184

ரென் மின் அங்காடி, 395

ரேடியோ லக்ஸம்பர்க், 78

ரேமண்ட் ஆல்சி, 148

ரோமக் கருவூலம், 47

ரோம், 47, 76

ல்வோகா படகுக்காரன், 79

ல டிராவியட்டா, 357

லண்டன் பல்கலைக் கழகம், 28, 71, 72, 360 370

லாங்மென், 49, 56, 160, 200
லாவோ சி மியாவோ, 316
லாவோ ஷீ, 375, 377
லான்ஸோ, 7, 134, 166, 169
லிங் ஃபென் மியானி, 343
லிச்சிகள், 380
லியூலிசேங்க் தெரு, 363
லின்-ட்ஸே-த்சாவோ, 207
லுஒயாங், 30, 159, 162
லுங்மென் (லாங்மென்), 160
லூ சுன், 350, 377
லெனின்கிராட்ஸ்க்யா, 88, 89, 106, 107, 110, 386
லேண்டன் வார்னர், 66, 280, 304
லேன்ஸோவிய இளைஞர்கள், 183
லைசென்கோ, 187, 377
லோகனின் சிற்பங்கள், 222
லோயெஸ் சிகரம், 330
லோயெஸ் (நெகிழ்வுமண்) பீடபூமி, 120
வணிகப் பாதை, 199, 310
வரலாற்றுப் பக்கம், 181
வரைபடங்கள், 77, 140, 181, 408
வரையும் உத்தி, 58
வலதுசாரி போக்குகள், 305
வழிபாட்டுத் தொழுகை, 38, 41
வறுவல் சோறு, 83
வஜ்ரச்செடிகா பிரஜ்னபிரமித சூத்திரம், 51
வஜ்ரபோதி, 55
வஜ்ராயன புத்த, 55, 61, 285
வஜ்ராயனா, 55, 61, 288

வாங்க் யுயான்லு, 65
வாங்க்ஃபுஜிங், 128
வார்சாவின் பண்பாட்டு மாளிகை, 86
வால்ட்ஸஸ், 138
விசெவலாட் புடோவ்கினு, 79
விடுதலைக்கு முன், 135, 181, 185, 303, 328,
விடுதலைக்குப் பின், 135, 181, 212
விவரிக்க முடியாத கிழக்கு, 326
விவாசயக் கொரில்லா, 192
வினையூக்கி, 42
விஷ்ணு, 48
வீட்டு நினைவேக்கம், 136
வெண்குதிரைக் கோயில், 162
வெண்குதிரை மடம், 55, 162
வெள்ளைக் களிமண், 58
வேதாகமங்களின் தங்க அட்டைகள், 91
வேய் மற்றும் டேங்க் பண்பாடு, 148
வேலைகள், 58, 73
வேளாண் கூட்டுறவு, 390
வைக்கோல் போர், 204
வைக்கோல் போர் மலைம் 197
வைர சூத்திரம், 51
வோட்கா, 96, 326
ஜப்பானிய மொழி, 77
ஜப்பானியப் பெண்மணி, 77
ஜரிகைப் பூவேலைப்பாடு, 82
ஜாதகக் கதை, 13, 50, 203, 288
ஜாதகங்கள், 50
ஜாரின் ரஷ்யா, 64
ஜான் மார்ஷலி, 365

ஜிப்சி பேலட், 97
ஜீவகன், 54
ஜெல்லி மீனை, 98
ஜேம்ஸ் ஜாய்சின் யுலிசஸ், 78
ஜேம்ஸ் ஜாய்ஸ், 130
ஜோன் ராபின்சன் சீன ஐந்தாண்டுத் திட்டம், 386
ஸ்டாக்கனோவைட், 381
ஸ்டாக்ஹோம், 76
ஸ்டார்ம் ஓவர் ஏசியா, 79
ஸ்டாலின் காலத்திய சீனக் கலை, 107
ஸ்பாஞ்ச் கேக், 183
ஸ்பானிய மெக்சிகன் இணைப்பு, 326
ஸ்ரப்பரி, 110
ஸ்லேவோனிக், 88, 92
ஸ்வென் ஹெடின், 64
ஸ்வேட்டர் (ஈயடிப்பான்/ஈக் கொல்லி)கள், 110
ஸாங் கால ஓவியம், 144
ஸாங்க் பாணி ஓவியங்கள், 290
ஸூஃபி இஸ்லாம், 39
ஸூயி பரம்பரை, 201
ஸூரிச், 76, 77
ஸூ-வூ, 219
ஷாங்காய், 7, 12, 14, 20, 323, 326, 327, 328, 332, 334, 336, 337, 338, 341, 343, 344, 346, 347, 348, 349, 350, 358, 366, 375, 408
ஷாங்காய் அருங்காட்சியகம், 342
ஷாங்காய் எக்ஸ்பிரஸ், 326
ஷாங்சி கிராமியப் பாடல், 205
ஷாங்சி, 7, 138

ஷாமனிசம், 43
ஷாமன் மதம், 39
ஷாவாக்சிங் ஓபரா, 405
ஷியாங்-கை-ஷேக், 331
ஷியான் நிகழ்வு (Sian Incident), 144
ஷியு-ஜி, 53
ஷின்ஜியாங், 45, 119
ஷென்சி, 138
ஷேங் பண்பாடு, 161
ஹர்ஷவர்த்தனர், 367
ஹாலால் இறைச்சி, 315
ஹீனயான போதனை, 38
ஹுட்டாங்ஸ், 111
ஹுவாங் ஹே, 7, 121, 131
ஹுவாங்க் ஹோ, 121
ஹூணர்கள், 46
ஹூயி ஸாங்க், 290
ஹூவாங் ஹி நதி, 171
ஹெபே பொம்மலாட்ட நிகழ்ச்சி, 395
ஹொனானில், 207
ஹொனான் ஓபரா, 318
ஹொனான் நடிகை மா குவிங்க் ஃபேங், 318
ஹொங்க்சோ, 350
ஹேன் கல்லறை, 162
ஹேன் வெண்கலம், 177
ஹேன் ஷு, 112
ஹோர்டு, 62